I0596180

44 Năm Văn Học
Việt Nam Hải Ngoại (1975-2019)
TẬP 2

44 năm văn học
Việt Nam hải ngoại (1975-2019)
Tập 2
Nguyễn Vy Khanh
Luân Hoán
Khánh Trường
Mở Nguồn xuất bản
Bìa Khánh Trường
Dàn trang Nguyễn Thành
Đọc bản thảo: Vy Thượng Ngã

Copyright © by Khanh Truong & Mo Nguon
ISBN: 9781078716598
California - USA 2019

NGUYỄN VY KHANH
LUÂN HOÁN
KHÁNH TRƯỜNG

44 NĂM VĂN HỌC VIỆT NAM HẢI NGOẠI (1975-2019)

2

G-H-K-L

Chủ trương
KHÁNH TRƯỜNG

2019

TÁC GIẢ GÓP MẶT TRONG TUYỂN TẬP
44 NĂM VĂN HỌC VIỆT NAM HẢI NGOẠI
(1975-2019)

Ái Cầm, Bạt Xứ, Bắc Phong, Bùi Bảo Trúc, Bùi Bích Hà, Bùi Vĩnh Phúc, Cái Trọng Ty, Cao Bình Minh, Cao Đông Khánh, Cao Mỵ Nhân, Cao Nguyên, Cao Tần (Lê Tất Điều), Cao Xuân Huy, Chân Phương, Chim Hải, Chu Vương Miện, Cung Tích Biền, Cung Trầm Tưởng, Cung Vũ, Diên Nghị, Doãn Quốc Sỹ, Du Tử Lê, Duyên Anh, Dư Mỹ, Dương Kiền, Dương Như Nguyện, Dương Thu Hương, Đặng Hiền, Đặng Mai Lan, Đặng Phú Phong, Đặng Phùng Quân, Đặng Thơ Thơ, Đặng Tiến, Đinh Cường, Đinh Huyền Dương, Đoàn Nhã Văn, Đoàn Nhật, Đoàn Thêm, Đoàn Xuân Kiên, Đỗ Hoàng Diệu, Đỗ Kh., Đỗ Quí Toàn, Đỗ Quyên, Đỗ Trường, Đông Duy, Đức Phổ, Giang Hữu Tuyên, Hà Huyền Chi, Hà Kỳ Lam, Hà Nguyên Du, Hà Thúc Sinh, Hà Thượng Nhân, Hạ Quốc Huy, Hạ Uyên, Hàn Song Tường, Hoa Văn, Hoài Ziang Duy, Hoàng Anh Tuấn, Hoàng Chính, Hoàng Du Thụy, Hoàng Khởi Phong, Hoàng Lộc, Hoàng Mai Đạt, Hoàng Nga, Hoàng Ngọc Tuấn, Hoàng Phủ Cương, Hoàng Quân, Hoàng Thị Bích Ti, Hoàng Xuân Sơn, Hồ Đình Nghiêm, Hồ Minh Dũng, Hồ Phú Bông, Hồ Trường An, Huy Trâm, Huy Tưởng, Huỳnh Hữu Ủy, Huỳnh Liễu Ngạn, Hư Vô, Khánh Trường, Khế Iêm, Kiệt Tấn, Kiều Diễm Phượng, Kinh Dương Vương, Lâm Chương, Lâm Hảo Dũng, Lãm Thúy, Lâm Vĩnh Thế, Lê An Thế (Lê Bi), Lê Cần Thơ, Lê Đại Lãng, Lê Giang Trần, Lê Hân, Lê Lạc Giao, Lê Mai Lĩnh, Lê Minh Hà, Lê Nguyên Tịnh, Lê Phương Nguyên, Lê Thị Huệ, Lê Thị Nhị, Lê Thị Thấm Vân, Lê Thị Ý, Lê Uyên Phương, Lê Văn Tài, Lệ Hằng, Liễu Trương, Linh Vang, Luân Hoán, Lương Thư Trung, Lưu Diệu Vân, Lưu Nguyễn, Lữ Quỳnh, M.H. Hoài Linh Phương, Mai Khắc Ứng, Mai Ninh, Mai Thảo, Mai Trung Tĩnh, Miêng, Minh Đức Hoài Trinh, Nam Dao, Nghiêu Đề, Ngọc (Ngọc Nguyễn), Ngọc Khôi, Ngô Du Trung,

Ngô Nguyên Dũng, Ngô Thế Vinh, Ngu Yên, Nguyên Lương, Nguyên Nghĩa, Nguyên Sa, Nguyên Vũ, Nguyễn Âu Hồng, Nguyễn Bá Trạc, Nguyễn Chí Kham, Nguyễn Đăng Thường, Nguyễn Đăng Trúc, Nguyễn Đăng Tuấn, Nguyễn Đình Toàn, Nguyễn Đông Giang, Nguyễn Đông Ngạc, Nguyễn Đức Bạt Ngàn, Nguyễn Đức Lập, Nguyễn Hải Hà, Nguyễn Hàn Chung, Nguyễn Hoàng Nam, Nguyễn Hoàng Văn, Nguyễn Hưng Quốc, Nguyễn Hương, Nguyễn Hữu Nhật, Nguyễn Lương Vy, Nguyễn Mạnh An Dân, Nguyễn Mạnh Trinh, Nguyễn Minh Nữu, Nguyễn Minh Phương, Nguyễn Mộng Giác, Nguyễn Nam An, Nguyễn Ngọc Ngạn, Nguyễn Phước Nguyên, Nguyễn Sao Mai, Nguyễn Tấn Hưng, Nguyễn Tất Nhiên, Nguyễn Thanh Châu, Nguyễn Thị Hải Hà, Nguyễn Thị Hoàng Bắc, Nguyễn Thị Minh Ngọc, Nguyễn Thị Ngọc Lan, Nguyễn Thị Ngọc Nhung, Nguyễn Thị Thanh Bình, Nguyễn Thị Vinh, Nguyễn Tiến, Nguyễn Trung Hối, Nguyễn Vạn Lý, Nguyễn Văn Sâm, Nguyễn Văn Trung, Nguyễn Vy Khanh, Nguyễn Xuân Hoàng, Nguyễn Xuân Quang, Nguyễn Xuân Thiệp, Nguyễn Xuân Tường Vy, Nguyễn Ý Thuần, Nhã Ca, Nhật Tiến, Như Quỳnh de Prelle, Phạm Cao Hoàng, Phạm Chi Lan, Phạm Công Thiện, Phạm Hải Anh, Phạm Hồng Ân, Phạm Miên Tưởng, Phạm Ngũ Yên, Phạm Nhã Dự, Phạm Quốc Bảo, Phạm Thăng, Phạm Thị Hoài, Phạm Thị Ngọc, Phạm Trần Anh, Phạm Văn Nhàn, Phạm Việt Cường, Phan Huy Đường, Phan Lạc Tiếp, Phan Nguyên, Phan Nhật Nam, Phan Nhiên Hạo, Phan Ni Tấn, Phan Quỳnh Trâm, Phan Tấn Hải, Phan Tấn Uẩn, Phan Thị Trọng Tuyến, Phan Việt Thủy, Phan Xuân Sinh, Phùng Nguyễn, Phương Tấn, Phương Triều, Quan Dương, Quyên Di, Quỳnh Thi, Sĩ Trung, Song Hồ, Song Nhị, Song Thao, Song Vinh, Sương Mai, Sỹ Liêm, Tạ Tỵ, Tâm Thanh, Thái Tú Hạp, Thái Tuấn, Thanh Nam, Thanh Tâm Tuyền, Thành Tôn, Thảo Trường, Thận Nhiên, Thế Giang, Thế Uyên, Thi Vũ, Thu Nga, Thu Thuyền, Thụy Khuê, Thường Quán, Tiểu Thu, Tiểu Tử, Tô Thùy Yên, Tôn Nữ Thu Dung, Trạch Gầm, Trang Châu, Trầm Phục Khắc,

Trân Sa, Trần Dạ Từ, Trần Diệu Hằng, Trần Doãn Nho, Trần
Đại Sỹ, Trần Hạ Vi, Trần Hoài Thư, Trần Hồng Châu, Trần
Hồng Hà, Trần Long Hồ, Trần Mộng Tú, Trần Phù Thế, Trần
Thị Diệu Tâm, Trần Thị Hương Cau, Trần Thị Kim Lan, Trần
Thị Lai Hồng, Trần Thu Miên, Trần Trúc Giang, Trần Trung
Đạo, Trần Văn Nam, Trần Văn Sơn, Trần Vũ, Trần Yên Hòa,
Triều Hoa Đại, Triệu Châu, Trịnh Gia Mỹ, Trịnh Khắc Hồng,
Trịnh Thanh Thủy, Trịnh Y Thư, Trung Hậu, Trùng Dương,
Trương Anh Thụy, Trương Văn Dân, Trương Vũ, Túy Hồng,
Tường Vũ Anh Thy, Tưởng Năng Tiến, Uyên Nguyên, Vi
Khuê, Vĩnh Hảo, Võ Đình, Võ Hoàng, Võ Kỳ Điền, Võ Phiến,
Võ Phú, Võ Phước Hiếu, Võ Quốc Linh, Võ Thị Điểm Đạm,
Vũ Huy Quang, Vũ Kiện, Vũ Quỳnh Hương, Vũ Quỳnh N.H.,
Vũ Thị Thanh Mai, Vũ Thùy Hạnh, Vũ Thư Hiên, Vũ Trà My,
Vũ Uyên Giang, Vương Đức Lệ, Vương Trùng Dương, Xuân
Vũ, Xuyên Trà, Y Chi, Yên Sơn.

TÁC GIẢ TRONG NƯỚC

Bùi Chát, Bùi Ngọc Tấn, Cao Thoại Châu, Dương Nghiễm
Mậu, Đoàn Văn Khánh, Hoàng Hưng, Khoa Hữu, Khuất
Đẩu, Lê Văn Trung, Lê Vĩnh Thọ, Nguyên Cẩn, Nguyên Minh,
Nguyễn An Bình, Nguyễn Dương Quang, Nguyễn Hiến Lê,
Nguyễn Hữu Hồng Minh, Nguyễn Huy Thiệp, Nguyễn Lệ
Uyên, Nguyễn Thành, Nguyễn Thụy Long, Nguyễn Văn Gia,
Nguyễn Viện, Như Không, NP Phan, Phạm Hiền Mây, Phạm
Ngọc Lư, Phan Huyền Thư, Phùng Cung, Thiếu Khanh, Tiêu
Dao Bảo Cự, Trần Đĩnh, Trần Mạnh Hảo, Trần Thị Ng.H.,
Trần Vạn Giã, Trần Vàng Sao, Văn Quang, Vy Thượng Ngã

Hoàng Ngọc Biên by Bùi Xuân Phái

GIANG HỮU TUYÊN

Nhà thơ, nhà báo sinh ngày 20-3-1949 tại làng Phong Thạnh, quận Giá Rai, tỉnh Bạc Liêu.

Thời trẻ học khoa Báo Chí ở Đại Học Vạn Hạnh. Năm 1969 động viên gia nhập Hải Quân VNCH (Khoá Sỹ quan 21), được chỉ định về phục vụ tại đảo Hòn Khoai, Bộ Tư lệnh Hải quân Vùng 4 Duyên hải, ngoài khơi mũi Cà Mâu và tham gia các cuộc hành quân vùng 4 Chiến thuật.

Sang Mỹ năm 1975, lúc đầu hoạt động trong Lực lượng Quân Dân, anh được trao trách nhiệm trông coi báo Cờ Vàng, cơ quan ngôn luận chính thức của Lực lượng. Cùng với Ngô Vương Toại và Nguyễn Đình Hùng xuất bản tờ báo *Việt Chiến*, làm tiếng nói đấu tranh đầu tiên trong vùng Hoa Thịnh Đốn. Đến năm 1982 anh sáng lập tờ báo thương mại *Hoa Thịnh Đốn Việt Báo*.

Ngoài nghề báo, Giang Hữu Tuyên còn được giới Văn học Việt Nam và nhiều người Việt tị nạn biết đến là một Nhà thơ. Năm 1999 tập thơ đầu tay *Trời Mưa Đi Phát Báo* của anh ra đời đã gây được nhiều tiếng vang ở hải ngoại. Anh mất ngày 20-11-2004.

Trời mưa đi phát báo

Chiều ngã năm đường năm bẩy ngã
Ngã nào cũng ướt giọt mưa rơi
Bao mùa mưa đã im giông bão
Sao nước trường giang vẫn khứ hồi
Mười mấy năm làm tên phát báo
Lòng buồn theo thành quách xa xưa
Những trang tin dội từ quá khứ
Rớt ngập ngừng cùng những hạt mưa
Mưa lót ngót đời loi ngoi mãi
Sáng chưa đi, chiều lại mưa về
Mưa ngã năm từ năm bẩy ngã
Ngã nào cũng mưa và mưa thôi
Xấp báo trên tay vừa ướt hết
Vậy mà cứ đứng dưới mưa bay
Hình như những mùa mưa thuở trước
Đang về làm ướt trái tim ai.

Ta đứng đây bóng chiều sắp khuất

Người đi ôm cả trời Quê Mẹ
Mộng lớn giăng giăng biển tiếp rừng
Trong gió chớm thu về xứ lạ
Kẻ còn ở lại thấy rưng rưng

Người đã qua bờ sông Dịch Thủy
Gươm cùn bạo chúa cũng phân thây
Bởi muôn tráng sĩ thề xông trận
Bởi vạn anh hùng quyết ghé vai

Mùa Xuân Tổ Quốc không xa nữa
Đồng lúa miền Nam óng ánh vàng
Rừng núi miền Trung hoa rộ nở
Mừng ngày giải phóng được giang san

Ta đứng đây bóng chiều sắp khuất
Vầng trăng niên thiếu cũng không còn
Nên trong những đêm dài chờ sáng
Lòng gợn buồn màu lá điểm sương

Mai này tới buổi bình minh ấy
Ta biết riêng kia rất ngậm ngùi
Giữa trống chiêng chào mừng chiến thắng
Có người lầm lũi bước đi lui.

Mầu tím mồng tơi

Trái mồng tơi ngày xưa mầu tím
Canh mồng tơi ngày xưa mẹ nấu cả nhà ăn
Con lớn lên, con làm lính
Giữ xóm, giữ làng, giữ giậu mồng tơi
Mỗi chiều lần mò ra hàng mồng tơi cũ
Mắt mẹ buồn, vì thương nhớ đứa con đi

Trái mồng tơi ngày xưa mầu tím
Canh mồng tơi ngày xưa mẹ nấu cả nhà ăn
Anh lớn lên, anh làm cách mạng
Giải phóng xóm, giải phóng làng, giải phóng giậu mồng tơi
Mỗi chiều lần mò ra hàng mồng tơi cũ
Mắt mẹ buồn, vì thương nhớ đứa con đi

Trái mồng tơi ngày xưa mầu tím
Canh mồng tơi ngày xưa mẹ nấu cả nhà ăn
Chị lớn lên, chị thành sương phụ
Ôm con, khóc chồng bởi viên đạn tình cờ không thuộc cả
đôi bên
Mỗi chiều dắt cháu ra hàng mồng tơi cũ
"Lá rau này nuôi lớn mẹ con bây"

Trái mồng tơi ngày xưa mầu tím
Canh mồng tơi ngày xưa mẹ nấu cả nhà ăn
Em lớn lên, em làm phản chiến
Chống Mỹ, chống Tầu, chống cả Liên Xô
Chống ông anh giữ xóm, giữ làng, giữ giậu mồng tơi
Chống ông anh nữa đòi về giải phóng
Mỗi chiều lần mò ra hàng mồng tơi cũ
Mắt mẹ buồn, vì thương nhớ đứa con đi

Trái mồng tơi bây giờ mầu vẫn tím
Canh mồng tơi bây giờ mẹ nấu chẳng ai ăn
Mỗi chiều lần mò ra hàng mồng tơi cũ
Mắt mẹ buồn vì thương nhớ những đứa con xưa

Đất gọi người đi

Đất gọi người đi buồn biết mấy
Sông dài chảy xiết một giòng thôi
Từ nay chín cửa mưa mù lối
Sóng nước bồng bềnh nhánh củi trôi

Đã nhiều năm vắng xa biền biệt
Mưa nắng hai mùa gieo nhớ thương
Mương nước nhỏ chờ bông cải ngọt
Vượt mình trên mảnh đất quê hương

Nhưng chẳng thấy đâu giờ hạnh phúc
Đàn chim bay mãi chửa về đây
Áo cơm lần lữa qua ngày tháng
Mộng ước lui dần xuống kẽ tay

Rừng phong u uẩn nằm im tiếng
Chiều phả hơi sương lạnh nỗi nhà
Việt Điểu Cành Nam ôi cách trở
Ngựa Hồ còn hí Bắc Phong xa

Mai này trong chuyến tàu thiên cổ
Nếu có người thương tiếc tiễn đưa
Xin hãy rắc thêm vào huyệt mộ
Chút tình hệ lụy núi sông xưa.

Dẫu vườn xưa có thành hoang phế

Giàn dưa leo vẫn còn xanh lá
Hay úa vàng vì quá khổ đau
Đêm ở đây thương ngày ở đó
Gió nơi này tưởng gió hàng cau

Nắng tháng hai ươm vàng trước ngõ
Trời không dưng cũng rất u hoài
Em kham khổ một thời con gái
Ôi khúc sông nào đã rẽ hai

Ruộng cũ còn thơm mùi lúa mới
Hay vì buồn lúa cũng phai hương
Chiều mưa dột mẹ ngồi không nói
Con đốt đèn thấy mắt vương vương

Nén đau thương gặp chùm bông bí
Ăn đi con để kịp lên đường
Dẫu vườn xưa có thành hoang phế
Cũng nên về dựng lại quê hương

HÀ HUYỀN CHI

Tên thật Đặng Trí Hoàn. Sinh ngày 21-12-1935 tại Bắc Việt.
Khóa 14 Võ Bị Đà Lạt. Đơn vị và cấp bậc cuối cùng: Thiếu tá
Trưởng phòng Ấn Họa, Cục Tâm Lý Chiến QLVNCH.
Bút hiệu đầu tiên: Hoài Hương. Bút hiệu ẩn tế: Mã Tử, Hồ An.
Đã đoạt các giải: Phóng Sự Tiền Phong 1967; Văn Học
Nghệ Thuật, bộ môn thơ 1971; Tượng Vàng, giải Văn Học
Nghệ Thuật 1974, bộ môn Điện Ảnh.
Định cư tại tiểu bang Xanh Hoài Ngàn Năm, Tây Bắc Hoa
Kỳ và tiếp tục sáng tác, cộng tác với nhiều tạp chí và báo tại
hải ngoại.
Tác phẩm: - Bảy tập thơ - Một tập truyện ngắn - Tám truyện
dài - Đóng chín phim - Đạo diễn hai phim.

Phù sinh

Mở tôi bao thuốc lá đầy
Hai mươi năm cũ đắng cay xếp hàng
Khói sầu lớp lớp miên man
Nhựa thơm nhuộm ngón tay vàng héo hon

Nuốt từng lượng khói cô đơn
Thả trôi những đám mây buồn lênh đênh
Điếu nào đốt trọn ngày xanh
Tro than lả tả vây quanh dòng đời

Điếu nào thâu ngắn cuộc chơi
Điếu nào thắp sáng môi cười tẻ tanh
Mời em điếu trót ân tình
Hai mươi năm nữa phù sinh bắt đầu.

California 1982

Đỉnh nhớ

Rượu đau tính chuyện vá trời
Chai đầy hận nước chai vơi thù nhà
Ngùi say đỉnh nhớ nhạt nhòa
Men nồng như rượu vừa pha máu người

Chén nâng ngang mặt khóc mời
Những hồn phiêu dạt những đời thiếu quê
Cạn thêm chén đắng não nề
Tay ôm vầng trán nghiêng che nỗi buồn

Uống đi con ốc mược hồn
Trên lưng sẵn một khối hờn chung thân
Ném đi nửa túi kinh luân
Cung thiêng bán dạo, gươm thần mổ heo

Say đi hỡi những bọt bèo
Cười đi hỡi những dây leo cỏ hèn
Chôn đi ngàn nỗi tủi phiền
Ngàn tên vong bản đã quên tiếng người

Hắt ly rượu chát lên trời
Nghe như ngàn giọt máu rơi quanh mình.

Bản nhạc thất truyền

Trong ngôi đền ta có cây đàn nguyệt
Cây đàn hóa đá, không đáy, không dây
Bản nhạc thất truyền từ thời mạt kiếp
Phổ giọt lệ khô, phổ hạt bụi say

Ngôi đền vắng tanh thềm rêu, mái lở
Người đến rồi đi chẳng chút bận tâm
Cây đàn á khẩu, đáng gì để nhớ
Hạt bụi ngủ vùi như đã ngàn năm

Một người chưa quen, đến ngày lạ mặt
Trong cuộc rong chơi liều mạng mình ên
Nàng ngồi so dây, năm cung réo rắt
Hạt bụi khóc cười trên nhạc thất truyền

Mái lở trăng soi, gió thơm vách hổng
Từ những chân nhang lại khói hương về
Ngôi đền hoang vu lại rền chiêng trống
Người đã gặp người, dốc cạn đam mê

Khách lạ bỏ đi, vệt son ở lại
Trong tim khô nhăn, trên trán gợn sầu
Từ đó lòng ta với đàn ngây dại:
Đàn nhớ tay người, người nhớ hơi nhau.

Nguyệt lãng

Em ở đâu và ta ở đâu
Nêu chi câu hỏi nát lòng nhau
Mười hai bến nước ta đi đủ
Chỉ thấy đầy thêm những biển dâu

Bạn với văn chương cũng một mình
Kiếm cung nửa kiếp hóa đào binh
Bút cùn chấm mãi vào sinh lực
Ai kẻ tâm đầu ai mắt xanh

Ta bỗng thương em bỗng muốn gần
Muốn cùng kết nối một tình thân
Muội ơi đáy bể bao sâu nhỉ
Lấy thước nào đo cái chính tâm

Em *ở* lòng ta chỗ rất cao
Chốn yêu thương ấy dễ ai vào
Hay hèn, khôn dại do trời định
Địa ngục, thiên đàng cũng chẳng sao

Ta ở đâu và em ở đâu
Cũng là câu ấy quẩn trong đầu
Muội ơi, ta muốn nghe em nói
Em có vì ta sẽ gánh sầu

Muội của ta ơi, có hiểu không
Tình em thắp lửa ấm nghìn đông
Đêm nao nguyệt lãng soi sông cỏ
Là lúc triều dâng nhớ ngập lòng.

10-15-92   **Hà Huyền Chi**

HÀ KỲ LAM

Tên thật Nguyễn Đình Hà. Sinh năm 1940, tại làng Kỳ Lam quận Điện Bàn tỉnh Quảng Nam.

Cựu giáo chức, Cựu Sĩ Quan Việt Nam Cộng Hòa (lực lượng đặc biệt).

Đến Hoa Kỳ năm 1981. Hiện định cư tại tiểu bang New Jersey.

Khởi viết năm 1991, trên các tạp chí *Văn, Thế Kỷ 21, Phố Văn, Chủ Đề, Văn Học...*

Tác phẩm đã xuất bản:

- *Vùng Đá Ngầm* (truyện ngắn, nxb Thế Kỷ 1994, USA).
- *Núi Vẫn Xanh* (truyện ngắn, nxb Thế Kỷ 1999, USA).

Núi vẫn xanh

Cả bốn tay súng của toán thám sát Biệt Cách Nhảy Dù vẫn bố trí lưng chừng đồi theo hình cánh cung để bảo vệ người toán trưởng và hiệu thính viên đằng sau lưng họ trên đỉnh đồi từ nãy giờ đang hướng mặt về phía đối diện để quan sát đám người lố nhố dưới kia, trong thung lũng trải dài hai bên con suối ngoằn ngoèo như con rắn bạc lấp lánh dưới ánh nắng ban trưa chói chan của một ngày đẹp trời tháng tư. Hết quan sát những người xê dịch dưới thung lũng lại cúi nhìn đồng hồ, người trưởng toán có vẻ nôn nóng.

- Ít nhất là một tiểu đoàn. Có thể là K25B công binh như tin tình báo cho hay. Mẹ kiếp, máy bay lên chậm thế này để chúng di chuyển hết thì hoài công.

- Không sao đâu, ông thầy. Bọn này có vẻ còn ở đây lâu đấy, vì nhiều tên còn đang tắm, thậm chí giặt giũ nữa kia.

Bỗng hiệu thính viên Thịnh đưa ống liên hợp cho thiếu úy Tuấn:

- Thằng L19 đang lên vùng và cần gặp ông thầy.

Tuấn bóp chặt ống liên hợp, đưa lên miệng:

- Họa Mi đây Thạch Độ, trả lời.

Giọng miền Nam của viên phi công vang lên trong ống nghe:

- Thạch Độ đây Họa Mi, bạn điều chỉnh hướng bay khi bắt đầu thấy tôi để xác định vị trí bạn, trả lời.

- Họa Mi đây Thạch Độ. Tình thế khẩn cấp lắm, tôi sẽ nháy mắt để anh có thể thấy tôi nhanh hơn, trả lời.

- Tôi nhận bạn năm trên năm, và trực máy.

Tuấn đưa tay vẫy Tâm, một toán viên dưới lưng chừng đồi đang ngoái đầu nhìn lên anh. Khi người lính vừa bò đến gần Tuấn khẽ ra lệnh:

- Mày ra chỗ lúc nãy chờ, khi thấy thằng L19 thì chiếu kiếng cho nó thấy mình.

Lần hành quân nào cũng vậy, Tuấn chỉ giao công tác chỉ điểm này cho Tâm. Không hẳn vì anh chàng làm công việc này giỏi hơn các toán viên khác – Tuấn có bao giờ sát hạch môn này cho cả toán đâu mà chấm điểm được – nhưng tình cờ một lần giao công việc này cho anh lính và thấy được việc nên Tuấn chẳng muốn "thay đổi nhân sự".

Gài khẩu M16 vào khoen leo núi móc gần vai bên phải, Tâm bò về phía mỏm đồi cỏ tranh cách xa bên trái của Tuấn khoảng một trăm thước. Lúc mọi người vừa thoáng thấy chiếc máy bay quan sát màu trắng ở nẻo xa thì Tâm cũng vừa quỳ tại bãi cỏ tranh ngập nắng, rút từ túi áo trên cái kiếng hình chữ nhật chỉ hơi lớn hơn chiếc hộp quẹt Zippo và nâng lên ngang mắt, nhìn từ phía sau kiếng qua lỗ nhắm ở trung tâm kiếng để hướng cái chấm đỏ của tia mặt trời nằm thẳng hàng với phi cơ đang bay. Đoạn anh ta khẽ lắc nhẹ để tạo sự nhấp nháy. Bỗng một tràng tiếng nổ giòn vang lên, cùng lúc Tâm bật ngửa ra sau rồi nằm bất động. Cả toán biết điều không lành đã đến với người đồng đội, ghìm súng ở tư thế đối đầu với mọi hướng. Thịnh nằm cạnh Tuấn khẽ nói:

- Đ.M. tụi nó ở đầy cả rừng rồi!

Tuấn chưa kịp đáp lời người lính mang máy truyền tin thì những quả đạn sơn pháo 75 ly, đạn cối 82 ly, và những loạt AK47 thi nhau đổ về phía toán đang bố trí trên đồi. Cành cây, đất đá bắn tung tóe vào thầy trò Tuấn. Không cần lệnh của người toán trưởng, mỗi toán viên nằm thủ tại chỗ. Họ biết trong tình thế loại này tháo chạy hoặc co cụm lại với nhau chỉ tổ lãnh thêm thiệt hại. Tuấn nhìn qua các toán viên và thấy tất cả còn "nguyên". Thịnh trao ống liên hợp cho Tuấn:

- L19 gọi.

Tuấn chụp máy:

- Họa Mi đây Thạch Độ.

- Đây Họa Mi, tôi vẫn chưa thấy bạn nhưng thấy nhiều cột khói và nhiều lằn chớp dưới đó.

- Đang bị ném đá. Tôi đang ở hướng ba giờ của anh.

Sau hai lần "bẻ góc" nữa, chiếc máy bay quan sát từ xa gióng chính hướng ngọn đồi lướt tới. Tuấn cho viên phi công biết đang bay đúng hướng và sẽ báo cho anh ta biết khi nào máy bay vừa ngang qua đỉnh đồi. Súng địch vẫn nổ giòn, mưa đạn vẫn tới tấp đổ về ngọn đồi, khiến công việc điều không của anh càng khó khăn. Nằm dài trên mặt đồi để tránh tầm đạn đi, bên chiếc máy truyền tin, tay cầm ống nói áp sát một bên tai, mắt vẫn ngước lên dõi theo chiếc L19 trên không đang tiến gần vị trí mình, rồi ngay lúc nó vừa ở trên đầu, Tuấn bóp ống liên hợp, nói như reo:

- Họa Mi, anh đang ở ngay trên đầu tôi, trả lời!

- Thạch độ đây Họa Mi. Nhận bạn rõ năm. Rất tốt.

- Họa Mi đây Thạch Độ. Cứ trực máy, tôi sẽ có việc cho anh.

Tuấn vừa trao ống liên hợp cho Thịnh tiếp tục liên lạc với máy bay để bò gần về phía bìa rừng quan sát trảng cỏ tranh, thì thình lình tiếng súng im bặt. Mấy giây sau cả rừng vang tiếng thét "xung phong". Rồi trước mặt Tuấn, từ hướng mỏm đồi cỏ tranh nơi Tâm quỳ chỉ điểm cho phi cơ vừa rồi, và từ hướng trước mặt toán lố nhố người cứ ùn ùn tiến tới.

Hóa ra đợt bắn phá vừa rồi là trò đánh phủ đầu để bộ binh tiến sát. Bóng dáng những bộ quân phục kaki màu lá cây, nón tai bèo cứ xông lên bất kể những tràng đạn M16 đốn ngã từng đợt người. Khoảng một trung đội địch tiến hàng ngang đã lên tới đỉnh đồi, cách bọn anh không đến mười thước, với tiểu liên AK kẹp nách bắn xối xả. Một tên địch gần Tuấn hơn ria một tràng đạn về phía anh, nhưng, như một phép lạ, anh vô sự. Thịnh nhanh tay siết cò súng hạ hắn đo đất. Nhiều tràng M16 đáp lễ ngăn được chốc lát sự "tiếp cận" kia. Lúc này hai chiếc A37 cũng vừa xuất hiện và bay cao hơn chiếc L19. Trung sĩ Hiến báo cáo hai sự kiện dồn dập: Châu bị nguyên một tràng đạn AK vào ngực, chết ngay trên đồi, và địch bây giờ tràn lên đông hơn. Tuấn ra lệnh cả toán rút xuống triền dốc về phía thung lũng. Anh biết thung lũng đang có một đơn vị lớn của địch. Anh chỉ muốn bỏ ngọn đồi, men theo triền dốc, rồi xin phi pháo đánh ngay trên đồi để toán tiện bôn tẩu. Nhưng di chuyển một đoạn ngắn thì nhiều tràng AK từ dưới chân đồi khạc đạn xối xả về phía bọn anh. Không xong. Tứ bề thọ địch. Chỉ vỏn vẹn bốn tay súng mà tử thủ với biển người hay liều mạng phá vòng vây trùng trùng của địch thì phỏng ích lợi gì? Tuấn bấm ống liên hợp:

- Họa Mi đây Thạch độ.

- Họa Mi nghe. Bạn cho biết cần gì?

- Anh cho đánh ngay trên đầu chúng tôi.

- Không được! Bạn xác nhận lại, đánh ở đâu?

- Tôi, thẩm quyền Thạch Độ nhắc lại đánh ngay trên đầu chúng tôi và bất cứ chỗ nào có người. Địch tràn ngập rồi, không chần chờ gì nữa. Đánh ngay đi. Dứt!

Tuấn trả máy cho Thịnh trước vẻ mặt hốt hoảng của anh này. Không có thì giờ và cũng không cần giải thích về quyết định của mình với người lính truyền tin của toán, Tuấn nép sau một thân cây to để tránh các tràng tiểu liên AK từ dưới chân đồi vẫn không ngừng quạt lên. Trên đỉnh đồi bây giờ đã lố nhố người của đối phương. Bốn người thám sát Biệt Cách Dù chỉ còn biết tử thủ: Hiến và Sắc chĩa súng về hướng đỉnh đồi, còn Tuấn và Thịnh quay súng xuống chân đồi. Cả bốn tay súng chiến đấu trong một ô vuông mỗi cạnh khoảng mười thước. Họ bắn dè sẻn từng ba phát một nhưng rất hiệu quả, và nhờ vậy đã làm chậm bước tiến của địch. Trong khi đó chiếc L19 vẫn chưa chịu thi hành điều Tuấn yêu cầu, cứ bay lòng vòng bên trên. Anh "thông cảm" cho người phi công, nhưng không khỏi tức giận vì cảnh dầu sôi lửa bỏng của mình. Anh ta phải xin lệnh từ Trung Tâm Không Trợ về điều yêu cầu "điên khùng" kia, và chắc đang chờ trả lời. Tuấn cũng lấy làm lạ lần này không có biệt đội trưởng hay một sĩ quan của Liên Đoàn bay L19 hay trực thăng C&C như mọi lần. Thình lình mọi người cùng nghe rõ âm thanh "chéo-éo-éo... đoành!". Một cột khói trắng bốc cao và cuồn cuộn tỏa ra như một đám mây, vươn lên khỏi tàng cây rừng ngay đỉnh đồi mà toán thám sát vừa rời bỏ. Tuấn biết viên phi công quan sát vừa bắn một trái khói chỉ điểm mục tiêu oanh kích. Điều yêu cầu của anh đang được đáp ứng. Tuấn vẫn nép sau thân cây. Rồi anh bỗng thấy hành động nấp sau thân cây rõ lẩm cẩm vì biết bom sẽ rơi hướng nào. Nhưng đành phó mặc cho may rủi, anh cứ ngồi bên gốc cây. Tuấn tưởng chừng như anh đang gồng mình lại, các bắp thịt toàn thân như rắn lại, chờ đợi sấm sét giết người từ trời cao... Chiếc oanh tạc cơ thứ nhất đâm bổ xuống ngay trên đầu Tuấn, rồi hẳn nhiên đã đạt tới một độ thấp vừa đủ, con chim sắt ấy lại vút lên cao vài giây trước khi hai trái bom từ dưới cánh đâm thẳng xuống quả đồi của anh. Tuấn không dám tiếp tục ngẩng nhìn lên trời. Anh nằm cúi mặt xuống, thân chịu trên hai cùi chỏ để tránh áp ngực với mặt đất. Anh thấy vài con kiến ung dung bò trên nền lá khô. Thốt nhiên Tuấn cảm nhận được cái mong manh của thân xác mình lúc này – khác gì những cái kiến kia! Chỉ có mỗi một khác biệt là anh đau khổ chờ đón cái chết chóc, cái hủy diệt, còn chúng thì không hay biết gì cả, vẫn thản nhiên, vẫn ung dung cho đến khi nào cái chết xảy ra là xong, không còn cảm giác nữa. Chúng hạnh phúc hơn anh trong lúc này. Từng khuôn mặt thân yêu trong gia đình diễn hành nhanh qua trí anh: mẹ anh, các em, và chị. Rồi anh nghĩ đến Trinh thật xa xăm và cũng thật gần. Anh có còn trở lại cổng trường Trưng Vương nữa không? Rồi bên tai anh nghe mơ hồ giọng một ca sĩ quen thuộc với "em hỏi anh, em hỏi anh bao giờ trở lại. Xin trả lời mai mốt anh về..." Tuấn lại nghĩ đến tập thể tuổi trẻ Sài Gòn: không có anh trong đó! Và trong cái khoảnh khắc chờ đón một sự hủy diệt khủng khiếp sắp giáng xuống mọi người, một khoảnh khắc rất ngắn nhưng cũng rất thiên thu, giác quan anh đón nhận cả một trình tự ngoại vật lướt qua chóng vánh: âm thanh động cơ phản lực gầm thét qua đầu, tiếng bom xé gió, hàng loạt tia chớp lóe lên, từng tràng tiếng nổ kinh hồn, và mặt đất rung chuyển. Tuấn bị nhiều nguồn lực từ mọi hướng đẩy bật ngửa rồi xô tới trước hoặc xoay vòng; anh có cảm giác ngực bị ai đấm một quả rõ mạnh, tức đến khó thở. Đất, sỏi ùn lên hắt vào người anh. Khói đen tỏa ra chung quanh, không khí khét lẹt mùi thuốc nổ. Tuấn biết một trái bom đã đáp cách anh không xa, đào một hố rõ to và làm dạt một mớ cây nhỏ bên trái anh, tung tóe đất lên quần áo anh. Riêng thân cây to vẫn đứng vững và hiển nhiên đã hứng hết những mảnh bom, đất đá và sức ép cho anh. Anh sờ khắp người để thấy mình vô sự. Trái bom khác rơi trên đỉnh đồi đã bật gốc một cây cổ thụ, tạo nên một âm thanh phụ nghe đánh ầm và làm trống hẳn một khoảng rừng.

Tuấn bò qua những cành cây gãy đổ ngổn ngang, tìm Thịnh nhưng không thấy hắn đâu cả. Trong mọi tình huống anh phải có máy bên cạnh mình. Nhưng chiếc A37 lại đang đâm bổ xuống đầu Tuấn một lần nữa. Anh vội ngồi nấp sau một thân cây. Có lẽ đây là chiếc thứ hai, đang theo gót phi tuần trưởng của nó vừa rồi. Dù sao thì anh sắp hứng chịu một "trận đòn thù" nữa. Lại "ầm! ầm!" rồi mấy tiếng "ầm" phụ nổi lên. Tuấn lại bị lộn nhào một lần nữa, và anh giật bắn người khi thấy một cây cổ thụ vừa bật gốc ngã sóng soài cách anh không đầy một thước. Giá mà nó phang ngay anh thì còn gì nữa! Ngọn đồi bỗng "đổi mới"; cây ngã la liệt. Tuấn vẫn tìm Thịnh, tìm trung sĩ Hiến – người toán phó – và Sắc. Toán may ra thì còn được bốn mạng, kể cả anh. Tâm và Châu đã ra đi rồi! Nhưng sao thế này: im phăng phắc – địch đâu rồi, và ta đâu rồi? Bỗng lá cây lay động sột soạt sau lưng. Tuấn quay phắt lại, khẩu M18 dưới nách chỉ thẳng vào bóng người từ trong bụi rậm vừa đứng lên.

- Sắc đây ông thầy.

Tuấn thở phào một cách dễ chịu. Anh khẽ nói:

- Mày không sao chứ?

Anh lính khẽ lắc đầu thay lời đáp. Tuấn biết mình vừa hỏi một câu không cần trả lời; nó chỉ có nghĩa của một câu xác định, "à, may quá còn có mày". Anh đang lo cho số phận của các toán viên.

- Trung sĩ Hiến và Thịnh có sao không?

Sắc vừa nói vừa đưa tay chỉ về hướng hơi chếch đỉnh đồi:

- Ông Hiến bị thương nằm ở đằng kia. Ổng hỏi thăm ông thầy, và bảo em đi tìm.

Tuấn muốn đến gặp ngay trung sĩ Hiến xem tình trạng thương tích của ông ta ra sao, nhưng anh phải tìm Thịnh trước vì máy móc truyền tin là linh hồn của toán. Hai chiếc phản lực bây giờ đang ở tít trên mây; tiếng động cơ của chúng nghe nghe rất xa và đứt đoạn. Chiếc L19 vẫn quầng trên đầu hai người. Có lẽ viên phi công đang gọi Thạch Độ khàn cả tiếng, Tuấn nghĩ thế. Quái, Thịnh biến đâu mất với chiếc máy truyền tin. Tuấn vẫn nhớ hắn chạy theo sau anh và nấp gần đây trước khi bom rơi. Tuấn bỗng nảy ra ý nghĩ bới tìm trong mớ cây cối đổ ngổn ngang ngay cạnh hố bom. Và trong lúc hai thầy trò đang len lỏi bò vào từng đống cây lá nằm bên trên hoặc bị vùi lấp dưới lớp đất mới thì phía trảng cỏ tranh một tiếng nổ phát ra và một cột khói trắng bốc cao. Anh biết viên phi công máy bay quan sát vừa bắn một trái chỉ điểm cho phản lực đánh bom xuống nơi anh ta vừa thấy địch ẩn núp đâu đó.

Trong tiếng rít của hai chiếc A37 trên đầu, tiếng rền và chấn động liên hồi của bom, Tuấn chợt nghe giọng gọi đầy kích động của Sắc:

- Ông thầy ơi.

Tuấn ngước nhìn theo ngón tay trỏ của người lính và thấy cách họ vài thước khúc cần ăng-ten của chiếc máy PRC25 nhú ra khỏi mớ đất vàng tươi mới tinh khôi dưới mấy cành cây phủ lên. Anh lặng người mấy giây, cảm thấy đôi chân như không đứng vững nổi. Giọng nói Tuấn nghe yếu ớt qua hơi thở:

- Moi đất ra.

Hai người hì hục lôi các cành cây bỏ sang một bên, dùng tay bới mớ đất bột lên. Chiếc máy truyền tin bị thủng, móp méo, vỡ nhiều chỗ, từ từ lộ ra, rồi màu áo rằn ri bày ra, dính đất và máu. Tuấn và Sắc cùng nâng người Thịnh đang nằm sấp lên. Xông pha trận mạc đã nhiều, đã trông thấy bao nhiêu xác chết của cả đôi bên, nhưng anh phải nhận chưa bao giờ thấy một xác người như thế này, nói chi xác ấy là đồng đội, là thuộc cấp của mình. Cả người Thịnh từ bụng lên vai bị mất từng mảng thịt lớn, và xương vai một bên bị gãy. Nhưng cái chân, ôi cái chân trái, anh không biết phải nói thế nào... đứt đến trên đầu gối, chỉ còn dính tòn ten với toàn thân bằng một mảnh da rộng bằng một bàn tay, và thịt chỗ hai đầu bị cắt lìa trở nên xám đen giống như vừa bị nướng trên lửa!

Sắc mở thử máy truyền tin. Chỉ là một cục kim khí im thin thít vô dụng. Chợt nhớ tới trung sĩ Hiến, hai người thận trọng di chuyển, và Sắc dẫn đường ngược lên đồi. Họ bước qua nhiều xác lính Bắc Việt nằm đủ vị thế – nghiêng, ngửa, sấp, hay cong queo. Tuấn cúi xuống bên người toán phó, xem xét vết thương ở bụng. Có vẻ một mảnh bom đã cứa một đường dài và sâu trước bụng. Anh thử xốc người thương binh lên nhưng anh ta nhăn nhó một cách đau đớn:

- Ối, ông thầy để tôi nằm đi.

- Trước khi bom nổ anh đã rút xuống triền dốc với toán mà sao lại ở đây?

Trên gương mặt tái xanh vì mất nhiều máu của Hiến, Tuấn thấy một sự cố gắng dùng sức mới bật ra thành tiếng:

- Tôi chạy lên để... kéo xác thằng Châu xuống... kẻo bom dần nát mất nhưng...

Hiến ngưng nói, vẻ mệt nhọc, đưa lưỡi liếm quanh vành môi tái nhợt và khô khốc. Sắc mở nắp bi đông, khẽ nâng đầu anh lên và kề miệng bình nước vào môi. Tuấn nhắc:

- Cho uống ít thôi để giữ cho máu bớt chảy.

Trong khi tháo cuộn băng cá nhân để băng cho trung sĩ Hiến, Tuấn vẫn thận trọng quan sát chung quanh. Anh thấy nhiều xác chết đối phương rải rác khắp nơi. Xác Châu nằm cách trung sĩ Hiến khoảng năm thước, mắt còn nhìn lên trừng trừng. Anh rón rén bò đến bên người toán viên vẫn hay di chuyển hàng đầu trong các cuộc xâm nhập của toán, đoạn từ từ vuốt cho đôi mắt nhắm lại. Rừng im phăng phắc. Có lẽ chúng chỉ di tản những kẻ bị thương. Những người nằm kia đều "câm nín". Sau khi đảo lại mấy vòng để bắn rocket và đại liên mười hai ly bảy xuống một điểm mới dưới thung lũng do phi cơ quan sát chỉ điểm, hai chiếc phản lực đã rời vùng. Chiếc L19 vẫn còn lượn trên không phận hành quân. Tuấn vừa quay sang bảo Sắc lấy chiếc pa-nô tìm cách trải để ra hiệu cho máy bay biết mình có mặt tại chỗ thì bỗng rừng núi lại rền vang từng tràng nổ. Tuấn nói:

- Mười hai ly bảy.

Chiếc L19 vụt cất cao lên và mất hút vào khoảng không. Tuấn đề nghị khiêng trung sĩ Hiến men theo triền dốc về hướng Bắc cho xa vùng giao tranh được bao nhiêu càng tốt bấy nhiêu. Anh đoán địch sẽ chiếm lại đồi này. Bỗng dưng trung sĩ Hiến quàng một tay ôm chặt chân Tuấn và thều thào nói:

- Ông thầy đi đâu anh em cũng đi theo ông thầy. Bây giờ ông thầy bỏ anh em...

Tuấn định thốt một lời an ủi, hay trấn an nhưng bàn tay trung sĩ Hiến đã buông rơi khỏi cổ chân anh, đầu ngoẹo sang một bên, mắt nhắm nghiền như đi vào một giấc ngủ. Anh lay mạnh vai Hiến:

- Anh Hiến! anh Hiến!

Chỉ có tiếng gió ngàn xào xạc đáp lại. Rừng chiều hửng nắng ở những đồi xa. Sắc bỗng vỗ vào cạnh sườn Tuấn và chỉ về hướng trảng cỏ tranh. Lố nhố một đoàn quân dàn hàng ngang đang tiến lên đồi của anh. Họ vận kaki xanh, nón tai bèo, súng kẹp nách, vai đeo ba lô. Hai thầy trò vội lom khom chạy về phía triền dốc, rồi di chuyển về hướng Bắc men theo sườn đồi.

Đi được một giờ, vượt qua vài con suối, mấy quả đồi thấp, Tuấn dừng lại xem bản đồ, đoạn bảo Sắc đổi hướng, đi về Đông theo phương giác 1800. Năm giờ chiều. Đêm rừng bao giờ cũng đến nhanh. Trong ánh sáng nhá nhem hai thầy trò kẻ trước người sau cứ tiếp tục luồn lách qua cây lá, bụi rậm. Rồi sực nhớ phải có một độ quan sát tối thiểu mới có thể chọn một vị trí ngủ đêm an toàn, Tuấn khẽ nói với người toán viên đồng hành:

- Ta lên đỉnh đồi trước mặt tìm chỗ nghỉ đêm.

Mới hơn bốn giờ sáng Tuấn đã thức giấc. Bao giờ người lính hành quân cũng thức giấc sớm, vì giấc ngủ đến vào khoảng bảy giờ chiều thay vì một hai giờ sáng ở những "đêm đô thị". Trời còn tối mịt. Anh nằm nghe ngóng một lát, đoạn đưa tay sờ lưng võng của Sắc. Một giọng nói rất khẽ:

- Ông thầy thức rồi hả?

Rồi ánh sáng nhờ nhờ đổi dần sang trắng đục. Rồi mọi vật bỗng hiện rõ trước một ngày đang lên. Có vài tiếng chim hót. Có vài tiếng hú đâu đó bên một ngọn đồi khác, rồi không biết bao nhiêu tiếng hú cất lên vang cả một vùng đồi núi, cơ hồ như tiếng hú này lây sang tiếng hú khác, và cứ thế truyền đi khắp nơi. Tuấn đã quá quen với các tấu khúc bình minh của rừng núi. Hai người cuốn võng bỏ vào ba lô, dọn dẹp "sạch sẽ" chỗ đất dưới chân, lùa mớ lá cây chung quanh phủ lên, không để lại một dấu vết nào có thể tố cáo sự hiện diện của hai thầy trò. Sắc mở một bịch gạo sấy, rót nước từ bi đông vào bao làm một bữa ăn sáng. Tuấn chẳng thấy đói, tuy suốt ngày hôm qua anh chỉ ăn có một gói cơm sấy vào buổi sáng. Tâm trí anh quay về với những gì đã xảy ra. Bị lộ, trận oanh kích, những xác đồng đội bị bỏ lại, và bây giờ hai người lạc lõng giữa rừng không máy móc liên lạc để biệt đội biết tung tích. Anh có trách nhiệm gì với những thuộc cấp vừa ra đi vĩnh viễn kia? "Ông thầy đi đâu anh em cũng theo ông thầy. Bây giờ ông thầy bỏ anh em..." Tuấn thấy miệng đắng khi nuốt nước bọt. Anh thèm một điếu thuốc, và một ly cà phê. Anh nhìn Sắc đang ngồi ăn, nhìn xuống khẩu M18 gác trên đùi mình, ngước nhìn bầu trời xanh biếc ban mai. Sắc vụt hỏi:

- Bây giờ tính sao, ông thầy?

- Không có máy móc, không biết ở nhà thế nào, còn ở nhà cũng chẳng biết mình sống chết ra sao. Cứ tiếp tục đi về hướng Đông, được bao nhiêu hay bấy nhiêu, càng gần nhà càng tốt. Có trực thăng thì trải pa-nô cho nó thấy mình. Thế nào biệt đội cũng cho máy bay đi tìm.

- Cha con nó bị thiệt hại nặng. Hai chiếc A37 đánh hiệu quả thật. Sườn đồi bên kia và trảng cỏ tranh lãnh trọn mấy trái bom. Em thấy chung quanh chỗ ông Hiến nằm ít nhất cũng cả chục xác nằm la liệt. Ông thầy có để ý không? Đợt bom đầu tiên chận đứng ngay cuộc tấn công. Em nghĩ có lẽ chúng kêu phòng không đến tiếp cứu sau này, vì suốt trong khi oanh kích đâu có khẩu mười hai ly bảy nào hoạt động đâu.

Tuấn đồng ý với phần lớn những lập luận của Sắc, nhưng anh chẳng thấy hứng thú bàn luận về chiến trận vừa qua. Tỷ số tử vong của chiến trường và tỷ số tử vong của lòng mình, cái nào làm nên chiến thắng? Đợi cho người lính ăn xong và đào đất lấp mọi dấu vết, Tuấn đề nghị lên đường.

Sang đến ngày thứ ba, hai người vẫn tiếp tục băng rừng, ngày đi đêm nghỉ. Còn khoảng hai chục cây số đường chim bay nữa mới về đến bộ chỉ huy của Liên Đoàn. Cả hai đều thấy ngao ngán. Hai mươi cây số đường chim bay, điều đó có nghĩa là bốn, năm mươi cây số đường núi, mà tốc độ di chuyển băng rừng – chứ không phải theo theo đường mòn – có nhanh lắm cũng chỉ đạt tới bảy cây số một ngày.

Nhưng điều bất ổn trong lòng họ không phải đường về diệu vợi, đầy đe dọa, bất trắc, lương thực cạn. Cái bất ổn là không trung vắng lặng. Từ cái buổi sáng đầu tiên sau khi bỏ ngọn đồi và đồng đội ở lại, anh và Sắc không hề thấy thấp thoáng, dù xa, bóng dáng một chiếc máy bay. Lạ thật. Không một chiếc trực thăng, không một chiếc L19, không một chiếc vận tải, không một chiếc oanh tạc cơ phản lực, thậm chí không một chiếc máy bay dân sự, không có gì ráo trên bầu trời quang đãng. Chưa bao giờ như thế, ít ra từ ngày Tuấn vào lính; chưa bao giờ có một ngày không có một hoạt động nào của không quân. Anh ngồi nghỉ mệt trên một ngọn đồi, tựa lưng vào một thân cây, dựng súng bên cạnh. Sắc ngồi xếp bằng trên mặt đất, cạnh Tuấn. Người lính cảm thấy bồn chồn khi nhìn vẻ tư lự của người chỉ huy. Anh ta không dám hỏi bất cứ điều gì lúc này. Tại sao bầu trời vắng lặng thế này? Sao không nghe một tiếng đại bác, một tiếng bom nổ xa xa? và vân vân. Cuối cùng, không nén nổi những băn khoăn trong lòng, Sắc lên tiếng:

- Em thật không hiểu nổi. Chắc có chuyện gì đây, chứ không thể nào Liên Đoàn đem con bỏ chợ như thế này.

- Tao cũng chịu thua, không hiểu nổi. Đành rằng mình không có phương tiện liên lạc, không biết tình hình ở nhà hay các đơn vị bạn ra sao, nhưng Liên Đoàn vẫn có thể cho trực thăng đi tìm. Đằng này bặt vô âm tín. Mà cái điều lạ lùng nhất là không có bóng dáng một chiếc máy bay nào cả, chứ đừng nói trực thăng C&C của biệt đội. Tao cũng nghĩ như mày: chắc có biến cố gì đây. Điều cần nhất bây giờ là bằng mọi cách phải găng về tới bộ chỉ huy Liên Đoàn. Mày còn mấy gói gạo sấy?

- Dạ ba gói, và không tới nửa chai xì dầu.

- Tao còn năm gói. Tao sẽ đưa thêm cho mày một gói.

Mỗi thằng như vậy có bốn gói. Tao ước tính từ đây về tới Liên Đoàn có thể mất sáu, bảy ngày nữa. Bây giờ tao tạm ấn định kỷ luật dùng lương khô là mỗi thằng chỉ được ăn nửa gói một ngày. Cố gắng chịu đựng như vậy thì mới đủ sức mà lết về tới nhà. Tao nói sáu, bảy ngày là trong giả thuyết di chuyển vô sự, không đụng địch.

Điều Tuấn nói sau cùng nhắc lại sự bất an của hai người. Trong ba ngày qua thầy trò anh đã né tránh mấy đoàn quân dài dằng dặc. Trong đời nhảy toán của mình Tuấn chưa bao giờ thấy địch chuyển quân rầm rộ như thế. Một điều lạ lùng nữa là những đoàn người cứ nườm nượp hướng về Đông, cùng chiều với anh và Sắc, chỉ khác là họ dùng đường mòn. Tuấn đứng dậy tháo ba lô đặt xuống đất, lôi một gói gạo sấy đưa cho Sắc, đoạn cả hai lên đường.

***

Tuấn nhìn đồng hồ tay: ba giờ chiều. Tuy gần cuối ngày, cái nắng như nung như đốt của tiết trời miền Nam đầu tháng Năm vẫn chưa dịu đi chút nào. Đưa bi đông lên miệng tu một ngụm nước xong, anh xoay xoay tấm bản đồ, nhìn thật kỹ những vòng cao độ nâu lẫn xanh nhạt, rồi ngước nhìn địa thế chung quanh. Cho chắc chắn, anh mở cái địa bàn, xoay cho hướng bắc của bản đồ trùng với hướng mũi tên của địa bàn, đoạn anh đối chiếu chi tiết bản đồ với địa thế một lần nữa. Anh hân hoan nói với Sắc:

- Tới vùng Tân Uyên rồi!

- Chắc không, ông thầy?

- Bảo đảm!

Hai thầy trò bỗng thấy khỏe khoắn trong người, mặc dù mới trước đó mấy phút họ cảm thấy gần kiệt sức sau sáu ngày băng rừng lội suối với những cơn đói triền miên làm bủn rủn chân tay, hoa cả mắt. Nhìn lại đoạn đường dài gian nan, hiểm nguy, Tuấn thấy thương hại Sắc. Hắn ta to con, ăn khỏe, nên trong mấy ngày qua quả thật là một chuỗi ngày khốn khổ "tận cùng bằng số" đối với hắn. Tuấn bảo:

- Bây giờ mày có thể ăn nốt nửa bịch gạo sấy cuối cùng cho đỡ đói. Còn vài cây số nữa là tới chi khu rồi, tha hồ mà gọi mì, phở, hủ tiếu...

- Lạ thật, không thấy thèm nữa ông thầy ơi. Thôi, mình đi lẹ tới chi khu đặng báo Liên Đoàn đón.

Hai người lội qua một con suối, tiếp tục đi về Đông. Họ bước đi vững vàng hơn những ngày còn lếch thếch giữa rừng. Sau khoảng một tiếng đồng hồ di chuyển, nhìn xuyên qua một khoảng rừng thưa, hai người thoáng thấy mấy nóc nhà lợp tôn của chi khu Tân Uyên ở tít đằng xa, bên kia sông. Cùng với bước tiến của Tuấn và Sắc, mọi vật rõ dần. Rồi lá cờ phấp phới trên trụ cờ tuy vẫn còn mờ mờ trong quãng xa nhưng đã đủ để thấy không phải lá cờ vàng ba sọc đỏ quen thuộc. Hai người không tin nổi mắt mình: làm thế nào mà lá cờ nửa đỏ nửa xanh với ngôi sao ở giữa lại ngang nhiên tung bay nơi này. Thầy trò nhìn nhau, nhưng mỗi người theo đuổi những suy nghĩ riêng. Sắc bỗng vỗ vai Tuấn chỉ về phía con sông trước mặt, vẫn ở nẻo xa và chen vào giữa khoảng cách từ chỗ họ đến chi khu: vài chiếc ghe cũng treo loại cờ đó. Nhìn qua mấy mái nhà tranh gần bờ sông cũng lại thấy những lá cờ đó. Sắc khẽ nói:

- Chắc chúng chiếm vùng Tân Uyên rồi. Không khéo Biên Hòa cũng di tản chiến thuật nốt.

Tuấn nói, để tự trấn an hơn là làm yên lòng người thuộc cấp:

- Không thể có chuyện đó được.

Chợt nhìn bên trái, qua một khoảng rừng chồi lưa thưa, thấy có mấy người nông dân đang cuốc đất trong một thửa ruộng, anh chợt nảy ra ý nghĩ đến tiếp xúc họ để dò hỏi tình hình. Tiến sát mảnh ruộng, để Sắc ngồi lại trong một bụi cây yểm trợ, Tuấn cầm khẩu M18 trong tay phải, bước đến bên bốn người đang làm việc đồng áng. Họ ngừng tay, nhìn anh chằm chặp. Tuấn hỏi người lớn tuổi nhất trong nhóm người, một ông già khoảng năm mươi, xương xẩu nhưng còn nhanh nhẹn:

- Thưa Bác, hình như chi khu đã rút đi rồi, phải không ạ?

Gương mặt thoáng bối rối, ông nhìn Tuấn từ đầu đến chân rồi nói rất khẽ:

- Chú là biệt kích 81 trong rừng mới ra hả?

- Dạ phải.

- Ông Dương Văn Minh ra lệnh đầu hàng từ năm, sáu ngày nay rồi, từ hôm ba mươi tháng Tư. Ai nấy đều buông súng trở về nhà hết. Chính phủ Cách Mạng chẳng làm khó dễ gì cả. Anh em còn bao nhiêu người?

Tuấn chẳng còn nghe rõ ông già hỏi gì nữa. Anh cúi đầu rất lâu. Dòng ý thức của anh bỗng như ngừng lại – không hẳn là nó đặc quánh lại, cũng không hẳn nó trống rỗng, chỉ biết nó tuồng như không còn khả năng suy nghĩ rõ ràng, mạch lạc nữa. Tuấn có cảm tưởng sau bao nhiêu suy đoán, thắc mắc, giờ đây được thực tế trả lời, trí não mình bỗng thấy "no" rồi, không đòi hỏi nữa, cũng không nhận dữ kiện nào từ ngoại giới nữa! Sắc từ trong bụi vội bước ra. Nhìn dáng điệu của người toán trưởng anh đã đoán tình hình hẳn là rất xấu. Trong ánh mắt ái ngại, ông cụ lặp lại cho người lính thứ hai nghe:

- Ông Dương Văn Minh ra lệnh đầu hàng hôm ba mươi tháng Tư rồi. Các chú nên bỏ súng ống đi, trở về gia đình thôi.

Đến lượt Sắc đứng đờ người ra. Lúc ngồi trong bụi anh đã đoán tình hình phải xấu, anh đã lờ mờ phát họa một vài viễn ảnh tệ hại, nhưng "xấu" như ông già này cho biết thì thật vượt quá xa dự tưởng của anh.

Đột nhiên Tuấn ngước lên chào từ giã:

- Tụi cháu cám ơn Bác. Thôi, tụi cháu về.

Tuấn bước đi trước, và Sắc theo sau. Họ tiến về phía bờ sông. Hai người đứng nhìn dòng sông êm ả, trong vắt một hồi lâu. Rồi Tuấn nhìn Sắc, ngập ngừng vài giây, nói với một giọng hơi lạc đi, nhưng không kém dứt khoát:

- Qua bên kia sông, có thể đi bộ ra đến xa lộ, từ đó đón xe về Sài Gòn. Sắc, thôi thầy trò mình chia tay. Kể từ giờ phút này tao không còn là trưởng toán của mày nữa. Cứ tự do về với gia đình. Tao chỉ muốn nói một điều. Trong những ngày mày theo toán, nếu tao có làm những gì khiến mày buồn lòng, hoặc vì trách nhiệm, hoặc vì sai lầm, tao mong mày bỏ qua cho. Cầu chúc mày thật nhiều may mắn.

Sắc cố bặm môi để giữ cho miệng khỏi bị méo xệch. Anh ta muốn nói cả nghìn lời nhưng không thốt được một tiếng. Cúi gầm mặt xuống một lúc như cố đè cơn xúc động cứ chực bật ra thành tiếng nấc, cuối cùng anh ta hỏi:

- Còn ông thầy?

- Tao không thể bỏ toán còn nằm lại trong đó.

- Nhưng họ chết hết rồi mà.

- Chính vì vậy mà tao thấy mình không thể về nhà được. Lời nói sau cùng của trung sĩ Hiến rất đúng.

Tuấn ngập ngừng một lát, định nói thêm điều gì nữa nhưng lại thôi. Anh sẽ mang những đắng cay trong lòng mình vào rừng núi. Có lẽ anh chỉ cần nói điều đó với toán của anh vẫn còn lại trong rừng: người lính ở đâu cũng thế, chỉ là công cụ; thắng bại không phải do họ định đoạt, và vinh quang của chiến thắng cũng không thuộc về họ – có thuộc về họ chăng chỉ là những đau khổ của chiến bại và của hy sinh!

Tuấn quay lưng đi về hướng khi nãy hai thầy trò từ trong rừng ra. Trong một thoáng cõi lòng Sắc như hứng chịu bão táp tơi bời từ mọi hướng. Tìm về xa lộ sao ngập ngừng bước chân. Anh muốn rảo bước theo sau người toán trưởng, nhưng hình ảnh những đường phố Sài Gòn thân thuộc giờ đây không xa lắm như níu chân anh, dù anh nghĩ nơi ấy chắc cũng đang phấp phới những lá cờ này. Rồi hình ảnh mẹ anh hiện ra thật rõ và bao trùm cả không gian. Sắc gọi:

- Ông thầy!

Tuấn quay lại. Sắc đứng ở thế nghiêm, đưa bàn tay phải lên ngang mày chào. Tuấn chào đáp lễ, đoạn quay gót tiến bước. Người lính đứng nhìn theo cái dáng gầy, phong sương xa dần rồi khuất sau ngàn lá. Anh ta lại nhìn những dãy núi xa xa ở chân trời.

Núi ở chân trời bao giờ cũng xanh lơ. Chắc toán của anh đang nằm trên một trong những dãy núi đó. Chắc người trưởng toán lại trèo lên nơi ấy. Sắc không sao ngăn nổi mấy giọt nước mắt từ từ lăn xuống, quyện với mồ hôi làm lưỡi anh mặn chát.

HÀ NGUYÊN DU

Nhà thơ, nhạc sĩ. Tên thật Nguyễn Phương Hà, bút hiệu khác: Mộng Yên Hà, Trường Khanh. Sinh năm 1950, tại Tây Ninh. Trưởng thành tại Sài Gòn, hành nghề Ký giả. Cựu Sĩ Quan VNCH. Định cư tại Hoa Kỳ qua chương trình H.O 5 – 1990. Khởi viết năm 1968. Tại Hoa Kỳ, thơ đăng trên các tạp chí *Khởi Hành, Văn, Văn Học, Hợp Lưu, Thế Kỷ 21, Tạp chí Thơ, Chủ Đề, Tinh Hoa, Hương Văn, Văn Phong, Phố Văn;* Canada: *Nghệ Thuật* và các tạp chí Văn Học Nghệ Thuật (E-Magazine) trên Internet.

Hiện đang chủ trương tạp chí *Văn Học Mới*, phát hành một năm 4 số.

Tác phẩm đã xuất bản:
- *Trong Mùa Lá Xanh* (thơ, in chung 1970).
- *Lối Khác* (thơ, Tân Thư 1998).
- *Anh Biết, Em Yêu Dấu* (thơ, Tự Lực 2001).
- *Gene Đại Dương* (thơ tân hình thức, Tạp chí Thơ 2003).
- *45 Bài Ca Tân Cổ Giao Duyên* (bút hiệu Trường Khanh, 2005)
- *Vầng Thơ Trên Đóa Quỳ Vàng* (thơ, Nhân Ảnh, 2017)
...

Thơ phấn hoa anh đậu trái tình em

từ cánh cửa mở nơi em màu hổ phách
mặt trời khiêu nắng dậy thì
em thấy anh qua cơn bụi mờ hồng hoang!?
trùng lớp khỏa lấp!

lãng tích anh như đám lá mục ngàn thu
mùa vong thân rút dần nhựa nguyên
loạt tuần tiết hương sắc!
càng cho thơ anh vẫn còn như phấn hoa...
đậu trái tình em!

trong hơi rợn âm động thổ
loài ngỗng trắng nhút nhát lờn
cơn kêu phát lãnh đêm trăng mờ
em khỏa thân nỗi buồn mình những đường cong ngã nghiệt!!
em chết đuối dòng mơ em ngày quang mây...
từ chốt đóng kín nơi anh như trang tôn nghiêm
cố quên cú shock đứt phim ngày bức tử.!!
khung trời anh con chim én chết vì nhiễm khuẩn bọ sâu
nhưng vườn anh hoa xuân dần rụng cánh nhờ giọng
ngân em
giọng ngân lôi người nhập môn
giọng ngân nẩy lộc
càng cho thơ anh vẫn còn như phấn hoa...
đậu trái tình em!
khi như còn run run từ cơn chấn hậu!
ta phát tiết nỗi hớt hải đến tơ non niềm vui nguyên sơ
nỗi hớt hải mở to mắt thanh niên về phương chân mơ
anh lõa thể cơn đau anh những bộ phận quỷ quái
anh ngưỡng ngất chân trời anh ngày thênh thênh...

Mạch dẫn cho tim...

hạt đến lúc
hóa thành cây nuôi trái, mùa đơm hoa thoáng nhẹ chút hương ngàn
đóa ngỡ rụng may tìm ra hạt phấn, lo trăm năm tinh thể
lối hòa tan...

chất tích lũy
chẳng thành nham nên thạch, sao rong đen xiết ngặt bám
thân hàn!? ở một cõi băng mống nền hoại trụ! thời thiên di
đâu vẹn bộ lông vàng!

hồn chim cá
yêu em thơm nức mộng...tâm lưu ly thắp sáng ngọn đèn
tình... cơm áo đó lọ là cho vạn lý! giờ áo cơm vói được đến
bình minh??

liệu quên hết
bản lai cùng diện mục? nào thõng tay giao mệnh cả cho trời?
còn tát nước còn mơ trăng cổ độ... thần thi ca điều mạch sống
đang vơi..!

kiếp tích tắc
tơ tằm soi nguyệt khuyết, em vai nghiêng có ngại cánh tay
bồng? với ngưỡng vọng mặt trời đâu trốn biệt? em chụm đầu
đi trọn suốt mưa giông!?

nghe núi thét
sông gầm đêm xem hịch, nhi nhi nam nào diện lộ thư hùng?
ôi huyết thống chảy vào đâu sử tích? ai ngồi đây ly cụng
khóc bung xung!?

mãi đâu đó
nghẹn hờn đau thể phách, rã hương lư thấu động cữu huyền
hồn! chân voi lún trên nấm mồ xiêu quách, răng xà sâu thêm
nghịch lũ vong ơn

em có xót
vết hằn bao thế hệ? di chứng còn quằn quại đến muôn thu
nỗi kinh hãi theo xú thời quái quỷ, niềm lo toan quyện khắp
tợ mây mù!

đêm trắng mắt
hỏi lòng câu giả sử, biển động nào thuyền dập chẳng tiêu
hao? ai nỡ lại phỉnh phờ bôi quá khứ? mê cặn danh lợi bả
thẹn mày râu!

hết nắng gắt
mưa sẽ về thay tiết... vòng thiên nhiên đâu đứng lại bao giờ...
mắt hãnh tiến đến khi nào thấy, biết? miệng kiêu binh sao
nói được chữ ngờ?

đất ly gián
vỡ bung nghìn sông suối, nước chia xa tan tac triệu ao tù cây
giả biệt tiếc thương từng nhánh lá, rừng tiễn đưa nuốt hận
mấy trăng lu??

em rấm rứt
đời chim hư cánh mộng, đường ta đi đá cứng ơi chân mềm!!
như phận ốc sợ lìa xa tháp vỏ, như máu hồng lo mạch dẫn
cho tim...

Cánh chim chiều
(nói với em đó hd/đl)

ngày trôi ngày, xót xa dòng thác mệnh
cuốn muôn loài về lại kiếp tiền thân
xương với cốt đã như là kỷ niệm
phút ăn nằm son sử có chia phân?

cùng nhân cách hay đào hoa, phong độ
có chăng là trong những trái tim ai?
em có biết lược gương đời ta vỡ?
cùng chung thân trong từng phút lưu đày..

tình em đó, có như chùm hoa héo?
cho thiên thu không tiếc nuối thân phàm
chút ghi dấu đâu là nhang với khói?
Em yêu ơi! còn trái ngọt hoa thơm?

ngày vô vọng, ngắm trông giờ kết cuộc!
xét soi gì, Trời, Phật, Chúa quyền năng?
thao với thức đâu là ta bạc mệnh?
dấu yêu nào sử tạc với ghi bia?

mầm ân ái, làm mơ không nhú mộng?
phím tơ chùng ơi! lỗi khúc ca yêu!
theo tiếng hát lệ rơi từng âm vỡ!
về đâu em, thân phận cánh chim chiều!?

Dòng cảm thơ
Đánh tan bờ alphabet

A/ âm thịnh

ẩn ức quanh đời
ám thị ý hệ
ấn tượng hốt hoảng
ánh mắt... cú vọ
âm thịnh động nhiễu
ảo ảnh truy đuổi
ác mạ kim hoàn
ai người kinh bang?
anh khàn tiếng nấc!

B/ bụi sắc, bụi không

bế bồng, bương bả
bức thiết, bức tử
buộc trói, bấn loạn
bút thịnh, bơm mực
bám đá, bu rong
bụi sắc, bụi không
bay phiêu, bạt nẻo...

C/ cảm thụ

chiếu ảo trải nằm trên đất thực
câu thơ... chi nội lực ngoại hình?
cõi nào... cho thi... ca linh?
cảm thụ đường... cong em tuyệt mỹ...

D/ độ nhật

du hồn suối khe
diệu huyền mây phủ

dư âm lưu xứ
dồn dập chân mê
dương tà úa lá
độ nhật ru hề...!

G/ gương vỡ gương

giang sơn chuông trên sợi chỉ mành
gương vỡ gương không còn gương soi!
giống nòi ơi!
giống diệt nòi!
gươm thần súng thánh đâu khôi phục?
gạn đục khơi trong hết nhục... tồi!

H/ hào khí mới

hải đảo tôi
hiu quạnh ngàn năm
hồ vọng nguyệt... cạn trồi đá sỏi
hỏi hỏi quanh đời quanh dấu hỏi?
hương ta bao giờ gió thổi xa?
hào khí mới đâu rồi dòng máu cũ?
hăm hở trông chi bước...
hải hà...?

I/ im lặng

im lặng!
ì ầm! đâu giải đáp?
im lặng thà...
im thế trả lời...

K/ khuân nỗi người

khắc dấu ấn
khôn nguôi...

kỳ vọng
khuân nỗi người trĩu xuống vai sương
khung cửa đóng... cho ai đứng gõ?
khép khép hoài sao chẳng mở ra?
kiều nương ơi! tối mặt sơn hà...

L/ lạnh dương tà

lỗi nước khốn đốn
lấn lướt giẫm nát
lăm le manh nha?
lam lũ như mây trùm bóng nguyệt!
lầm than che chắn...
lạnh dương tà!

O/ ớn lạnh rừng

ở chốn ách tắc
ọp ẹp
o ép ức chế
ôm phận cam số
ớn lạnh rừng... rừng
ơ hờ nhau
ơn tổ phụ chưa vơi gánh đảm...
ô hay! còn tội nước xa nguồn...
ờ nhỉ! sống cho cái chết...

P/ âm thịnh phực lên trong ta

phương giác của loài cá hồi hẳn không ai lạ xa
phương tình yêu chính là lãnh địa trái tim
phủ định những phủ định chỉ vì một phủ định cho một phủ
định
phúc cho những kẻ biết thứ tha và quên mình để thọ khổ
hồng thoát khổ
phủi sạch sao hết bụi đam mê trên mặt gương đời có lúc

tưởng như tan vỡ?
phàm máu đỏ phải chăng là màu tham sân si hỉ nộ...
phi phi nhân lừa phi nhân đã thành thói quen nhan nhản...
prodsky huyền thoại như một đối đáp thay... nếu ai có hỏi?
proust với "à la recherchedu temps perdu" và ta với ký ức
trở về!

pasternak đáng nhớ là sự quan trọng cái mất...
phực lên trong ta ngọn lửa tất nhiên chân lý ngời ngời

Q/ qua truông

quỳ ta nở bình minh... đòi... hôn phối
quyện tia hừng mây khói rộn nghinh tân
quê khuất biệt hiện thường đêm diệu giác
quan san chi mờ mắt lệ bao lần!
qua truông ải lý nào hơn sống sót?

qui mối chung cho vẻ đẹp khi nằm
quấn quít lấy chỗ về nơi cắt rốn
quì xin ơi! ân sủng đấng cao thâm!?
quen lối cũ chân em còn nấn ná?
quang đãng không đất lạ trời xa xăm?

R/ rạng đông

ráo riết với...
rạo rực đến...
rưng rưng về...
rấm rứt cả...
rộn trong ta...
rũ lòng theo khốn nạn!
rỉ rả vết thương xưa!
ra đi trời vẫn tối...
riêng niềm riêng tuôn mưa!

rạng đông trời hoài bão!

S/ sương em cho ta loài cỏ hoang

sớn sác (xớn xác)...
sẩy!
sẽ rơi tủm
sự kinh sự kiêng
sa tăng!
sương em cho ta loài cỏ hoang
sao không tin mình cần cứu nhau?
sinh rạng ngời nhân sinh
sàng sảy vàng thau
sắp sửa ngộ
sang bến.

T/ tưởng còn hạt mộng

thời ta gốc nhổ, cây bung
tiếng chim thảng thốt theo cùng cực bay
tim em nhạt bóng xưa gầy
trăng đâu biết...
tội soi bầy lạc hoan!?
tưởng còn hạt mộng hiên ngang
tay gieo mắt tưới
trên hàng thi ca
tình... chồi biết có ra hoa?
thử chi bước ngã chân sa hỡi người?
tâm tan, tâm tụ
tâm dời
tóc tơ, tóc bạc em khơi mạch ngàn...

U/ uyên nguyên ta với...

ươm gì trên mảnh vườn thơ?
ủ chi vựa ý mong chờ mai sau?

ưu tư này sông với cầu?
uyên nguyên ta với ta sầu
uyên nguyên
u trầm
u uất
ưu phiền
ức tôi em có chia riêng chút nào?
ung dung sao nổi dường bao
ừ thôi em nhé! mất đầu còn đuôi…

V/ vận…

vướng, vương
vẩn, vấn
vận, vần …

X/ xót…

xưa
xiêu
xót
xa

Y/ yêu…

ý... yếu... yêu...

Hà Nguyên Du

HÀ THÚC SINH

Tên thật Phạm Vĩnh Xuân. Sinh ngày 7-7-1943 tại Thanh Hóa.

Làm thơ, làm báo, viết báo. Cựu sĩ quan Hải quân QLVNCH. Tù "cải tạo" từ tháng 6-1975 đến 2-1980. Vượt biển 1980. Định cư tại Hoa Kỳ từ 1981.

Trước 1975, đã viết cho các báo và tạp chí Tiểu Thuyết Thứ Năm, Văn, Nghiên Cứu Văn Học, Khai Phá và đã xuất bản 4 tuyển thơ và 6 tập truyện dịch thuật.

Sau 1981, viết cho các báo Việt Chiến, Nhân Văn, Đường Sống, San-Diego Tin Tức, Việt Nam Nhật Báo, Thời Luận, Thế Kỷ 21, Văn Học, và một số tạp chí khác ở Đức, Pháp, Canada, Úc (Chiêu Dương). Chủ nhiệm chủ bút tạp chí Tân Văn (San Jose CA, số ra mắt Xuân 1988).

Ông còn là nhạc sĩ, sinh hoạt trong Phong trào Hưng Ca.

Đã xuất bản 26 tác phẩm trong các bộ môn văn, thơ, ký, kịch, âm nhạc và dịch thuật.

Hiện nghỉ hưu ở Houston, Texas.

Tác phẩm đã xuất bản ở hải ngoại:

- *Đại Học Máu* (bút ký, Nhân Văn, Hoa Kỳ, 1985)
- *Thơ Viết Giữa Đường* (thơ, Tân Văn, 1988)
- *Chị Em* (truyện dài, Tân Văn, 1988)
- *Ông H.O.* (tập truyện, Thế Giới, 1993)
- *Cố Hương* (tập truyện, Tú Quỳnh, 1994)
- *Hòa Bình và Tôi* (thi tập, HTĐ Việt Báo, 1994)
- *Red File: 50 Years of Violations of Human Rights in Communist Vietnam* (biên khảo, hợp soạn VNHMRW, 1995)
- *Dưa Cà Mắm Muối* (tập truyện, Văn Mới, 1996)
- *Về* (tập truyện, Văn Mới, 1996)
- *Đêm Hè* (tập truyện, Văn Mới, 1997)
- *Tống Biệt Hai mươi* (tuyển tập 50 truyện, 1 kịch, 10 thơ, Xuân Thu, 1999)
- *Ngàn Lời Thơ* (tuyển tập, Cobale, 2017)

Quỷ xướng văn

Mới đây anh về Việt Nam một chuyến, về thăm cha già ốm đau và cải táng phần mộ mẹ anh. Cha anh ở Sài Gòn và mộ mẹ anh còn ngoài Thanh Hóa. Hơn bốn mươi năm mộ vẫn còn. Lạ? Không đâu, ấy là nhờ trong khối nhân dân bần cố còn sót một số trình độ tiếp thu tư tưởng cách mạng kém cỏi, nhồi cách mấy vẫn không thông chính sách cào bằng lấp sạch.

Anh mặc tang phục, mua hương nến, các thứ cần thiết thuê thợ cải táng. Áo quan mẹ anh xưa bằng gỗ vàng tâm, bền như sừng, thế mà khi mở xương khúc còn khúc mất. Anh nhìn xuống mộ huyệt khóc cười tùy lúc. Anh Mới, người kéo xe tay cho mẹ anh xưa, giờ đã là ông cụ hom hem ngoài bảy mươi, ngạc nhiên hỏi vào tai anh:

"Cậu khóc hay cười đấy?"

Anh nhìn kín nhiều người lạ mặt, đáp khẽ:

"Cả hai. Phải thích nghi hoàn cảnh".

Anh Mới hiểu, giọng gần với sự biếm nhẽ:

"Ngoài quy hoạch hết rồi. Cả nước đã tự do khóc, cậu khóc tí nữa không sao".

Thế là anh khóc. Khóc to hơn cả ngày thơ ấu lúc mẹ anh mất.

Cải táng xong anh rời khách sạn, ôm lư sành nhỏ đựng cốt mẹ về Thọ Xuân, chỗ anh ra đời và chỗ sống của anh Mới hiện tại. Nghỉ thêm ít bữa, anh Mới hỏi có muốn quay lại thị xã thăm thú cơ ngơi cũ của gia đình ở phố nhà Chung không, có muốn về nhìn lại quê hương tổ tiên ở Ba Làng huyện Tĩnh Gia không? Anh Mới dù gì vẫn là nhân dân. Còn anh con cháu giai cấp nợ máu. Nhân dân khiến sao anh làm vậy. Và quả đúng như lời anh Mới nói: "Cả nước đã có tự do khóc". Bà con anh khóc lu bù.

Anh tính đáp xe lửa về lại Sài Gòn rồi từ đó trở sang Mỹ, nhưng anh Mới bảo chẳng biết bao giờ gặp lại, nên vào Nghệ một chuyến. Ở Nghệ anh Mới biết gia tộc anh còn nhiều chi nhánh nội ngoại. Suốt mấy mươi năm chuyên chính vô sản, thứ tình cảm tư sản độc hại lây từ gia tộc anh anh Mới chữa không dứt, vì thế vẫn lén lút duy trì mối liên hệ linh tinh với họ hàng chủ cũ--những kẻ bị lịch sử vô sản tiêu diệt lốm đốm.

Anh Mới mua vé xe đem anh xuống Nghệ, dặn cứ y cách ở Thanh mà khu xử. *Nhờ ơn Bác Đảng*không còn là khẩu hiệu trí trá phổ thông với nhau nữa, giờ cứ nhờ ơn phong bao trong có ít tờ xanh xanh là nhất. Đó mới là tình nghĩa quốc tế keo sơn thứ thiệt.

Rời Thanh như rời một giấc mơ. Xuống Nghệ như đi vào giấc mơ khác. Anh cố nhẫn nhịn để câu thơ "Đường vô xứ Nghệ loanh quanh, non xanh nước biếc như tranh họa đồ" hướng dẫn thế mà không xong. Rừng thì phá, núi thì khoét, đường thì ổ gà; nói tóm lam nham như bức dư đồ rách. Cuối cùng anh tóm được trong anh cảm giác trung thực hơn cả: chân không chấm đất, đầu không chạm trời, thần trí không chạm người. Anh thấy như anh đang phiêu diêu vào một cõi âm. Chỉ khi ôm sát vào lòng chiếc lư sành nhỏ đựng cốt mẹ anh, anh mới bừng tỉnh nhớ mình còn ở cõi dương. Nhưng điêu tàn đổ nát cũng có cái thẩm mỹ riêng của nó, vì thế cứ tức cảnh sinh tình anh đều đề trong óc một đoạn tứ tuyệt. Nhưng lạ, khuya đó ở nhà người cô họ, lấy giấy bút tính ghi lại thì đầu trắng bóc.

Buổi tối sau cơm nước, khi anh Mới đã ngáy như hùm

anh mới hỏi han cô anh nhiều cố sự. Cô không nhớ gì nhiều, mà có thì lộn xộn lắm; đôi khi anh còn phải kín đáo điều chỉnh vài chuyện vụn ngay trong gia tộc, dù ngày còn bé anh chỉ nghe lóm.

"Vậy thì cháu nhắc nữa đi cho cô nhớ với". Cô xúc động bảo: "Dĩ vãng chốn này tựa thú hiếm cháu ạ, nhiều thứ tuyệt chủng từ lâu, phiêu lưu vào nó thế nào cũng lộn mộng ra thực thực ra mộng".

Đêm ấy trên chiếc chõng tre anh băn khoăn quá. Hay đây đúng là nơi người ta dị nghị vùng đất ít người nhiều ma? Cô là con nuôi ông chú – em ruột ông nội anh. Xưa ông chú anh giàu. Cha anh từng kể thời tiêu thổ kháng chiến Việt Minh phải đặt vè mà phá nhà ông ở Vinh:

Việt Nam dân chủ cộng hòa,
Hoan hô bộ đội phá nhà Minh Tâm.

Di sản ấy sót lại nơi đây là ít người như cô, một bà già ngoài sáu mươi ốm yếu, không chồng con, lam lũ như một bà nhà quê. Quyền làm người của cô là được sống sót. Nhưng giờ có vẻ cô sống thoải mái hơn. Nói kiểu biện chứng sự thoải mái ấy là nhờ cách mạng vừa thực hiện thành công cuộc đổi đời mới nhất và sau cùng nhất. Từ đổi mới, giai cấp vô sản--kẻ cựu thù với giai cấp dưỡng phụ cô – đã lặng lẽ hè nhau chạy túa theo con đường mưu cầu tư sản từ hồi nào, do đó chẳng ai còn rảnh rang, còn tai mắt đâu mà nhòm nhỏ dao thớt nhà cô, suy bì với lối sống "bóc lột" của gia đình dưỡng phụ cô dù nó đã được mai táng từ nửa thế kỷ trước. Cô nghiễm nhiên trám chỗ hoàn toàn và triệt để khoảng trống vô sản bao la nhân dân vừa bỏ lại. Phần già chậm chân, phần kinh cung chi điểu, cô đành tận tuy với giai cấp mới nhưng vừa cũ mà xưa cô chỉ là kẻ tân tòng. Trong mắt anh, cô có nhiều triển vọng sẽ mang vinh dự người gác dan sau cùng trao chìa khóa thiên đường Cộng sản cho một thế lực mới nào đó đến tiếp thu một ngày không xa.

Một hai ngày đầu anh nuốt không vào miếng cơm độn đã nhiều chục năm trở thành xa lạ. Anh dấm dúi phong bao cho cô, khá, thế mà quanh đi quẩn lại vẫn cơm độn với canh dủ xanh nấu cá trổng khô, bữa nào dôi lắm có thêm tí trứng rán. Anh hiểu và thương. Thượng đế sinh con người có kèm một ân huệ phụ: thói tập thành huyền diệu. Cách khác, mù mãi thân được bóng tối.

Nhà cô nằm bên bờ sông Lam có núi Thành không xa nhìn xuống. Căn nhà lá vách đất mới đây rùng mình biến thành căn nhà ngói vách ván. Nhờ phép lạ kinh tế thị trường theo định hướng xã hội chủ nghĩa? Cả nước để sống bắt chước nhau dối trá như cuội, riêng về sự khá giả lại thật như đếm. Cô siêu nhân sao mà dám đi ngược xu hướng thời đại. Cái khoản nhà ngói cây mít cô thú nhận họ hàng từ nước ngoài gửi tiền về giúp.

Một lần cúi vo gạo bờ ao, thấy một lão già thoáng qua, cô có vẻ thất sắc, vòng tay kéo ngay vạt áo lưng xuống. Trông dáng dấp một bà cụ ngoài sáu mươi làm trò thiếu nữ anh có ngạc nhiên, hỏi:

"Ai thế?"

Cô không đáp, thầm thì:

"Lạ, sao dạo này lão về hoài".

Rồi cô quày quã mang rá gạo vào nhà, cài then cửa trước, không hé môi gì thêm.

Trưa sau anh lại thấy lão. Lúc ấy lão ngồi thả câu bên cái ao cá có tấm biển đề áo cá Bác Hồ. Thấy lão trầm ngâm, râu ria đạo mạo anh tò mò lân la làm quen. Nhờ cái cần câu làm vội anh nhanh chóng được lão chấp nhận bạn câu. Lão phá đi sự câm lặng như cái cối xay dưới lòng ao để trò chuyện với anh. Lão mặc bộ quần áo nâu xuềnh xoàng nhiều túi, chân vẫn dép râu đầu vẫn nón cối. Dù sao nhìn chung lão có tí cốt cách, duy giọng đục, xa; sự đục và xa ngang với dĩ vãng của anh, một dĩ vãng dài hơn bốn mươi năm mới lại được về chỗ cũ ngồi dưới một gốc sung thả câu bâng quơ thế này. Nhìn những con nhện nước chạy ngang dọc trên mặt ao anh rùng mình. Thốt nhiên anh nhớ lại những nẻo đường anh từng chạy ngang dọc trên đất nước, trên mặt địa cầu.

Anh bắt chuyện trước:

"Đây ra sông mấy bước sao cụ câu ao?"

"Tuổi già nhìn nước trôi như nhìn thời gian, chóng mặt lắm".

"Ao có cá chứ cụ?"

"Đất nước ta rừng vàng biển bạc, cá thịt xuất khẩu không hết, câu cho vui, miếng ăn nào phải vấn đề".

Anh nghĩ thầm có lẽ lão là một cấp ủy chi đó đã hưu. Mà thế thì thôi. Xảo trá ăn vào xương một lão già chỉ thần chết cạo được. Anh hỏi tiếp, "Thế cụ bà và các anh các chị ở quanh đây cả chứ?"

Lão lạnh lùng:

"Cụ bà thì không còn con cháu rải rác đếm chi xuể. Và ai đi làm cách mạng cũng thê tróc tử phược cậu nghĩ đem đất nước đến được kết quả thế này?"

Anh rút thuốc lá mời lão. Điếu thuốc Mỹ khiến cảm tình một người cách mạng lão thành dành cho anh nảy nhanh như bèo tấm mùa xuân.

Rít mấy hơi liền giọng lão có vui, bảo:

"Thơm, thuốc Mỹ vẫn thơm!"

Thấy lão già cũng phàm tục như ai, anh nổi máu đùa khá suồng sã:

"Cụ vừa bảo không cụ bà lại lắm con cháu là sao?"

Lão không đáp ngay câu hỏi mà mông lung kể một câu chuyện:

"Các cụ xưa có dạy 'đàn bà ra chợ là vợ đàn ông'. Mà nhảy vào cách mạng thời chúng tôi khác nào nhảy vào cái chợ quốc tế. Thôi thì mặc sức. Thời còn trẻ hoạt động tôi có thằng em song sinh đa tình, đi đâu vợ đó, sau hai trứng dái, xin lỗi cậu, lúc chết phát to như trứng dái dê". Đột ngột lão ta đổi giọng nghiêm chỉnh. "Cậu nước ngoài về?"

Anh chột dạ:

"Sao… cụ biết?"

Ngẫm nghĩ giây lát, lão thở dài:

"Tôi chán sự đánh giá người cách mạng của các cậu lắm. Luôn luôn các cậu tưởng chúng tôi ngu. Không đâu. Cả một đời đụng và thắng đủ các thế lực ngoại thù đế quốc thực dân, thủ tiêu hết các giai cấp nội thù phong kiến tư sản đảng phái Việt gian phản động, xin lỗi cậu, tai mắt mũi cách mạng không nhạy như chó thì nghe sao ra ý đồ xấu xa, thấy sao ra quyền biến mưu mẹo, ngửi sao ra vàng bạc châu báu chôn giấu? Phớt qua tôi biết cậu vừa cạo râu có bôi nước *Old Spice*; và gói thuốc của cậu nữa, sự bèo nhèo không tố giác cung cách kẻ quen thừa mứa hàng tiêu dùng đấy sao?"

Anh hơi lợm nhưng chợt hiểu rõ hơn một điều đã hiểu.

Thấy lưỡi câu của lão máy động, anh giục:

"Cá lớn đấy, giật đi cụ!"

Lão nhìn anh cười khỉnh:

"Mắt cách mạng không phải mắt dân thường. Máu còn chả khúc xạ được tia nhìn chúng tôi nữa là cái mặt nước ao. Cậu muốn tôi bắt một con diếc ngải? Này thanh niên, đã cất công giật câu phải được cá kình!"

Cho là lão già kiêu ngạo gàn dở, anh toan đứng lên thì lão ghì anh lại bằng câu hỏi đột ngột, "Bên Mỹ thế nào, sau bang giao cậu thấy sao?"

Từ khi bước xuống phi trường Tân Sơn Nhất anh đã tự dặn lòng phải tránh hai điều: Điều thứ hai không nói chính trị sau điều thứ nhất chớ đả động đến họ Hồ. Bên Mỹ thế nào, bang giao ra sao đều có tính chính trị. Anh đánh bài lờ. Thấy anh im lặng, lão liếc, nét tinh quái hiện trong khóe mắt. Một lát lão trổ giọng phủ dụ, "Giờ cởi mở. Với lại vùng này tôi tiên chỉ. Nói với ai cậu ngại chứ với tôi cứ tự nhiên. Ở đây tôi toàn quyền ngồi xổm trên mọi chính sách".

Anh không quan tâm lắm đến những lời huênh trộn cay đắng của đám cán bộ già hết thời. Về đây chạm hạng này nhiều rồi.

Cố tỏ ra chút ngạc nhiên, anh hỏi:

"Thời xã hội chủ nghĩa làng xã cũng có tiên chỉ nữa sao?"

Lão cười:

"Hỏi bà gì ấy nhỉ, bà cô của cậu ấy khắc rõ".

Lão kéo câu gắn mồi mới. Anh lẩm bẩm, "Thế ra bình mới rượu cũ, vẫn tiên chỉ thứ chỉ!" Lão nghe lọt, nhìn anh như thương hại cho một con câu non, giải thích với giọng khá chân thành:

"Làm cách mạng là để đạt được những cái xấu, cái tiêu cực thơm phức của giới cai trị mà khi chưa cướp được chính quyền người cách mạng thèm, xin lỗi cậu, như chó thèm xia, hà tất chỉ tí đầu lợn làng xã".

Cảnh giác ban đầu biến mất, anh nổi tò mò:

"Hóa ra cứu cánh là tư lợi, phương tiện là cách mạng?"

Lão vung tay. Sợi dây bắn ra giữa mặt ao. Lão hỉnh mũi:

"Cậu đọc Hàn Phi, đọc Marchiavelli đấy chứ? Những liên hệ hữu cơ giữa người với người, giữa cai trị với bị trị đều vì tư lợi tuốt luốt. Ông tiên chỉ gắn với làng xã để hưởng cái đầu lợn, cách mạng gắn với nhân dân để hưởng sự toàn quyền ban phát những cái đầu lợn thừa mứa. Ấy là nói kiểu biểu tượng đấy thôi. Mà cậu xem, con cá dưới ao tù còn phát triển, quyền lực lãnh đạo nửa thế kỷ qua cậu tưởng bị còi? Mồ hôi nước mắt nhân dân vô ích? Nảy nở không lường được nữa, cao rộng không đo được nữa cậu ạ".

"Thụy kỳ chung…"

"Hà hà… thì thế. Đã gần đất xa trời quanh co với trẻ làm gì. Nói trắng với cậu chúng tôi phát động cách mạng là để lặp lại chu kỳ lịch sử bằng cách tinh vi và khoa học hơn, có thế mới tồn tại, mới muôn năm trường trị được. Cậu vừa chê chúng tôi phong kiến? Trở lại phong kiến và biến phong kiến thành siêu đã từ lâu lắm".

Anh ngẫm nghĩ giây lát, hỏi dè chừng:

"Không nên không phải cụ bỏ qua cho, tôi nhớ Saint-Just có nói 'Chẳng ai cai trị mà không phạm tội ác.'"

Như một người thừa thông minh vặt, lão già cười hệch lên:

"Lời thú tội của một tên ấu trĩ! Lão luyện phải nói thế

này: chẳng ai cai trị giỏi mà phạm tội ác".

"Tôi…"

"Đáng thông cảm. Trình độ cậu chưa hiểu nổi đâu. Cứ xem như quá trình cách mạng vô sản nước ta, đấy cậu thấy, bọn phản động công phá bao năm rồi thấm tháp gì. Như đồng chí Văn Cao viết, cách mạng chúng tôi có bao giờ nhợn chuyện 'uống máu quân thù'. Nhưng ai sẽ là kẻ bị lên án uống máu, uống từ vụ đấu tố cải cách ruộng đất, đến vụ Nhân Văn & Giai Phẩm, vụ xét lại chống đảng, sau này vụ tù cải tạo, vụ đánh tư sản, vụ đào mồ cuốc mả cả miền Nam lên, vụ bách hại các tôn giáo, đàn áp trí thức văn nghệ sĩ, cả vụ bán dân cho cá mập biển Đông lấy vàng?"

Anh choáng váng thấy lão phun sự thật trong cung cách lạnh lùng vô cảm. Tay nhấp nhấp cần câu, miệng lão vẫn đều đều, "Giá như, tôi nói giá như thôi đấy nhá, lịch sử làm một cú lộn lèo thì kẻ lãnh án uống máu là ai? Óc nhân dân sáng tạo phục vụ Tổ quốc thì bao la nhưng khả năng nhận diện những kẻ uống máu thì hạn hẹp lắm. Tôi bảo đảm với cậu nếu lịch sử tráo trở sẽ khó tránh cảnh 'đầu đường cổ lính treo cao, cuối đường cảnh sát dao vào sau lưng'".

Vô cớ anh thốt la lên:

"Họ đâu là thủ phạm, họ thừa hành!"

Lão già trầm ngâm hẳn. Lão ngước nhìn trời. Thấy xế bóng lão khoan thai thu lại mớ đồ nghề câu. Có tiếng chim chích chòe lóe sau bụi tre. Anh ngửi thấy mùi cơm độn khoai tỏa sau mấy cây rơm. Và canh đủ xanh nấu cá trổng khế nữa. Anh ngước nhìn núi Thành xa xa, bất giác thấy giống một mộ bia cao ngất chạm trời, và rùng mình nhìn dòng Lam như vừa biến thành dải tang bất tận dưới màu chiều lạnh.

Lão già đã sửa soạn đứng lên. Rõ ràng lão không có ý thân thiện mời một người từ ngoại quốc về ghé thăm nhà lão.

Lão nhấp miếng nước đựng trong một vỏ bầu khô. Anh ngửi thấy mùi rượu thơm khá quen thuộc. Nhưng lão không cho anh thêm thì giờ thám thính trên con người lão. Lão vuốt bộ râu dài chẳng để gỡ rối mà hình như vì thói quen.

Ngoảnh mặt chỗ khác, lão đội chiếc nón cối trắng lên đầu, nói khẽ:

"Thường thì lãnh đạo thời nào cũng thế cậu ạ. Đặc quyền đầu tiên là không phải trực tiếp xông pha hòn tên mũi đạn, kế nắm xã tắc trong tay, kế nữa tội ác chế độ có dê tế thần, và sau chót giá như con quỷ lịch sử trở mặt, họ luôn có chỗ dung thân an toàn cho cả chó mèo. Mà thôi, nói với cậu vậy thôi. Giờ kiểu nhá. Già nó vậy, cơm rượu phải đúng cử, muộn chút khó ở ngay".

Lão lững thững vác cần câu bước ra bờ sông Lam. Anh cũng đứng lên, bần thần, một lát sực nhớ, hỏi với theo:

"Thế cụ ở đâu, cụ làm gì sống?"

Lão như miễn cưỡng dừng lại, nhưng không đáp, mà hỏi ngược:

"Thế cậu về làm gì?"

"Dạ hốt cốt mẹ tôi".

Lão bật cười thành tiếng:

"Quả lạc hậu là bệnh di truyền khó chữa. Sao người ta cứ thích sống với người chết thế nhỉ! Này nhớ, không phải ai chết cũng đáng nhắc mãi, nhớ mãi; vinh dự ấy chỉ dành cho các lãnh tụ anh minh đã được sách sử đóng dấu thừa nhận sẽ sống mãi trong quần chúng thôi".

Đã hiểu "muốn có chủ nghĩa xã hội phải có con người xã hội chủ nghĩa" mà lão ta không là một con người xã hội chủ nghĩa thuần thành đó sao? Anh thấy hề nếu biến đạo lý thành chuyện tranh luận, nên bấm bụng lặp lại câu hỏi cũ:

“Thế cụ ở gần đây chứ?”

“Bảo gần không phải bảo xa cũng không đúng. Mà cậu hỏi làm gì?”

“Tôi còn ở đây ít ngày, muốn đến… chơi cụ”.

Lão không giấu nổi nét nghi ngại, cười nhạt, giọng khá bí hiểm:

“Đảng đứng trên đứng ngoài chứ không đứng kề đứng giữa nhân dân bao giờ. Xáp gần là cách dẫn đến họa tru di tam tộc nhanh nhất. Tôi mong cậu hiểu cho châm ngôn bất di dịch của người làm cách mạng vô sản chuyên chính nhà nghề như chúng tôi, cho dù tôi đã hưu từ lâu lắm”.

“Vâng, nhưng ít nhất…”

Như đoán ra câu hỏi, lão nói luôn:

“Hỏi cô của cậu ắt biết. Hàng năm tôi vẫn về Nam Đàn nghỉ mát. Gần đây thôi. Ném lẳng hoa cũng tới”.

Rồi lão gãi tai xin anh thêm điếu thuốc, bảo ban trưa đãng trí bỏ quên gói thuốc ở nhà. Anh đưa hết gói thuốc Mỹ còn sót dăm điếu cho lão, ý cũng ngầm xem kỹ nét mặt lão lần nữa trước lúc lão ra đi. Nhưng như biết ý đồ anh, lão lẩn tránh bằng cách cúi đầu châm thuốc, nhả khói mờ cả mặt, thản nhiên quay gót.

Những ngọn cau ngọn dừa xô dạt. Mùi sông nước đồng áng khi không tanh tanh lẫn với mùi lịch sử khi không cũng tanh tanh. Anh đứng bất động nhìn theo lão già khuất sau một bụi tre gai. Một dải nắng chiều sáng lóe. Hình ảnh cuối của lão anh ghi được chỉ là một khóe mắt rất lanh, nét môi dày và một vành tai bạt nhĩ; sau đó chỉ còn tiếng gió lộng như có lộn tiếng cười rền kỳ dị của lão.

Anh về. Cô hỏi đi đâu và bảo sửa soạn ăn tối. Anh đáp ngồi câu với lão già. Sực nhớ cả buổi quên hỏi tên lão, anh hỏi cô, cô im lặng. Nhìn ra ngoài trời chạng vạng, cô nói, "Tháng này sương xuống sớm, tắt nắng đã u ám như bãi tha ma". Rồi quay sang anh, cô dặn cách khó hiểu, "Còn chơi đây ngày nào cháu nên thận trọng". Nói đoạn cô bước xuống bếp, lẩm bẩm, "Rõ thần suy quỷ lộng" và lặng lẽ lấy treo trước cửa một xâu tỏi đã mối mọt nhiều.

[Alhambra 1995]

Hà Thúc Sinh

HÀ THƯỢNG NHÂN

Nhà thơ, sinh năm 1920, tên thật là Hoàng Sĩ Trinh, quê làng Hà Thượng, tỉnh Thanh Hóa. Năm 1945, cụ Phạm Xuân Độ nhận ông làm nghĩa tử, ông đổi tên là Phạm Xuân Ninh. Sau này, ông chọn bút hiệu là Hà Thượng Nhân, có nghĩa là người làng Hà Thượng (xứ Thanh) và ông còn dùng bút hiệu Hoàng Trinh.

Đầu thập niên 1950, ông bỏ vùng kháng chiến trở về Hà Nội, làm giáo sư trường Dũng Lạc cạnh Nhà thờ Lớn. Năm 1954, ông di cư vào Nam gia nhập Quân Đội Quốc Gia với cấp bậc Đại úy đồng hóa. Ông được giao trọng trách soạn thảo sách lược Tâm Lý Chiến cho Quân Đội thời khởi đầu đó, tác giả tập tài liệu *Sơ Thảo Lý Thuyết Chiến Tranh Chính Trị* - ký là Hà Thanh.

Từ năm 1956, ông đã cộng tác với nhật báo *Tự Do*, phụ trách mục "Đàn Ngang Cung" (thay Đinh Hùng) và năm 1958 ông phụ trách thêm mục "Những Điều Trông Thấy" trên báo *Ngôn Luận* dưới bút hiệu Nam Phương Sóc. Cuối thời Đệ Nhất Cộng Hòa, khoảng 1963, ông làm giám đốc Nha Vô Tuyến Truyền Thanh. Năm 1969, Trung tá Phạm Xuân Ninh trở thành chủ nhiệm nhật báo *Tiền Tuyến* của Quân Lực Việt Nam Cộng Hòa cho đến năm 1972 thì ông giải ngũ.

Sau ngày 30-4-1975, ông bị đi tù "cải tạo", được "thả" vào tháng Tư 1983, và cuối cùng, năm 1990, sang Hoa Kỳ theo diện H.O. và định cư ở vùng San Jose CA, tham gia các sinh hoạt báo chí, văn hóa, văn đoàn và hội đoàn cho đến ngày qua đời, ngày 11-10-2011.

Hà Thượng Nhân chuyên về thơ nhưng chỉ để lại hai thi phẩm: *Bên Trời Lận Đận,* và *Thơ Hà Thượng Nhân* xuất bản ở hải ngoại (và trước 1975 ông có thi tập *Tiếng Hát Tự Do* ký Hoàng Trinh, in roneo).

Viết cho Nguyễn Hữu Loan

Trán cao tóc xù
trai Quảng Bình trong quán phở chiến khu
đập bàn tắt đèn, thét xăn rách áo
"thằng Ái Mỹ Lộc bắn thằng Kỳ Hoàn Lão"

Nguyễn Hữu Loan
hồn nhiên như con trẻ
đơn sơ như miệng cười
dám chân thành làm một con người
giữa bão tố quyết không là cây sậy
chỉ biết cúi đầu vâng lời lẽ phải
với bạn bè gìn giữ thủy chung
Đỗ Phủ xưa dù lớn vô cùng
Nguyễn Hữu Loan không chịu là Đỗ Phủ
ba mươi mấy năm chân trần lam lũ

- Đói không Loan?
- Khổ không Loan?
- Tao chẳng khổ bao giờ
- Tao đi cày như tao làm thơ

Mày đi cày vì mày dám làm thơ
Thơ vĩ đại vì thơ không đánh đĩ
Bọn dối trá chẳng thể là thi sĩ
Kiệt Trụ xưa đừng nói chuyện thi ca
Nhớ Nguyễn Du rau cháo xanh da
Nửa tháng ốm không có tiền mua thuốc
Không cần thép thơ vẫn là bó đuốc
Thơ nâng người cao sát với thần linh
Tiếng chim nào lảnh lót giữa bình minh
Đêm thu lạnh bến Tầm Dương đưa khách

Trên ngàn năm tưởng như bờ lau lách
Của người xưa vang vọng mãi đâu đây

Loan ơi Loan khi mày rít điếu cày
Đội nón lá bạn mấy người áo ngắn
Tầm thường thế mà khắp nơi bàn tán
Súng làm chi? Sắt thép để làm chi?
Chiều hôm nay trải chiếu cạnh đường đi
Nâng chén rượu nhắc nhau câu sách cổ

Cung điện lớn cũng có ngày sụp đổ
nhưng văn chương vạch mặt lũ gian tà
uy quyền nào khuất phục nổi lòng ta?
mày nói đúng: chúng mình đều lớn tuổi
nhưng chẳng chịu quay lưng vào Lẽ Phải
vẫn say mê như thuở ấy đầu xanh
bốn mươi hai năm! Mình lại gặp mình
tao vẫn thế, té ra mày vẫn thế
coi thủ đoạn như những trò con trẻ
lấy chân thành làm vũ khí vô song

Mày tìm gặp tao thật cũng lạ lùng
khi nhận biết cười không còn nước mắt
tao nhìn mày thương thì thương thật
nhưng lòng tao hãnh diện lắm Loan ơi
"không làm nhà vì tôi bận làm người"
phú quý bất năng dâm
bần tiện bất năng di
uy vũ bất năng khuất
bạc tiền gì cũng mất
nhưng làm sao mất được niềm tin?
tao gặp mày khỏi phải giữ gìn
nửa thế kỷ vẫn tin nhau là bạn
rượu đế xoàng thôi nâng ly uống cạn

con tôm khô nhắc lại thú quê hương
tao ước một ngày trở lại Vân Hoàn
ra vườn trước bẻ bắp ngô vào nướng

rồi tao nhắc những bạn bè ngày trước
những chiếc xe con, những bộ com-lê
những phấn những son
rượu thịt ê hề
chúng nó chết từ lâu mày ạ!
chúng nó chết thì có gì là lạ?
chết vì quên nồi cháo lá khoai lang
mày uống đi
nửa thế kỷ kinh hoàng
vẫn còn lại người giao liên Ban Thống
Ban Thống gần như thất học
nhưng người nào có học hơn anh?
mày về Nga Sơn thân thích quay mình
Đỗ Hữu Thống dám về thăm thủ trưởng
Dám coi thường thép súng bao vây
Lên rừng xanh có sẵn cho mày
Giữa thiện ác bày hai thế trận
"Náo thị u lâm mạc luận
cổ kim cao hữu năng tầm"
thế cho nên từ Bắc vào Nam
bặt tin tức ta vẫn còn gặp lại
ta không uống để quên
mà để nhớ sầu vạn đại
như để nhìn để nhớ bạn bè ta
có phải không nếu không có phong ba
thì cây lớn và cỏ hèn cũng vậy
thời đại ta hào hùng như thế đấy
mày tưởng đâu tao đã hết làm thơ
hú hí vợ con thừa mứa sữa bơ
lại kênh kiệu tập làm trưởng giả

chúa Jê-su đầu thai trong máng cỏ
Phật Thích Ca từ bỏ cả ngai vàng
bàn tay không mà lại có thiên đàng

Tao còn nhớ mãi
trên đỉnh Hoàng Liên Sơn có cây mai cỗi
mọc lơ thơ ngạo nghễ mấy bông vàng
mày trở về làng không lẻ loi cô độc
mày vào Đà Lạt
có người con gái ôm hôn rồi khóc
mày vào Sài Gòn
nhiều kẻ không quen
nghe nói tới con người "độc đáo"
thiếu quần thiếu áo
tìm thăm thân thiết hân hoan
Nguyễn Hữu Loan.

(1988)

Mưa buồn Long Giao

Trời có điều chi buồn
Mà trời mưa mãi thế
Cây cỏ có chi buồn
Mà cỏ cây đẫm lệ
Mà cỏ cây lệ tuôn?
Anh nhớ em từng phút
Anh thương con từng giây
Chim nào không có cánh
Cánh nào không thèm bay
Người nào không có lòng
Lòng nào không ngất ngây
Gửi làm sao nỗi nhớ
Trao làm sao niềm thương
Nhớ thương như trời đất
Trời đất cũng vô thường
Ngày xưa chim hồng hộc
Vượt chín tầng mây cao
Ngày xưa khắp năm châu
Bước chân coi nhỏ hẹp
Bây giờ giữa Long Giao
Ngồi nghe mưa sùi sụt
Cuộc đời như chiêm bao
Có hay không nẻo cụt?
Anh châm điếu thuốc lào
Mình say, mình say sao?

(Kỷ niệm những ngày ở trại tù Long Giao 1975)

Ngợi ca tình yêu

Hai ngàn năm đó như tia chớp
Hai ngàn năm trước Chúa ra đời
Chúa chịu đóng đinh trên Thánh Giá
Chúa đổ máu mình để cứu người
Chúa đổ máu mình mong chuộc tội!
Tội vẫn lan tràn khắp mọi nơi
Bao nhiêu dâu bể bao đau khổ
Lời giảng tình yêu vẫn khản hơi
Những nỗi băn khoăn vẫn còn đó
Vẫn đêm mưa lạnh ngày sương gió
Vẫn nắng chang chang, vẫn tử sinh
Vẫn trẻ như trăng vừa mới mọc
Vẫn già vẫn bệnh vẫn điêu linh
Vẫn câu hỏi lớn chưa ai giải
Ta tự đâu về như cỏ dại
Một cơn gió thổi loạn tinh cầu
Hòa bình mọc giữa cơn binh lửa
Binh lửa tàn đâu mọc ở đâu?
Mọc giữa lòng người đầy oán hận
Mọc trên nấm mộ cỏ xanh sầu?
Thời gian xóa hết thiêu tàn rụi
Khởi sự coi như mới bắt đầu
Thiên niên kỷ mới bao nhiêu nữa
Ta có một tình yêu
Bao la như trời đất
Ta viết vào trang thơ
Tình yêu ta không mất.

Một chút buồn thêm
(Buồn V)

Vầng trăng xin xẻ làm hai mảnh,
Em uống trăng và ta uống trăng.
Em uống, tưởng như trong bọt rượu,
Có em cười nói chạy tung tăng...
Có con anh vũ bay qua cửa,
Bay đậu cành khô cất tiếng chào.
Một chút buồn thêm cho đủ lạnh
Cho vầng trăng ở mãi trên cao.

Sao vẫn buồn thêm
(Buồn VI)

"Pha thêm một chút sương vào gió,
Pha thêm chút nắng vàng như tơ.
Ngõ trúc tay che nghiêng nón nhỏ,
Mùa Thu trước cửa ngậm ngùi thơ.
Mùa Thu em đã về bên ấy,
Trăng cuối mùa, trăng cũng đã mờ.
Em cuối mùa Thu cầm sợi tóc,
Nghiến răng cắn nát tuổi ngây thơ.
Em đã buồn rồi phải thế không?
Nhìn sau ngó trước vẫn non sông,
Non sông chẳng phải non sông cũ,
Chẳng phải sông Lam của núi Hồng!
Chẳng phải thềm trăng nằm rũ tóc,
Cười khan giữa mái rạ Thanh Hiên
Vào làng chẳng đủ tiền mua rượu,
Để uống cùng ai Bạch Lạc Thiên.
Đất Trích Tầm Dương vạt áo xanh,
Ngày nào lệ ướt đẫm năm canh.
Chẳng là Tư Mã đang mùa Hạ,
Sao vẫn buồn thêm giữa chúng mình?"

(Thu 1997)

HẠ QUỐC HUY

Hạ Quốc Huy sinh 1947 Quảng Nam. Đơn đao độc mã. Huyền thoại như nhân vật truyện truyền kỳ ngay khi còn sống. Sáo, Võ, Thơ, Họa. Được mệnh danh *Phụng Hoàng Võ Học, Lãng Tử Tài Hoa…*

Tốt nghiệp 2 trường Quốc Gia Cao Đẳng Mỹ Thuật Huế và Sài Gòn.

Đoạt liên tiếp 4 giải Văn Học Nghệ Thuật VNCH.

Đại Võ Sư Chưởng Môn đệ cửu đẳng huyền đai Karate. Vô địch súng Colt 45. Sĩ quan Việt Nam Cộng Hòa đốt trại vượt ngục từ trại cải tạo.

Nhưng theo tác giả thì tất cả chỉ là trang trí màu sắc cho đời một lãng tử có quá nhiều hoài bão, ước mơ nên đôi khi tác giả nghĩ mình không có thật trong đời sống này.

Rượu ai oán ngàn cân

1.

Ta là ai, hề chi em phải hỏi
Buổi gươm cùn mơ nổi lửa đốt thành xưa
Mai, xõa tóc bềnh bồng trên lưng ngựa
Mà nghe gươm giáo lộng kinh kỳ
Gởi theo gió cuốn về kinh bắc
Tiếng địch sa trường tiễn người đi

2.

Từ ngục khổ sai. Đốt trại. Vượt rừng
Hú tiếng não nùng. Khinh mạn bước qua
Có cây sáo trúc chẻ ra làm kiếm
Rạch chữ cơ đồ, trôi ngọn sóng xa

3.

Thuở loạn ly làm trai binh lửa
Quốc phá gia vong thành kẻ thất phu
Giữ tấm lòng xưa như tiết tháo
Khắc chữ sơn hà trên đất đá ưu tư
Cuối chân mây, đời chưa nguôi bão tố
Đêm tàn rồi còn gầm câu hát sĩ phu

4.

Ta là ai, hề chi em phải hỏi
Gặp nhau đây, hạnh ngộ một vài chung
Mai vạn dặm tóc bay ngàn sợi rối
Góc biển, chân trời, hoa lạc mây trôi
Duyên không nợ tơ trời lưu luyến
Rượu mời nàng: một tao ngộ. Một ly bôi
Rồi xa lắm cơ hồ như gió thoảng
Rượu nhớ môi cười, lãng tử nhớ lưu linh.

5.
Cạn đi rồi xem ta múa kiếm
Kiếm đã cùn, đao đã gãy,
Sao gươm còn tha thiết những đường bay?

6.
Thì rượu đây. Hề chi. Em phải hỏi
Một gã cuồng, tóc thơm rượu suốt năm
Nhất nhật tỉnh, nhị nhật mê
Chừ mình sương sương thấm giọng
Mai nhuyễn nhuyễn tới bến não nề
Quên đất trời. Lưu linh vạn tuế.

7.
Ta đối ẩm với lòng ta giông bão
Nhìn rêu phong đọng lại gọi thời gian
Vẫn tấm lòng son như tử sĩ
Thơm trong phai tàn, trong đá nát hoa tan…

8.
Ta đối ẩm với đau thương quá khứ
Đủ chật lòng che hết khoảng bao la
Những bức tranh xưa đài trang điểm phấn
Những khúc đường sinh tử của đời ta
Và cả dấu hài trăm năm dang dở
Thành mê khúc bay lên mặt lộ này

9.
Ta là ai hề chi em phải hỏi
Bầu trời vẫn bát ngát
Rượu hồng đào thì ngào ngạt
Nên ta là giai nhân chung thủy
Em cứ hảo hán phong lưu.
Rượu đây mời nhau cạn
Rồi nghiêng hồ, hào sảng cụng càn khôn
Say hay tỉnh trái đất vẫn tròn
Thăng trầm, được, mất…cũng phù du cõi tạm.

10.

Lệ rơi trong rượu thành lệ tửu
Em uống vào cho thổn thức canh thâu
Máu hòa trong rượu thành huyết tửu
Nâng chén nghe sông núi chảy ngọt ngào
Mai thức giấc. Ngậm ngùi. Thương chí cả

11.

Mà rượu ơi! ta hỏi bạn:
Đã cháy lá gan này?
Hay gan với mật ta còn thao thức?
Xưa sông Dịch một lần nước thành rượu
Tử biệt Kinh Kha chủy thủ sang Tần
Rượu trong ta đã thành sông Dịch
Trào ai oán, nên lệ nặng ngàn cân

12.

Đáy sông Gianh, sông Hương, sông Cửu, sông Hồng,
Sủi men nồng đợi lòng chủy thủ qua sông
Người có phân vân? Chiều nay ra biển gọi
Giang sơn ơi! đời trễ hẹn với nhau rồi?

13.

Mà em là ai? Hề chi. Ta muốn hỏi?
Buổi gươm cùn sao nhắc chuyện nước non?

Long Beach, California 1986
(trích trong Mê Khúc Trên Mạt Lộ*)*
Tặng những tráng sĩ đã cùng tại hạ chia hớp rượu ngày xuôi ngược.
Gởi sắt máu xưa để nhớ một khúc đời sôi nổi tử sinh.
Nhân đây cũng xin gởi đến Tuệ Sĩ, Thiếu Khanh, Phạm Văn Hạng, Hạ
Đình Thao, Như Không Quang Trung Dinh, Du Tử Lê, Luân Hoán, Huy
Phương, Ngọc Hoài Phương, Khánh Trường, Thành Tôn, Hoàng Lộc,
Đinh Quang Anh Thái, Nguyễn Đức Bạt Ngàn, Vĩnh Điện, Thái Tú Hạp,
Trần Trung Đạo, Lê Giang Trần... Thân ái, bảo trọng.

Hành phương Bắc

"Ta trừng mắt, tên găm vào tử huyệt
Tiếng hú dài thê thiết vọng chiều hôm"
(Hạ Quốc Huy)

1

Đây hán tử. Cười khan trên lộ triệt
Bước ngang tàng chưa thấm đủ vào đâu
Tóc rừng xưa, sương trắng đá dãi dầu
Thơ gầm dữ cuối cung đường tận tuyệt
Ta trừng mắt, tên găm vào tử huyệt
Tiếng hú dài thê thiết vọng chiều hôm…

2

Đã mơ hồ trăng tàn con nước cũ
Đã thấy tình kiếm gãy đá vàng rơi
Khi hồi tưởng mạn thuyền rong rêu phủ
Thì trăng ơi, sương đã lạnh giữa trời

3

Hoàng hôn xuống, thả gươm trôi cố quận
Hãy tìm về dấu vết tuổi thơ xưa
Đầu đập vào núi hỏi đời lang bạt
Cõi điêu linh nát đủ hay chưa vừa?

4

Trả lại Ta nụ kiêu bạc đã mất
Ném tung vào cho bát ngát hư không
Biểu em cắm xuống một sào neo chống
Buổi chợ chiều may sót lại thủy chung

5

Thơ tóe lửa chớm run chân cuồng khấu
Bởi trăng vàng chưa phủ áng mây xa
Ta gối đầu sông núi sẽ chan hòa
Mẹ là Tiên. Là Phật. Là tất cả
Tất cả là đưa tiễn bước con đi
Em lụa đào vắt qua ngày mộng mị
Đợi đêm về cuống quýt buổi bình minh

6

Tiếng ngọc vỡ động tầng rung mê tĩnh
Ven sông buồn lau lách nhắn chim di
Đò đã đưa chân những chàng nghĩa sĩ
Hành phương Bắc. Chào vĩnh biệt ra đi.

Pháp trường xưa

"Tôi đi trong gió sương lay
Bước chân sạn đạo vai gầy hoa vương"
(Hạ Quốc Huy)

1
Tôi về trên pháp trường xưa
Không nàng đao phủ lệ vừa ăn năn
Vết thương còn dấu dao hằn
Dưới tầng đá nát
trăm năm lỡ làng

2
Tôi về
mê lộ nghiệt oan
Cầm dao nhân nghĩa ánh ngàn trượng xa
Rung chuông bồ tát di đà
Bẻ gươm. Đồng thiếp. Quấn tà huy bay

3
Tôi đi
trong gió sương lay
Bước chân sạn đạo vai gầy hoa vương
Hỏi thăm bụi cỏ ven đường
Tìm bông hoa nhỏ mười phương chia lìa…
Tôi đi không mão không hia
Nhớ tên quên tuổi, khắc bia dựng đời
Thân tôi gió bạt muôn nơi
Thổi qua biệt tích trên môi em cười

4
Tôi về chiu chắt huyết tươi
Thương hoa khóc ngọc, tặng lời sắc không
Quạ kêu tàn cuộc, hừng đông
Giáp xưa thầm lặng, máu nồng rỉ loang
Năm xưa, lòng đã dặn lòng
Một đao. Một ngựa. Dẫu trong hoang tàn

5
Thơ buồn như bụi hồng hoang
Vẫn đao. Vẫn mã. Ngang tàng tôi đi.

Tiếng sáo trúc

"Học ở đó trăm điều cần phải có
Bước ngang tàng. Lòng khinh bạc. Áo hào hoa"
(Hạ Quốc Huy)

1
Tiếng ai khóc tưởng chừng như em khóc
Có môi cười lụa xé buổi pháo hoa
Ta ra đi ngày tím trái hoa cà
Con chim nhỏ mới ra ràng biển rộng

2
Anh bé nhỏ trong bầu trời chuyển động
Chén hồ đào giang hồ mời bái biệt
Thương bao nhiêu cầm bằng không tha thiết
Tương giang đầu sóng đập nỗi hoang vu

3
Gót sen khuya luân vũ tiếng trống dồn
Theo hương sắc rung rung mây hò hẹn
Thì đi thì đi, biển cuốn cát cồn
Thì đi thì đi, trao đời sông núi
Học ở đó trăm điều cần phải có
Bước ngang tàng.Lòng khinh bạc. Áo hào hoa
Bèo dạt, hoa trôi, dù con nước nhỏ
Đã xô dòng chiếc lá cuốn loay xoay

4
Lời thệ xưa riu riu hồn tro cháy
Đóm than tàn hiu hắt khói hoen phai
Củi trầm hương chẻ thơm mùi ái ngại
Gió bay. Bụi bay. Thì gió bay đi

5
Tiếng sáo trúc đưa em vào giấc ngủ
Mộng giùm ta miếng muối củ gừng cay
Hạt muối mặn sẽ tan trong biển lớn
Chải tóc nàng. Bối ngược. Nhớ em hơn

6
Con linh điểu cao bay ngày biển động
Loạng choạng. Hoang tàn. Ngất ngưởng mưa giông
Mẹ không hất hủi thằng con trai nhỏ
Anh thương em gần bằng thương Mẹ đó
Thơ thở dài. Ai lỡ một bờ vai

7
Tiếng của bụi? Ơi gió. Gió bay hoài!
Tiếng sáo trúc thanh âm như lụa xé
Gió bay. Gió bay. Thì gió bay đi…

Lệ trong mắt phượng

"... tôi xưa lỗi hẹn duyên nàng
nay qua chưa hết đá vàng núi sông..."
(thơ Hạ Quốc Huy)

1
Tìm về mở cửa hỗn mang
Trăm thiên võ đạo
thiếp ngàn triện hoa
Tìm về tiền kiếp thiết tha
Trên vách núi, đã chan hòa lời kinh…
Xưa trong mắt phượng thư sinh
Lưu ly ngấn lệ khóc tình ly tan
Nay trong vô lượng vô ngàn
Từ bi chuỗi hạt, ngập tràn sương lung
Chìm trong tam bảo bao dung
Phù vân nhân thế
Chập chùng hư vô

2
Con chim có cánh giang hồ
Chiến chinh có rượu hồ đào dọc ngang
Tôi xưa
lỗi hẹn duyên nàng
Nay qua
chưa hết đá vàng núi sông…
Hoàng hôn hồn mỏi phiêu bồng
Trường giang đã lạnh tang bồng cuối sông

Am mây hài cỏ chân không
Trên y sư nữ bềnh bồng lời kinh
Trên tôi bụi bặm phù sinh
Trôi theo mây trắng hư vinh nhạt nhòa
Sạch đi theo giọt mưa sa
Cho tôi
chôn áo quan hà từ đây

3

Ai lên lối gió ngàn mây
Ai về biển động sóng đầy bão rơi
Ai xuôi phố thị hoa cười
Phần tôi phát thệ. Niêm đời. Ẩn cư

4

Lạy em ngàn lạy ưu tư
Lạy nhau bảo trọng, buổi từ ly xưa
Ngày tôi khóc bóng trăng khuya
Đau trên tóc rũ
đẫm mưa cơ hàn
Ngày tôi lủi thủi lầm than
Ngây thơ mắt phượng
có nàng
thư sinh…

Long Beach, California

Rót rượu trần gian

1
Thiền sư ôm rượu xuống đời
Hồ trường lệ tửu hâm mời giai nhân
Say đi để nhớ một lần
Sá gì thiên hạ, đâu cần nhân gian

2
Rượu ta pha với bạt ngàn
Có ngâm sim tím, tẩm hàng lệ đau
Có cung kiếm lạnh trăng sầu
Có đời bảo táp dãi dầu quan san

Rượu ta nấu bởi ngang tàng
Rót ra, gió hú, thơm ngàn gian nan

3
Rượu xưa, ủ đá cơ hàn
Nhạt môi trinh nữ. Lỡ làng thương đau
Ta từ cỏ úa sông sầu
Kêu con nước cạn biển dâu gọi nàng

Mưa từ cõi cũ mênh mang
Rượu trần gian lạnh nên lòng hoang vu

4

Hồ trường rót hận thiên thu
Một trời hảo hán bụi mù chưa qua

Máu tươi đẫm nửa sơn hà
Thấm vào mạch đất, phù sa tài bồi

5

Chung này tặng cuộc đổi dời
Mai đi, hồn núi vẽ đời ngàn sau
Em về, hát khúc tình sâu
Đợi lòng phai nhạt qua cầu nước trôi

6

Rượu chừ ướt ngực áo lơi
Thoảng hương thiếu phụ thơm trời nổi trôi

Rượu say anh nhớ em cười
Em say. Cứ ngủ. Ta ngồi quạt cho.

Cho quá vãng trôi đi

"Tráng sĩ kiếm phong ngày quy ẩn
Chưa sông hồ tuổi luống hoa trôi"
(thơ Hạ Quốc Huy)

1

Ta uống say tình ta cạn hết
Quãng đời binh nghiệp đã lao đao
Ôi tiếng hát xanh xao cùng ngõ
Mà đời ta như gió thoảng hôm nào

2

Từ vạn cổ người say say đợi rượu
Từ vạn sầu tiền kiếp có mang mang
Ta cạn nốt vài ngàn cân rượu đắng
Thấy hồn đầy mật ngọt gió lang thang

3

Người hong tóc bên khung buồn lộng ngọc
Mùa đông xa lạnh ủ gói mây trôi
Trong hư tưởng ai buồn khi mưa tới
Chút u hoài chầm chậm hãy buông lơi

4

Thôi đừng khóc khi cuộc đời nghiệp dĩ
Nặng cho dù hai cánh nhỏ thiên di
Đôi lúc hỏi ấu thơ ngày tháng cũ
Chợt dại khờ theo gió vọng từ ly

5

Con bìm bịp chiều về kêu nước lớn
Dòng sông đưa sóng vỗ tít xa bờ
Ta ấm ức lật trang cổ sử
Ngao ngán sầu hồn núi gọi bơ vơ

6

Tráng sĩ sống đời trong hốc đá
Một đôi lần tính chuyện vá thiên vân
Gươm chưa bén, thôi cần chi vội vã
Rừng còn xanh lần lữa chớm thu tàn

7

Người e ấp vành môi che nắng gọi
Ráng mây vàng chưa ửng đỏ dung nhan
Mùa hạ đó có tàn cơn nắng mỏi
Và người ơi tiếc nhớ đã vô vàn

8

Tráng sĩ kiếm phong ngày quy ẩn
Chưa sông hồ tuổi luống hoa trôi
Gươm vừa bén lòng đâm già cỗi
Gõ kiếm cười rồi cũng thế thôi

9

Ta cạn thêm ngàn cân rượu đắng
Ấm môi mềm thôi quá vãng bay đi
Ta cạn thêm vài ngàn cân rượu mặn
Nồng đời ta. Soi đáy cốc lưu ly.

Hỏi tuổi ông thầy

"Khi em làm nũng trong nôi
Là tôi lang bạt dặm đời tóc bung".
(thơ Hạ Quốc Huy.)

1
Chưởng môn quang gánh dặm đường
Múa gươm độ nhật cạnh vườn mộc qua
Có nàng tóc mượt cài hoa
Thẹn thùng hỏi nhỏ
đá đà bao nhiêu…?

2
Thưa người khuê các yêu kiều
Cõi tôi
quên tuổi… khi yêu hoa cài
Dường như hiu hắt tình phai
Thoảng qua, để lại dấu hài thềm xưa

3
Nghiêng đầu tay hứng giọt mưa
Uống đi một nửa, còn chừa chia tôi
Khi em làm nũng trong nôi
Là tôi
lang bạt
dặm đời tóc bung.

Hạ Quốc Huy

Nhạc sĩ Lam Phương by Trương Đình Uyên

 **HẠ UYÊN**

Sinh ngày 4-11-1958 tại Côn Sơn
Tù vượt biển năm 1983.
Định cư tại Boston Hoa Kỳ ngày 1-4-1992.

Tác phẩm đã xuất bản:
Cõi Riêng (Boston, 1999)

Khai sinh

Ba gọi em là con chó ốm
Lúc mẹ sinh ra giữa biển trời
Không nội ngoại họ hàng quyến thuộc
Rừng núi hoang vu vắng bóng người

Sương nguyên phủ kín căn nhà nhỏ
Mưa bão gió đùa thay tiếng ru
Em lớn lên sóng gầm thác đổ
U uất rừng thiên những ngục tù

Thế giới oan khiên đời dị biệt
Địa cầu xa khuất ám trăng đêm
Lũ quạ tru gào nghe tha thiết
Vượn hú ma cười giỡn gió đêm

Bãi cát trinh nguyên làm nhân chứng
Mời em hiện diện giữa nhân sinh
Không gian huyền diệu tri thiên mệnh
Lãng đãng man man nghiệp ái tình

Từ đó em vương hồn thi sĩ
Yêu cả vầng trăng yêu cỏ cây
Con sông mạch suối đời tuôn chảy
Cho nàng thơ đẹp để người say.

(4-11-2010)

Bản án chung thân

Em không lém lỉnh như Triệu Minh
Anh cũng không khờ như Trương Vô Kỵ
Vì chúng mình có cùng một suy nghĩ
Nên hai đứa gần nhau
Dù mái đầu giờ điểm bạc
Anh giang hồ lãng tử
Đã nhiều năm đùa giỡn với tử thần
Đã nghìn lần ôm ấp giai nhân
Nhưng…bên em anh yêu chiều trân trọng
Rồi tháng dài năm rộng
Tình đã lớn dần lên
Giữa cõi đời hoa mộng
Ta dìu nhau đi hết cuộc đời này
Em trói tay anh trong căn phòng hạnh phúc
Anh khóa tim em bằng mật ngọt đê mê
Men ái ân say trong vòng tục lụy
Vì chúng mình là Triệu Minh, Trương Vô Kỵ
Nên suốt đời nhận bản án chung thân.

(2009)

Động đất

Ầm ầm chuyển động đất trời rung
Gió cát cuồng điên loạn côn trùng
Núi lở đá nhào lăn long lóc
Cánh cửa trần gian đã nổ tung

Trăm họ kinh hoàng cơn địa chấn
Xác khô thối rữa chẳng ai nhìn
Thảm họa biến thiên trời đổ xuống
Hầm hố vùi thây vạn sinh linh

Đất ơi đừng vỡ làm kinh sợ
Loài người lắm khổ nạn tai ương
Núi ơi đừng nổ đừng phun lửa
Oan hồn u uất chưa kịp chôn

Trăng thổ huyết máu tuôn thành lệ
Mưa xuống đời hóa giọt từ tâm
Phật cũng khóc thương người trần thế
Chúa cũng buồn làm dấu Amen.

(26-11-2010)

Hạ Uyên

HÀN SONG TƯỜNG

Tên thật Nguyễn Thị Minh Tâm. Sinh ngày 02 tháng 8 năm 1950 tại Hải Dương.

Vào Sài Gòn năm 1954. Sống tại Houston USA

Có bài trên các tạp chí văn học hải ngoại.

Cùng với 3 nhà văn Trân Sa, Nguyễn Thị Thanh Bình, Nguyễn Thị Ngọc Nhung, chủ trương tạp chí *Gió Văn* (đã đình bản).

Qua đời vào tháng 01 năm 2018 tại Hoa Kỳ.

Tác phẩm đã xuất bản:

- *Viên Sỏi Quê Hương* (thơ, 1986)
- *Một Dặm Tương Thân* (truyện ngắn in chung với Đặng Phùng Quân, 1988)
- *Phía Bên Kia Mặt Trời* (tập truyện, 1995)
- *Ở Một Nơi Khác* (tập truyện; Văn Mới, 2002)
- *Trong Nỗi Nhớ Một Ngày* (thơ, 2012)
- *Tuổi Trẻ* (tuyển tập truyện ngắn, in chung với Nguyễn Thị Thanh Bình và Đặng Phùng Quân, 2018)

Nắng đã tan rồi

Tôi ngập ngừng mãi rồi cũng cho Đông biết, tôi có một đứa con gái sau khi chàng bỏ đi, Đông nghe im lặng, tôi tránh mắt Đông, nhìn sang khóm cây bên kia đường đang vật nghiêng bởi cơn gió mạnh, cơn gió nào đã thổi chàng về đây, có điều tôi muốn hỏi Đông khác kìa không phải nhìn thấy Đông vững chãi thế này, tôi hỏi: "Anh có lạ lùng. Hay thật". Chàng nắm tay tôi kéo mạnh vào hàng hiên: "Con người ta em nuôi, con anh em giết". Câu nói như một gáo cường toan đổ xối lên người tôi xính vính. Tôi lặng người khi nghe bước chân Đông chạy hối về phía trước. Một khoảnh khắc bỗng trầm thống và lo sợ bủa vây lấy tôi như hàng trăm mũi nhọn đang đâm vào da thịt – tôi vụt chạy theo Đông, gọi chàng ầm ĩ nhưng không nhìn thấy Đông nữa...

Chẳng hiểu sao tôi lại cho chàng hay những biến đổi quá rõ về quãng thời gian Đông đi biệt mà chi – Sự trở lại của chàng không làm ấm lại những ngày tháng nhớ nhung cùng vơi đi hết niềm thù hận hay sao... *Người đàn bà có quyền chọn lựa một đứa con.*Người nữ bác sĩ nói với tôi, sau khi tôi đã làm xong một việc, việc từ chối một đứa bé, bà ta nói chuyện qua rồi, cô còn khóc mà chi, ở đời thiếu gì cảnh như cô, cô là đàn bà, cô sẽ có một đứa con khác, cô có biết, đàn bà mình hơn đàn ông ở chỗ, chắc chắn nó là con mình, nó nằm trong người mình mà, còn đàn ông hả. Có khi họ nhận vơ đó... Tôi gặp bà bác sĩ này, sau khi tôi nổi cơn tảo trí, bất thường khi Đông đi được nửa năm, ngày tháng đó tôi như con thú nhỏ đầy thương tích, khốn cùng, chị Anh bỗng xuất hiện trong đời sống tôi, người nữ bác sĩ tâm lý, độc nhất.

Mở phòng mạch trong cộng đồng người Việt, ế khách quanh năm, nhưng chị có vẻ thích hoạt động trong lãnh vực xã hội, tôi gặp chị qua sự giới thiệu của chương trình y tế địa phương, ngày đầu tiên khi Mỹ Lan cô bạn gái đem tôi đến phòng mạch, tôi đã giãy nảy không chịu vào, tôi nói với Mỹ Lan tôi sợ bị bà ta lầm tống tôi vào nhà thương điên, nhưng khi chị Anh ra đem tôi vào ghế, tôi đã nhìn thấy nét tin cẩn trong đôi mắt chị. Ngày đó, tôi nhớ, chị nhìn tôi dò xét rồi chê bai cả con người tôi, *nhìn kìa, quần áo cô luộm thuộm, áo đỏ mà cô mặc quần xanh, cô có điên không,* tôi lắc đầu –*không điên–Chỉ nhức đầu, không ngủ. Không nhớ gì mấy.* Mỹ Lan thì kể lể thêm ngọn ngành, nó thêm bớt là tôi nói lộn xộn dữ lắm. À cô ấy biết mình nói lầm mà vẫn nói chứ gì. Như cái mũi mà gọi là con mắt, cái tay cô gọi cái chân, ai chả vậy, có khi tôi cũng bị lầm lẫn như thế, bây giờ cô phải tập lại, tập nói cho đúng...

Sau những ngày tập nhớ lại, tập không nhức đầu, tập đi ngủ, phòng mạch chị tôi đã bớt dần đi lại, tuy vậy hình ảnh Đông vẫn đâu đó, chập chờn trong lòng tôi như cơn mưa thinh... hoặc rơi lộp độp trên mái nhà, xa hơn nữa là tiếng cười nói của chàng còn y như ly rượu vang dụ hoặc. Bệnh nhức đầu, mặc cảm, tự khổ đã không còn trong tôi nữa, tôi chắc chắn với chị Anh vậy, có chăng tôi bỗng thèm muốn một đứa con. Sau hai năm Đông đi khỏi, để giảm đi lòng hối hận, giày vò, tôi muốn làm một việc, kể ra cũng hơi khó nhưng mà vào tháng tám năm đó, chị Anh giúp tôi hoàn tất, chị bảo chị chẳng làm cho ai, chỉ vì tôi. Buổi sáng chị bơm cho tôi đầy một ống nhỏ, Mỹ Lan thì đứng cạnh chị dặn dò –*Cẩn thận nghe không con Mỹ là bỏ mẹ nó,* tôi nói –*tôi muốn đứa con nguyên chất Á Đông, giống như Đông vậy.* Chị Anh bực bội khi nghe tôi nhắc đến tên Đông, còn Mỹ Lan thì che mặt cười, chị Anh bảo đảm khi xong việc, mọi sự sẽ hơn là điều mong ước nữa kìa.

Quả đúng như lời chị nói, khi bé Hạ ra đời nó xinh đẹp lắm. Chị Anh mê nó hơn tôi, chị không nói ra nhưng nhìn chị, tôi hiểu chị đã coi mình như người sáng tạo ra nó, giờ tôi không còn là bệnh nhân mà thành người thân thuộc của chị,

chị nhận bé Hạ làm con nuôi, chị săn sóc, cấp dưỡng cho nó, có lần tôi hỏi, *chị đào đâu ra ống lăng quăng đó, con bé có vẻ giống Nhật hơn Việt Nam.* Chị bảo *không, nó giống tôi,* rồi chị đẩy tôi đứng trước gương chỉ chỏ. *Nhìn kỹ nhé, mỗi thứ nó đẹp hơn cô một tí, nên nó thành đẹp hơn chứ nó giống y hệt cô, chẳng có gã chết tiệt nào làm ra nó được, chỉ có cô, một mình cô thôi, hiểu chưa dạ hiểu–* Tôi trầm mình vào lời dạy dỗ của chị, chị nói gì tôi cũng thấy đúng cả. Bé Hạ ra đời bằng sự nhiệt tâm của người nữ, bác sĩ tâm lý và tôi, bé hoàn toàn không dính líu vào một người cha.

Thời gian không phải mãi nhốt kín nỗi u hoài, mà để lướt qua bao sóng gió, cho tôi còn tồn tại với tình thương nỗi nhớ – bên cạnh tôi bé Hạ vươn lên tươi trẻ, mỗi tuần tôi đến chị Anh đón con về một ngày, hai mẹ con dẫn nhau ra vườn, chỉ cho nó xem từng chiếc lá mới mọc và dạy nó nói, mới hai tuổi bé Hạ đã biết nói khá sõi... Cho đến một ngày, có trời mà hiểu khi Đông ở đâu hăm hở trở về tìm tôi, sau khi chàng kiếm cớ và vu cho tôi bao chuyện oan nghiệt để ra đi, khi thấy Đông ở phòng khách, tôi đã giật mình kẻ mà tôi thù hận, đang đứng mỉm cười, tôi nhớ rõ mấy năm về trước, Mỹ Lan còn treo ảnh Đông lên tường rồi bảo tôi phóng những mũi tên lên người cho nát bấy. Ai dè Đông vẫn còn sống hiên ngang ghê chưa, thế mà chị Anh và Mỹ Lan quả quyết Đông đã không còn, "này nhé mày cứ băm nó, nguyền rủa nó cả năm trời, nó sống sao nổi". Một mối tình có đoạn kết đau thương đến thế, người đàn ông bạc bẽo, bị cô nhân tình phóng hàng trăm mũi tên lên người, mũi nào đã trúng tim anh – tôi nghĩ đến hàng đêm rồi buồn day dứt.

Bình minh đã chiếu sáng khắp nơi, vài tia sáng rọi vào chỗ Đông năm, tôi bước thật nhẹ về phía phòng khách, Đông ngủ ở đó đêm hôm qua, tôi cúi xuống, cầm tay Đông áp vào mặt, hơn bốn năm dài còn gì, trong tôi vẫn còn lưu luyến vô cùng. Khi Đông tỉnh dậy, chàng hỏi *–Mấy giờ rồi em.* Tôi không nói, Đông đưa tay vò rối làn tóc tôi vừa rũ lên mặt, hình như Đông đang suy nghĩ điều gì, ý nghĩ này khiến tôi lo ngại, lý do nào chàng lại tìm về, niềm hối hận, bị kẻ khác ruồng bỏ, đang bị thất nghiệp, những câu hỏi kể ra toàn là những điều đáng thương xót phải không... Cơn mưa dai dẳng cả buổi sáng, cũng may khi cùng Đông ra phố thì mưa cũng vừa dứt hẳn, chàng cầm tay tôi hôn –*anh rất nhớ em.* Câu nói tỏ ra âu yếm nhất của chàng khi cuộc gặp gỡ trở lại và trước vài giờ khi tôi kể cho Đông nghe về bé Hạ, đứa con gái ra đời bằng cách chọn lựa của tôi. Chàng nói thẳng không tin và tôi trở về nhà nằm vùi hai ngày trời, xung quanh phòng đầy những câu hỏi, tôi học ở đâu những thắc mắc về thân phận con người, của nợ nần, của trả kiếp, ai nhồi vào đầu tôi bao câu hỏi to tát như vậy.

Tôi lẩm bẩm đọc lại bài thơ Mỹ Lan làm, bài thơ có câu *kiếp xưa, người ta có kiếp hay sao, và bao nhiêu kiếp thì lạc nhau vĩnh viễn*, không, tôi đã lạc chàng ngay từ kiếp này... Tôi lại mò đến phòng mạch chị Anh xin thuốc ngủ, rồi đi lang thang trong công viên, nhìn bầu trời cao vời vợi, lơ lửng đám mây xanh vờn nhau lặng lẽ và đám hoa tường vi nở rộ một màu hồng, một vài người da đen ngồi im lìm nơi ghế đá, không khí tĩnh mịch, dễ chịu, tôi thơ thẩn trong công viên cho đến chiều tàn. Khi bước vào nhà trời đã sâm sẩm tối, mùi thuốc lá Đông hút như còn đâu đó, cả cái gạt tàn còn bừa bộn, tôi ngồi thừ người cố gắng tập không nghĩ gì cả, dù cây sầu đông, cây cau, cây chuối bỗng mọc um tùm trong óc tôi, quái nhỉ mỗi lần tôi tập trung để quên điều gì thì lại thấy mấy loại cây mọc đầy sau sân nhà bà ngoại tôi hồi thủa bé...

Tôi ngủ thiếp đi rồi choàng dậy sau một cơn mơ quá hãi hùng, thằng bé con ai chạy quấn theo tôi gọi là mẹ, mắt nó sưng tím như quả cà, tôi đẩy nó văng tuốt xuống đất, vậy mà một hồi nó lại nằm bên tôi dang hai tay, mắt sáng như lân tinh, tôi hét lớn rồi chạy ra khỏi phòng. Lại thức cho đến sáng (*mẹ đừng khóc*) bé Hạ nói rồi xoa lên mắt tôi, tôi bật cười ôm chặt nó vào người. Anh tôi dẫn nó đi chơi mới về, nó còn nhỏ vậy mà cũng hay để ý, chắc nó thấy tôi buồn, anh tôi la, tôi với Đông vớ vẩn làm phiền sang mọi người, đã vậy tôi lười biếng không chịu giúp đỡ anh trông nom cửa hàng, anh than công việc chỉ có một mình anh, bố mẹ giờ già cả, tôi cúi mặt xin lỗi. Rồi lấy quyển sách thiếu nhi, đọc cho bé Hạ một đoạn, nó lặng nghe thích thú... Bây giờ trời đã cuối xuân, bầu trời như trong hơn và nắng nhiều hơn thêm, hai bên đường của khu Briar Forest những cây hoa dogwood trổ một màu trắng hoang tàng là lạ, hàng hoa dài suốt cả dọc đường, đã bao năm qua, tôi vẫn lái xe đi ngang qua đây để biết hôm hoa nở rộ, để nhớ các cành hoa cao thấp và để lòng ủ ê nỗi khát khao vì đâu, mỗi tuần tôi làm bốn ngày ở tiệm bán vải của bố mẹ, khi bước vào tiệm thân thể còn váng vất với thuốc ngủ. Cô bé phụ việc cằn nhằn tôi đến trễ, tôi cười trừ rồi ngồi vào bàn tính toán cộng số tiền thu nhập, ngoài đường chợt ầm ĩ tiếng động, ai biết động đất nơi nào mà bọn Lesbian đang hùng dũng xuống đường đòi được lập hôn thú, họ ăn mặc lạ kỳ, có vài kẻ tôi không nhận rõ ra đàn bà hay đàn ông, họ đứng chắn ngang giữa đường tay cầm cái bảng viết lằng nhằng những chữ, nhóm nhà báo cầm máy ảnh, chạy qua chạy lại như giặc, khi nhóm phụ nữ thứ hai đòi tự do phá thai đi từ bên đường, xiêm áo luộm thuộm, gào to với chiếc loa "xin đừng đạo đức giả, chết đi bọn giả hình" cái khung cảnh bất ngờ làm tôi hoa mắt, cho dù nhóm chống phá thai mặc toàn màu trắng đứng lặng lẽ ở một góc, tôi đứng thừ người nơi cửa kính, thiên đường, địa ngục, nơi đâu, một phụ nữ áo trắng chạy xổ ra đứng vẫy tôi rối rít, trời đất ai xui khiến Mỹ Lan cũng tham dự cuộc xuống đất vậy kia, tôi nhắm mắt, ngồi bệt xuống, chiều vội tàn, một góc phố như chìm lắng vào cõi khác, tiếng chân người thưa thớt, lẫn tiếng xe uể oải xa dần, tôi mở cửa tìm Mỹ Lan nhưng không thấy nàng, có lẽ Mỹ Lan đi theo họ về con phố khác, đàn bà coi vậy mà muôn mặt, họ có kém gì đâu.

Một lần tôi hỏi Mỹ Lan sao không đi theo họ, ràng cười – *không được, tao muốn lập một giáo phái nữ thánh mà con cái phải theo họ mẹ –hay chưa, đàn bà mỗi ngày một khôn hơn, và xã hội đang cần tạo ra vài điều khác mới mẻ để nếp sống đỡ nhàm chán, thật không?*

Tôi vẫn đồng ý với bạn, riêng tôi thì cứ ù lì, Mỹ Lan bảo tôi lười biếng, ỷ y, thây kệ tôi là lớp hoa lục bình, mặc nước cứ đẩy đi xa tắp, xa tắp, ai hay... Tôi lại tìm Đông vào cuối tháng Chạp trong năm. Con đường đến nhà chàng ở, hàng cây bên đường còn vàng úa màu lá, Đông đứng đợi tôi ở đầu ngõ, khuôn mặt đẹp đẽ, tôi che mắt cười. "Thôi, em đừng cười nữa". "Sao?" "Anh biết rồi". Tôi mỉa mai –*đừng lo, chúng ta còn vài chục năm để kiếm chuyện.* Đông cầm tay tôi, bàn tay chàng lạnh ngắt, anh dẫn tôi đi dưới các mái hiên thẫm tối. Cả một buổi bên nhau, anh nói tôi thay đổi nhiều, và khó tính, không giống hồi xưa. *Hồi xưa để anh ăn hiếp hay sao–thôi bỏ qua đi em–* tôi cúi mặt cắn môi, cảm giác đau đớn, thú vị, làm sao ai hiểu, tôi muốn nhìn anh buồn phiền và cô quạnh như, như thế này, căn apt nhỏ xíu, để vừa cái giường, bàn viết và tủ sách, những quyển sách ngổn ngang trên bàn và nằm đầy dưới đất, cái tựa lạ lẫm với tôi, tác giả ở mãi đâu đâu và tập giấy chàng viết dở dang, ừ Đông cứ chết dấp trong cõi sách vở của chàng, những cuốn sách làm đau đớn con người thì nhiều, khôn thay Đông cứ ngụp lặn với nó, tôi lấy chân đá chồng sách tuốt vào gầm bàn, *em ghét nó–đừng em–Nó lấy hết thì giờ, mấy năm qua cũng chỉ vì đống giấy này đây, thôi em–em cứ đổ thừa,* chàng cúi xuống ôm lấy chân tôi năn nỉ–đâu có gì là quá đáng. Có phải vậy không?... Khi Đông dẫn tôi ra khỏi rạp hát, phố đã lên đèn, nhân vật trong phim làm rộn lòng tôi, người đàn ông chết vì một lưỡi gươm của thằng con nít, người đàn bà chết vì người đàn ông, rốt cuộc người ta chết vì nhau mà có ai ngờ, tôi ôm tay chàng nói nhỏ –*em rất buồn*, chàng vỗ về, thật ra chàng chưa hiểu trong tâm hồn tôi đã quá nhiều uẩn khúc dù tôi đã cố gắng, kể cả tìm ra một đứa con để xếp đặt lại tất cả, khi chia tay ở trước cửa, Đông im lặng hôn lên môi tôi bỏ về, có tiếng chim kêu thảng thốt trong bóng tối, con chim gọi bạn hay vừa lẻ bạn, điều nào cũng day dứt lòng người, quanh tôi giờ vẫn là ngày ngày lẻ bạn, đi làm và nhớ Đông, tìm kiếm và xa lánh...

Vào giữa năm Đông phải đi làm ở một tỉnh xa, tôi nghe tin bỗng đau nhói, linh tính cho tôi biết, tôi sẽ mất chàng, khi đứng nhìn xe Đông chạy khuất khỏi quãng đường, tôi bật khóc cho dù tôi biết tôi muốn thế, có những chuyện người ta đau khổ vì nhau nhưng không thể sống bên nhau, người ta thương nhớ nhau, người ta mãi mãi tiếc nhau mà người ta vẫn cứ xa nhau, tôi đã chọn con đường mất anh, để mãi mãi ôm ấp trong tim nỗi day dứt bí mật, thà như vậy... Mỹ Lan hỏi *có phải mày lỡ xem Đông như một kẻ thù, có phải mày không thể sống với kẻ thù hay là mày trả thù*, tôi không nói, nước mắt tuôn xuống tay bạn, một năm như thế, cho đến ngày tôi đi lấy chồng, Kiên người đàn ông giản dị, anh chẳng cần tìm hiểu mấy về tôi, anh chỉ biết tôi là của anh, im lặng và chịu đựng, yên vui và đồng tình, khi về ở với Kiên, sống đầy đủ đến nỗi Mỹ Lan bảo nàng ghen tị, tôi đề nghị –*Vậy mày ở lại đây, mày có thể chia sẻ tất cả, kể cả ông chồng*– Mỹ Lan cười ầm lên ôm chầm lấy tôi –*Mày đùa dai quá, tao là bà thánh mày quên sao...*

Khi tôi sanh đứa con trai, bé Hạ đã tám tuổi, chị em vẫn có nét giống nhau, Kiên đổi khai sinh cho bé Hạ để chị em có cùng một họ. Kiên tốt lắm, anh biết tôi có một mối tình và người ấy đi biệt, mỗi ngày tôi tìm cách tĩnh lặng một mình, cho niềm riêng tư được sống còn, khi tôi lặng lẽ đứng ở căn phòng trên lầu cao nhìn theo ánh mặt trời về chiều vàng vọt chiếu hắt lên mặt kính cửa sổ, cho đến khi biến mất, giây phút thầm lặng ấy là của tôi nhớ Đông, cho dù tôi không bao giờ mong mỏi gặp Đông nữa, cả đời này và kiếp sau. "Còn gì nữa đâu mà phải khóc nhau", lời bài hát ai viết hoen trên giấy học trò, còn nhớ, rùng mình như vệt máu, thỉnh thoảng Mỹ Lan lại chơi, hai đứa kéo lên cái phòng riêng trên lầu này... Vừa rồi Mỹ Lan đem đến hai quyển truyện Đông vừa xuất bản, có vài câu chàng ghi (đoạn này cho Th) tôi hiểu tôi là một đoạn của chàng, một đoạn chông gai, những quyển sách được Mỹ Lan xếp bên cạnh lọ hoa ở góc bàn, tôi sẽ không đọc lại nữa đâu...

Hơn chín năm qua nữa, hai đứa con tôi đã lớn, bé Hạ vừa bước vào đại học, tháng trước tôi và Kiên có dẫn con đi xem trường, con gái tôi xinh đẹp, thông minh, chị Anh, tôi và cả nhà đều thương nó. Bấy lâu nay tôi ít đi đâu, nghe nói cơn bão nhỏ tháng trước làm tơi tả dãy hoa Dogwood trên đường Briar Forest, những cành hoa gãy rụng làm trắng suốt mặt đường... Và Mỹ Lan giờ đã về ở hẳn với Đông. Nàng bảo Đông không muốn viết lách, tốt thôi. Tôi cười dò xét, tôi muốn kiếm ra điều gì bất ổn ở Mỹ Lan vì đâu nàng làm được điều ấy, Mỹ Lan có thể sống bên Đông ư – còn tôi – nàng không nhớ đến sao – khi tôi cầm chặt tay Mỹ Lan chạy lên lầu, hậm hực. Nàng giằng co, nói rên rỉ –*mày đừng ghen với tao, chúng mình già cả rồi, tất cả chẳng còn gì để mà giận hờn, để mà phóng đãng*– Tôi ngồi thụp xuống bậc thang ôm mặt, Mỹ Lan thì thầm –*Tao thương yêu cả hai. Cả mày và Đông–Không*– Tôi không muốn nghe Mỹ Lan nói nữa, tôi chạy về phía cửa sổ, dang tay ôm lấy vạt nắng, ánh mặt trời vẫn còn đó, còn đó chưa tàn, nhưng Mỹ Lan đã chiếm đoạt mất của tôi kỷ niệm còn đâu...

Tôi lại một mình lên căn lầu cao nhìn về phía mặt trời, thời gian đến rồi đi vùn vụt, chìm theo những cơn mưa và gió lạnh, thỉnh thoảng mặt trời trốn tránh về mãi nơi xa, ánh nắng yếu ớt rọi chẳng thấu lòng đời, tôi vẫn chờ đợi cơn nắng chói ngất ngây trên mặt cửa sổ cho mồ hôi ẩm trên mặt tôi thấm lên cửa kính, ôi, những cơn nắng Houston cháy bỏng trên da người, tôi say nắng như tôi say quá khứ, cho dù Mỹ Lan cố tình làm mờ đi dấu tích đời tôi, hôm qua Mỹ Lan giữ tôi thật chặt không cho tôi nhảy xuống lầu này, trên má tôi còn hằn dấu tay nàng, nàng khóc —*Tao làm vậy cho mày tỉnh, mày ích kỷ, mày thù dai quá. Cả chục năm, mày chẳng nghĩ đến ai*, không, tôi đang nhớ đến mọi người đây, nhất là Mỹ Lan, bà thánh dẫn Đông ra khỏi nỗi cô đơn, nàng nói thế cho dù tôi có nhốt Đông bằng chục lần cửa khóa, nàng vẫn tìm cách mở cho Đông ra, Mỹ Lan thì thầm *chẳng có bóng nắng nào cứu được con người*, câu nói nằm ngất trong lòng tôi xúc cảm... Còn có ai, nào có ai tìm thấy những tia nắng hắt vỡ vụn trên hiên cửa cùng tôi ngoài Mỹ Lan.

Nhưng nàng đã lấy đi tất cả rồi, tôi bàng hoàng chạy xuống nhà, Kiên đã về tự lúc nào, đang chờ tôi ở dưới chân thang, tôi ôm chặt lấy anh sợ hãi, bàn tay Kiên vuốt trên mắt tôi ứa lệ, cơn say nắng như dừng lại, chập chờn ẩn miết vào tâm trí, mặt trời lặn mất từ lâu, có điều tôi muốn nhắn với Mỹ Lan những tia nắng cũ giờ nàng đã đem nó về đâu.

Hàn Song Tường

HOA VĂN

Tên thật: Ngô Văn Hòa. Bút hiệu trước 1975: Anh Hoa.

Sinh quán: làng Thượng Thị, Huyện Thanh Thủy, tỉnh Phú Thọ.

Cựu Trung Tá QLVNCH. Cựu Tù Nhân Chính Trị.

Hội viên một số Hội Văn Nghệ và Cơ sở Thi Văn Cội Nguồn.

1993, định cư tại Boston, Hoa Kỳ theo danh sách H.O. Hiện đang cư ngụ tại Richmond, Virginia.

Thi phẩm đã xuất bản: 15
Trước 1975:
- *Đường Em Hoa Nở* (1964)
- *Thơ Anh Hoa* (1965)
- *Thơ Lục Bát* (1966)
- *Mưa Cao Nguyên* (1966)

Ở hải ngoại:
- *Thơ Và Thời Gian* (2002)
- *Tạ Ơn Đời* (2005)
- *Che Đời Mưa Bay* (2008)
- *Như Áng Mây Hồng* (2010)
- *Vạt Nắng Bên Đời* (2012)
- *Cõi Thơ Ta Ở Một Đời* (2014)
- *Gió Cuốn Mây Bay* (2015)
- *Mấy Nốt Phù Hoa* (Cội Nguồn, 2016)
- *Dòng Thơ Cho Em* (Cội Nguồn, 2017)
- *Hương Tình Hoài Điệp* (Cội Nguồn, 2018)
- *Hương Hoa Tình Thơ* (Cội Nguồn, 2018)

Quê hương và em

Bao nhiêu năm ra đi xa HàNội
Lòng nhớ hoài nhớ mãi Hồ Gươm xưa
Chút bâng khuâng ôn lại tuổi học trò
Hoài niệm cũ tròn đầy trong khao khát

Nhớ xứ Huế dòng sông Hương câu hát
Đò văn chương khoan nhặt dưới trăng mơ
Tiếng đàn ca xênh phách chẳng phai mờ
Anh yêu Huế tình yêu này bất tuyệt

Yêu SàiGòn những đêm dài vắng nguyệt
Chợ Bến Thành đi lại khách bán mua
Ngọn đèn đêm tròn vẹn đẹp vô bờ
Anh nhớ mãi SàiGòn buồn khôn tả

Yêu mến quá Việt Nam yêu mến quá
Xa thiệt rồi quê mẹ xót tim anh
Anh vẫn yêu vẫn quý trọn đời mình
Cả những lúc lòng anh còn dâu bể

Quê hương ơi mến yêu này vô kể
Viết bao nhiêu lòng vẫn thấy ngổn ngang
Anh vô cùng yêu mến quá miền Nam
Trong tim anh nặng tình yêu đất nước

Anh biết em sau mùa xuân năm trước
Trên xứ người bát ngát cúc vàng hoa
Em và anh cùng yêu mến quê nhà
Ba miền đất Huế – SàiGòn – HàNội

Yêu mến em áng thơ tình mở lối
Mộng mị nào chăm chút trái tim côi
Nhạc cùng thơ hòa quyện trọn cuộc đời
Cho tình đẹp tuyệt vời hương hoa cúc

Thơ và nhạc cung vàng niềm hạnh phúc
Chữ yêu thương trân trọng cuộc đời này
Quê hương nghèo vẫn ấm áp tim say
Cùng tình em trong lòng anh bất diệt

Dù xa xứ vẫn yêu quê tha thiết
Viết gì thêm cũng không hết được lời
Tim thơ yêu đầy ắp chẳng hề vơi
Em và quê hồn anh thêm da diết

Chút tình riêng tháng năm còn mải miết
Nắng có lên mong đừng vội phai tàn
Bước chân chiều hiu hắt lúc mây tan
Anh ôm em cả quê vào cõi nhớ.

Chỉ là phù du thôi

Cuộc đời hoa bướm phù hư cả
Cái có bây giờ mai cũng qua
Muốn giữ làm sao ta giữ được
Tiếc chi trời đất lúc trăng tà

Gặp người đã mấy mùa sương gió
Tình vẫn như tình ngọn cỏ khô
Ai gọi đời nhau trong gió dữ
Những âm thanh vỡ cuối chân bờ

Ở đây cũng giống muôn ngàn chỗ
Cũng giận vui buồn cũng dửng dưng
Còn những âm rơi vàng vỡ nhớ
Bước đi không thấy được vô cùng

Tình chỉ có em tình đã sáng
Bài thơ còn dở đã vuông vần
Viết gì cho hết đời rêu đá
Sao lại ngập ngừng mỗi bước chân

Mai mốt thâm tình còn đẹp mãi
Hay là sương sớm phủ ân xưa
Ví như tắt lịm đôi bờ sống
Tiếng gọi muôn thu để lũy thừa

Có gặp gỡ thêm đời cũng muộn
Chẳng đi cũng đến được chân cầu
Còn gì ta giữ trong lòng bạn
Lối gió cũng còn những bể dâu

Còn chi để lạc trong hồi tưởng
Tiếc nuối đường xa chiều đã tàn
Người hỡi có se lòng sắt dạ
Vì đời trăm nỗi những ly tan

Có em như thế đời như đủ
Còn lối nào quên lạc dấu về
Một chút ân tình thời buổi khó
Nghe đời thăm thẳm giọt sương khuya

Xin gửi em xưa lời mộc mạc
Thơ buồn lòng có nhúm nhen vui
Chỉ là dấu tích tình tri kỷ
Để lại đời nhau những ngậm ngùi.

Trầm một nét hoa

Gió ngào ngạt gió phù vân
Em lung linh bước thi thần dáng hoa
Từ hồn lục bát bước ra
Từng câu thơ cổ âm nhòa lời riêng

Đêm hồng ngọc bóng trăng im
Ngày là lụa nắng lỡ chiêm bao người
Ngập ngừng chút ngập ngừng vui
Đường này lối nọ bồi hồi có không

Qua non dấu cát bụi hồng
Đã ân cùng nghĩa chút lòng hương bay
Rượu tình nào để môi cay
Chén hoàng hôn với mơ này mộng kia

Trăm năm bao lẻ loi về
Ngàn năm đâu biết chia lìa tiền thân
Trót yêu mê lộ nửa phần
Cõi riêng còn một nét trầm hoa thơ.

Hoa Văn

HOÀI ZIANG DUY

Nhà văn, nhà thơ, sinh năm 1948 tại Châu Đốc.
Khởi viết từ 1965 trên các báo *Tia Sáng, Dân Ta, Dân Tiến, Ngày Mới, Sống, Sóng Thần, Đời* và các tạp chí *Văn Học, Trình Bày*...
Hội Văn Nghệ Sĩ Quân Đội.

Đến Hoa Kỳ năm 1991. Làm việc cho US Postal Service, hiện đã nghỉ hưu, định cư ở tiểu bang Virginia.
Chủ bút tuần báo *Diễn Đàn Hải Ngoại*, chủ trương tập san *Thân Hữu*
Cộng tác với các tạp chí: *Văn Học, Hợp Lưu, Đi Tới, Văn Tuyển, Văn Phong, Làng Văn, Thư Quán Bản Thảo, Ca Dao, Trẻ, Văn Hoá Việt Nam* và các Web *Da Màu, Sáng Tạo, Chim Việt Cành Nam, Quyên Bút*...

Tác phẩm đã xuất bản ở hải ngoại:
- *Ông Tướng Sang Sông* (truyện; Alpha xb 1999)
- *Lối đi dưới lá, đời thà như mưa* (thơ;Thân Hữu xb 2007)
- *Bốn Ngàn Năm Chen Lấn* (truyện; Thư Ấn Quán, 2010)
- *Những bài thơ tháng tư* (CD thơ; Thân Hữu, 2014)
- *Còn Không Chốn Quay Về* (tự truyện; Thân Hữu, 2017)

Về thấy lại ta

Ta trở về đêm đà đóng cửa
Mở then cài thấy nỗi trống không
Gió trong im vắng lùa thanh thản
Nghe ở hư không tiếng tự lòng

Những buổi đi về theo một kiếp
Cho hết hoàng hôn buổi chợ chiều
Có giọt mồ hôi xen ấm lạnh
Nương đất quê người bóng tịch liêu

Đêm nay giả bộ vui một chút
Như thể buồn xưa chạy mất rồi
Cũng vậy thời thôi còn hay mất
Tựa đời như nước cuốn sông trôi

Nhớ lại thuở thanh bình tuổi nhỏ
Lễ nghĩa trong, tình bỏ hiên ngoài
Lúc chiến tranh chưa thành tuổi lớn
Sáng trưa chiều quanh quẩn lá bay

Ai cũng có một đời mơ ước
Một mái gia đình yên ấm vui
Cứ mỗi người con vì phận nước
Hai mái đầu già khóc trở lui

Hay chuyện người trai không về nữa
Chinh chiến tạ tình, sương khói bay
Biết bao phận gái con thơ dại
Trăn trở một đời nỗi đắng cay

Ở lúc ngó lui thời quá khứ
Là thấy trăng soi khuyết lấp đầy
Nợ lấy thế gian người vay trả
Lạnh nấm mồ hoang chết bỏ thây

Đêm nay chợt tưởng hồn xưa cũ
Bạn bè, lính trận sống thân nhau
Máu xương đổ xuống, giờ vô nghĩa
Ai trả giùm ai nợ máu đào.

Tháng Tư, bức tường đá đen (*)

Tôi đứng nhìn em
Người thiếu phụ đứng ở bức tường đá đen
Có chồng chết ở chiến trường Việt Nam
Mấy chục năm qua như lời em kể
Mỗi năm tháng tư
Hoa đào mở hội
Trên mặt phẳng đá đen cuộc đời trơ trụi
Năm mươi bảy ngàn chiến binh, quan, quân ghi dấu
Thấy lại tên chồng
Hồi ức chuyện năm xưa
Mấy mươi năm qua, lịch sử nhục vinh còn đó
Tên kề tên không phân biệt chức danh
Khi chết đi thân người nằm xuống
Cũng cầm bằng
Một nghĩa như nhau

Em trở về, tôi tháng tư đen
Tìm lại tên ai trên bức tường hồi ức
Tôi bâng khuâng lòng đêm canh thức
Xương máu đồng bào
Đồng đội tôi
Người lính vô danh

Đâu có bức tường nào ghi đủ chiến cuộc Việt Nam
Cả triệu người nhà tan phận nát
Sau chiến tranh, chiến binh người lưu lạc
Có còn đâu Tổ quốc quay về
Dẫu hôm nay, cho cùng màu da mẫu hệ
Thấy sống còn
Đâu có nghĩa như nhau

Hỡi cô gái ở bức tường đá đen
Em dò lấy tên người thân quá cố
Có thấy tôi, mang tên người chết trước
Sử xanh kia sao buông bỏ nửa chừng

Không biết em nghĩ gì ở tháng tư
Tôi đứng đây vịn cành đào trĩu nặng
Bức tường đen đứng ngoài xa thầm lặng
Vẫn thấy gần nước mất với khăn tang.

(*) Bức tường đá đen tưởng niệm chiến tranh VN tại Washington DC

Bên tách cà phê buổi sáng

Đôi khi tỉnh giấc lòng tự hỏi
Có còn không một chốn quay về?
Đất ta đứng nghiệp đời dang dở
Buổi hoàng hôn nghiêng xuống vai kề

Năm xưa khí phách bên trời đó
Cũng xếp lại rồi áo chiến y
Ở buổi tàn cơn theo sự thế
Một màu tang trắng cuộc phân ly

Dẫu biết hợp tan đời ly biệt
Núi lở sông bồi cũng chứa chan
Ra đi lòng chắc không ước hẹn
Cầm bằng trách cứ bước sang ngang

Như thể đò xưa không kịp tới
Thì thôi em hãy sống thật gần
Thử lấy bao dung thay ước hẹn
Cho dù hoa bưởi rụng ngoài sân

Bên tách càphê khi thức dậy
Quậy đều lên xuống thấu lòng ai
Đen lánh nhấp nhô tình nhỏ lại
Chao đảo tương lai ẩn miệt mài

Ta muốn ngồi đây trong chốc lát
Là biết an vui có một ngày
Bạn ta còn mất thân lưu lạc
Ai tạo oan khiên tiếng thở dài

Là đi sao hết đời trăm nẻo?
Một nẻo quay về khởi bước đi
Hạnh phúc tìm xa, gần thấy lạ
Khởi từ tâm động khuấy tình si?

Lặng lẽ thân ta chào buổi sáng
Chào người ơn nghĩa nợ thế gian
Chào em chung lấy miền thân phận
Vay ở tình xa tiếng muộn màng.

HOÀNG ANH TUẤN

Tên thật Hoàng Anh Tuấn, sinh ngày 07 tháng 5 năm 1932 tại Hà Nội. Du học tại Pháp năm 1956, theo ngành điện ảnh. Về nước năm 1958 Quản đốc đài phát thanh Đà Lạt.

Sinh hoạt trong hai lãnh vực điện ảnh và văn học. Từ 1959 đến 1975 cộng tác với các tạp chí *Sáng Tạo, Hiện Đại* và các nhật báo *Đồng Nai, Tiếng Dân, Sống*... Thư ký tòa soạn nhật báo *Tiền Tuyến*. Định cư tại Hoa Kỳ từ năm 1980. Qua đời ngày 01-9-2006 tại Hoa Kỳ.

Tác phẩm đã xuất bản:
- *Lục Bát Hoàng Anh Tuấn* (Con Đuông, 196?)
- *Yêu Em Hà Nội Và Những Bài Thơ Khác* (thơ, 2004)

Quà Noel 88 tặng Như Hồng

Tôi ra đi
Quên chào tôi ở lại
Quên người tôi yêu
Bằng tiếng hát đặt hàng
Từng đêm
Từng đêm
Trên tầng cao SàiGòn thất thân tội nghiệp
Bán lẻ
Màu xanh lãng mạn thơ tôi

Đến bây giờ
Tối nay
Tôi bỗng nhớ tôi ở lại
Bóng ma quanh quất trong những vòm lá me
Và nhớ người tôi yêu
Trao tiếng hát đặt hàng
Nhận những tờ giấy lộn nhàu nát
Không đủ mua tem dán thư
Gửi qua đây những nỗi đau buồn
Thôi em
Giấy nát mua tem
Xin dành dụm nuôi con
Những đứa trẻ gầy còm quên ao ước đồ chơi
Mơ ước lớn là bữa cơm lửng bụng

Nhớ người yêu
Đang vội vã phấn son
Quên nhà thờ
Quên máng cỏ hang đá Noel
Quên lời cầu nguyện bình an
cho những kẻ thiện tâm trên trái đất

Nhớ người tôi yêu
Đang trút bỏ áo quần đầy mụn vá
Thoáng chốc
Muỗi đốt tự do khắp thân thể lõa lồ

Để chuẩn bị giao hàng
(tiếng hát không xương sống)
Em mặc nhanh chiếc quần xưa bó chẽn
Thành món hàng chưa bán, chưa cho thuê
Để những đôi mắt thèm thuồng hau háu
Muốn cởi gói hàng ra ngay

Đêm San Jose
Thứ Bảy
Tôi lạc tôi rồi
Tôi ngơ ngác nơi đây
Trên đường hành lang thương xá Mỹ
Vay niềm hân hoan
Của thiên hạ đang mua sắm vội vàng
Tôi
Vẫn túng thiếu niềm vui
Như tên hành khất say rượu
Không ai thèm bố thí

Điếu thuốc vừa châm
Nghe giấy gương chà trong miệng lưỡi
Khói đắng bay lên tìm kiếm ánh đèn
Đêm SàiGòn, tôi thèm ánh điện
Giờ này đây, thừa mứa no nê
Sao cả tâm hồn vẫn ẩm thấp tối tăm?

Tôi nhớ tôi ở lại
Đêm Noel
Lầm lũi cuối đường Hai Bà Trưng
(Như người mù quờ quạng
Không có gậy dò đường
Như khi bị công an bịt mắt đem đi)

Ra tới bờ sông
Ánh đèn vàng ngâm trong nước đục
Xin mở mặt, mở mày
Đón gió đại dương ướp muối
- Gió tự do -
(Đâu từ hành tinh khác tới)
Lộng bay mái tóc cỏ khô
Tôi gọi chiêm bao
Chỉ thấy bóng quạ đen
Vừa rời nghĩa địa bỏ hoang

Trí nhớ về em
Sao tôi điềm đạm
Như dửng dưng khi thấy em đánh đĩ tiếng ca?
Khi thấy em chào hàng bằng hình hài khiêu gợi?
Tôi trả lời tôi
Và trả lời tinh tú trên trời:

Vì môi em cười hất ngược kiêu sa
Khinh mạn thoát lên cao
Thành con diều kim khí mạ kền
Phản chiếu mặt trời
Chói lọi
Xé nhãn quan những đôi mắt cai tù
Niềm hãnh diện của người thất thế
Trên từng khối, từng khối đần độn u mê
- Những kẻ thắng thế bây giờ -
Niềm hãnh diện em
Niềm hãnh diện hào quang
Trên những tảng mây ám khói than dầu

Nhớ môi em tham lam
Đêm công viên mất điện
Đêm xõa tóc lặng thinh
Môi anh ngọt ngào chè đậu ngự

Nhớ bỗng đổi màu
Sương khuya ngấn giọt ngón tay
Vào lúc khởi ngày
Như môi hôn âu yếm tử thần
Trên môi bạn tôi rạn nứt
Trong giờ hành quyết
Cùng nhạc ru êm ái
Những ngón gió đong đưa
Trên đìu hiu những ngọn cỏ pháp trường
Khi đất gọi về đoàn tụ cố nhân
Chấm dứt giấc ngủ dương trần
Vào lúc giao thần sông mẹ núi cha

Tiếng chuông nhà thờ
Từ cõi xa xưa thăm thẳm trở về
Như đêm Noel trong trại tù Phan Đăng Lưu
Hồn mọc cánh tình yêu
Bay đến chiếu em nằm

Xin ngủ đỡ đêm nay
Trên lầu cao thương xá Tax
Để trong hơi thở anh
Có hơi thở em ve vuốt mùi hoa chanh
và vụng trộm
-rất nhanh-
Anh đặt nhẹ bàn tay xúc động gập ghềnh
Lên ngực em nồng nàn, mềm mại
Nghe trong vùng sáng dịu
Lung linh tiếng hát thiên đàng

Tiếng chuông nhà thờ đêm Noel
Thành những giọt pha lê trên mí mắt
Bằng niềm vui an lành trẻ nhỏ ngu ngơ
Tôi nguyện kinh mừng Chúa Giáng Sinh
Linh hồn chơi vơi
Bước trên cát mịn
Trên dấu chân người yêu bỏ quên
Khi vội vã ra đi
Sóng biển ngàn năm không xóa nổi thương yêu

Bằng mười ngón tay dịu dàng
Xin nâng niu từng tiếng chuông đêm Noel
Như anh vẫn nâng niu kỷ niệm
Trên môi anh hạn hán
Em
Bằng dao cau khóe liếc
Xin cắt rời trần tục anh
Lìa khỏi đam mê
Để anh đến em bằng thơ chuốt ngọc
Ghé nằm chung chiếu hoa
Hồn không bợn vết loang
Khi cùng nghe điệp khúc thiên thần

Hãy như con sông Hương của ấu thời anh
Buông dải lụa mái nhì
Lên ngực trần Tôn Nữ
Tiếng chuông nhà thờ Phú Cam đêm Noel
Trải lưới thuỷ tinh lên vùng Đập Đá
Nền trời nhung thôn Vỹ Dạ lấp lánh
Bụi kim cương
Mái tóc mun em
Lấp lánh Ngân Hà

Tiếng chuông nhà thờ đêm Noel
Mời em vào cõi thơ tôi
Dù bùn nhơ lầy lội
Dù lởm chởm gai chông
Chân em không mang hài
Vẫn phơn phớt cánh sen

Vì tình yêu em lồng lộng trời Noel.

Hoàng Anh Tuấn

HOÀNG CHÍNH

Sinh ngày 14 tháng 05, 1954 tại Hải Phòng. Di cư vào Nam tháng 07, 1954. Tốt nghiệp Y Khoa Sài Gòn 1978. Định cư ở Ontario, Canada từ 1983. Viết và dịch cho nhiều tạp chí văn chương hải ngoại từ 1991.

Tác phẩm đã xuất bản:
- *Nửa đêm nghe mẹ thở dài* (Thơ)
- *Mùa thu cuối cùng* (Tập truyện)
- *Lời tỏ tình đã cũ* (Tập truyện)
- *Tình khúc* (Truyện dài)
- *Mấy sông cũng lội* (Truyện dài)
- *Viết cho mẹ ở quê nhà* (Tập truyện)
- *Tình ở Đài Bắc* (Tập truyện)
- *Một đoạn trong Thánh Kinh* (Tập truyện)
- *Thư tình viết muộn* (Truyện dài)
- *Đêm, từng mảnh* (Tập truyện)

Và không ngày nào tôi thấy hình tôi

Tờ báo trải rộng trên mặt bàn che khuất hình chiếc xe lăn. Bàn dành riêng cho người phế tật. Chiếc kính lúp dày cộm khảm trong khung nhựa chữ nhật màu xám di chuyển theo hàng ngang từ trái qua phải, xuống hàng rồi lại từ trái qua phải. Những con chữ li ti sưng phù dưới mặt kính thủy tinh. Những ngón tay xương xẩu bọc bởi làn da khô, bóng – như thứ nhựa cao su rẻ tiền – cầm chắc chiếc kính lúp. Gọn gàng, vững chãi. Ông già ngẩng đầu lên, nhìn thẳng trước mặt. Cặp kính lão gọng nhựa đen viền vầng trán cao. Hai mắt kính phản chiếu ánh đèn nê-ông lấp lánh. Cặp lông mày màu bạc. Hai cụm lông trổ ngược sang hai bên thái dương như cặp sừng ngang ngược, bất cần. Rồi ông lại cúi xuống. Ông bỏ chiếc kính lúp xuống mặt bàn, chạm những ngón tay vào cạnh trang báo, lật qua trang sau. Vài tấm hình tài tử và những bài viết về những cuốn phim sắp chiếu. Ông già lật vội qua trang kế. Tin địa phương.

Lản vản cách ông già một chiếc bàn, tôi kín đáo liếc trộm. Kín đáo, lịch sự, tôi đã quen như thế rồi. Hình như có tài tử Hollywood nào đó đang ly dị. Khuôn mặt hình trái xoan và nụ cười khả ái của cô gái chiếm một phần tư trang báo. Tôi cố nhìn kỹ tấm hình nhưng ông già đã nhanh chóng lật qua trang khác. Rõ ràng ông chẳng quan tâm đến bản tin cô tài tử đang nhức đầu vì cuộc ly dị. Ngồi ngược chiều ông lão tôi chỉ nhận ra được chữ *divorced* và môi cười hé mở khoe hai chiếc răng cửa của cô gái. Ông già bỏ luôn trang đầu nơi có những bản tin quan trọng. Tôi đọc trộm hàng "tí"t lớn. Kim Jong Un, hỏa tiễn liên lục địa, bom nguyên tử, bom khinh khí gì gì đó. Và hình gã Á châu vênh váo trước dàn hỏa tiễn trải dài trên quảng trường. Không có hình tôi trên trang ấy. Lật lướt nhanh qua trang sau, ông già xới tung những trang giấy, hấp tấp tìm. Người đọc trước ông đã bới tung thứ tự những trang báo.

Buổi trưa, tôi ngồi một mình. Chờ N. như vẫn chờ. Ông già đến, nhặt tờ báo ai đó bỏ lại trên mặt bàn, đem lại cái bàn có hình chiếc xe lăn. Ngồi. Tìm tòi chăm chú. Hôm nay kẻ đọc trước ông là một nhân viên điều hành giao thông. Cái nghề khoác áo nhựa vàng cầm cái bảng có chữ Stop, chặn đường xe cộ cho trẻ em băng qua đường. Gã áo nhựa vàng làm tôi thất vọng bởi hắn chỉ đọc trang thể thao. Tôi thì cần quái gì phải biết đội banh nào thắng trong trận đấu đêm hôm trước. Sẽ chẳng bao giờ có hình tôi ở đó. Ông già đến, tôi mừng. Và tôi ngoan ngoãn chờ. N. không còn làm ở đây nhưng tôi vẫn chờ. Ngay chỗ này. Bởi chỗ này, ngày nào cũng có người mua báo, đọc xong bỏ lại trên bàn. Cả tuần nay, vâng, hôm nay là đúng một tuần. Cả tuần nay cứ thế. Nơi đây tôi chẳng quen ai. Một tuần rồi. Mùa hạ đã qua. Những cơn mưa mùa thu lất phất đổ về. Những khóm lá theo nhau úa vàng. Lá rụng phủ đầy mô đất quen, nơi hơi người đã ấm và cỏ dại vạch đất nhú lên nét xanh non trái mùa. Nỗi buồn quanh đây đã vơi đi nhiều. Ngày nào tôi cũng ra đây, ngóng một tờ báo.

Tôi dán tôi trên ghế, hai khuỷu tay chống lên mặt bàn. Ông già vẫn lật tới lật lui những trang báo. Cái kính lúp nằm ngoan một góc bàn. Dường như ông đã tìm được trang báo có những thứ ông thích đọc. Bởi ông chống một tay lên thái dương, tay kia cầm chắc cái kính lúp hình vuông. Đầu ông gục về phía trước. Tia nhìn chậm chạp bò lê trên hình ảnh sưng phù của những con chữ dưới chiếc kính lúp. Từ chỗ mình ngồi, tôi chỉ thấy trang báo ông đang đọc có nhiều cột, và có những khung hình chân dung nho nhỏ. Những nụ cười rạng rỡ trong những khung hình hai màu đen trắng. Chợt ông già đổi thế ngồi. Bàn tay vẫn chống một bên thái dương rời khỏi mái tóc bạc trắng như những sợi cước, hạ xuống mặt bàn, cầm một bên khung kính lúp, như thể bỗng dưng chiếc kính lúp mỏng manh trở thành khối đá nặng trĩu chỉ một tay thì không đỡ nổi. Chiếc kính lúp lướt trên mặt giấy. Hai bàn tay cầm chắc lấy cái khung chữ nhật. Từ trái qua phải, ngưng, dạt nhanh qua trái, rồi lại thẳng một vạch từ trái qua phải. Con mắt mệt mỏi mở lớn sau cặp kính lão.

Chiếc kính lúp có một đời sống riêng. Thẳng thừng và quyết liệt. Nó vạch qua vạch lại một đường ngang. Qua lại, qua lại. Không xuống hàng. Như thể nó đã bắt gặp thứ gì đó khác thường trong một khung hình chữ nhật, hay trong những chữ chen chúc bên nhau giữa những hàng kẻ thẳng tắp.

Bỗng dưng chiếc kính lúp ngừng di động, lấp lửng trên trang giấy, ngay khoảng chữ nhật có tấm hình đen trắng. Tôi nghểnh cổ nhìn. Trong khung chữ nhật nhỏ giữa những dòng chữ, mập mờ khuôn mặt người nữ ấm áp một nụ cười. Những ngón tay xương của ông già duỗi ra, buông rơi cái kính lúp xuống mặt bàn. Ông già ngẩng đầu lên, nhìn vào khoảng không trước mặt. Hai con mắt phía sau cặp kính lão chớp nhanh.

Bất chợt ông già đứng dậy. Bây giờ tôi mới thấy cái lưng gù. Ông đưa tay sửa mắt kính, nhét chiếc kính lúp vào túi áo. Vơ gọn những tờ báo trên mặt bàn, không bận tâm đến những người chung quanh, ông già túm những trang báo lại với nhau rồi chậm chạp bước về phía thùng đựng giấy phế thải.

"Ông ơi", tôi nói vội. Ông già không nghe thấy. Tôi gào lên, "Ông già!" Ông già vẫn lặng thinh. "Làm ơn". Tôi kêu rêu. Không ai để ý đến tôi. Dẫu tôi gằn giọng. Những người đang trò chuyện say sưa kia. Cả những người đang mê mải dán mắt vào khung hình điện thoại di động. Bọn họ chìm vào thế giới riêng của họ. Lạnh lùng. Xa cách.

Thế nhưng đang lầm lũi bước, chợt ông già đứng sững

lại, ngập ngừng xoay chiếc lưng gù, quay mặt về phía chiếc bàn nơi ông đã ngồi.

"Tờ báo ấy, tờ báo ấy…" Tôi lắp bắp. Mới hơn một tuần lễ mà lưỡi tôi đã líu lại trước những ngôn từ.

Ông già đứng yên. Con mắt nhấp nháy sau mắt kính lão. Dạo này không còn ai chuyện trò, hỏi han tôi nữa. Dù tôi vẫn ngồi trên chiếc ghế quen thuộc thuở nào, cái thuở ngồi chờ N.. Ông già ngập ngừng một giây rồi lững thững bước về phía cái bàn nơi ông vừa mới đứng lên. Ông đặt những trang báo xuống bàn. "Sẽ có người cần xem tin tức". Ông già lẩm bẩm.

Tôi nhoài tới xấp báo, "Tờ báo, tờ báo…"

Ông già đưa tay đẩy gọng kính đang tụt dần xuống trên sống mũi, trải trang báo phủ kín mặt bàn. Cái đầu treo hờ hững trên chiếc cổ khẳng khiu. Tôi đứng sững. Nhìn. Cái nhìn lạ lẫm của ông già xuyên thấu qua tôi như xuyên qua lớp thủy tinh mỏng. Rồi hai con mắt ngang dọc những tia máu chớp nhanh. "Bình yên", cái miệng nhăn nhúm mấp máy, khấp khểnh những âm thanh khàn đục, "Bà ấy ra đi bình yên".

Tôi ngỡ ngàng, nhìn xuống xấp báo. Những khung hình xếp lớp bên nhau. Những khuôn mặt trắng đen hiền hậu, ngan ngát những môi cười.

Tia nhìn vẫn xuyên thấu qua tôi, ông già lẩm bẩm, "Bà ấy ra đi bình yên".

Bất chợt, ông già khẽ lắc đầu như giũ một mảnh chiêm bao ra khỏi mớ tóc bạc, và nhìn xuyên qua tôi, tới khoảng vách tường màu xanh lam. Cái nhìn trượt qua khuôn mặt xanh xám, cần cổ vêu vao, khung vai xốc xếch, lồng ngực vênh vẹo, tuột xuống cái bụng teo tóp; cả tuần lễ nay không hạt cơm, xuống đôi bàn chân gãy gập có hai ngón cái buộc dính vào nhau, với miếng bìa nhỏ đeo vào ngón cái, với ngày tháng và cái tên lạ hoắc – Trời ạ! Nếu không biết tên tôi thì ghi tạm là Trần, Nguyễn, Phạm hay Lê gì gì đó chứ sao lại là John Doe – và tia nhìn ấy dừng lại ở đôi giày đen lốm đốm những vết nhớt xe chưa kịp lau cho sạch mà người ta muốn giữ làm tang chứng.

"Hôm nay sao mà nhiều *Cáo Phó* thế không biết!" Ông già nói một mình.

Tôi chồm lên nhìn vào những khung hình trên trang báo. Tôi dán mắt vào từng khuôn mặt. Hôm nay nữa là đúng một tuần. Ngày nào tôi cũng chờ để xem báo ở đây. Ngày nào tôi cũng tìm tôi trong mục cáo phó. Và không ngày nào tôi thấy hình tôi.

Hoàng Chính

HOÀNG DU THỤY

Tên thật cũng là bút hiệu, sinh năm 1953 tại Gia Định. Định cư tại Canada năm 1985. Quản thủ thư viện Edmonton.

Trước 75, có bài viết ở các báo *Lướt Sóng, Tuổi Ngọc* và một vài tờ báo của các binh chủng khác. Ở hải ngoại, chị bắt đầu cầm bút trở lại với báo *Phổ Thông* trong năm 86, rồi chính thức được giới thiệu là người viết mới trên *Làng Văn* với bài Đời Ta vào tháng 10, năm 87 và trên *Văn* với bài *Sông Không Ra Biển* vào tháng 10, năm 88.

Tác phẩm đã xuất bản:

- *Trầm Hương Hạnh Phúc* (truyện dài, NXB Đại Nam 1991)
- *Bạn Trầm* (truyện ngắn, NXB Miệt Vườn, 1992)
- *Bức Tượng Thánh Nữ* (tập truyện, 1995)
- *Một Dây Trầm* (tập truyện, NXB Văn Mới, 1997)

Trầm hương hạnh phúc

Từ nhiều năm nay tôi lấy việc dạy Việt ngữ cho con làm thú vui duy nhất. Mỗi lần dạy con, tôi như thấy lại hình ảnh mình đứng trên bục giảng, có phấn trắng bảng đen của nhiều năm về trước. Tôi đam mê dạy và con tôi hăng hái học. Tôi dạy Phương những bài văn xuôi trác tuyệt của Thanh Tịnh, những áng văn cổ xưa của Bà Huyện Thanh Quan nhưng hình như nó thích thơ nhiều hơn là văn xuôi. Phương càng lớn tôi càng nhận ra là nó có nhiều sở thích giống tôi. Nhờ chịu khó đọc sách và hay hỏi han nên Phương học tiến bộ thấy rõ. Cùng với sự biểu lộ rõ rệt cái năng khiếu về thơ văn của Phương, tôi nhận thấy một mối lo nào đó đang nảy mầm trong trí tôi. Tâm hồn nó mỏng manh như mây, dễ buồn và hay khóc mà lại yêu thích thơ phú thì thật là ái ngại. Điều tôi lo sợ là Phương sẽ đi vào con đường của tôi và có thể nó sẽ khó tìm được hạnh phúc sau này. Tôi hiểu những gì tôi đã và đang trải qua nên tôi chỉ cầu cho con nó có một cuộc đời bình dị và bình an.

Tuy là con một, biết được cha mẹ nuông chiều nhưng Phương không vì thế mà hay vòi vĩnh. Có lẽ nó sớm nhận thức được sự làm lụng cực khổ của cha để gia đình được đầy đủ nên nó không bao giờ có những ước muốn xa hoa như cái quần hay cái áo hợp thời trang. Cha mẹ sắm cho gì là bằng lòng thứ ấy, không hề phàn nàn. Nó cũng dư biết chúng tôi dành dụm tiền cho nó khi vào đại học đỡ cực nhưng nó vẫn xin đi làm thêm cuối tuần để có thể đóng góp thêm vào việc mua sách vở trong tương lai hay mua cho mình một thẻ xe buýt hằng tháng mà không phải ngửa tay xin tiền cha mẹ. Thỉnh thoảng nó cũng biết góp vài chục đô la để mẹ gửi về Việt Nam cho ngoại ăn trầu.

Niềm hãnh diện về con làm tôi hả hê và hầu như quên

đi những năm dài mình đã cực khổ hy sinh cho con và bằng lòng với cuộc sống hiện tại của mình hơn.

Năm nay Phương chuẩn bị vào đại học. Nó ước đượclàm cô giáo như mẹ hồi xưa nhưng tôi giảng cho con thấy rằng ở đây cái tinh thần tôn sư trọng đạo không có, việc dạy dỗ không phải dễ dàng như nó nghĩ. Tôi khuyên con nên chọn một ngành nào đó thực tế hơn, dễ kiếm việc làm hơn. Nó ậm ừ nhưng có vẻ không vui. Trong khi chờ kết quả thi vào đại học, tôi khuyên con nên đi đó đi đây chơi. Một khi vào học rồi là sẽ lu bu với bài vở không còn thời giờ để mà đi đâu cả. Tuần nào Quang cũng đưa hai mẹ con đi chơi núi hoặc chơi hồ. Có hôm lười đi xa thì cả nhà dắt nhau đi bơi lội vừa thể thao mà vừa ích lợi cho sức khoẻ. Quang cưng con như vàng, quý con như ngọc. Chưa bao giờ Quang từ chối một yêu cầu nào của con. Những lúc đi du ngoạn hồ, hai vợ chồng ngồi nhìn con tung tăng vui đùa dưới nước, lòng thật hả hê. Dáng người nó đẹp và khỏe, không phải loại liễu yếu đào tơ. Mái tóc cắt ngắn tạo cho nó thêm vẻ nhí nhảnh, yêu đời. Bề ngoài và nội tâm nó thật là hai thái cực mà hình như chỉ mình tôi nhận ra. Hai vợ chồng già rất hãnh diện về đứa con của mình. Đứa con làm cho tuổi già thêm thi vị.

Được tin thi đậu vào đại học, Phương mừng lắm. Tôi khuyên con nghỉ làm parttime để ở nhà chơi cho đã. Nó đồng ý và đề nghị thay vì đi chơi xa như dạo trước, để nó ở nhà dọn dẹp lại nhà cửa và nấu một vài món ngon cho cha nó. Quang cưng con nên cũng bằng lòng mặc dù chàng đã lấy một tuần nghỉ phép để đưa hai mẹ con đi chơi. Bạn Phương rất thích được tự tay nấu nướng những món đặc biệt cho cha và tập làm bánh trái. Tôi tỉ mỉ dạy cho con những gì mà tôi biết. Nó thường nói: "Sao mẹ biết đủ thứ hết vậy?" Có lần vui miệng tôi đùa: "Mẹ còn biết một thứ nữa mà mẹ giấu con đó". Nó liếng thoắng: "Trước sau gì rồi mẹ cũng chỉ con ha". Tôi hiểu nó rất hãnh diện về tôi, một niềm hãnh diện mà tôi thường khát khao lúc nhỏ. Mẹ tôi là một người đàn bà vô cùng đơn giản. Bà không hề bận tâm gì đến việc tề gia nội trợ. Mười hai đứa con đẻ ra là đã có bà ngoại tôi chăm sóc. Phần má tôi thì chỉ việc nghỉ hộ sản xong cứng cáp là tiếp tục đi dạy rồi lại nghỉ hộ sản nữa. Tôi cũng không hiểu sao bà có thể làm vợ ba tôi, một người đàn ông Huế, khó tính và kén ăn. Đã vậy mà ba lại là người hoàng tộc, nội tôi không phải là bà mẹ chồng dễ tính và các cô tôi thì chẳng người nào có chồng nên lại càng khó chiều. Nghe nói hồi nhỏ má tôi rất đẹp, nhiều người giàu có đến xin cưới bà nhưng má tôi từ chối chỉ vì sợ phải làm dâu. Bà ngoại tôi bị ông ngoại bỏ từ lúc bà còn rất trẻ nên vì chữ hiếu má tôi thề chỉ lấy người nào bằng lòng ở rể. Có lẽ ba tôi chịu điều kiện này nên ông mới lấy được bà. Chắc tại vì yêu má tôi quá nên ông dần dần trở nên dễ dãi, chuyện cơm nước sao cũng được tùy má tôi. Ông viện cớ đám con cần được chăm sóc hơn nên không bao giờ đòi hỏi những món ăn cầu kỳ của người Huế. Khi nào thèm ăn món gì lắm thì ông đến nhà mấy người bàcon ăn. Má tôi vẫn không lấy đó làm kỳ, bà nhất định không chịu học cách nấu nướng theo lối Huế để làm vừa lòng ba tôi. Hay là tại bà không yêu ông? Cũng may cho má tôi là bà nội và mấy cô ở ngoài Huế rất ít khi vô Sài Gòn, nếu không chắc là có nội chiến.

Ba tôi dễ dãi với má tôi bao nhiêu thì tôi lại hay phê bình má tôi bấy nhiêu. Tôi ngấm ngầm chê mẹ mình vụng vì mỗi lần sinh nhật bạn bè thấy tụi nó hớn hở khoe: "Bánh này do 'măng' tao làm đó" là tôi thấy tủi thân. Tôi chỉ ao ước có một cái gì đó để khoe với bạn là tác phẩm của mẹ mình. Khi lớn lên tôi mới thấy là mình tội lỗi khi suy nghĩ về mẹ như thế. Tôi chỉ thấy cái chưa hoàn hảo của mẹ mà không thấy sự hy sinh nuôi nắng dạy dỗ của bà đối với các con trong những nămcha tôi qua đời. Điều đó thuộc chữ nào trong bốn chữ *công, ngôn, dung, hạnh?*

Hôm nay Phương quyết định dọn dẹp lại nhà cửa trước cho ngăn nắp rồi ngày mai thì làm món bánh hỏi tôm nướng cho cha. Nó cũng không quên chuẩn bị món bánh bò nướng rễ tre cho cha nó vì đó là món ruột của Quang. Khổ nỗi mỗi lần Phương loay hoay làm, trăm lần như một ba nó đều nói: "Bà nội làm món này ngon lắm". Không bao giờ nghe Quang khen một câu cho con vui. Nó hiểu ý cha nó ngầm so sánh là nội nó làm ngon hơn nhưng không nói gì hết. Bữa nay nó nói với tôi: "Để con làm một món bánh bò nướng hoài cho đến chừng nào ba nói ngon bằng nội làm con mới cho ba ăn món khác".

Ăn sáng xong, hai mẹ con bắt tay vào việc dọn dẹp. Quang đem xe đi tiệm sửa từ sớm. Tôi đề nghị với Phương là dọn phòng nó trước để lỡ ba nó có về kêu đi chơi thì phòng nó cũng đã gọn gàng. Trong phòng Phương đồ đạc không nhiều. Tủ quần áo của nó rất ngăn nắp, sạch sẽ. Phương giống tôi là rất thích sách nên kệ sách của nó là nơi nó chăm sóc đặc biệt nhất. Sách vở nó xếp theo thứ tự lớn nhỏ ngay ngắn, còn những tạp chí thì được xếp theo từng số rất có lớp lang. Một vài quyển sách nó thích nhất thì được xếp trên bàn cùng với những bài học nhạc. Những chậu cây xanh treo trên trần đem lại căn phòng một nét sinh khí rỡ ràng. Khi di chuyển mớ sách trên bàn để hút bụi, tôi thấy một quyển sách rất đẹp nằm <u>riêng</u> rẽ. Bìa là một bức tranh cảnh mùa thu vẽ bằng màu "arcrylic" lộng lẫy. Có lẽ nó vừa mới vẽ xong nên để riêng cho thật khô. Tôi tò mò cầm quyển sách lên hỏi ý con:

- Mẹ xem được chứ?

Nó bẽn lẽn:

- Dạ được chứ mẹ. Có gì mà con giấu mẹ đâu. Tại chưa tiện khoe mẹ đó thôi. Cuốn sách đó con mới làm xong hồi tuần rồi.

Tôi tấm tắc khen bức tranh đẹp rồi lật xem tới bên

trong. Đó là những bài thơ góp nhặt từ những tờ nguyệt san mà nó cẩn thận chép tay lại. Trong đó có một bài thơ của... tôi. Con tôi lớn quá. Nó lớn hơn tôi nghĩ. Tâm hồn nó đã biết rung động bởi một bài thơ hay, đã biết chọn những bài đặc sắc mà gìn giữ, nghĩa là nó không còn nhỏ nhoi như tôi hằng nghĩ.

Tôi vô cùng thích thú khi khám phá ra mình có một đồng minh cùng mê thơ nhưng rồi tôi cũng lo ngại không ít. Biết con tôi có đủ cứng cỏi để lèo lái con tim của mình hay là chỉ biết buông xuôi theo chiều định mệnh? Biết nó có đủ lý trí để nhận định thế nào là hạnh phúc và đam mê hay chỉ có duy nhất một tâm hồn ủy mị mà thiếu sự phân minh của trí tuệ? Tôi lo sợ bởi cuộc đời những người làm thơ có mấy ai được sung sướng? Tôi cầu xin con tôi đừng bắt chước mẹ làm thơ, nhất là chỉ làm những bài thơ cho riêng mình đọc.

Vừa làm việc Phương vừa gạ chuyện, có lẽ để bắt đầu một câu chuyện khó nói nào đó:

- Mẹ, hồi đó mẹ có yêu ai trước khi mẹ về với ba con không mẹ?

Tôi tủm tỉm cười:

- Không phải trước mà là sau.

Nó ngừng tay nhìn tôi kinh ngạc:

- Ủa, sao kỳ vậy mẹ? Ai vậy mẹ, cho con biết với.

Tôi trấn át nó:

- Thôi, lo làm việc đi. Mẹ nói đùa mà.

Nó phụng phịu:

- Há, mẹ giấu con ha. Rồi nó đổi giọng đe dọa: "Chắc là ba biết, để con hỏi ba".

Tôi thách thức:

- Con muốn hỏi cứ hỏi. Ba không dám làm gì mẹ đâu. Mẹ có con rồi là mẹ mạnh lắm.

Thấy không hăm dọa được tôi, nó tiếp tục vặn vẹo:

-Mẹ à, ba con có yêu mẹ hôn mẹ?

Tôi trầm ngâm. *Sao con hỏi mẹ một câu hóc búa vậy?* Tôi cố tạo cho mình một nụ cười:

-Nếu không yêu thì làm sao có con?

Nó im lặng như suy nghĩ rồi nói một câu làm tôi choáng váng:

- Mà chắc hổng bằng cậu Tùng yêu mẹ phải không?

Tôi nạt con:

- Con nói tầm bậy, ba nghe được ba buồn đó. Không ai yêu mẹ con mình bằng ba hết. Nếu không yêu tại sao ba chịu cực khổ một mình cho mẹ con mình sung sướng? Cậu Tùng chỉ là bạn của ba mẹ thôi. – Để nó đừng nghĩ ngợi thêm về chuyện này, tôi nói:

- Mẹ mệt rồi, mình ra kiếm cái gì ăn trưa rồi làm tiếp.

Nó hăng hái phủi tay đứng lên:

- Dạ phải đó mẹ. Mẹ ra rửa tay ngồi nghỉ đi để con hâm lại nồi nước lèo nấu bún bò hai mẹ con mình ăn. Tôi bỏ vào phòng tắm rửa mặt. Những lời nói của con làm tôi bâng khuâng. Sao mà nó biết hết vậy? Tuy có vẻ không lưu tâm về câu chuyện vừa rồi nhưng tôi biết con nhỏ này không để cho tôi yên đâu. Dễ gì mà nó chịu buông tha tôi. Đầu óc nó lúc nào cũng đầy ắp những thắc mắc và đôi khi nó khóa họng tôi bằng những câu hỏi không có câu trả lời.

Ở nhà ăn mãi bún bò, bánh hỏi, mì vịt tiềm cũng chán, tôi đề nghị cuối tuần đi "West Edmonton Mall" tắm biển nhân tạo và ăn nhà hàng cho khỏe, khỏi phải bận bịu việc nấu nướng. Nhân tiện cũng tìm mua thêm cho Phương một ít quần áo để đi học có mà mặc cho lịch sự hơn một chút. Dù gì cũng là sinh viên đại học không thể ăn mặc lôi thôi được. Cả nhà dắt nhau đi ăn "dim sum" rồi nhắm hướng "West Edmonton Mall" trực chỉ. Đi bên cha mẹ, Phương hồn <u>nhiên</u> như con sáo. Nó líu lo trò chuyện với ba nó, khi thì chọc ghẹo tôi. Tuy bề ngoài có vẻ liếng thoắng, vô tư như vậy nhưng tôi biết đầu óc nó đầy ắp những câu hỏi hóc búa không biết bật ra lúc nào. Khi thì cha, lúc thì mẹ, cả hai chúng tôi thay phiên nhau bị nó cho ăn bí đao. Trên đường đi Quang vui vẻ bảo:

- Ba sẽ mua cho con gái ba một bộ đồ thật chiến, cho mẹ một bộ nữa để làm tăng thêm cái vẻ đẹp về chiều của mẹ. Sau đó mình đi tắm biển và chiều về thì đi ăn "Kentuckey" con khỏi phải ôm ông Táo. Có ai phản đối đề nghị này không?

Phương mau mắn phản đối:

- Con không đồng ý. Tại sao chỉ mua đồ cho mẹ với con thôi mà không mua cho ba? Con thấy quần áo ba cũ sờn hết rồi. Hoặc là ba người cùng mua hoặc là không ai mua hết. Mẹ chịu hôn mẹ?

Tôi đồng tình:

- Con gái mẹ thì bao giờ cũng có lý.

Quang đẩy đưa:

- Để coi, nếu có đồ đẹp ba mới mua chớ đồ xấu mua làm chi. Mà thường thì đồ đẹp giá tiền cũng đẹp.

Đi vòng vo lựa được một bộ đồ cho Phương thì chúng tôi gặp gia đình Châu, người bạn quen trong dịp làm báo Xuân cho tỉnh. Vừa thấy tôi là Châu vồn vã:

- Trời ơi, tìm chị như thể tìm chim. Châu phone tùm lum mà không ai biết chị ở đâu. Làm gì mà trốn kỹ vậy?

Tôi muốn ngăn cho Châu đừng đem chuyện viết lách

ra nói ở đây nhưng chưa biết làm sao. Châu mau mắn lục lọi trong túi áo lấy ra giấy viết:

- Chị cho Châu địa chỉ đi để khi cần Châu còn biết đường mà liên lạc. Hôm nọ ra tờ báo Xuân tính xin chị cái truyện ngắn hoặc một vài bài thơ mà tìm chị hụt hơi.

Tôi liếc nhìn Quang và Phương mong cho đừng ai nghe thấy. Phương đang lơ đãng nhìn mấy quyển sách bày bán "sale", Quang thì đang nựng nịu đứa con gái của Châu. Tôi cố "thắng" Châu lại bằng cách hỏi thăm công việc làm ăn. Hoãn binh chỉ được giây lát, Châu lại xoay qua Quang vui vẻ:

- Tháng rồi chỉ có bài thơ "Ru Con" trên báo đọc cảm động quá trời, anh Quang có đọc không?

Tôi giựt mình liếc nhìn Phương lần nữa. Con bé đang nhìn ba nó chăm chú như đợi câu trả lời chứ không phải Châu là người đang chờ nghe Quang trả lời. Trong mắt nó còn ngụ ý như muốn biết xem "chỉ" có phải là mẹ nó hay không. Không biết Quang có nghe câu hỏi hay không mà không thấy anh trả lời Châu. Tôi cũng hơi mừng vì đoán là Quang lảng tai, chưa nghe kịp câu hỏi. Tôi ghi vội cho Châu cái địa chỉ rồi xin phép tiếp tục đi mua sắm. Tự dưng tôi không thích đi đâu nữa. Tôi kêu đói bụng và đòi đi ăn. Phương vẫn vui vẻ với những món đồ vừa mới mua, Quang thì say mê xem mấy mẫu xe mới về trong tờ quảng cáo của hãng Chrysler. Tôi hơi yên tâm. Tôi vừa ăn vừa ngắm con với một niềm hãnh diện vô biên. Mười mấy năm nay tôi thấy niềm hãnh diện về đứa con gái ngoan và xinh đẹp của mình chưa hề nguôi.

Sáng chúa nhật trời nắng, Quang nói để đem xe đi rửa rồi về chở hai mẹ con đi đâu đó một vòng. Phương tán thành:

- Phải đó ba. Ba đi rửa xe đi rồi về con đãi ba món đặc biệt.

Quang gạ gẫm:

- Món gì mà đặc biệt dữ vậy, bật mí ba nghe thử coi.

Nó cười khoái chí:

- Thì lát nữa ba về sẽ biết. Nói trước ăn mất ngon.

Tiếng chân Quang vừa xa, Phương thỏ thẻ:

- Ba cưng xe ba quá há mẹ. Mà sao con thấy ba chăm sóc xe ba còn hơn là ba chăm sóc mẹ nữa.

Tôi rầy con:

- Con cứ nói bậy không. Tại tính ba con như vậy đó, mẹ quen rồi nên cũng chẳng để ý.

Nó tỉnh bơ nhận xét:

- Mà đâu phải chuyện xe cộ không. Con thấy nhiều lúc ba mê xem TV chẳng buồn trò chuyện gì với mẹ hết. Những lúc có hockey là ổng cứ ôm cái TV trời đánh cũng không hay. Chắc là mẹ buồn lắm hả mẹ?

Tôi nhìn con trìu mến:

- Có con thì làm sao mà mẹ buồn cho được? Hơn nữa mẹ cũng có thú tiêu khiển của mẹ. Ba con mê hockey thì mẹ mê thứ khác.

Tôi đâu có ngờ là nó vòng vo để dẫn tôi vào mê lộ:

- Mẹ có làm thơ phải hôn mẹ? Hồi tối con phone hỏi chú Châu rồi. Chú nói mẹ là tác giả bài thơ "Ru Con" mà con có chép vô tập.

Rồi nó đổi giọng ngập ngừng:

- Bộ ba con hổng thích mẹ viết văn hả mẹ? Sao con có cảm tưởng là mẹ viết lén. Tôi nhìn con ngạc nhiên hết sức. Không ngờ nó có một nhận xét tinh tế như vậy. Tôi chưa kịp trả lời thì nó nói luôn:

- Hôm qua lúc nghe chú Châu hỏi ba có đọc bài thơ của

mẹ hôn, con nhìn ba thấy ba thờ ơ lắm. Ba không tỏ vẻ ngạc nhiên mà cũng không trả lời gì hết.

Tôi giải thích:

- Không hoàn toàn đúng như con nghĩ đâu, con gái cưng của mẹ. Về chuyện viết lách là chuyện của riêng mẹ. Chuyện chính là mẹ phải lo cho ba con và con, lo bảo vệ hạnh phúc gia đình. Bởi vậy mẹ không bao giờ khoe với ba con những gì mẹ viết. Làm người nội trợ và làm người viết văn là hai chiếc vòng quý mà mẹ không thể đeo chung một tay. Thế nào cũng có chiếc vỡ hoặc rạn nứt vì khua chạm. Đeo hai tay là mẹ có được cả hai toàn vẹn.

Trong mắt con ánh lên vẻ cảm phục. Tôi hiểu với nó người đàn bà cầm bút có một vầng hào quang nào đó mà nó luôn ao ước. Nhiệt huyết và lý tưởng còn nhiều, làm sao nó hiểu hết những khó khăn của người đàn bà cầm bút mà tôi đã và đang trải qua? Tôi cắt nghĩa cho con hiểu thêm tại sao tôi phải trải tâm tư tôi ra một cách âm thầm như thế:

- Hơn nữa trong vấn đề này ba con không được rộng lượng cho lắm. Có một lần đã lâu, mẹ có khoe với ba con một truyện ngắn mẹ vừa mới viết. Tưởng sao, ba con ghen với người trong truyện rồi dằn vặt mẹ mãi. Từ đó về sau mẹ quyết định chỉ viết khi nào không có ba con và mẹ cũng không hề nhắc gì đến chuyện viết lách. Nếu viết mà phải gò bó tư tưởng mình để lỡ ba con đọc sẽ được hài lòng thì còn gì cái hồn của văn chương.

Chưa tin rằng lời lẽ của mình thuyết phục được con, tôi sợ nó sẽ đi theo con đường của mình nên cố nói thêm:

- Con à, mẹ viết là vì mẹ không có bạn bè, không bà con thân thuộc. Cả ngày ở nhà một mình, ba con đi làm, con đi học, nếu mẹ không được viết chắc mẹ điên mất. Hơn nữa, mẹ có những niềm tâm sự mà chưa ai nói giùm mẹ nên mẹ phải tự nói lên. Mẹ biết con rất thích văn chương, mẹ vui lắm. Nhưng trước hết, mẹ xin con hãy lo học hành đã rồi muốn viết gì mẹ sẽ chỉ thêm cho. Cuộc đời có nhiều điều đáng ghi lại trước khi nó bị lãng quên cùng năm tháng. Mình viết cũng như là mình chụp một tấm hình vậy mà.

Con bé gật gù ra vẻ đồng ý nhưng vẫn không chịu ngừng phê bình ba nó:

- Sao ba mình khô khan quá mẹ há. Ba chỉ thích làm việc, lo cho hai mẹ con mình rồi thôi. Chưa bao giờ con thấy ba cầm một quyển sách đọc. Nhiều lúc con ước phải chi ba mình là thi sĩ thì vui biết mấy. Hôm nọ con đọc bài thơ của ông thi sĩ viết cho con trai đầu lòng con cảm động quá trời.

Rồi nó lại tra gạn:

- Mẹ, hồi đó mới có con ba có mừng không hả mẹ? Lúc đó ba ra sao mẹ còn nhớ không?

Tôi ôm con vào lòng vuốt tóc nó:

- Ba con mừng đến khóc. Mẹ sanh khó, ba không sợ mẹ chết mà chỉ sợ con bị ngộp. Tới chừng bác sĩ đem được con ra, ba chảy nước mắt. Ba nói nhỏ vào tai mẹ: "Con giống em, đẹp lắm". Ba con rất hãnh diện về con, không phải chỉ lúc đó mà thôi. Mãi tới bây giờ ba vẫn còn hãnh diện mỗi khi nói về con.

Nó mím môi suy nghĩ rồi hỏi nữa:

- Lúc đó ba có đọc kinh hôn hả mẹ?

Tôi bật cười cho là nó hỏi ngớ ngẩn nhưng không, con bé vẫn nghiêm trang:

- Con muốn biết tại vì cái ông thi sĩ đó ổng viết: "Trời nghiêng xuống mắt con đầy nắng. Miệng cha thầm ngậm một câu kinh"[1]. Con đoán chắc là ổng lo lắm nên mới cầu tới Phật Trời. Còn con muốn biết xem ba con có lo như vậy không.

Tôi cố phá tan cái tư tưởng sai lệch về cha trong đầu óc thơ ngây của nó:

- Lúc chờ đợi đứa con đầu lòng người cha nào cũng lo hết, không có ai lo hơn ai đâu. Con nói vậy ba mà nghe được là ba buồn lắm đó.

Hai mẹ con tạm ngưng trò chuyện vì có tiếng Quang kéo chiếc thắng tay xe dưới đường. Tôi bước lại vén màn cửa sổ nhìn xuống rồi bảo con:

- Ba con về rồi đó, mình chuẩn bị dọn bàn đi là vừa.

Hai mẹ con bắt đầu bày chén bát, lẩu điện lên bàn. Quang vừa bước vô nhà chun mũi hít hít rồi kêu lên:

- Mắm nêm. Mẹ con bây biết ý ba hết.

Phương liếng thoắng:

- Con còn biết ba thích ăn đồ biển nên thay vì chỉ có món thịt bò nhúng giấm con còn sắm thêm tôm và mực tươi làm tả pín lù cho ba nữa đó.

Quang hài lòng:

- Ừ, như vậy mới là con gái cưng của ba chớ.

Không khí gia đình vui vẻ quá. Tôi cảm thấy tràn trề hạnh phúc nên thèo lẽo:

- Vậy mà nó nói ba nó hổng có cưng nó đó. Nó muốn ba nó phải biết làm thơ ca ngợi con như cái ông thi sĩ nào đó.

Phương xịu mặt:

- Mẹ kỳ, con nói với mẹ thôi ai biểu mẹ méc lại với ba vậy?

Quang cười lớn:

- Vậy là cái ông thi sĩ đó ổng hại ba rồi. Nhè ba mù chữ mà biểu làm thơ.

Rồi Quang dịu dàng nhìn con nói:

- Ai nói với con là ba hổng biết làm thơ? Ba cũng có làm thơ chớ con nhưng mà cả đời ba, ba chỉ làm được mỗi có một bài ba ưng ý nhất, một bài thơ trác tuyệt nhất. Đó là con gái cưng của ba.

Phương, con tôi với cái tên đượm mùi trầm hương hạnh phúc, chớp mắt ra chiều cảm động. Nhìn con tôi hiểu là nó rất hài lòng với câu trả lời của ba nó. Chắc chắn là nó hết mơ có ba làm thi sĩ. Tôi nói vui:

- Nếu mà hổng có mẹ sức mấy mình ba con làm nổi bài thơ đó.

Hoàng Du Thụy

(1) Thơ Phan Ni Tấn

Lê Thành Nhơn by Đinh Cường

# HOÀNG KHỞI PHONG

Tên thật Nguyễn Vinh Hiển. Sinh năm 1943 tại Hải Dương. Hiện sống tại Garden Grove, quận Cam, California, Hoa Kỳ. Viết văn, làm thơ. Trong nhóm chủ trương tạp chí *Văn Học* và tập san *Hợp Lưu* (Hoa Kỳ).

Tác phẩm đã xuất bản:
- *Mặt Trời Lên* (thơ, Đại Nam Văn Hiến, Việt Nam, 1967)
- *Phục Hồi Quyền Chức Làm Người* (thơ, tác giả xuất bản, Việt Nam, 1970)
- *Trong Hoàn Cảnh Khác* (tập truyện, tác giả xuất bản, Việt Nam, 1972)
- *Ngẩng Mặt Nhìn TrăngSáng (tập* truyện, in chung với Hoàng Chính Nghĩa, Bố Cái, Hoa Kỳ, 1978)
- *Ngày N+*(hồi ký, Văn Nghệ, Hoa Kỳ, 1988)
- *Thư Không Người Nhận* (tập truyện, Tân Thư & Thời Văn, Mỹ, 1991)
- *Người Trăm Năm Cũ* (trường thiên tiểu thuyết, tập I, Đại Nam, 1994)
- *Cây Tùng Trước Bão* (Người Việt, 1994)
- *Những Con Chuột Thời Thơ Ấu (Người Việt, 1995)*

Thầy giáo Thị

TRƯỚC KHI VÀO TRUYỆN:

Đây là câu chuyện của một người đã chết. Chết thì có gì là lạ trong một xứ sở có tới hai triệu người chết đói chỉ trong vòng vài tháng trời ngắn ngủi. Kế đó là một trận chiến tranh, mà ở đó con dân cả nước lao vào giành độc lập cho Tổ quốc sau gần một thế kỷ bị cai trị bởi người ngoại quốc. Điều mà chúng ta gọi là độc lập sau trận chiến chống Pháp vẫn có một cái gì đó không ổn. Đất nước bị chia hai bởi một dòng sông nhỏ. Cả hai phần đất đều gào lên là phía bên kia sông đang bị ngoại nhân chi phối, sai khiến và thậm chí cai trị. Cả hai phần đất đều gào lên là chính nghĩa ở về phía mình. Phải tận diệt ngụy quyền ở phía bên kia sông, không thể có hai chính phủ trong lòng một dân tộc. Phải thu giang sơn về làm một mối.

Thế là một trận chiến khác được mở ra. Lần này là anh em bôi mặt đá nhau với sự trợ giúp vũ khí tận tình của những thế lực bên ngoài. Đánh nhau mù trời dậy đất thêm hai mươi năm nữa. Quốc gia sau cùng cũng thu về một mối thật. Thế mà thời gian trôi qua cũng đã gần hai mươi năm, thế mà con người vẫn âm thầm ngã xuống. Ngã xuống vì đói ăn, ngã xuống vì thiếu thuốc, ngã xuống trong các nhà tù, ngã xuống trong các khu rừng, trên các vùng biển... Thế thì chết có gì là lạ. Điều quan trọng không phải là Chết như thế nào? Mà là sống như thế nào? Con đường dẫn đến cái sống và cái chết đó mới là điều cần nói tới.

Câu chuyện xảy ra đã quá lâu. Cũng đã nhiều lần người kể chuyện kể được nửa chừng thì phải bỏ dở vìmột lý do nào đó. Lần cố gắng trót cùng này hy vọng sẽ đi hết được câu chuyện. Kẻ chết thì đã hai mươi lăm năm. Con anh ta giờ đây cũng có thể là một thầy giáo như bố, cũng có thể là một người lính của một giai đoạn lịch sử như bố. Cũng có thể đã ngã xuống đâu đó trong rừng, trên núi, ngoài biển. Hoặc giả anh ta cũng đã có vợ và có con để nguồn sống này triền miên trôi chảy. Trí nhớ của người kể chuyện có khi đã phai nhạt khá nhiều trước những cơn bão của đời sống. Nếu như có đôi chút sai lầm với sự thật thì xin hiểu cho đây không phải là người kể chuyện muốn thêu hoa dệt gấm cho một người đã nằm xuống. Thêu hoa dệt gấm chẳng qua chỉ là một hành vi phù phiếm vừa xúc phạm người chết, vừa vô ích mà chẳng có lợi cho người sống. Thôi thì nhớ được gì xin ghi lại điều đó. Hy vọng sự thiếu sót này sẽ được bổ túc bởi những người đã có thời là bạn với người nằm xuống. Câu chuyên bắt đầu từ xa thật xa. Cách đây ba mươi năm, ở một thành phố có tên là Quảng Ngãi. Năm đó là năm 1963...

1

Máy bay chuẩn bị hạ cánh bằng những tiếng vận chuyển ầm ì của hệ thống bánh đáp thò ra khỏi bụng phi cơ. Đây là lần đầu tiên ngồi máy bay trong đời chuẩn úy Nguyễn. Anh mới hai mươi tuổi, vừa trải qua chín tháng học làm người trong trường Sĩ Quan Trừ Bị Thủ Đức.

Nguyễn đáng lẽ chưa đến tuổi động viên. Anh còn đang ở vào cái tuổi ăn chưa no, lo chưa tới. Nguyễn làm sao biết được đến lý tưởng Quốc gia, và lại càng mù mờ về Cộng sản. Anh ham chơi, thích la cà với bạn nên vì đó mà bị bắt đi lính sớm hơn hạn tuổi. Lúc học trong quân trường thì cũng lại hay chui rào đi chơi đêm, nên vì đó mà khi ra trường có ra tới Quảng Ngãi cũng đâu có gì là lạ.

Lòng phi cơ của quân đội tối om, lỉnh kỉnh những đồ đạc nhà binh. Phía đuôi phi cơ, một chiếc quan tài hẹp phủ một lá cờ. Hai người lính đưa quan tài bạn đồng đội về quê cũ. Một người đàn bà, mà Nguyễn đoán là vợ của người chết, với bộ đồ tang trùm kín mặt ngồi phủ phục bên quan tài. Chị vòng tay ôm lấy một đầu quan tài. Có lúc chị tựa má vào quan tài không phải vì muốn âu yếm người nằm xuống, mà bởi quá mệt do những cái lắc của phần đuôi phi cơ.

Phi cơ lượn vòng vòng trên trời trước khi hạ cánh. Nguyễn đứng dậy nghển cổ nhìn xuống nơi thật sự khởi đầu đoạn đường quân đội của anh. Nguyễn chỉ thấy một vùng hoang dã, cô liêu. Một dòng sông khá lớn len lỏi giữa những đồi núi chập chùng, những thửa ruộng, những bãi mía lau, những căn nhà lụp xụp ven sông, và tất nhiên một thành phố thật nhỏ với hai con đường chính thấp thoáng sau những tàng cây lớn. Hai con đường tạo thành hình chữ thập mà từ trên phi cơ Nguyễn thấy lèo tèo vài chiếc xe nhà binh qua lại.

Đơn vị đầu đời của Nguyễn là Bộ Tư Lệnh Sư Đoàn 25 Bộ Binh mà doanh trại nằm trên một trong hai con đường chính này. Nguyễn trọ ở một căn nhà nằm trên con đường chính còn lại. Mỗi sáng một chiếc xe jeep đến đón Nguyễn đi làm. Nguyễn ăn cơm trong Câu Lạc Bộ Sĩ Quan Sư Đoàn. Anh chưa có một chút cảm giác nào về chiến tranh, mặc dù anh là một người lính. Quảng Ngãi thật ra không nhỏ như anh nghĩ trong lúc ngồi phi cơ nhìn xuống. Ngoài hai con đường chính có tên là Quang Trung và Lê Trung Đình, thành phố còn khá nhiều những con đường ngang dọc khác. Đường nào cũng nhiều cây cối xanh tươi, thành phố cũng không phải chỉ lèo tèo người qua lại, nếu không muốn nói là khá náo nhiệt. Bởi vì có tới một bộ tư lệnh của một đại đơn vị quân đội, tất nhiên có khá nhiều đơn vị phụ thuộc kèm theo. Nói chung Quảng Ngãi không đến nỗi buồn như anh đã nhìn từ trên cao xuống.

Nói tóm lại Nguyễn là một thanh niên đang tràn đầy nhựa sống. Đột nhiên anh trải qua một giấc ngủ thật say nơi quân trường. Khi tỉnh dậy anh thấy mình là một người lính, binh phục dày và nặng trĩu đôi vai. Anh có cảm giác anh là một con ngựa kéo xe với hai miếng da che mắt và vũ trụ chỉ thu gọn trong hai vệ đường mòn. Mỗi sáng thứ hai chào cờ, anh lắng nghe những huấn từ, những nhật lệnh của các cấp chỉ huy cao cấp với nhiều lơ đễnh. Mỗi buổi chiều, anh nhìn những vạt áo dài trắng tinh khiết túa ra từ cổng trường trung học, với nhiều mơ ước ở tương lai. Một tuần đôi lần anh đi tắm sông Trà Khúc *ở* ngay đầu tỉnh, con sông mênh mông bát ngát bề rộng nhưng không sâu này có những bãi cát ven sông và những hàng phi lao cao vút. Dòng nước quanh co, len lỏi giữa những ngọn đồi thấp, cùng một cây cầu đã gục xuống bởi chiến tranh, người ta bắc một cây cầu nổi rập rình theo vận nước.

2

Nguyễn thích đọc sách. Cũng may mà anh còn thích đọc sách, chứ không ở thành phố này anh không biết làm gì cho qua những ngày nghỉ cuối tuần. Anh là lính chuyên môn, trận chiến tuy bắt đầu đã có nhiều tiếng nổ lớn, nhưng những tiếng nổ đó dường như còn xa, nó ở đâu tuốt Ba Gia, Mộ Đức, Đức Phổ. Ngay tại Quảng Ngãi này đời sống vẫn trôi đi một cách lặng lẽ, mơ hồ. Hằng đêm gió vẫn thổi từ sông Trà, sông Vệ, từ những đỉnh núi Thiên Ấn, Thiên Bút tràn về. Gió thổi dọc theo những con phố nhỏ, qua những mái nhà cũ kỹ rêu phong và qua những quán nửa khuya chuyên bán đêm cho những người lính xa nhà. Gió thổi làm chao động những ngọn đèn khí đá, hắt những ánh sáng không liên tục vào những mặt người, trông như những khuôn mặt bị vỡ.

Mỗi thứ bảy, anh thả bộ lại hai hiệu sách lớn nhất trong tỉnh là hiệu sách Thanh Tịnh, tên một nhà văn gốc Quảng Ngãi, hiện đang ở lại ngoài Bắc. Cái tên hiệu sách này làm Nguyễn nhớ lại cả thời niên thiếu của anh qua một đoạn văn trích của Thanh Tịnh, viết về buổi tựu trường. Hiệu sách thứ hai là Văn Hoa, văn hoa thì Nguyễn không biết đâu mà nói, nhưng tại tiệm sách này có tới mấy bông hoa biết nói. Tới bây giờ đã ba chục năm qua đi Nguyễn vẫn còn nhớ được mái tóc thề và dáng người thanh thanh của mấy chị em cô Mậu tại nhà sách Văn Hoa này.

Nguyễn còn nhớ như in lần đầu tiên anh gặp Thị. Đó là một buổi chiều cuối tuần, Nguyễn đang thơ thẩn giữa những kệ sách trong hiệu Thanh Tịnh. Mới xa học đường chưa đầy một năm mà sao những quyển sách giáo khoa có vẻ xa lạ với anh. Anh đang nhìn những gáy sách của kệ tiểu thuyết thì một chiếc xe Jeep trờ tới. Xe đậu xịch trước cửa, một viên đại úy tiến vào, theo sau là một người lính khệ nệ bê một chồng sách. Giọng viên đại úy oang oang phá tan cái không khí tĩnh mịch của hiệu sách:

"Thơ hay nhất nước mới ra lò. Mua ngay bây giờ có chữ ký của tác giả".

Nguyễn cũng biết là ông đại úy nói khôi hài cho vui. Kiêu là một trong những đặc tính của những người làm văn nghệ. Không có nó thì khó có thể thành nhà văn hay nhà thơ. Nhưng kiêu nhiều quá thì có khi cũng chỉ là những cái thùng rất rỗng. Kiêu nhưng phải có thực tài may ra mới có thể để lại cho đời một hai quyển sách. Rõ ràng ông đại úy này chỉ đùa với ông chủ hiệu hơn là vây vo với những người khách đang tìm mua sách. Tiếng cười nói bô bô của ông đại úy làm cho Nguyễn thấy không khí hiệu sách vui hẳn lên, ấm hẳn lên trong khi gió đông đang xô đuổi những chiếc lá vàng to bản chạy xào xạc ngoài phố. Vài người khách đang mua sách ngẩng lên nhìn, rồi lại cúi xuống chăm chú đọc cọp một trang sách, một tờ báo.

Một thanh niên cũng trạc cỡ tuổi Nguyễn đi tới chồng sách mới được mang vào. Anh mua một quyển, cầm đến lễ phép xin tác giả một chữ ký. Anh lật qua lật lại thật nhanh mà

Nguyễn thấy rõ là anh không đọc. Nguyễn đứng cách người thanh niên này chừng ba thước, trong ánh sáng tù mù của hiệu sách Nguyễn chỉ thấy một khuôn mặt chữ điền, cái cằm bạnh đầy cương nghị và một cái trán cao. Anh ta có đôi mắt lúc nào cũng nhìn thẳng. Người thanh niên đó hỏi mua thêm một số vật dụng cho học trò như bút chì, giấy thấm, cục tẩy, bảng đá. Thứ nào cũng mua hàng chục cái. Anh ta trả tiền xong lặng lẽ ra về. Anh ta đứng lại nơi cái thùng rác ngay trước cửa tiệm sách, lấy mũi giày đẩy tấm thiếc đậy ra. Anh ta thản nhiên bỏ quyển thơ vừa mới mua, vừa mới trả tiền và vừa mới xin chữ ký của tác giả không đầy mười phút trước vào thùng rác. Anh lại lấy mũi giày đậy thùng rác lại. Nguyễn không biết ông đại úy tác giả tập thơ có nhìn thấy hành vi của người thanh niên đó không? Chắc là không. Riêng Nguyễn, anh thấy hành vi đó có một chút quá khích, không ổn.

Khuôn mặt của người thanh niên đó như khắc sâu vào trí nhớ của Nguyễn. Vài ngày sau trong một buổi tối lang thang, Nguyễn ghé vào một tiệm cà phê. Nguyễn nhìn thấy người thanh niên có cái mặt vuông chữ điền đó đi cùng với bốn người bạn. Hai trong số năm người này là bạn đồng học với Nguyễn trong trường trung học Nguyễn Trãi. Mới cách biệt nhau có bốn năm thế mà đời đã chia nhiều ngả. Hai người bạn học thời xưa đã là thầy giáo và đã là hiệu trưởng của mấy trường tiểu học mới thành lập trong các quận của tỉnh Quảng Ngãi này. Nguyễn tiến đến chào bạn cũ và nhân đây làm quen với những người bạn mới. Nguyễn được biết thêm cả năm người trong bọn là những người vừa mới tốt nghiệp một khóa của trường Quốc Gia Sư Phạm Sài Gòn cũng như Huế. Người thanh niên có khuôn mặt cương nghị mà Nguyễn gặp ở hiệu sách Thanh Tịnh đó có tên là Võ Nguyên Thị. Anh là hiệu trưởng trường tiểu học của quận Đức Phổ. Ngôi trường năm gian nằm ngay đầu quận lỵ, vừa mới khai giảng niên khóa thứ hai và Thị là người hiệu trưởng đầu tiên của trường.

Họ là năm ông thầy tỉnh lẻ, thuê chung một căn gác đầu đường đi Nghĩa Hành. Chỉ có hai người là Đễ – hiệu trưởng trường Sơn Tịnh và Toàn – hiệu trưởng trường Nam tiểu học ngay tại thị xã là có mặt hằng đêm. Lang và Kỷ dạy trường xa nên một tuần chỉ có mặt độ đôi ngày. Thị vì có một chiếc xe scooter hiệu Rumi nên khoảng đường ba, bốn mươi cây số giữa thị xã và nơi anh dạy học không phải là một trở ngại. Anh có mặt thường xuyên mỗi buổi chiều, thế nhưng đùng một cái, ngay giữa đêm anh cũng có thể lên xe về lại trường.

Gặp lại bạn cũ ở chốn xứ lạ quê người, chỉ một thời gian ngắn sau nhóm năm ông thầy giáo đã có một khuôn mặt mới là chuẩn úy Nguyễn. Nguyễn đã thôi không còn ăn cơm ở Câu Lạc Bộ Sĩ Quan Sư Đoàn, anh ăn cơm hàng với các bạn. Anh không ở chính thức trong căn gác trên đường đi Nghĩa Hành, nhưng anh thường ngủ đêm mỗi khi không bận trực gác trong đơn vị. Tuy Nguyễn không phải là một nhà giáo, nhưng anh gần gũi các bạn mới biết bao, vì họ cùng một lứa bên trời lận đận. Họ chia sẻ với nhau khá nhiều điều, thậm chí có lần hai ba cuối tuần không thấy Thị về là Nguyễn lấy xe nhà binh đưa các bạn đi thăm Thị tại nơi Thị dạy.

3

Cuối năm 1963 trong khi các bạn khác như Lang, Đễ, Toàn về Sài Gòn, Kỷ về Ban Mê Thuộc ăn Tết thì Nguyễn ở lại ăn một cái Tết xa nhà đầu đời. Anh bắt gặp Thị cũng không về Huế, nơi mà các bạn cho Nguyễn biết Thị có một biệt thự trong thành nội mang một cái tên khá lãng mạn là biệt thự "De Rose". Cũng nhờ cái Tết xa nhà này cả hai nhích lại gần nhau nhiều hơn nữa.

Đó là một buổi chiều hăm tám Tết, đang thơ thẩn bên đường thì Nguyễn bị một cái đập vào vai đau điếng. Anh quay lại và bắt gặp một hàm răng trắng nhởn, một nụ cười thật tươi cùng một câu đùa thân ái: "Không về Sài Gòn ăn Tết hả? Chắc là bị mợ nhỏ nào ở đây hớp mất hồn rồi phải không?" Nguyễn cũng trả lời bạn bằng một câu đùa thân ái: "Phải chi có một mợ nhỏ nào thì tôi cũng đưa hồn cho mợ đó hớp luôn. Chẳng những hồn mà còn dâng luôn cả xác. Tôi vốn rộng lượng, tiếc làm quái gì những cái chẳng bao lâu không còn thuộc về mình. Còn ông lại sao không về Huế?" Thị cho Nguyễn biết năm nay anh muốn ăn Tết với học trò của anh. Anh rủ tôi nếu không có gì bận thì về Đức Phổ với thầy trò anh cho đỡ hiu quạnh mấy ngày đầu năm.

Năm đó chiến tranh chưa kịp lan rộng. Tối ba mươi Tết nơi sân trường tiểu học của Thị, Nguyễn được hưởng một đêm cuối năm mà anh nhớ hoài cho tới cuối đời. Giữa sân trường một đống củi lớn chỉ chờ bóng tối ập xuống. Giáo viên toàn trường chỉ còn lại một người duy nhất ngoài Thị. Đó là một ông giáo làng thật già, đã dạy học tới ba chục năm, mà chỉ dạy có hai lớp ba, và tư, và cũng chỉ dạy quanh quẩn không bao giờ xa nhà hơn nửa giờ xe đạp. Khoảng hơn một trăm em nhỏ quê, lác đác có vài chục phụ huynh tự động ngồi vòng tròn quanh đống củi. Thị sau khi châm lửa cho đống củi, anh đốt một phong pháo dài để khai mạc đêm văn nghệ thiếu nhi. Trong cơn háo hức của tuổi thanh niên, Nguyễn móc cây súng lục bắn lên trời vài phát thay cho những tiếng pháo đùng không có trong tràng pháo của Thị. Sân khấu được ghép lại bởi những cái bàn học, màn là một tấm vải dù Thị mượn được của quận đường. Thời đó chưa có hệ thống phóng thanh, nên những bài đơn ca của các em nhỏ bị át đi bởi những tiếng cười đùa của khán giả, cũng như bị loãng đi bởi tiếng gió hú dài qua đồng trống. Trong đêm đó rất nhiều lần Thị và Nguyễn lên sân khấu hát hợp ca với những em bé quê những bản nhạc trong sáng của tuổi học trò. Thị không có vẻ gì là một hiệu trưởng. Nguyễn cũng không có vẻ gì là một quân nhân. Cả hai là những người anh của toàn thể những em bé quê, một miền quê dứt khoát là nghèo mà chiến tranh thì đang tiến lại gần.

Đêm đó cả hai kê ghế bố nhà binh ngủ lại trong văn phòng hiệu trưởng. Giao thừa nghe những tràng pháo chuột thỉnh thoảng vang lên trong đêm tối. Nơi quận đường nhiều tràng súng liên thanh nổ từ những vọng canh, những lằn đạn lửa vẽ lên trời đêm thành những đường rực rỡ, một vài trái hỏa châu treo lơ lửng trên trời cao và được gió đưa đi thành những chiếc đèn trời soi tỏ thôn làng. Ánh hỏa châu lướt qua những bụi tre già, những ngọn cau gầy, những bờ ruộng, những mái tranh, những cây cầu gỗ cũ kỹ cùng những đồn bót đầu quận ghi lại những hình ảnh u buồn trong đầu Thị và Nguyễn.

Trong đêm tối cả hai nói chuyện rì rào suốt đêm. Nguyễn nhắc lại hình ảnh Thị lần đầu anh thấy ở hiệu sách Thanh Tịnh. Thị cho bạn biết viên đại úy đó là quận trưởng quận Minh Long, làm thơ không dở nhưng dứt khoát là cũng chẳng hay. Thị nói anh ghét những cái gì có vẻ khoa trương và hào nhoáng. Thị cũng cho biết anh đã đọc vài bài trong quyển thơ đó đăng trên mấy tờ báo văn nghệ. Anh ghét thói thổi kèn đánh trống của một số người làm văn nghệ không có thực tài, lại hay công kênh lẫn nhau. Thị cũng nhận rằng anh đã có một cử chỉ không đúng trong hôm đó. Anh tự hứa sẽ không bao giờ để ý đến những con người tiểu tài đó.

Trong câu chuyện cả hai tiết lộ dần thân thế của mình. Nguyễn cho Thị biết khi di cư vào Nam anh đã lạc gia đình và đã trú ngụ trong một cô nhi viện hơn một năm trời. Nguyễn cho là anh cũng còn may hơn nhiều đứa trẻ ở cô nhi viện, bởi vì anh không trở thành một đứa bé đánh giày, một đứa bé bán báo hay thậm chí một kẻ sớm muộn cũng ở ngoài vòng pháp luật. Thị ngồi nghe và chỉ thỉnh thoảng cười khà khà. Thị cho bạn biết ở viện mồ côi một năm mà ăn thua gì.

Anh có bố mẹ hẳn hoi mà thậm chí còn không bao giờ

được thấy mặt bố. Thị cho biết năm sáu tuổi anh được mẹ anh mang ra chợ Đông Ba bán. Mẹ nào chẳng thương con, phải bán con là một điều không một người mẹ nào không đứt ruột. Mẹ Thị vốn là phụ nữ đã luống tuổi, nhà nghèo, ở một vùng mà dân tình khá khép kín và tương đối cổ là đất Thần Kinh. Mẹ anh gặp bố anh, một người Bắc trên bước đường vào Nam đi Kháng Chiến. Ngang vùng sông Hương núi Ngự này bố anh ngã bệnh, phải nằm lại trong khi các bạn khác lên đường. Tưởng rằng bệnh nhẹ, nào ngờ bố Thị đã phải nằm lại cả nửa năm trời, ông sống được trong giai đoạn này là nhờ ở mẹ Thị. Mẹ anh đã ngã vào trong vòng tay của bố anh, đem cái trong trắng của đời mình trao cho người đàn ông mà bà đã trông nom săn sóc một thời gian khá dài. Giữ kẻ *ở* chứ ai giữ nổi người đi, mẹ Thị cắn răng nhìn người đàn ông của đời mình đi theo tiếng gọi của sông núi. Bà cũng giấu không cho ông biết là bà đã có mang đến tháng thứ ba, và rồi Thị ra đời giữa những tiếng đàm tiếu, giữa những khó khăn ập đến từ tứ bề. Thị cho là mẹ anh thương anh ghê gớm, nếu không đã đem cho, hoặc đem bán anh ngay từ lúc mới khóc oe oe. Có nhiều người nhẫn tâm còn bỏ rơi con mình ở đầu đường, xó chợ, ngoài chùa... Mẹ anh phải thương bố anh, thương anh ghê gớm lắm mới giữ nổi anh trong sáu năm trời. Cho tới khi bà không thể nào lo nổi, bà đem ra chợ dạm bán cho những người quen. Đời Thị bắt đầu có một chút may mắn từ đây. May mắn khởi đầu bằng sự đau lòng tưởng như có thể đứt ruột của mẹ anh. Thị được một ông quan đã về hưu của triều Nguyễn xin về, nhận làm con nuôi. Ông quan này đã rất nhiều lần cưới vợ mà không hề có được một mụn con nào. Đó là lý do tại sao anh là chủ của ngôi biệt thự trong thành nội Huế. Khi ông Ấm Ba chết đi, gia tài để lại cho anh quả là một gia tài không nhỏ.

Từ khi anh trở thành con nuôi cụ Ấm Ba thì mẹ anh cũng tuyệt tích luôn. Mãi cho tới năm anh mười bốn tuổi bà cụ mới ghé thăm con một lần. Trong lần gặp gỡ hiếm hoi đó, Thị không nén được xúc động, anh cố hỏi mẹ anh một câu mà sau này anh ân hận rất nhiều năm: "Nếu như bây giờ con là con của một người ăn mày thì mẹ có lại thăm con không?" Mẹ anh chỉ khóc thay cho câu trả lời. Thị học trường Quốc Học, anh đặc biệt giỏi về văn, đến độ những bài luận văn, những bài thuyết trình do anh viết đã nhiều lần được bằng hữu mượn coi như là những áng văn mẫu. Mẹ anh nói cha anh rất đẹp trai, và vì vậy mà anh ghét những người tốt mã bề ngoài. Anh đã từng đánh một thanh niên nổi tiếng là sở khanh, đánh xong còn chà mặt thanh niên này xuống lề đường cho bớt đẹp trai. Thị đậu tú tài vào năm 60, anh không học đại học mặc dù anh có đủ phương tiện. Anh nộp đơn vào Quốc Gia Sư Phạm Huế, để rồi ba năm sau là hiệu trưởng trường tiểu học ở quận Đức Phổ này. Anh kiêm nhiệm luôn lớp nhất vì không đủ thầy giáo cho cả năm lớp. Đây là cái Tết đầu tiên của Thị với học trò của anh.

Thị là một ông thầy yêu nghề, yêu học trò, nhất là các học trò nghèo. Trong lớp anh không bao giờ phải điểm danh, vì anh biết hôm nay người học trò nào sẽ nghỉ để tát đìa, bắt cá phụ cho cha mẹ, hay người nào phải nghỉ để làm giúp cha mẹ ở ngoài ruộng. Học trò của anh có cả ngàn lý do để nghỉ một, hai ngày. Có khi nghỉ cả nửa tháng mà bố mẹ chỉ cần tạt qua nói với anh một câu là đủ. Mỗi tuần anh dạy thêm hai tối cho những học trò phải nghỉ học thất thường này.

Thị có những người học trò ngồi lớp nhất ba, bốn năm mà không thi tiểu học. Không đi thi không phải vì học dốt mà vì yêu cái việc đi học, nếu thi đậu rồi mà không có tiền đi học tiếp bậc trung học ở tỉnh, thì chẳng thà đừng đi thi tiểu học để còn có cớ mà vào lớp nhất ngồi trong những khi công việc đồng áng rỗi rãi. Cũng chính vì những người học trò nghèo này Thị đã nổi tiếng là dữ đòn với các học trò lười biếng. Anh nói với Nguyễn những khi phải đánh học trò chính anh cũng đau, hệt như những tu sĩ dòng khổ tu thời trung cổ, tự hành xác mình mỗi khi có một ý nghĩ không thánh thiện. Anh coi ngôi trường này chính là nhà của anh. Anh chăm sóc cho nó còn hơn là biệt thự *"De Rose"* ở Huế.

Hôm đến nhận trường, thật ra là nhận một ngôi nhà giữa khu đồng trống trải đầu quận. Cảnh vật trông vắng vẻ quạnh quẽ, không có vẻ gì giống như là một ngôi trường. Anh bắt tay ngay vào việc làm cho ngôi nhà giống như ngôi trường. Anh trồng những bụi hoa dâm bụt quanh hàng rào kẽm gai, anh cắm xuống đất những loại cây dễ mọc và ít cần chăm sóc, những bụi hoa giấy, những nhánh tường vi. Anh làm một cái sân cờ để mỗi sáng thứ hai chính anh đứng bắt nhịp cho học sinh toàn trường hát Quốc ca. Chung quanh trụ cờ là một vòng tròn nhỏ trải đầy sỏi đá do thầy trò anh lượm mỗi nơi mỗi chút. Có những chậu hoa hồng, cúc, tỉ muội được chôn nơi sân cờ này. Anh ghét gian xảo, trí trá, nên đôi khi anh phạt quỳ ngay sân cờ những người học trò có tật này. Cũng chính nơi sân trường này mới mấy tháng trước anh đã tổ chức cho học trò anh một đêm trung thu với đèn sao rực rỡ. Thầy trò anh hì hục làm đèn lấy bằng những vật liệu phần lớn là tự kiếm. Những cái đèn xếp, đèn ngôi sao, thôi thì đủ mọi loại đèn. Anh dã dạy cho toàn trường những bài hát đặc biệt cho dịp này.

4

Mùa mưa năm 64 bắt đầu bằng những cơn mưa dai dẳng. Mưa như mỗi lúc mỗi nặng hạt thêm, bầu trời như một bể nước không bao giờ vơi, dù đã mưa nhiều ngày ròng rã. Trong đầu những cụ già quê, những bác nông phu luống tuổi hình ảnh những trận lụt lớn của mấy chục năm trước đã lần quẩn mò về. Mùa màng năm đó chắc chắn là không còn thu hoạch được. Đói một năm cũng chưa đến nỗi nào. Có điều mực nước cứ mỗi lúc mỗi dâng lên cao, khắp mọi nơi là một màu trắng xóa trông đến rợn người. Thế rồi việc gì phải đến đã đến. Nước đọng lại từ những ngọn núi cao, tập trung trong các thung lũng giữa những ngọn đồi núi chập chùng đã đầy tràn, và ập xuống miền thấp. Những con sông Trà Khúc, Thu Bồn, và hàng chục những con sông nhỏ không tên khác thoát nước ra biển không kịp. Nước của những con sông dâng lên đến độ chóng mặt. Ban đầu nó cuốn phăng những ngôi nhà lụp xụp ven sông. Lụt làm như vẫn chưa hài lòng. Nước dâng lên cao hơn nữa, tràn ra mọi ngả, phủ hết những thôn làng, ở một vài vùng tương đối thấp nước ngập tới những ngọn cau. Ngay tại thị xã Quảng Ngãi, nơi Bộ Tư Lệnh Sư Đoàn 25 đóng trên một khu đất cao, nước cũng đã phủ hết mọi bàn giấy, mọi vọng canh. Năm 64 đó mấy xứ Quảng chịu một cái tang chung dưới làn nước bạc.

Nước đứng ba ngày trước khi rút. Từ trên trực thăng, những người cứu trợ thấy chỉ có nước và nước. Nước đục ngầu như đã được pha với máu loãng cuồn cuộn tới chân trời, và trên mặt nước có tất cả những thứ gì có thể nổi, xác người, xác thú và đôi khi cả những xác nhà. Tất cả trôi lững lờ, quanh quẩn vì những dòng nước làm như đang đi dạo lòng vòng. Lác đác đó đây là những nóc nhà chưa bị phủ và những ngọn cây lớn. Những người còn sống bám vào những ngọn cây, ngồi ở trên mái nhà, trên những gò đất cao. Khi nước rút trên cái nền đất bầy nhầy của trận lụt để lại, người ta thấy những cái nhà chỉ còn trơ lại nền đất đã mủn, những cái cột, những xác người rải rác, có khi mắc kẹt ở trên cây. Con số thiệt hại về nhân mạng lên tới hàng trăm ngàn người.

Nguyễn nhảy ngay lên một chiếc xe của Sư Đoàn đi cứu trợ Đức Phổ. Anh bắt gặp Thị tại trường với hàng trăm người dân quê khác. Ngôi trường chỉ bị ngập nước ngang cửa sổ, Thị đã kê bàn chồng lên nhau làm chỗ trú ngụ cho nhiều người quanh đó. Thị cảm động tới độ phát khóc khi được biết các bạn bình yên vô sự. Thị nói với Nguyễn: *"Anh sẽ sống rất dai nếu như qua được trận lụt này"*. Đêm đó Nguyễn ngủ lại Đức Phổ với bạn. Cả hai treo võng trên cái nền nhơm nhớp nước. Đêm đó Thị đã cho Nguyễn xem một số thơ anh làm, có cả những bài dịch thơ Đường, đặc biệt là thơ Đỗ Phủ và Bạch Cư Dị. Thị có một giọng đọc thơ hùng tráng lạ lùng, cả hai pha trà uống và thức cho đến khi mặt trời mọc. Nguyễn nhớ hoài cái cảm giác rờn rợn của ánh dương soi xuống vạn vật sau khi nước lụt vừa rút khỏi thôn làng.

Sau trận lụt kinh hoàng đó, Nguyễn theo SĐ 25 thuyên chuyển vào Nam. Trước đó anh kịp nhận thấy anh bất lực trước một khó khăn tình cảm của Thị. Ở Huế có khá nhiều thiếu nữ thích Thị, chỉ chờ một lời tỏ tình. Những thiếu nữ này đều là con nhà gia giáo. Nếu họ có cảm tình với Thị, không phải anh là chủ nhân của ngôi biệt thự *De Rose*, mà vì cái vẻ đàn ông, đặc đàn ông nơi Thị, đó là chưa kể văn tài thật sự nơi anh. Anh chưa viết không có nghĩa là anh không viết. Dường như Thị có vẻ không hợp với những cái gì có vẻ dịu dàng yếu đuối. Anh yêu ghét phân minh, không thích nhiều thủ tục của tình cảm. Cái kiểu trai thì phải hào hoa phong nhã, gái thì phải yểu điệu thục nữ. Lần đó Thị nói với Nguyễn: *"Tôi dan díu với một chị y tá hương thôn, con nhà nông thuần túy. Tôi bị cuốn vào cái đẹp của thân thể phụ nữ trong một đêm tắm sông có trăng. Tôi có thể ngừng lại từ lâu, nghĩa là sau một đôi lần ăn vụng. Tôi có thể chạy bằng cách cưới vợ con nhà có học ở Huế. Nhưng tôi phải nói thật với ông, người nữ là một tác phẩm tuyệt mỹ nhất của hóa công. Cô ấy nói với tôi là đã có bầu. Tôi phải làm gì bây giờ?"* Nguyễn còn biết nói gì hơn là im lặng.

Vài phút sau Thị cười khà khà và nói: "Thì chỉ có cách cưới làm vợ mà thôi. Con gái nhà giàu còn có nhan sắc, còn có học vấn, tiền bạc. Còn cô ta chỉ có mỗi cái đó đã đem dâng, và mình đã nhận thì không thể có chuyện gì khác hơn là cưới. Vả lại có một Võ Nguyên Thị là đủ rồi. Chẳng nhẽ tôi lại như bố tôi để lại một đứa con hoang khác".Thị làm một bữa ăn mời vài người bạn thân của anh tới nhận mặt vợ anh. Nguyễn tin chắc Thị sẽ hạnh phúc, vô cùng hạnh phúc, mặc dù trong bữa tiệc cưới đơn sơ đó, vợ Thị hết sức ngượng ngập với đôi giày cao gót chị mới xỏ chân vào lần đầu.

Hôm Nguyễn ra phi trường di chuyển vào Nam, mấy người bạn đang bận ở trường, chỉ có vợ chồng Thị tiễn Nguyễn bước vào lòng phi *cơ đồ* sộ.

5

Khoảng một năm sau Nguyễn nhận được một lá thư của Thị, chỉ vài dòng ngắn ngủi nhưng gói đủ tình bạn giữa hai người. Kèm theo là ảnh một chú nhỏ độ sáu tháng, rất bụ bẫm, giống bố. Đặc biệt là cái đầu trốc đã được vợ Thị gốc nông dân thuần, bôi đầy phẩm xanh trên mớ tóc cắt nham nhở. Chú nhỏ trông như một hòn cơm nguội chắc nịch, đang bò trên nền đất của ngôi nhà vùng quê, chứ không phải trên nền gạch bông của biệt thự *De Rose*. Thị cho biết anh ở Đức Phổ nhiều hơn là về Huế.

Năm 1965 chiến tranh bắt đầu lớn dần. Chiến tranh lớn dần hệt như những con nước dâng cao trong mùa lụt năm trước. Khắp bốn vùng chiến thuật những trận đánh lớn nổ ra trên rừng núi, trên ruộng đồng, trong thành thị. Hết lớp trai này, đến lớp trai khác phải tới những quân trường để được huấn luyện trở thành những người lính, chống đỡ cho sự an nguy của đất nước. Nguyễn thì thoát một cái đã *ở* Vùng II, thoát một cái trên rừng, chưa yên chỗ đã lại xuống biển. Sợi dây liên lạc của hai người vốn đã lỏng lẻo lại càng lỏng lẻo thêm. Nguyễn không hề biết năm 66 Thị cũng bị động viên. Ra trường anh đậu khá cao, nên xin về tiểu khu Quảng Ngãi, không phải chỉ để về gần vợ con, mà còn về gần những người học trò cũ của anh. Nhiều học trò anh đã bắt đầu lớn, đã có thể cầm súng cho phe này, hay lên núi theo phe kia. Phe này hay phe kia nơi quận Đức Phổ này thật khó mà lường, nhiều khi chỉ vì cha, anh, chú, bác ở phe nào thì cậu nhỏ lớn lên nhiều phần ngả về phe ấy.

Đơn vị đầu đời của Thị là một chức vụnặng tính chất hành chánh. Anh là chánh văn phòng cho Tỉnh Trưởng kiêm Tiểu Khu Trưởng. Đối với người khác thì có thể là Thị đã vận động cho được chỗ ngồi này. Nhưng với Thị thì anh đã không chịu nổi cái không khí lúc nào cũng ngộp quần áo thẳng nếp, tóc tai cứ hai ba tuần phải viếng thợ cạo một lần. Đó là chưa kể những bổn phận vặt vãnh của người quản gia trong nhà các ông lớn. Nếu như quản gia vắng mặt thì còn ai để cho ông tỉnh sai bảo hơn là người chánh văn phòng nữa. Thị làm đơn xin thuyên chuyển. Anh có thể được ngồi những chỗ tốt trong Tiểu Khu mà nhiều người khác thèm khát, nhưng anh nằng nặc xin về quận Đức Phổ. Dù không còn là thầy giáo, anh vẫn muốn gần những người học trò cũ của anh, mặc dù bây giờ Thị nghe nói đã có nhiều người học trò của anh vài năm trước *"nhảy núi"*. Anh làm Trưởng Ban Ba Chi Khu, anh kiêm nhiệm luôn chức Trung Đội Trưởng Nghĩa Quân của quận Đức Phổ này.

Ngày ngày anh vẫn đi ngang trường cũ. Các học trò vẫn lễ phép giở nón chào anh khi gặp mặt ở ngoài đường. Người lớn cũng chẳng một ai kêu anh bằng thiếu úy, họ vẫn gọi anh là thầy. Thị vẫn được các phụ huynh cũ mời ăn giỗ ky. Đêm đêm anh vẫn đi tuần và ít khi nào quên đi ngang ngôi trường mà anh đã đích thân quyên góp vật liệu để xây cổng, làm sân cờ. Những bụi hoa dâm bụt anh trồng đã trở thành những hàng rào tươi mát quanh trường, những cây hoa giấy, những hàng tường vi đã trở nên um tùm đến độ thỉnh thoảng phải tỉa bớt đi, và nơi sân cờ những chùm tỉ muội, những cánh hoa hồng luôn luôn nở đón chào nắng sớm, cùng với những giọt sương mai long lanh như những viên kim cương lung linh trong gió đồng nội.

Năm 1967 Thị có thêm một đứa con trai nữa. Đúng như Nguyễn đã nghĩ là Thị sẽ có hạnh phúc, vô cùng hạnh phúc. Thị càng ngày càng xa thành nội Huế, thậm chí một năm sau cùng anh về biệt thự *De Rose* chỉ có một lần. Anh đã tráng nền xi măng căn nhà tranh ở Đức Phổ, anh vẫn dạy học thêm hai tối một tuần cho những trẻ nhà nghèo không có tiền theo đuổi việc học *ở* tỉnh. Anh đã khuyến khích mọi người học trò cũ của anh đi thi bằng Tiểu Học. Anh kèm cho họ vài môn căn bản của Trung Học, với hy vọng một ngày nào đó đất nước thanh bình hơn, những người học trò hiếu học này có thể tiến xa hơn trên con đường học vấn.

Chỉ có một điều Thị đã đoán sai trong lúc nói chuyện với Nguyễn, khi Nguyễn lên thăm Thị sau cơn lụt: *"Là anh sẽ sống dai nếu như không chết trong nạn lụt năm 64"*. Nguyễn chỉ biết tin Thị đã chết khi tình cờ đi phép về Sài Gòn và gặp Lang vào giữa năm 68. Lang là người kể cho Nguyễn nghe về cái chết của Thị. Lang nói:

6

... Mấy thằng đồng nghiệp tụi tôi đã góp tiền cho Thị đưa hai đứa học trò của Thị đi trốn. Hai chú bé này mới *"nhảy núi"* chưa đầy một năm, vì họ hàng của hai chú bé này *ở* phía bên kia. Giữa năm 67 hai chú bé mò về Đức Phổ, cả hai mò về gõ cửa nhà thầy cũ cũng đã khá khuya, Thị đang đi kiểm tra an ninh chưa về. Vợ Thị do kinh nghiệm ở vùng xôi đậu đã lâu nên không chịu mở cửa, hai chú bé mò về núp ở sau sân trường cũ. Khuya thật khuya cả hai mò về nhà thầy lần nữa. Lần này Thị có nhà. Anh vừa nghe tiếng trả lời xong là biết ngay ai đang đứng trước cửa. Anh cũng biết là cả hai đã "nhảy núi". Nhưng "nhảy núi" thì cũng vẫn là học trò của anh, vả lại nếu nó định làm bậy thì đã không gọi cửa tới hai lần. Thị bình tĩnh *mở* cửa, hai người học trò cũ lách vào trong như một cơn gió. Một người nói: *"Hồi nãy cô không mở cửa làm tụi em sợ muốn chết"*.

Thị nhìn lại hai người học trò cũ của mình đã lớn bộn. Trẻ nhà quê thường còm cõi hoặc lực lưỡng, ít có cái dáng người mảnh khảnh. Hai người học trò cũ của anh nhiều lắm chỉ mười sáu, mười bảy là cùng, thế mà lớn phổng như những người trai hai mươi. Thị nhìn hai người em với vẻ xót thương và hỏi: *"Sao về thăm thầy khuya khoắt quá vậy?"*

*"*Tụi em phải trốn về cho thầy biết là người ta định giết thầy đó. Mấy người trong núi nói là thầy còn nguy hiểm hơn ông Quận. Để thầy sống làm thầy giáo thì không sao, chứ bây giờ thầy là Ban Ba Chi Khu thì khó mà hoạt động nằm vùng được. Có mấy người đã biết thầy, họ không chịu, nhưng ít hôm sau tụi em thấy mấy người đó đi đâu mất biệt. Thằng Chín con nhà ông Xê cho hai em biết là họ đã thủ tiêu một người nhất định chống họ. Thằng Chín cho biết là họ sắp sửa đưa người về hoạt động ở Đức Phổ. Mấy người ở trong núi quyết triệt thầy cho bằng được. Tụi em liều chết về đây báo cho thầy biết để thầy đề phòng".

Thị ngồi bất động như một pho tượng. Anh hỏi hai chú bé: *"Các em đi rồi liệu họ có biết các em đi báo cho thầy không?"* Hai chú bé cho biết, họ đã đi từ sáng sớm, định đón đường mà không gặp Thị, thành thử phải trốn về nhà chờ tới tối mới đi tìm thầy. Nếu cả hai gặp Thị buổi sáng thì giờ đã yên tâm trở lại trên núi mà không ai biết. Nhưng bây giờ thị mọi việc đã vỡ lở rồi. Cả hai đều không biết sẽ phải làm gì? Thị ôn tồn nói với hai chú bé ngủ lại tại nhà Thị. Sáng ra anh dẫn hai chú bé đi sớm về tỉnh. Anh gom hết tiền của anh, của Toàn, Đễ, Lang, Kỷ được vài chục ngàn. Anh cho vợ con về Huế, ở tại biệt thự *De Rose* cùng với hai người học trò cũ. Anh cho cả hai đi học lại tại trường tư vài tháng trước khi đủ tuổi đăng lính quốc gia.

Từ đó Thị ở Đức Phổ có một mình. Anh ít khi về nhà ngủ, anh ngủ trong đồn, anh ngủ nơi các vọng canh, anh ngủ trong trường học, anh ngủ lại ở trạm y tế. Anh đổi chỗ ngủ hằng đêm, anh ít đi lại nhà những người có con "nhảy núi". Vợ con anh thỉnh thoảng mới xuống thăm anh một lần. Anh ăn cơm với những người lính nghĩa quân trong đồn. Trận chiến giữa hai ý thức hệ Quốc và Cộng đó thu nhỏ lại. Nó chính là trận chiến giữa những người nông dân chiến đấu để bảo vệ căn nhà thực sự của mình, và ruộng nương của tổ tiên truyền lại. Riêng Thị, ngoài những điều vừa kể anh còn chiến đấu chống lại sự tăm tối.

Năm 1967 rốt cục rồi cũng qua. Tết Mậu Thân sắp tới, vợ con Thị nhất định xuống ăn Tết với anh. Ở một nơi cả hai vợ chồng có biết bao nhiêu là kỷ niệm, những kỷ niệm không đài các, quý phái. Đó là nơi cả hai làm việc, đó là nơi cả hai đã dàn trải đời mình bằng mồ hôi, nước mắt của mình.

Giao thừa năm đó thay vì tiếng pháo nổ đón Xuân là tiếng súng nổ khắp nơi. Cộng sản không chỉ vi phạm ngưng bắn do một vài đơn vị lẻ tẻ, mà là một cuộc vi phạm toàn diện trên toàn lãnh thổ miền Nam. Hơn bốn chục tỉnh, thị xã hàng trăm quận ly, hàng ngàn đồn bót. Đại quân Cộng sản xâm nhập vào thủ đô Sài Gòn *ở* nhiều địa điểm. Chúng chiếm được cố đô Huế. Hàng ngàn người dân vô tội bị xử tử đồng loạt, trước khi Cộng sản phải rút ra khỏi thành phố. Huế điêu tàn, đổ nát và tang tóc sau một tháng thất thủ trong tay Cộng sản.

Ở Đức Phổ, Thị chiến đấu như là một mãnh thú. Anh chống trả tất cả mọi cuộc tấn công của địch. Địch chẳng phải chỉ đe dọa tính mạng anh, hôm nay có vợ con anh nữa. Địch chẳng những sẽ tàn phá ngôi nhà của anh, mà còn phá hủy ngôi trường yêu dấu mà anh đã đóng góp không ít trong việc hoàn thành bộ mặt cho ngôi trường này. Anh chiến đấu suốt bốn mươi giờ không chợp mắt. Anh phản công đầu này, anh xung phong đầu kia. Anh có mặt ở phía Nam quận, anh hò hét ở phía Bắc quận. Không thể có sự tiếp viện từ tỉnh bởi lẽ chính tỉnh cũng đang bị tấn công nặng nề. Anh cũng không biết Quận đường ra sao vì địch cũng tấn công rất mạnh nơi đó. Địch quân xâm nhập được vào vòng đai quận ngay từ phút đầu. Tất cả các đồn bót ngoài vòng đai quận đều chiến đấu độc lập và tự túc.

Khi cuộc tấn công mới bắt đầu Thị ngủ tại nhà anh, cách trường một đoạn đường ngắn. Anh tìm cách vào trong quận nhưng không được. Anh trở về với Trung Đội của anh, thu thập những người lính hiện diện họp thành một tiểu đội. Anh dẫn đầu cuộc giải vây cho những vọng canh bị uy hiếp nặng nề. Anh tiến từ điểm này sang điểm khác. Anh giải tỏa được hầu hết quận, làm chủ được tình hình toàn quận sau gần bốn mươi giờ chiến đấu không ngưng nghỉ, chỉ thỉnh thoảng tạt qua nhà, kiếm một đòn bánh tét, một đĩa xôi ăn cùng với lính. Đêm mồng Hai rạng mồng Ba Tết, tình hình Đức Phổ hoàn toàn sáng sủa. Thị rảo một vòng chót cùng trước khi về nhà nghỉ.

Anh ngang qua ngôi trường cũ một lần trước khi quay về nhà nghỉ lấy sức. Anh mở cổng trường tiến vào nơi chốn thân yêu. Anh đã thành công trong việc bảo vệ ngôi trường bốn chục giờ đồng hồ vừa qua. Anh tiến tới giữa sân cờ, ngẩng đầu lên ngọn cờ vẫn còn rũ xuống vì sương đêm nặng trĩu. Có dấu hiệu của một ngày sắp tới trên nền trời thanh thanh. Anh nghe tiếng gió sớm và cùng một lúc một tiếng nổ vang lên, anh ngã gục xuống nơi những bụi hồng, những chậu tỉ muội, những chậu cúc do chính tay anh trồng năm năm về trước. Một viên đạn bắn xẻ trong tầm gần đã quật anh ngã xuống không bao giờ dậy được. Có lẽ những ý nghĩ cuối cùng của anh, anh mong rằng kẻ vừa bóp cò kia không phải là học trò cũ của anh, mà là một chiến binh Cộng sản nào đó, căm tức sự chống trả mãnh liệt của anh, đã phá vỡ toàn bộ cuộc tấn công của họ vào Quận. Có lẽ ý nghĩ cuối cùng của Thị anh tin chắc chắn: Không phải học trò của anh đã đoán được anh sẽ tạt ngang ngôi trường cũ trước khi về nhà.

Thị được chôn cất ở Đức Phổ, gần ngôi trường của anh, chờ chiến cuộc Huế lắng dịu sẽ được mang về Huế. Rất nhiều học trò của anh để tang trên đầu. Hai người "nhảy núi" đã được Thị cho đi Huế học cũng về chịu tang anh. Cả hai đăng lính ngay lập tức sau tang lễ.

7

Đã nhiều lần Nguyễn muốn kể lại chuyện đời Thị, nhưng rồi không lần nào anh đi được đến phút chót của đời bạn. Cả hai giao thiệp với nhau không đầy hai năm trời. Hơn nữa Toàn, Lang, Để và Kỷ là những người biết rõ về Thị hơn Nguyễn.

Những người trên ai cũng hăm sẽ viết về Thị. Thế mà Thị chết đã một phần tư thế kỷ rồi vẫn chưa hề thấy một cái truyện ngắn nào ra đời. Thế rồi đùng một cái nước cũng chẳng còn như xưa. Để, Toàn và Kỷ dường như vẫn còn ở lại Việt Nam hay có khi cũng đã ngã xuống đâu đó nơi quê nhà. Lang thì bây giờ đã trở thành một mục sư của xứ Canada lạnh lẽo. Những dòng chữ quý vị đang đọc đã được ghi lại bởi những cuộc nói chuyện đứt quãng với Nguyễn. Trí nhớ của anh sau ba mươi năm chắc phải có đôi chỗ lẫn lộn, nhưng như đã nói ở phần vào truyện, Nguyễn không hề có ý định thêu hoa dệt gấm cho đời bạn anh. Chính bởi vậy anh đã không nhắc đến tên viên đại úy thi sĩ ở Quảng Ngãi, cũng như một thi sĩ khác, ở Sài Gòn ra Huế nằm cả năm trời trong biệt thự *De Rose* của Thị để theo đuổi một nàng thơ. Ở đời chẳng nên nhắc chuyện buồn.

Bạn của Thị ở Mỹ này cũng không ít. Nguyễn *ở* Nam Cali. Trần Lam Giang và Nguyễn Khoa Tần ở Bắc Cali là những người đã từng ăn, học, chơi, đùa với Thị. Trần Lam Giang có cho Nguyễn biết một chi tiết mà ít ai biết vì mẹ Thị giấu. Mãi sau này bà mới cho Thị biết: Sở dĩ mẹ anh đặt tên cho anh là Võ Nguyên Thị vì cha anh là em con nhà chú của Võ Nguyên Giáp. Chi tiết này cũng chẳng làm cho con người Thị lớn hơn, nếu không muốn nói với những kẻ tiểu tâm, tiểu tài thì anh lại còn bé đi một bậc.

Bây giờ con Thị chẵn ba mươi tuổi. Khi Thị mất anh mới có năm tuổi. Nguyễn tin rằng anh biết rất rõ về cha anh. Nguyễn mong rằng có một dịp nào đó anh đọc những dòng chữ này. Xin tha lỗi cho người ghi lại nếu như sai sót một hai chi tiết.

Cali tháng Chín 1993

HOÀNG LỘC

Tuổi Quý Mùi, quê Hội An, Quảng Nam
Có thơ trên hầu hết tạp chí văn học miền Nam trước 1975
và hải ngoại sau 1993.

Tác phẩm đã xuất bản:
- *Trái Tim Còn Lạ i*(1971)
- *Qua Mấy Trời Sương Mưa* (1999)
- *Cho Dẫu Phù Vân* (2012)
- *Ngắn Ngắn Tình Si* (2016)

Chuyện người đi theo thơ

thuở mới lớn anh rình cô bạn học
tháng ngày ai thơm áo trắng không ngờ
khi cô thả tóc thề ngang cửa lớp
là khi lòng cậu bé rối câu thơ

anh tập viết (nên chưa từng dám nói)
anh tập yêu đơn chiếc bảy năm trời
mắt cô bạn mỗi dần xanh thiếu nữ
câu thơ chừng hương ngát một hoa khôi

chữ nghĩa học trò xưng tụng nào nguôi
mùa thi cuối đưa cô về xứ khác
(thời chung lớp chỉ bàn sau bàn trước
đã như quen nỗi nhớ ấy muôn trùng)

cô ở phương xa yêu lỡ đôi lần
với phố tình đầu anh hoài vụng dại
không thể theo nhau, thôi đừng ngó lại
cô đi theo chồng – anh đi theo thơ

hơn bốn mươi năm anh cứ dật dờ
con đường của thơ ngời ngời oan nghiệt
gần khép trần gian mà thơ mù biệt
mới hiểu, ngậm ngùi, mấy kẻ thành danh!

hơn bốn mươi năm anh chợt thương mình
theo một con đường quá chừng cô độc
thuở tập viết, anh rình cô bạn học
mà cuối đời chưa hết rối câu thơ…

Lạc địa

cây đã già đời, đem bứng gốc
sót đôi chút rễ, vứt bên trời
tiếng kêu cứu gửi từ tâm đất
dơ dáng hình – cây đứng lẻ loi

ta cũng già rồi, qua xứ khác
tiêu điều thân thế bóng cây khô
hiểu sao quít ngọt về Giang Bắc
giỏi mấy tay trồng cũng hóa chua

cơm áo nghe ra đời quá cực
bỏ bê nghiên bút kể nhiều năm
hiểu sao nhị cú tam niên đắc
chỉ nửa câu đây đủ khóc ròng

hiểu sao đắng miệng mà không uống
nghiêng lưng chén lớn nỗi ơ hờ
gió – như gió bấc bên chiều mộng
thương thằng bạn rượu ở quê xưa

biết sống dễ van cầu đắc chí
miễn đừng tới tấp những hư hao
ta vẫn đầu sông, em cuối bãi
chờ mãn đời đi để… mất nhau!

ngồi góc quê người coi lá rớt
bỗng mừng khi lá mắc lên cây
thà khô héo chết theo cành mục
hơn phải sa cơ rụng đất này.

Để thành chánh quả

anh dần dần xa các thứ nghiện ngập
anh từ từ kiêng những điều không nên
chẳng hạn anh xưa là tay hiếu sắc
bỗng hóa hiền khô từ ngày yêu em…

(hèn chi dẫy đầy dòng tu khổ hạnh
vì chút thiên đường mà xơ xác trăm năm!)

anh đã trời trồng giữa chiều nắng muộn
khi áo em qua bất ngờ dỗi hờn
anh đấm ngực mình từng hồi đau thốn
khi mắt em vừa chớm dấu nghi nan…

(hèn chi quá nhiều nhà sư ép xác
vì cái niết bàn mà khổ cắn răng!)

anh cũng từng bỏ uống không cần ăn
tự giữ mình qua từng câu nhật tụng
cũng biết kêu trời những đêm thức trắng
để tạ ơn tình cho anh cơn ghen…

anh không vì Chúa Kitô – vì Đức Phật
(hỡi các nhà tu – cứ việc đi tìm!)
nhưng anh tin phải ốm đòn, phải hành xác
thì mới được thành chánh quả trong em!

Bữa sắp xếp hành trang

anh không còn thời gian ở lại với thơ
cả ngàn bài hơn, chưa từng in ấn
đọc đến trăm lần ý tình lộn xộn
muốn sửa đôi điều, sợ tội ngày xưa

anh hết thời gian ở lại cùng quê
nơi có căn nhà, có dấu chân người vợ
nơi các con anh ra đời cực khổ
còn tiếng bạn bè lui tới hỏi han...

với cõi này, anh đã hết thời gian
khó ngồi cùng em lâu hơn xí nữa
hạnh ngộ cuối đời nghe chừng cũng mỏi
giọt lệ buồn trên khoé mắt em vui?

hành trang kìa em – anh sắp đi rồi!

11-9-2017

Hoàng Lộc

HOÀNG MAI ĐẠT

Sinh năm 1960 tại Nha Trang.

Đến Hoa Kỳ năm 1975.

Tốt nghiệp đại học Pennsylvania State University ngành nghệ thuật điện ảnh.

Làm nhiều nghề tại California.

Biên tập viên tin tức của đài phát thanh Little SàiGòn Radio tại Orange County.

Bài đăng trên các tạp chí *Văn Học, Văn, Hương Văn, Hợp Lưu, ...*

Tác phẩm đã xuất bản:

- *Cánh Đồng Cho Em* (Thư Hương, 1992)
- *Giữa Hai Miền Mưa Nắng (tạp ghi, Văn Nghệ HK, 2000*

Cánh đồng cho em

Sau nhiều năm tìm kiếm, người thiếu nữ gặp người đàn ông vào một buổi trưa cuối tháng Hai ở nhà ông ta. Từ ngoài trời tuyết giá cô gái bước vào căn phòng ấm cúng và mỉm cười chào người đàn ông đeo kiếng cận. Ông ta khép chặt cửa, trong khi cô cởi áo lạnh và treo nó lên móc.

"Tôi muốn biết chuyện ngày tôi còn bé", người thiếu nữ nói.

Người đàn ông nhìn đôi mắt nâu của cô thiếu nữ, rồi ông nhìn tránh ra cửa sổ, nơi bông tuyết đang bay lất phất và bám vào kiếng.

"Cô nên giữ cái khăn choàng cổ", người đàn ông nói và nhìn lại đôi mắt nâu thấm mệt sau một chuyến đi xa. "Ngồi lâu quen hơi ấm rồi hãy lấy khăn choàng ra". Rồi ông ta chỉ tay vào phòng khách và nói tiếp, "Cô hãy ngồi vào cái ghế đó gần lò sưởi. Tôi sẽ pha cho cô một tách chocolate nóng. Phòng vệ sinh ở bên này". Ông ta trỏ tay về hướng hành lang ngắn cạnh bếp.

Cô gái khẽ "Dạ" rồi đi đến phòng vệ sinh. Người đàn ông bước xuống bếp, bắt đầu đun nước. Ông khạc ho một lần trong lúc đứng đợi nước sôi. Rồi chợt nhớ, ông trở vào phòng khách để bỏ thêm củi vào trong lò sưởi lát gạch đỏ. Khi ông trở lại bếp, người thiếu nữ ngồi vào ghế nệm ở bên phải lò sưởi.

"Ông ở đây bao lâu rồi?", người thiếu nữ hỏi.

"Gần mười tám năm", người đàn ông trả lời. "Chỉ kém tuổi cô hai năm".

"Vậy à", người thiếu nữ nói. Nàng duỗi thẳng chân trước lò sưởi, từ từ gỡ khăn choàng cổ có hoa lá rậm màu ra. "Tôi muốn biết chuyện gì đã xảy ra, tất cả những gì ông còn nhớ", người thiếu nữ vừa nói vừa nhìn về hướng bếp nơi người đàn ông đang đứng quay lưng lại.

"Tôi sẽ kể lại những gì tôi biết", người đàn ông trả lời trong khi tay ông ta quậy đều tách chocolate. Tiếng ông ta vọng ra từ dưới bếp, tỏa rộng vào phòng khách.

Người đàn ông để tách chocolate ở trên bàn giữa hai cái ghế nệm trước lò sưởi và ngồi đối diện cô gái. ông nói, "Cô đợi một chút cho bớt nóng rồi hãy uống".

"Cám ơn ông", người thiếu nữ hơi cúi xuống nhìn người đàn ông. "Ông ở đây một mình?", nàng hỏi.

Người đàn ông bỗng đứng dậy, trở vào trong bếp, rồi bước ra với chai rượu và hai ly thủy tinh ở trên tay. "Có một mình", ông nói. "Cô có thích uống brandy không?" Ông định ngồi xuống.

"Không. Tôi không biết uống rượu", người thiếu nữ trả lời.

Người đàn ông lại đứng dậy, đi vô bếp, rồi trở vào phòng khách với một ly thủy tinh đầy nước đá viên, ông giải thích, "Câu chuyện có thể dài. Tôi không muốn đứng lên đi lấy đá nửa chừng giữa lúc kể chuyện".

"Ông kể đi", người thiếu nữ nhắc. "Tôi đợi lâu lắm rồi".

Người đàn ông nâng ly **rượu**uống một hớp. Những sợi tóc bạc trên đầu ông óng ánh theo ngọn lửa vàng đỏ lấp loáng trong lò sưởi. Ông khẽ đẩy gọng kiếng gần vào mắt hơn và uống thêm rượu. Rồi ông thong thả nói.

Quá khứ, như một con đỉa, đã bám chặt theo họ, hút đi những giọt máu sống của hiện tại. Máu của nó cũng là máu của hai người. Người đàn ông và người đàn bà.

Người đàn ông sang Mỹ du học từ năm mười bảy tuổi.

Cha mẹ của hắn là thương gia buôn gạo giàu có, đã bỏ tiền cho con sang Mỹ để tránh quân dịch, ở ngoại quốc hắn tiếp tục lối sống ăn chơi bắt đầu tại Sài Gòn. Tại một trường đại học ở miền Đông Bắc Hoa Kỳ, người thanh niên ấy ghi danh học Arts. Khi miền Nam Việt Nam sụp đổ vào cuối tháng Tư năm 1975, đầu của người thanh niên đã mịt mù bay bổng theo khói thuốc *Weeds*, thân thể của hắn ngập mùi mồ hôi, mùi nước hoa rẻ tiền từ những ổ điếm đủ màu. Năm đó người thanh niên hai mươi tuổi.

Mất liên lạc với gia đình, không có tiền, người sinh viên bỏ học, đi theo những đứa chơi *punk rock,* chỉ vì hắn ghét tất cả mọi thứ, cũng như những đứa *punk.* Hắn thích nghe tiếng trống nện trong hầm mỗi đêm. Hắn không biết hát hay chơi nhạc cụ. Bù lại hắn biết chụp hình và hay la cà xuống mấy xóm người da đen để xoay sở thuốc phiện cho mấy đứa trong băng. Mỗi đêm hắn theo tụi nó xuống hầm nhạc *bar.* Hò hét, nhảy *slam dance,* đánh lộn xong cả bọn kéo về phòng bẩn thỉu có một cửa sổ vỡ kiếng, để bay một chuyến *acid trip,* hay để "có tình dục" ngoài hành lang, trên nóc nhà. Có đêm mùi ói mửa của những đứa bạn làm hắn mất ngủ.

Một buổi trưa mùa Đông không mặt trời hắn đến nhà người quen để nhận thư từ Việt Nam. Bà ngoại của hắn viết thư sang báo tin cha mẹ hắn đã bị cướp hết vàng, bị bắn chết trên thuyền vượt biển ngoài Vũng Tàu. Bà ngoại cũng nhắn hắn gởi tiền về cho những người thân. Đêm hôm đó, trong lúc say rượu, hắn đánh con nhỏ Gina và hiếp nó từ đằng sau trong cầu tiêu. Gina nhổ nước miếng vào mặt hắn, cười, và nói rằng hắn thô bạo như ông già của nó. Hắn thấy tức.

Hắn tưởng mọi chuyện sẽ không thay đổi. Cả bọn sẽ lẩn quẩn trong bóng tối đằng sau những khu nhà đen khói. Nhưng có thay đổi. Một buổi trưa cả bọn thức dậy trễ và thấy Robert nằm chết ngay đơ gần cầu tiêu. Cái tiêm thuốc còn nằm trong tay. Robert chơi trống. Hai tuần sau đó Randy bị một băng da đen đâm ba nhát vào bụng, lấy hết tiền, và để máu chảy đến chết trong ngõ hẻm. Randy chơi guitar. Gina bỏ đi nhảy go-go ở một cái bar gần nơi có dạo Gina hát và đệm bass. Kathy trở về với gia đình ở một vùng trung lưu ngoài thành phố. Kathy hát. Còn hắn. Hắn bán máy chụp hình, mua vé xe đến Indiana để kiếm một thằng bạn Việt Nam học cùng trường lúc trước.

Cũng may, Tiến, thằng bạn học mà bây giờ là kỹ sư có giá trị, cho hắn ở nhờ. Bốn đêm một tuần hắn chạy bàn ở một tiệm ăn Tàu. Một thời gian sau đó, hắn nghe chuyện vượt biển, chuyện hải tặc, chuyện tù cải tạo, từ Tiến và những người Việt Nam chung quanh Tiến. Toàn chuyện chết người. Nghe nhắc đến những cái chết, hắn nghĩ thầm họ chết đâu phải lỗi của hắn. Hắn cũng nghĩ như thế khi xem tin tức chiến tranh Việt Nam trên đài truyền hình vào những ngày mới sang Mỹ. Họ chết vì họ tranh đấu cho lập trường của họ. Hắn không có lập trường.

Một hôm, trong lúc theo gia đình Tiến đi ra *mall*, hắn nhận thấy cần phải đi xa. Họ gặp hai vợ chồng da trắng ở *mall*. Người chồng hỏi, "Các bạn là người Việt Nam?"

Mọi người đều trả lời "Yes" ngoại trừ hắn. Rồi họ lịch sự trao đổi những câu xã giao với hai vợ chồng Mỹ. Trong khi đó hắn đứng tách ra khỏi bọn, nghĩ thầm về con người Việt Nam của hắn. Những người kia đã thấy xác chết trên đường tìm tự do, đã bị hãm hiếp, cướp bóc, đã sống trong lao tù của Cộng sản. Còn hắn? Hắn chưa thấy chiến tranh Việt Nam. Trong lúc hắn ăn chơi lêu lổng ở bên Mỹ, người Việt Nam chết banh xác ngoài đồng, rữa thây trên rừng. Khi vòng xích của chiến xa Cộng sản lăn vào Dinh Độc Lập, hắn còn mải kéo dài giây phút thông khoái trên thân thể của một người đàn bà xa lạ. Hắn không thể tự nhận mình cũng cùng loại như những người kia.

Có lần một thằng da trắng mặc áo Sex Pistols, trong lúc trao cho hắn túi *angel dust,* hỏi giỡn, "Có phải mày là **VC** bắn chết người Mỹ?"

Hắn trả lời một câu mà hắn nghĩ là rất thành thật lúc ấy, "Tao không phải là người Việt Nam, *and fuck you*". Thằng kia chửi lại hắn một câu rồi bỏ đi. Có điều hắn biết là hắn không thể tự lừa mình được. Mặt mũi hắn rất Việt Nam và hắn nói được tiếng Việt.

Đầu mùa Xuân năm 84 hắn bỏ gia đình của Tiến, lái chiếc xe Mustang đỏ băng ngang nước Mỹ để đến Nam Cali, nơi hắn nghe kể có nhiều người Việt Nam.

Mà nhiều thật. Nhan nhản khắp đường Bolsa. Trên lề đường, trong xe đắt tiền, ngoài cửa tiệm, trên lầu thương xá. Toàn người Việt Nam. Mặt mũi giống như hắn. Nhắm mắt hắn cũng thấy họ trầm ngâm hay đùa giỡn. Bịt tai hắn cũng nghe họ cãi vã hay yêu đương.

Mới đến Cali, chẳng còn bao nhiêu tiền trong túi, hắn làm việc chung với người gốc Mễ tại một hãng điện tử vùng Irvine, ở đó hắn lặng lẽ làm việc giữa những tiếng Tây Ban Nha huyên náo, cẩn thận thả những tấm mạch điện vào máy bắn hóa chất. Những đêm phải lôi cả thùng phi thuốc hóa học nặng gấp đôi mình qua những hành lang vắng vẻ, hắn hay tưởng tượng thấy những xác chết không mặt mũi nằm ngay ngắn chờ đợi những người mặc y phục trắng che kín mặt đến hốt đi. Hắn âm thầm hốt đi từng cái xác một. Những xác chết cũng nặng như những thùng phi trên chiếc xe lăn im phắc trong hành lang mỗi đêm.

Gần một năm sau hắn xin được chân làm nhân viên xã hội. Mỗi ngày hắn tiếp xúc với nhiều người Việt tị nạn và giúp đỡ họ trong việc lãnh xin trợ cấp. Một ngày kia, tại sở làm, hắn, người đàn ông đã ba mươi tuổi, gặp người đàn bà.

Người đàn bà lúc ấy đã hai mươi tám tuổi, ở Mỹ được hai năm. Nàng đã lớn lên ở ngoại ô Nha Trang, tại một làng gần mé sông, phía Tây đền Tháp Bà. Ngày rằm mỗi tháng nàng đều đến Tháp Bà, để cầu nguyện cho người anh cả đang cầm súng chiến đấu ở đâu đó ngoài chiến trường miền Trung. Nàng mong khi đất nước thanh bình người anh cả sẽ trở về với thân hình còn nguyên vẹn.

Tháng Tư năm 75, người anh trở về. Tay chân anh vẫn còn nguyên. Nhưng thay vì trở về với bộ quân phục đại úy bộ binh, anh đã về xác xơ trong bộ quần áo rách rưới bẩn thỉu, đi chân đất. Trong những buổi chiều ngồi một mình sau nhà, anh để mặc cho mái tóc xõa dài quá mắt, như cố tình che giấu những nỗi khổ tâm mà anh không muốn chia sẻ với ai. Anh ngồi yên lặng hằng đêm cho đến khi gà gáy, như một con ma, chờ đợi định mệnh đã an bài cho kẻ thất trận. Vài tháng sau đó họ đến bắt anh đi học tập, nói rằng chỉ trong một thời gian ngắn anh sẽ được thả về. Trước khi ra khỏi nhà, người anh cả nhìn người em gái bằng đôi mắt sâu thẳm và sáng ngời. Trong cái nhìn thật lâu đó, người em đã cảm nhận tình thương của người anh. Sau đó anh đi như một cái xác không hồn.

Người anh cả chịu đựng chửi rủa, chấp nhận sự đọa đày thể xác và tinh thần, nhưng anh không chịu nhận lỗi lầm mà họ đặt cho anh. Rồi một đêm họ vu anh đã tìm cách trốn trại, bắn vào cái đầu cứng của anh một viên đạn. Xác của anh được bạn cùng trại chôn vội vàng ở bìa rừng. Một người bạn tù đã vượt ngục và kể lại như thế. Người bạn tù cũng bảo là anh không còn người thân để trở về. Anh ta xin ở lại với gia đình của nàng.

Người đàn ông bỗng ngừng kể, yên lặng nhìn khoảng không trước mặt. Rồi như bắt được mình đang trôi đi một nơi khác, ông vội vã nhìn người thiếu nữ, khẽ xoay người trong ghế ngồi, và tiếp tục câu chuyện. Theo thời gian người em gái săn sóc người bạn tù của anh như chính anh ruột của nàng. Sau bao năm tháng lăn lóc ngoài chiến trường và trong lao tù, người bạn tù đã đón nhận tình thương của người em gái, như con cá mắc cạn đón nhận dòng suối mát. Nàng trao tình thương như mong nó sẽ làm cho người bạn bớt đau khổ trước cuộc sống đen tối, và theo đó nàng tìm cho chính nàng ý nghĩa sống từng ngày.

Tình yêu đã đến với họ như một đóa hoa, trồi lên giữa lằn nứt trên mặt đá. Tình yêu thúc đẩy họ đi tìm mảnh đất mới để nuôi dưỡng đóa hoa nhiệm mầu, được kết tụ từ hai trái tim còn đập mạnh, phập phồng niềm khát sống. Vào một đêm thanh vắng, họ yêu nhau giữa thiên nhiên gần bờ sông. Họ nghe âm thanh cuồn cuộn trôi của dòng sông, đưa họ đến một nơi mà họ nghĩ có hạnh phúc. Từ đó họ là vợ, là chồng.

Người đàn ông ngừng nói. Mắt ông tìm ly rượu, mặc dù nó còn nằm trong tay. Uống gần cạn ly, ông trầm trầm tiếp tục câu chuyện.

Một đêm khuya, người vợ gói ghém hết những hình ảnh và kỷ vật của gia đình vào trong túi xách tay, ôm mẹ thật lâu. Họ rưng rưng nước mắt nhìn nhau nhưng không dám khóc thành tiếng. Người vợ nắm chặt tay cha, rồi buông ra khi người chồng kéo nàng đi. Họ đi tìm tự do. Toán người vượt biển chia ra làm nhiều nhóm. Hai vợ chồng theo người dẫn đường, đi lầm lũi trong bóng tối yên lặng, len sau những bụi cây xuống mé sông đằng sau nhà người chủ thuyền. Đến gần chỗ đậu thuyền, họ bỗng nghe nhiều tiếng quát lớn và tiếng chân người lội nước, chạy nhanh trên đường đất ven sông. Nhiều tiếng súng nổ vang lên. Người chủ ghe lủi trốn vào bụi cây, nhưng không kịp. Họ đã bị bắt. Trong vòng vây của mũi súng công an, họ yên lặng chờ đợi tiếng nổ của số mệnh.

Trong trại tù, mỗi ngày vợ chồng gặp nhau một lần. Mỗi lần như vậy vợ chồng chỉ biết nhìn nhau và thở dài.

Trong lần gặp nhau cuối cùng, người chồng cho biết anh sẽ bị đưa đi lao tù tại một trại khác, mà anh đoán là ở ngoài Bắc. Anh khuyên vợ hãy tiếp tục tìm tự do khi được thả ra ngoài, để nuôi đứa con chưa ra đời của họ. Người vợ đã làm theo lời chồng. Vài tuần sau khi được thả về nhà, người vợ đã gom hết tiền của còn lại để mua một chỗ ngồi trong một chuyến đi chui khác.

Sau nhiều ngày lênh đênh trên biển Đông, nhóm người liều mạng đến Phi Luật Tân. Cả ngày người vợ ôm cái thai chưa đầy bốn tháng và khóc một mình trong căn lều tôn tạm bợ. Trong một bức thư từ quê nhà, người vợ được tin người chồng sẽ không bao giờ trở lại. Mọi người chỉ biết mù mờ là người chồng đã chết trên núi rừng Việt Bắc. Và rồi đứa con gái mồ côi cha chào đời trên đảo tạm cư giữa cảnh cô đơn, khốn khó của người mẹ. Hai mẹ con được người bà con nhận bảo lãnh sang Nam Cali hơn một năm sau. Không kiếm được việc làm, người vợ đến văn phòng xã hội để xin trợ cấp nuôi con. Và ở đó, người đàn bà gặp người đàn ông.

Người đàn ông uống cạn ly brandy.

"Rồi sao nữa?", người thiếu nữ hỏi, mắt không rời người đàn ông. Từ khóe mắt, nàng thấy mưa tuyết đang rơi ngoài cửa sổ.

Người đàn ông rót thêm rượu, rồi uống một hớp.

Mỗi ngày làm việc người đàn ông gặp nhiều người Việt Nam. Và cũng mỗi ngày ông cảm thấy tội lỗi từ quá khứ của ông nhẹ bớt đi, theo nụ cười nhẹ nhõm trên gương mặt của những người được ông giúp đỡ. Nỗi khổ của mỗi người là tự do mình tạo ra, và cũng tự mình sẽ tìm cách cứu giải lấy mình. Đó là lối duy nhất để thoát, người đàn ông tự nhắc mình điều đó. Khi gặp người đàn bà vào một buổi chiều Thứ Sáu sắp đến giờ tan sở, người đàn ông như chợt thấy cánh cửa dẫn đến con đường cứu rỗi đang hé mở.

Trong lúc ra phòng đợi gọi tên một vị thân chủ, người đàn ông để ý đến người đàn bà từ lúc người ấy bước vào cửa, đứng xếp hàng ở cuối cái đuôi dài ngoằn ngoèo. Người đàn bà mặc quần ống rộng màu nâu, áo trắng dài tay, hơi chật, bỏ trong quần, và đi đôi giày vải đen mỏng. Người đàn bà nổi bật trong đám đông đi xin trợ cấp ở cách phục sức và dáng dấp của một người chưa bắt kịp lối sống Mỹ. Đứa bé gái lúc đó đứng ôm chân mẹ, cười với những người qua lại. Người đàn ông trở vào phòng làm việc, chăm chú theo dõi người thiếu phụ qua tấm kính cửa.

Người đàn bà nhìn chằm chằm vào khoảng không, thỉnh thoảng lẩm bẩm nói một mình. Mái tóc xòa dài quá trán, che đôi mắt luôn mở to quá độ của người đàn bà, hút chặt sự chú ý của người đàn ông. Ông ta hầu như không còn biết mọi chuyện đang xảy ra ở chung quanh, ông quên mất người ông cần gọi tên. Ông mải chú ý đến người thiếu phụ.

Người đàn bà lúc ấy đang tìm cách giải thích với cô tiếp viên tóc vàng, rồi đứng trân trân không nói gì thêm. Cô tiếp viên hỏi lại một lần nữa. Người đàn bà yên lặng. Họ nhìn nhau. Người đàn ông đứng dậy, mở cửa và tiến lại chỗ hai người. Đứa bé gái ngẩng đầu nhìn ông ta.

"Cô là người Việt Nam?", người đàn ông hỏi.

Người đàn bà gật đầu.

"Tôi có thể giúp người này", người đàn ông nói với cô tiếp viên.

"Cô lại phòng phỏng vấn với tôi", người đàn ông nói nhỏ với thiếu phụ, thoáng tìm đôi mắt nâu to, khuất đằng sau những sợi tóc dài và cái cúi đầu. Đến cửa phòng, người đàn ông quay lại. Người đàn bà đã không đi theo ông ta. Nàng đang đứng với con ở cửa ra vào.

"Tôi muốn giúp cô", người đàn ông chạy lại nói. Ông

cảm thấy sự tuyệt vọng trong tiếng nói của mình.

"Tôi muốn về", người đàn bà quay lại nói. "Cám ơn ông".

"Rồi làm sao cô sống?", người đàn ông hỏi.

Người đàn bà đã bước ra ngoài cửa. Đứa bé gái reo cười và nắm chặt tay mẹ.

"Khoan đã", người đàn ông kêu. Đến bên cạnh người đàn bà, ông ta hỏi, "Làm sao cô về?"

"Có lẽ đi xe buýt như khi tôi đến đây, hay đi bộ. Tôi không biết. Cám ơn ông", người đàn bà nói.

"Tôi muốn đưa cô về", người đàn ông nói. "Trời nắng thế này không tốt cho cháu gái".

Thiếu phụ nhìn con, rồi nói, "Cám ơn ông. Ông về họ có nói gì không?"

"Kệ họ", người đàn ông nói.

"Màu đỏ chói quá", người đàn bà nói trong khi người đàn ông dọn những cuốn sách ra khỏi ghế khách ngồi trên xe.

Lái xe ra đến đầu đường người đàn ông hỏi, "Nhà cô ở đâu?"

"Tôi không muốn đi về nhà", người đàn bà quay mặt nhìn ra ngoài.

"Hả?", người đàn ông kêu.

"Tôi muốn đi ra biển, chỗ nào cũng được, miễn là có biển". Người đàn bà nhìn gương mặt bối rối của người đàn ông.

Đèn bật xanh. Người đàn ông lái xe trở lại theo hình chữ **U**. "Đi ra biển?", người đàn ông hỏi lại.

"Nếu ông không thấy phiền". Người đàn bà đặt đứa bé lại gọn gàng trên đùi.

"À, không phiền đâu", người đàn ông nói. "Nhưng mà

tôi chưa ra biển ở đây bao giờ”. Người đàn ông ngừng xe ở một bãi đậu, và quay người tìm cái bản đồ trong đống sách vở ở ghế sau.

“Ở đây có những bãi biển đẹp nhất nước Mỹ, trên báo họ viết như thế”, người đàn ông tìm cách gợi chuyện trong lúc lái xe xuôi hướng Nam. “Tôi ở đây trên một năm mà chưa bao giờ ra ngắm biển”.

“Đường Newland”, người thiếu phụ nói. Họ vừa băng qua một ngã tư có bảng tên đường. “Newland có nghĩa là gì?”, người đàn bà hỏi.

“À! Đất mới”, người đàn ông có vẻ phấn khởi. “Newland có nghĩa là miền đất mới”. Người đàn ông bỗng bật cười. “Hay là tân thổ cũng thế. Ha! Ha!”

Người đàn bà chăm chú nhìn người đàn ông, với đứa bé trong vòng tay ôm chặt. “Ông cười như anh của tôi”, người đàn bà nói. “Khi không cười bất ngờ làm người khác phải giật mình”.

“Vậy à? Xin lỗi”. Miệng người đàn ông vẫn còn nhếch mép lên. “Tôi mắc cái tật dễ cười. Thấy có gì khác thường là tôi cười”.

“Không sao”, người thiếu phụ nói, nhoẻn miệng cười, rồi nhìn phía trước xe.

Đứa bé gái ngẩng đầu ngó người đàn ông, nhe răng bé ra cười.

Giữa những ngọn đồi đầy cỏ hoang, hoa dại, người đàn ông bế đứa bé gái, yên lặng đi bên cạnh người đàn bà trên con đường đất hẹp dẫn xuống bãi biển. Tiếng sóng lớn dần, và mùi biển mặn thổi ngược lại vào mặt họ. Người đàn ông thỉnh thoảng dè dặt nhìn mái tóc tung bay của thiếu phụ. Nhiều lúc ông tưởng mình đang hôn đôi môi mềm, hồng nhạt của người đàn bà.

"Biển đẹp quá", người đàn bà nói khi họ cởi giày đi trên cát ấm.

"Đẹp thật", người đàn ông nói và thả đứa bé cho nó chạy đùa giỡn trước mặt hai người. Người đàn ông nói, "Bọt sóng biển trắng như bông gòn trên thảm nhung xanh thẫm".

Hai người đứng nhìn ra khơi. Bãi vắng. Rồi họ tiến dần đến một bãi đá thoai thoải lăn dài ra khơi. Người đàn ông quay sang nhìn người đàn bà và chợt hiểu tại sao bãi biển buổi chiều hôm đó đẹp một cách kỳ bí. Lúc hai người đứng ngoài mỏm đá nhìn những vệt sáng hồng tím cuối cùng còn xòe ra như bàn tay ở đường chân trời, người đàn ông hít mạnh hương người thiếu phụ vào lồng ngực.

Trong một lần ra biển xem mặt trời lặn vài tuần sau đó, người đàn bà có hỏi, "Mặt trời lặn rồi đi đâu?"

Người đàn ông nhích lại gần người đàn bà, nói nhỏ, "Như một đứa bé đi nhặt vỏ sò, mỗi đêm mặt trời sẽ gom hết những kỷ niệm đẹp tìm được vào trong một ngôi sao thủy tinh, gắn nó lên bầu trời trước khi đi ngủ. Ánh sáng từ những kỷ niệm yêu thương sẽ mãi lấp lánh trong những ngôi sao. Sáng hôm sau mặt trời sẽ bừng thức dậy, rồi tiếp tục đi nhặt những kỷ niệm do những tình nhân trao nhau dưới ánh sáng rực rỡ của nó".

Một lần khác, trong bóng tối hoàng hôn người đàn bà hỏi, "Tại sao ông ở đây?"

"Ở đây tôi có thể bắt đầu lại được. Tôi tin rằng đời sống, dù ở bất cứ giai đoạn nào, cũng đều có thể bắt đầu lại được nếu mình muốn", người đàn ông nói.

"Ông có thể nói cho ông, chứ không thể cho ai khác", người đàn bà nói.

"Ở đây", người đàn ông nói, "Ai cũng có thể cất đi hết quá khứ của mình, mặc một bộ đồ mới, và bắt đầu lại từ đầu.

Sự tin tưởng đó đã cho tôi sống".

"Quá khứ của mỗi người khác nhau", thiếu phụ nói.

Đứa bé lúc đó nằm ngủ trong lòng mẹ.

"Nhưng ai cũng khổ như nhau", người đàn ông trả lời và tìm tay người đàn bà.

Người đàn bà hé mở bàn tay, để cho hơi ấm từ bàn tay người đàn ông tràn vào lòng.

"Anh mong **được** sống với em suốt đời", người đàn ông nói.

Người đàn bà cúi đầu nhìn những hạt cát trắng mịn bám trên đôi chân. Nàng chợt ngẩng đầu, bắt gặp đôi mắt tha thiết của người đàn ông, nghiêng đầu mỉm cười, rồi hướng mắt ra khơi nhìn từng đợt sóng vỗ nhẹ vào bãi cát vắng. Những ngón tay nàng khẽ bấu bàn tay của người đàn ông.

Vào buổi sáng ngày Trung Thu người đàn bà gọi ra văn phòng xã hội, nói "Em muốn chiều nay ra biển với anh".

Buổi chiều đó người đàn ông say đắm nhìn người đàn bà đã thay đổi. Mái tóc nàng cắt ngắn, để lộ đôi mắt sáng và khuôn mặt đầy tròn. Nàng mặc áo đầm lụa vàng, thắt khăn choàng lụa có hình lá thu ngang bụng.

"Em đẹp quá", người đàn ông nói khi họ ngồi uống Lancer trong một nhà hàng Pháp ít khách, hoàn toàn xa lạ đối với họ.

Vừa cầm ly rượu hồng đậm người đàn bà mỉm cười và nói, "Anh say rồi. Anh đã tập cho em say".

"Anh say em", người đàn ông đăm chiêu nhìn đôi mắt nâu của người thiếu phụ. Ánh đèn vàng ấm cúng như tỏa ra từ đôi mắt đó.

Đến khuya, trên con đường đất dẫn xuống bãi biển mà

hai người đã đi lại nhiều lần, người đàn ông nhẹ để tay qua lưng người đàn bà và thì thầm, "Je t'aime".

"Anh nói gì?", người đàn bà cắn môi nhìn người đàn ông.

"I love you", người đàn ông nói và xoay người đàn bà đối diện mình. Đôi mắt ông thoáng vẻ ngượng ngùng, như sợ người đàn bà hiểu ý mình.

Người đàn bà cười thẹn, cúi mặt, và nói như giận, "Anh nói gì em không hiểu. Anh biết em kém tiếng Anh".

"Nhưng em hiểu anh muốn nói gì", người đàn ông nói và đưa hai tay nâng mặt người đàn bà lên. Nhìn đôi mắt sáng của người thiếu phụ, người đàn ông hôn nhẹ lên đôi môi đang hé mở.

"Trăng sáng quá", người đàn bà nói nhỏ, "em sợ có người thấy".

"Đêm nay trăng rằm", người đàn ông mỉm cười. "Đi xuống biển nhé em". Người đàn ông nắm chặt tay người đàn bà.

Đến một hốc đá kín gió người đàn bà nói, "Ngồi đây đi anh. Em muốn ngắm trăng".

Người đàn ông ngồi bên cạnh người đàn bà. Họ nhìn ánh trăng lấp lánh trên mặt sóng. Những tiếng vỗ đều đặn như đã chờ đợi đêm hôm đó từ lâu.

"Anh kể cho em nghe đi", người đàn bà nói và dựa đầu vào vai người đàn ông. "Em muốn biết hết về cuộc đời của anh".

Người đàn ông nắm tay người thiếu phụ. Cho đến lúc đó, chưa có ai muốn nghe quá khứ của người đàn ông. Sự yên lặng đè nén trong những năm qua bỗng được giải thoát. Người đàn ông thuật lại cuộc đời của ông ta, kể cả chuyện trốn lính và hiếp dâm Gina. Khi nhắc chuyện Gina, người đàn ông cúi đầu để tránh đôi mắt của người đàn bà. "Nhiều lúc", người đàn ông nói câu chót, "anh muốn gặp lại Gina để nói cho Gina biết suốt đời anh sẽ không bao giờ đối xử tàn nhẫn với ai. Nhưng Gina đã biến mất vào trong quá khứ. Có lúc anh sợ sẽ không chuộc lại được những lỗi lầm".

"Anh cũng muốn nghe chuyện của em", người đàn ông nói sau một hồi yên lặng suy nghĩ.

Khi trăng lên quá đỉnh đầu người đàn bà bắt đầu khóc. Cái chết mịt mờ của chồng năm xưa đã trôi theo những giọt nước mắt thấm vào áo người đàn ông.

"Anh muốn đưa em ra khỏi vòng tay của quá khứ", người đàn ông nói. "Anh muốn sống bên em hết cuộc đời còn lại của anh".

Thiếu phụ mở mắt sau một hồi thiếp đi. "Anh có biết rằng hai đứa mình sẽ khổ?", người đàn bà hỏi.

"Anh biết". Người đàn ông ôm người đàn bà vào lòng. "Anh sẽ làm tất cả để có em bên anh. Anh yêu em".

Người đàn bà nhìn người đàn ông như không tin.

"Anh yêu em", người đàn ông nói chậm, thấy nước mắt đang lăn xuống môi người đàn bà.

"Em yêu anh", người đàn bà thốt lên, ôm chặt người đàn ông.

Dưới ánh trăng Trung Thu họ yêu nhau lần đầu. Người đàn ông lúc đó cảm thấy toàn vẹn. Khoảng trống của tâm hồn qua bao nhiêu năm giờ đã được lấp đầy.

Người đàn ông chợt yên lặng. Ly rượu trên tay ông được rót thêm, đầy hơn một nửa.

Người thiếu nữ mân mê khăn choàng cổ ở trên thành ghế. Nàng thay đổi thế ngồi, yên lặng chờ đợi người đàn ông.

Mọi chuyện xảy ra quá nhanh, nhiều lúc tưởng như

không có thật. Mỗi ngày tình yêu của hai người càng thắm thiết hơn. Nhiều lúc họ không dám nghĩ đến ngày mai, sợ rằng hạnh phúc của ngày hôm nay sẽ tan vỡ.

Gần đến ngày Giáng Sinh người đàn bà đồng ý mang con đến sống chung với người đàn ông ở một căn phòng mướn gần đường Bolsa. Trong những đêm ngủ bên nhau, thỉnh thoảng người đàn bà chợt thức giấc nửa đêm và ôm mặt khóc. Có khi nàng đến đứng *ở* cửa sổ, yên lặng nhìn bầu trời đêm. Những đêm đó người đàn ông cùng thức với người đàn bà. Người đàn ông biết người đàn bà vẫn còn bị quá khứ theo dõi. Ông ta tìm đủ cách để giúp cho người đàn bà quên đi những gì vẫn trở về trong giấc ngủ. Nhưng hình như âm thanh, hình ảnh của người chồng năm xưa vẫn bám theo người đàn bà và người đàn ông, như con đỉa đen ngòm bấu chặt vào cuộc đời của hai người.

Vào đêm tất niên người đàn ông đưa người thiếu phụ đi dự một dạ tiệc Việt Nam *ở* nhà người quen làm cùng sở. Ngoài sân rộng đèn đủ màu được giăng khắp nơi, trên những cây cam ngang đầu người. Những ngọn đèn đặt dưới đất chiếu sáng những góc tối, vào thân tượng Vệ Nữ trắng *ở* giữa sân, và đám đông đứng nói chuyện, uống champagne ở khắp sân. Hai người cũng ở trong đám đông đó.

Người đàn ông giới thiệu người đàn bà là vợ với những người họ gặp. Ai cũng nói chuyện xã giao qua loa với họ, ngoại trừ một cặp vợ chồng trung niên ăn mặc trẻ trung. Người vợ mặc váy ngắn trên đầu gối, áo vai trần. Ông chồng mặc quần ống túm có kim tuyến, áo rộng. Cặp vợ chồng đều mang khuôn mặt đỏ như táo và cầm ly rượu sóng sánh ở trên tay.

Người chồng nhìn người đàn bà thật lâu, rồi nói:

"Tôi thấy cô quen quen".

"Chắc ông bà lầm ai rồi", người thiếu phụ trả lời yếu ớt.

"Có phải cô ở Nha Trang trước đây?", người vợ hỏi.

"À không", người đàn bà ngập ngừng. "Tôi người Sài Gòn".

"Lạ quá", người vợ nói. "Tôi biết chắc tôi có thấy cô ở đâu rồi".

"Tôi không phải người Nha Trang", người đàn bà tỏ vẻ khó chịu.

"Đúng mà", người chồng nói lớn.

Người đàn ông bây giờ nói chen vào, "Vợ tôi nói không phải. Ông bà đã uống hơi nhiều. Xin cho chúng tôi được dịp nói chuyện với những người khác".

Người vợ sấn tới trước mặt người đàn ông. "Tôi đâu có say", bà ta nói. "Tôi biết cô là người ở Nha Trang". Người vợ đưa tay đang cầm ly rượu chỉ một ngón về hướng người đàn bà. Rượu trong ly lảo đảo rớt ra tung tóe.

"Bà đã uống hơi nhiều", người đàn ông nói, rồi nhìn người chồng như muốn ông ta phụ can người vợ.

Người vợ chợt vấp chân và ngã vào người đàn ông. Người đàn ông đưa tay lên đỡ, vô tình chụp phải bộ ngực mềm nhũn của bà ta.

"Đồ nham nhở!", người vợ la lên, đứng thẳng người dậy, rồi ném ly rượu vào người đàn ông. Ly rượu chạm vỡ tan tành trên thân tượng Vệ Nữ bên cạnh người đàn ông.

Chủ nhà lúc đó chạy đến can thiệp. Người đàn ông liền dẫn người đàn bà đi chỗ khác. Họ nghe cặp vợ chồng nói gì đó với mọi người và cả đám đông bật cười. Người đàn ông đưa bàn tay lên mũi ngửi rồi chùi tay vào quần.

"Em có biết hai vợ chồng đó không?", người đàn ông hỏi.

Người đàn bà gật đầu. "Họ ở đầu xóm nhà em", nàng nói.

Từ trong nhà máy truyền hình vang ra những tiếng đếm giây phút cuối cùng của năm cũ. Mọi người ngoài sân đều đếm theo.

"Happy New Year", tất cả reo to, ngoại trừ họ.

"Năm mới rồi em", người đàn ông nói và nhìn đôi mắt của người thiếu phụ. "Anh tin ở tình yêu và anh tin hai đứa mình có thể bắt đầu lại được hết tất cả ngay từ lúc này. Anh yêu em".

"Dạ, em biết". Người đàn bà ngửa môi hôn người đàn ông. "Em muốn uống thêm rượu. Anh rót cho em đi. Anh nhảy với em đi, nhảy những điệu mà anh đã chỉ cho em".

Cả hai uống thêm champagne và ôm nhau nhảy trước mặt mọi người. Vài cặp nhảy theo. Chủ nhà liền sai người mở nhạc khiêu vũ. Thoáng chốc, mọi người ôm nhau nhảy, say mềm men rượu. Người đàn ông và người đàn bà quay cuồng theo những bản nhạc xưa và hôn chặt môi nhau. Đang nhảy một bản tango, người đàn ông bỗng ngưng, kéo người đàn bà đến giữa sân, và bế nàng lên.

"Đây là Vệ Nữ của tôi", người đàn ông nói lớn và để người đàn bà xuống.

Mọi người đứng tản ra và xem hai người.

Chỉ tay vào tượng trắng đằng sau lưng người đàn ông nói, "Vệ Nữ này là cho mọi người. Còn Vệ Nữ này là của tôi". Người đàn ông bế người đàn bà lên lần nữa.

"Bỏ em xuống đi anh", nàng cười khúc khích. "Người ta tưởng hai đứa mình điên", người đàn bà nói, ôm chặt cổ người đàn ông.

"Họ say rồi", có ai đó nói.

"Vâng, chúng tôi đang say", người đàn ông nói và cười lớn. "Chúng tôi đang hạnh phúc. Phải không em?"

Họ vẫn còn ôm nhau nhảy khi mọi người đã ra về gần hết.

Đêm hôm đó, người đàn bà chợt thức giấc và hét lớn. Người đàn ông cũng thức dậy và ôm người đàn bà. Cả hai vẫn còn mặc đồ đi dự tiệc. Mùi rượu champagne từ quần áo của họ còn phảng phất trong phòng ngủ.

"Có anh đây", người đàn ông ôm chặt người đàn bà.

"Anh có yêu em không?", người đàn bà ôm người đàn ông.

"Anh yêu em", người đàn ông nói.

"Em sợ quá khứ của em", người đàn bà nói.

"Anh sẽ mãi ở bên em", người đàn ông thì thầm.

Rồi họ yêu nhau như lần đầu.

Lúc gần sáng, người đàn ông chợt thức dậy và thấy người đàn bà co người ngồi khóc ở bên cạnh.

"Đáng lẽ em không được hạnh phúc như thế này". Người đàn bà quay mặt vào tường khóc. "Em phải khổ. Em không có quyền được sung sướng".

"Người đó chết rồi", người đàn ông nói. "Đó không phải lỗi của em. Anh muốn em được hạnh phúc, được sống như một người bình thường".

Có tiếng bé gái trở mình trên giường ở góc phòng. Cả hai ngồi yên lặng trong ánh sáng chập chờn.

"Anh", người đàn bà gọi nhỏ, thật bình tĩnh. "Em không muốn sống ở đây nữa. Những gì chung quanh đây đều làm em nhớ đến quá khứ, làm em khổ. Em muốn đi thật xa".

"Đi đâu?", người đàn ông buông người đàn bà ra.

"Đi đâu cũng được, ở nơi nào không còn Việt Nam. Hoàn toàn là Mỹ. Thật là Mỹ". Người thiếu phụ trở người, nhìn ra cửa sổ. Ánh sáng ban mai đang lan rộng trong sân.

"Anh đã đến đây vì ở đây còn chút Việt Nam, dù là một thứ Việt Nam pha loãng. Anh không muốn rời nơi đây", người đàn ông nói.

Người đàn bà yên lặng.

"Còn việc làm nữa chứ", người đàn ông thở dài.

"Em yêu anh", người đàn bà nói khi người đàn ông đứng dậy đi tắm.

Vài ngày sau đó, lúc đi làm về người đàn ông thấy người đàn bà có vẻ vui khác thường.

"Anh ngồi trên giường đợi em", người đàn bà nói và đi vào phòng tắm. Người đàn bà trở ra với bộ áo đầm lụa vàng của đêm Trung Thu trên người. Nàng có vẻ nhí nhảnh, quay người cho người đàn ông xem, rồi cầm cái nón rơm vành tròn từ trên cái bàn ở gần đấy. Người đàn ông không thấy cái nón trước đó. Nàng đội nón lên đầu. Sợi dây vải vàng thắt trên nón tung bay khi người đàn bà quay người một lần nữa.

"Hồi còn nhỏ em hay ước mơ đội nón rơm như thế này và tung chạy trên cánh đồng hoa vàng". Người đàn bà tươi cười nhìn người đàn ông. "Em cảm thấy như em đang là mười lăm hay mười sáu tuổi. Em yêu hoa dại và gió mát, những thứ không bao giờ thay đổi trong trí tưởng tượng".

Người đàn ông đăm chiêu nhìn người thiếu phụ. Từ ngày quen nhau, người đàn ông chưa bao giờ thấy nàng có nét ngây thơ như lúc này. Đôi mắt nàng sáng ngời, như đang sống lại thời con gái đã chôn đi trước tuổi. Nụ cười của nàng mang lại sự sống mạnh mẽ và rực rỡ hơn. Tuổi trẻ của nàng là hoa dại và gió mát.

"Anh chưa bao giờ thấy em đẹp như lúc này", người đàn ông nói, không ngăn được ý nghĩ trong đầu.

"Em sẽ cho anh hết, những gì đẹp nhất còn lại trong đời em". Người đàn bà ngồi vào lòng người đàn ông.

"Em đứng lên lại cho anh xem", người đàn ông nói.

Người đàn bà đứng dậy và xoay người, một tay giữ nón, một tay cầm vạt áo. Nụ cười trên môi nàng hồn nhiên, và như bất chợt nở ra giữa một nơi khô cằn.

"Chính em là Việt Nam", người đàn ông thầm nghĩ. "Từ nụ cười, lời nói, dáng đi, đến hơi thở đều là Việt Nam. Cả nỗi khổ và niềm vui của em cũng là Việt Nam".

"Anh sẽ đưa em đến cánh đồng hoa vàng", người đàn ông nói, "cho tuổi thơ của em, cho niềm vui của anh, và cho tình yêu của hai đứa mình".

"Em yêu anh", người đàn bà ôm hôn người đàn ông.

"Rồi chuyện gì đã xảy ra?", người thiếu nữ cắn môi nhìn người đàn ông.

Họ bỏ miền Nam Cali và hướng vào trong nước Mỹ, đi tìm cánh đồng hoa vàng ở một nơi thật sự Mỹ. Xuyên qua những vùng đất lạ, người đàn ông cảm thấy hạnh phúc những khi nhìn người đàn bà. Việt Nam đang và sẽ ở bên cạnh ông, dù cuộc đời hai người sẽ dừng lại ở sa mạc hay ở nơi tuyết giá.

Người đàn ông chợt dừng lại, uống hết ly rượu.

Đến gần Omaha một buổi chiều, họ thấy một ngọn đồi đầy cỏ hoa vàng. Toàn là cỏ dại cao quá đầu gối. Hoa vàng lăn xuống đồi và tràn qua thung lũng rộng. Người đàn ông, người đàn bà, và đứa bé gái ngồi trên ngọn đồi nhìn mặt trời lặn. Đêm hôm đó họ ngủ ngoài trời. Giữa nơi hoang vắng cô tịch, dưới vòm trời bao la đầy những ngôi sao kỷ niệm, người đàn ông và người đàn bà yêu nhau trên cánh đồng hoa vàng dại. Và đó là hạnh phúc cuối cùng của họ.

"Tại sao hai người không sống với nhau sau đó?",

người thiếu nữ hỏi.

"Tôi cũng không hiểu", người đàn ông nói, mắt nhìn ngọn lửa trong lò sưởi.

"Càng suy nghĩ tôi thấy đời sống càng khó hiểu. Tôi phải công nhận là tôi không thể thay đổi quá khứ. Nhưng ngược lại, quá khứ có thể thay đổi cuộc đời của tôi".

"Họ làm gì sau đêm ở ngọn đồi?", người thiếu nữ hỏi.

Nhiều đêm sau đó người đàn bà nằm mơ thấy chồng mình còn sống. Mỗi đêm người chồng càng hiện về rõ rệt hơn. Quá khứ tiếp tục sống hằng đêm giữa họ, người đàn ông và người đàn bà. Khi mùa Đông đầu tiên đến, phải ở trong nhà nhiều ngày chỉ làm cho người đàn bà thêm rối loạn và càng tin rằng người chồng đang chờ đợi ở Việt Nam. Giữa mùa Đông người đàn bà quyết định mang con trở về Việt Nam và để người đàn ông ở lại.

"Mẹ tôi đã chết hơn mười năm", người thiếu nữ nói. "Bà đã sống một mình ở xóm cũ cho đến ngày qua đời".

"Mẹ có bao giờ vui không?", người đàn ông hỏi.

"Cũng khó biết. Bà yên lặng sống trong thế giới của riêng bà". Người thiếu nữ đứng dậy.

"Thiếu phụ đó là người duy nhất đã cho tôi hạnh phúc", người đàn ông nói.

Cả hai người đều yên lặng. Bây giờ họ có thể nghe được tiếng gió ở bên ngoài.

"Chừng nào cô phải đi?", người đàn ông hỏi.

"Vài tiếng nữa", người thiếu nữ trả lời. "Còn thời giờ. Ông hãy cho tôi xem thành phố này, nếu tiện".

Họ đứng dậy mặc áo lạnh và đi ra ngoài.

*

Mưa tuyết tiếp tục rơi. Thỉnh thoảng từng đợt gió lạnh thổi xoáy qua, hất bông tuyết vào mặt họ, như những lưỡi dao xé da.

"Bây giờ ở đây chỉ toàn là đồi tuyết", người đàn ông nói, rồi đưa tay chỉ về một nơi bên kia hàng rào gỗ. "Lái xe đi về hướng đó độ mười phút vào mùa hè sẽ thấy cánh đồng hoa vàng năm nào".

"Tôi không thấy gì cả, toàn là tuyết", người thiếu nữ nói. Nàng cố nhìn qua màn mưa tuyết trắng. "Toàn là màu trắng", nàng nói. "Lạnh như thế này mà ông vẫn ở đây được lâu. Hay thật".

"Ở đây lâu rồi cũng quen", người đàn ông nói.

Người thiếu nữ đứng lại, quay lưng tìm người đàn ông. Ông là một vệt đen mờ giữa ngôi nhà và tất cả màu trắng *ở* chung quanh.

"Tôi muốn xuống phố xem có gì lạ", người thiếu nữ nói và đi ra ngoài đường nơi có chiếc xe đậu bên lề.

"Ừ, cũng được", người đàn ông nói và thôi nhìn những ngọn đồi tuyết.

Hoàng Mai Đạt

HOÀNG NGA

Dùng tên thật. Sinh 1959 tại Quảng Nam. Sang Úc 1988, làm việc tại Đức từ 1993-2008.
Hiện đang sống tại tiểu bang South Dakota, Hoa Kỳ.

Những tác phẩm đã xuất bản:
- *Tháng Giêng Tháng Bảy Buồn Như Nhau* (Làng Văn, Canada 1997)
- *Như Một Vết Chim Bay* (Làng Văn, 1999)
- *Bay Đi Cánh Chim Biển* (Văn Mới, Hoa Kỳ, 2000)
- *Tình Yêu* (Làng Văn, 2001)
- *Ừ Thôi Kiếp Sau Em Nhỏ* (Làng Văn, 2004)
- *Đêm Trắng* (Văn Mới, 2005)
- *Giòng Đời* (Hướng Đi, Hoa Kỳ, 2013)
- *Kẻ Không Chiến Tuyến* (Nhân Ảnh, Hoa Kỳ, 2017).

Ở một chỗ cuối đời

Rừng phong thu đã nhuốm màu quan san

(Nguyễn Du)

Cái làng nhỏ. Lúc tôi đến đang độ cuối thu. Trời dường như luôn luôn xám tối trên những hàng cây khuynh diệp bạc màu. Khi hắn chở tôi từ phi trường về, những vệt nắng đỏ cam nằm ngang chân trời nhìn thấy được từ phía xa xa dưới thung lũng, không đủ tạo thành một bình minh tươi tắn như một dấu hiệu báo trước ngày của tôi sẽ không vui.

Nhưng tôi tin sao được mình sẽ phải chịu đựng sự ảm đạm ở chốn có mặt hắn.

Cách đó mấy hôm hắn hỏi tôi có thể chấp nhận được cái cô quạnh của đất trời ở một nơi hẻo lánh, xa phố thị hay không. Tôi nói để xem sao. Tôi không muốn nói, hắn đâu biết đã có những tháng ngày rất dài, tôi nằm trong một xó rừng heo hút, quạnh quẽ đếm thời gian trôi qua trong nỗi cùng khủng, bàng hoàng. Lúc ấy tôi vừa giã từ tuổi mười tám. Lúc gia đình tôi, cũng như rất nhiều gia đình miền Nam khác, vừa giã từ đời sống nhàn nhã, thảnh thơi. Chúng tôi đã phải vào rừng, cho hợp thời, hợp cảnh. Hắn không biết, tôi đã vào ra giữa những vạt bắp, vạt cà, gặm nhấm nỗi đắng cay bị hất ra khỏi trường học, bị hất vào trong xó tối của cuộc đời ở vào cái độ tuổi tràn đầy sức sống, tràn đầy ước mơ, và hoài bão. Tôi không kể, vì tôi nghĩ hắn không thể tưởng tượng được những bóng đêm của đời sống thuở ấy kinh hoàng đến độ nào. Hắn có nói một lần qua điện thoại, rằng gia đình và những người em gái của hắn cũng phải trải qua những buồn thảm tương tự như vậy. Tôi không muốn hắn nghĩ tôi thê lương hóa cuộc đời. Đoạn trường ấy, hắn chưa từng qua.

Tôi trả lời với hắn tôi sẽ xem sao, bởi tôi không đoán

được nơi hắn ở cô quạnh đến mức độ nào. Và tôi cũng không đoán ra được hắn sẽ cư xử với tôi ra sao. Thật lòng, tôi đâu biết gì nhiều về hắn. Bạn tôi hỏi tôi có muốn quen với hắn hai, ba năm về trước, giữa lúc tôi đang phân vân chưa biết có nên vất bỏ một mối tình hay không. Vì vậy tôi đã trả lời cũng cách õm ờ, để xem sao. Bạn tôi thuyết phục, không "gì", có thêm bạn cũng vui vậy. Thấy bạn tôi có lý, tôi trao đổi thư từ với hắn. Gọi điện thoại. Nhưng thật lòng mà nói, ngay từ hôm đó tôi đã suýt phát rồ vì cái giọng điệu của hắn qua điện thoại. Tôi nghĩ chắc đến chết tôi cũng sẽ không bao giờ quên kiểu cách hỏi chuyện như công an hỏi cung ấy. Tôi đã bàng hoàng đến mức độ sau khi chấm dứt cuộc điện đàm, tôi phải gọi ngay cho bạn, bảo hình như xa nhà lâu, con người ta hết nói chuyện hay ho với nhau được! Bạn tôi cười.

Quen hắn vậy. Rồi thôi. Trao đổi thêm vài ba cái thư. Vài tháng sau thì phải, tôi nghe hắn nói sắp lấy vợ. Lúc ấy tôi vẫn chưa chia tay được với mối tình của mình, chỉ vì đơn giản ở xa, có hay không có một người cũng chẳng hề hấn, ảnh hưởng gì mấy đến cuộc sống riêng tư của tôi. Hằng ngày muốn hay không, có một người gọi là người yêu nhưng không gần trong gang tấc, tôi vẫn phải hai buổi đi về giữa thời tiết trái khuấy, con người trái khuấy, ngôn ngữ trái khuấy. Tôi vẫn phải bôn ba chống đỡ với buồn vui chung quanh. Và vẫn tự do được làm bất cứ chuyện gì mà không bị hạch hỏi, hay thắc mắc… Quen, không "gì", mà cũng chẳng bạn, nhưng sau đó tôi và hắn không hiểu sao thỉnh thoảng vẫn viết cho nhau vài ba chữ. Thăm hỏi. Lúc hắn sắp cưới vợ, giọng thư hắn có vẻ vui vẻ, hân hoan gấp nhiều lần hơn. Tôi nói với bạn, tôi mừng cho hắn. Và hơi ngạc nhiên tự hỏi, ở độ tuổi hắn, không biết hắn lấy đâu ra năng lực để yêu đương đã đành, mà còn định đi thêm một bước ràng buộc. Hắn khoe với tôi, không chừng anh sẽ nuôi con mọn. Tôi và bạn tôi cười với nhau, ba đứa con vẫn còn rất thơ, chưa đủ để hắn sợ thì hắn đáng được gắn huân chương anh hùng.

Tưởng như vậy, tôi với hắn sẽ không bao giờ có dịp gặp nhau, dẫu tôi vẫn nghĩ tôi sẽ trở về nơi này, phần đất phía nam cực. Tôi vốn vừa sợ cái trò quen nhau qua vi thư, điện thoại, và gặp nhau để vỡ mộng, vừa thấy cũng chẳng có lý do gì để tôi và hắn gặp nhau. Tôi nhớ hình như tôi có kể cho hắn nghe, tôi từng yêu một người chưa hề gặp, từng hớn hở xách valise vượt mười ngàn cây số để sau đó không chỉ vỡ mộng mà còn muốn vỡ cả mặt vì tức giận. Tôi đã ốm một trận liệt giường sau khi tôi gặp người ấy – cái con người làm cho tôi những bài thơ, những đoản văn thật nồng nàn. Tôi cũng làm thơ, nhưng tôi cay đắng, "tôi nằm với vạn lời thề... Chết, tôi một cõi, không về cõi ai".

Ba mươi mấy tuổi, tôi u mê. Và vì tôi yêu thật, nên tôi bươn bả đi tìm nguồn hạnh phúc. Không có, tôi đớn đau. Nhiều năm sau vẫn đớn đau, nhưng những lúc nghĩ lại, tôi vui hơn buồn vì biết có những đoạn đời tôi từng dám sống cho chính mình.

Tôi không nghĩ năm mươi tuổi, không yêu, không mơ và không chờ đợi, tôi vẫn u mê. Vẫn chưa nhận ra rằng chẳng có có dại nào giống cái dại nào. Và chẳng có bài học đời nào không được trả bằng nước mắt và đớn đau.

Tôi khăn gói đi thăm hắn theo lời hắn mời. Trong hai ba cái vi thư, hắn nói hắn sắp đi xa, chỉ có khoảng thời gian ngắn để gặp tôi. Tôi hẹn lại sang cuối đông. Hắn bảo tùy tôi, nhưng sau nhiều đêm nói chuyện đằm thắm, tôi bỗng quên mất cái cách "hỏi cung" của hắn mấy năm trước. Tôi vui vẻ nhận vé máy bay hắn mua cho tôi và rời thành phố vào một buổi sớm tinh mơ. Tôi nói đùa với người bạn tôi đang ở trọ, cũng có khi tôi ở lại luôn không về. Bạn tôi cười, bảo đúng, vì cảnh phố xá thị thành đâu có hợp với con người của chị.

Cảnh phố xá thị thành, chen chúc quán hàng, người

và xe như cá hộp tôi bỏ lại sau lưng sau mười mấy năm bắt buộc phải sống để nuôi con, tôi đang chờ đợi ngày hưu trí ở một tiểu bang rất nhỏ miền trung Hoa Kỳ. Tôi vừa ở đó ba tháng. Vui với rừng núi bạt ngàn và đồi dốc thênh thang. Vui với cả cái vắng vẻ u tịch không tiếng người, không tiếng còi xe nơi ấy.

Nên vì vậy, cái làng nhỏ hắn sống, mang máng giống như những ngôi làng Âu châu tôi từng qua, không đủ quạnh hiu để làm tôi sợ. Cảnh chiều chiều ngồi ngắm đàn chim bay về núi, nghe tiếng quạ kêu trong sương mù, hay những đêm một mình với lào xào gió rít, tôi đã từng trải qua nhiều năm. Có người đã hỏi tôi tại sao tôi không tự tử vào những thời điểm ấy.

Cái làng nhỏ buồn, buồn đến cách mấy đi chăng nữa, hắn cũng không thể nào giết nổi được tôi. Cả thời gian nhàm chán cũng không làm tôi khổ sở. Tôi kể cho hắn nghe tôi đã đi ra đi vào, đi tới đi lui không làm gì trong nhiều tháng liền. Hắn không biết ngày xưa tôi gần như bị nhốt trong một căn nhà ven chân núi, ngày ngày không hề nghe một tiếng chân người, tiếng động cơ xe. Cái ngày, tôi còn không biết nói cái thứ tiếng thiên hạ đang sử dụng chung quanh mình. Ngày tôi còn không có được vài xu lẻ để gửi một cái thư về cố quốc.

Vậy đó mà tôi vẫn sống. Vẫn còn làm thơ được. Vẫn còn hiện hữu cho đến ngày hôm nay. Nên huống gì ở đây, tôi đi bộ một mạch từ nhà ra đến trung tâm làng không hề lạc. Tôi còn bán mua. Uống cà phê. Dạo cảnh. Còn biết cả những tên đường hắn không để ý dẫu ở đây đã nhiều năm.

Hôm tôi mới đến, hắn nói với tôi, nhà thờ của em đây, khi chỉ cho tôi thấy ngôi nhà thờ Presbytrian cổ, nằm ngay ngã tư. Hắn chắc không nghĩ ra ngày hôm sau tôi đã ra đến đấy, định rẽ vào xem lễ một mình nhưng giờ thờ phượng đã chấm dứt. Lần nữa, tôi không muốn nói với hắn, tôi có thể chịu đựng bất cứ nỗi buồn bã, vàng vọt nào có thể xảy ra trong đời sống mình.

Tôi chỉ chịu không nổi hắn.

Tôi lặn lội đi thăm hắn. Với tất cả những tình cảm nồng nàn nhất có thể dành cho một con người. Hắn gụi gần. Thân thiết. Và dễ yêu qua cách giới thiệu con cái mình với tôi. Qua những bộc bạch, những thổ lộ chân tình. Cái biên giới giữa hắn và tôi chừng như không còn khi hắn kể và nói cho tôi nghe về những ray rứt, lẫn xót xa trong cuộc đời của hắn.

Tôi cứ nghĩ đó là sự đồng cảm. Tôi những tưởng, là tương ứng. Khi hắn nói với tôi, hắn cần thư giãn, là lúc hắn đang chúi mũi đọc một bài báo nhức đầu. Hắn đã đưa cho tôi xem một bài báo chính trị. Chính trị của cái xứ mà dễ chừng đến năm, mười năm nữa tôi mới có thể tới để định cư. Tôi đọc xong, trả lại cho hắn. Thấy như mình vừa nuốt xong bát cơm có thóc. Tôi nói thật tôi không hiểu nhiều về tình hình chính trị nước ấy. Hắn có vẻ bực vì vừa làm theo lời yêu cầu của tôi, giới thiệu cho tôi những gì hắn đang đọc, nhưng tôi chẳng cảm nhận ra điều gì cả.

Mà điều tôi không cảm nhận được, là do trời sinh tôi ra để làm văn chương chứ không làm báo như hắn, chứ có phải lỗi tại tôi đâu! Hắn bực, tôi càng bực hơn. Tôi lườm hắn từ phía sau lưng, hỏi hắn đã mời tôi lên đây để làm gì. Hắn nói vacation. Tôi đáp tôi đang thất nghiệp, ở dưới kia cũng coi như tôi đang vacation. Hắn nói hắn nghĩ khung cảnh nơi đây làm tôi viết lách dễ hơn nên hắn mời tôi đi.

Đã đành tôi yêu văn chương, tôi nợ nần văn chương, nhưng tôi cũng từng viết trong những khung cảnh ồn ào, bát nháo và hỗn loạn chung quanh. Tôi có thể viết trên toa xe lửa, lúc ngồi chờ máy bay, chờ khách đến hàng ăn. Và thậm chí viết cả trong toilet nếu cần phải ghi ra một ý tưởng nào đó thoáng hiện trong đầu. Tôi viết văn tiếng Việt, không hề nhận đồng nhuận bút nào. Tôi tưởng hắn biết cuộc đời đâu có dành cho văn nghệ sĩ Việt Nam ở hải ngoại những căn phòng, những bàn viết, những cảnh trí và thù lao tối thiểu khả dĩ có thể ngồi không để làm chuyện văn chương.

Tôi nói đi thăm hắn vì thấy hắn ấm áp. Hắn nói hắn vẫn như thế này từ xưa. Hắn nói thêm, anh đã bảo em nên đem theo sách vở, tài liệu viết lách và gì gì đó cần thiết để làm việc của mình. Tôi nghĩ, giá mà tôi đủ can đảm thêm một chút nữa, chắc tôi đã giết hắn rồi. Hằng ngày hắn đi làm, tôi đã tự biết cách để làm thì giờ không rỗng, bởi tôi đâu phải là kẻ chỉ ngồi chờ người khác đem niềm vui đến cho mình. Hai mươi bốn tiếng đồng hồ của đất trời, tôi đâu cần hắn phải dành cho tôi một nửa, hay thậm chí một phần tư, một phần tám. Tôi chỉ cần năm, mười phút của một hắn như tôi đã từng nhìn thấy.

Tôi giận hắn tràn hông. Tôi muốn gào lên với hắn, rằng trước khi tôi có mặt ở nhà hắn, hắn chỉ nói với tôi, "ban ngày anh đi làm…". Ban ngày hắn đi làm, tôi vui vẻ đi tới đi lui, đi qua đi về. Hắn giao nhà hắn cho tôi cách tin tưởng. Tôi muốn làm gì trong cái chốn trú ẩn của hắn cũng được. Miễn đồ đạc nào lấy ra, phải để đúng lại vị trí cũ để hắn khỏi mất công đi tìm sau này. Có vài trục trặc nhỏ, nhưng tôi chỉnh đốn được ngay.

Cái hằng ngày, ban ngày, tôi phải thề là tôi không hề có điều gì để than văn. Nhưng trời đất ạ, qua cái ban ngày ấy, khi ló mặt về đến nhà, tôi là khách, mà hắn cũng coi như không hề có mặt tôi trên cõi đời này. Sau câu hỏi, em ngày này thế nào, là hắn bắt đầu như quên mất tôi. Hắn tới lui làm việc. Ăn uống. Rồi ngồi vào bàn viết. Bỏ mặc tôi chầu rìa phía sau lưng. Thật lòng không ai có thể tưởng tượng nổi tôi có mặt ở nhà hắn chỉ để… coi tivi. Chỗ tôi ở, TV còn to lớn và nhiều đài gấp mấy lần so với nhà hắn. Còn có cả karaoke nếu như tôi muốn cái trò vớ vẩn ấy.

Hắn điên. Tôi phone về cho bạn tôi, nói vậy. Bạn tôi bảo hắn nhiều việc quá. Hắn ôm đồm hàng trăm thứ việc. Công việc ở sở trong tư cách tổng giám đốc chưa đủ làm hắn xanh mặt, một nách ba con, mỗi tuần hắn tha về nhà chăm sóc. Từ đứa lớn đến đứa bé, từ chuyện nhỏ đến chuyện to. Nhắc đứa này học bài, đứa kia đọc sách, đứa nọ tắm rửa. Hắn còn nấu nướng mỗi tuần. Mỗi ngày. Tôi thật sự chóng mặt khi thấy hắn đi qua đi về giữa những bận bịu. Và càng chóng mặt nhức đầu hơn khi tôi đòi phụ hắn rửa cái bát, thái miếng rau thì hắn lại không cho.

Trong đời tôi, tôi từng gặp nhiều người đàn ông quái đản, nhưng chắc có lẽ hắn là người quái đản hơn hết thì phải. Bạn tôi bảo đừng cau có với anh ấy. Tôi la làng tôi có muốn làm vợ hiền hay người yêu bé bỏng của hắn gì cho cam. Cũng không muốn chứng tỏ tôi đảm đang phụ nữ. Và cũng chẳng yêu cần hắn làm điều gì đặc biệt cho mình.

Tôi chỉ muốn hắn lột bỏ bộ mặt trơ trơ như nước đá một cách cố ý ấy xuống. Tôi nói với bạn, giá mà tôi dám đánh nhau với hắn, tôi sẽ làm ngay. Bạn tôi bật cười.

Hắn, cái người đàn ông mà tôi định bụng trước ngày giã từ, tôi sẽ quát lên rằng tôi thù ghét cái thái độ, căm giận cái hành vi cư xử của hắn như chưa bao giờ thù ghét ai đến độ ấy. Một buổi chiều – sau một đêm bỏ tôi đi biền biệt không hề nói mình sẽ ở lại văn phòng làm tôi sốt vó không cách gì chợp mắt – hắn lóc nhóc dẫn con cái về nhà. Mặt hắn rỡ ràng hẳn lên trong tiếng lao xao chộn rộn của bầy con nít. Hắn cười với tôi, khỏe không em. Tôi đáp khỏe. Tôi không muốn đưa bộ mặt thảm sầu của mình ra trước đám nhóc, nên tôi theo hắn lên nhà. Bắt chuyện với con hắn. Và xem con hắn chơi game.

Tôi nghĩ bụng nếu như tôi không tìm thấy chút… tình người ở những khuôn mặt rất ngây thơ và dễ thương này, chắc có lẽ về đến nhà, tôi sẽ vào nhà thương điên ngay. Tôi ngồi im thu chân lên ghế, nghe con hắn chuyện trò đối đáp với nhau. Những câu chuyện ngây ngô, những cãi cọ hết sức trẻ con nhưng làm tôi vui. Tôi chăm chú quan sát từng đứa. Thử đoán tính tình, sở thích của từng đứa. Lòng tôi nhẹ nhàng hẳn ra.

Tôi đã ngồi im, lắng nghe. Và vui theo đám nhóc. Nhưng một lát, chạnh lòng, tôi bỗng sực nhớ đến thời kỳ chồng tôi mới vừa bỏ nhà, lủi thủi chỉ hai mẹ con với nhau. Tim tôi nhói lên xót xa. Nghĩ ngồi lâu chắc tôi ứa nước mắt ra mất nên tôi đứng dậy. Lúc ra đến phòng ăn, thấy hắn, tôi chớp mắt quay đi.

Ngày hôm sau tôi lại bình tĩnh xuống làng. Mua sắm. Chợ búa. Khi ra về, tôi không chọn con đường nhiều cây sồi và phong lá đỏ mà tôi rất thích nữa, nhưng ngang qua đường dẫn về trường học. Từ đó. Lên nhà hắn, dốc cao.

Tôi tản bộ dưới những hàng cây vàng võ lá. Nghĩ đời con người ở độ tuổi của mình chừng cũng sắp sửa võ vàng. Tôi đã xong những bổn phận với con cái mình. Đã không còn những chiều, những đêm thấp thỏm đợi con về. Không còn những lắng lo kinh hãi khi con đang đứng trước tuổi thành niên đầy rẫy cám dỗ. Không còn phải phập phồng sợ hãi đường đi chông gai con khờ dại không thể chống chọi đến cùng. Cũng không còn cả nỗi sợ bất ngờ mình ngã bệnh hay qua đời giữa lúc con chưa đủ kinh nghiệm để tự nuôi lấy bản thân.

Dốc cao, tôi nghĩ đến con đường đời cao chất ngất mỗi con người phải dấn bước. Bất chợt tôi nghĩ đến hắn. Nghĩ đến những tháng năm trước mặt còn dài thênh thang của hắn, và nghĩ đến cái hạnh phúc của chính mình đã được cùng đi với con qua các nẻo khốn khó nhất của con.

Khe khẽ trong tôi nỗi lao chao hiện ra. Đoạn trường ai

có qua cầu… Tôi bùi ngùi bước. Không để ý trước mặt tôi có đứa bé đứng chờ. Vẫy tay. Đến khi nghe tiếng gọi tên mình, nhìn thấy cái bóng dáng bé bỏng, mái tóc vờn bay trong gió chiều dưới hàng cây, tôi cảm động. Nước mắt tôi chảy ra. Ngày rời Âu châu, tôi từng cám ơn những đứa bé tôi chăm sóc trong nhà thờ đã cho tôi cái cảm giác được làm mẹ lần nữa khi con tôi không còn ở cạnh mình.

Tôi hớn hở vẫy tay lại và chạy lên con dốc. Dốc cao. Lá đổ. Rừng phong thu đã nhuốm màu quan san. Tôi nhớ đến câu thơ. Nhớ mái tóc lấm chấm những sợi bạc của hắn. Rồi tôi nhớ đến giọng cười ngọt ngào của hắn lúc hắn chơi đùa với con. Nhớ tới ước mơ một thời của mình về một mái ấm, nhớ hắn từng buồn bã hỏi không hiểu sao hắn không thể được hưởng những thứ hạnh phúc bình thường như vậy.

Và tôi cũng nhớ hắn từng cười với mình bằng một giọng cười rất dễ thương như thế trong điện thoại…

Gió se lạnh trên bàn tay tôi khi tôi cầm tay con hắn. Lòng bàn tay con bé ấm như có sưởi. Tôi lặng người tự hỏi, không biết khi đưa tôi ra phi trường, tôi có dám nói là tôi ghét hắn, hay sẽ bảo thỉnh thoảng nhớ liên lạc với mình.

Hoàng Nga

HOÀNG NGỌC TUẤN

Sinh năm 1956 tại Nha Trang.

Đến Manila cuối năm 1983 rồi định cư tại Úc.

Học triết ở Việt Nam (ĐHVK/SG 1974).

Ở Úc, theo ngành Triết Học Tây phương và Dân Nhạc Học (University of New England 1987-1991) – Âm Nhạc Tây phương và Giáo Dục Học (NSW University 1991-1994). Luận án về Âm Nhạc Tây Ban Cầm hiện đại.

Viết ca khúc, thơ và truyện ngắn.

Chủ bút tạp chí *Tập Họp (1987-1989,* Úc châu). Phụ tá chủ bút tạp chí *Việt* (1998-2001); đồng chủ bút trang Tiền Vệ (2002-).

Đã đăng thơ và truyện ngắn trong các tạp chí *Hợp Lưu, Thế Kỷ 21, Văn Học, Nhân Văn...* dưới nhiều bút hiệu khác nhau như Hoàng Từ Dương, Hoàng Nha Trang, Bỉ Ngạn, Văn Phục, Hoặc Ngữ... Các bài nghiên cứu về âm nhạc, triết học và giáo dục học đăng trên các tập san nghiên cứu quốc tế bằng Anh ngữ.

Tác phẩm đã xuất bản:

- *Văn Học Hiện Đại và Hậu Hiện Đại qua Thực tiễn Sáng tác và Góc nhìn Lý thuyết* (Văn Nghệ Hoa Kỳ, 2002).

- *Time & Destiny* (phê bình mỹ thuật; Sydney: The University of Sydney, 2002).

- *In-Between 1.5 Generation* (dịch và biên tập cùng với Carmel Killin and Dunja Katalinic; Sydney: Casula Powerhouse Arts Centre, 2000).

- *The Bridge: Anthology of Vietnamese Australian Writing* (biên tập và giới thiệu; Sydney: Casula Powerhouse Arts Centre, 2004).

- *From the Editors: Migrant Communities and Emerging Australian Literature* (tiểu luận in chung với Jose Wendell P. Capili, Sumana Viravong, và Noonee Doronila; do Jose Wendell P. Capili biên tập; Sydney: Casula Powerhouse Arts Centre, 2007).

Nơi chôn của những người vắng mặt

- công viên

Một công viên xa lạ. Rất xanh lá, cỏ, và trời. Nắng rực rỡ. Những lối đi lót đá.

Tôi bước không tiếng động. Nhẹ hẫng. Không một cảm giác về trọng lượng cơ thể, chừng như đang bơi trong khcảng chân không. Mấy con hải âu lướt ngang đầu, kêu quang quác vô nghĩa. Có tiếng trẻ con chạy reo bên kia hàng trắc bá. Tôi tiến về phía đó.

Dưới bóng mát những tàng cây là những băng ghế dài kiểu cổ xưa. Lố nhố người già ngồi trên đó, đầu cúi gầm, khuôn mặt khuất sau những trang báo mở rộng. Lũ trẻ con đứng hoặc nằm trên bãi cỏ, im lặng. Không một chuyển động. Không một âm thanh nào cất lên. Những hình nhân bằng sáp. Lạnh lẽo. Vô cảm. Một cõi không có thực ư? Tiếng trẻ con chạy reo đâu rồi? Có thể nào chỉ là ảo giác?

Mấy giờ rồi? Tôi tự hỏi. Giá như có một cái mốc, một điểm tựa nào đó! Giá như tôi bắt được một điểm xác định, bất cứ điểm nào, trong thời gian, để dò tìm sự thực. *Ngươi là ai? Từ đâu đến đây? Muốn gì? Đây là đâu? Bây giờ là lúc nào trong cuộc sống cua ngươi? Có phải ngươi đang sống?*

"Thưa ngài, thứ lỗi cho. Tôi muốn biết bây giờ là mấy giờ..." Khuôn mặt vẫn khuất sau trang báo. Chiếc mũ da đắt tiền không chuyển động. Tôi không thể biết tôi nói bằng ngôn ngữ gì, nhưng tôi biết thứ ngôn ngữ tôi nói có thể diễn đạt ý muốn của tôi, và tin rằng ai cũng hiểu.

"Thưa ngài, thứ lỗi cho. Tôi muốn biết bây giờ là mấy giờ..." Im lặng tuyệt đối. Bất động tuyệt *đối*. Tôi đọc trộm những hàng chữ trên trang báo quay về phía tôi. Dù không thể xác định được ngôn ngữ nào, tôi vẫn hiểu tất cả những gì in lên giấy. Một vụ giết người ghê rợn. Máu. Chất nổ. Sự tẩu thoát. Một cuộc liên hoan chào mừng tân lãnh tụ chính trị. Diễn văn. Rượu. Lời ca tụng. Một quái thai ra đời. Sự hiếu kỳ. Người mẹ. Niềm thất vọng. Một thiếu nữ xinh đẹp tự tử. Tình yêu. Ghen. Sự phụ rẫy. Một ngôi sao màn bạc vừa nhận giải thưởng. Tiền. Danh vọng. Đám đông ái mộ. Một chiếc tàu bị đánh đắm. Lửa. Súng đạn. Chiến tranh. Một hiệp ước quốc tế được ký kết. Từ ngữ. Trò bịp bợm. Sự rỗng tuếch.

"Thưa ngài, thứ lỗi cho. Tôi muốn biết bây giờ là mấy giờ..." Tôi lặp lại. Lải nhải. Sự rỗng tuếch mở rộng trong tôi. Choáng váng.

"Bạn nhỏ ơi, thứ lỗi cho. Tôi muốn biết bây giờ là mấy giờ..." Đôi mắt xanh trong suốt. Hàng lông mi vàng hoe dài và đẹp lạ thường. Sức sống. Tuổi hồn nhiên. Đường tương lai vượt những chân trời. Niềm thơ ngây trao nhận tình người bao la không nghi ngại.

"Bạn nhỏ ơi, thứ lỗi cho. Tôi muốn biết bây giờ là mấy giờ..." Màu xanh trong làm nhớ đến những hòn bi ve thời thơ ấu. Những hòn bi trong ký ức xoay xoay. Đôi mắt sáng ngời sao vô hồn, không chớp.

"Bạn nhỏ ơi, thứ lỗi cho. Tôi muốn biết bây giờ là mấy giờ..." Cái gì đang mở rộng. Không gì cả. Chỉ có sự mở rộng. Tôi rơi vào trong đó. Hun hút sâu. Những mắt bi ve lạnh lùng. Những hoe vàng cỏ khô đồng cháy nắng. Những chân trời rất xa tín hiệu rạc rời không gửi tới. Môi tê khô lải nhải vụng về.

"Thưa bà, thứ lỗi cho. Tôi muốn biết bây giờ là mấy giờ..." Những sợi tóc trắng lấp lánh bạc. Người mẹ khả kính, vầng trán thời gian mặt trời mặt trăng cày những luống âu lo. Tấm áo len dở dang giữa hai bàn tay khẳng khiu, đôi kim đan lặng nghỉ. Những mùa đông rất dài trong đời. Những mùa hè rất ngắn, không đủ thời giờ sưởi ấm đôi vai.

"Thưa bà, thứ lỗi cho. Tôi muốn biết bây giờ là mấy giờ..." Tóc bạc trắng màu tơ nhân tạo. Đâu rồi những tháng năm niềm ân cảm chứa chan? Những trẻ sơ sinh ra đời. Những dòng sữa. Hơi ấm vòng tay. Những tình người trời cho rất trong và rất trắng. Những lời ru. Những khúc nhạc hành quân. Những chia tay đau đớn ngọt ngào. Những trở về căng ngực yêu thương.

"Thưa bà, thứ lỗi cho. Tôi muốn biết bây giờ là mấy giờ..." Khoảng trống khôn cùng. Đường rơi không giới hạn. Tĩnh vật. Những hình khối. Những khung cửa khép. Cuộc sống ở bên kia. Lẩn khuất. Niềm bí mật. Ngôn ngữ không còn là tín hiệu. Điểm tựa ở nơi nào?

Tôi quay trở lại. Những lối đi lót đá. Những bước chân nhẹ hẫng không trọng lực, chừng như đang bơi trong khoảng chân không. Mấy con hải âu lướt ngang đầu, kêu quang quác vô nghĩa. Nắng rực rỡ. Rất xanh lá, cỏ, và trời.

Phía sau lưng, có tiếng trẻ con chạy reo. Bên kia hàng trắc bá.

- thành phố

Tôi bị cuốn theo dòng người cuồn cuộn tuôn về mọi phía. Những bộ y phục kiểu rất mới. Những tòa nhà chọc trời che rợp thương khung. Những ô không gian đặc quánh. Lượng tiếng động vượt giới hạn giác quan đồng nghĩa niềm im lặng. Những chiếc hộp, những khối sắt lầm lì chuyển động. Những điểm đến định sẵn. Những con số chính xác. Sự sống đồng nghĩa sự chết.

Mọi ngày là ngày hội. Con người chào hỏi nhau lịch sự, ân cần. Những bàn tay siết chặt. Giọng nói tự tin. Cử chỉ gọn gàng. Nhân ảnh trên đường phố và nhân ảnh trên những tấm bích chương không thể nào phân biệt. Sự đồng nhất độc đảo. Những màu da không thể nào phân biệt. Những cá tính không thể nào phân biệt. Cái chung đồng nhất cái riêng. Tôi trở thành biểu tượng.

Đây rồi một khuôn mặt rất quen. Bất cứ khuôn mặt nào. Sự đồng nhất. Tôi mở môi, không một tiếng nói. Cố gắng. Vô ích. Dòng người xô đẩy cuốn đi. Tất cả những khuôn mặt đều rất quen. Tôi tìm thấy tôi trong đó.

"Chào bạn, mạnh giỏi chứ?"

"Tôi mạnh giỏi, cám ơn. Còn bạn?"

"Tôi mạnh giỏi, cám ơn. Trời hôm nay tốt đấy, chứ nhỉ?"

"Đúng thế, không tệ lắm..."

Thành phố có ba triệu người. Trong một giờ có ba mươi triệu cuộc đối thoại lịch sự và ân cần diễn ra như thế. Không vất vả. Không cần suy nghĩ. Không ngộ nhận. Ngộ nhận là kẻ thù của hạnh phúc.

Nền tảng của hạnh phúc là sự cảm thông. Sự cảm thông làm nảy sinh tình yêu, tình người, tình bạn. Hạnh phúc cũng cần sự đồng nhất. Không phải thế sao? Những dị biệt chỉ tạo nên tranh chấp, bất hòa. Hạnh phúc chỉ có thể yên ngủ trên những thói quen. Con người không thể chợp mắt trên chiếc gối kẻ khác, dưới mái nhà xa lạ. Khi khủng bố và bạo sát là những thói quen hằng ngày, hạnh phúc cũng cần những thứ đó. Một ngày không được nghe, không được đọc một tin giết chóc là một ngày lạ thường. Cuộc sống lạc nhịp.

"Chào bạn, mạnh giỏi chứ?"

"Tôi mạnh giỏi, cám ơn. Còn bạn?"

"Tôi mạnh giỏi, cám ơn. Trời hôm nay tốt đấy, chứ nhỉ?"

"Đúng thế, không tệ lắm..."

Đây rồi một khuôn mặt đáng yêu. Tôi thoáng bắt gặp

màu xanh những mùa quá khứ. Mùa cổ tích. Mùa huyền thoại. Ai nắm giữ được màu xanh? Màu xanh, tự nó hiện hữu, không đậu bám trên những trục không-thời. Màu xanh chân thực không nương tựa vào tên gọi.

Tôi cố gắng chen lách giữa những thân người di chuyển ngược xuôi, tiến về phía cô gái trẻ. Không thể nào nhớ nổi tên nàng. Mỗi khuôn mặt người đòi hỏi một tên gọi. Thành phố không tước đoạt ký ức con người, chỉ tước đoạt tất cả kỷ niệm, mà những tên người nằm ương vùng kỷ niệm. Tôi nhìn nàng. Mở môi không thành tiếng. Hãy cho tôi kỷ niệm. Hoặc những con số, những ký hiệu nào đó dịch được thành kỷ niệm. Hãy cho tôi một tên gọi chính xác về màu xanh tôi thoáng gặp trên khuôn mặt đáng yêu. Tôi nhìn vào mắt nàng. A, B, C, D,... Z. Không thể nào có tên gọi cho màu xanh cổ xưa êm ái ấy. Màu mắt trong phản chiếu màu trời. Màu trời trên những màu biển mênh mông nắng chói. Khi tất cả con ngươi đều nhuốm bóng tối, phép lạ nào khiến nàng còn giữ được khoảng thiên thanh?

Nàng nhìn tôi với đôi mắt mỉm cười. Rồi bất giác lùa một bàn tay vào mớ tóc đen óng ả sau gáy cổ.

"Chào bạn, mạnh giỏi chứ?"

Nàng nói. Tôi mở môi, không một tiếng thốt ra. Ngỡ ngàng, luống cuống. Đôi mắt nàng vẫn mỉm cười. Trong một khoảnh khắc đứng lặng của thời gian, tôi chợt thấy bàn tay mình nhấc lên, vòng qua sau gáy cổ. Một chốt lên dây thiều tự bao giờ nằm đó. Tôi xoay nhẹ mấy vòng. Ngực run lên niềm kinh ngạc:

"Tôi mạnh giỏi, cám ơn. Còn bạn?"

Môi tôi mấp máy. Những âm tiết phát ra gọn gàng, chính xác, tự tin. Ngữ nghĩa là gì? Tôi hoàn toàn thua cuộc. Tiếng nói của kẻ lạ mặt nào thốt qua miệng lưỡi tôi. Chốt dây thiều xoay sau gáy cổ.

"Tôi mạnh giỏi, cám ơn. Trời hôm nay tốt đấy, chứ nhỉ?"

Nàng nói. Khoảng thiên thanh vụt khép. Bóng tối phủ con người. Đâu rồi mùa cổ tích? Đâu rồi mùa huyền thoại? Những mùa xưa?

"Đúng thế, không tệ lắm..."

Người lạ mặt trong tôi trả lời. Ân cần, lịch sự. Rồi chúng tôi chia tay.

Dòng người cuồn cuộn tuôn về mọi phía. Những bộ y phục kiểu rất mới. Những tòa nhà chọc trời che rợp thương khung. Những ô không gian đặc quánh. Lượng tiếng động vượt giới hạn giác quan đồng nghĩa niềm im lặng. Những chiếc hộp, những khối sắt lầm lì chuyển động. Những điểm đến định sẵn. Những con số chính xác. Sự sống đồng nghĩa sự chết.

Màu xanh đã chết.

- chuyến tàu

Một sân ga vắng người. Những đường sắt đen đủi, bặt bặt câm, trải tít tắp ra ngoài giới hạn của tầm mắt với vẻ lãnh đạm ghê rợn. *"Cuối cùng rồi ai cũng phải ra đi"*, tôi tự nhủ. *"Dù không biết sẽ đi về đâu"*. Tôi dự tưởng rồi một chuyến tàu chẳng mấy chốc sẽ đến. Nó phải đến để đưa tôi – kẻ cuối cùng của thành phố – ra đi. Tôi đã sẵn sàng.

Bên kia dãy tường đá thấp, những cao ốc trống hoác đứng chết lặng trần truồng dưới khối mây nhuốm bụi than không chuyển động. Không con người và sinh vật nào còn lại. Không cả một hơi thở của gió. Chữ nghĩa cũng không còn tồn tại. Tất cả bảng chỉ đường đều trơ một nền trắng. Con người đã tháo gỡ tất cả từ và ý để mang về một thế giới khác. *"Thế giới nào?"* Tôi tự hỏi, và thấy mình rơi vào vô hạn.

Ngay lúc ấy, con tàu lầm lũi đến. Máy nổ không nghe tiếng, chỉ nghe những đường sắt lập cập rung chuyển. Rồi contàu dừng lại. Những cánh cửa sắt đồng loạt mở ra. Tiếng kim loại rít ken két. *"Mình sẽ đến một thế giới mới"*, tôi tự nhủ. *"Mọi người sẽ gặp nhau ở đó"*. Thong thả bước vào khoang tàu, tôi cố hình dung một nơi chốn yên ả. Sạch, và đẹp – một nơi chốn nào đó cũ xưa hơn mọi quá khứ và mới mẻ hơn mọi tương lai. Tôi muốn chia sẻ với bất cứ ai về ý nghĩ đó. Nhưng không tìm thấy một ánh mắt người.

Những cánh cửa sắt đồng loạt khép lại. Con tàu lướt tới. *"Vĩnh biệt. Xin chào cuộc hành trình đầu tiên về một thế giới mới"*. Con tàu bứt thoát những cánh tay vô hình của không và thời gian. Tôi hiện hữu trên vận tốc.

"Hãy thử tưởng tượng đến ngày mai, giờ bình minh, khi con tàu đã dừng lại, cuộc hành trình đã kết thúc". Tôi tự nhủ. *"Một thế giới khác sẽ được tìm thấy. Nơi đó, mỗi đêm là kỷ niệm và mỗi ngày là niềm hy vọng. Nơi đó, không gian được đo bằng khóe nhìn của mắt, và thời gian bằng nhịp đập của tim"*. Con tàu hân hoan lướt về phía trước.

"Hãy thử tưởng tượng đến thế giới đó". Tôi tự nhủ. *"Nơi từ thành một với ý. Nơi sự yếu đuối được tôn vinh. Nơi không còn lịch sử mà chỉ có những chuyện tình. Nơi mọi con người đều hiển thánh"*. Những vòng bánh nhẹ hẫng cuốn tôi vào giấc ngủ. Tôi mơ thấy mình biến thành nhân loại, ngồi tựa vào vai nhau ấm áp những khoang xe. Hít thở. Nói cười. Trước mặt là sự sống. Một bầu trời rất xanh đang mở rộng. Một thế giới đang nở hoa theo khoảng cách ngắn dần.

Đột nhiên tôi cảm thấy những khoảng cách biến thành hư tưởng. Khởi thủy đồng nhất với chung cuộc. Tốc độ tuyệt đối đồng nhất sự bất động. *"Phải chăng hành trình này không có thực? Và tôi đã chẳng bao giờ ra đi?"* Tôi choàng dậy, thảng thốt. *"Và phải chăng thực sự không còn thế giới nào khác để đến?"* Một màu trắng lạnh lùng, đặc quánh dán vào ô cửa kính.

Nhân loại vụt biến mất. Những băng ghế trơ trọi. Màu trắng chiếm hữu mọi giác quan tôi. "Có thể nào trên tất cả những băng ghế trống kia thực sự không có những con người như tôi, những kẻ đồng hành, đang ngồi đó? Hay phải chăng mỗi con người đều chỉ có thực trong cõi của riêng mình, vô hình trước nhãn quan khách thể?" Tôi nhắm mắt lại và thấy chính mình không còn nữa.

Chỉ còn sự trong suốt, và niềm im lặng tột cùng. "Thực sự chỉ có một thế giới để sống. Và một con tàu chưa bao giờ lăn bánh".

Hoàng Ngọc Tuấn

HOÀNG PHỦ CƯƠNG

Tên thật Nguyễn Thế Hùng. Sinh năm 1954 tại Bình Định.

Đã tốt nghiệp và hành nghề kiến trúc.

Hiện định cư tại California, Hoa Kỳ.

Bắt đầu làm thơ tại trại tị nạn Nhật Bản 1977.

Đã cộng tác với các tạp chí: Người Việt Tự Do, Nhân Văn, Hợp Lưu, Thơ.

Tác phẩm đã xuất bản:

- *Ngẩng Đầu Lên Ta Gọi Mặt Trời (thơ, 1991).*

Gió

lội giữa dòng lâm chung
à... lên một tiếng nói
trớ trêu
phần phật ruồng tay
ngàn đang có
đồng lòng bay áo thiết

bực
bực uống...

Giấc ca sao

bài ca không
thả vào
sương đục sữa nhờ hương
phân giải cội rừng
buông mở rụng

lời ơi miên
man cùng không tỏ
giấc rỡ lùng sao

sao

lăng về chĩu
mường khương
sương sa mùa
          mai
     mãi
phẩy động giọt nhỏ vào khung rêu biếc.

Ở Grand Canyon

nhưng
   niềm quên lãng không có mặt
ngày nào
chúng ta còn gọi tên
đối diện lòng ước mơ nói dối

im lặng ngàn
   kéo tới
lời chú thầm
trĩu cùng sao rơi

vị giác gió khơi
khoang trống in hình trên vách
hỏi giữa đêm
về đâu
lời
cầu vang bóng đá

làm chiếc cánh bay qua
làm tiếng hát vang xa
nào đâu
lăng tẩm thần linh
mai mốt trở về

xưa.

Hoàng Phủ Cương

HOÀNG QUÂN

Hoàng Quân, tên thật Hoàng Thị Ngọc Thúy.
Sinh ngày 14.03.1960.
Gia đình người Huế. Đã sống ở Quảng Ngãi, Đà Nẵng, Sài
Gòn.
Từ năm 1982 định cư ở Đức quốc.

Tác phẩm đã xuất bản:
- *Bông Hoa Trên Phím* (tập truyện 2015).
- *Nhớ Tiếng À Ơi* (tập truyện 2016).
- *Đứng Ngẩn Trông Vời* (tập truyện 2018).

Quẻ bói đầu xuân

Bồ cũ của cô dọa, sẽ theo cô miết, cho tới khi cô nối lại tình xưa. Cô rét quá, không dám lui tới những con đường tình ta đi. Thấy anh lòng vòng ở sân trường, cô mặt mày xanh mét, chạy lại anh lớp trưởng, hớt hơ, hớt hải, bệnh nhức đầu kinh niên của cô tái phát, nhờ anh nói giúp, xin thầy chủ nhiệm cho cô nghỉ vài ngày. Đám bạn xúm lại cố vấn những biện pháp "trốn tình" cho cô. Liên la toáng mừng rỡ, như khi Archimède khám phá lực đẩy của nước:

- Tao nhớ ra rồi, nhỏ bạn bên trường Nguyễn Thượng Hiền, gần nhà tao, có quen bà thầy bói giỏi lắm. Nó cũng tên Ngọc như mày. Tao dẫn mày tới nó, bảo đảm xong chuyện.

Như vậy đó, cô quen Ngọc trong một bối cảnh thật tức cười. Ngọc dẫn cô đến bà thầy bói. Cả hai kính cẩn nuốt từng lời của bà thầy. Bà thầy nghe nỗi niềm của cô, bói cho cô một quẻ tình duyên, sự nghiệp. Bà còn đoán rằng, số cô sẽ được xuất ngoại. Nghĩ cho cùng, thuở đó, bói như bà, ai cũng làm được. Nhưng cô vẫn tỏ vẻ rất thành tâm. Bà lấy ở bàn thờ xuống một trái quít, đưa cho cô. Bà dặn, chờ đêm khuya, bóc vỏ quít, ném lên mái nhà, rồi ăn trái quít. Nhất thiết không để ai thấy, người kia sẽ buông tha. Chỗ quen biết với Ngọc, bà tính giá đặc biệt. Cô nộp cho bà thầy bói trọn tháng học bổng, vẫn thấy xứng đáng đồng tiền, bát gạo. Cô răm rắp làm theo lời bà. Trái quít chua loét, có lẽ sắp hư, mùi ung úng. Từ đó, cô thoải mái đạp xe rượt rượt với đám bạn "quỷ" trên những con đường cây xanh, dẫn đến hàng chè, gỏi, bò bía... mà không phải lấm lét ngó quanh, sợ bồ cũ phóng xe *Honda* tới trước chặn đường. Cô xuýt xoa, bùa của bà thầy linh nghiệm như thần.

Ngọc cười rộn ràng:

- Mày với tao, sao mãi đến bây giờ mới gặp nhau nhỉ!

Ừ, kể ra có duyên lắm đấy. Buồn cười nhỉ! Tự điển tiếng Việt tổ tướng như vậy. Thế mà ông bà cụ nhà mày, nhà tao lại ưu ái cho hai đứa mình cái tên giống nhau.

Trong đám bạn của cô, tự nhiên nảy sinh trục trặc kỹ thuật nho nhỏ. Thỉnh thoảng có những hiểu lầm do sự trùng tên của hai đứa. Bạn bè không thể kèm thêm tĩnh từ dựa theo trọng lượng như Ngọc ròm, Ngọc béo, vì hai đứa cùng có dáng dấp suy dinh dưỡng như nhau. Gọi Ngọc Bắc, Ngọc Trung có vẻ phân biệt địa phương. Gọi họ đi sau tên, cô nhiệt liệt ủng hộ. Nhờ họ Hoàng, cô sẽ "ngự" trên đầu thế gian. Nhưng Ngọc giãy đành đạch:

- Ối! Ông bà ông vải ơi. Chúng mày muốn chôn sống tao đấy phỏng? Nghe tên như vậy, thiên hạ tưởng tao đổi hệ, mê ăn so đũa nàm thao. Thôi, tôi lạy các bà.

Cả đám chợt nhớ ra cái họ Dương khó xử của Ngọc, cười lăn lộn, rồi cho qua sáng kiến này. Tự lúc nào cô chả rõ, đám bạn thân ông ổng gọi hai đứa cô là Mặt Dài và Trán Dồ, dựa theo nét nhân dạng đặc biệt, mà hai đứa giấu giếm, không khai trong thẻ căn cước. Dần dà, tụi bạn chẳng thèm nhắc cái tên quý phái, ngọc ngà châu báu của hai đứa. Hai đứa than thở, gọi hoài như vậy chết duyên... mỹ nhân. Cô đành thủ thỉ với Ngọc rằng, hai ta cứ như anh em thi sĩ Trung Quốc ngày xưa. Đứa thì, *Tương tư giọt lệ rơi năm ngoái, Mãi đến năm nay chửa tới cằm.* Đứa thì, *Khấp khểnh chân chưa ra tới cửa, Trán đã nhô ra tận cổng ngoài.* Hai đứa mến nhau ra mặt, hợp nhau đủ chuyện, từ đàn hát lăng nhăng, văn thơ phú lục cho đến triết lý cùn, tâm sự vụn. Cô bỗng nhiên ưa mò lên nhà Liên, tạt qua một chút, đôi câu quơ quàng với mấy chị em Liên. Rồi kéo Liên đi, đến ngồi chuyện trò sa đà bên nhà Ngọc. Cả đám bạn của cô học ở Đại Học Sư Phạm, Quận 5. Chỉ một mình Ngọc bơ vơ ở Trung Học Sư Phạm bên Quận 1. Cô nghe kể lại, hồi thi vào đại học, cả đám bạn Ngọc rủ nhau ăn xôi cho dẻo, làm bài cho dính. Trước đó,

Ngọc đã liên tục phù phép, nay xôi đậu xanh, mai xôi đậu đỏ, mốt xôi bắp... Đến ngày lều chõng đi thi, Ngọc ngán xôi quá, lui cui đem xôi chiên sơ, bỏ chút hành mỡ, cho dễ nuốt. Mẹ Ngọc thấy vậy lo lắm, nhưng không dám nhắc, sợ nói gở. Khi có kết quả, cả đám bạn học chung vào hết đại học. Riêng Ngọc thiếu điểm, rớt xuống trung học sư phạm. Mẹ Ngọc chửi một trận tắt bếp. Từ đó, Ngọc kịch mặt món xôi, bất kể xôi hấp, xôi chiên.

Vì "non sông" cách trở, thời khóa biểu khác nhau, trong tuần tụi cô khó đi chơi chung. Nhưng cuối tuần có mục gì, cô cũng chèo nẹo, kéo Ngọc đi với nhóm. Liên từ trước đến giờ cặp kè với cô sát rạt, sợ bị "thất sủng", giở giọng "ghen tuông":

- Ê Trán Dồ, sao mày bu con Mặt Dài dữ vậy? Bộ, mày tưởng nhờ nó mà ông bồ cũ của mày hết theo mày sao? Đừng tưởng bở! Tại, ổng bận tò tò đi theo nhỏ Quận Chúa bên Cao Đẳng đó.

Cô trấn an Liên:

- Bậy nà, bậy nà! Tao đâu có nhớ đến chuyện đó nữa. Tại thấy con Ngọc hợp tính tụi mình, kéo nó thêm vào cho vui.

Cô khèo khèo mạng sườn Liên, cười rúc rích:

- Gì thì gì! Chớ mày lúc nào cũng là bạn ruột, thân nhứt của tao.

Liên ngúng nguẩy:

- Xì, ruột dư hả, không thèm.

Thật ra, dù gặp Ngọc sau, cô thương mến hai đứa như nhau và tận hưởng hạnh phúc tình bạn đầm ấm với bao nhiêu kỷ niệm khó quên suốt hơn hai thập niên.

Khi không còn cơ hội cưỡi ngựa sắt đến nhà Ngọc, nhà Liên, bởi giữa cô và bạn bè là cả mấy đại dương, hai đứa vẫn đều đặn thư từ cho nhau. Cô ríu rít về những náo nức, khi lần đầu hòa mình vào đám đông tươi vui trong ngày hội hóa trang vào tháng hai ở Cologne, nước Đức. Cô nghĩ, trên thiên đường với thiên thần bay vòng vòng chơi vĩ cầm, hạc cầm chắc chỉ vui như tiếng chào *Hellau* ơi ới, như cảnh già trẻ lớn bé đứng hai bên lề đường, tranh nhau nhặt kẹo, bánh người ta tung ném từ những xe hoa. Ngọc tỉ tê về những ngày Tháng Tư oi bức ở Sài Gòn, với những cơn mưa lùm xùm, dai dẳng. Nắng nóng, hơi ẩm, bụi bặm làm con người lừ đừ, uể oải. Có lẽ dưới địa ngục, khi phải lăn lộn trong mấy chảo dầu, bị quỷ sứ chiên xào cũng khó chịu đến như vậy thôi. Ngọc mơ màng kể cho cô về anh chàng cùng học lớp đàn *guitar* cổ điển. Một hôm, ngang nhiên vác đàn tìm đến nhà, lúc Ngọc đi vắng, chàng làm như thể rất thân quen. Mấy đứa em quý hóa, mừng, có người "trị" được bà chị, ưu ái mời chàng vào. Chàng xin cho chàng tự nhiên bên mấy cây lựu ngoài sân, rỉ rả trình diễn. Chàng đàn đi, đàn lại mãi bài *Feste Lariane*. Đám em ban đầu rất "hồ hởi phấn khởi". Nhưng khi nghe bài nhạc đến lần thứ mấy chục, với đoạn chơi *trémolo* khục khặc như ngựa chứng, chúng rút ra sau bếp, cố tránh thật xa cung đàn của chàng. May quá, may cho chàng, lẫn cho đám em, lúc đó Ngọc về đến nhà. Đẩy cánh cửa sắt, Ngọc giật mình, ơ hay, thế nào mà "địch" lại vào tận sào huyệt nhỉ. Rồi Ngọc ngâm nga... *yêu đàn là một, yêu chàng là hai...* Lúc đó, cô thảo tờ sớ dài, báo cho Ngọc, cô lăm le bỏ đàn, một mực tin rằng đời êm như tiếng hát của lứa đôi. Cô kể cho Ngọc nghe về chàng của cô. Cô mượn ý của một nhà văn nổi tiếng để tỏ rõ quyết định của mình: *Yêu nhau không phải chỉ nhìn nhau*, để thấy rõ những khác biệt, những khuyết điểm nhau, *mà cùng nhìn về một hướng*. Cô chẳng hề bận tâm, mình sẽ thấy gì nơi hướng đó, vì cô mải *mơ được trọn đời* với chàng. Dù con rùa bưu điện Việt Nam thuở ấy đạt kỷ lục thế giới về tốc độ... rùa bò, phong thư màu tai tái dày cộm của Ngọc, vẫn đến tay cô trước ngày cô hăm hở cùng chàng, ra sở hộ tịch đổi họ theo luật hôn nhân hiện hành tại Đức quốc. Lá thư dài ngoằng của Ngọc, chi chít chữ trên giấy tái sinh, trăm điều nhắc nhở, dặn dò người con gái trước và sau ngưỡng cửa hôn nhân. Cô như nghe được giọng Bắc Bùi Chu Phát Diệm của Ngọc: "Nhớ nhé con nõm! Hãy mở mắt thật to trước khi quyết định, và nhắm tịt mắt lại sau khi đã gật đầu". Giọng điệu dạy bảo của Ngọc, cứ như thể người đã lấy chồng dăm ba lần, hoặc như các cụ đã gả con mấy đám.

Cô hãnh diện gửi cho Ngọc những tấm hình của cô trong bài thơ vu qui. Trông mặt mày hớn hở của cô trong hình, Ngọc bảo, dám cá mười ăn một rằng cô sẽ hạnh phúc đến răng long, đầu bạc. Đàn nhạc thơ thẩn cô cho ra rìa cái một. Nhưng có lẽ cô lầm, cô không dễ dàng dứt đường tơ với con người mơ mộng của mình. Giữa bận rộn của những ràng buộc trong cuộc sống gia đình, cô có lúc rón rén, lấy cây đàn *guitar* xuống, lau nhẹ lớp bụi mờ, mở những cuốn nhật ký, tập thơ chép tay ngày xưa, nhìn những nét chữ mình lạ lẫm. Rồi cô vội vàng treo đàn lên tường, cất tập thơ tận đáy tủ, cảm thấy lòng bứt rứt, bất an. Nghe Ngọc tầm sư học đạo các phương pháp dưỡng sinh. Cô cầu cứu Ngọc: "Lang băm ơi, hốt cho tao vài thang thuốc thực tế, cho tao chữa dứt bệnh mơ mộng đi". Cô thút thít với Ngọc. Mẹ chồng cô kể bâng quơ, rằng có ai đó ham học hành, xao nhãng chuyện nhà, chồng hăm he bỏ. Bà cụ biểu đồng tình:

- Bỏ là phải! Đàn bà mà học cho lắm, thì đối xử tệ với chồng chớ hay ho gì.

Rồi như chợt nhớ ra, bà cụ quay qua hỏi cô:

- Ủa, vậy chớ con học bao lâu nữa mới xong?

Cô tưởng như Ngọc đang nắm nhẹ tay cô dỗ dành: "Tránh voi chẳng xấu mặt nào, nhỏ ơi. Nhất định đừng bỏ cuộc nhe. Ráng học nhe, thêm được chữ nào hay chữ ấy. Trong cuộc chiến không đồng cân sức này, mày phải nhường cho đỡ thiệt hại. Tôn Tử dạy rồi, tri bỉ, tri kỷ. Thì cứ nghĩ thế này, chồng nói thì ra, bà gia nói thì vô".

Ngọc vẫn thư đều cho cô: "Con ranh ạ, đừng trách chàng trai nước Việt không biết nịnh đầm. Bằng chứng rành rành trong lịch sử đấy nhé. Lưỡng quốc trạng nguyên Mạc Đĩnh Chi đi thăm nước Tàu. Gặp lúc công chúa từ trần bất đắc kỳ tử, bèn làm bài văn tế thế này: *Thanh thiên nhất đóa vân, Hồng lô nhất điểm tuyết, Thượng uyển nhất chi hoa, Giao trì nhất phiến nguyệt. Ô hô! Vân tán, tuyết tan, hoa tàn, nguyệt khuyết.* Thấy chưa! Cái gì cũng *only one* cả. Cho nên mày phải kiên nhẫn một tị đi nhé, sẽ có ngày phu quân hò rằng *only you* đó thôi". Cô không nhớ đã kể cho Ngọc nghe chưa. Các cô em của chàng vừa giỡn, vừa thiệt, nói, cỡ như chàng ở Việt Nam, giai nhân đầy đủ công dung ngôn hạnh, bu theo, gạt ra không hết.

Cô trách Ngọc:

- Mày "nguyền" tao hạnh phúc đến lúc bạc đầu. Nên tao mới ngoại tam tuần, mà tóc muối nhiều, tiêu ít. Hèn chi...

- Này, con nhãi kia! Đừng bắt chước Chí Phèo. Hở một tí là lăn đùng ra nằm vạ. Tóc bạc thì đã sao? Tao đây, độc thân vui tính. Mới từng tuổi đầu, trông cứ như Kim Hoa bà bà đấy.

Cô tưởng như Ngọc vừa nói, vừa vén cho cô thấy mái tóc với nhiều sợi đã đổi màu.

- Có lẽ tại tụi mình hay suy nghĩ vẩn vơ nên mau già. Cô như nói với chính mình. Tình cảm phai tàn theo thời gian. Nhưng những khác biệt giữa tụi tao thì không. Xem chừng, ngày càng đậm nét.

- Trán Dồ, dỏng tai nghe cho rõ nhé. Tóc bạc có Hà Thủ Ô, có thuốc nhuộm *L'Oreal*. Hãy sống vui, sống nhộn. Tao muốn cuộc sống mày lúc nào cũng rổn rảng tiếng cười. Mày cứ một mực tự làm khổ mày, chẳng có trời nào thèm cứu.

Bao năm qua, mỗi khi đem những thư từ của Ngọc ra đọc, cô vẫn những bồi hồi, xúc động. Khi cô về Việt Nam, những tối, những khuya hai đứa rù rì nói chuyện không muốn dứt. Ngọc tặng cô một cuốn sách nặng ký, ngay trang đầu Ngọc phóng bút lả lướt: *Có một bạn tri âm, như có vầng trăng sáng. Có đôi bạn tri âm, cả ngân hà lai láng.(*)*

Bố Ngọc mất sớm, Ngọc quyền... tỉ thế phụ. Mẹ Ngọc an tâm giao Ngọc trọng trách, lo cho các cô em gái, tìm bến trong để trao thân gửi phận. Cứ vài ba năm nghe Ngọc báo tin, nhà vừa bớt đi trái bom nổ chậm. Nhưng trái bom lớn nhất vẫn chưa có hiện tượng dời đô. Con của cô đã bước vào tuổi dậy thì, Ngọc vẫn cu ky một mình. Các em Ngọc thấy viễn ảnh bà-cô-già-khó-tính, thường thúc chị, đừng kén cá chọn canh, cố tìm cho chị chút bầu bạn.

Ngọc cười giòn giã:

- Bầu thì thôi. Tao xin hai chữ bình an. Bạn hả? Tao có con Trán Dồ rồi.

Ngày nay, phương tiện truyền thông ngày càng nhanh chóng hiệu quả. Cô vẫn nhanh tay trên bàn phím gửi điện thư cho Ngọc, hoặc quay lẹ số điện thoại đã thuộc nằm lòng 00848... rù rì với Ngọc chuyện đời, chuyện người. Cô kể về nghệ thuật ăn uống của vợ chồng cô. Chồng cô nhận xét, món mì Quảng của cô, nước chẳng ra nước, khô chẳng ra khô. Rau mì xà bần, chẳng giống ai. Cô quan sát món thịt ba rọi kho trứng của anh, ăn với cơm, ngọt giống chè, ăn tráng miệng, lại quá béo. Cho nên nhiều bữa ăn, hai vợ chồng cô, đồng... bàn, dị mộng. Thỉnh thoảng, cô đưa điện thoại để Ngọc nói chuyện với chồng cô. Cô đi làm về trễ, ở Việt Nam đã nửa đêm. Thế nên trong tuần, chồng cô thường thay mặt cô, *voice chat* với Ngọc.

Cuối tuần, điện đàm với cô, Ngọc phân tích tình hình:

- Chàng không phải dở người đâu mày ạ. Nước sông Cửu Long khác nhiều so với nước sông Hương, sông Hồng. Ở đây đốt đuốc đi tìm, vất vả lắm mới tìm được mẫu mã tương tự. Mày tập nghĩ đơn giản hơn một chút. Cứ *nơ- pa, xăng- phú* hết mọi việc đi.

Cô máy móc gật đầu, chẳng biết sẽ đơn giản như thế nào:

- Ừ, tao đã tập thay đổi tao từ lâu rồi.

Ngọc cũng phần nào nhận thấy thay đổi trong cô, chẳng còn là những hỉ nộ ái ố rõ ràng như xưa. Con người hăng tiết vịt của cô ngày nào, bây giờ trở thành nghị gật.

***

Chồng cô nói, anh phải về Việt Nam để lo vài công chuyện cho họ hàng. Anh nói sao, cô biết vậy, không hỏi thêm. Cô ngại những đối thoại, khi cả hai chẳng bận tâm nhiều đến đề tài mình bàn cãi, mà chỉ bực tức nhau vì lối đặt vấn đề. Liên lăng xăng nhờ người quen ra đón chồng cô ở phi trường. Xếp đặt chương trình gặp gỡ đám bạn cô với chồng cô. Liên gọi điện thoại qua cho cô mấy lần, hỏi quanh quẩn khó hiểu:

- Mấy bữa nay con Ngọc đã nói năng gì với mày chưa?

- Chưa. Có gì sao mày cứ úp úp, mở mở hoài vậy?

- Hễ nó liên lạc với mày, báo cho tao liền nghe.

Khi nhận điện thư của Ngọc, kể bằng giọng điệu thản nhiên rằng, mấy hôm nay bận rộn không thư từ cho cô, vì có chồng cô lại chơi ở nhà.

Cô gọi Liên báo tin, lúc đó Liên mới ấm ức:

- Tao nhắc nó mãi. Bắt phải chính nó thông báo cho mày chuyện ổng đang tá túc nhà nó.

Cô dường như vẫn chưa thấy sự lạ:

- Ừ, có gì gấp gáp đâu. Anh đến thăm bạn bè tao là chuyện thường.

- Ừ, ổng sẽ đến thăm gia đình tao cho đúng thủ tục. Nhưng đằng này, ổng ở nhà con Ngọc, ngay hôm đầu từ phi trường về, cho đến bữa nay luôn.

Cô giật mình, cà lăm:

- Là, là sao? Anh ở nhà bác anh, rồi tới nhà con Ngọc thăm gia đình nó cho phải phép chứ. Hay là sao?

- Ngọc à, sao mày dật dờ, trời ơi đất hỡi quá. Đến bây giờ mày chẳng hiểu gì ráo trọi hả? Tao tức mình ghê. Mày coi! Tao hỏi nó, bữa nào rảnh, qua tao, cùng nhau đi mua sách cho mày. Nó tỉnh bơ kể, mấy hôm nay, bữa nào cũng thức khuya lắc, khuya lơ tán gẫu với ổng, sáng đi dạy, mở mắt không ra. Nó nói, đã hẹn ổng cuối tuần đi mua quà cho mày, tao bị cho de rồi.

Cô bỗng nghe tai mình lùng bùng, lắp bắp:

- Trời ơi, anh ở đó sao tiện cho con Ngọc. Nhà còn có ba chị em. Mẹ nó ở hoài bên chùa. Anh lui tới như vậy, hàng xóm nghĩ sao. Tội nghiệp cho mấy chị em nó chớ.

- Thì vậy. Tao cũng không biết sao nữa.

Liên coi bộ còn "bức xúc" hơn cô. Liên hay gọi điện thoại qua tường thuật, đưa những tin tức sốt dẻo. Đường dây từ Việt Nam, gọi qua *internet*, đôi khi không rõ, nhiều khi nghe chính giọng mình nói, nhiều hơn là người đối thoại. Có lẽ nhờ vậy Liên không nhận được rõ những bối rối của cô, cô không cảm được hết nhiệt lượng máu nóng của Liên sôi sùng sục.

Liên tức tối:

- Tao nói với nó, để ông xã mày ở lại nhà nó, rồi nó ăn

nói sao với mày. Biết nó trả lời sao không? Đừng nghĩ nó là ni cô, trên giường bệnh hấp hối, xin được muỗng nước mắm. Nó nói vậy, tao câm luôn. Bây giờ chỉ có nước mày hỏi nó, hoặc hỏi thẳng chồng mày.

Cô chớp nhanh mắt, quay mặt khỏi ống nghe, đằng hắng cho giọng mình khỏi khàn:

- Hỏi là hỏi sao bây giờ? Nếu câu trả lời không phải sự thật, thì hỏi làm chi, cho khó nghĩ cả mấy đàng.

- Vậy, mày chờ khi ổng về lại bên đó, quan sát thái độ ổng có gì thay đổi không.

Cô ờ ờ cho xong chuyện. Cô nghĩ mãi đến Ngọc. Nếu có điều gì xảy ra, Ngọc sẽ mất mát nhiều lắm. Biết Ngọc bao nhiêu năm, cô hiểu Ngọc lắm chứ. Cô không dám kết luận võ đoán. Nhưng cô không tìm được lời giải thích nào thỏa đáng.

Cô lóng ngóng trông tin Ngọc. Nghĩ, có lẽ Ngọc quá bận, không thư cho cô. Tối nào, cơm nước xong, để mặc nhà bếp bừa bộn, cô vào hộp thư, lúc nào cũng vẫn chút hy vọng, hồi hộp. Cô chờ mãi thư của Ngọc, tưởng tượng sẽ nhận được thư đại khái như, "Trán Dồ ạ, hồi nào mày chán chê đi làm bên xứ người, về đây, hành nghề đòi nợ. Mày ủng oẳng đòi thư, làm tao sốt cả tiết. Người ta kể rằng, từ khi Khuất Nguyên tự trầm dưới sông Mịch La, văn nhân tài tử nào muốn đàm đạo chuyện thơ văn, cứ viết vào giấy thả trôi trên sông Mịch La, Khuất Nguyên sẽ chứng cho. Ấy, chớ nghe chúng xúi dại, quẳng cái gì xuống sông, một đi không trở lại. *Phú-lít* bắt gặp, lại phạt tội xả rác bừa bãi. Chớ ngốc nhé. Cứ viết thư cho tao, năm bữa nửa tháng, thể nào chả có lúc tao ngoáy cho mày đôi dòng. Tao bận quá nhỏ ạ, đám học trò dốt của tao đang quay tao như chong chóng..." Có lúc cô đổ tiệt *hotmail* làm ăn bê bối, bị trục trặc kỹ thuật nên thư Ngọc đi lạc. Nhưng lạ một điều, cô vẫn nhận thư của bao nhiêu người khác từ Việt Nam. Cô gọi điện thoại thăm những bạn bè chung của hai đứa. Nói chuyện trời trăng mây gió một hồi, cô vờ hỏi đám bạn có tình cờ nhận tin tức gì của Ngọc chăng. Năm đứa trong đám bạn xưa vẫn thỉnh thoảng nhận điện thư, đều "tình cờ" nhận được thiệp xuân của Ngọc. Tính Ngọc luôn chu đáo. Riêng cô, cũng rất tình cờ, chẳng nhận được chữ nào của Ngọc. Tự nhiên, cô mất trắng đứa bạn thân.

Cô se sẽ nói với Liên:

- Thôi cũng tiện. Nhỡ khi chàng gọi thầm tên em, đỡ khó xử cho chàng.

Liên la lên:

- Mày khùng thuộc loại siêu đẳng rồi. Chuyện như vậy, mà còn tửng tửng cái giọng dở hơi.

Không biết bà thầy bói ngày xưa còn sống chăng. Có lẽ cô phải đến tìm bà, nhờ bà xem cho một quẻ đầu xuân, cho cô biết thực hư thế nào. Không biết rồi bà sẽ đưa cho ai trái quít, để cô được lại con bạn xưa.

Hoàng Quân

[Trích lời ca trong các nhạc phẩm: *Hương Xưa* của nhạc sĩ Cung Tiến *Ngày Đó Chúng Mình* của nhạc sĩ Phạm Duy].
(*) Bài thơ *Tri Âm* trích trong quyển thơ *Biếc* của thi sĩ Trụ Vũ
"Có một bạn tri âm
Như có vầng trăng sáng
Có đôi bạn tri âm
Cả ngân hà lai láng".

Hoài Khanh by Đinh Cường

# HOÀNG THỊ BÍCH TI

Tên thật: Huỳnh Thị Bích Ti, bút hiệu khác ngoài Hoàng Thị Bích Ti: Tương Nghi, Lạc Phố.Sinh 1959 tại SàiGòn, VN. Định cư ở Mỹ năm 1975 cùng gia đình.
Cùng anh ruột Nguyễn Sao Mai chủ trương tạp chí *Sóng Văn* từ 1996-1997 – Tổng Thư Ký tuần báo *Lẽ Phải* tại Washington D.C. từ 1999. Hiện định cư tại Virginia

Tác phẩm đã xuất bản:

- *Người Đàn Bà Sau Tấm Quảng Cáo*(tập truyện, 10 truyện ngắn; Nhà xuất bản Văn Mới, 1996).
- *Yellow Mama Và Những Bài Thơ Riêng*(gồm 10 truyện ngắn in chung với thơ của Trần Nghi Hoàng. Nhà xuất bản Việt xuất bản năm 2000).
- *Khi Loài Sâu Biết Khóc* (truyện dài. Nhà xuất bản Việt).

Chùm hoa mận

Cư xá nằm ngay trong thành phố SàiGòn, ngăn cách con đường lớn bằng những bờ rào, những hàng điệp tây đầy hoa. Những chùm trái điệp đen xám, treo tòn ten, khua rộn ràng như tiếng khánh mỗi lần bị gió lay. Cuối con dốc là những dãy nhà gọn gàng bao quanh sân cỏ rộng lớn lốm đốm từng chỗ cháy khô, chỗ mướt rượt, loang lổ như con chó lác. Ngôi trường tiểu học với vỏn vẹn năm lớp học nằm bên trái cạnh mấy gốc trâm. Đó là nơi mà tôi không được phép bén mảng tới nhặt những trái trâm mọng nước, tím lịm bỏ đầy túi áo dơ tèm lem. Và sợ nhất là gốc cây keo cao ngất ngưởng đầy những trái khoanh tròn, ngộ nghĩnh, với lũ rắn roi màu xanh lục lúc nào cũng rình rập trong đám lá, sẵn sàng bay xuống "quất vào mông" đám con nít phá phách. Bệnh xá kế bên, đối diện với cái công viên nhỏ nhắn được ông giám thị cắt xén gọn gàng. Niệm Phật Đường nằm phía bên trái. Xa xa đằng kia là nhà cầu công cộng, hàng rào dâm bụt cao nghều nghệu bao quanh, lúc nào cũng đỏ rực hoa. Anh Bé Tuất nói ngày xưa cư xá là một bãi tha ma chôn lính Tây được ủi làm nhà. Những chàng Tây không về được quê, bỏ xác nơi xứ người trở thành những con ma không nhà lang thang thất thểu. Cho nên dạo đó lúc dân cư còn thưa thớt, thỉnh thoảng người ta vẫn nghe tiếng những đoàn lính ma này duyệt binh rền vang trên sân cỏ lớn của cư xá. Những lần mưa là những lần vất vả nhất. Nước tràn xuống con dốc, đổ vào cư xá cuồn cuộn. Nhà nào cũng ngập nước. Hai chị tôi phải tát nước, lau chùi mệt nghỉ. Lâu ngày, nước rút không kịp, khoảng sân banh thấp nhất ứ đọng thành cái ao khá lớn cho đủ loại chuồn chuồn cùng với bầy ễnh ương nương náu. Và để bọn trẻ chúng tôi tha hồ xúc từng bầy cá bé tí teo, hay bắt những con nòng nọc lớn nhất đem về chờ coi đuôi nó rụng. Nhà tôi mang số 24. Nên như những gia đình khác, ba tôi chỉ là một con số như ông 18 hay bà 25. Tôi lớn lên trong căn nhà màu xanh có dăm ba bụi hồng, cây hoa sói thơm ngát, và hai bà chị lớn hơn tôi năm, mười tuổi. Chị Gấm có hai hàng răng ngọc và nụ cười thật hiền lúc nào cũng nở trên môi, ngay cả những khi buồn giận, hay lo sợ. Và chị Tâm, nghiêm trang như bà giáo so với mớ tuổi học trò của chị. Ba bao giờ cũng lu bu cơm áo. Còn năm người anh thì mịt mù rong ruổi trên khắp các chiến trường. Bé quá, bọn con nít như tôi làm sao hình dung được chiến trường là gì? Chúng tôi lại càng mù tịt về hai chữ chiến tranh. Không hình dung được, chỉ lờ mờ hiểu chiến tranh là cái gì ma quái như những đoàn lính ma, như lời nguyền của bà phù thủy trong truyện thần thoại. Với tôi, chiến tranh để lại một nỗi buồn man mác khi chợt nhớ đến những người anh vắng nhà hết năm này sang năm khác. Chúng tôi tranh nhau lớn lên như nòng nọc. Lớn lên trên sân cỏ với những buổi chiều đua nhau thả diều, những trò chơi trẻ con, nhảy dây, đánh đũa. Có một dạo, không thèm trò chơi con nít nữa, tôi trốn lên gác, rón rén trèo lên mái nhà nằm dài trên mái tôn đọc truyện, hay say mê ngắm những cụm mây tụ lại thành những hình thù, những nhân vật tưởng tượng kỳ dị. Chán, tôi bước lần mò trên những mái tôn qua nhà 22, nơi có cây mận um tùm, sai oằn từng chùm trái tròn trịa, xanh mởn. Cành lá sum suê tỏa rộng. Tôi chỉ việc ngồi núp trong nhánh lá, bẻ từng chùm mận, nhâm nhi, trong bụng khoái chí như đã trả được mối thù nào đó với bốn anh em thằng Danh. Ngày này qua ngày khác, tôi lặng lẽ như mèo ăn vụng mà bà 22 chẳng bao giờ biết.

Bà 22 là một người đàn bà kỳ lạ, dữ dằn. Mỗi ngày, khi đến giờ cơm, cái bóng gầy khô của bà xuôi ngược khắp cư xá kêu réo anh em thằng Danh. Tiếng kêu của bà the thé, hung dữ. Khi kiếm được con, bà lệ làng lượn đến bên chúng như con quạ, túm cổ lôi về. Thân hình dẹt như cá khô của bà vậy mà mạnh kinh khủng. Bốn anh em thằng Danh ríu

ríu, chịu trận dưới hai bàn tay tong teo, cứng như gọng kìm của mẹ chúng. Trái ngược bản chất phong lưu trác táng của chồng, ông Quận, bà 22 lúc nào cũng lam lũ như tôi mọi. Chưa ai thấy bà mặc một chiếc áo dài bao giờ, ngay cả trong những ngày Tết. Lúc nào cũng cái quần đen mốc thếch xắn lên khỏi mắt cá. Chiếc áo bà ba trắng ngả vàng. Tóc tai lúc nào cũng bối cẩu thả ra phía sau. Những nhánh tóc phía trước rũ rượi phủ xuống gương mặt cằn cỗi trơ đôi mắt trắng dã, cá chết. Bà không giao du với bất cứ ai trong xóm, sống vất vưởng như một oan hồn, chăm chăm từng chút cho chồng con. Thằng Hoằng, thằng Danh hơn tôi vài ba tuổi. Hai anh em nghịch như quỉ, chuyên môn đi bắt thần lằn để ngắt đuôi. Chúng khoái những cái đuôi thần lằn mới ngắt còn giãy tê tê, gớm ghiếc vô cùng, để dọa dẫm bọn con gái. Có khi chúng ném vào chúng tôi nên đứa con gái nào thấy anh em chúng là sợ xanh mặt. Nhưng chúng tôi sợ bà Quận, ghét anh em thằng Danh bao nhiêu thì càng khoái anh Bé Tuất, em trai ông Quận bấy nhiêu. Đâu phải bé Tuất nhỏ nhít gì cho cam. Anh to lớn dềnh dàng như voi mà bị mọi người, ngay cả bọn con nít chúng tôi kêu bằng Bé mới đau.

Khi trời bắt đầu chạng vạng nhà nhà đã lên đèn, tiếng ễnh ương bắt đầu rền vang, tiếng mõ tiếng tụng kinh ê a từ Niệm Phật Đường, cả bọn không ai bảo ai, cùng túa ra đi kiếm Bé Tuất bắt anh kể chuyện ma. Cả đám con nít chín mười đứa ngồi khoanh tròn trên sân cỏ, đứa nào đứa nấy co rúm, chờ đợi trong sự sợ hãi thích thú. Những con mắt lúc nhắm, lúc mở thao láo, náo nức chờ nghe anh kể chuyện. Chuyện nào anh kể cũng hay, cũng mới, dù đã kể đi kể lại nhiều lần. Thỉnh thoảng tới đoạn rùng rợn, cả bọn đang nín thở im phăng phắc thì bỗng nhiên bầy ễnh ương lại ré lên, hoặc anh em thằng Danh đang trốn đâu đó nhảy xổ ra làm cả bọn la chói lói, hè nhau mắng mỏ, sỉ vả anh em nó không tiếc lời.

Tôi ít khi gặp ông Quận. Thỉnh thoảng, khi la cà với lũ bạn nhỏ trước sân, tôi vẫn thấy ông đi đi,về về. Mỗi lần ông lái chiếc xe jeep đến gần là thiên hạ đã nghe tiếng còi xe hách dịch, inh ỏi. Ông bấm còi bọn con nít đã đành, nhiều lúc ông đỏ mặt tía tai, phùng mang trợn mắt, bấm liên tu bất tận khi có cô nàng vịt xiêm nào đó đang ngang nhiên, chễm chệ bước từng bước nặng trịch trước đầu xe. Hôm nào may mắn không nghe tiếng còi xóc óc của ông thì lũ con nít chúng tôi cũng có đứa hoảng vía khi chiếc xe jeep của ông bay qua vũng nước mưa gần đó, bắn tung tóe cả sình lên bọn nhỏ. Hình như ông chả thèm nể nang ai nhưng đối với ba tôi bao giờ ông cũng dạ thưa rối rít. Mấy lúc gần đây, tôi vẫn thấy ông hay đưa đón cô Hường, con gái bà 25 mỗi ngày. Chiều chập choạng tối, ông ngồi cả giờ trên xe jeep chờ cô. Khi thấy bóng cô Hường thấp thoáng bên mái hiên, ông vội vàng phóng xuống xe đi vòng qua phía bên kia, rút khăn tay phủi vội phủi vàng lên mặt ghế. Không biết cô Hường làm gì, nhưng chiều chiều khi mọi người đã về nhà dùng xong bữa cơm chiều thì cô mới bắt đầu đi làm. Cô không có chồng, sống với bà mẹ trẻ măng và hai đứa con gái học trường đầm. Đứa nhỏ, trạc bằng tuổi tôi. Trưa trưa, khi ba đón mấy chị em đi học về, tôi thường thấy cô nằm õng ẹo trên cái võng treo trước mái hiên. Cô hay mặc áo sát nách. Mỗi lần nằm dài trên võng, cô đưa cả hai tay lên đầu khoe hai nách tua tủa lông đen ngòm ngòm. Những lần như thế chị Tâm đều cau mặt, ném sang bên kia hàng rào cái nhìn sắc lịm của cô bé mới tập làm người lớn. Còn chị Gấm và tôi thì len lén nhìn gương mặt đỏ gấc vì say nắng của ba.

Cũng với thái độ nghiêm trang, ông kiên nhẫn đứng giữ cửa xe, mặt đờ đẫn theo dõi từng bước đi, từng cái dáng xoay nửa người khi cô cài then lên cánh cửa sau lưng. Và khi cài xong cánh cửa, cô làm như rất tình cờ, rất hoan hỉ khi nhìn thấy ông.

- Ủa! Sao đúng lúc quá vậy?

Ánh mắt cô reo vui và giọng nói dịu dàng không thể tưởng. Lần nào cô cũng đưa bàn tay ra cho ông đỡ lên xe. Mặt mày ông lúc đó sướng rân. Chờ cho cô Hường ngồi xuống, ông vội vàng ba chân bốn cẳng chạy vòng qua bên này. Leo lên xe, hất mái tóc trét đầy vaseline cứng ngắt ra phía sau rồi anh dũng nhấn ga vọt qua mấy ổ gà với nét mặt nghiêm chỉnh của một ông tướng sắp ra trận, không thèm đếm xỉa gì đến đôi mắt uất hận của vợ nhìn theo sau bức màn sáo.

Tôi không biết bà Quận bị trói dưới gốc mận từ bao giờ. Buổi chiều, đang rướn người nhất định hái cho được chùm mận với những trái to xanh mơn mởn chót vót trên cao thì tôi thấy bà Quận bên dưới. Hai cánh tay bà bị treo ngược trên cành mận. Cả thân hình trần trụi, không một mảnh áo gần như hỏng khỏi mặt đất. Hai gót chân khô nứt rướn lên. Mái tóc bà xổ tung, rũ rượi. Cặp vú dài thòng, đong đưa hai miếng da, khô ngắt. Tấm lưng gầy đếm được từng đợt xương của bà dọc ngang những vết roi. Hai anh em thằng Danh đứng trong góc, rưng rức khóc. Ông Quận ngồi trên cái ghế đẩu gần đó. Áo sơ mi trắng tinh còn bỏ trong quần, ngực áo không gài, cà vạt vất ngược ra phía sau cổ, tay áo xắn lên, một tay cầm cây roi mây dài da bị tủa ra trên ngọn. Ông đưa tay quẹt những giọt mồ hôi trên trán, rồi lừ lừ, điêu luyện như một tên đao phủ thủ, vung ngọn roi lên vụt túi bụi vô người vợ. Hình ảnh đó không khác nào bức tranh ngoài Niệm Phật Đường vẽ cảnh ngài Mục Kiền Liên xuống hỏa ngục tìm mẹ và phải chứng kiến cảnh mẹ bị ngạ quỷ hành hình. Lạ một điều, cũng như bức tranh kia, những người bên dưới chỉ âm thầm khóc. Không một tiếng khóc lớn. Không một tiếng rên la. Mọi việc đều diễn tiến âm thầm, giấu kín. Tôi chỉ nghe tiếng roi lướt đi trong gió, xào xạc như cành mận đang lay. Tiếng người đàn ông đều đều, nhẹ nhàng như đang nói chuyện:

- Con quỷ! Sao cứ theo ám tao hoài vậy?

- ...

- Mày nói gì với người ta? Nói mau!

- ...

- Coi cái tướng ngạ quỷ của mày kìa! Vậy mà cũng bày đặt ghen tương này nọ.

- ...

- Mày biểu tao ăn nói với người ta làm sao đây? Bây giờ mặt mũi nào tao dám nhìn người ta được cơ chứ?

Mỗi lần câu nói chưa dứt thì ngọn roi đã quấn chặt lấy người đàn bà như con rắn đói. Hai đứa con trai cúi gầm mặt xuống không dám nhìn bố mẹ, nước mắt nhỏ từng giọt. Ngay lúc đó, bé Tuất bỗng hiện ra. Cánh tay to lớn của anh vươn ra chụp lấy ngọn roi. Giọng anh nhỏ nhẹ:

- Đủ rồi, anh Hai!

- Tránh ra! Không được xía vô chuyện của tao!

- Tha cho chỉ đi!

- Buông! Cút đi! Mày không buông ra, cả cái mạng mày cũng sẽ không còn!

Bé Tuất khựng lại. Cánh tay nắm ngọn roi buông thõng. Anh xoay lưng chán nản, bỏ đi. Giọng người đàn ông giật ngược, lạnh lùng:

- Khoan đã, ngồi xuống đó.

- ...

- Mở mắt ra coi tao dạy chị Hai mày!

- ...

- Trong nhà này, đứa nào cãi lời tao thì đừng hòng sống!

Bé Tuất lặng lặng ngồi xuống. Mặt cúi gầm. Năm phút rồi mười phút trôi qua. Người đàn bà vẫn cong rướn người lên như con giun, hứng trọn từng lằn roi. Mỗi lần cánh tay người đàn ông vung lên, ngọn roi trườn tới táp từng miếng thịt của người đàn bà đến bật máu. Từng tiếng rên bật ra sau hai hàm răng nghiến chặt.

Sau cái hôm làm nhân chứng tình cờ trên mái nhà tôi bị sốt liên tiếp mấy ngày. Hình ảnh người đàn bà trần truồng bị treo ngược trên cành cây trong buổi chiều tím ngắt dưới những chùm hoa mận vẫn còn in trong trí tôi. Từ lúc xảy ra chuyện tôi cũng ít khi gặp anh Bé Tuất. Thỉnh thoảng, những buổi trưa tan trường về không có ba đón, tôi vẫn thấy anh lặng lẽ đi theo sau lưng ba chị em chúng tôi. Những hôm đó, tôi kéo tay chị Gấm:

- Anh Bé Tuất kìa! Cho anh đi chung được không?

Lập tức, chị Tâm liền cau mày. Còn chị Gấm thì sa sầm nét mặt, vùng vằng:

- Kệ "nó"! Đi mau lên!

Len lén nhìn anh Bé Tuất một mình lầm lũi phía sau, đôi mắt vẫn theo sát mấy chị em, tôi bỗng đâm ra "bất nhẫn" ngang xương, nên ráng kì kèo:

- Cho ảnh đi cho vui mà! Ảnh kể chuyện hay lắm!

Chị Tâm gắt lên:

- Con nít con nôi mà nhiều chuyện! Có đi nhanh lên không thì bảo.

Tôi phụng phịu làm thinh, thỉnh thoảng vẫn liếc chừng phía sau. Chị Tâm lâu lâu lại dò chừng:

- Bé quay lại coi "nó" đâu rồi?

Tôi láu táu:

- "Nó" sắp tới sát bên rồi!

Chị Tâm quay sang tôi trừng mắt:

- "Nó"! "Nó" cái gì? Đừng có hỗn!

Tôi ngơ ngác, nhăn mặt. Chị nói như thánh phán:

- Bé còn nhỏ, không được gọi "nó" là "nó". Biết chưa?

Tôi làm thinh chẳng hiểu mô tê gì. Thật ra anh Bé Tuất lớn hơn hai chị của tôi chứ bộ! Chị Gấm lo sợ, nhìn chị Tâm cầu cứu:

- Bây giờ làm sao? Ba biết được thì chết!

Chị Tâm hất hàm bảo chị Gấm:

- Chị lấy thước ra đi! Nếu "nó" mà tới thì mình "cảnh cáo" "nó" trước.

Chị Gấm nhăn mặt:

- Cảnh cáo làm sao?

- Thì chị nói: "Mày theo tao hoài, tao méc ba tao, lúc đó đừng có trách".

- Nếu "nó" giở trò chọc ghẹo thì sao?

- "Nó" mà lộn xộn thì lấy thước đập liền!

Chị Gấm gật đầu, lật đật mở cặp táp da, lôi cây thước kẻ ra. Hai bà chị lăm lăm hai cây thước kẻ trong tay, sẵn sàng trong thế tử thủ. Tôi hồi hộp, ríu ríu theo hai chị, trong lòng chỉ mong sao cho anh Bé Tuất đừng đuổi theo kịp.

Khuya, bọn con nít chúng tôi chia tay anh Bé Tuất ngoài sân cỏ. Đang túa nhau về thì anh ấy giữ tôi lại. Anh nhét vào tay tôi lá thư xếp nhỏ, giọng ngập ngừng:

- Bé đưa cái này cho chị Gấm giúp anh được không?

Tôi cầm lấy, ngơ ngác, nhưng vẫn gật đầu:

- Được.

Anh có vẻ lo âu:

- Đừng cho ai biết nghe không!

- Em biết rồi!

Tôi xoay người chưa kịp chạy đã bị anh níu lại:

- Nói chị Gấm... phải trả lời anh nghe!

Tôi dạ lẹ làng, đâm đầu chạy về nhà. Lúc đó, chị Gấm đang ngồi chải mái tóc dài, ướt đẫm, thơm ngai ngái mùi chanh và bồ kết. Chị Tâm thì chúi mũi vào đống bài vở trên bàn. Tôi vất miếng giấy vô lòng chị, sà xuống kế bên, nói nhỏ:

- Anh Bé Tuất biểu em đưa chị.

Chị Gấm giãy nãy:

- Đưa chị làm chi?

Chị Tâm ngẩng mặt lên khỏi quyển vở, đôi mày nhíu lại. Thấy lá thư, chị phóng tới như chớp.

- Gì vậy?

- Anh Bé Tuất biểu em đưa chị Gấm cái đó.

Chị Tâm cầm lá thư lên cười, không quên ký đầu con em một cái, kèm theo lời hăm dọa:

- Đã bảo không được nhiều chuyện. Ai biểu gì cũng làm. Tao méc ba bây giờ!

Nghe tới ba, tôi lủi liền tay. Bỏ mặc hai chị chụm đầu vào nhau to nhỏ, rúc rích cười cả đêm.

Tôi chưa bao giờ thấy ba giận dữ như vậy. Hôm đó chị Gấm bước vô tới mái hiên, quăng cái chìa khóa nhà cầu xuống bàn. Mặt mày chị nhợt nhạt, nước mắt chảy vòng quanh, hậm hực:

- Cái thằng... cái thằng quỉ sứ ấy!

- Chuyện gì vậy?

Gương mặt chị Gấm đổi từ xanh qua đỏ, từ đỏ qua xanh như con tắc kè. Giọng chị tức tưởi:

- Cái thằng Bé Tuất ấy! Nó chặn tao ngoài... cầu tiêu!

- "Nó" muốn gì?

- Ai biết gì "nó". "Nó" nói sắp đi xa gì đó... rồi "nó" còn nói "nó" thương tao nữa!

Chị Tâm ôm bụng cười rũ rượi:

- Trời ơi! Sao cái thằng cù lần thế! Nhè cái lúc người ta đi... ị mà tỏ tình thì đúng là hắn "bí" lắm rồi! Xui cho hắn gặp ngay lúc nàng cũng đang "táo bón" nữa mới chết người cơ chứ!

Bị chọc quê, chị Gấm vùng vằng bỏ đi. Buổi chiều vẫn chưa hết cơn hậm hực, ba đi làm về chị méc liền tay. Thế là ba nổi trận lôi đình, xốc qua nhà ông Quận mắng vốn một mách. Nhớ đến hình ảnh bà Quận dưới gốc mận, tôi lo sợ cho anh ghê gớm. Anh Bé Tuất bị ông Quận đuổi đi từ hôm đó. Không có anh, bọn con nít trong xóm nghĩ ra trò chơi khác thay thế. Còn tôi, có một cái gì đó khiến tôi cảm thấy anh Bé Tuất sẽ không bao giờ trở lại nữa. Anh cũng như những người con trai khác lớn lên, rời bỏ cư xá. Nếu có trở về, anh sẽ không còn là anh Bé Tuất của tôi, là "thằng Bé Tuất" của hai chị tôi và những người lớn trong cư xá nữa.

Mấy năm sau ngày anh Bé Tuất đi, người ta thi nhau mà chết. Cư xá vốn đã hoang dại, ma quái lại càng hoang dại ma quái hơn. Hơi hướm chiến tranh lan tràn trên từng ngọn cây, lá cỏ. Cõi sống và cõi chết lẫn lộn, thật gần như bàn tay sấp ngửa. Người sống và người chết bám víu lấy nhau để biết mình vẫn còn hiện hữu. Những oan hồn lang thang giữa trần gian cố níu kéo một kiếp người ngắn ngủi, trầm luân chưa thật sự sống cho chính bản thân mình ngày nào. Những người sống là những thây người biết đi, ngơ ngáo, trôi nổi trong tai ương, sống vội sống vàng. Những buổi tan trường về tôi vẫn bắt gặp thường xuyên những đoàn công-voa bám đầy bụi đường, rã rời, tiếp nối thành hàng kéo nhau về thành phố. Người lính ngồi sau tay lái mệt mỏi như một chàng ky mã bại trận trở về, không thèm để ý đến những thây ma không nguyên vẹn đang trân người chịu đựng những dằn lên xóc xuống cuối cùng trong những chiếc áo quan phủ lá quốc kỳ. Thân phận con người sao quá tầm thường, nhỏ nhoi như một món đồ chơi rẻ tiền bọc giấy hoa vàng đỏ. Trong cư xá, hết nhà 18 có tang rồi đến nhà số 7. Ông 16 có tám đứa con trai nheo nhóc. Đứa lớn là Cu Nhớn, đứa kế là Cu Nhỏ, Cu Tèo, Cu Tí, rồi tiếp tiếp theo đó là Cu Trắng, Cu Đen v.v... Anh Cu Nhớn đi lính năm tròn 18 tuổi, chưa kịp về thăm mẹ lần nào thì chết. Cu Nhỏ thì bị đứt lìa đôi chân khi mồ anh chưa xanh cỏ. Bà 19 lưng còng tóc bạc chỉ có hai người con trai. Anh Lớn mới cưới vợ thì đã đi, năm khi mười họa mới về. Còn anh Nhỏ, người con út cũng vừa mới mất. Và nhà tôi, cái tang thứ nhất của tôi là tang anh Phúc. Năm anh tôi mất, tôi đã được mười ba. Buổi chiều hôm đó khi tôi đang ngồi bắt những con rắn chiếu trên cây hoa sói thì tin dữ đến. Anh lính mặt mày non choẹt, xoay tròn cái nón trong tay, giọng nói lơ lớ như anh chệt:

- Cái lày... có phải dà ông đại úy hôn?

Tôi gật đầu:

- Dạ, anh tôi không có nhà.

- Tui... tui không muốn kiếm ổng. Tui muốn kiếm gia đình của ông đó mà!

- Anh kiếm đúng nhà rồi.

Người lính gãi tai, mặt mày khổ sở:

- Ông Thầy... Ông Thầy ổng... chết rồi!

Tôi mở tròn xoe mắt:

- Ông thầy nào? Tại sao chết?

Người lính bối rối:

- Ổng... ổng bị đạn... ổng chết.

Tôi điếng người, chợt hiểu. Vẫn lối hành xử của con nít, tôi hoảng hốt kêu cả nhà ra. Ba tôi đứng chết lặng. Mấy chị òa lên khóc. Còn tôi, cảm giác của tôi lúc đó thật lạ kỳ. Người lính đem gieo cái hung tin ấy xuống gia đình chúng tôi đang sờ đầu gãi tai, ấp a ấp úng như ngọng. Giọng nói lơ lớ như mán trên rừng và nụ cười khờ khạo của hắn khiến tôi bỗng muốn nhảy xổ đến xán cho mấy bạt tai và đuổi cổ hắn ra khỏi nhà tức thì. Tôi hận những người chỉ huy của anh ta đã quá lơ là, sai phái một người không ra gì làm cho cái chết của anh tôi bỗng nhiên trở nên tầm thường vô nghĩa.

Người ta đưa xác anh tôi về trong quan tài phủ quốc kỳ. Ngày đầu tiên chưa đóng nắp áo quan. Máu anh vẫn trào ra khóe miệng. Đỏ tươi. Uất hận. Tôi đứng bên quan tài, cầm miếng vải sô lau từng giọt máu cho anh và bỗng nhiên thấy mình không còn bé nữa. Cuối năm ấy khi hai cụm hoa giấy nơi mồ anh Ba bắt đầu nở hoa thì người ta lại đưa anh Tư tôi về trong quan tài. Cũng phủ lá cờ ba sọc đỏ. Ngày được tin anh mất cũng là ngày đầu tiên trong đời tôi nghe ba khóc. Đêm hôm đó tôi nằm mở căng đôi mắt. Từng thớ thịt như tê đi khi nghe tiếng khóc của ba òa vỡ, tức tối. Một người đàn ông đã ngoài năm mươi khóc cho người con trai chết trận và những đứa con trai khác mịt mù xa tít. Tiếng khóc ấy tuôn trào ra như nỗi uất ức không nói được thành lời của một đứa con nít. Tiếng khóc trôi vào ký ức tôi, hòa tan trong xương máu, nhận chìm một phần linh hồn tôi, bất di bất dịch.

Không biết có phải chiến tranh là tai ương của đất nước và con gái là mối họa của gia đình không mà cứ vài ngày bọn Nhân Dân Tự Vệ trong xóm lại đập cửa nhà tôi, đòi xét sổ gia đình, bắt lính. Những đêm như thế, ba bực lắm.

- Nhà tôi có bao nhiêu người mấy cậu biết rồi. Năm đứa con đi lính, chết hai còn ba. Mấy cậu xét cái gì mà đêm nào cũng đòi xét?

Gã con trai lớn nhất trong bọn xếp tờ sổ gia đình đưa cho ba, liếc nhanh về phía hai chị tôi:

- Bác thông cảm!

Mấy tên loắt choắt phía sau thì thào:

- Nhà có con gái mới xét chứ lị!

Ba quay phắt lại, đôi mắt tóe lửa. Cả bọn tảng lờ, giả vờ tìm kiếm sục sạo một chập nữa mới chịu kéo nhau đi.

Sau khi chị Gấm thi đậu Tú Tài 1 thì có người đến xin cưới. Ba bằng lòng ngay. Trưa hôm ấy tôi ngồi với chị nơi mái hiên. Mái tóc chị đổ dài, đen nhanh nhánh, đong đưa theo nhịp võng. Tiếng xe Honda đỗ xịch trước sân. Cả hai chị em cùng nhìn ra. Cơn nắng gay gắt buổi trưa làm gương mặt người con trai trên xe đỏ rực. Tôi reo lên:

- Anh Bé Tuất!

Anh Bé Tuất ngồi trên xe, chống một chân xuống đất, cười lớn tiếng:

- Bé đó hả? Trời ơi, vậy mà anh tưởng cô nào. Suýt nữa là nhận không ra.

Tôi cười lặng thinh. Anh nheo mắt:

- Còn sợ ma không?

Con bé nguýt dài, chu mỏ, nói cộc lốc:

- Hết rồi!

Chị Gấm cười chen vào:

- Nó mà sợ ma? Ma sợ nó thì có!

Anh Bé Tuất cười ròn rã. Chị Gấm ngồi trên võng, hỏi

vọng ra:

- Mày về hồi nào vậy?

Anh Bé Tuất nhăn mặt, giọng năn nỉ:

- Thôi mà Gấm! Lớn hết rồi, đừng "mày tao" nữa. Đâu còn nhỏ nhít gì!

Chị tôi sượng sùng, khựng lại một giây, cười thật hiền:

- Ừ, không mày tao nữa! Vào nhà chơi đi!

Anh Bé Tuất ngập ngừng:

- Gấm còn giận tôi không?

Chị tôi ngơ ngác:

- Giận chuyện gì?

- Chuyện... chuyện tôi theo Gấm lúc trước!

- Không! Chỉ thấy bực vì... kỳ cục!

Anh Bé Tuất không nói. Gương mặt anh trầm ngâm, đôi lông mày rậm hơi nhíu lại:

- Nghe nói Gấm sắp lấy chồng hả?

- Ừ!

- Lấy ai?

- Không quân!

- Tôi về để uống rượu mừng đây! Có cho không?

- Uống líp! Vào nhà đi, nắng lắm!

- Không sao...

- Dựng xe lại, vào chơi tí cho mát!

- Tôi đi ngay mà...

- Thì vào tí đã! Ngồi đây nhìn ra, nắng chói mắt lắm!

- Gấm ra đây sẽ không bị chói. Tôi không vào đâu!

- Vậy thôi! Ngồi đây được rồi.

- Ra đây đi! Tôi muốn Gấm coi cái này.

Nhìn đôi mắt buồn muốn khóc của Bé Tuất, chị tôi xiêu lòng đứng dậy, bước ra sân:

- Chừng nào đi?

- Không đi nữa!

- Sao vậy? Tính trốn hả?

- Đâu cần trốn!

- Đổi về đây hả?

Anh Bé Tuất cười méo mó:

- Không... Gấm đi vòng sang bên này thì biết!

Chị mở tròn xoe đôi mắt, miệng vẫn cười. Anh Bé Tuất giục giã:

- Qua phía bên này đi!

Chị tôi nhẹ cau mày nhưng vẫn ngoan ngoãn đi vòng qua bên kia xe. Từ trong nhà tôi nghe tiếng chị lạc đi:

- Trời ơi! Bị từ bao giờ?

- Lâu rồi! Có sao đâu Gấm, không chết là may rồi!

- ...

- Mất bàn chân nhằm nhò gì. Còn lái xe được mà!

Chị tôi đứng lặng người không nói. Bóng chị chao đi, lung linh dưới cơn nắng. Giọng anh Bé Tuất chùng xuống:

- Phải chi chúng mình vẫn như ngày nào, đừng bao giờ lớn Gấm hả! Như thế, Gấm sẽ không bao giờ lấy chồng, và tôi sẽ... Mà thôi, tất cả đều là số mạng! Đâu có ai mà tránh khỏi! Tôi về lần này chỉ để nói với Gấm rằng, tôi mong Gấm sẽ được nhiều hạnh phúc!

Đêm hôm đó không biết có phải vì sắp về làm dâu người ta hay không mà chị Gấm cứ trằn trọc mãi. Buổi sáng khách đến đầy nhà. Đám cưới chị linh đình với nhiều hoa và pháo. Chị Tâm và tôi buồn lắm. Ba thì thỉnh thoảng ngẩn người nhìn chị như muốn nuốt trọn hình bóng con gái. Ba người anh của tôi không về được mừng em gái lấy chồng.

Đến giờ rước dâu, nhìn dáng chị quay đi, chân giẫm trên những xác pháo hồng tơi tả, tôi bỗng nhiên nhớ đến anh Bé Tuất và những chùm hoa mận rụng trắng sân gạch đỏ ngày xưa. Và ngay lúc đó, tôi mơ hồ thấy bầu trời bỗng ngả sang một màu tím ngăn ngắt. Tôi nghe tiếng gió lướt vùn vụt trên cành lá mận, trườn quanh lớp vỏ cây sần sùi, khô cứng. Gió liếm từng giọt nhựa rỉ rỉ, nâu nâu như màu máu bầm, đặc quánh. Tôi thấy những chùm hoa mận trắng toát run lên bên màu lá xanh biếc, rồi lảo đảo trong gió. Và tôi bỗng ước gì tất cả những đứa con nít trên đất nước này sẽ không bao giờ trưởng thành, và chị của tôi đừng bao giờ lấy chồng...

HOÀNG XUÂN SƠN

Hoàng Xuân Sơn: tên thật, bút hiệu.

Bút hiệu khác: Hoàng Hà Tĩnh, Sử Mặc. . .

Nguyên quán: Nhân Thọ – Đức Thọ – Hà Tĩnh.

Sinh quán: Vỹ Dạ – Phú Vang - Thừa Thiên (Nhâm Ngọ).

Cử Nhân Giáo Khoa Triết Học Tây Phương – Đại Học Văn Khoa SàiGòn.

Cao Học Chính Trị Kinh Doanh.

Trước 1975: Làm công chức, dạy học.

Khởi viết từ năm 1963. Thơ xuất hiện trên *Văn, Chính Văn, Nghiên Cứu Văn Học, Khởi Hành, Thời Tập, Nhà Văn...*

Định cư tại Gia Nã Đại (Montreal) từ tháng 11/1981.

Cộng tác với đa số các tạp chí văn học ở hải ngoại và trên liên mạng.

Góp mặt trong nhiều tuyển tập văn chương.

Tác phẩm đã xuất bản:

- *Viễn Phố* (thi tập, Việt Chiến, 1988).

- *Huế Buồn Chi* (thi tập, Tự ấn hành, 1993).

- *Lục Bát Hoàng Xuân Sơn* (thơ, Thư Ấn Quán, 2004).

- *Cũng Cần Có Nhau* (phóng bút [viết về sinh hoạt thanh niên, sinh viên giai đoạn 1965-1975 và sinh hoạt Quán Văn tại SàiGòn], Nhân Ảnh, 2013).

- *Thơ Quỳnh* (ebook – thi tập do T.Vấn&Bạn Hữu cùng tác giả phát hành, 2017).

Hồ như

lúc đá nhìn sắc mặt nghiêng
những dòng tơ buổi chiều chạm thấu đáy
gương xanh. và nỗi buồn con nước mênh mang tư lự
có thể vết nhớ ta ngồi bên khóm hồ ngày nào
giờ đã nồng nàn tuyết lú
tháng đau xương ngần ngật
bóng tháp gầy tay vẫy nguyền lưu xứ
chim vịt hoang mang màu rêu cổ đồng
phiên thức không còn trên bến bãi
quy phục một đời vô tri những chuyến xe goòng không leo
nổi dốc
bóng chữ khuấy nhẹ nên hồ
đừng mang theo ảo tưởng
lời thơ bạn về ngăn ngắt (*)
mùa tống biệt

lời hiệu đính bẩm sao
ánh sáng nào lang thang nơi ngõ cùng
nếp nhăn của mẹ khô thơm nền đất
ôi biết bao giờ đời lao sinh thôi phong tỏa
cho bầy rêu ốc biết nuôi thân lặng lờ
khi sương về áo hồ đã giũ
xuân thì ngây xưa.

7 mars 2015

(*) Bên Hồ Thuỷ Ngữ – Lê Văn Ngăn (1944-2015)

Sân khấu
(tặng Phạm Cao Hoàng)

rồi lá vẫy cây. người vẫy người
con đường hoan mộc vẫy châu khơi
thuyền chao hạt sóng muôn trùng lệ
nâng chút đất buồn lên thổ ngơi

trên sân khấu người nhốn nháo. hát
vẫn nhớ cuộc đời dạt đâu nơi?
ghẻ lạnh tôi trong từng nốt nhạc
em bứng đi dòng kẽ xa vời

tôi muốn yêu như đã từng sống
giọt mưa em tình chan chứa. em
của những năm thanh xuân lồng lộng
giấc mơ tôi quỵ ngã. êm đềm

dòng tim chảy. mạch sông hiền hậu
ta có nhau như ngày hứng trưa
mặt trời và em, tôi: một bóng
chiều lim dim nghe sáng đủ vừa

à. cứ lên say. thời ngất ngưởng
giương cánh cung mũi tên vút đi
cái tên dốc tuổi chìm xuống đáy
bơi lạnh dương gian một náo thì

hô hoán phương nam mưa trùm bắc
lạnh gáy thông phong tuyết hãm đường
tôi trường sinh làm người mất tích
ôm hồn đại lục mớ trùng dương

liếp cửa mắt mù nhà trống vắng
rót cuộc đi hoang chửa thấy về
có bao nhiêu bụi nằm trong vốc
mã não luân hồi ngụm đắng tê

đã lâu. tôi quên lời ngợi ca
lâu thật lâu hồn chẻ mấy tà
còn ai nâng áo cho hồi động
một vẻ xiêm ngời bung trắng da

June 2010

Sao chép giữa mùa hè

mắt rớm lệ bởi đeo tròng kính áp
đời lờ mờ trên một ngã ba
(nhớ Đinh Cường)

tôi lại bắt đầu cuộc đi bộ làm thơ khác
trên móng hè nung chảy mỡ
chữ dính chùm sauna mồ hôi tuyết bông cỏ lượn lờ trong
nắng
rừng cây áo non
chuyển dần lục thẫm
như có kẻ mới từ trần
nơi buổi về hun hút
mũi tên chuyền về hướng gió
phải lòng một cơn dông
trong núm bọc những hạt lưu sa chưa đủ hội tề
tôimuốn mưa
mưa mưa

đêm mưa trút lốt bộ hành
sáng ra trời ui ui
độc tố

đi bộ. nức nở làm thơ
nói. cười. khóc. mếu
lờ đờ bóng mây
nắng chan. lụt cả ban ngày
mùa hè thở dốc
mùa cây ngóng tàn
thu về. bình tịnh thu sang
đời mình rồi cũng quy hàng
dịu êm

tình yêu lạnh như biển
những cái giống không cùng đời
có thể là một vì sao nhỏ bé
có thể là một nét mày hung tợn
trả treo trước gió
những luống cày luôn đâm gai nhọn
đậm máu hồ quang

sự rị mọ của con tim
bươn qua cánh rừng nứa
lát thẫm
cắt mùa sấm động
chuyển ngôn mường lung hồi văn
ly tâm miếng đá
lắng nghe tai mộ trù
chữ khắc sâu loài dế than trùi trụi
thấu được lời trùng thẳm
của đất
bắt được cái tứ luồn trong ý
phiến gạch nung nâu nền nhà
nơi ẩn náu thùy dung
trùng trùng kỷ niệm
trong khu vườn uyển lan
lá mật sông thơm
thạch xương bồ

bây giờ lắm người bôi vẽ tranh
trên từng giá áo
cuống màu cho ta thấy
cây năm thở
van xanh trời nguyện khát
ngày uống vào đêm thải ra
thơ cục hạch
mỗi một chặng lò dò

bấm bụng bờ ao sinh khí
mình đứng như cây cọc
rồi tự chế thân nhão
không cứ gì bùn
cái cò
và những năm chép trắng

như khúc thùy ca việt dã
mình chạy đuổi đeo bám thần hồn
thơ đuối
mòn
kiệt sức

khúc thiều chạng vạng mùa đổi sao
mây vàng ướt nhẹp
nơi phôi thai quần tụ
đừng hát mai mình xa nhau
trường hành ngọn roi quất túi bụi
lực tâm
trí sậu. và những trạm dừng gân huyết
nhờ nhờ khóc
em đừng. thổi vi vu chiếu giường qua sa mạc
bề gì những cánh nâu
nương theo đời trang phục
buồm lèo đã có khúc ngấm mặn
thời ta đèo nhau qua biển
sóng gió
lúc nào cũng trầm ngâm

mình chạy không kịp một nỗi buồn
khi lũ bồ chao truyền thanh
trên trang nhà cáo phó.

22- 28 juillet 2016   **Hoàng Xuân Sơn**

HỒ ĐÌNH NGHIÊM

Sinh ngày 20 tháng 10 năm 1957 tại Huế.
Tốt nghiệp trường Cao Đẳng Mỹ Thuật năm 1978.
Vượt biển tới Hồng Kông năm 1981.
Khởi viết truyện ngắn trong thời điểm ấy. Cộng tác đều đặn
với các tạp chí *Văn, Văn Học, Thế Kỷ 21, Hợp Lưu...*
Hiện sống tại Montréal, Canada.

Tác phẩm đã xuất bản:
- *Nguyệt Thực* (Văn Nghệ, California, 1988)
- *Tờ Mộng Rách Rồi* (Tân Thư, California, 1991)
- *Vầng Trăng Nội Thành* (Văn Mới, 1991)
- *Kẻ Âm Lịch* ("truyện" - Lotus Media, 2017)
- *Ngoại Vực* ("truyện và chuyện", Lotus Media, 2018)

Càn khôn

1.

Với vận tốc trung bình, không nhanh chẳng chậm, khoảng cách giữa đi và đến, lộ trình phải trả là 45 phút. Đã từng thử nghiệm qua hai lần, sự sai biệt chẳng mấy nhiều, sớm muộn dôi ra hoặc trễ hụt chừng hai ba phút. Ba Dao dừng xe, tắt máy, vén tay áo, đồng hồ nhảy số 5:15. Mùa này sương xuống nhiều, lây lất một màu sữa đục giăng đầy, phủ choàng. Nếu chạy xe vào con đường mòn này lần đầu, sẽ không mấy ai nhìn ra dáng đứng xiêu đổ của một cái chòi lá xác xơ tàn tạ nằm thu mình sát con nước trôi chậm từng đám lục bình. Chim không kêu, gió chẳng phát tiếng khi thổi qua, cánh đồng đầy cỏ dại thực sự chưa thức giấc.

Ba Dao chống xe, rút từ dưới yên ra cây dao dài gần 50 phân, nắm ở tay rồi đi men bờ đê. Trước đây chòi này dùng cho người chăn lùa vịt làm chỗ nghỉ, ăn trưa hoặc ngủ tạm một giấc; nay bỏ hoang. Nơi nào bị phụ bạc bỏ quên, nơi ấy vắng dấu chân người. Vắng thôi chứ không hẳn là chẳng ai lai vãng, thời này ngay cả thâm sơn cùng cốc cũng có người định cư, bị đuổi dồn vào cảnh màn trời chiếu đất. Nơi đây, nếu quỡn, chân tạt vào cũng do có chút công chuyện xúi vậy, bình thường người khôn người dại gì thảy đều thích tìm tới chốn lao xao.

Trong chòi có trải manh chiếu rách, Ba Dao ngồi xuống lấy thuốc ra châm lửa thở khói. Đầu điếu thuốc đỏ thắp giữa màn sương tựa một tín hiệu lập lòe, chỉ vài ba hơi khói đã có chiếc xuồng nhỏ vừa trườn tới dưới lòng con nước quánh đen, dừng mái chèo phóng ra dấu hỏi. Xong? Ba Dao đáp vọng xuống: Hoàn tất. Cả hai cùng đứng lên, Ba Dao với người thảy xuống cái điện thoại thông minh, vật bất ly thân của nạn nhân, mở sáng màn hình sẽ thấy phút giây tận thọ sau cùng của đứa ấy. Này, chụp lấy. Một xấp tiền được gói vuông vắn trong bao ny-lông vừa rơi đúng vào hai tay của Ba Dao. Biến, bận sau có nhờ cậy sẽ tìm địa điểm khác để liên hệ. Kẻ kia nói trong khi chèo xuồng xẻ rách con nước lặng lờ, đâm sâu chìm đắm vào dòng sữa đục. Đồng hồ đeo ở cổ tay chỉ 5:28. Ba Dao cởi chiếc áo gió màu đen ra trải trên mặt chiếu, tháo găng tay, cởi khẩu trang, nhặt thêm cục đá rồi gói cùng cây dao vào thân áo, Ba Dao rút từ túi quần ra sợi dây, cột tém kỹ lưỡng thắt gút đôi ba bận. Ôm gói đồ bên hông bước cheo leo ra tận giới hạn cuối nhìn xuống dòng nước bên dưới. Hít hơi sâu, Ba Dao ném cật lực ra giữa dòng. Tỏm. Trông cá cá lặn trông sao sao mờ. Trông vào đồng hồ: 5:33.

Ba Dao bước trở lại lộ trình cũ, thu gói tiền vào dưới yên xe, khởi động máy nổ, chạy chậm ra hương lộ. Ở ngã ba giao tiếp với quốc lộ, Ba Dao cho xe chạy ngược hướng cố quận, nếu đường sá hanh thông chẳng sinh ra cảnh xe điên gây ra tai nạn dây chuyền, hắn sẽ đặt chân vào thành phố lân cận khoảng 7 giờ sáng, theo dự tính.

2.

Tìm gặp người mang ngoại hiệu Một Mắt không mấy khó, bởi người dân sống trong chu vi ba khu phố này từng nghe qua cái tên ấy, ít nhất một lần. Muốn tránh vòng vo và hiệu quả chỉ cần chạy xe qua cầu Nhị Thiên Đường, mua vài tấm vé số gọi là trao đổi thông tin, xong người bán vé số dạo sẽ chỉ đường tới quán cà phê Nhất Dạ.

Người đàn bà quan sát, thực ra gã trung niên mặt mày rám nắng da dẻ sần sùi ấy còn đủ hai mắt, chỉ có điều lưỡng mục bất đồng. Một mắt lớn một mắt nhỏ, mắt lớn ngó vô mặt người đàn bà trong khi mắt nhỏ ngó lơ ra con đường chan đầy nắng, bụi và chật ứ tiếng động. Người đàn bà gọi cà phê sữa đá phần mình, chỉ tay vào người ngồi ghế đối diện: *Mang cho ảnh chai bia ngoại.* Bà vẫn đội trên đầu chiếc nón đan bằng lát, rộng vành. Không tháo gương mát ra khỏi mắt. Giữ nguyên, chỉ lột bỏ khẩu trang: *Xin lỗi, tôi gọi anh là Một Mắt thì nghe có vô lễ không?* Gã trung niên cười lớn, khàn đục. Giọng cười có thể làm cho bụi bặm trên mặt gã vơi bớt phần nào. Có nghĩa là giãn nở, mất đi chút đỉnh vẻ cộc cằn bặm trợn. *Bà chị gọi đúng như những gì quần chúng gọi. Chẳng thêm bớt, kêu đích danh thì xem như quá lịch sự rồi. Chị có điều gì nan giải mà cất công đi tìm thằng Một Mắt này?*

Thức uống mang ra, phục vụ viên quay lưng, người đàn bà khuấy mạnh tay ly cà phê sữa đá. Hành động như biểu lộ cơn giận sắp trút. *Tôi nhờ anh xử một người, một tên đàn ông cũng trạc tuổi anh.* Một Mắt thắp lửa một điếu thuốc, rít hơi sâu. *Mức độ tàn phế? Chị cần tôi nói ra giá biểu không? Bất khiển dụng cả hai tay là bốn triệu, hai chân cũng đồng giá. Thiến đi của quý thì lấy chị đúng hai triệu. Chấn thương sọ não thì... Không, không, tôi muốn thấy cảnh người ta cử hành tang lễ cho nó. Bảy triệu, có đủ không anh?* Một Mắt đặt chai bia xuống mặt bàn. *Bảy triệu thì ngon ăn, nhưng chị tìm lộn người rồi, mặc dù chị gọi đúng tên thằng Một Mắt này. Tôi có mẹ già, bà ăn chay trường suốt và quy ước của thằng hèn này là không giết người. Khiến cho nạn nhân tàn tật thì dù sao chúng cũng còn nương nhờ vào bác sĩ vực dậy, chôn xuống ba tấc đất lạnh nghĩ cũng hơi ác.*

Anh từ chối việc ra tay vậy thì xin anh chỉ giúp tôi một người có thể lo việc, có được không?Chuyện nhỏ, nhưng tôi buộc lòng phải lấy của chị hai trăm năm chục ngàn, lệ phí của việc môi giới.Năm tờ giấy giới thiệu của thằng Một Mắt, tôi tin là hắn sẽ thuận lòng xắn tay áo đảm đương. Hiện tại hắn đang ở địa phận khác, chị có ngại tốn công tốn của không? Xe đò, tàu hỏa các thứ.

Ai thế anh? Làm ăn có trơn tru êm đẹp? Có ưa hét giá không? Tình cảnh này phải xúi tôi trèo đèo vượt suối thôi.Ngoại hiệu hắn là Ba Dao, hành sự vén khéo tươm tất do chủ trương cẩn tắc vô áy náy. Mang tên Ba Dao do bởi giết người hắn chưa khi nào phải bồi tới nhát thứ tư. Tôi có người mẹ suốt đời ăn chay thì so ra hắn còn thấp kém. Mỗi tuần Ba Dao dành riêng ngày chủ nhật để đi nhà thờ xem lễ. Nghe giang hồ đồn hắn chưa hề lỗi hẹn. Để khỏi trông nhầm người, chị nhìn vào ngực hắn, luôn đeo một cây thánh giá đúc bằng 5 lạng vàng.

3.

Anh Tư Quang nuôi ba thủ hạ trung thành: Hai đứa biết kung-fu giỏi đánh đấm và một đứa giàu chất xám làm quân sư. Hai cương một nhu, hai quan võ một quan văn. Muốn "nhập nội" đứng sát thân Tư Quang chẳng hề là điều đơn giản, bởi hai quan võ từng đưa lời cảnh báo: *Trước tiên hãy bước qua xác của ta.* Tóm tắt, hai tên lộng ngôn kia có bị trầy trụa sứt mẻ chút gì thì sự tình nó xúi thế, riêng bụi bám trên y phục Tư Quang thì vẫn chưa có ai phủi đi. Việc ấy chừng nan giải. Phàm đã ăn cơm chúa thì bề tôi phải múa suốt ngày. Xưa nay vẫn vậy. Võ múa đã đành, há lẽ văn đứng vòng tay không múa theo. Sự tình căng thẳng, quân sư đưa diệu kế tỉ như "bất chiến tự nhiên thành" hoặc ném một hòn cuội nhỏ mà chết cùng lúc hai con chim lớn. Gặp lúc an ổn thái bình, quân sư khăn áo chỉnh tề, túi chêm nhiều ngân lượng, điều khiển xe máy tìm tới những quán cà phê đèn mờ, rung đùi ngồi thu thập thông tin, trả tiền bo hào sảng, tuyệt không sàm sỡ cùng đội ngũ xiêm y sơ sài vào ra õng ẹo điện nước đầy đủ, no căng. Uy tín cũng là một thứ võ công thâm hậu vậy! Thế mới phát sanh lời bàn: *Ngó dzậy mà hổng phải dzậy!*

Muốn hanh thông việc mần ăn. Quân sư nói cùng sếp. *Luận theo cổ thư bên Tàu, tháng bốn lần phải ăn nằm với gái còn trinh nhằm giải hạn. Trước giúp cơ thể cường dương, sau loại bỏ tống khứ bao chuyện xấu vây bủa. Tôi vừa hay biết đường dây: Mạo hiểm bước đi lần đầu, gái đẹp miền quê 15 tuổi giá chỉ 5 triệu. Gái ven đô 16 tuổi giá bảy triệu.*

Người đẹp nội thành học sinh 17 tuổi chưa mất trinh giá 10 triệu. Tư Quang nhắm trít mắt cười: *Lời ngươi nói thật hợp bụng ta. Ôi, lao vào cuộc chiến êm ả này ắt ta phải cần lắm thứ phụ kiện. Tôi cũng đã lần ra chỗ chuyên cung cấp chất bổ dưỡng lẩu dê, cao hổ cốt, xám xập dị, nhất dạ lục giao sinh ngũ tử, viagra các thứ. Không cần trường kỳ trong uống ngoài thoa cũng nhất định thắng lợi ắt về ta. Thật sao? Chung cuộc trời sanh ra Tư Quang này chỉ nhằm năng nổ đi giải phóng gái ngây thơ thành phụ nữ ba đảm đang ngay tắp lự. Rồi một ngày kia, không chừng mà ta được đôn lên giữ chức chủ tịch... hội phụ nữ.* Tư Quang cười, áng chừng xem trong máu ta cũng có đôi phần chất khôi hài trộn lẫn, tếu táo.

Quân sư được bề trên tín cẩn giao sứ mạng làm chim xanh, trâu cưa sừng để lùa bắt bò lạc về. Không nên dẫn tới biệt phủ, quan huyện dặn dò cùng lúc đã vừa trao tay chiếc chìa khóa hòng mở êm thắm cánh cửa bắt nơi căn hộ riêng tư kín cổng cao tường màn che trướng rũ, bà nhớn bà bé vợ hai vợ ba của quan có nằm mộng cũng chẳng ngờ. *Ổng đâu rồi? Dạ, ngài bảo việc cơ quan bù đầu giải quyết chưa xong, đơn từ kiện tụng độ rày nhiều lắm ạ, chất cao như núi, nom chóng mặt lắm ạ.*

Ghé chân vào tụ điểm "giải trí lành mạnh", khách hào hoa chơi bảnh nọ được đón tiếp nhiệt tình. Nồng hậu vượt quá mức suồng sã, đôi bàn tay không thể không đi hoang, tha hồ ngứa rồi gãi cho đã. Đầu óc nhiều chất xám chẳng vì men bia dâng tận miệng đánh cho gục bao mưu mô. Tại sao bưng chén cháo ngon ta không nhắm qua, mút trước chút đỉnh nhỉ? Đâu phải cứ hễ là quan lớn thì mãi quen thói ăn trên ngồi trốc? Ngồi mát ăn bát vàng!

Quân sư ham bù khú gục mặt giữa hương hoa ám muội nên quân sư chẳng ngó ra có kẻ đang chú mục ngầm theo dõi. Tuy mang danh hiệu cà phê đèn mờ, nhưng mờ không có nghĩa là tiết kiệm điện. Cũng có đôi ngọn sáng xanh quét tia vằn vện qua lại, vô tình nó liếm thân kẻ ngồi thu mình rất mực đơn côi, thắp vàng cây thánh giá treo giữa ngực, tựa hồ một thanh kiếm nhỏ chúc ngược đầu.

4.

Khi người ta làm việc ám muội, ví như lén vợ đi chơi bời, thường người ta chỉ vác mạng không cho nhẹ gánh hành trang, cho êm thắm, tránh chộn rộn. Tư Quang khác, phận làm chủ một huyện đường, Tư Quang hẳn phải khác thiên hạ. Thích khách đột nhập vào, giường đắt tiền Hong Kong buông mùng ở đó nhưng đứng gần bên chân giường vẫn có bóng hai đứa đầu trâu mặt ngựa nguyện theo chủ trương ba không: Không thấy, không nghe, không biết. Ba không với chủ nhưng ba có với ong ve ruồi muỗi. Có thấy đứa điếc không sợ súng, có nghe bước chân hắn rón rén, có biết sự tình e bất an. Bằng động thái của đứa chăm tu luyện võ công, thoáng cái chúng vây lấy cái bóng dạ hành từ đâu vừa chợt lách thân qua cửa. Không nói chẳng rằng, quyền cước cật lực vung ra ngay, thi triển liên hoàn ba bốn chiêu thức hiểm ác. Thích khách chẳng đi tay không, thích khách nổi tiếng nhờ vào con dao từng gây nên tên tuổi: Ba Dao. Dao hoa lên, xé gió, huê dạng, quay mòng. Gió gây ra tiếng rú đớn đau. Máu hắt từng giọt lấm tấm vào mùng xanh khiến mặt nệm chao đảo. Giường sản xuất ở Hong Kong khi xuất xưởng đảm bảo một chuyện, cho dù có bốn cặp cùng giao hoan, tấm nệm lót lưng 8 đứa ấy vẫn êm ru bà rù. Vậy thì chao đảo là do nỗi sợ tạo ra, thắt tim, về nơi cực lạc theo con đường khác, máu đổ thành suối thay vì mây mưa qua loa, nhỏ giọt. Đứa con gái bé bỏng để mình trần vén mùng chạy ra đứng vào góc, run rẩy, tóc rối nùi. Xa cục diện giao tranh sinh tử nhưng bắp chân nó vẫn có máu hoen. Máu của chính nó, máu từ cửa mình ứa ra nhằm vĩnh biệt thời con gái.

Ba Dao vẫn thuộc nằm lòng câu: Mãnh hổ nan địch quần hồ. Cái mà Ba Dao quên là quần hồ cũng có nhiều thứ hạng. Hai con sói này trung thành với chủ quá, một dạ không sờn lòng dù bị dồn tới chân tường. Một con bị gục, một con chấn thương, chừng đó cũng đủ để Ba Dao nhận biết chân khí tổn hao, sức cùng lực kiệt. Lần đầu, ngoại hiệu Ba Dao đã mất linh. Chưa khi nao Ba Dao phải vung tới trăm dao. Đứa chấn thương kia đã liều mạng đưa tay ra, chẳng nao núng chộp lấy lưỡi dao đỏ lòm ấy, cắn răng đoạt chất thép lạnh rồi hoành dao đâm ngập cán vào bụng Ba Dao. Giang hồ giải thích: Sinh nghề tử nghiệp, chơi dao có ngày đứt tay. Nhãn quan bắt đầu mù mờ, ai như dáng đứng thẳng quan huyện vừa bước xuống khỏi giường, hả hê vì tai qua nạn khỏi. Hạng người như nó có chăm đi chùa xin xỏ cao xanh ngó xuống? Giỏi chân tới giáo đường nguyện cầu được ban phước lành? Nhìn mặt mà bắt hình dong, nó chỉ là hiện thân của quỷ sứ, vô thần. Ba Dao đổ gục người, cái thánh giá thôi năm yên trước ngực, đoạn lìa sự bao che, ấm áp, tin cẩn. Vẳng tiếng người đàn bà quỳ bên Ba Dao trong thánh đường nói: *Giết một tên gian ác, trừ khử đứa chuyên hại dân, tôi nghĩ Chúa sẽ theo phù hộ anh. Và Chúa, người đã giúp tôi vượt qua bao gian khó để quỳ bên anh giờ này. Cá nhân tôi chỉ đại diện cho số đông đàn bà con gái từng bị bức hại, thần linh sẽ đứng sát cánh bên phận bạc chân yếu tay mềm chúng tôi...*

Ba Dao chết không nhắm mắt. Mắt trừng mở vì giữa đời này vẫn bày ra sự thật phũ phàng: Kẻ ác vẫn thắng đứa hiền lương. Quan to vẫn ngang ngược ức hiếp dân lành. Và mai kia mốt nọ, báo chí sẽ hân hoan khi đăng tải về cái chết của một sát thủ, không quên ghi chú hàng chữ quan trọng: Xã hội nhờ thế mà trong sạch phần nào. Thế nào là dơ bẩn? Thế nào là trong sạch? Thế nào là thanh liêm? Thế nào là tham nhũng? Ba Dao không đủ sức thông hiểu, nếu giang hồ nổi lên một nhân vật mang biệt hiệu Triệu Dao thì hoạ may! Ơn Chúa, chánh đạo sẽ thắp sáng cuối đường.

Hồ Đình Nghiêm

HỒ MINH DŨNG

Sinh năm 1942 tại Huế.

Viết văn, làm thơ từ năm 1964.

Định cư tại California, Hoa Kỳ theo diện H.O. cuối năm 1993.

Cộng tác thường xuyên với các tạp chí *Văn, Bách Khoa, Văn Học, Đất Nước, Vấn Đề, Thời Tập, Khởi Hành*(trước 1975, tại Sài Gòn*). Và *Văn Học, Hợp Lưu, Thế Kỷ 21, Phụ Nữ Diễn Đàn, Sàigòn Times, Người Việt...*(tại hải ngoại).

Tác phẩm đã xuất bản:

- *Hoa Vạn Hạt, Cuối Mùa (Đại Nam, 1996).*

- *Câu Nam Ai, Thất Lạc (Văn Mới, 1997).*

- *Một Mình Em Đến Giữa Đời (Văn Mới, 1998).*

- *Cồn Mây (truyện dài, 1999).*

- *Nương Tựa Giữa Cõi Đời(tuyển tập thơ văn và phỏng vấn, Văn Mới, 2004).*

Mặt trời qua thiên đỉnh

1

Cuối cùng rồi cũng không ai vô công rỗi việc để ý đến đời tư ông Vĩnh Ly. Đời ông, xét về mặt đại sự, chẳng có gì đáng nói, chỉ có một điều ông khác người là có số đào hoa. Đường chỉ ở những đầu ngón bàn tay trái của ông có hình xoắn ốc, tận cùng trung tâm lại xòe ra một hoa thụy nhiều cánh, ở ngón tay cái có đường vân tay ấy trổ ra một nhánh, tựa như móc câu. Người thầy tướng số có thể vin vào đó mà biết được đường tình hanh thông hay trắc trở, bế tắc hay có lối thoát. Riêng cái vành tai dày và dái tai dài của ông, thêm vào đó cái chóp mũi nằm ngạo nghễ trên đỉnh nhân trung lúc nào cũng ửng đỏ, đã biết phủ tạng ông bẩm sinh đã cường tráng, yêu người, yêu đời, trái tim không ngừng chan hòa với ngoại cảnh.

Đời, đối với ông Vĩnh Ly, thật đơn giản. Không buồn, không vui, không dài, không ngắn. Tất cả đều vừa phải. Sự thừa, thiếu là do lòng dạ con người nghĩ ra. Nước cạn mà chở thuyền lớn, núi trọc làm sao lót ổ cho đại bàng nằm, đời người như gửi thì tiếc chi thân cù mộc mà gây khó dễ cho phận cát bìm leo.

Ngay cái ngày triều đại nhà Nguyễn sập đổ không kèn không trống, ông cũng không lấy gì làm buồn. Chẳng những không chia sẻ nỗi đau tưởng chừng như trời long đất lở ấy, ông còn ra đồng thả diều, cánh diều chao liệng vô tận giữa thanh không vời vợi ấy đưa ông về một cõi khác, đơn sơ hào hiệp hơn. Mộng lòng mới chớm, biết gửi nơi đâu, ngoài một khoảng trời đầy mây và cánh đồng phiêu du mượt mà cỏ non. Cha mẹ ông đứng dưới lũy tre làng nhìn thằng con vô tích sự rong chơi. Cha cất tiếng gọi: "Con ơi, về nhà. Cả một cơ đồ đổ, mai đây tay lấm chân bùn, con vui chi mà ham chơi?" Mẹ nói: "Về đi con, gia biến quốc vong rồi, không sướng ích chi mô". Cái ngày đại tang ấy, lãng đãng đi qua đời ông, không phải người dưng nước lã, ông cũng quấn một vành tang trên đầu, nhưng mảnh khăn ấy chít thêm một vài nụ hoa. Tạo hóa sinh ra, ông là một người tình cảm, giàu tưởng tượng, mà tưởng tượng ngay trên nỗi đau khổ của chính mình.

Ông có một người bạn vong niên, ở cùng xóm, học cùng trường, chơi thân với nhau từ lúc ấu thời. Lớn lên, không biết vì sao bạn nương thân chốn thiền lâm. Bạn xa rời trần tục lúc còn để chỏm. Những hôm trời quang theo cha vào ngồi trên bờ tịch điền ở Tây Lộc, nghe tiếng chuông chùa thánh thót nơi bạn ở vọng ra. Chao ôi, bạn gửi gắm vào đó biết bao nhiêu lời. Tu là cõi phúc tình là dây oan. Chiếc chiếu đời dọn toàn mâm phàm phu tục tĩu. Cốt lõi đời như sông sâu biển cả khó dò. Tình đời đen mà phận người mỏng, mạo hợp tâm ly. Cuối cùng, như cây lạc diệp tùng chờ cho đến mùa đông rụng lá để kiến mối đùn lấp.

Có hôm bạn đầu trọc nhẵn thín, mặc quần áo cà sa rộng thùng thình, tay nắm chặt cành mẫu đơn, ra thăm ông tận mấy mẫu ruộng riêng của nhà vua này. Ruộng đang mùa trổ đòng đòng. Bông lúa nàng hương thơm ngát. Đã bao đời rồi, từ những hạt thóc mà cha nàng Từ Dũ đã lặn lội về phương Nam xa xôi mang ra đây để bữa ăn hoàng thượng thêm phần mặn mòi nay vẫn còn xanh.

Từ đầu xa, bạn đã cất tiếng gọi:

"Cố tri ơi, còn nhớ bần tăng chăng?"

Quỷ thần ơi, thằng bạn mới ngày nào còn đánh bi, đánh đáo, cùng nhau bắt bướm hái hoa, cởi áo quần chạy lồng ngồng đuổi chuồn chuồn cho cắn vào rốn để biết bơi. Mới ngày nào ông đá vào đít nó, bắt nó cõng ông trên vai làm tướng quân đi hái hoa lau trên đồi tạm gọi là đồi Hoa Lư... Thế mà bây giờ, sao lạ vậy cà. Thế gian thay trắng đổi đen quả thật không sai.

"Bần tăng xin lỗi sự đường đột này nhé, cố tri còn nhớ ta không?"

"Nhớ, sao quên. Mày là thằng Trần Môn, bạn tao".

"Phải. Môn đây, nhưng bây giờ đem thân vào chốn trầm hương kinh kệ, không nên kêu tao mày. Xưa khác, nay khác rồi".

"Ừ, ừ, xưa khác nay khác, biết thế. Nhưng tình bạn hết rồi sao?"

Chú tiểu nhìn gió thổi ruộng lúa dấy lên từng vồng, ánh mặt trời rải xuống, hắt lên, làm rực sáng những lá thiên tuế bên vệ đường. Nói:

"Không hết. Tình còn, bần tăng mới đến đây thăm nhau".

"Vậy thì xin mời về nhà. Đây là chốn ruộng nương sợ không vui".

"Bần tăng đã tu, sao dám tìm đến chỗ vui. Ra thăm cố tri, trước thỏa lòng mong ngóng. Đức Chí Tôn đại từ bi trước khi ngồi dưới lá bồ đề rụng tầm tã, cũng có những bạn hiền vọc nước giỡn trăng bên bờ sông Hằng Hà. Buổi gặp nhau đây có một lời mạo muội thêm là, những con hình nhân kia sao không phân biệt đàn ông hay đàn bà?"

Ông Vĩnh Ly cười:

"Đã gọi là bù nhìn, cần chi phải có giống. Đó là cha tôi làm để hù chim.".

"Chim chóc cũng là kiếp sinh linh, biết đâu kiếp trước cũng là người, sao lại nhẫn tâm hù?"

"Nếu không sẽ bị tội phạm thượng. Có khi cha tôi bị đuổi về. Bạn đã biết, tôi dòng tôn thất, việc vun đắp ngai vàng, không giống người thường".

Đã đến lúc chú tiểu gãi đầu, nét mặt thấp thoáng một nét buồn:

"Sợ chim ăn bớt thóc của nhà vua sao?"

"Không phải, chim muông là giống vong ân, không nên để chúng lảng vảng đến gần, có khi ỉa đái lên lúa không chừng".

"Chuyện của đời thì bần tăng không dám xía vào. Ngặt vì, chùa bần tăng nương thân gần đây, sau giờ hương khói kinh kệ cũng ra nhìn trời nhìn đất cho lòng hội nhập tinh hoa, những hình bù nhìn cũng trong tầm nhìn, bần tăng cần phải phân biệt, để tránh hậu hoạn về sau".

Ngày đó, ông Vĩnh Ly đã mười sáu tuổi, trong giấc mộng ban đầu đã thấy mình đứng trước đám tóc lũ con gái trong xóm kết lại thành một chiếc võng ru ông vào miền đất phiêu bồng mù mịt không lối ra. Tâm hồn bạn trong hơn ông nhiều. Cha ông lại kết những con bù nhìn thuộc về giai cấp phong lưu. Những gì có dính dấp tới triều đại phải ngời ngời ánh hoa đăng. Cha ông dù là mang dòng máu cành vàng lá ngọc, nhưng cũng chỉ một cái đầu dính trên cổ, không thể liều cho đám hình nhân ấy mặc rách rưới như ông kẹ hay ông ăn mày mà người thường làm. Chẳng những không rách rưới mà còn phải chít khăn là áo lượt, chân đi hia, tay cầm gậy trúc bệ vệ như vị võ quan đang đứng điều quân giữa trận mạc. Bạn quyết tâm xa lánh chôn bụi hồng đưa ra điều kiện khó thay!

2

Khi hết thời, không được nối nghiệp ông cha coi tịch điền thì về làm dân. Bao nhiêu vàng bạc châu báu cha ông để lại không dễ gì ăn tiêu hết. Vĩnh Ly kéo dài cái vinh quang của tiền nhân và chia sẻ hào phóng cho những cuộc tình của mình.

Vốn dòng họ mà gia phả đã đúc bằng vàng khắc câu vạn đại dung thân, lại có học, ngoài cái chóp mũi có hơi ửng đỏ, ông không có một khuyết tật nào khác. Một mẫu đàn ông như vậy chán chi vợ.

Cố nội, ông nội, cha ông đã nhiều vợ rồi, ông còn nhiều hơn. Để cho bà con thân tộc dễ nhớ, ông đặt những người vợ ấy bằng những cái tên đã ăn sâu vào tiềm thức mọi người: Tý, Sửu, Dần, Mão, Thìn, Ty, Ngọ, Mùi, Thân, Dậu, Tuất, Hợi. Rồi bắt đầu lại Tý-em, sửu-em, vân vân... Nếu bà nào thích cái thú văn chương thì cứ việc thêm Giáp, Ất, Bính, Đinh, Canh, Thân, Mậu, Kỷ vào trước. Bà Giáp Tí, cô Bính Dần, chị hay cô Bính-Dần-em cũng thể thống như ai. Thời buổi mà thiên hạ xầm xì ngoài ngõ là ngũ kinh đã tảo địa rồi, nhưng ông Vĩnh Ly trị gia được lớp lang, đề huề như thế không phải ai cũng làm được.

Mười bốn người vợ của ông trừ bà chánh thất ra, cũng đúc mười ba thiên tình sử, trước khi người đàn bà về làm vợ, ông cũng gieo vào ở đâu đó một cuộc tình đầy, cố tạo ra những mộng ước xa xôi, những choáng váng dập dềnh, có khi nâng hình bóng kia lên ở một nơi cao vòi vọi mà kẻ tầm thường không với tới. Tình yêu đâu phải vật thể lồ lộ trước mắt, có thể rờ mó tới mà là một làn khói thấp thoáng mơ hồ chân trời góc bể. Đàn bà, theo định nghĩa của ông: đem cái hư ảo phả lên một lớp, như son phấn và nước hoa. Như một cái đìa phủ đầy chuôm gai. Như vườn thượng uyển chằng chịt hoa cỏ, nỡ tâm nào giẫm chân lên. Tình yêu, đâu phải đứng xa là hạt kim cương, đứng gần là giọt nước mắt? Đối với ông, ngược lại, lúc gần, mới chạm được cái ngũ sắc cầu vồng, hào quang long lanh tinh kỳ của nó. Biết bao nhiêu cuộc tình đã đến rồi ở lại luôn, trong đời ông.

Trước khi nhắm mắt lìa đời, người mẹ gọi riêng ông vào lâm sàng, trối: "Con thấy cái gương cha con trước mắt, đa mang thêm lụy thân, mẹ cũng vì những cái lìa ấy mà lòng không yên suốt đời". *Xin lỗi vong hồn mẹ, không phải lời vàng ngọc mẹ lúc lâm chung nước đổ lá môn, nhưng trái tim mẹ sinh ra cho con đây có nhiều ngăn, nhiều học quá, dồn chứa mãi không vừa.* Chỉ một lần ông khấn trên mộ mẹ như thế, rồi quên.

Bà Nguyệt Cầm là một tiểu thư đài các, cháu mấy đời của quan phụ chánh đại thần Trần Tiễn Thành, vừa đúng tuổi trăng rằm, từ phủ vương hầu, bước lên xe tứ mã kết đầy hoa tứ thời lồng lộng tía đỏ trắng vàng về làm vợ ông. Đó là người vợ đầu tiên cha mẹ cưới cho để giữ nếp gia phong thể giá. Lòng bà Nguyệt Cầm cũng sáng như trăng sao, từ khi tóc mới chớm ngang vai, lời từ mẫu đã vẳng bên tai, đàn ông ba thiếp bảy thê, đàn bà chung thủy một bề nuôi con. Cụ đại thần nhà ta bảy mươi tuổi còn mời cả hàng trăm quan lại đương triều đến nếm chén rượu vu quy, nhìn chú rể chống gậy lòng chan hòa nghĩa khí bước chậm chạp theo sau cô dâu. Người xưa đã thế, nên khi biết chồng có mười cái hoa thụy nằm ấp ủ giữa những vân xoắn ốc của mười đầu ngón tay, bà nói:

"Thiếp không phải là hoa thải, hương thừa, chẳng qua sợi xích chẳng buộc chân mà ngọc ẩn bóng cây tùng, chàng đừng vì cái lũ quạ mổ diều tha mà quên nghĩa nặng Tào Khang".

Ngày ấy tâm hồn ông còn thênh thang như mây bay, tiếc chi lời thề vàng đá: "Quân tử u hự đã đau. Nàng chỉ nói thế, lòng ta đã thấm".

Và không bao giờ ông có mới nới cũ. Ông không bạc tình coi bà như chén cơm nguội phòng khi đói lòng.

Như đã nói trên, mười ba người vợ nối tiếp trong đời ông Vĩnh Ly đều có một trang lịch sử riêng. Người vợ thứ hai của ông, bà Ất Sửu, không ai khác hơn là cô Bùi Thị Thôi, người mà bà Nguyệt Cầm đem theo khi về nhà chồng để đỡ đần công việc và chị em có nhau lúc tối lửa tắt đèn.

Không ngờ, một ngày kia. Thôi trèo lên cây bưởi hái mấy trái cho bà chủ xơi, vừa bị kiến vàng cắn, vừa bị gai xóc. Kiến và gai lại cắn xóc vào một nơi mà ngày xưa mẹ cho lũ chuồn chuồn kim cắn vào để biết bơi qua sông rạch. Ngồi dưới gốc cây, cô khóc thút thít như bị oan ức. Phát ra lời ai oán giữa trời đất mênh mông:

"Tụi bây đoản hậu như ri, tao ghét nhất!"

"Thế thì ghét ai nhì?"

Cô giật mình ngó lui thấy ông chủ Vĩnh Ly đã đứng từ bao giờ. Chao ôi, con gái vô duyên, dám vén áo lên mà gãi rốn giữa thanh thiên bạch nhật. Chiếc rốn của đứa con gái lúc dậy thì mà Vĩnh Ly thấy được buổi chiều nắng quái hôm đó là vực thẳm. Bên dưới vực, thường là miền đất trù phú thiên nhiên ưu đãi, chỗ những loài cây nở hoa thơm mà không có ong bướm nào dám đến gần. Vực thẳm còn âm vang vọng dội lên vô vàn âm giai lẫn lộn giữa chốn thiên đàng và địa ngục. Lại còn vùng đất ở chung quanh vực thẳm ấy, bừng ửng lên một thứ ánh sáng diệu kỳ trà trộn giữa mặt trăng và mặt trời. Lần đầu tiên trong đời, cô như đứng trong giàn hỏa thiêu, khói lửa mịt mù. Đôi mắt của ông ấy chiều nay quái đản.

"Nhìn gì cháu mà dữ thế, ông?"

"Ta muốn Thôi coi ta là kẻ được ghét thứ nhì".

"Không, cháu không dám!"

Cô gái ở nhà quê thật thà, cha mẹ mất sớm, được nhà quan đem về nuôi, làm sao hiểu được câu nói đầy ngụ ý của ông chủ đa tình, ông ngồi xuống cạnh cô, phân trần:

"Thôi cứ coi ta như kiến như gai thì ta vui hơn. A, Thôi ơi, biết đời nào mà ta được vinh hạnh đó hè".

"Trời đất, răng ông lại ví von rứa được. Cháu không hiểu".

"Thế kiến và gai làm tổn thương Thôi có nhiều không? Cho ta đếm coi bao nhiêu vết".

"Làm chi rứa ông, bà thấy được, cháu biết nói làm răng?"

Bỗng bất ngờ ông cầm lấy tay cô gái, giọng đượm buồn, như sắp khóc:

"Bà ấy đi chợ rồi. Thôi ơi, sao chiếc rốn của em kỳ cục thế, biết đến đời nào ta mới quên. Cây bưởi này do ta vun xới, không ngờ hại em. Em bị bao nhiêu vết, vén áo lên, anh hôn bấy nhiêu lần. Em tha cho sự đột ngột này, chính ta cũng không ngờ, nói ra những lời này với em, tận đáy lòng".

Phận hẩm hiu, tưởng chừng như số phận dắt mình vào con truông hoang vắng suốt đời, ngờ đâu Thôi có những lời đường mật ấy rót vào tai. Tiếng người sao nghe tựa như gió se sẽ lay qua cành đào, thánh thót hơn cả giọt mưa thu rơi bên hiên, đầm ấm hơn cả tiếng chim gọi nhau về tổ. Và ngọn gió chiều nay không ngừng mang hương thơm phả ngập vào mái tóc cô, má môi và cả thân hình cô không bỏ sót một chỗ nào, cơn gió chướng ấy chẳng mấy lúc trở thành bão táp đưa cô bay lên một nơi lạ lùng chưa từng biết đến, cho đến khi mở mắt ra, nhạt nhòa trong màn lệ, thì tấm thân cô đã nằm trần truồng trên những lá bưởi khô...

Ngay buổi sáng hôm sau, Thôi chạy ra chợ Bao Vinh, mua chín miếng trầu đã têm sẵn về đặt lên dĩa, mặc bộ quần áo đẹp nhất mà Nguyệt Cầm mới may cho khi theo nàng về nhà chồng, để lên mâm, mang đặt trước mặt nàng, thưa:

"Bà ơi, cháu mang tội với bà rồi!"

Nguyệt Cầm trố mắt ngạc nhiên:

"Tội với tình chi đây?"

"Cháu lấy chồng!"

"Lấy chồng? Lấy khi mô mà tao không biết? Ai?"

Thôi xúc động không nói được, vận dụng trí não một hồi lâu mới chỉ được tay trỏ lên bức hình bán thân của ông Vĩnh Ly treo trên tường. Nguyệt Cầm thở dài, nước mắt ràn rụa:

"Thôi, biết mô rứa mà chị em mình ở với nhau lâu".

Chín tháng mười một ngày sau, Thôi đẻ. Đứa con trưởng của Vĩnh Ly chào đời không cất tiếng khóc oe oe như những đứa khác. Cô mụ miệt vườn nở nụ cười tươi như đóa hải đường báo tin cho ông: "Điềm lành đây anh, thằng bé này lớn lên coi trời như ngọn rau má". Ly trông thấy cô mụ trẻ trung, duyên dáng, má lại lúm đồng tiền, khóe mắt đưa tình y như nàng Tiểu Kiều đất Đông Ngô tả trong sách Tàu, liền buông câu: "Thế em, chần chờ chi mà không đúc cho riêng mình một khối tinh hoa như thế?" Cô mụ lượn lờ vòng quanh lưỡi câu: "Phận em hèn, có ai thèm để ý?" Ly khôn ranh: "Đời con gái không nên tắm bến đục. Cái thân mượt mà của em đáng giá ngàn vàng phải ngâm mình ngọc ngà trong dòng nước trong". Cô mụ càng tinh khôn hơn: "Ai mà không muốn như rứa, dòng nước trong đó là anh đây phải không?"

Chẳng bao lâu sau, Vĩnh Ly hẹn cô mụ ấy ở ngã ba Ngoẹo Giàn Xay, cô đi xe kéo, chàng đi ngựa. Hai người vào quán bên đường ăn bánh bèo, uống nước chè xanh no nê, rồi cả hai lên ngựa, phóng qua những đồi núi bạt ngàn.

Con ngựa lông màu cánh cam, bờm phơn phớt tím in vó mình xuống những miền hoang vu. Con đường nó chạy gập ghềnh khúc khuỷu hơn qua những khu ruộng lúa ở Tây Lộc nhiều, sức nặng trên lưng gấp bội nhưng không làm nó chột dạ, bởi vì nó nghĩ đến một sự đền ơn, na ná như sự hoài mong tối thượng của con người, được qua tàu con ngựa cái.

Vòng quanh triền núi Ngự Bình, vô chùa Trà Am, lên Từ Hiếu, vội vàng ghé qua đền tế trời Nam Giao, để mắt lướt nhìn cảnh giang sơn cẩm tú trên đồi Vọng Cảnh, quay về rừng tràm nghi ngút hương thơm Dương Xuân, rồi cột ngựa, ngồi nghỉ chân dưới gốc thông già ngập phấn vàng bên Lăng Tự Đức.

Vĩnh Ly nói:

"Em thấy không, anh đưa em đến động hoa vàng".

Cô gái hai mươi tuổi đời chỉ bó mình quanh quẩn trong vòng sinh nặng đẻ đau, đem tấm lòng của mình trang trải cho những em bé chào đời, nay choáng ngợp trước cảnh sắc bao la, gục đầu vào ngực chàng, thổn thức:

"Anh chở em đi mô, nhồi lên nhồi xuống, mệt đừ!"

Cũng một bài bản cố hữu như ngày trước chiếm đoạt nàng Thôi, Ly nói càng thiết tha hơn:

"Thôi để anh bù lại cho em. Ở kìa, phấn thông rơi xuống ngực em nhiều, ngứa lắm. Phấn này độc hơn phấn hoa vông đồng, không chừng hai vú em sưng vù lên".

"Răng không phủi cho em, nhè nhẹ tay kẻo em nhột nghe". Cô gái nói trong hơi thở.

Thế là suốt buổi chiều, và cả đêm hôm ấy, hai người sống trằn trọc bên nhau, giữa màn trời chiếu đất. Hai bà Giáp Tý và Ất Sửu không biết chồng đi đâu, đốt đuốc chia nhau đi khắp những nhà quen biết hỏi thăm không thấy. Sáng tờ mờ hôm sau mới thấy ông chồng quần áo lấm lem, mặt mày ngơ ngác cỡi ngựa về. Cuộc tình của người vợ được mang tên Bính Dần đến với ông như thế. Thử hỏi trên đời này có mấy ai được một mối tình đầy ngoạn mục như ông.

3

Một ngày đẹp trời, ông Vĩnh Ly ngồi trong căn nhà cổ kính nhìn đàn cá lia thia lượn vòng quanh trong chậu thì nghe tiếng chó sủa ngoài cổng. Đứa bé giúp việc vào báo tin cho ông, đại đức Thích Hoài Ân đến thăm.

Vị đại đức này không ai khác hơn là người bạn vong niên Trần Môn ngày nào.

Từ ngày giao trả những thửa tịch điền lại cho dân thường, ông không còn nghe được tiếng chuông, tiếng mõ trong chùa mà bạn ông đã phát nguyện chôn chặt cả một thời trai trẻ. Bao nhiêu tháng ngày chồng chất, bây giờ tóc trên đầu ông đã muối tiêu. Bạn, nếu không xuống tóc thì cũng thế thôi. Gặp nhau lần này, bạn không còn gọi xưng bần tăng, cố tri như ngày xưa, mà lại tao mày như hồi còn thơ ấu.

Đại đức Hoài Ân mở màn:

"Cứ gọi nhau như xưa, vui hơn. Mười mấy năm nay không gặp mày, tao cũng nhớ. Thế nào, mày sống ngoài trần có gì lạ?"

"Không buồn, không vui, sàng sàng thôi. Còn mày? Rũ được bụi rác không cho dính vào thân, chắc thanh thản?"

Bạn nở nụ cười mệt mỏi:

"Con thuyền Bát Nhã chòng chành, mái chèo tao lỏng, sóng gió ba đào lại dữ dội, tự xét mình không tới được bến phúc. Tao đến đây, báo cho mày biết, chỉ nay mai thôi, tao sẽ ra khỏi chùa".

"Mày nói chơi hay nói thiệt?"

"Nhờ lượng từ bi của đức Phật Chí Tôn, tao vái xin cho tóc trên đầu được mọc lại, sao dám đem ra làm chuyện chơi. Thấy đời mày đùm đề vợ con mà yên vui trong cảnh thư nhàn, câu tu tâm vẫn còn ý nghĩa. Thôi, đừng nhắc chi đến tu hay không tu. Ngày rằm này, tao nhờ mày đến đón tao về nhé. Tóm tắt là như thế."

Ông Vĩnh Ly cảm kích:

"Bạn cần chuyện chi, tôi cũng chiều theo, ở lại đây

ăn với tôi bữa cơm. Con vợ Mậu Ngọ của tôi nấu cơm chay không thua gì các ni cô".

"Chợ Bao Vinh độ này còn bán mực tươi, sứa biển không? Lâu quá tao thèm một dĩa mực xào với khóm, một chén sứa trộn dưa leo, chấm với ruốc trộn ớt tỏi".

"Yên chí, chợ còn đông thì không thiếu món gì".

Sau bữa ăn, Trần Môn bồn chồn hỏi bạn:

"Bóng xế chiều đã đuổi sau lưng tao, liệu khi về có 'móng' nào ngó ngàng không?"

Ông Vĩnh Ly soi thấu tim gan bạn, an ủi:

"Còn nước còn tát, nồi nào úp vung nấy, chớ lo toan".

Khi tiễn đưa ra cổng, bạn còn quay lui, hỏi ông; khẩu khí lại vương vít mùi quạnh quẽ trong chốn thiền đường:

"Cố tri còn giữ lại con bù nhìn ngày xưa hù chim trong tịch điền không? Bần tăng này vẫn thấy hình bóng chúng canh cánh bên lòng!"

"Trời đất, ngai vàng còn đổ được, lương đống triều đình còn ra tro, huống chi mấy con bù nhìn đứng bên bờ ruộng".

Độ ấy xa nhau, chờ mãi không thấy bạn nhắn tin đến đón về đời, ông Vĩnh Ly đích thân đến chùa hỏi, sư cụ chủ trì cho biết vị cựu đại đức tính khí thất thường, trong một đêm khuya, xách khăn gói, nương theo ánh trăng hạ tuần về thế tục rồi. Chẳng biết bạn xiêu lạc phương nào, lòng ông đau như kim châm. Dừng chân chốc lát dưới bóng thiên tuế, nhìn mấy thửa ruộng ngày xưa, lúa nàng hương đang thời trổ đòng, vô số loài chim, dường như chim én, lượn vòng chung quanh.

Midwaay 12/94

HỒ PHÚ BÔNG

Sinh năm 1945. Năm 1964 rời phố cổ Hội An, chưa về lại.
Sau biến cố Mậu Thân (1968), vào lính. Làm việc tại Đà Lạt đến ngày cuối.
Sau 30/4/1975, tù cải tạo, bị đưa ra Bắc. Vợ con đi kinh tế mới.
Năm 1981, ra tù từ trại Thanh Cẩm, Thanh Hóa.
Vợ con bỏ kinh tế mới về lại Sài Gòn. Sống lây lất đủ "nghề".
Vượt biển, 30/4/1986 đặt chân đến đất Mỹ.
Viết để trang trải, góp tiếng nói của nhân chứng trước lịch sử về một giai đoạn bi thảm của đất nước và dân tộc. Đóng góp bài cho báo giấy cũng như các diễn đàn Talawas, Diễn Đàn Thế Kỷ, RFA, Dân Luận, Đàn Chim Việt, Dân Làm Báo, Tiếng Dân, Thế Kỷ 21, Cội Nguồn...
Các bài viết về thời sự, chính trị thường ký tên Kông Kông và vài tên khác.

Tác phẩm đã xuất bản:
- *Những Chuyện Chưa Quên (San Jose CA: Cội Nguồn, 2001)*
- *Chuyện Nổi Trôi (San Jose CA: Cội Nguồn, 2006).*

Chuyện cũ

Làng tôi hồi đó gia đình nào lo được cho con ra tỉnh học thật là hiếm. Đàng này tôi lại thi đậu vào một trường trung học công lập lớn nhất tỉnh nên rất nhiều người bàn tán. Cậu học trò nhà quê trước khi mon men những bước chân đầu đời trên vỉa hè phố đã phải bỏ lại sau lưng đầy ắp kỷ niệm. Đàn bò, mà tôi đã đặt mấy cái tên thật ngộ nghĩnh cho từng con. Con Quặp, có cặp sừng cong ngược vào đôi tai. Con Nguýt, khi ngoạm được miếng cỏ dài thì huơ huơ trong không khí với cái liếc mắt đưa tình. Con Bạnh, cái bụng lúc nào cũng chang bang. Con Nghé Ngọ, đẹp như chú nai tơ, có cái đốm trắng giữa trán được tôi cưng nhất… giờ đây là dĩ vãng. Dĩ vãng cực, thế mà thương. Gian khổ, thế mà gắn bó. Còn đó. Không mất. Không bao giờ phai nhạt.

Hai năm đầu bậc trung học, thiếu tôi, cha mẹ tôi đã cáng đáng công việc đồng áng mệt đến đứt hơi. Mỗi tháng mẹ tôi lò dò ra được phố để cung cấp chút ít thực phẩm và tiền cho tôi khó thể đúng hẹn. Chiến tranh ùa đến từng nhà, từng lối mòn, từng bờ bụi ở quê tôi. Ban đêm nghe tiếng gõ nhè nhẹ vào phên vách, ra lệnh phải giết hết chó. Tiếng gõ như không hề có âm thanh đó lại có mãnh lực kinh người! Cả làng đều không còn chó. Ban ngày lính quận, kết hợp với cán bộ xây dựng nông thôn, thăm viếng, tìm hiểu và dặn dò phải gõ mõ, đập thùng thiếc hay bất cứ thứ gì để báo động, khi nghe tiếng người xuất hiện. Trò chơi này cứ diễn đi diễn lại. Đôi lúc cả làng um lên đủ loại tiếng báo động, cứ như là một trò chơi của lũ trẻ. Mọi người quên, đây là trò chơi giết người! Hai bên rình mò nhau. Súng nổ đầu làng. Mìn bẫy cuối thôn. Thanh niên đứa bên này, đứa bên kia. Chết chóc và máu đổ tràn lan. Bên dưới tấm phản gỗ lim, đặt trước bàn thờ căn giữa nhà, là cái hầm cha tôi đào. Chặt thêm cây chêm phía trong, đắp thêm đất, tròn như một nấm mộ để tránh đạn.

Ông nói mọc-chê rơi xuống đụng mái nhà, rồi tới tấm phản đỡ trước sẽ an toàn hơn nơi khác. Gian giữa không còn trang nghiêm thờ tự, tiếp khách, mà là hang ổ của một loại động vật mới trong chiến tranh!

Mọi điều đều bất trắc như thế nhưng lúc nào gặp tôi, mẹ cũng cố gắng nuôi sự tự tin cho tôi. Bước vào năm thứ ba, bậc trung học đệ nhất cấp, tôi bắt đầu âm thầm tự lo vì thu nhập của gia đình gần như không có. Chỉ việc áo quần đồng phục ở trường đã là cả một vấn đề! Bạn học cùng lớp đều biết nên nói với cha mẹ họ để mai mối, giới thiệu cho tôi một chỗ kèm dạy trẻ tại tư gia.

Tôi được ăn ở trọ miễn phí trong một gia đình để kèm học cho cậu Út, vừa thi đậu vào cùng trường với tôi. Chỉ sau một thời gian ngắn tôi đã được sự tin tưởng của bà mẹ, mà sau này bà cũng coi tôi như con. Kết quả học hàng tháng của cậu Út bao giờ cũng xuất sắc. Bà mừng. Tôi cũng mừng. Sau khi đậu bằng trung học đệ nhất cấp, hí hửng lên đệ tam nhờ trường mới vừa mở thêm lớp, thật oai. Tôi lân la tìm thêm lớp dạy kèm bên ngoài để kiếm tiền tiêu vặt. Sắm được đôi sandal quai trắng là ước mơ. Cắc củm chút tiền còm để dám ăn một tô phở, hay mua tấm vé xem chiếu bóng, là cả một kế hoạch! Thời gian này Vân Hùng, chứ chưa phải La Thoại Tân, đang đóng cặp với Kim Cương, tôi mê lắm, nhưng vé thì quá đắt! Khi có phim hay, đoàn kịch hoặc gánh cải lương về, chiếc xe hơi cà rịch cà tang mang mấy tấm áp phích to tướng chạy khắp phố phường với nhạc và loa trống inh tai, phân phát tờ quảng cáo. Thành phố dịp này như mới tỉnh giấc ngủ triền miên. Tôi giữ lại những tờ quảng cáo, xếp thành tập dày để dành xem ảnh tài tử, nhớ từng nội dung, rồi vào mấy tiệm sách so sánh với tờ Điện ảnh. Những khi gia đình bà chủ chuẩn bị đi đến rạp hát là lúc tôi lặng lẽ lỉnh ra nơi khác, vì không muốn được thương hại.

Bà mẹ của cậu Út là một công chức cấp tỉnh. Nhân dáng, cử chỉ và ngôn ngữ của bà đều có vẻ Tây học. Buổi sáng trước khi đi làm, bà trang điểm rất cẩn thận. Tóc kẹp gọn, thoạt nhìn khá giống mái tóc đàn ông, đây là kiểu tóc rất Tây vào thời đó. Cây dù bà thường kẹp bên hông, hoặc chống xuống đường khi đi bộ đến sở làm, cũng là một nét đặc biệt. Trò chuyện với tôi, thỉnh thoảng bà đệm thêm vài tiếng Pháp, có lẽ do ảnh hưởng từ cụ ông. Cha bà là một thông ngôn. Ở trong nhà không lâu, tôi đã hiểu tính tình thẳng thắn và rất đàn ông của bà. Vì thế nên khó tìm được nét yếu điệu thường có của một người phụ nữ bình thường nơi bà. Tôi nghe kể về chức vụ và cung cách xử sự của bà nơi sở làm cũng rất ngay thẳng nên bà rất có uy tín. Có thể nhờ tinh thần Quốc gia rất trong sáng, nên dù có tin đồn chồng bà đi tập kết, nhưng không bao giờ bà bị cơ quan an ninh quấy rầy. Chị An, con gái lớn của bà lúc đó vừa được bổ đi dạy học. Hội, người kế tiếp, còn ở trường nhưng ít khi cầm sách vở. Lúc nào gặp, Hội cũng có điếu thuốc nơi tay. Dáng vẻ Hội khá bất cần đời. Nguyên do thì về sau này tôi mới hiểu.

Cây hoa ngọc lan trong sân nhà rất lớn nhưng không có thang để leo lên hái bông. Ban đêm hương ngọc lan thơm ngát. Tôi để ý từ lúc hoa vừa chớm nụ ở những cành thấp có thể với tới. Đợi dài cổ đến khi thành búp, rồi những cánh thon dài, trắng mịn he hé nở, thơm ngát, tôi ngắt cho chị An. Tôi thích nhìn chị cười với cái nheo mắt khi nhận được hoa.

Chính sự 1963 bùng nổ. Anh em Tổng thống Ngô Đình Diệm bị giết. Trường tôi học gần như hỗn loạn. Không một ai còn gọi Đảng Cần Lao Nhân Vị đúng như cái tên của nó. Người ta chỉ gọi ngắn gọn là "bọn Cần lao". Danh sách "bọn" lúc này nhiều người dính lắm. Phong trào tranh đấu rất rầm rộ nên trường phải tổ chức bầu đại diện học sinh. Diễn đàn đặt giữa sân, có nhiều liên danh ứng cử. Tranh luận nổ ra sôi nổi, hơn hẳn các ứng cử viên chính trị khi ra tranh cử thật.

Thành phố nhỏ nháo nhào như sóng cuộn. Học trò tụm năm tụm ba bàn tán, không đứa nào nhắc chuyện học hành, thi cử.

Cả trường lúc này chưa ai có xe gắn máy, ngoại trừ chiếc mobylette của thầy hiệu trưởng, thế nhưng ông giám học, từ đâu đó mới đổi về, lại có chiếc xe hơi con bọ (Beetle), hiệu Volkswagen bóng loáng. Điều này thật xui xẻo cho ông! Cũng có thể vì ông áp dụng kỷ luật rất nghiêm nên học trò ghét, do đó tên ông nằm trong danh sách "bọn". Một nhóm học sinh tụ lại bàn tính, chỉ tích tắc chiếc xe bị lật nghiêng, cháy phừng phừng ngay trước văn phòng, rồi mạnh ai nấy chạy.

Thời gian này tôi đang theo đuổi cô học sinh trường khác. Cô là Phật tử, rất siêng đi lễ. Gần như đêm nào chùa cũng có thuyết pháp. Giữa rừng người, tôi theo cô vào lễ Phật. Mùi trầm hương cùng với tiếng chuông hình như không còn đủ khả năng lan tỏa làm lắng đọng tâm hồn. Cảnh chùa rất thanh tịnh ngày trước biến mất, thay vào là mùi người, mùi tranh đấu cứ hừng hực. Hai đứa bạn thân của tôi nằm trong số những người nhiệt tình trong đội ngũ Phật tử tranh đấu của chùa. Tuổi trẻ và nhiệt huyết trong sáng của hai đứa bạn đôi lúc cũng lây lan qua tôi.

Mượn được cơ sở của trường, bốn lớp đêm bình dân giáo dục, từ đệ thất đến đệ tứ, dành cho các bậc anh chị cô chú, được ra đời là công khó của bao nhiêu lần vận động của bọn tôi. Dạy sinh ngữ Pháp cho hai lớp đệ ngũ và đệ tứ, không ai trong bọn tôi đủ khả năng nên đánh liều, kéo nhau đến nhà riêng của thầy PK., vị giáo sư nổi tiếng nhất trường, và được ông sẵn lòng giúp đỡ. Ông cuốc bộ, đầu hớt cua, ôm cặp da cũ rích, miệng thì nhai trầu… đi dạy! Ông là người mà về sau, giữa cơn biến động cùng cực, nghe nói được chính phủ trực tiếp mời ra làm tỉnh trưởng nhưng bị ông từ chối. Các lớp học tiến triển thật tốt đẹp, gần như mơ ước. Bọn tôi đang ấp ủ chờ đợi kết quả trong kỳ thi cuối niên khóa thì biến cố xảy đến. Một đêm trong ánh đèn vàng vọt của các lớp, chúng tôi phát hiện khá nhiều truyền đơn, rơi rớt cả trên sân cỏ bên ngoài.

Hai hôm sau đó, công an đến văn phòng trường, đang giữa giờ học bọn tôi từng đứa bị gọi ra điều tra. Dù không đứa nào bị nghi ngờ nhưng trường phải đóng cửa bốn lớp học. Các cô chú bác tìm gặp bọn tôi, nói như muốn khóc!

Những tờ truyền đơn của Việt cộng như những chiếc lá khô gom lại, thừa đủ để thiêu rụi giấc mơ nhỏ bé đầu đời của bọn tôi về công tác xã hội!

Mấy tháng sau đêm đó, hai đứa bạn thân của tôi, đã sinh hoạt đắc lực trong gia đình Phật tử tại chùa, mất tích. Có tin đồn là đã vô bưng, tin khác là bị thủ tiêu nhưng chưa tìm được xác. Tôi liên lạc với gia đình họ ở vùng quê cũng chỉ nghe khóc lóc, than thở chưa có gì rõ ràng. Thời điểm này trong thành phố thường xảy ra ám sát bằng súng hay lựu đạn, đôi lúc gần như công khai, mà dư luận cho là vì lý do đảng phái!

Lạnh cẳng, tôi đành bỏ trường trốn vô Sài Gòn tiếp tục học, dù chỉ còn mấy tháng nữa là thi Tú tài 2. Tôi biền biệt quê hương từ đó!

*

Chị An mở đầu: "Nói chuyện với diệt cộng đây, biết không?" Tôi cười: "Việt hay diệt chị phát âm cũng giống nhau, ai hiểu được?" Hơn 40 năm sau, cho dù giọng nói của chị không còn trong như ngày xưa, nhưng âm sắc cũng có thể ngờ ngợ nhận ra được. Cuối câu vẫn ngắn gọn, không có độ rung, bù lại là cái nheo mắt vẫn còn đó. Hơn 40 năm biền biệt, không biết ai còn ai mất, ai trôi dạt tứ xứ. Chúng tôi đã lên hàng lão nhưng câu chuyện cứ như thuở thanh niên.

Chị kể: "Mấy tuần, trước khi thành phố rơi vào tay Cộng sản, ba chị có cho Trung tá Thủy đến báo tin, dặn má chị phải chạy ngay vào Sài Gòn để lánh nạn. Má không đi". "Vì sao?" "Chị không hiểu. Cũng có thể má nghĩ là đã có ba, có ba thằng Út. Hoặc má thấy công việc của má cũng không trực tiếp gây tổn thất máu xương gì cho họ". "Sao chị gọi là 'họ'? Còn ba chị, ba thằng Út nữa (!) ba nào nhiều quá vậy?" Chị phớt lờ: "Lúc chị và Hội được năm bảy tuổi gì đó, má đã đem vô bưng sống với ba trong vùng lục tỉnh. Ba là chính trị viên. Ở đó một thời gian, về lại Sài Gòn, rồi lại trở vô bưng thì má bị bắt. Chi tiết chị không biết nhiều, chỉ biết là má bị giam. Sau đó họ đưa má từ trại giam ra đối chứng rất gay gắt trước một cuộc họp đông người. Cuối cùng má bị buộc phải xé bỏ tờ hôn thú trước sự chứng kiến của ba, như là một thái độ dứt khoát. Dứt khoát với ai? Cho má? Cho ba? Hay cho "tổ chức"? Chị không hiểu. Má yên lặng thi hành lệnh. Ba cũng yên lặng nhìn. Tình nghĩa thế là xong. Họ đưa má về lại trại giam hơn 9 tháng nữa. Sau nhờ ông trưởng công an huyện thương má, nên đứng ra bảo lãnh, ba biết rõ chuyện này. Má trở thành vợ ông công an và mang bầu thằng Út". "Có thể má chị bị tù vì nghi là gián điệp nhưng ba chị không thể thủ tiêu, hoặc còn thương, nên dàn cảnh để giải thoát?" "Má không nói gì về việc này cả". Tôi lập luận: "Bằng chứng là mười mấy năm sau ba chị cho Trung tá Thủy đến báo tin và dặn má chị phải di tản vào Sài Gòn trước khi miền Nam sụp đổ?" Chị lắc đầu: "Chịu thôi. Không thể có ý kiến".

"Em biết cái xứ mình rồi mà! Cộng sản, Quốc gia, Quốc gia, Cộng sản, hai chiến tuyến rõ rệt, nên vô cùng ngạt thở! Má bị bắt đi học tập cải tạo. Chồng chị là sĩ quan, được biệt phái về dạy học, cũng tù. Họ nghĩ hai chữ 'biệt phái' là loại gián điệp nằm vùng của CIA, càng nguy hiểm hơn". "Còn ba chị, ba thằng Út đâu mà không can thiệp?" "Ai lo phần nấy!

Mấy ông bây giờ đều quyền cao chức trọng, trong lúc má lại như một thứ vi trùng, nếu dây vào e ảnh hưởng đến con đường tiến thân đang sáng chói của họ!" Tôi cười: "Bây giờ chị cũng biết dùng loại ngôn ngữ mỉa mai rồi phải không?" "Đó là sự thật. Mình nói sự thật! Má tù hơn sáu năm thì được cho về. Ba chị, ba thằng Út không hề hỏi thăm, đừng nói chi đến thăm viếng hay bảo lãnh! Trong tập hồi ký tù cải tạo của một nữ tù nhân, có nhắc đến tên má, chắc em biết rồi?"

"Má về trong hoàn cảnh nghiệt ngã và bệnh tật. Nhà cũ đã bị người trong gia đình chiếm đoạt. Công an khu vực hạch sách, khó dễ. Gia đình anh chị cũng vô cùng khốn quẫn. Sống trong một xã hội mà mọi người đều bị hành hạ tinh thần và đói thì không ai có thể lo cho người khác được! Má đến ở với anh chị, nhưng thấy cảnh đau lòng quá nên bà bỏ vô Sài Gòn, ở tạm với thằng Út một thời gian" "Ừ nhỉ, em quên! Thằng Út bây giờ chắc ngon lành! Ba là cán bộ công an cao cấp, bản thân lại có bằng cấp thứ thiệt của Ngụy mà!" "Cũng không khá hơn gì! Ba nó với nó gặp nhau là cãi! Nó là nạn nhân tiêu biểu của cha và mẹ khác chiến tuyến. Của Cộng sản và Quốc gia! Trước đó nó đâu biết cha? Chỉ biết mẹ. Mẹ cưng và lo cho nó từng chút, từng chút như em đã rõ! Bây giờ mẹ bị cha nhốt tù, bỏ đói, em nghĩ sao?"

Hai chữ "nghĩ sao" chị buông ra như một dấu lặng thật bất ngờ giữa một đoạn nhạc sôi nổi. Ngừng lại. Rồi lặng im. Câu chuyện giữa chị và tôi chợt tắt ngang. Đứt đoạn. Trống lốc. Trống ngột ngạt. Khô khốc. Yên lặng kéo dài. Yên lặng ngột ngạt. Cái yên lặng bao trùm lên thân phận nạn nhân của một cuộc nội chiến tương tàn. Không yên lặng thì làm gì? Nói gì? Những người thương yêu nhau lại hành hạ nhau. Đoạn tình. Đoạn nghĩa. Ảo tưởng. Không đâu. Còn gì để nói?

Chị An tiếp: "Má kể lại câu chuyện trao đổi với ba thằng Út: Ông thắng. Tôi bại. Tôi thua nên bị tù. Nhưng với thằng Út thì thắng hay bại? Trong lúc tôi thừa điều kiện để bước thêm bước nữa nhưng tôi hy sinh. Vì nó. Tôi lãnh lương tháng từ chính phủ là để lo cho nó. Nuôi nó. Trách nhiệm của người mẹ trong tôi, tuy không hoàn hảo, nhưng nó đã nên người tốt. Có học. Có đạo đức. Tôi không ân hận. Còn ông? Ông đã làm gì? Trách nhiệm bây giờ ở nơi ông! Sự bất hòa giữa ông và nó là tự nhiên, không phải do tôi đầu độc. Mẹ nó bị tù, bị đày ải, chỉ vì cha nó chiến thắng! Ông nghĩ sao? Nó chưa thấy bổn phận người cha bình thường nơi ông. Ngược lại, ông tìm cách dạy dỗ một người đã trưởng thành và có học như nó, khống chế tư tưởng nó bằng loại lý thuyết của ông nên sự xung đột phải xảy ra! Tôi hiểu vì ông không thể thuyết phục được nó, nên mới chọn giải pháp cuối cùng. Ông đứng ra bảo lãnh để nó được 'đi lao động hợp tác', trả nợ chiến tranh ở Đông Âu! Đấy chỉ là để tránh mặt nhau. Tôi không muốn xa con, mất con, nhưng đến lúc này đành bất lực!"

Chị An hờ hững: "Biến cố Đông Âu 1989, thằng Út trốn sang Tây Đức ở luôn! Ba nó và con cái của bà sau kêu nó về để phụ lo mấy công ty bạc tỉ mà gia đình đang làm chủ nhưng nó nhứt định không nghe. Ba nó còn sống và gia đình vẫn đang ở PT."

"Còn ba ruột của chị?" Chị mở xách tay lấy đưa cho tôi bản copy lá thư má chị gửi cho ông cụ, sau khi bà ra tù. Nét chữ thật sắc và cứng đập vào mắt tôi. "... Ông trách tôi tại sao để Hội đi lính Ngụy là không đúng! Người của ông đã không thuyết phục được nó theo ông, chứ không phải tôi cấm. Con đã trưởng thành, nó tự do chọn lựa. Tôi tôn trọng quyết định đó. Giải pháp cuối cùng của người mẹ là tôi phải gìn giữ mạng sống cho con. Đó là lý do nó tốt nghiệp trường quân y. Nếu đi tác chiến, biết đâu nó phải đối đầu với ông ngoài mặt trận? Mà bom đạn thì vô tình, mấy ai biết trước? Và trong cuộc chiến, thật sự nó không bị thương tích gì, ngoại trừ vết thương trong tâm hồn. Sau khi chị em nó lặn lội đường rừng đến trại giam thăm nuôi tôi về, cơn say đã giết chết nó, mà chính tôi cũng không được vuốt mắt con! Tôi muốn nói cho nó hiểu lý do… nhưng không bao giờ còn có dịp…"

Tôi thẫn thờ nghe chị kể tiếp: "Chị không có liên lạc gần gũi gì nhiều với ba chị. Má mất trong vòng tay anh chị và các cháu. Không có tin của ông. Không an ủi. Không chia buồn. Cũng năm bảy năm sau đó ông mới qua đời tại lục tỉnh, nhưng chắc có trối trăng lại. Vì thế mấy đứa con đời sau mới biết và hẹn gặp chị được mấy tiếng đồng hồ, trước khi chị đi. Tụi nhỏ cư xử rất đàng hoàng. Một đứa ở LĐ, đứa khác ở VT. Tự tụi nó liên lạc và sắp xếp để về Sài Gòn gặp chị!" "Có nhắn gửi gì khi chị đi không?" "Không biết. Hay chị không cảm thấy vì đang âu lo chuyến ra đi mà". "Có nhắc gì đến Hội và mấy đứa con Hội không?" "Không. Nhưng còn ở trong nước nên dễ thôi, nếu muốn. Có điều 'lá rụng thì về cội', nhưng không biết cái 'cội' bây giờ đang nằm ở đâu để tìm về?"

Lúc chia tay, tôi dặn: "Khi nào chị về nhớ đặt trên mộ bà cụ giúp em một bó hoa. Bó hoa phải có 4 đóa hồng nhung. Một cho chị. Một cho em. Một cho Hội. Và một cho thằng Út". Chị bảo: "Dẫu có đắng cay thì mọi chuyện cũng đã qua rồi. Má đã yên nghỉ. Thời gian, chỉ có thời gian mới xóa được mọi dấu vết. Tụi mình nên khép lại". "Ờ, cho nó qua đi chị ạ! Tụi mình cũng đầu bạc cả rồi!" Rồi tôi chợt hỏi lại: "Ờ, biết vậy rồi! Vẫn biết vậy mà tại sao câu chuyện tụi mình kể cứ như mới vừa xảy ra hôm qua?"

(4/2010)

HỒ TRƯỜNG AN

Tên thật Nguyễn Viết Quang. Sinh ngày 11-11-1938 tại xóm Thiềng Đức, làng Long Đức Đông, tỉnh Vĩnh Long, trong một gia đình văn học và cách mạng. Học trường tiểu học Thiềng Đức, rồi trung học Tống Phước Hiệp (Vĩnh Long), Nguyễn Đình Chiểu (Mỹ Tho) và Chu Văn An (Sài Gòn). Năm 1967, đang học năm thứ 2 Đại Học Dược Khoa, bị gọi động viên, khóa 26 (1968) trường Võ Bị Thủ Đức. Ra trường, làm Trưởng ban chính trị chi khu Tri Tâm, rồi chi khu Lái Thiêu (Bình Dương), làm sĩ quan báo chí của Sư đoàn 5 Bộ Binh, rồi Quân Đoàn III,

Tham gia sinh hoạt văn nghệ, cộng tác với nhiều tờ báo xuất bản tại Sài Gòn, như:*Bách Khoa, Tin Sách, Tiểu thuyết Tuần San, Bút Hoa, Minh Tinh, Vấn Đề, Văn Học, Tin Văn, Minh Tinh, Tranh Thủ, Tiền Tuyến, Hoa Tình Thương, Tiền Phong, ...*

Các bút hiệu khác: Đào Huy Đán, Đinh Xuân Thu, Đông Phương Bảo Ngọc, Hồ Bảo Ngọc, Người Sông Tiền, Nguyễn Thị Cỏ May, Đoàn Hồng Yến, Đặng Thị Thanh Nguyệt.

Sau 30/4/1975, vì gia đình thuộc thành phần cách mạng, ông chỉ theo khoá "Bồi dưỡng chính trị", rồi làm việc ở Thư viện Quốc gia.

Định cư tại Pháp năm 1977 theo diện bảo lãnh. Từ 1981 đến nay cự ngụ tại tỉnh Troyes, vùng Champagne.

Tổng thư ký tòa soạn các tập san: Quê Mẹ (Pháp), Làng Văn

(Canada) và cộng tác với các tạp chí: Bút Lửa, Lạc Hồng, Viên Giác, Hồn Nước, Lửa Việt, Nắng Mới, Văn, Văn Học, Thế Kỷ 21, Gió Văn, Hợp Lưu, Thời Tập, Sóng Đẹp,...

Tác phẩm đã xuất bản ở hải ngoại khoảng 60 tác phẩm gồm 22 truyện dài, 12 tập truyện ngắn, 22 tác phẩm biên khảo và 2 tập thơ:

- Truyện dài: *Lớp sóng phế hưng* (Cành Nam, Hoa Kỳ, 1985), *Phấn bướm* (Việt Publications, Toronto, 1986), *Hợp Lưu* (Văn Nghệ, CA, 1987), *Nửa chợ nửa quê* (Nam Á, Paris, 1987), *Đêm chong đèn* (Văn Khoa, CA, 1988), *Lúa tiêu ruộng biền* (Trung Tâm Phật Giáo VN tại Đức, 1989), *Ngát hương mật ong* (Văn Lang, Canada, 1989), *Còn tuôn mạch đời* (Nam Á, Paris, 1990), *Lối bướm đường hương* (Đại Nam CA, 1991), *Tình trong nhung lụa* (Đại Nam, 1991), *Ngát thơm hoa bưởi bông trà* (Nam Á, 1992), *Tình đẹp đất Long Hồ* (Đại Nam, 1993), *Trang trại thần tiên* (Đại Nam, 1993), *Vùng thôn trang diễm ảo* (Đại Nam, 1994), *Chân trời mộng đẹp* (Đại Nam, 1995), *Thủa sen hồng phượng thắm* (Đại Nam, 1995), *Bãi gió cồn trăng* (Làng Văn, 1995), *Bóng đèn tà nguyệt* (Minh Văn, Virginia, 1995), *Mùa thục nữ vu quy* (Cành Nam, 1998), *Tình sen ý huệ* (Tân Văn, Nhật Bản, 1999), *Hiền như nắng mới* (Văn Khoa, CA 2001), *Chiếc quạt Tôn nữ* (Tân Văn, 2002), *Màn nhung đã khép* (Tân Văn 2003), *Đàn trăng quạt bướm* (Làng Văn, 2005), *Trở lại bến Thùy dương* (Làng Văn 2009).

- Tập truyện: *Tạp Chủng* (Làng Văn, 1991), *Chuyện Quê Nam* (Làng Văn, 1991), *Hội Rẫy Vườn Sông Rạch* (Miệt Vườn, 1992), *Chuyện miệt vườn* (Đại Nam, 1992), *Đồng không mông quạnh* (Đại Nam, 1994), *Gả thiếp về vườn* (Làng Văn, 1994), *Đêm xanh huyền hoặc* (Làng Văn, 1994), *Chuyện ma đất tân bồi* (Đại Nam, 1998), *Tập truyện ma* (Tân Văn, 2001), *Quà ngon đất quê Nam* (Tân Văn 2003), *Trăng xanh bên trời Huế* (Làng 2009), *Truyền kỳ trên Nam* (Làng

Văn, Canada, 2009).

- Ký sự, bút khảo, bút ký: *Giai thoại hồng* (Tổ hợp xuất bản miền Đông Hoa Kỳ, 1989), *Thông điệp hồng* (Trung Tâm Phật Giáo Việt Nam tại Đức, 1990), *Cõi ký ức trăng xanh* (Làng Văn, 1991), *Chân trời lam ngọc* (I: 1993; II: 1995 do NXB Minh Văn), *Sàn gỗ màn nhung* (Đại Nam, 1996), *Cảo thơm* (Minh Văn, 1998), *Theo chân những tiếng hát* (1998), *Tác phẩm đẹp của bạn* (2000), *Chân dung những tiếng hát* (I: 2000, II: 2001, III: 2003 đều do Tân Văn), *Lai láng dòng phù sa* (Hoa Ô Môi, 2001), *Thập thúy tầm phương* (Hoa Ô Môi, 2001), *Chân dung 10 nhà văn nữ* (Tân Văn, 2002), *Tập Diễm ngưng huy* (Hoa Ô Môi 2003), *Bảy sắc cầu vồng* (Gió Văn, 2004), *Giai thoại văn chương* (Cỏ Thơm, 2006), *Náo nức hội trăng rằm* (Cỏ Thơm, 2007), *Thắp nắng bên trời* (Văn Học, 2007), *Quê Nam một cõi* (Hoa Ô Môi, 2007), *Giữa đất trời giao hưởng* (Gió Văn, 2008), *Núi cao vực thẳm* (Tiếng Quê Hương, 2010), *Ảnh trường kịch giới* (Tổ Hợp Xuất Bản Miền Đômg Hoa Kỳ, 2012), *Trên nẻo đường nắng tới* (Gió Văn, 2013), *Cảo thơm lần giở* (Tổ Hợp Xuất Bản Miền Đông Hoa Kỳ, 2015).

- Thơ: *Thiên đường tìm lại* (Nhận Thức, 2002) và *Vườn cau quê ngoại* (Cỏ thơm, 2003).

Nguyễn Thị Thụy Vũ:
Cho trận gió kinh thiên

Quyển sách *Cho Trận Gió Kinh Thiên* được chào đời và phát hành vào tháng 10/1973 là tác phẩm chót của Nguyễn Thị Thụy Vũ. Khi tôi viết bài giới thiệu nó thì ở Việt Nam, 4 tác phẩm của chị tôi được tái bản. Đó là các quyển *Thú Hoang, Lao Vào Lửa, Khung Rêu, Nhang Tàn Thắp Khuya*. Còn 6 cuốn nữa trong bộ 10 tác phẩm sẽ được tái bản. Qua 40 năm biến chuyển của lịch sử, chị tôi viết lách không trôi vì phải lo sinh kế, phải nuôi dưỡng đứa con gái tàn tật sống như loài thực vật.

Riêng tôi, tôi rất thích cuốn truyện dài *Cho Trận Gió Kinh Thiên* của Thụy Vũ nên khuyên chị làm phóng ảnh gửi lại cho tôi để tôi giới thiệu trong quyển *Những Khuôn Mặt Văn Chương*. Tôi còn nhớ nhà văn Võ Phiến có viết văn chương của Nguyễn Thị Thụy Vũ trong quyển *Văn Học Miền Nam,* đại ý như sau: "Văn chương của Nguyễn Thị Thụy Vũ có những nơi mà hầu như không có nhà văn nữ nào dám đặt chân tới". Quả đúng như vậy. Trong 2 cuốn *Lao Vào Lửa* và cuốn *Ngọn Pháo Bông,* chị viết về các cô nàng chiêu đãi cho lính Mỹ trong các snack bar, nói trắng ra là các cô điếm trá hình. Rồi sau đó, chị dọn nhà gần đình Phú Thạnh. Đó cũng gọi là Xóm Sậy Lau vì xưa kia ở đây chưa có nhiều gia đình tới lập nghiệp nên mọc toàn là lau sậy. Nơi đó có tứ-đổ-tường: quán nhậu (tửu), nhà chứa điếm (sắc), vài chỗ đánh bài tứ sắc và chỗ binh xập xám (tài), một căn gác dành cho khách hút á phiện (nha phiến). Hèn chi, nhà văn Vũ Khắc Khoan bảo nhà thơ Tô Thùy Yên: "Thụy Vũ ở trong chỗ nghiệt nên văn của cô ta mới dữ tợn như thế".

Văn chương của Thụy Vũ táo bạo nhưng chưa phải là thứ văn du côn của Túy Hồng, thứ văn nũng nịu với cuộc đời của Kiệt Tấn, văn chương ương ngạnh của Đỗ Quỳnh Dao.

Xóm đình Phú Thạnh trước đó có nhà văn Nhất Linh, rồi có nhà văn Bình Nguyên Lộc nương náu một thời gian. Lại có các nghệ sĩ ca kịch cải lương như vợ chồng Sáu Dình và chị Kim Đặng, vợ chồng Hùng Minh và Thanh Hương, vợ chồng Minh Luông và Thùy Lan. Quái kiệt Bảy Xê sau khi lưu diễn ra miền Trung hay khắp lục tỉnh Nam Kỳ về đó dưỡng sức. Còn các nghệ sĩ gốc Bắc của ca kịch Kim Chung như vợ chồng Quang Hữu và Huệ Chúc, gia đình của danh hài Phúc Lai, gia đình của nữ nghệ sĩ Thúy Liệu (chớ không phải là Thúy Liễu) nương náu. Sau 30 tháng tư năm 1975 xóm ấy bị trận hỏa hoạn thiêu hủy. Những nhân vật trong *Cho Trận Gió Kinh Thiên* đều là những nhân vật có thật. Chị khỏi cần từ một nhân vật có thật rồi chia ra làm ba, làm bốn nhân vật mới. Chị cũng không cần góp ba hay bốn nhân vật ở những địa danh khác để tạo một nhân vật duy nhất để cho tình tiết quyển truyện được cô đọng hơn.

Khởi đầu là hai nhân vật cô Nguyệt và chàng sinh viên tên Đồng thuê một căn nhà nhỏ để tạm trú. Nguyệt đi làm sở Mỹ. Nguyệt có cái đặc biệt tuy là đàn bà mà có râu lúng phúng và có lông chân, tuy nhan sắc cô cũng tạm được. Còn Đồng khá xinh trai, nhưng con mắt bên trái bị kéo màn mây. Căn nhà của chàng và nàng đối diện với căn nhà bà Tư khôn lanh quỷ quyệt. Bà có một đứa em gái tên Cam bị chứng điếc và câm; thế mà có tên đàn ông nào quyến rũ cho bà Cam phải mang bầu, đẻ đứa con gái tên Châu. Vài năm sau, bà Cam lại mang bầu, cũng đẻ ra người con gái tên Ngọc. Bà Tư không biết Châu và Ngọc có cùng một cha hay không. Bà lãnh nuôi hai cháu và bắt Châu và Ngọc kêu bằng má. Bà Tư có thêm đứa con nuôi tên Lan, vốn là con của bạn thân của bạn bà (được tác giả gọi là bà Ba). Lan có bịnh dâm loạn (une nymphomane).

Kế nhà của cặp Đồng và Nguyệt là nhà của ông Bân

và Tư Búp, Tư Búp có đứa con riêng cũng tên Lan. Ông Bân và Tư Búp cắn đắng nhau vì ông ta và y thị sắp bỏ nhau để y thị nhất quyết tằng tịu với tên Mỹ già và sẽ ra Đà Nẵng kiếm những tên Mỹ già khác. Y thị tuyên bố mình dù có làm đĩ cho Mẽo để gởi tiền cho mẹ và dành tiền nuôi con vẫn là "con đĩ cao thượng" (sic). Kế nhà ông Bân là nhà của cô thợ may tên Ngõi. Vì chồng ở xa nên sống với cô cháu ruột. Ngõi làm tình bọn trai tráng quanh quẩn ở trong xóm hoặc ở xóm kế bên.

Trong xóm có nhà mụ Năm Út. Chồng mụ bán cà phê. Còn mụ thích bài bạc và cũng như Ngõi và các mụ các cô trong xóm ưa ngồi lê đôi mách. Có bà Xành góa chồng, mèo mỡ với Thầy Tám Thuốc Nam. Vợ thầy đêm nào cũng đánh bạc lu bù, gần sáng mới về nhà ngủ li bì. Thừa lúc vợ ngủ, vừa mới hừng đông, thầy Tám đến nhà bà Xành để ân ái. Lại có thêm chàng Chơn làm mướn ở nhà bà Bảy Bụng, cậu ta tò tí với Ngọc (con nuôi của bà Tư) làm cho Ngọc mang bầu. Cũng cần kể thêm cô Thu, vợ hờ của tên thượng sĩ tên Mẹo. Tên này cũng lén vợ để ngoại tình với Thu, cả hai có chung một trai một gái. Cũng cần phải kể thêm anh chàng y tá lậu, người tình tạm bợ của Ngõi. Phải kể thêm sư Mẫn, giả làm thầy chùa để trốn lính. Làm sao không kể thêm ông Tư Bếp, tên chồng hờ của Ngõi ở miệt Bình Dương, lâu lâu lén vợ nhà xuống thăm Ngõi. Và chúng ta đừng quên anh chàng Đăng, con dì Chín của Nguyệt, vốn là *gay* ở chốn khác trong thành phố Sài Gòn. Và sau hết, cần kể anh chàng lái xe be vốn là tình nhân của Lan và cũng cần thêm tên chồng thứ ba của Châu. Những nhân vật cần phải kể thêm đó sẽ làm cho cốt truyện được phong phú và được bày tỏ tinh thần của những kẻ hạ lưu được sống nơi hang cùng ngõ hẻm của thủ đô Sài Gòn.

*

Nguyệt và Đồng ở xóm Đình Phú Thạnh không có gì đáng khôi hài, nhưng cũng trải qua vài phen sóng gió để rồi cuối quyển sách họ chia ly với niềm cay đắng về phần Đồng.

Nguyệt có mối tình đầu. Anh chàng này có vài cô tình nhân khác. Y ta bảo với Nguyệt rằng chính nàng là mối tình đầu và cũng là mối tình chánh, còn những cô tình nương kia là những tình nương phụ, không đáng kể. Nguyệt đành dứt bỏ anh ta. Gặp Đồng, nàng kết tình liền. Đồng tuy có con mắt bên trái kéo mây mờ, nhưng mặt mũi cũng khôi ngô. Đồng có tật hay ghen, ghen luôn với kẻ tình đầu của Nguyệt. Đây là thí dụ:

Xếp xong học tủ đựng đồ may, Nguyệt lục lấy cái hộp sắt đựng đầy những lá thư màu xanh, những lá thư của người tình thứ nhất mà nàng cất giữ từ lúc còn ở quê nhà. Nguyệt chậm rãi giở từng phong thư, đọc chăm chú. Đồng tái mặt. Đã bao lần, Đồng đã yêu cầu Nguyệt hãy thiêu hủy những lá thư đó, hãy hóa kiếp mối tình thứ nhất thành tro bụi. Lúc đó, Nguyệt cười gằn cho rằng Đồng thiếu đại lượng, và mỗi khi gặp dịp, nàng lại khiêu khích chàng bằng cách nghiền ngẫm từng trang trước mắt chàng.

Nguyệt vừa đọc thư, và chốc chốc nhìn về phía Đồng mỉm cười. Môi Đồng mím lại. Nguyệt thích làm cho chàng đau nhức bằng cách khêu lại quãng đời tình ái sôi nổi trong quá khứ của nàng.

- Em tồi lắm!

Nguyệt lặng thinh, tiếp tục đọc làm như không để ý gì tới lời sỉ vả của chàng. Đồng đứng dậy, cầm chiếc hộp sắt liệng xuống nền gạch, tiếng rơi khô và ngắn.

- Nếu cô còn tái diễn cái trò này, cô coi chừng tôi đa.

Nguyệt gấp thư lại, cười lạt:

- Không ai có quyền bắt tôi quên kỷ niệm riêng tư của tôi.

- Nhưng cô không có quyền trêu gan tôi. Nếu cô không cất đi, tôi xé hết cho mà coi.

Nguyệt rùng vai:

- Tôi thách anh đó. Đâu anh động tới những bức thư này, rồi sẽ coi tôi sẽ đối phó ra sao.

- Tôi đấm thèm mó tới những vật nhơ bẩn. Dơ tay lắm!

Nguyệt cười nhăn nhở:

- Vật đó làm gì nhơ bẩn. Chỉ có thái độ nhỏ nhen của ai kia mới dơ bẩn thôi. (các trang 81, 82)

Ái tình giữa Đồng và Nguyệt không suôn sẻ và cũng không đích thật. Nguyệt sở dĩ lấy Đồng vì bị tổn thương bởi người tình đầu. Cặp xách với Đồng chẳng qua là bởi tình cảm nàng thiếu thốn và Đồng có thể cho là nàng muốn rửa hận cho tên kia biết tay nàng vì nàng có thể kiếm bất cứ chàng trai nào. Nhưng Đồng làm cho nàng thất vọng. Cho nên:

Nguyệt lượm những lá thư, xếp ngăn nắp vào chiếc hộp. Càng lúc, Đồng để lộ ra bản tánh nhỏ nhen. Giờ đây, sự hiện diện của Đồng bên cạnh nàng không cần thiết nữa. Cảnh chung sống đã làm cho nàng nản rồi. Nàng bắt đầu so sánh Đồng với người tình trước. Đồng ưa câu chấp, đa nghi, tò mò lục lọi quá khứ của nàng một cách trâng tráo kỳ cục. Người tình cũ của nàng trái lại sao mà cởi mở, bao dung, không hề xét nét chuyện vặt vãnh. Hắn chỉ có một trọng tội là ưa quơ, ưa hốt nhiều mối tình khác, càng nhiều càng tốt. Nguyệt lại tham lam, đòi hỏi sự trung thành tuyệt đối của người tình, và nàng không biết tha thứ. (trang 83)

*

Chuyện bà Tư tiếp theo chắc chắn sẽ làm độc giả vui cười trong khi đó chuyện giữa Nguyệt và Đồng không có gì đặc sắc. Ngọc, dưỡng nữ của bà Tư lỡ tằng tịu với Chơn vốn ở mướn cho bà Bảy Bụng trong xóm. Bà cho mời bà Bảy và Chơn tới nhà mình để thảo luận. Chơn bảo rằng cậu ta sắp đi quân dịch nên chưa kịp cho tía má hay để hỏi vợ cho cậu ta.

Màn cãi vã bắt đầu:

Bà Tư nhai trầu ngấu nghiến:

- Cậu phải tính cho xong trước khi cậu đi lính. Nếu không, tui sẽ chém cậu ra làm ba khúc, rồi sau đó có ra sao thì ra. Nếu cậu giở trò đoản hậu, tui nói thiệt, dẫu cậu chạy lên trời cũng không thoát khỏi tay tui đâu.

Bà Tư lấy con dao hoa lên vài đường trông phát lạnh mình, rồi đặt mạnh xuống bàn:

- Bây giờ tui tu rồi đó. Nếu chuyện này mà xảy ra vào cái thuở tui còn mạnh tay khỏe chưn không được êm thắm như vầy đâu.

Chơn đã phải giẫm phải ổ kiến lửa rồi. Không phải gã định đánh trống bỏ dùi, nhưng gã còn phải chờ hốt vài ba chân hụi để sắm một đôi bông búp bằng vàng làm sính lễ, cúng heo gà để bài tiệc đãi đằng. Bây giờ bà Tư ví gã vào thế kẹt quá. Khạc chẳng ra, nuốt chẳng vào. Nếu bà đừng buộc gã làm con rể suông trơn thì gã đâu có khổ sở lúng túng như vầy.

Bà Tư nghiến răng:

- Cậu hứa trước mặt chị Bảy là cậu sẽ đi cưới con Ngọc đàng hoàng trong nội tuần nầy đi.

- Dạ... con xin phép dì Tư cho ngày mốt con mới rảnh rang công việc.

- Đâu có được. Cậu gật đầu liền bây giờ hè. Cậu cưới vợ cho cậu chớ đâu phải cho tía má cậu. Nếu cậu không có tiền sắm nổi đôi bông tai cho nó thì tui phải bù đắp, bao bị hết. Tui muốn vớt vát chút ít danh dự cho nhà tui, chớ tui đâu thèm tiền bạc của cậu. Con gái tui tuy mua gánh bán bưng chớ vòng vàng đeo đỏ tay, có thua gì con gái ông Phủ, ông huyện đâu nà.

Bà Bảy can:

- *Chị cứ tin lời nó. Kiến trong miệng chén có bò đi đâu.*

- *Ờ, đúng vậy đó. Đừng ai giỡn mặt với con già này mà chuốc họa vào thân nghen.*

Khi khách về rồi, bà Tư lấy cái tô đá múc nước mưa, uống ừng ực. Nước tới đâu mát tới đó. Ngọc cầm khăn mùi soa quẹt nước mắt. Cử chỉ đó làm xốn mắt bà mẹ nuôi. Bà têm trầu, rồi quát:

- Thấy con đĩ ngu si này khóc mà sao tao ứa gan. Mày lấy bậy cho sướng thây mày để cho tao phải mỏi miệng, ráo nước miếng. (các trang 125, 126)

Còn cô Lan dưỡng nữ của bà Tư vốn đa dâm, thay tình nhân như thay áo, trái với cô Châu thay chồng bởi tánh ưa mê bài bạc. Tối hôm nọ chàng tình nhân tới thăm Lan. Cả hai ra ngoài bao lơn để ân ái đương với nhau, cả hai tưởng đâu bà Tư đã ngủ. Nhưng mà:

Chợt có ánh đèn dầu từ trong nhà ửng lên. Lan và gã đàn ông nằm sẩy tay, lật đật ngồi dậy. Lan nói vừa đủ nghe:

- Bả thức rồi, may quá!

Lan bới lẹ mái tóc:

- Anh Tám nè má.

- Tám nào?

- Tám xe be chớ ai.

Bà Tư dõng dạc:

- Thằng Tám về hồi nào vậy?

Giọng người đàn ông:

- Dạ, tui về hồi chiều.

Bà Tư bước lẹp xẹp ra bao lơn:

- Tao đã nói hoài mà tụi bây không nghe. Thằng Tám

mày léng phéng với con Lan, con vợ mày nó cứ xuống đây mắng vốn tao hoài, bực mình tao lắm!

Gã đàn ông bật lửa châm thuốc, giọng sôi nổi:

- Tui đã nói với má là tôi sẽ quánh chết mẹ nó, nếu còn xuống đây làm rộn má.

- Mày đừng có nói đoản hậu như vậy mà trời quánh mày. Mày phải thương con vợ tấm mẵn của mày chớ.

Bà day qua Lan:

- Còn con đĩ... Đắc Kỷ này, mày vừa vừa vậy chớ. Nhè đã lấy chồng khín của thiên hạ mà còn bày đặt xúi bậy.

- Tui có xúi gì đâu mà má nói vậy. Ảnh đi kiếm tui, chớ tui có lại nhà ảnh dụ dỗ ảnh đâu nà.

Bà Tư bưng cây đèn Huê Kỳ đặt giữa bàn ăn trầu, cằn nhằn:

- Nhà có ván, có giường mà bây làm gì dắt nhau ra chỗ bàn Ông Thiên vậy hả? Bây có biết chỗ đó là chỗ thờ phụng không?

Lan lẻo mép:

- Tui ra ngoài này cho mát.

Bà Tư the thé:

- Trời lạnh cắt ruột như vầy mà mày còn hứng gió hả?

Lan trả treo:

- Thì có nóng nảy trong người mới ra hóng gió chớ bộ.

Bà Tư nhấn mạnh:

- Con người ta phải biết chọn chỗ, chọn nơi, chớ có lý đâu nhè chỗ thờ Trời, thờ Đất mà...

Lan nói nhỏ:

- *Má cứ tưởng tượng những chuyện dữ cho tui hoài.*

- *Bộ mày tưởng con già này hễ nằm xuống là nhắm mắt, hả họng ngáy liền hay sao hử? Mèn ơi, mỗi khi mình mở miệng niệm Phật ở trong này thì ở ngoải tụi nó làm đùng đùng như cù dậy (*)*

Tới đây Lan cứng họng, nghẹn lời. Gã đàn ông chen vào:

- *Thôi nhịn bả một chút đi em.*

Bà Tư cắt lời:

- *Ối con đĩ... vợ Thằng Bố cứ leo lẻo cái miệng. Ý là con già đã thấy hết rồi.*

Gã đàn ông rầy:

- *Thôi nín đi em. Nói ra xấu thiếp hổ chàng.*

Bà Tư rót nước súc miệng, têm miếng trầu rồi vặn đèn chong ngoài bao lơn, lên giọng phải quấy:

- *Nè Tám, người ta có xe hơi nhà lầu, người ta mới sanh sứa vợ hai, vợ ba. Còn mày tối ngày phải dẫn thầy lên miệt Xuân Lộc làm tài xế mấy chiếc xe be chở cây về trại cưa miệt Bình Triệu. Cực khổ quá mạng mà tiền lương chưa đủ mua giấy cho con nít chùi đít. Tao thử hỏi, rủi con Lan mang bầu thì mày có cạo đầu, bán quần áo nuôi đẻ cho nó không?*

Lan ngon lành:

- *Làm giống gì mà phải mang bầu?*

- *Thì làm đùng đùng như con cá sấu đập đuôi theo bánh lái ghe chài chớ còn làm giống gì nữa?* (các trang 175, 176, 177)

(*) Cù là con cá sấu thành tinh. Nó xuất hiện chỗ nào trên vòm trời sẽ gây cuồng phong bão tố dưới mảnh đất vùng ấy.

*

Nguyễn Thị Thụy Vũ thích chọc cười dù diễn tả bất cứ mọi hoàn cảnh nào. Chuyện bà Tư với lũ con nuôi tới đây chưa chấm dứt. Còn chuyện cô Châu trải qua 3 đời chồng cũng do bài bạc giống như bà Tư. Lấy người chồng thứ ba rồi, y thị không săn sóc chồng và con riêng của chồng lẫn con riêng của mình. Từ nhà chồng ở Ngả Ba Cây Quéo xuống Sài Gòn nào có bao xa. Ở Xóm Sậy Lau có sòng bài bạc nên Châu chẳng muốn về nhà chồng khi chưa ăn bạc.

Cũng ở xóm này có mẹ con cô Thu. Cô là tình nhơn của viên Thượng sĩ trong quân đội tên Mẹo. Vì sợ vợ nhà nên không cấp dưỡng cô. Ăn ở với hắn được hai mặt con, nhưng cô hăm he sẽ lấy Mỹ đen để mẹ con có tiền tiêu xài. Hắn biết được hành hung với cô. Chúng ta nên ghé mắt coi diễn biến như sau:

... Người đà bà tóc tai rũ rượi, trán rịn máu, đứng khép nép ở góc nhà. Người đàn ông mặc quân phục nhảy dù, đeo lon thượng sĩ đang cầm thanh củi. Hắn gần năm mươi tuổi, da mặt rám nắng, khóe miệng có vài nếp nhăn. Cơn giận thiêu đốt hai con mắt đỏ ngầu. Hắn đứng chống nạnh, hai mắt gườm gườm như muốn ăn tươi nuốt sống người đàn bà, rồi hăm he:

- Lần này tao tha cho. Nếu còn đi rước khách là tao đánh cho văng trứng.

Hắn tuôn ra khỏi cửa, phóng lên xe gắn máy. Chiếc mũ hắn lệch qua bên trái như sắp rớt xuống vai.

Năm Út vẹt đám đông, oang oang:

- Thằng Mẹo nó làm gì mày đó Thu.

- Nó ghen đánh em nè chị Năm.

- Tam đại tứ đại, cao tằng cố tổ con đĩ mụ nội nó. Nuôi

người ta không nổi mà còn ghen tương nỗi gì?

Người đàn bà bị đòn kể lể với đám đông:

- Bà con nghĩ coi, nó ăn ở với tui được hai mặt con mà mỗi tháng chỉ đưa cho tui có 500 đồng để mướn cái chòi te tua này. Bao nhiêu tiền lương nó đem về hết cho con vợ lớn ráo trọi...

Năm Út ngoe ngẩy cái mông bước ra sân, chìa môi nhọn mỏ:

- Mày là con đĩ ăn cám uống hèm nên ngu si đần độn. Mày bỏ thằng chả rồi đi lấy Mỹ. Hơi nào nay "dù" mai "dù" để nó bắt được đánh đập nhừ tử như vậy. (các trang 77, 78)

*

Chuyện riêng tư của Ngỡi được Tư Búp kể cho Nguyệt nghe giữa lúc ngồi lê đôi mách:

Giọng Tư Búp càng lúc càng thao thao, trơn như mỡ, bén như gươm:

- Trước kia con ngựa bà đó ở đợ cho thằng cha Tư Bếp. Thằng quỉ dâm dục đó đem ba thứ quần áo nữ trang rẻ tiền để rù quến nó. Con mụ vợ hay được cắn xé con Ngỡi tơi bời. Thằng chả đem nó giấu kín trong xóm này, sắm nhà cho nó, biểu nó đi học may. Nói nào cho ngay thằng chả cũng tính gắn bó lâu dài. Ai mà ngờ, con Võ Hậu đó sanh chứng mèo mỡ với trai trong xóm. Không biết ai chơi cắc cớ học với thằng chả. Nửa đêm nửa hôm thằng chả mò về đám cửa thình lình. Thằng mèo của nó chạy tuôn ra, không kịp gài nút quần. Tưởng đâu qua vụ đó, thằng chả phải hiểu là nó ngựa dàn trời, đạp đít nó cho rồi. Ai mà dè... lâu lâu thằng chả cũng mò về, đạp mái một phát rồi cắp đít ra đi. (trang 100)

Ngỡi cũng có vài cuộc dăng dện với chàng y tá tên Chỉ. Nàng giả đò than mình bị chứng đau tim, ai đó trị bịnh cho nàng. Chỉ bảo đau tim thì lấy tim mà trị. Và chàng tình nguyện làm phương thuốc trợ tim ấy. Nhưng rồi Chỉ phải đi tân binh quân dịch. Ngõi bắt tình với sư Mẫn, vốn là kẻ mượn cớ tu hành để trốn khỏi bị bắt lính. Sư Mẫn làm những chuyện mà các tu sĩ Phật giáo cấm đoán: bắt Ngõi phơi lưng trần để sư cạo gió, mượn cúng sao trừ hạn trong căn nhà đóng kín cửa, coi tướng mạo cho Nguyệt.

Trước đó mụ Năm Út chót chét bảo Ngõi:

- Tu cái con khỉ gì! Mày làm sao biết tông tích thằng chả bằng tao. Nói cho mày biết, con ruồi đực, ruồi cái bay ngang qua, tao còn biết con ruồi nào đực, ruồi nào cái huống gì thằng cha sư Mẫn này.

- Sao chị dám nói vậy? Chị hát cương đố khỏi mang tội với Trời Phật.

Năm Út cong cớn:

- Sư Mẫn không mang tội với Phật thì thôi chớ mắc mớ gì tới tao. Sư Mẫn của mày có vợ, có con rơi nữa. Tháng rồi tao có lên chùa Long Phước biếu cho Huề thượng Phiền Hương hai gói trà Blao, tao có xuống nhà bếp gặp trù bà đang cạo vảy cá rô, cá sặc rằn. Tao mới hỏi mô Phật, ở đây ai độ thứ này vậy? Trù bà khai thiệt là mô Phật sư Mẫn không độ chay, mà độ cá rô bữa nay. Tao nghe tức cười quá, nên tính vào hậu liêu phá thằng chả cho bỏ ghét. Ai dè vô trỏng tao gặp thằng chả đang lật tập hình lõa thể, xem chăm chú. (các trang 194,195)

Bà Xành đi đón Mỹ đen. Bà nhìn cái ngực lép xẹp của mình. Hôm nọ mụ Năm Út hát lảnh lót: "Đàn ông không râu vô nghì/ Đàn bà không vú lấy gì nuôi con". Cho nên hôm nay:

Bà Xành nhột nhạt, vén vạt áo lên:

- Mấy người đừng có khinh dễ người ta. Nói thiệt, ngực con gái chưa chắc lắn lưới ngực tui.

Bà Tư cười ngất:

- *Thôi đi con đĩ Võ Hậu. Ở đây ai cũng có thứ quỉ này, cái của mày được bao nhiêu mà dám khoe hả?*

Năm Út chọc tức:

- *Ôi, chuyện này dành cho tụi trẻ chúng tui nỉ non với nhau. Bà già thì lo ngoáy trầu, têm trầu...*

Bà Tư "xí" một tiếng dài:

- *Nè con đĩ Hà Bá. Như tao đây, đố con đĩ nào qua mặt tao về cái thứ đó.*

Bà Tư hăng tiết, lật đật bứt toang hàng nút áo bóp rồi ưỡn ngực tới trước. Mọi người cười ồ, khen ngợi bà như sấm. Bà Tư lật đật gài lẹ nút áo, nguýt bà Xành, rồi bươn bả vào nhà.

Năm Út cười the thé:

- *Người ta là bưởi, còn chị Ba Xành là chanh. Bì sao được mà bì.* (các trang 232, 233)

Lại còn vụ bà Cam muốn ve vãn sư Mẫn rồi lăn đùng ra chết vì bị trúng gió. Bà Tư thản nhiên đánh bài trên gác, bị thua bài nên bà van vái bên thây bà Cam sống khôn thác thiêng cho bà ăn bạc.

*

Cặp Bân và Tư Búp sắp sửa bỏ nhau. Cả hai chửi nhau cạn tàu ráo máng. Bất cứ trong giai đoạn nào trong *Cho Trận Gió Kinh Thiên*, Nguyễn Thị Thụy Vũ cũng ráng chọc cười cho độc giả. Đây là đoạn:

Tư Búp phân bua với bà con chòm xóm:

- *Bà con nghĩ coi, cách đây mấy bữa thằng chó đẻ đó lấy tui ba ngàn đồng, nói là bán dứt cái chòi này cho tui. Lấy tiền xong nó qua bên kia đậu chến, chỉ có một buổi là hết* sạch tiền, rồi nằm lì ở đây, không chịu đi chỗ khác.

Bân từ trên gác nói vọng xuống:

- *Tao bán nhà hồi nào? Mày biết nhà này do ai đứng tên hay không? Tao không đuổi mày là may...*

Tư Búp rống lên:

- *Mày ăn ngược nói ngạo như vậy thế nào mày cũng bị xe hơi, xe lửa, xe ba bánh, xe thổ mộ, xe hủ lô cán mày khi mày ra đường nghe chưa thằng điếm già!*

- *Tao là điếm thì cái thân mày ngủ thớt thịt từ lâu. Mày đừng ỷ dựa hơi mấy thằng Mẽo mà lên mặt lên mày. Tưởng bỏ tao ra mày làm vương làm tướng gì, ai dè chỉ giỏi cho lắm cũng làm đĩ.*

Giọng Tư Búp chua the thé:

- *Tổ cha mày, tao lên gác quánh thấy mẹ mày cho coi.*

- *Mày thử động tới lông chưn tao rồi sẽ biết.*

Bà Tư đột nhiên xuất hiện. Bà ném cuộc thuốc xỉa độn dưới môi, tằng hắng:

- *Vợ chồng bây cứ rầy lộn hoài, không để bà con chòm xóm người ta yên.*

Tư Búp phân bua:

- *Chớ bà Tư nghĩ coi: Chồng con gì mở miệng rêu rao tôi là đĩ.*

Bà Tư đứng chống nạnh:

- *Thôi mày ơi. Tao nghe hết trọi rồi. Mày cũng lấn lướt nó, chẳng tử tế gì đó. Còn thằng Bân, nình ông gì mà mỗi lần giận vợ thì kêu vợ bằng đĩ nầy đĩ nọ.*

Bân cười khan:

- *Nó sửa soạn làm đĩ rồi, chẳng oan ức gì đâu, bà Tư.*

Không tin, bà cứ hỏi nó đi. Mai mốt nó ra Đà Nẵng với mấy thằng Mỹ già. Cái thứ đàn bà lấy nhục làm vinh đó cứ ào ào cái miệng hoài.

- Thà tao đi làm đĩ, chớ ăn ở với mày biết đời nào cất đầu lên. Giọng Tư Búp càng sôi nổi – Tao làm đĩ, nhưng là thứ đĩ cao thượng. Tao làm đĩ vì mẹ tao, vì con tao. Không thằng chó đẻ nào nuôi nổi mẹ tao, tao cho "de" một cái rụp.

Bà Tư quát lớn can:

- Thôi bây ơi. Khai xấu chi cho nhiều. Mai kia mốt nọ lại ăn ở nhau, coi kỳ lắm. Bây quên câu ông bà mình thường nói hay sao? Mù u ba lá mù u/ Vợ chồng rầy lộn con cu nhịn thèm. (các trang 142, 143)

*

Trong *Cho Trận Gió Kinh Thiên* Nguyễn Thị Thụy Vũ thích cười cợt dẫu khi miêu tả những cảnh ngộ oái oăm. Văn chương của chị khác hẳn văn chương của nữ sĩ Linh Bảo. Linh Bảo cười gằn trước cảnh ngộ éo le của các nhân vật của mình. Nhưng thật ra những nhân vật của chị Linh Bảo là phản ảnh của chính chị. Nhưng những nhân vật của Thụy Vũ là thành phần hạ lưu trong xóm nghèo, chẳng có ai thấp thoáng hình bóng của tác giả. Họ không thuộc thành phần cao sang trí thức. Họ chẳng lo âu nhiều vì sinh kế. Họ chẳng làm cuộc sống vẻ vang. Họ chẳng biết cái lề thói về đạo đức. Nhưng họ có vài mối bận tâm nhỏ nhặt về thiện cảm, về ăn theo thuở ở theo thời. Văn phong miền Nam của chị tuy không chu đáo như văn phong của Lê Xuyên trước 1975, của Nguyễn Đức Lập ở hải ngoại, nhưng cũng liếng thoắng bằng ngôn ngữ của dân quê trên dãi đất Phù Sa Sông Cửu. Độc giả đọc *Cho Trận Gió Kinh Thiên* để biết được một xã hội trong một xóm nghèo giữa ngoại ô Sài Gòn sẽ không thất vọng bao nhiêu. Và nếu họ sẽ tìm chút giải trí cũng hào hứng cũng tốt thôi.

Nếu văn chương của Nguyễn Thị Hoàng quý phái với những nhân vật trung lưu cấp cao và họ cũng là dân trí thức nặng ký thì văn chương Nguyễn Thị Thụy Vũ với giọng điệu của những kẻ bình dân đầu đường xó chợ. Tuy nhiên, mỗi người cũng có một thế giới riêng sắc sảo riêng để ngòi bút họ tung hoành. Và cả hai cùng Trùng Dương, Nhã Ca, Túy Hồng nổi bật lên phong trào 5 nhà văn nữ nổi tiếng trước 1975.

[Trích *Những Khuôn Mặt Văn Chương*]

Hồ Trường An

Họa sĩ Hoàng Kym by Trường Đình Uyên

HUY TRÂM

Tên thật Nguyễn Hồng Nhuận Tâm, sinh ngày 23-9-1937 tại Thái Bình Việt Nam. Học Quốc Học Huế, Luật Khoa SàiGòn. Cựu thẩm phán công tố Việt Nam Cộng Hòa. Sau 10 năm sống trong các trại giam tại Việt Nam, đến định cư tại Hoa Kỳ từ 1991. Khởi viết từ 1954 trên tạp chí *Đời Mới* Sài Gòn. Giải thưởng Văn Chương Toàn Quốc 1969 với tác phẩm *Những Hàng Châu Ngọc Trong Thi Ca Hiện Đại*. Sáng lập và là nhạc trưởng chương trình nhạc chủ đề trên đài truyền hình Việt Nam (1971-1973). Qua đời ngày 20-12-2017 tại quận Cam California.

Tác phẩm đã xuất bản:

Chiều Quê Hương (truyện ngắn, 1963), *Lòng Chưa Dâu Biển* (thơ, 1967), *Những Hàng Châu Ngọc Trong Thi Ca Hiện Đại* (biên khảo, 1969), *Như Những Bè Mây* (thơ, 1971), *Trời Yên Bể Lặng* (truyện ngắn, 1973), *Sương Khói Chiều Hôm* (thơ, 1973), Đò Ngang Trong Thành Phố (truyện, 1973), *Sầu Cỏ Úa* (thơ, 1974), *Dòng Lệ Thơ Ngây* (thơ, 1992), Đồng Xanh (thơ, 1993), *Ngõ Hẹp Quanh Co* (truyện ngắn, Nxb Thời điểm,1994), *Việt Nam Và Tâm Thức Dân Tộc* (tiểu luận, viết cùng Nguyễn Hữu Tấn, 1995), Đi Vào Lòng Cuộc Đời (thơ, 1997), *Thế Nào Là Nhạc Hay* (nhận định, 1999), *Tự Tại Tâm* (điểm luận cùng Nguyễn Hữ Tấn, 2000), *Sầu Xứ Tiếp Sầu Mây* (thơ,2000), *Thương Nhiều Nhớ Nhiều* (truyện ngắn, 2002), *Mây Giạt Trời Đêm* (thơ, 2003), *Những Nhà Thơ Lớn Của Đất Nước* (biên khảo, 2005), *Con Đường Vô Định* (truyện dài, 2006), *Rì Rào Sóng Vỗ* (truyện ngắn, 2007), *Thơ Viết Chưa Xong Giữa Cuộc Đời* (thơ cùng Nguyễn Thị Mắt Nâu, 2008), *Mây Đưa Lòng Giạt Mãi Đâu* (thơ, Nxb Hương Văn, 2009), *Rau Đắng Trên Quê Người* (truyện và thơ, 2010).

Sương sớm trong quán cà phê

Sương mờ tỏa màn vô minh dày đặc
Mịt mờ che ngoài cửa quán cà phê
Nghe chạy bên đường chầm chậm tiếng xe
Tôi lặng lẽ ngồi nghe em kể chuyện

Mưa nắng đường xa – sông hồ mấy chuyến
Và tình duyên đò mấy chuyến không sang
Không dễ đâu em – đạt giấc mơ vàng
Thôi đành sống với xa vời hạnh phúc

Em đỡ hơn tôi – chưa từng chịu nhục
Lạ gì em – giậu đổ để bìm leo
Đất khách tha phương – trợ cấp ăn theo
Ngẫm nghĩ tủi!
Đôi khi không thiết sống

Sương vẫn chưa tàn – mặt trời nấp bóng
Nghe vương buồn – lành lạnh tháng Mười sương
Ai cũng như ai – khao khát tình thương
Mà thông cảm giữa người đời quá ít

Em nói bâng quơ "Vậy mà không biết
Anh đừng quên, đây xứ Mỹ nghe anh!"
"Biết chứ sao không", vận lỡ thôi đành!
Sương quá lắm – ráng ngồi thêm chút nữa!

Lát hãy ra đi – tan sương, bớt gió.

(Ngày 20 tháng 10, 2012)

Ngày đông tháng giá

Mùa đông chừng đã về gần
Tiết trời giá lạnh nên cần có nhau
Miếng cơm manh áo cơ cầu
Đường xa – xe trước xe sau miệt mài
Khó khăn – biết cậy nhờ ai?
Đôi ta đắp đổi – khó phai nghĩa tình
Sống là sống với Cao Xanh
Thủy chung – lễ giáo đâu đành buông xuôi
Bao nhiêu sóng gió trên đời
Riêng em, anh kể – hỡi người tri âm!

(Tháng11, 2013)

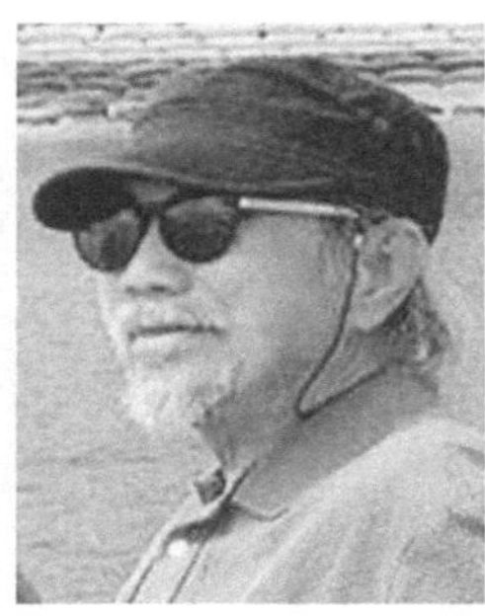

HUY TƯỞNG

Huy Tưởng, tên trong khai sinh: Nguyễn Đức Hiệp, cầm tinh tuổi Nhâm Ngọ (1942?). Sinh tại KonTum, quê Cha: Quảng Trị, Mẹ: Thừa Thiên, Huế; thuở nhỏ đã cùng Mẹ sống đầy hiểm nguy & cam khổ trên khắp núi rừng Trung Việt đầy tai ương mà cũng tuyệt cùng thơ mộng của một tuổi nhỏ hồn nhiên bên suối đồi róc rách giữa tiếng gầm rú của hùm beo chen lẫn tiếng chim muông cùng nỗi thảnh thơi trong vắt nơi những người bạn nhỏ đồng trang các tộc thiểu số của nương rẫy miền cao. Sau, cả gia đình đoàn tụ tại làng Đức Phú, Quảng Nam, rồi dần về thị xã Tam Kỳ cho đến nay.

Sau cấp trung học, tiếp tục vào Đại Học Văn Khoa Sài Gòn, rồi sinh sống, làm việc cho đến 1975.

Viết từ những năm 1960, tự xuất bản trên 10 tác phẩm gồm: Thơ, dịch thuật, biên soạn..., tự xuất bản & không thuộc phe nhóm nào cả.

Hiện định cư tại Úc cùng với vợ, các con, cháu.

Tác phẩm đã xuất bản:

- Thơ:

Mưa Trong Vườn Chiêm Bao, Ảo Nguyệt Ca, Hỏi Đường Cùng Mây Trắng, Trăng Kêu Xanh Trong Đá, Người Nuôi Lửa Tịch Mịch và *Những Âm Màu Xô Giạt* (Kinh Thi, 2018).

- Dịch thuật:

Chàng Tuổi Trẻ Gan Dạ, Trên Chiếc Đu Bay, Tuyết Trên Ngọn Kilimanjaro và *Thơ Ca.*

Đêm phục tang mùa thu
(Kính điếu Cha)

Đêm ngân nga.xanh
lá trào trăng giọt giọt
thu xa
đăm đuối xa…
tang phục ngực chiều vàng
môi rươm máu.kêu khan dòng huyết thệ!

Không còn ai
đâu sẽ còn ai?
đá sụp đổ dưới chân chiều thảm thiết…

Đá sụp đổ dưới chân chiều tiết liệt
mắt ai trừng.quắc thước đêm thiêng
khuya lanh lảnh u hờn tráng lệ!

Tam Kỳ, 03/11/1981.

Sonnet 31

Chiều. ngấm khô tiếng ve trong từng thớ gỗ
Những hàng cây rưng rức phím nâu
Những bước chân lầm lụi tia nắng sẫm
Những hoài mong như trấu ngún. cạn canh thâu…

Chiều. dửng dưng rớm nâu
Những tình nhân những cơn mưa đầu mùa. suồng sã
Những con đường hoang hoải. buồn đau
Chim biếng hót. thuở trăng về. chựng bóng…

Chiều. ghếch nâu lên mái
Dồn dập chui qua vết nứt tháng năm
Âm vọng từng tiếng nấc khoan đêm. hố thẳm
Tha thiết tím. thầm kêu im. ước nguyện…

Chiều quá rợp nâu. um khói
Bóng người về. chói lọi khúc cuồng ca
Tiếng chim nát từng lời máu đỏ
Đêm mãi tràn huyết dụ quá. lòng ta!

Chiều. đã khóc nhịu nâu
Không tìm thấy bóng ai vỡ ngực
Không tìm thấy. dẫu một đường hỏa ngục
Đêm mịt mùng. dĩ vãng mịt mùng theo…
Chiều
đã ngợp tiếng nâu váng vất!…

Sonnet 37

Bốc một nắm khuya. rải vào hiu quạnh
Nghe không. buồn sóng sánh. xa xăm
Tôi nằm đây. từng nhánh sông. rẽ hướng
Nhặt nhạnh tìm lưu ảnh. thuở mù tăm…

Bốc một nhúm khuya. chôn vào tăm tối
Nghe đời vang. vời vợi quá. niềm đau
Tôi cúi xuống. gỡ bóng mình. trên vách
chừng như nghe hơi thở của ngàn dâu!
Tôi buông bóng
bóng tan về vạn kiếp
Quay lại nhìn
chướng nghiệp mãi còn đeo!

Bốc một hạt khuya. rắc vào đêm vắng
Tiếng chim rừng hứng dội cả mùa đi
Tôi tìm thấy
bóng tôi trườn theo gió
Một sinh phần
lầm lụi bước tà huy…

Sonnet không số:
Nén nhang cho bạn thiết cuộc đời:
Nguyễn-Tôn-Nhan

Tôi trở về M. đằm thắm
Đêm tủa ngọn cô đơn tráng lệ
Đêm mọc từng nhánh màu hung bạo cũ
Đêm treo tôi lờ lững tháng ngày. vang
Đêm nâng tôi kiết già giàn mây bạc
Đêm gói tôi. ủ dột quanh hiu
Đêm nuôi tôi bằng giọt máu đen của gió
(hay giấc mơ của bạn vẫn chưa tan?)
Đêm xốc tôi trườn lưng ngựa trắng đồng hoang
Cơn cầm chướng lồng lên bạo ngược…
Ôi! Tôi muốn giết tôi tức khắc!
Tôi giết tôi. lời im như ngói cháy
Con đường câm nhễ nhại tình bằng!

Đêm hú gọi. giọng đen ngòm man dại
Tôi tru khàn. nỗi chết quánh mù theo
Đêm thắp tôi sáng choang linh hồn chó sói
Tôi chồm lên!
Tôi chồm lên. Rách nát một mình tôi!…

Rách nát một mình tôi.
Bạn nơi đâu trong mái nhà không. ấy
Có nghe lời máu lệ. một tờ hoa?!

Bundoora, Melbourne, cuối đông 2016.

Huy Tưởng

HUỲNH HỮU ỦY

Sinh năm 1946 tại Huế.

Thường thích viết về Mỹ Thuật.

Đã cộng tác với nhiều tạp chí trong và ngoài nước: *Văn, Văn Học, Đất Mới, Trăm Con, Thế Kỷ 21, Người Việt Thế Giới, Hợp Lưu...*

Trước 1975 là sĩ quan Quân Sử/ Bộ Tổng Tham Mưu QLVNCH. Đã tham gia biên soạn hai tập tài liệu về Chiến Tranh Việt Nam: *Chiến Sử Bình Long* và *Mặt Trận Vùng Giới Tuyến 72* do Khối Quân Sử xuất bản năm 1973 và 1974.

Tái định cư ở Mỹ cuối năm 1991.

Tác phẩm đã xuất bản:

- *Nghệ Thuật Tạo Hình Dân Gian Việt Nam (Hồng Lĩnh, Hoa Kỳ 1993)*
- *Nghệ Thuật Tạo Hình Việt Nam (Thanh Văn, Hoa Kỳ 1995).*

Đôi điều ghi nhận về họa sĩ Nguyễn Phước

Ngày còn ở trong nước, tôi thường có thói quen viếng thăm xưởng vẽ của những người bạn họa sĩ, thói quen ấy là một cái thú đặc biệt, vài tuần mà chưa trở lại một studio nào đó là như thấy thiếu vắng cái gì. Xưởng vẽ của Nguyễn Phước từ bao nhiêu năm rồi đã trở thành một cái gì thân thuộc, với cái hấp lực rất đặc biệt, mặc dù rất lặng lẽ, tịch tĩnh và đối với tôi luôn luôn là một bí ẩn kỳ lạ.

Ít có họa sĩ nào như thế, trong cái không gian nhỏ bé chỉ hơn trăm mét vuông, anh dựng lên một thế giới riêng biệt, tươm tất, tinh sạch. Tranh của anh có lúc rất mạnh với lửa, mặt trời, thủy triều và màu đỏ hung hãn, nhưng trong xưởng vẽ ấy thì lúc nào cũng mang lại cho người đến thăm viếng một sự bình an, yên tĩnh lạ thường. Nơi ấy, ngồi uống những chén trà trong buổi nhàn đàm thực là tuyệt diệu. Những tách trà lúc nào cũng tinh sạch, không một vết bụi, dù đó là một cái tách men sứ trắng tinh đến từ phương Tây, hay là một chén trà nhỏ hạt mít men xanh lam đời Thanh, hay ngay cả là cái chén gốm thô mộc do chính anh làm. Ngồi uống trà ngay trên sàn nhà, cạnh một hồ nước nhỏ bên trong nhà. Hồ nước nhỏ ấy do chính tay anh làm, trồng những cây cỏ nhỏ, nuôi rêu phong, thả vài con cá bé tí teo tung tăng bơi lượn, rất riêng biệt của Nguyễn Phước, không phải là non bộ, giả sơn như cung cách trước đây người ta vẫn làm, không phải là *bonsai* và càng không phải là đá và thác nước của phương Tây. Vậy mà thực là kỳ lạ, chút cây cỏ, dương xỉ và rêu xanh ấy lại giúp cho chúng ta cảm giác thanh thản như đang hòa mình vào thiên nhiên rộng lớn bên ngoài, một thứ thiên nhiên thực sự là thiên nhiên, chưa có chút ô nhiễm vấy bẩn nào. Cũng có lúc những người khách của chủ nhân được mời dùng trà bên một cái bàn gỗ thấp, ngồi trên mấy cái chõng tre nhỏ thực xinh xắn. Và ngồi ở chỗ nào thì cũng thế cả, đều rất nhẹ nhàng, khinh khoái. Nơi xóm Chi Lăng – Phú Nhuận ồn ào xa mã ấy, vậy mà bước vào nhà Nguyễn Phước, đóng cửa lại, là chúng ta sống hẳn ở một thế giới nghệ sĩ, có lẽ Nguyễn Phước là người duy nhất sống và làm việc trong không khí riêng tư lặng lẽ ấy. Cái tinh sạch, tươm tất, tử tế, rất giản dị ấy, sẽ dẫn chúng ta đến thế giới nghệ thuật của Nguyễn Phước, nghiêm trang, cẩn trọng và chu đáo. Màu sắc của Nguyễn Phước bao giờ cũng rất tinh sạch, trong vắt, không có chút nào cáu bẩn, dù là để mô tả một vết cáu bẩn cũng vậy.

Cách đây khoảng hơn 15 năm, lúc còn trẻ hơn thì có khác đôi chút, ồn ào hơn đôi chút, thời của sự hung hãn, nhào lộn trên những tảng màu trừu tượng, những đường nét uốn lượn đôi lúc rất thô, những vệt màu cứng cáp, mạnh khỏe và thách thức, nhưng dù là như thế thì lúc nào cũng rất mịn màng, tinh tế. Trải qua bao nhiêu cuộc biển dâu, đời sống thay đổi đến độ khốc liệt, và vào các năm ở đỉnh cao của sự khốn khó 1978-1980, khi bao nhiêu họa sĩ tài năng đều trở thành thợ vẽ, cố bươn chải để tồn tại thì tôi thấy Nguyễn Phước vẫn làm việc rất nghiêm trang, vẽ tranh với một thái độ chăm chút, cẩn mật và tranh của anh lúc nào cũng như có nói một điều gì đấy rất sâu thẳm bên trong. Tranh của Nguyễn Phước lúc nào cũng là hội họa thực sự, màu sắc và đường nét của anh có tiếng nói của nó. Những hình, nét và màu nói tiếng nói của nó, chứ không phải chỉ là tư tưởng lên tiếng.

Khi tranh sơn mài là một nhu cầu của thị trường vào các năm 80, Nguyễn Phước cũng không tránh khỏi làm tranh sơn mài, và chính vào giai đoạn đó, Nguyễn Phước đã đưa được vào trong nghệ thuật đương đại của chúng ta một phong cách mới của sơn mài, rất điêu luyện về kỹ thuật và rất hiện đại về bút pháp. Có thể đặt sơn mài của Nguyễn Phước bên cạnh sơn mài của Nguyễn Gia Trí để trưng bày hai phong cách sơn mài điển hình và tuyệt diệu nhất của Nghệ thuật Sơn mài Việt Nam.

Trong cuộc triển lãm mới nhất vào năm 1994 ở Sài Gòn với năm người bạn họa sĩ trong nhóm Hội Họa Sĩ Trẻ trước đây, anh đã nói với người đến xem tranh: "Tôi vào đời rất sớm. Học trường Mỹ Thuật ở tuổi 13, lòng ham muốn mãnh liệt đã thôi thúc tôi vẽ không ngừng. Tôi đã làm đủ mọi nghề: Vẽ chân dung, đồ họa, trang trí v.v... Ngoài việc học ở trường Mỹ Thuật ra, tôi đã tìm học ở những tác phẩm và một số ít sách vở hội họa nghèo nàn mà tôi có được quanh quẩn ở Sài Gòn.

Cuộc sống thật là khắc nghiệt. Nếu không vì niềm vui lớn đang chờ đợi ở phía trước thì tôi khó vượt qua được những thất vọng và ngang trái. Tất cả khó khăn dần dần qua đi. Đôi khi tôi đã ném chúng vào tác phẩm của tôi, và vì lòng yêu nghề, tôi đã giải bày chúng như những chứng nhân một cách trật tự, công bằng và vị tha.

Tôi cũng yêu bầu không khí tĩnh lặng, cần mẫn ở xưởng vẽ. Nó ban cho tôi niềm vui trong lòng sau khi đem hết khả năng thể hiện những gì đẹp nhất qua tác phẩm. Nhìn ngắm tác phẩm đẹp mới vẽ xong là phần thưởng cao quý nhất mà tôi có được cũng như sự thanh thản và tự do"(*). Những lời lẽ thực thà này của Nguyễn Phước, tôi cho là rất đạt. Nói giản dị và sống cũng giản dị là một điều rất khó làm, vì cái giản dị bao giờ cũng là điểm tới sau cùng của mọi cái phức tạp, cầu kỳ. Mà hơn thế nữa, đằng sau cái giản dị của Nguyễn Phước, những điều làm được, nói cho chính xác ở đây, là các tác phẩm thực hiện được lại thực là đẹp, thanh nhã, mênh mông và sâu sắc, hình thành từ cái giản dị kia thì quả là tuyệt vời, đáng cho chúng ta phải suy gẫm.

Nguyễn Phước theo đuổi nghề Mỹ thuật rất sớm. Năm 1956, mới 13 tuổi, anh vào học trường Trang Trí Mỹ Thuật

Gia Định. Năm 1960, tốt nghiệp trường Trang Trí, anh vào học tiếp Cao Đẳng Mỹ Thuật Sài Gòn cho đến lúc ra trường năm 1965. Những năm theo học lúc tuổi còn nhỏ ở trường Trang Trí, về sau này sẽ rất hữu ích cho con đường nghệ thuật suốt đời anh. Nó giúp cho anh chắc tay, đưa được cái khéo léo nề nếp của nghề thủ công vào nghệ thuật, đó chính là cái cơ bản kỹ thuật đáp ứng được cho những đòi hỏi lớn hơn của tâm hồn, của sáng tạo. Nghệ thuật cần cái tay và cái đầu. Xem thử trường hợp *Salvador Dali* thì chúng ta sẽ thấy ngay điều ấy. Họa sĩ Việt Nam, tôi thấy thường là được cái này thì mất cái kia. Ở Nguyễn Phước, anh có được cả hai ưu điểm ấy, tinh thông nghề nghiệp thì sẽ thành đạt trong sự nghiệp chỉ là chuyện dễ hiểu mà thôi.

Đang học ở trường Mỹ Thuật, anh đã tổ chức được một cuộc triển lãm ở Phòng Thông Tin Đô Thành năm 1963, rồi sau đó là các cuộc triển lãm liên tục vào các năm 1965, 1966, 1967, 1970 tại cơ sở Pháp Văn Đồng Minh Hội trên đường Gia Long. Anh cũng tham dự vô số cuộc triển lãm chung với các tác giả khác như Triển lãm Mùa Xuân 1960, 1961, 1963, Triển lãm Mùa Thu 1962, Triển Lãm Mỹ Thuật Quốc Tế ở Viên đình Tao Đàn 1962, tham dự triển lãm thường niên của Hội Họa Sĩ Trẻ Việt Nam 1966, 1967, 1973, 1974; tranh treo thường xuyên tại ga-lơ-ri La Dolce Vita. Trước 1975, đã được Phủ Văn Hóa chọn để tham dự Triển lãm Mỹ Thuật Quốc Tế Tunis, 1969, Triển Lãm Mỹ Thuật lưỡng niên Paris lần thứ tư năm 1969, Triển Lãm Mỹ Thuật tam niên lần I, Ấn Độ năm 1968. Sau 1975, tham dự Triển lãm Mỹ Thuật Quốc tế Bảo tàng Quốc gia Singapore năm 1992, và cũng vào năm 1992 đã tham dự chương trình Văn Hiến Á Châu, phòng tranh Notices, cũng ở Singapore. Cũng nên biết thêm: Trong cuộc Triển lãm Mùa Thu năm 1962 do Văn Hóa Vụ tổ chức, anh đã được tặng thưởng huy chương đồng cho bức *Con bò* vẽ bằng bột màu, và trong kỳ Triển lãm Mùa Xuân

1963, được tặng thưởng huy chương bạc cho bức sơn dầu *Quán tím*, một huy chương đồng cho bức *Nhà sàn* (sơn dầu).

Từ phòng tranh đầu tiên cách đây đã hơn ba mươi năm, Nguyễn Phước đi qua nhiều thời kỳ và cho đến nay trông có vẻ như vẫn còn mải mê tìm kiếm chứ chưa chịu dừng lại. Anh đúng là một tài năng đặc biệt của nền nghệ thuật tạo hình Việt Nam hiện đại. Có nhiều biến chuyển, đi từ cực này đến cực khác và ở điểm nào Nguyễn Phước cũng đạt được những thành tựu lạ lùng. Ở mỗi thời kỳ, anh đều có những ấn chứng riêng, tỏa ra sự độc đáo đặc thù riêng.

Vào thời kỳ còn rất trẻ của những năm 1965, 1966, 1967, Nguyễn Phước cũng rớt vào cái tham lam, ôm đồm như bao nhiêu nghệ sĩ trẻ khác mới bước vào đời nghệ thuật, anh muốn chuyên chở hết cái ý thức của anh về cuộc đời, về con người và thế giới vào trong tranh. Mà lúc ấy, trào lưu tư tưởng hiện sinh cũng đang vây bủa thanh niên trí thức miền Nam, chúng ta có thể tìm thấy nhiều dấu vết ấy trong tranh Nguyễn Phước. Nó bày ra cho người xem cái ý thức về sự cô đơn, với hình ảnh con người méo mó trong hiện tại, về một thiên nhiên hoang vu bên ngoài. Thời kỳ này, tranh Nguyễn Phước hầu hết đều là vô hình dung, với nhiều màu vàng nâu, khác với màu xanh xám của Thái Tuấn hay xanh đen của Nguyễn Trung. Bức *Âm thanh sa mạc* trong phòng triển lãm tháng 10-1966, toàn là một màu vàng, chỉ chuyển đổi bằng sắc độ, vàng nhạt, vàng đất, vàng nâu sậm, vàng xanh đen, gợn lên những đường vạch chi chít, như muốn đưa chúng ta vào một miền đất mênh mông, hoang mạc, buồn thảm và vắng lặng.

Từ 1963 đến 1967, Nguyễn Phước đã đi qua ba chặng đường, từ biểu tượng, trừu tượng rồi chuyển đổi qua siêu thực. Bức *Cô dâu* vẽ năm 1966 có thể xem là điển hình của bút pháp siêu thực còn pha màu sắc biểu tượng, từ cái thực của cuộc đời anh đã làm cho nó biến dạng đi, sâu tối hơn, bí ẩn và thơ mộng hơn. Rồi đến năm 1970, anh lại đột nhiên trở lại với hội họa trừu tượng, những đường nét và các mảng màu được tinh lọc đến cùng, tế nhị, nhuần nhuyễn, mịn màng. Tôi còn nhớ một chút kỷ niệm, khi đưa anh bạn họa sĩ trẻ người Pháp tên là Thierry Arnauld (vẫn lang thang đi chơi hằng ngày với tôi ở Sài Gòn, với Huỳnh Kim Ngọc và Nguyễn Khắc Vinh) đến xem một phòng tranh của Hội Họa Sĩ Trẻ bày ở La Dolce Vita, anh ta đã ngẩn ngơ trước một bức trừu tượng của Nguyễn Phước. Bức tranh rất giản dị, chỉ là hai mảng màu đỏ cắt vào nhau nơi một góc tam giác trên một tấm nền trắng, dễ gợi nên liên tưởng về hình thể một người phụ nữ khỏa thân như trong tranh Modigliani. Anh bạn họa sĩ trẻ ấy đã lui tới sau đó bao nhiêu lần để xem lại mãi tấm tranh ấy. Vào thời điểm này, một người bạn thân của Nguyễn Phước là nhà thơ Lý Minh cho rằng Phước đã bước vào con đường thiền tâm đằng sau những áng mây sắc màu của nghệ thuật trừu tượng. Nguyễn Trung - một họa sĩ tài năng mà cũng là một nhà viết tiểu luận nghệ thuật sắc bén- khi đi vòng quanh các phòng tranh, đã ghi chú trong sổ tay của mình một nhận xét của Lý Minh: "Nguyễn Phước đang đi vào thế giới của chính mình, của những cuộc đối diện đàm tâm và của những vị thiền sư già sau bức tường rêu bát ngát". Quả có nhiều phần đúng như thế, bởi vì với lối sử dụng màu một cách đạm bạc, cũng như với cách bố cục không gian rộng bao bọc quanh những chủ đề giản dị gần như lẫn vào trong không gian ấy, khiến người xem dễ nghĩ tới không khí của những bức thủy mạc thời Minh. Nguyễn Phước nói rằng anh *cố* gắng dẹp bỏ lý trí để đi tới cảm xúc thuần túy khi sáng tác, anh muốn quên sự hiểu biết và tri thức, để đi tìm con người thật của chính mình và thể hiện nó trên tác phẩm. (Lời phát biểu trong vựng tập triển lãm, tháng Mười năm 1970). Trên hai mươi bức tranh nơi phòng triển lãm này ở *Pháp Văn Đồng Minh Hội*, mà đặc biệt là những bức mới nhất có sắc xanh nhạt, gam màu lạnh, đã nói lên phần nào điều đó, và đã đưa người xem đến với thế giới trong sáng của linh cảm thuần phác, chân thật, giản dị và tự nhiên của anh.

Hội họa hiện nay của Nguyễn Phước chính là một tổng hợp những chặng đường trước kia anh đã trải qua. Ngôn ngữ biểu tượng, trừu tượng, và siêu thực đều rất hữu ích trong cách bày tỏ hiện nay. Quả là hết sức khó để tìm ra một tên gọi cho chính xác, nhưng có thể khẳng định ngay rằng bút pháp hiện nay của Nguyễn Phước là một tiếng nói rất độc đáo và đầy tính sáng tạo. Không phải chỉ là trong phạm vi hội họa Việt Nam, mà ngay cả trong tình hình nghệ thuật thế giới, đặt Nguyễn Phước cạnh bất kỳ tác giả nào chúng ta vẫn nhận ra được bút pháp riêng biệt của anh. Nếu bút pháp là hình thái bên ngoài để chứa đựng thể tính bên trong, thì cả hai mặt phải tương ứng và hòa hợp với nhau mới có thể tạo nên một thứ nghệ thuật thực sự được. Ở Nguyễn Phước, với suốt một đời công phu nghiên cứu, nghiêm cẩn với cái đẹp, luôn luôn tu dưỡng đời sống nội tâm, lúc này rõ ràng là anh đã mang lại được cho chúng ta một cái gì đó rất hoàn thiện. Tranh của Nguyễn Phước vẫn cứ rất giản dị, với những không gian phẳng dẹt, những mảng màu trong, không chú ý đến kỹ thuật sáng-tối như tranh cổ điển, và như vậy tự nó là những quầng sáng tự tỏa ra ánh sáng, và thực lạ lùng là luôn luôn quyến rũ người xem một cách đầy huyền hoặc. Nghệ thuật của Nguyễn Phước hiện nay là loại Nghệ thuật có hình (*L'artfiguratif*), dù là hình ảnh không có thực đi nữa mà chỉ là ảo ảnh hay sản phẩm của trí tưởng tượng, nên rất dễ gần gũi với mọi người. Thế giới của Nguyễn Phước vẫn đầy vẻ kín đáo, sâu lắng mà rất giản dị và tự nhiên. Các đề tài, nội dung của tranh rất đơn giản nhưng dường như lúc nào cũng đưa chúng ta vượt qua cái trước mắt để tiến vào một đất đai mới. Đất đai ấy, dù là siêu hình, siêu thực, siêu nhiên chăng nữa, nhưng nó rõ ràng vẫn cứ là rất thực, bởi vì đó là cái thực của tấm lòng khát khao vươn đến cái đẹp. Không cần nhiều lời chú giải rườm rà, chỉ xem mấy tấm tranh mới gần đây như *Chiều tàn cuối năm, Nhớ bài thơ Tỳ Bà hành, Cúng thập loại chúng sinh, Tiếp nhận, Sợi tóc bạc, Tiếng vang,* chúng ta sẽ cảm ngay được cái đẹp mênh mông anh mang lại. Bức *Nhớ bài thơ Tỳ Bà hành* là ba mảng hình dẹt vẽ một nhà thủy tạ, một con ngựa trắng, một chiếc đàn Tỳ bà hồng hoàng, ba mảng hình là ba cụm đơn lẻ nổi lên trên một tấm nền đen nhưng hơi bợt bạc vì có pha màu trắng, ba hình thể là ba tĩnh vật (ngay cả con ngựa cũng là tĩnh vật, vì nó giống như một con ngựa bằng gôm, chỉ còn là một tượng trưng hay biểu ý) hòa hợp nhau trong một thế giới tịch mịch toàn vẹn. Hay nơi bức *Chiều tàn cuối năm,* với một thiếu phụ nằm nghiêng, lấy dọc theo chiều dài sau lưng, bên cạnh một cây đàn nguyệt trơ trọi. Tất cả đã rực lên trong ánh chiều tà cô tịch của một ngày cuối năm. Toàn bức tranh là một màu đỏ nhưng không đỏ rực vì đã pha nhiều màu trắng vào, làm cho ánh sáng không chói chang, mà như chìm lặng trong một bầu khí mênh mông xa vắng. Thực là hài hòa trong một tiết điệu giản dị mà sâu sắc biết ngần nào. Những suy gẫm về cái hư ảo, phù phiếm, biến đổi, những nỗi buồn dằng dặc của kiếp người, và lớn hơn hết là cái kỳ diệu của tự nhiên đã được Nguyễn Phước ghi nhận qua con mắt riêng thực tinh tế và tuyệt diệu. Nguyễn Phước đã tìm ra được cái hài hòa vô cùng sâu sắc giữa những điều rất đơn giản, bình dị. Cái giản dị, cũng có thể nói là một trong những chuẩn mực thẩm mỹ của Nguyễn Phước. Chính trên cái nền tảng giản dị ấy, anh luôn luôn nỗ lực tìm ra một đường lối riêng biệt của mình. Luôn luôn tự do trên giá vẽ, tự do thực sự theo nghĩa là độc lập trong bút pháp, không bị ràng buộc với quá khứ cũng như với chung quanh. Một lời nói thêm để kết thúc bài viết, ở Sài Gòn hiện nay, chúng ta rất may là có hai nơi giữ gìn rất nhiều tranh quý của Nguyễn Phước, thứ nhất là Đại Chủng Viện Cường Để với tác phẩm gợi hứng từ đề tài tôn giáo, và một nơi khác nữa là bà Nguyễn Thị Quỳnh Nga, nhà sưu tập đã có con mắt rất tinh, nên đã giữ được biết bao nhiêu là tranh quý của Nguyễn Phước, chính nhờ những nơi như vậy mà về sau này chúng ta sẽ còn nhiều tác phẩm quý, không để bị thất lạc hầu hết ở nước ngoài.

Garden Grove, tháng 8, 1994

Huỳnh Hữu Ủy

HUỲNH LIỄU NGẠN

Tên thật Huỳnh Văn Hiệp. Sinh năm 1956 (giấy tờ ghi 1958) tại làng Thái Dương Hạ (cạnh cửa biển Thuận An), Thừa Thiên.
Có bài đăng ở các tạp chí: *Văn, Văn Học, Làng Văn, Hợp Lưu, Thế Kỷ 21...*
và góp bài trong một số tuyển tập tại Hoa Kỳ và Canada.

Tiếng khoan tiếng nhặt
ngậm ngùi tiếng em

mắt em chiều xuống *rất* gần
anh qua đây cũng vô ngần xót xa
nhớ em mái rạ hiên nhà
cơn mưa dột nước dãy cà rong rêu
con chim chiều vọng tiếng kêu
bên kia hàng xóm người xiêu lạc về
thấy em hồn phách u mê
ngoài hiên trưa dọi nắng hè đong đưa
môi cười ngập dưới cơn mưa
hồng như đôi má em vừa chớm thu
nghiêng lòng xuống cõi âm u
hoài trong tiếng mộng cũng mù mịt sương
dường như có chút đoạn trường
con đò xưa cạn nước nguồn em xa
chiều nay mây khói bay qua
rêu phong cánh nhạn lạnh nhà em thôi
lỡ mùa trăng rụng đầy vơi
còn thương em với phận đời hẩm hiu
qua đây bặt khói lam chiều
liếp phên che mỏng buồn nhiều hơn vui
lòng tôi đây cũng dập vùi
tiếng khoan tiếng nhặt ngậm ngùi tiếng em.

Đầu xuân

đưa em về qua chợ
bến đò đầy khách rồi
bữa hôm trời trở gió
tháng giêng hai đến rồi

mới đó đã đầy năm
mưa đầu xuân buồn quá
anh ngó xuống giữ dòng
giật mình sao già quá

quê mình giờ cũng khác
khóm tre gầy còn đâu
con đường mòn qua chợ
đã dời về nơi đâu

đứng hai bên bờ ao
cầu xưa không còn nữa
anh giấu một nỗi lòng
tìm không ra được nữa

đưa em về qua chợ
đầu xuân mưa phùn bay
tìm đâu tìm đâu nữa
tháng ngày tro tàn bay.

Huế và em
Đuổi trăng trôi chốn nào!

đời trôi qua mấy cửa thành
em và mưa xuống Hoàng thành buồn không
giêng hai có đợi vàng bông
bâng khuâng cả mấy mùa đông trên ngàn
đời trôi qua mộng úa tàn
mà nghe hương sứ nở tràn dưới đêm
khuya về gót lạnh sầu thêm
bóng em hoang tái khắp miền Huế đô
chừ nghe hồn vỡ trăng lơ
qua canh động tiếng chuông mờ đâu đây
tôi nghe thương nhớ vơi đầy
em như cổ tích đã gầy mái hiên
thoáng đời trôi vụng nghiêng nghiêng
tóc em thoáng dại bình yên hôm nào
em và thiên cổ hư hao
cùng mây xứ Huế trôi vào điêu linh
khuya rằm đò có lênh đênh
xuôi lên xuống nẻo hư tình Huế ơi
đời chôn hết cả xuân rồi
Huế và em đuổi trăng trôi chốn nào!

Huỳnh Liều Ngạn

HƯ VÔ

Tên thật: Hùng Võ
Sinh quán: An Xuyên (Cà Mau, Việt Nam)
Trú quán: Sydney, Australia
Sinh hoạt văn học, nghệ thuật: Chủ biên trang thơ trên báo *Việt Luận* Úc Châu, chủ biên trang *Web Hành Trình Văn Học Nghệ Thuật* "Người Tình Hư Vô".

Thi phẩm đã xuất bản:
- *Thành Phố Anh Đến* (Việt Nam, 1974)
- *Chúng Mình Mất Hết, Chỉ Còn Nhau* (Úc Châu, 2007)
- *Người Tình Hư Vô* (Úc Châu, 2011)
- *Lưng Nguyệt* (Úc Châu, 2015)
In chung:
- *Tuyển Tập 6 Nhà Thơ Úc Châu* (Úc Châu, 2010, với 5 tác giả khác)
- *Bảy Sắc Cầu Vồng* (Việt Nam, 2013, với 5 tác giả khác)
và một số CD ca nhạc.

Như loài chim Thorn Birds

Tôi phiêu lãng mang hồn đi ở trọ
Chỗ nhân gian lạc lỏng tiếng khóc cười
Để thấy em hóa thân thành người lạ
Rồi lân la chen chúc bước vào đời.

Dấu chân hoang còn in trên phiến đá
Từ trăm năm một di tích luân hồi
Như chiếc bóng cựa mình trong lòng mắt
Có xốn xang thì cũng mất nhau thôi!

Tôi lảo đảo tựa loài chim Thorn Birds
Gọi thất thanh lời yêu dấu sau cùng
Chùm gai nhọn xuyên qua đời thảng thốt
Đâu chắc gì em đã kịp khóc chung.

Thì cũng có một thời em lỡ vận
Ngồi tựa lưng cùng những bụi mận gai
Nghe máu chảy sụt sùi quanh vết nhọn
Ghim ngọt ngào một dấu tích trần ai…

Hốc núi

Tim em là hốc núi
Hồn tôi cuối chân mây
Đêm nằm nghe gió hú
Tựa một tiếng thở dài.

Trên vai còn nặng nợ
Giữa đôi bờ chông chênh
Em như phiến đá nhọn
Bắc ngang nỗi gập ghềnh.

Đường tôi đi không đến
Chỗ em về quạnh hiu
Bàn chân còn vướng víu
Ngang vực cát cồn rêu.

Bụi bay mù con mắt
Đâu còn thấy bóng em
Đường trần gian xa lắc
Chẳng có một người quen!

Tôi chen vào bóng tối
Mò mẫm giữa hư không
Tim em là khoảng trống
Trong khe núi chập chồng.

Có mê man dậy mộng
Rồi cũng phủi tay không
Đá trăm năm trần trụi
Một tiếng khóc trong lòng…

Gió độc

Tim tôi khép mở ơ hờ
Em như làn gió bâng quơ bay vào
Vậy mà lảo đảo lao đao
Hồn xanh xao giữa ba đào nổi trôi.

Em buồn một nỗi buồn thôi
Còn tôi ngơ ngác cả đời chưa yên
Tưởng đâu ngọn gió em hiền
Nào ngờ chọc thủng trái tim tôi rồi!

Nép vào chiếc bóng lẻ loi
Để tôi bước tới một thời ngu ngơ
Hiên xưa cửa nẻo khép hờ
Lối giăng quá khứ sợi tơ nhện buồn.

Tìm trong một chút dư hương
Như còn thấp thoáng con đường em đi
Hoa cau rụng trắng xuân thì
Ngọn gió độc địa cuốn đi tích người…

Hư Vô

KHÁNH TRƯỜNG

Tên thật thêm họ Nguyễn. Đến Mỹ 1986.
Làm báo, viết văn, vẽ.
Hiện sống tại Nam California, USA.
Chủ biên tập san "Văn học – Nghệ thuật – Biên khảo *Hợp Lưu*".
Chủ trương nhà xuất bản Tân Thư.

Tác phẩm đã xuất bản:
- *Đoản Thi Khánh Trường* (thơ, Sống Mới, 1988)
- *Tác Giả Tác Phẩm* (truyện, tùy bút, thơ, chung với bảy tác giả khác, TGLVHN, 1989)
- *Có Yêu Em Không?* (tập truyện, Tân Thư, 1990; bản dịch của Phan Huy Đường: Est-ce que tu m'aimes? (Editions Phillippe Picquier, 1997)
- *Chỗ Tiếp Giáp Với Cánh Đồng* (tập truyện, Tân Thư & Thời Văn, 1991)
- *Chung Cuộc* (tập truyện, Tân Thư, 1990)
- *20 Năm Văn Học Việt Nam Hải Ngoại* (soạn chung với Cao Xuân Huy, Trương Đình Luân; Đại Nam, 1995)
- *Truyện Ngắn Khánh Trường* (2 tập; Nhân Ảnh, 2018)
- *Khanh Truong Oil Paintings* (Nhan Anh, 2018)

Có yêu em không?

Căn nhà nằm sâu trong con hẻm nhỏ miệt Phú Thọ Hòa.

Những ngày nghỉ phép sau một cuộc hành quân dài, nhiều đêm Kh. với tôi thường la cà trong các *snack bar* dọc đường Nguyễn Văn Thoại. Rượu, gái, đập lộn cho đến khuya, thậm chí gần gà gáy sáng, Kh. chở tôi về căn nhà đó trên chiếc Honda 67. Ngồi sau yên xe, tôi vòng tay ôm eo ếch Kh., mặt tựa vào lưng hắn, không ngớt lảm nhảm la hét hay hát hỏng ầm ĩ. Có khi say quá, tôi nôn thốc ra mặt lộ, nhớt dãi, thức ăn chưa tiêu hóa kịp vướng bê bết trên lưng áo rằn ri của Kh.. Hắn vừa cố điều khiển chiếc xe chạy ngay ngắn, vừa ngoạc mồm chửi rủa: Đụ mẹ, uống như củ cặc... Đụ mẹ, bộ quần áo ông mới giặt ủi... Đụ mẹ, tao hất xuống đường chết tốt bây giờ... Nhưng tội nghiệp thằng khốn, miệng tuy nói thế, tay hắn vẫn quàng ra phía sau, ôm chặt lấy tôi, sợ tôi ngã xuống đường, vỡ sọ. Hắn vẫn thường lên lớp rất nghiêm trang: Lính tráng, có chết, chết ngoài trận mạc, đừng ngu dại chết vì cái lỗ, vì rượu, vì tai nạn giao thông, hèn người đi. Khi ngang qua khu nghĩa địa, sắp rẽ vào con hẻm, lần nào tôi cũng buộc Kh. dừng xe cho tôi xuống, hoặc ói mửa, hoặc đái ỉa, hoặc bày trò liêu trai chí dị: tôi chân thấp chân cao len lỏi qua các hàng mộ bia, vừa đi, vừa lảm nhảm bậy bạ, kêu gọi hồn ma bóng quế đội mồ lên tán dóc chơi. Có khi tôi nằm lăn trên cỏ, trước tấm bia đá, dí mắt cố đọc tên người chết, rồi hai tay vòng ôm chiếc lư hương, giả vờ khóc lóc ca cẩm thảm thiết, *sao không chết người trai khói lửa, mà chết người em gái hậu phương giữa xuân thì...* Kh. chạy theo tôi, tóm cổ, lôi ra xe, ấn lên yên. Đụ mẹ, khuya quá rồi, đừng dở trò khỉ, về ngủ sáng mai còn vào trình diện. Tôi cưỡng lại, nhưng sức lực tôi mấy lăm hơi so với Kh.. Hắn to như bò mộng, hai vai cuồn cuộn bắp thịt, lưng gấu, ngực hổ. Không cần tốn nhiều sức lực, hắn dễ dàng nâng bổng tôi trên tay, như xách một con nhái. Qua khỏi nghĩa địa, bắt đầu vào con hẻm. Mùa mưa, hẻm lầy lội như bãi sình, chiếc xe rẽ nước lao nhanh, bùn bắn rào rào hai bên. Những ngọn đèn vàng cạch tù mù, nhiều chỗ không có đèn, tối thui tối mò, Kh. phải chậm tốc độ dò dẫm. Căn nhà ở cuối hẻm, mái tôn lụp xụp, vách một bên bằng ván thùng và *carton* chắp vá vằn vện, được đề co bằng hàng trăm tờ báo Mỹ "Mẽo" Tây Tàu xanh đỏ vàng tím dán nối vào nhau, kín mít từ trần nhà đến chân vách. Một bên "ăn có" bức tường nhà hàng xóm, chẳng trát hồ quét vôi, trơ những viên táp lô xám ngoét lời lõm trông rất... lập thể, dã thú.

oOo

Căn nhà nhỏ bằng cái lỗ mũi, phải dùng chiếc dù hoa phế thải căng ngang qua nhà đối diện bên kia con hẻm mới đủ chỗ kê bàn ghế cho bè bạn, bà con chòm xóm đến phúng điếu chia buồn. Giữa nhà, cỗ quan tài phủ quốc kỳ nằm choán gần hết chiều dài phòng khách. Trên nắp áo quan, hàng nến trắng cháy bập bùng, bức chân dung bán thân chụp Kh. cười tươi, áo hoa, mũ nồi, dây huân chương lòng thòng dựng phía sau ống lon sữa bò cắm nhang. Bức chân dung đen trắng, nhưng anh thợ chụp hình tài hoa nào đó đã nhuận sắc thêm bằng cách tô đỏ cái nón nồi và tô vàng hai hoa mai cùng sợi huân chương, màu đen nguyên thủy của bức hình cộng với hai màu đỏ vàng, cũng nguyên thủy, biến chiếc mũ đỏ nhảy dù thành mũ nâu biệt động quân, biến hai hoa mai vàng chóe và sợi huân chương thành một màu thâm xì thâm xịt không thể đặt tên. Chẳng sao, huynh đệ chi binh, nhảy dù hay biệt động quân thì cũng phe ta. Mai vàng hay mai xám xịt cũng cứ là mai. Trước lon gạo đầy nhang, một bát cơm tròn vun cắm đôi đũa tre, ly nước lạnh bên cạnh, tàn tro rụng xuống phủ đầy. Bàn thờ phía góc trái, trên mặt bàn hình đức Phật ngồi kiết già, mắt nhắm thanh tịnh; hai chân đèn bằng đồng sáng bóng, lư hương, đĩa hoa quả, bình huệ trắng...

Hoa, vợ Kh., bụng chửa vượt mặt, quỳ bên cạnh hai

đứa con nhỏ, một trai lên tám, một gái lên sáu. Hai anh em mặt mày lem luốc, phờ phạc, thỉnh thoảng níu áo mẹ mếu máo. Hoa tái xám, thất thần, tiếng khóc không còn giữ nổi cường độ cao, ri rỉ như tiếng dế ngoài nghĩa trang những đêm khuya khoắt. Chiếc khăn tang trên đầu phủ lụp xụp đến vai, chiếc khăn tang làm khuôn mặt Hoa vốn xấu, càng xấu hơn. Khách phúng điếu khá đông, bạn bè đồng ngũ, thuộc cấp, thượng cấp, láng giềng, thân quyến xếp hàng dài. Tôi đứng cạnh quan tài trao hương. Hoa và hai đứa nhỏ quỳ lạy trả lễ.

Xế chiều, khách thưa. Tôi mệt đứng không muốn vững, đầu nhức như búa bổ. Suốt tuần nay, vừa về đến hậu cứ, tôi đã như cái chong chóng, chạy ngược chạy xuôi báo tin cho thân bằng quyến thuộc của Kh., đưa Hoa đến nghĩa trang nhận xác, chờ tẩm liệm, chờ ban nghi lễ đội chung sự hoàn tất thủ tục và truy điệu, mang xác về nhà, chỉ huy lính tráng căng dù, kê bàn ghế, mua sắm linh tinh. Cả tuần mất ngủ, hai mí mắt mọng cứng quầng thâm. Tôi thèm đờ đẫn một giấc ngủ. Tôi nói nhỏ với Hoa:

"Anh mệt quá, cần nằm một lát. Có gì gọi anh".

Hoa gật đầu. Tôi vào nhà trong, lên gác, chùi người trên mặt sàn, thở dốc. Tôi tưởng sẽ ngủ được ngay, cổ họng khô đắng, chân tay rã rời, những vòng tròn ngũ sắc chấp chới trước mắt. Tôi nằm, mặt hướng lên mái tôn. Hơi nóng hừng hực phả xuống, đầu càng nhức tợn, mồ hôi tươm ra ướt nhẹp dưới lưng. Tôi cởi áo, cởi luôn chiếc quần lính ném vào góc, dạng chân tay nhắm mắt cố ngủ.

Nhưng giấc ngủ không đến, giấc ngủ nhất định không đến.

oOo

Kh. đứng trên gò đất cao, hét khản giọng: Thằng Toàn mang cây M.60 qua góc trái... Rồi, bắn vào chỗ bụi cây kia cho tao... Không phải, bụi cây lớn phía sau đám tranh kia kìa. Đụ mẹ ngu như bò. Tao bảo bụi cây sau đám tranh, mày không thấy lửa khạc ra chỗ đó à? Tiếng đại liên nổ thành chuỗi giòn giã, lá cây tung tóe, những chiếc nón tai bèo phóng chạy như biến vào góc rừng. Tiểu đội khinh binh đâu? Theo tao. Kh. nhảy xuống gò đất, khoát tay ra lệnh, miệng không ngớt: Lên, lên... lên mau... Tôi chạy lúp xúp sau Kh., một thằng lính vượt qua mặt tôi, nó hét: Chuẩn úy cúi thấp cái đầu xuống, coi chừng không có chỗ đội nón... Tôi chưa kịp nhìn xem thằng lính là ai thì hắn bỗng bật ngửa ra sau, giãy đành đạch, cái nón sắt văng khỏi đầu, lăn long lóc vào đám cỏ cao, cánh tay trái của hắn bung lên, đập vào ngực tôi, rơi xuống chân, co giật liên hồi. Tôi điếng người, vội nhủi vào một gốc cây, úp mặt sau lớp vỏ sần sùi. Tay chân tôi run bắn, cây súng trên tay chực muốn rớt. Mẹ ơi, mẹ ơi, mẹ ơi... Tôi lắp bắp như một thằng điên. Chung quanh tôi, tiếng đạn rít, tiếng B-40 bùng bùng. Trên trời, chiếc phóng pháo cơ chúi thấp đầu, hai tia lửa dài ngoằng phóng ra. Tiếng nổ váng óc, cột khói bùng cao... Tôi được bổ sung về trung đội của Kh. vừa tròn hai tháng, chưa nắm chức vụ gì, theo Kh. làm phụ tá, học hỏi kinh nghiệm chỉ huy. Vài lần trước cũng đụng trận lai rai, nhưng chẳng có gì đáng kể. Một hai viên đạn bắn sẻ, vài du kích bị khui hầm... Lần này mới thực sự chí chát. Tôi nhìn Kh. xông xáo, phục hắn sát đất. Trông Kh. hùng dũng như một mãnh hổ. Tôi tự hỏi đến bao giờ mình mới có được sự tự tin bình tĩnh như thế?

oOo

Tôi xoay người đổi thế nằm. Mặt sàn gỗ ướt nhẫy. Bóng tối đã nhá nhem nhưng hơi nóng vẫn chưa giảm. Tôi nhìn xuống, qua khoảng hở của tấm màn giăng ngang lan can căn gác lửng. Hai vị sư đã tới, đang sắp xếp chuông mõ lên bàn thờ. Tôi muốn ngồi dậy xuống phụ giúp Hoa, nhưng sự mệt mỏi khiến tôi không thể nhúc nhích. Tôi thở dài tự nhủ đêm nay sẽ trực quan tài cho Hoa nghỉ, bây giờ phải ngủ một chút. Tôi lại nhắm mắt.

oOo

Kh. thăng chức đại đội phó, giao trung đội lại cho tôi. Một năm xông pha trận mạc, tôi tương đối đã trưởng thành. Nhưng nếu tôi không bổ sung về trung đội của Kh., nếu hắn không thăng chức, biết đâu cái chết đã không đến với hắn, cái chết vô duyên lãng xẹt. Nửa đêm một trái pháo vu vơ rơi ngay hầm chỉ huy. Kh. chia ba với thằng tà lọt và tên lính truyền tin quả đạn. Khi đào hầm lên, phải cố gắng lắm bọn lính mới gom được một đống thịt xương trộn lẫn cùng đất cát. Phần Kh., tôi chỉ nhìn ra hắn nhờ chiếc thẻ bài và hai cái hoa mai trên cổ áo. Cái chết đúng như lời một bài hát, *chết thật tình cờ...* Chết thật tình cờ! Phải, nhưng nhất định không *nằm chết như mơ!* Các ngài nghệ sĩ đôi khi lãng mạn một cách tàn nhẫn. Các ngài chẳng biết mẹ gì trận địa, thậm chí có ngài chưa từng thấy mặt ngang mũi dọc cây M-16 nó ra làm sao? Trái M-26 nó tròn méo thế nào so với trái MK-3? Nên trí tưởng tượng của các ngài đôi khi làm bọn lính tráng chúng tôi những muốn văng tục. Chết như mơ! Đụ mẹ, bảy năm trong một đơn vị tác chiến thực thụ, tôi chưa bao giờ nhìn thấy một cái chết như mơ! Chỉ có chết tan xương nát thịt, như Kh., chết cụt đầu cụt tay, chết cháy đen giống cây nem lụi quá lửa, chết banh ngực lòi phèo lòi phổi, chết phơi bụng đổ ruột cứt đái lòng thòng..., như bao nhiêu thằng lính lớn lính nhỏ. Chết như mơ. Đụ mẹ, nói phét cũng vừa thôi!

oOo

Có tiếng chân bước nhẹ nhàng lên thang gác. Tôi vẫn tiếp tục nhắm mắt. Tiếng chân đến gần bên, tiếng chân dừng lại. Mùi nước hoa rẻ tiền phảng phất trong không khí. Đàn bà. Ai? Tôi mở mắt. Lệ, cô em gái của Hoa nhìn tôi cười nhẹ. Con nhỏ quỳ xuống, hai bắp đùi mập mạp căng tròn chiếc quần mỹ a trắng láng, vòng xì líp cong cong nổi rõ như một cánh cung, chiếc áo cánh quá chật căng hở những khoảng trống giữa các cúc áo, tôi nhìn thấy cái nịt vú màu mỡ gà mỏng tang nâng hai gò vú lớn, trắng nhễ nhại.

"Anh đói không? Xuống ăn chút gì đi". Con nhỏ nói.

Tôi xoay nghiêng, co một chân lên. Khốn nạn! Dù mệt tắt thở, dù thằng bạn thân đang nằm dưới kia, trong bốn vách gỗ lạnh lẽo, cảm giác rạo rực vẫn cứ đến với tôi khi nhìn thân hình khiêu khích của con nhỏ. Tôi biết con nhỏ rất mết tôi, bao nhiêu lần đi chơi khuya với Kh. chính con nhỏ thức đợi mở cửa. Bao nhiêu lần tôi bắt gặp tia nhìn trộm đắm đuối của con nhỏ dành cho tôi. Bao nhiêu lần, có khi rất lộ liễu, con nhỏ săn sóc tôi từng miếng ăn, từng cái mặc. Bộ đồ mới thay ra, quay qua quay lại đã thấy con nhỏ mang xuống nhà sau ngâm giặt vội vàng, như sợ ai đó cướp mất quyền... hầu hạ. Tôi vốn thích món thịt heo ba chỉ chấm mắm nêm, lần nào tôi tới, con nhỏ cũng te tái ra chợ lựa thứ thịt ngon nhất, loại mắm tuyệt nhất, mớ rau tươi nhất để tôi xơi. Kh. nói con em vợ tao nó yêu mày, muốn không, tao gả? Tôi chỉ cười cười không trả lời. Một con vợ như thế kể có thích thật, tha hồ muốn làm trời làm đất gì cũng được tất. Nhưng thuở đó tôi còn trẻ, thiếu úy nhảy dù oai phong lẫm liệt, răng không hô, mắt không lác, chân không vòng kiềng, cao ráo sáng sủa trên trung bình, lại có thêm tí tài vặt vẽ vời lăng nhăng, thỉnh thoảng tên tuổi xuất hiện dưới một hai bài thơ trên nhật trình. Ngon lành thế mà đi lấy chị thợ may nhan sắc khiêm nhường, chỉ ăn khoản tướng tá khỏe mạnh nảy nở, thì còn ra thể thống gì! Tôi cần vợ, đâu cần con sen, chị vú chuyên trị bổ củi, nuôi heo, chăn gà, ngăn bờ, tát nước? Người yêu của tôi, trong ước mơ, phải là em nữ sinh Gia Long tóc dài da mướt, vóc hạc, xương mai, mắt nai, mũi dọc dừa, miệng trái tim chúm chùn cười nửa nụ, thích văn chương âm nhạc, đàn giỏi, hát hay, yêu anh chiến sĩ miền xa tóc bời lộng gió.

Mẫu người như thế, tôi đọc thấy nhan nhản trong tiểu thuyết của Nhã Ca, của Nguyên Vũ, của Văn Quang, của Mường Mán, của Từ Kế Tường, của Đinh Tiến Luyện, đến nhập tâm, khó lòng tẩy xóa để bê về một em nhà quê cục mịch thích cải lương *Dưới Hai Màu Áo*, khoái kép Hùng Cường *một trăm phầm trăm em ơi*, mê Chế Linh ước gì nhà mình chung vách, anh khoét tường anh đến với em! Kh. dạy tôi kinh nghiệm cuộc đời: Mày trẻ người non dạ, lại bị mấy thằng văn sĩ ấm ớ đầu độc, cho nên có mắt như mù. Lấy vợ, phải chọn giống khỏe mạnh, làm việc ngang sức trâu mà tứ thời bát tiết vẫn hùng hục, chớ bao giờ nhức đầu sổ mũi vớ vẩn. Lấy vợ, phải chọn con ngu ngu, chữ nghĩa chỉ cần đọc thông viết thạo, có sai chính tả, cú pháp, văn phạm cũng chẳng sao, đỡ mắc công tranh luận thơ ông Tản Đà hay, thơ Thanh Tâm Tuyền rối rắm, văn ông Phạm Công Thiện tiếng Tây tiếng Mỹ, tiếng Đức tiếng Phạn vừa đọc vừa tra tự điển mờ người. Lấy vợ, phải chọn con xấu xấu để nó đừng dở thói đứng núi này trông núi nọ, mè nheo hạch sách trăm điều. Nghe lời tao đi, lấy con em vợ tao đi, bảo đảm cơm no bò cỡi. Nhỡ mai mốt mày có bất đắc kỳ tử leo lên tàu suốt, cũng còn chút hy vọng nó thủ tiết thờ chồng, dưới suối vàng đỡ tủi vong linh... Thằng này thuộc loại võ biền, thảo nào đánh đấm xôm trò, thảo nào huy chương đỏ ngực. Tôi tâm hồn phong phú, cầm kỳ thi họa làu làu tinh thông, nghe theo lời hắn đời còn chi thơ mộng?

"Anh... Xuống ăn chút gì đi. Sáng giờ em thấy anh chẳng ăn uống, nhỡ bệnh, khổ". Con nhỏ năn nỉ.

"Anh mệt quá. Để anh nằm nghỉ một chút, lát nữa sẽ xuống". Tôi nói. Con nhỏ chu miệng nũng nịu:

"Em đã múc cho anh tô cháo gà. Anh không ăn bây giờ, lát nguội, uổng công em..."

Tôi nhìn kỹ con nhỏ. Hai má phình phình, mắt lá răm,

răng trắng. Kể con nhỏ cũng chẳng xấu lắm. Tại mình đèo bòng mơ cao, tại mình tự kỷ ám thị, tại Bụt nhà không thiêng. Con nhỏ thật chẳng xấu lắm. Cái mũi phổng phổng bề ngang, tướng số gọi mũi túi mật, mũi túi mật hậu vận sang giàu, tiền dư của để. Cái miệng tum túm, đàn ông rộng miệng thì sang, đàn bà rộng miệng tan hoang cửa nhà, miệng này tần tiện, chân chỉ, làm được chín đồng rán kiếm thêm đồng nữa đủ mười bỏ ống, biết lo xa, tương lai không sợ húp cháo. Con nhỏ thật chẳng xấu lắm. Tôi nhìn xuống hai bắp đùi chắc nịch nung núc, tôi nhìn khuôn ngực to khỏe vạm vỡ... Người tôi rờn rợn. Tôi đưa tay cầm bàn tay con nhỏ. Để yên. Tôi thả bàn tay, đặt lên đùi con nhỏ. Để yên. Tôi bóp nắn nhè nhẹ khoảng da thịt mát trơn. Để yên. Tôi gọi khẽ:

"Lệ".

Con nhỏ cúi gầm mặt, hai má đỏ ửng

"Dạ..."

Tôi di chuyển bàn tay lên khoang bụng, lên cao hơn... Con nhỏ rùng mình liên tiếp. Môi trên cắn chặt môi dưới, con nhỏ ậm ự không thành tiếng. Tôi chồm người, vùi mặt vào hai gò vú lớn. Con nhỏ ngã ra, bật kêu:

"Anh... đừng..."

Làm sao đừng được, khi cờ đã phất, khi bia đã lên, khi đạn đã trong nòng? Làm sao đừng được khi thắng đã đứt? Tôi đè con nhỏ xuống, hôn hối hả khắp mắt mũi môi miệng. Nụ hôn trườn xuống phía dưới, nụ hôn làm bật tung cúc áo trên cùng. Chiếc xu chiêng sệ xuống. Tôi thọc bàn tay vào lớp vải mỏng, vân vê đầu vú săn mềm

"Anh... anh ơi... đừng... đừng..."

Con nhỏ tiếp tục kêu nho nhỏ, tiếng kêu hổn hển, tiếng kêu kích thích thằng "bê bi" trong tôi ngóc đầu đứng lên đòi quyền tự trị. Dưới nhà, tiếng kinh tụng của hai vị sư bắt đầu hòa cùng nhịp chuông mõ. Tôi nhìn xuống những ngọn đèn cầy trên nắp áo quan lao chao sáng. Ánh sáng hắt lên căn gác mù mù. Hoa vẫn quỳ bên cạnh quan tài, bụng Hoa trồi hẳn về phía trước, chiếc khăn tang phủ trùm xõa ngang vai trông giống một hồn ma. Tôi gác chân đè nghiến hai đùi con nhỏ, bàn tay còn lại mò tìm cái khuy quần. Tôi thầm rủa mấy chị thợ may bày đặt chi loại quần cài khuy rắc rối, cứ dây thun tròng vào tụt ra vừa nhanh vừa tiện, đỡ tốn bao nhiêu công sức. Cả đời, tôi thù ghét thậm tệ những cái khuy cái móc kể cả những cái khuy cái móc vô hình trừu tượng, đại loại kiểu nói năng ba que xỏ lá móc hầu móc họng làm cho con người ta nghe xong tức ói máu trào đờm. Con nhỏ vội chụp bàn tay tôi lại.

"Em lạy anh... đừng anh... anh... anh... đừng..."

Không thể đừng được nữa rồi. Đã bước lên diễn đàn, đã hiệu triệu quốc dân, ai quăng súng cuốn cờ bỏ của chạy lấy người, mặc bố chúng nó, đồ hèn nhát Việt gian bán nước! Chúng ta phải sát cánh cùng nhân dân chiến đấu đến giọt máu cuối cùng! Không thể đừng được nữa rồi. Tôi thì thào bên tai con nhỏ:

"Cho anh đi. Anh yêu Lệ. Cho anh đi".

"Anh yêu em thật không?"

Con nhỏ lỏng bàn tay, trong hai hố mắt tối của con nhỏ, lửa lấp lánh hy vọng. Bây giờ không thật thì còn đến bao giờ? Tôi đã cởi được cái khuy quần chó chết. Tôi đã cơ bản chiếm được đất, tôi phải đấu tranh chính trị để dành thêm dân:

"Thật chứ. Anh Kh. có nói em yêu anh. Anh, anh cũng thế, anh yêu em, anh định mai mốt nhờ anh Kh. mai mối, ai ngờ..."

Tiếng kinh, tiếng mõ đều nhịp, lúc nhanh, lúc chậm. Ánh sáng đèn cầy phủ trên tấm chân dung Kh. chập chờn.

Chiếc mũ đỏ đội lệch, đôi mắt nhìn về phía trước đăm đăm, nụ cười rất tươi khoe hai hàm răng bóng, sợi huân chương vắt lòng thòng bên vai... Đứa con gái nhỏ của Kh. ngủ gục, đầu gối lên đùi mẹ. Một dòng nước dãi ứa ra bên khóe miệng. Hoa tựa đầu vào thành quan tài hai vai rung động, tiếng khóc tiếp tục, ri rỉ. Tôi lại thì thào:

"Cho anh đi em... Yêu em quá".

Bàn tay con nhỏ thả xuôi theo thân mình. Tôi tuột chiếc quần mỹ a xuống sâu, co chân kẹp đáy quần kéo ra. Nửa thân thể con nhỏ phơi trần dưới mắt tôi, vòng hông con nhỏ đầy đặn, mu no tròn phơn phớt vàng sẫm. Con nhỏ mười bảy tuổi. Mười bảy. Tuổi dậy thì, tuổi mộng mơ, tuổi thèm khát vuốt ve mê đắm. Bàn tay tôi úp giữa háng con nhỏ, xoa nắn. Con nhỏ lại rùng mình liên tiếp, da gà nổi khắp người nham nhám. Điệp khúc đừng anh vẫn lặp lại đều đều, nhưng yếu hẳn, và đứt quãng giữa những tiếng thở gấp.

"Anh yêu em thật không?... Thật chứ?" Con nhỏ bỗng hỏi nữa.

"Thật mà, anh yêu em mà". Tôi trả lời như máy.

Trườn lên người con nhỏ, tôi vừa cởi vội chiếc quần đùi nhà binh lùng thùng, vừa dùng đầu gối nông hai chân con nhỏ dạng rộng.

"Anh ơi... Em sợ..."

"Đừng sợ, có gì mà sợ".

"Anh ơi... Em sợ..."

"Trước sau gì em cũng là vợ anh. Vợ chồng ăn ở với nhau, chuyện bình thường..."

"Anh ơi... em sợ..."

Khổ quá, biết rồi. Cái quần đã tuột ra, ván sắp thành thuyền. Tôi biết con nhỏ đã mụ mẫm, nói, nhưng chắc chẳng hiểu mình nói gì, nói, như một cái máy hát có cây kim mòn, chạy hoài trên đường rãnh nhựa. Tôi lựa thế đưa dương vật vào cửa mình ướt đẫm. Con nhỏ oằn người, hai đùi khép nhanh, miệng vọt ra tiếng kêu thảng thốt:

"Ối... Ối... Đau em".

Tiếng kêu lớn quá. Tôi vội vã bụm miệng con nhỏ.

Cũng may, dưới nhà tiếng chuông mõ nhịp nhàng leng keng lốc cốc đã át mất lời tán thán hùng hồn của con nhỏ. Tấm màn che lan can lay động, khoảng hở hé rộng. Một người đàn ông lớn tuổi bước qua ngưỡng cửa, đứng nhìn rất lâu tấm chân dung Kh., ông ta khẽ lắc lắc mái tóc lốm đốm bạc, lại bàn thờ rút ba cây nhang, đốt, trở về đứng trước quan tài cúi đầu chắp tay lâm râm cầu nguyện. Vái ba cái. Cắm ba cây nhang vào lon sữa bò. Hoa quỳ mọp sụp xuống lạy đáp lễ. Hoa sụp lạy nhưng không thể sát đất, chiếc bụng chửa nặng nề lấn cấn. Ông ta đến bên, vỗ vỗ bàn tay sạm đen lên vai Hoa, nói nhỏ vài lời. Hoa đưa chiếc khăn trắng chậm mắt, mếu máo: Dạ... dạ... cảm ơn bác Ba... Kh. tiếp tục cười, nụ cười sáng bóng hai hàm răng trắng. Kh. tiếp tục cười... Thằng này bao giờ cũng cười, ở đâu cũng cười...

Hành quân Lam Sơn 719... Hai bên vách núi sừng sững, con suối cạn bò quanh co ở giữa. Đơn vị muốn chạy ra quốc lộ 9 phải sử dụng con suối như một đường thoát, duy nhất. Đại liên địch đặt trên cao, dọc theo con suối, chĩa xuống. Chẳng còn cách nào khác. Nhứt chín nhì bù. Phước đức ông bà phù hộ đừng bù. Canh bạc tử sinh. Được, Sài Gòn hoa lệ, Sài Gòn đèn xanh đèn đỏ ngã bảy ngã sáu, Sài Gòn hẻm 92 Lê Văn Duyệt, ngã Ba Chú Ía, ngã Năm Chuồng Chó có em đít bự vú to phơi hĩm chờ chàng. Thua, xác sình trương quạ tha ma bắt, thanh minh trong tiết tháng ba cha mẹ chồng con muốn tảo mộ đạp thanh cũng không một nấm mồ!

Chẳng còn chọn lựa nào khác... Chúng tôi được lệnh lội dọc theo suối. Quân trang, ba lô bỏ hết, chỉ giữ lại súng, lựu đạn. Càng gọn nhẹ càng tốt, càng gọn nhẹ di chuyển càng nhanh. Đơn vị đi đầu vừa đặt chân xuống lòng suối, đại liên địch liền khai hỏa... Nhanh, nhanh, nhanh... Tiếng đạn rào rào, tiếng la hét réo mẹ kêu cha, gọi trời khẩn Phật, tiếng những thây người ngã ùm xuống nước, tiếng bọt sóng xoáy quanh chân... Nhanh, nhanh... Máu loang đỏ dòng nước, thây người càng lúc càng nhiều. Nhanh, nhanh... Thây người chồng chất lên nhau, thằng chạy sau đạp bừa lên thằng vừa ngã, thằng vừa ngã giãy đành đạch cứu tôi, cứu tôi... Đụ mẹ, cứu thân chưa chắc nổi còn cứu được ai? Nhanh, nhanh... Máu phun tứ phía, máu biến con suối thành một dải nước đỏ lềnh, bắn tung tóe dưới chân, bắn tung tóe khi vướng vào thây người. Máu đỏ, máu tươi rói, máu có vòi, bắn tung tóe lên mặt mũi tay chân quần áo những thằng còn sống. Nhanh, nhanh... Khi chúng tôi vượt hết con suối, đến được quốc lộ thì đại đội đã vơi hơn phân nửa. Những thằng thoát chết mặt mày thất đảm, nét kinh hoàng làm cho những đôi mắt trắng dã, lạc thần. Tôi ngã chúi bên cạnh Kh., thở không ra hơi, cái nón sắt rơi lúc nào chẳng hay, một bên vai áo cháy sém rát bỏng. Hú hồn, viên đạn chỉ nhích vào một phân là đi đứt cánh tay, hú hồn. Tôi quay qua nhìn Kh., thằng khốn nạn ngã người ra sau, lưng tựa vào một gốc cây, toét miệng cười: "Đụ mẹ, còn sống sao con?". "Đụ mẹ, cười con củ cặc, còn cười được à?". "Đụ mẹ, không cười chẳng lẽ khóc sao con?"

oOo

Tôi vừa tìm cách đi sâu vào người con nhỏ, vừa vỗ về: "Không sao đâu em, đừng la lớn. Rán một tí... em".

"Thôi anh ơi, em chịu không nổi. Đau quá anh ơi..."

"Nổi mà, chút thôi mà. Anh yêu em, hãy nhớ anh yêu em..."

"Người ta yêu nhau bằng tinh thần mà anh, đâu có thế này, chưa chi anh đã thế này..."

Bắt đầu tuồng tích gì đây? Trái Khổ Qua? *Dây khổ qua nhụy dzàng bông trắng, trái khổ qua tuy đắng nhưng đượm thắm hương... tình.* Tôi hơi bất mãn. Tôi bỗng khựng ngang. Nhưng đoạn đường chiến binh đã qua già nửa, cũng phải rán tiến chiếm mục tiêu. Đạn đã lên nòng, chốt an toàn đã mở. Nhảy dù mà, nhảy dù cố gắng, nhảy dù súng cầm tay, ba lô trên lưng, M-26 tám trái, 400 đơn vị hỏa lực đạn, một quả mìn *claymore*, một cây M-72, hai trái khói màu, hai trái lân tinh, bốn ngày lương thực cộng mền mùng chăn gối thuốc lá cà phê đường trà nước mắm bột ngọt hành tiêu muối ớt... Nhảy dù mà. Nhảy dù cố gắng... Người ta yêu nhau bằng tinh thần... Chưa chi anh đã tuột quần... Tôi bỗng khựng ngang, tôi định bỏ cuộc, tôi định để đức cho con... Nhưng con nhỏ ngon quá, da dẻ mát rượi, mu bự phơn phớt vàng sẫm, vú cứng hồng hồng đầu nhọn. Con nhỏ còn mới toanh chưa ai cắt chỉ. Tôi cúi ngậm một đầu vú, day day. Con nhỏ oằn oại xuýt xoa.

Khi tôi cố gắng vào được sào huyệt thì con nhỏ bật khóc:

"Đau quá anh ơi... Chết em, chắc chết... Anh... ơi".

Em không chết đâu, làm sao chết được. Anh cũng không chết đâu em, chỉ có Kh. mới vừa bỏ cuộc đêm qua. Đụ mẹ văn chương chữ nghĩa giả cầy, không chết, bỏ cuộc, đụ mẹ, Kh. chết nát bấy, Kh. chết chẳng toàn thây, thằng khốn nạn đâu có bỏ cuộc? Sức mấy bỏ cuộc, nhảy dù chịu chơi chơi tới cùng, đạn pháo dập thằng khốn tan xương. Chết tức tưởi, chết uất ức, bỏ cuộc cái đéo gì? Đụ mẹ lại một anh nghệ sĩ mặc si-vin làm lính kiểng luẩn quẩn loanh quanh ở mấy phòng trà! Người thượng sĩ già nói với tôi: Hết rồi thiếu úy. Chỉ lượm được chừng này, chẳng biết của ai vô ai. Giờ phải làm sao? Tôi nhìn đống thịt bầy nhầy muối đất cát dồn thành đống. Bên cạnh, nửa thân trên của Kh. tương đối còn nhận ra, dù khuôn mặt đã khuyết mất một bên, thằng tà lọt được đoạn giữa, bảng tên trên nắp áo tuy thấm đầy máu vẫn còn có thể đọc được. Gã truyền tin thì vô phương! Mắt tôi cay xè. Cơn nghẹn trào lên ngực, đầu tôi như có từng tiếng búa nện bong bong. Tôi lạc giọng: Đành chia ba chứ biết làm sao. Người thượng sĩ ra lệnh cho hai tên lính trải *poncho*, dùng xẻng xúc đống thịt chia làm ba phần, Kh. một phần cùng với nửa thân trên. Thằng tà lọt một phần với đoạn giữa, người lính truyền tin ưu tiên với hai ống chân, hai cánh tay và phần thịt nhiều hơn. Hai thằng lính khom xuống túm bốn góc *poncho* cuộn lại, cột hai đầu. Tôi quay mặt ra sau, không đừng được, tôi bật khóc. Lần đầu tiên tôi khóc kể từ ngày mẹ tôi qua đời. Tôi đã từng chứng kiến nhiều cái chết của đồng đội, đã từng tự tay gói *poncho* cho nhiều thằng, nhưng lần này sự đau xót đã vượt trên mức chịu đựng. Kh. thương tôi như em, Kh. che chở cho tôi bao nhiêu chuyện. Những lần về phép mải mê rượu chè trai gái, tôi trình diện trễ, Kh. đỡ cho tôi. Những đêm say nhừ, tưởng bắn nhau trong quán, Kh. đứng ra hòa giải. Tôi trẻ người háo thắng, tôi như thằng Lê Dương khát máu, như thằng du đãng Cầu Hàn. Nỗi khổ cực và những phũ phàng tôi nhìn thấy khi trở về hậu phương, đã biến tôi thành một kẻ bạt mạng bất cần, Kh. khuyên nhủ răn đe, Kh. vạch cho tôi thấy giá trị thực sự của đời sống, cái giá trị không nằm trong bản thân những thằng to thằng nhỏ ăn trên ngồi trốc, buôn vàng buôn bạch phiến, buôn súng ống đạn dược thuốc men, buôn cả vợ con đất nước, mà giá trị đích thực ở chính cái tình chiến hữu sống chết từng giây. Bây giờ, Kh. như thế kia, Kh. chết không toàn thây. Và Hoa với chiếc bụng chửa, hai đứa nhỏ mồ côi cha...

"Anh ơi..."

Con nhỏ rướn người lên, bấu siết trên lưng tôi. Con nhỏ

quằn quại dưới thân thể tôi. Con nhỏ vật vã cắn răng chịu trận. Con nhỏ kêu anh ơi anh ơi có yêu em không? Anh ơi đừng lừa em nghe đừng bỏ em nghe, anh ơi em yêu anh em không tiếc gì với anh, em muốn làm vợ anh... Mày lấy nó đi, lấy vợ phải biết chọn giống, mày lấy nó đi, bảo đảm cơm no bò cỡi... Đụ mẹ, tao đang lấy đây, lấy vô đạo tàn nhẫn, lấy hãm hiếp cưỡng bức, lấy dối trá ngon ngọt đường mật, lấy ngay trên nóc áo quan mày, lấy ngay cận kề vợ mày bụng mang dạ chửa nước mắt nước mũi nhem nhuốc, lấy ngay trên đầu con mày mê mệt ngủ ngồi dãi nhớt nhễ nhại... Tao đang lấy đây. Tiếng chuông tiếng mõ tiếng tụng niệm đã đưa mày qua đến đầu cầu chờ húp cháo lú chưa? Hay còn quanh quẩn đâu đây? Hay còn chứng giám tao đang lấy ngon lành dễ dàng thơ thới hân hoan con em vợ mày ngây thơ non dại dậy thì mơn mởn? Tao đang lấy đây, Kh., tao đang lấy...

Tôi nắm tóc con nhỏ kéo sát lại gần, ngậm chặt đôi môi run rẩy ú ớ lảm nhảm. Mồ hôi tươm ra nhỏ giọt xuống bụng con nhỏ...

oOo

Dòng nước đục nhờ pha máu tràn ra, nhỏ giọt tong tong xuống nền xi măng khi tôi đưa tay kéo ngăn kệ sắt đựng xác Kh. cho Hoa nhận diện. Tôi đoán không sai, vừa nhìn thấy xác chồng một đống bầy nhầy tay chân phèo phổi, Hoa hét lên chói lói, ngã vật ra. Đã chuẩn bị sẵn, tôi gọn gàng đỡ cây thịt nặng nề rơi vào vòng tay, hất hàm nói với người lính trực nhà xác lấy băng ca, gọi bác sĩ... Hoa nằm thẳng đuột, đầu ngoẹo qua một bên, bụng nhô cao như một nấm mồ. Tôi nhớ hình ảnh Nguyễn Thị Thanh Sâm đã gợi ra trong một cuốn tiểu thuyết: Người ta sinh ra từ một cái gò, gò bụng của mẹ, và chết đi cũng trong một cái gò, nấm mộ ngoài nghĩa trang. Gã lính thuộc đội chung sự đi bên cạnh tôi lắc đầu than thở: "Em chỉ mới đổi về đây có ba tháng mà đã muốn... đào ngũ thiếu úy ơi. Ngày nào cũng thấy xác chết, đủ kiểu đủ cách, ngày nào cũng thấy người ta khóc lóc, ngất xỉu, chửi rủa, trách trời than đất. Thần kinh căng thẳng, muốn điên luôn". "Rồi cũng quen đi chứ". "Quen sao được với xác chết, thiếu úy?" Khi đi ngang qua chỗ bệ xi măng có dãy vòi nước chạy dọc phía trên, chỗ tẩy rửa xác chết cho sạch sẽ vệ sinh trước khi mang để trong ngăn lạnh, tôi nhìn thấy ba bốn cái xác dựng dọc vách tường. Người lính nói: "Xác rửa xong dựng đó cho ráo nước. Thiếu úy nhìn kìa. Cái kia trông có giống người không?" Quả thật, cái kia chẳng giống người tí nào! Đó là một khúc thịt trương phình, đen thui nứt nẻ, không đầu không chân, chỉ còn hai nhánh xương co quắp đeo lủng lẳng hai bên vai, từ những chỗ nứt, máu trộn mủ tươm ra, chảy ngoằn ngoèo, nhỏ long tong xuống sàn xi măng lầy nhầy thịt xương vụn chưa kịp quét dọn. Tôi rùng mình quay đi chỗ khác. Một con ruồi xanh to bằng đầu điếu thuốc vù qua mặt, tiếng kêu phát ra u u như tiếng trực thăng. Tôi lợm giọng, muốn ói.

oOo

Tôi tiếp tục nhịp nhàng. Tiếng da thịt lép nhép cọ xát. Tôi trương cứng vào ra giữa hai vách thịt mềm ẩm ướt.

"Thôi anh ơi... Em đau quá, em hết chịu nổi rồi, thôi anh ơi, em lạy anh, anh ơi..."

Phải chịu em ơi, lỡ rồi em ơi. Anh đâu dừng được. Anh chẳng thể dừng ngang xương tức tưởi được em ơi. Tôi siết mạnh con nhỏ, ép sát thân thể con nhỏ vào người, con nhỏ nấc lên từng chập. Nước mắt trào ra hai bên khóe, bò xuống má, xuống môi. Tôi cúi hôn, cảm thấy đầu lưỡi mằn mặn. Tôi cúi hôn:

"Rán tí nữa em. Lần lần rồi quen em à".

"Có quen không anh. Ối, đau! Quen thật hả anh? Ối, đau, nhẹ nhẹ thôi anh..."

"Quen chứ. Không quen sao người ta thành vợ thành chồng?"

"Đừng bỏ em nghe anh. Đừng bỏ em tội nghiệp em. Em yêu anh... Ối, nhẹ nhẹ anh ơi..."

Tiếng tụng kinh chuyển nhanh, tiếng mõ tiếng chuông cũng chuyển nhịp bắt theo. Tôi bỗng thấy người sượng cứng. Tôi ôm siết con nhỏ, động tác gia tăng. Con nhỏ càng quần quại dữ dội, miệng há ra, hơi thở đứt quãng. Anh... anh... anh... anh... Con nhỏ rít lên, nước mắt giàn giụa. Con nhỏ rít lên, hết gọi tôi đến gọi cha gọi mẹ, thân thể rung bần bật, hai đùi khép mở cuống cuồng... Máu căng dưới da, máu dồn lên óc, tôi chỏi tay nhổm người, cố đẩy sâu vào trong. Và tôi rùng mình.

Cảm thấy một luồng gió lạnh toát chạy rần rật qua người, cảm thấy sinh lực thoát ra, thoát ra, thoát ra. Tiếng kinh tụng tiếp tục đuổi bắt theo tiếng chuông mõ. Tôi ngẩng đầu lên, hớp vài ngụm không khí. Nằm yên một lát, tôi vật người qua bên cạnh. Con nhỏ thở hắt ra, như trút một gánh nặng. Tôi dùng hai ngón chân khều chiếc quần đùi nằm nhăn nhúm phía dưới, lau nhẹ nhàng phần giữa của con nhỏ rồi tự lau cho mình. Qua ánh bạch lạp trên nắp áo quan từ dưới nhà hắt lên mù mù, tôi nhìn thấy vết máu đỏ nhòe nhoẹt. Dù đã biết con nhỏ còn trinh, nhưng khi nhìn thấy vết máu, tôi cũng không khỏi giật thót. Tôi xoay qua ôm con nhỏ, vỗ vỗ lên lưng:

"Hết đau chưa cưng?"

Con nhỏ cũng quàng tay ngang hông tôi, siết mạnh:

"Còn, nhưng bớt nhiều. Anh ơi, lần sau... có quen không anh?"

"Anh đã nói rồi, quen là cái chắc. Lần sau... không đau nữa đâu".

Tôi tự hỏi, có lần sau không? Dan díu lâu, lậm sâu e khó thoát. Lần này, về đơn vị có lẽ tôi trốn luôn. Nhưng trốn thế nào được, tôi đâu thể đổi qua tiểu đoàn khác, tôi cũng đâu thể không trở lại đây thăm Hoa, thăm hai đứa con của Kh.. Hai đứa con của Kh.. Tôi nhìn xuống, con bé còn ngủ trên đùi mẹ, mê mệt. Thằng lớn gục đầu tựa vào chiếc đòn gỗ kê quan tài, cũng đang ngáy ngon lành. Hai vai Hoa nhô lên, lưng gù xuống, bụng chồm ra phía trước. Chiếc lon sữa bò đã đầy chật chân nhang. Những ngọn bạch lạp đã cháy gần nửa. Chiếc mũ đỏ. Đôi mắt đăm đăm. Nụ cười trắng bóng hai hàm răng. Sợi dây huân chương lòng thòng bên vai. Kh., tao là đứa khốn nạn, phải không?

oOo

Tao là đứa khốn nạn, phải không?

Thư Lệ gởi cho tôi, theo chuyến tiếp tế lương thực người thượng sĩ thường vụ trao lại:

Anh T. ơi!

Sau ngày đám táng anh Kh., chẳng thấy anh ghé chơi. Chị Kh. nhắc anh hoài. Em cũng nhớ anh muốn điên luôn, mấy lần em tính vào tiểu đoàn thăm anh, nhưng sợ anh la nên em không dám. Rồi có tin anh đi hành quân. Thôi thế là em phải xa anh thêm cả ngàn cây số, và cả ba bốn tháng trường. Em đã viết cho anh bao nhiêu là thư, ngày nào cũng viết, mà chẳng dám gởi. Biết anh có bằng lòng cho em gởi hay không? Em chẳng hiểu tại sao lại sợ anh đến thế, cái gì cũng sợ, lúc nào cũng sợ. Bữa anh đòi, thật tình em run muốn chết, đau nữa, nhưng em sợ anh, em sợ anh giận, em sợ anh buồn, nên em phải căn răng chịu, mãi cả tuần sau còn đau. Bây giờ thì hết rồi, anh đừng có lo, em hết đau rồi. Hết đau rồi em lại nhớ anh, nhớ quá là nhớ, không lúc nào không nhớ. Em đi ra đi vô, em đi lên đi xuống, em đi chợ đi may, em nấu cơm rửa chén, em giặt đồ quét nhà, em lên xe buýt, em đạp xe đạp, em ngồi với bạn bè, em thức em ngủ... chỗ nào, lúc nào cũng nhớ, nhớ điên khùng, nhớ quặn ruột quặn gan. Nhớ quá, em leo lên gác, nằm xuống chỗ anh với em đã... Em tưởng sẽ dễ chịu, ai ngờ còn nhớ hơn. Nhớ quá, em lại lôi giấy bút ra, viết cho anh, viết lung tung, viết tầm bậy tầm bạ, viết đầy giấy đầy chữ, viết cho đỡ nhớ. Ngày nào em cũng viết, cuốn tập trăm trang không còn chỗ trống, em viết cả lên lề. Mà em đâu có dám gởi. Em sợ anh không cho.

Nhưng hôm nay thì em không thể không gởi cho anh. Đã một tháng kể từ ngày đó, em bỗng hay chóng mặt xây xẩm, ớn cơm tanh cá. Em nghi, em giấu chị đi khám bác sĩ. Bác sĩ nói em có thai. Em sợ quá. Em có thai, mà anh thì còn ngoài hành quân, em không biết phải làm sao? Em phải làm sao đây anh? Viết cho em. Em lạy anh, viết cho em, bày em với. Anh biểu để, em để, anh biểu phá, em nghe lời anh. Anh biểu gì em làm nấy. Em nghe anh. Anh ơi, đầu óc em bây giờ như cuộn chỉ rối, rối nùi rối beng, chẳng suy nghĩ tính toán cái chi ra hồn. Em trông tin anh từng giờ từng phút. Viết cho em nghe anh.

Anh ơi. Anh nói anh yêu em. Em nửa tin nửa ngờ. Đôi khi em tin, anh là bạn thân của anh Kh., chẳng lẽ anh nói dối? Đôi khi em ngờ, em xấu xí ngu dốt, làm sao xứng đáng với anh. Xứng đáng với anh phải là mấy cô nữ sinh đẹp đẹp, học hành chữ nghĩa nhiều nhiều. Em như con Lọ Lem. Anh mà yêu em thì kể cũng lạ. Anh ơi, em lo sợ quá. Anh có yêu em không? Trả lời em đi anh. Anh có yêu em không? Nếu yêu, anh viết ngay cho em. Thư từ vùng hành quân về đến Sài Gòn cũng mất cả tuần. Em sẽ trừ hao thêm ba ngày. Nếu sau mười ngày em không nhận được thư anh, thì kể như anh không yêu em. Anh không yêu em! Trời ơi, em phải làm sao. Chắc em phải phá, chắc em không sống nổi, chắc em hận anh suốt đời... Nói thế chứ em không dám hận anh đâu, chẳng qua cũng tại em, tại em đèo bòng trèo cao. Trèo cao thì té nặng, cho đáng đời em. Em không hận anh đâu. Bao giờ em cũng yêu anh, cho dù anh bỏ em, chẳng thèm đoái hoài tới em, em vẫn yêu anh suốt đời. Em nói thật, em không biết nói dối đâu. Em yêu anh suốt đời.

Anh ơi, trả lời em nghe anh. Anh có yêu em không?

Em mong anh bình an mọi mặt. Hành quân ăn uống chắc cực khổ lắm, anh Kh. nhiều lần kể có khi các anh phải nhịn đói hai ba ngày, chỉ uống nước suối thay cơm, vì tiếp tế không được. Em thấy xót ruột quá, ước gì em ở gần bên anh, để cùng chịu đói với anh, ước gì người ta cho vợ lính theo chồng, để em hầu hạ cơm nước cho anh. Anh về, ghé nhà em sẽ nấu canh chua cá lóc anh nhậu. Anh Kh. thường khen em nấu lẩu canh chua ngon số một. Ồ, em nói dông dài bậy bạ quá, chắc anh không thích phải không?

Anh ơi, có yêu em không?

Cho em hôn anh nghìn cái, nghìn nghìn cái.

Em của anh.

oOo

Tôi có yêu Lệ không. Dĩ nhiên tôi chẳng thể yêu. Người tôi mơ ước, dĩ nhiên đúng như Lệ nói. Tôi không yêu Lệ, dù chỉ một chút. Cho đến bây giờ, tôi vẫn chưa hiểu động cơ nào đã khiến tôi hành động như đã từng, ngay trong ngày đám táng của Kh.. Tôi biết chẳng phải vì thân xác Lệ ngồn ngộn sinh lực đã khiến con thú trong tôi lồng lên trở chứng. Bao nhiêu lần tôi từng nhìn thấy Lệ. Những đêm về khuya với Kh., Lệ ra mở cửa, áo ngủ phong phanh, trong men rượu say ngất, thú tính dễ thao túng, nhưng tôi vẫn còn đủ sáng suốt tự chế. Nếu muốn, tôi đã làm việc ấy từ lâu. Vậy mà tại sao hôm đó tôi lại hành động điên cuồng súc vật như thế? Có lúc tôi nghĩ, những bức xúc trong suốt một tuần từ lúc nhìn xác Kh. nát bấy bó vào *poncho*, chứng kiến cảnh vợ con Kh. tơi tả kiệt lực, sự mỏi mệt rã rời qua nhiều đêm mất ngủ, đã làm đầu óc tôi mù lòa, khả năng đề kháng bị đè bẹp, và tôi hành động hoàn toàn bị dẫn dắt bởi bản năng, cái bản năng thú vật luôn luôn tồn tại trong mỗi con người, chỉ chờ thời cơ thuận tiện là nhảy ra, chiếm ngự. Có lúc tôi lại nghĩ, điều làm cho mỗi con người chúng ta sợ hãi nhất, là cái chết, cho nên bằng cách này cách nọ, chúng ta cố cưỡng chống lại. Vua chúa ngày xưa tìm thuốc trường sinh, các phù thủy luyện linh đơn bất tử, các nghệ sĩ miệt mài sáng tạo, ngoài chuyện thỏa mãn nhu cầu tìm kiếm cái đẹp, còn ẩn chứa ước muốn tồn tại cùng thời gian. Cách nào, duy trì sự sống miên viễn hay để lại tí danh thơm, đều là biểu hiện phản kháng định luật đào thải. Và hình như hành động giao cấu, giữa hai phái tính, cũng là cách phản ứng chống lại cái chết, bằng con đường truyền giống. Ý niệm này ẩn tàng trong thẳm sâu tiềm thức con người, chúng ta không thể chứng minh bằng luận cứ vững chắc cụ thể, bởi ý niệm đâu có hình thù? Đâu phải những con số? Nhưng nó vẫn có đó, vẫn tiềm tàng, đến một lúc nào, khi chúng ta bị đẩy đến mé bờ cái chết, hoặc quá đỗi lo sợ cái chết, nó xuất hiện, dưới dạng đòi hỏi của xác thịt. Tôi nghe người ta kể, những người tự tử, những kẻ treo cổ, thường trước khi tắt thở, tinh khí bắn vọt ra. Nếu điều này có thật, thì một cách nào đó, suy nghĩ của tôi chắc không sai.

Nhưng mọi lối suy diễn, dù đúng hay sai, giờ đây không còn quan trọng nữa. Vấn đề với tôi nhãn tiền là lá thư của Lệ. Lá thư của Lệ! Tôi có nên trả lời không? Tôi không yêu Lệ, nếu trả lời, cái bào thai trong bụng Lệ sẽ đương nhiên được tôi chấp nhận, cũng có nghĩa tôi không thể chối bỏ Lệ. Trời ạ. Làm chồng Lệ, điều đó quả quá sức tôi. Chẳng bao giờ, không đời nào. Tôi thà biến thành tên sát nhân còn hơn phải chấp nhận cái giá kinh khủng này. Tôi nằm trằn trọc trong căn hầm tối, bên ngoài, đêm đã quá khuya, tiếng cú rúc trong cánh rừng dưới chân đồi vang âm buồn bã. Một trái hỏa châu từ căn cứ chỉ huy phóng lên, ánh sáng lung linh chiếu qua lỗ châu mai. Không thể được, tôi tự nhủ. Trong tôi, niềm ân hận mỗi lúc một lớn, nó dày vò hành hạ tôi đến đau quặn buồng ngực. Nhưng không thể được. Cuối cùng tôi quyết định tiếp tục im lặng. Tôi chọn thái độ của một tên Sở Khanh. Đành vậy. Tôi thì thầm, với Lệ, mà như với chính mình. Xin lỗi, anh xin lỗi em.

oOo

Ba tháng sau tôi trở lại hậu cứ.

Một hôm Hoa vào tiểu đoàn. Hoa mới sinh xong, cần bổ túc hồ sơ cô nhi quả phụ. Gặp tôi, Hoa trách sao hành quân về không ghé nhà thăm, tôi lúng túng trả lời quanh co. Hoa đã khá hơn, nỗi đau nào rồi cũng nhạt. Tôi thầm nghĩ quả thật thời gian là một liều thần dược. Tôi nhớ đến Lệ. Bây giờ con nhỏ ra sao? Lệ giải quyết cách nào về cái bào thai? Làm như vô tình, tôi hỏi thăm tin tức con nhỏ. Hoa cho biết, sau ngày Kh. chết hai tháng, con nhỏ bỗng nằng nặc đòi lấy chồng. Một anh trung sĩ Không Quân muốn cưới con nhỏ. Nó bằng lòng. Đám cưới như chạy tang, chẳng kịp chuẩn bị mời mọc ai. Bây giờ con bé đang mang thai. Hoa chép miệng cười: Con nhỏ tốt nái, mới ba tháng mà cái bụng chang bang, điệu này e sinh đôi. Tôi choáng váng. Con nhỏ không phá thai. Anh trung sĩ nào quả đã trúng số! Tôi tự trấn an, thôi thế cũng tốt.

Nửa năm sau tôi có vợ, người vợ như mơ ước, đẹp, có học, yêu thi ca nghệ thuật, hát hay, ngâm thơ não nuột đến rụng rời tay chân. Tôi yêu vợ mù quáng, tôi tôn thờ nàng như tôn thờ một đấng linh thiêng. Nàng hơi nhỏng nhảnh khó tính. Nhưng nàng đẹp, tôi nghĩ, nhỏng nhảnh khó tính thế, chứ hơn nữa tôi cũng vui vẻ chấp nhận. Đàn bà đẹp, đàn bà thông minh, đàn bà tài ba, tất phải có đặc quyền bắt đàn ông chiều chuộng, nâng niu. Điều này tất nhiên như chuyện trời mưa trời nắng, có gì phải thắc mắc bận tâm.

Dĩ vãng hầu như chẳng còn để lại dấu vết nào trong tôi.

oOo

Con đường tối mù. Hai hàng cây sao cao vút rào rào gió động. Cuối đường, chỗ ngã tư đèn xanh đèn đỏ, những sạp hủ tiếu, phở, bánh mì, nghêu sò, cháo lòng... đèn măng xông sáng choang. Tràn ra lề đường, những chiếc ghế đẩu thấp tè sắp từng hàng dài, khách ăn khuya nhộn nhịp. Tôi ngồi tựa lưng vào gốc cây, khoanh tay trước ngực cho đỡ lạnh. Gió lướt trên mặt lộ, phả vào mặt buốt rát, lùa đám lá khô đuổi nhau chạy dồn về một hướng. Trên lề, chiếc chai không nửa lít đứng bên cạnh cục sắt tròn rỗng ruột có tay quay bên trên, dụng cụ ép vá ruột xe. Ngọn lửa leo lét đỏ cạch từ lòng cục sắt rỗng tạt nghiêng, khói đen kịt tỏa ra, táp vào mũi tôi ngột ngạt. Tôi chửi thề xoay chiếc ghế đẩu vào phía trong gốc cây tránh khói. Cũng đã khá khuya. Tôi định dọn dẹp đi kiếm cái gì bỏ bụng rồi về ngủ một giấc cho lại sức. Cả ngày chỉ ăn qua quít khúc bánh mì buổi trưa và dĩa cơm lưng lưng buổi chiều, bây giờ đói meo. Tôi xấu đói, lại yếu sức nên đến bữa chưa có cái gì nhét vô miệng là xây xẩm mặt mày, đứng không muốn vững. Nhất là từ ngày đi học tập về, sức khỏe tôi càng tồi tệ. Nhiều lúc soi gương, tôi thật tình không thể nào ngờ mình đã biến đổi nhanh chóng và thê thảm như thế. Anh chàng thiếu úy nhảy dù hào hoa phong nhã ngày nào đã hoàn toàn biệt tích. Tôi bây giờ chẳng khác chi thằng nghiện xì ke. Hai má hóp, sạm đem, lưỡng quyền vênh lên nhọn hoắt, đôi mắt vàng cạch lờ đờ, môi thâm tím (hậu quả của chứng sốt rét).

Nhưng có lẽ tôi cũng không đến nỗi xuống dốc nhanh thế này, nếu tinh thần đừng suy sụp quá đáng. Nguyên nhân chính khởi từ chị vợ yêu quý của tôi, chị vợ tôi cưng chiều hết mức, chị vợ tôi tôn thờ như nữ thánh! Chị vợ đó, ngày tôi đi học tập, chỉ thăm nuôi độc nhất một lần, rồi biệt vô âm tín.

Mãi hơn một năm sau tôi mới được tin chị đã cùng anh kép mới xuống tàu vượt biển. Thế đấy, không xuống dốc nhanh sao đặng? Tôi còn sống đến ngày hôm nay, kể cũng cương cường dũng mãnh quá lắm rồi. Người đàn bà tóc dài da mướt của tôi giờ này ra sao? Có lẽ đang lái xe hơi chạy phom phom trên xa lộ? Có lẽ đang nằm bên chồng nghe nhạc *New Wave*? Có lẽ đang sửa soạn mua thêm ngôi nhà mới? Tôi không biết, hoàn toàn mịt mù tin tức. Nhiều đêm, nằm trằn trọc sau chái bếp một bạn đồng ngũ cho ở nhờ, tôi không cầm được nước mắt. Tôi nhớ nàng quay quắt, tôi vẫn còn yêu nàng thảm thiết. Giả dụ nếu bây giờ nàng có mặt ở đây, giả dụ nàng trở về với tôi? Bao nhiêu cái giả dụ không tưởng! Nhưng nếu thành sự thật, tôi biết chắc, tôi sẽ tha thứ hết, tôi sẽ coi như không có gì xảy ra. Tôi yếu mềm? Tôi hèn nhát? Tôi không đáng mặt nam nhi? Cũng được. Nào sá chi miệng tiếng thế gian! Tôi yêu nàng. Tôi vẫn yêu nàng. Đủ rồi. Cần quái gì cuộc đời thấp cao phê phán.

Thế vẫn còn hơn bây giờ, tôi sống mà như đã chết. Lòng tôi lúc nào cũng quặn đau muối xát. Tôi mơ ước một ngày nào trúng số, có tiền vượt biên, tôi sẽ qua Mỹ tìm nàng, chúng tôi lại nối kết duyên xưa. Một người như nàng, có lúc sa ngã cũng là chuyện thường. Một người như nàng, làm sao chịu đựng nổi cơ cực? Nàng phải có lối thoát để tồn tại chứ! Tôi tìm mọi lý do để bênh vực nàng, để tha thứ cho nàng, để nghiệm ra rằng, nàng hành động như thế cũng là hợp lý, chẳng có chi đáng ngạc nhiên. Chẳng có chi đáng ngạc nhiên, như ngày xưa, tôi đã từng chấp nhận cái nhỏng nhảnh khó tính của nàng. Bao giờ tôi cũng thấy nàng hữu lý. Ít nhất, hữu lý hơn tôi, nếu tôi còn hẹp hòi kết án nàng. Trúng số, có tiền, vượt biên... Ước mơ của tôi tuy vô vọng nhưng đang là niềm an ủi lớn. Con người ta, nếu không còn hy vọng, không còn ước mơ, thử hỏi sống để làm gì?

"Anh thợ ơi, vá giùm cái xe".

Tôi giật mình. Vội vã chạy ra:

"Cán đinh?"

"Không biết. Anh coi giùm".

Người đàn ông mập mạp cao to, mái tóc cắt ngắn, mặc chiếc áo da nhập cảng, chiếc quần *jean* xanh mới tinh. Tay này chắc thuộc tư sản mại bản, nếu không cũng chủ sạp chợ trời hay chí ít cũng đầu nậu buôn bán thuốc Tây. Người đàn ông dựng chân chống chiếc Honda, quay qua nói với vợ và thằng con trai trạc sáu tuổi đang nắm tay mẹ:

"Em đưa con đến ngã tư ăn cái gì đi. Anh coi thủng mấy lỗ, tới sau".

"Có lâu không? Hay đợi vá xong mình đi luôn".

"Em đưa con tới trước, chỗ này tối tăm, lại lạnh nữa. Con nó cảm hàn bây giờ".

Tôi giật thót người. Giọng nói quen quen. Tôi kéo sụp vành nón lưỡi trai, liếc nhanh về phía người vợ. Bỏ mẹ tôi. Lệ. Con nhỏ mập hơn, nhưng không khác xưa bao nhiêu, chỉ chững chạc người lớn ra thôi. Tôi cúi gầm mặt, cố tình bận rộn với cái lốp xe. Lệ dắt con đi về phía ngã tư, hai mông đẫy đà ngoe nguẩy, chiếc quần, cũng *jean* xanh mới toanh, chấm tới đôi giày cao gót bóng lưỡng. Hai bàn tay tôi run bắn, lụp chụp mãi tôi mới tháo được vỏ xe, lôi cái ruột ra, lẩy bẩy nhúng vào thau nước. Người đàn ông hỏi:

"Lạnh hả, run dữ vậy?"

"Dạ lạnh, tôi quên mang áo ấm".

"Mùa này mà quên mang áo ấm thì không xong rồi". Người đàn ông cúi xuống, anh ta theo dõi tôi làm việc.

"Đó, sủi tăm kìa".

Người đàn ông chỉ tay. Tôi dùng ngón cái đè lên chỗ

sủi tăm, móc túi lấy cây đinh ấn vào làm dấu rồi tiếp tục di chuyển cái ruột xe. Bậy quá, mình mất bình tĩnh, quên không nhìn thằng nhỏ. Thằng nhỏ. Trời ạ! Bây giờ nó là con của người đàn ông. Anh ta có biết không? Chắc không. Trông thái độ săn sóc của anh ta đối với thằng nhỏ cũng đủ hiểu. Thằng nhỏ giống ai? Chắc giống mình, nhất định phải giống mình. Máu mủ của mình mà. Lệ yêu mình quá mà. Anh ơi, em yêu anh, em không dám hận anh đâu, cho dù anh bỏ em, em vẫn yêu anh... Không giống mình thì còn giống ai? Chẳng lẽ giống người đàn ông này? Anh ta đâu phải tác giả! Nhưng bây giờ anh ta đang làm bố thằng nhỏ. Ông bố chủ sạp chợ trời, ông bố thương con thắm thiết. Lạnh, con nó cảm hàn bây giờ. Trời ạ! Còn tôi, tôi là ai? Thằng thợ sửa xe không nhà không cửa không vợ không con. Thằng thợ sửa xe không ngừng ấp ủ niềm ước mơ một ngày nào có tiền vượt biên, đi tìm thánh nữ! Thằng thợ sửa xe có tấm lòng trời biển, sẵn sàng tha thứ hết mọi chuyện cho dù em đã lấy cả chục thằng, cho dù em từng làm đĩ mười phương!

Chiếc ruột chỉ thủng một lỗ. Người đàn ông đứng thẳng lên:

"Tôi ăn xong về lấy".

Người đàn ông vòng ra trước, khóa cổ xe, trở lại phía sau lật yên lấy sợi xích khóa luôn bánh trước vào khung xe, rồi bước đi. Tôi ngồi bệt xuống lề đường. Ngọn lửa trong chiếc ống sắt cạn dầu tắt ngấm từ bao giờ.

Bóng tối phủ tràn. Những ngọn đèn măng xông chỗ ngã tư nhòe mờ.

Khánh Trường

Khánh Trường by Đinh Cường

KHẾ IÊM

Khế Iêm tên thật Lê Văn Đức, sinh năm 1946 tại Lê Xá, Vụ bản, Nam Định.

Chủ trương tạp chí *Thơ* tại Hoa Kỳ và phong trào thơ Tân hình thức Việt.

Tác phẩm đã xuất bản:
- *Hột Huyết* (kịch, SàiGòn, 1972)
- *Thanh Xuân* (Văn Mới, Hoa Kỳ, 1993)
- *Thơ Tân hình thức* (tiểu luận, Văn Mới, 2003)

THƠ TÂN HÌNH THỨC VIỆT:
LÝ THUYẾT VÀ SÁNG TÁC

Từ trước tới nay người đọc thường hiểu sai lệch thơ Tân hình thức Việt, vì đọc và phán đoán qua những sáng tác. Có lẽ vì phần lý thuyết chưa hoàn tất để có được những tiêu chuẩn *hay*, mặt khác, ngay cả những người làm thơ cũng không chịu tìm hiểu tới nơi tới chốn, quan điểm và *cách làm thơ*, nên đa số sáng tác chưa đúng thơ Tân hình thức Việt. Bây giờ, phần lý thuyết đã hoàn tất, gồm hai tập tiểu luận "Vũ điệu không vần" (2011), "Tân hình thức, nghĩ về cách làm thơ" (2016) và một tiểu luận về những chức năng sáng tạo trong não bộ, "Thơ và không thơ" (2017), giúp bổ túc cách sáng tác và tìm kiếm nội dung thơ. Tiêu chuẩn một bài thơ *hay* cũng đã có. Thơ Tân hình thức Việt gắn liền với lý thuyết, bao quát và liên hệ tới nhiều dòng thơ, mang tính học thuật, không khác gì thơ thể luật tiếng Anh và thơ tự do Mỹ. Nhưng đa số những người làm thơ Việt không có nhu cầu về học thuật và ít quan tâm tới lý thuyết, khác với những nhà thơ Mỹ. Lý do, với bề dày nghiên cứu và học thuật, thơ thể luật tiếng Anh và thơ tự do Mỹ đã được giảng dạy rất kỹ tại các trường đại học. Vì thế, các nhà thơ Mỹ thường được trang bị một số vốn kiến thức căn bản và sâu rộng trước khi bước vào sáng tác. Thơ Mỹ, do vậy, cũng đậm tính tư tưởng hơn. Mở đầu phần lý thuyết mới hoàn tất, chúng ta thử nhìn lại thơ Tân hình thức Việt, qua một góp ý, chông chênh giữa lý thuyết và sáng tác, đồng thời hy vọng cho một thời kỳ mới của thơ.

Lâu nay, thơ Tân hình thức ít khi nhận được những góp ý rõ ràng, thẳng thắn, để mở ra những thảo luận, làm sáng tỏ thắc mắc của bạn đọc. Và hôm nay, chúng ta may mắn có một góp ý như thế, khá cụ thể, từ một tác giả đã làm thơ Tân hình thức (lâu và nhiều), với một bài thơ được lắp ráp xen kẽ "ba đoạn thơ Tân hình thức và ba đoạn thơ tự do" lại với nhau, làm cho bài thơ không còn là bài thơ Tân hình thức cũ, đồng thời đưa ra những khẳng định: "Cái khung cũ của Tân hình thức bó chặt khả năng chuyển tải và thăng hoa của ngôn ngữ thơ", và rằng "Đếm chữ xuống dòng là một trở ngại mang tính bản chất của thơ Tân hình thức. Nó sẵn sàng giết chết ngôn ngữ thơ ngay từ bản chất". Quả là những khẳng định đầy thách đố, đánh thẳng vào tâm điểm của dòng thơ. Nếu không có sự trả lời và giải thích thỏa đáng, chúng ta sẽ đánh mất niềm tin của các bạn thơ và bạn đọc. Điều đơn giản, một bài thơ Tân hình thức thất bại là do sự yếu kém về ý tưởng và người làm thơ không tạo được nhịp điệu. Như vậy, ý tưởng và *nhịp điệu* là hai tiêu chuẩn đánh giá một bài thơ Tân hình thức hay.

Mọi vấn đề thơ Tân hình thức đã được đề cập tới đầy đủ trong phần lý thuyết như nêu ở trên, nhưng trong thời đại tràn ngập thông tin, ít ai có thì giờ đọc, vả lại, những chi tiết quan trọng thường bị chìm lấp trong hàng trăm trang viết. Theo đó, những góp ý nêu trên là cần thiết, thể hiện sự thắc mắc của nhiều người. Cứ mường tượng, nếu chúng ta làm một bài thơ vần điệu rồi cắt khúc, hòa lẫn vào đó những đoạn thơ tự do hoặc Tân hình thức, như vậy không biết phải gọi đó là loại thơ gì? Lại nữa, kỹ thuật chính của thơ Tân hình thức là *vắt dòng*, mục đích làm cho những ý tưởng liên tục, tiếp nối với nhau, trong khi thơ tự do dùng kỹ thuật *phần mảnh* (fragment), làm cho ý tưởng đứt đoạn, rời rạc. Làm sao có thể bỏ hai loại thơ có những kỹ thuật trái ngược như vậy vào cùng một giỏ? Mỗi dòng thơ có những nét đặc trưng riêng, không thể lẫn lộn. Thơ tự do không phải là một thành phần trong thơ truyền thống, mà đối nghịch và phủ nhận truyền thống. Thơ Tân hình thức Việt hóa giải sự đối nghịch, nối kết (chứ không trộn lẫn) giữa truyền thống và hiện đại. Và "ngôn ngữ thơ ngay từ bản chất" ở đây, có lẽ, tác giả muốn đề cập tới ngôn ngữ của thơ vần điệu, *chữ* (ngôn ngữ thăng hoa)?

Trong khi thơ Tân hình thức chủ trương ngôn ngữ đời thường, hay ngôn ngữ thông thường, dễ hiểu. Vì thế, Tân hình thức không hề giết chết "ngôn ngữ thơ ngay từ bản chất" mà chỉ sử dụng một loại ngôn ngữ thơ khác. Thay đổi thơ, chủ yếu là thay đổi ngôn ngữ. Nhà thơ Mỹ William Carlos Williams, ảnh hưởng mạnh tới hầu hết những phong trào tiền phong quan trọng của thơ hậu hiện đại Mỹ, từ Thế hệ Beat, Black Mountain, Trường phái New York cho tới tận hôm nay, "đã dùng một thứ ngôn ngữ giản dị đến mèo chó cũng có thể đọc", theo nhận xét của nhà thơ Marianne Moore (Marianne Moore Wrote Williams had used 'plain American Which cats and dogs can read'). Cuối cùng, nếu bỏ "cái khung cũ" đi, là những thể thơ *5 chữ, 7 chữ, lục bát...* thì còn gì là thơ Tân hình thức? Làm như thế, vô tình chúng ta đã phủ nhận và làm hỏng phần lý thuyết căn bản của dòng thơ, nối kết giữa quá khứ và hiện tại – *quá khứ như một nửa giấc mơ được nhớ lại* – giữa truyền thống và hiện đại, giữa nền văn hóa này và nền văn hóa khác, theo quan điểm Tân chiết trung. Điều ngạc nhiên, những nhà thơ Mỹ, cả tự do lẫn thể luật (Thơ dịch, đọc như Tân hình thức Việt), lại đang có xu hướng chui vào những "cái khung cũ", giống như Tân hình thức Việt.

Tiếng Việt là ngôn ngữ đơn âm, nên khi thơ vần điệu vướng vào *vần*, khó có thể chuyển tải tư tưởng, vì vậy, người làm thơ chỉ cần nương theo cảm xúc (dựa vào chữ) để làm. Hơn nữa cơ chế vần điệu đã có sẵn, người làm thơ không cần phải tìm kiếm nhịp điệu trong thơ. Thơ, vì thế dễ bị nhàm chán vì vần và điệu. Khi người làm thơ ít phải bận tâm tới nhịp điệu, rảnh rang tìm chữ, chọn chữ, xáo trộn cú pháp, tạo nên những hình ảnh (thi ảnh) khó hiểu, làm người đọc hiểu lầm, thơ phải khó hiểu mới hay. Cái hay của thơ đơn thuần chỉ là cái hay của *chữ*. Trong khi cái hay của thơ Tân hình thức là cái hay của ý tưởng và *nhịp điệu*. Ngôn ngữ đơn giản, dễ hiểu, nhưng nhịp điệu và ý tưởng phải mới mẻ và sâu sắc.

Bây giờ, đến một câu hỏi cốt lõi: Đếm chữ xuống dòng có phải là bản chất của thơ Tân hình thức hay không? Dứt khoát là không. Khi làm công việc lắp ráp bài thơ giữa tự do và Tân hình thức, tác giả đã sử dụng chức năng của lý trí, chứ không phải của người làm thơ Tân hình thức. Và như vậy, từ bao lâu nay, đa phần người làm thơ Tân hình thức vẫn viết một đoạn văn xuôi, lập lại câu chữ một cách máy móc, rồi đếm chữ xuống dòng. Một đoạn văn, nghĩ sao viết vậy, rồi đếm chữ xuống dòng, thì không cần tới kỹ thuật *vắt dòng*. Vắt dòng là *vắt* ý tưởng từ dòng này qua dòng khác, làm cho những ý tưởng liền lạc với nhau, hình thành *tứ thơ* hay tư tưởng trong thơ. Bài thơ với ý tưởng nghèo nàn, kể lể dông dài, buồn chán, thiếu sinh động, thì chỉ cần đếm chữ xuống dòng là đủ. Nhưng cách làm đó không phải của thơ Tân hình thức.

"Trường hợp, do thói quen tình cờ, một người làm thơ thường sáng tác vào những lúc nửa thức nửa ngủ, chuyện gì sẽ xảy ra?" Trong khoảng thời gian đó, chúng ta tránh được sự can dự quá nhiều của tâm trí – khi suy nghĩ về thơ, chúng ta có thể dùng tâm trí để lý luận, tìm kiếm kiến thức, nhưng khi sáng tác chúng ta cần thoát khỏi những ràng buộc của tâm trí. Mỗi thể loại thơ có cách làm thơ khác nhau, thơ vần điệu dựa vào cảm xúc, thơ tự do dùng tâm trí, còn thơ Tân hình thức kết hợp giữa cảm xúc và tâm trí. Khi làm thơ, trong trạng thái lơ mơ giữa *thức* và *ngủ* đó, chúng ta phải tìm cách *nhớ lại* những câu chữ vừa mới sáng tác, bằng cách đọc lên (đọc thầm trong đầu), và đọc đi đọc lại nhiều lần, vì không có sẵn giấy bút để ghi lại. Khi sáng tác thơ vần điệu, người ta ngâm nga, mục đích làm những âm thanh *bằng trắc* và *vần*, nhịp nhàng với nhau, để tạo nhạc tính. Thơ tự do viết và sửa đi sửa lại trên trang giấy (đa số những nhà thơ tự do nổi tiếng, đều sửa đi sửa lại thơ họ). Còn thơ Tân hình thức, nếu không đọc lên thì làm sao phối hợp những âm thanh *bằng trắc* và những chữ *lặp lại* trong bài thơ để tạo thành nhịp điệu? Những *chữ kép* lặp lại đóng vai trò như *vần* trong thơ vần điệu, nhưng rải ra khắp bài thơ, nên không rơi vào sự đều đặn, hạn chế như *vần* ở cuối dòng của thơ vần điệu. Điều này làm cho nhịp điệu trong thơ Tân hình thức Việt phong phú và khác biệt, nơi từng bài thơ và từng người làm thơ, đẩy tới nhiều mức độ khác nhau, từ trầm lắng đến sôi nổi. Nhưng dù ở mức độ nào, người đọc cũng phải nhận ra được nhịp điệu thơ.

"Câu chuyện trên rút ra kết luận: Không có gì bắt buộc chúng ta phải sáng tác trong lúc ngủ, mà có thể sáng tác bất cứ lúc nào cảm thấy có hứng khởi, ban ngày cũng như ban đêm, lúc thức cũng như lúc ngủ. Trong trường hợp này, hành động đọc đi đọc lại nhiều lần, không phải để nhớ, mà để hình dung ra nhịp điệu của thơ. Và việc ghi lại trên giấy mới có tác dụng để nhớ. Khi đọc, và đọc đi đọc lại, sẽ hạn chế *sự nghĩ* của tâm trí, và bài thơ tiến hành theo những cảm nhận tự nhiên, chứ không phải từ những sắp xếp của lý trí. Sự *ghi lại* trên giấy khi bài thơ hoàn tất, chẳng khác nào quay trở lại một truyền thống mới là chữ in trong thời đại mà chữ in đang dần dần bị lãng quên, có lẽ là điều mà nhà thơ Frederick Turner gọi là 'Truyền thống mới cái đẹp xưa' chăng?" Trích,*Nhịp điệu thơ Tân hình thức Việt trong tiến trình sáng tác.*

Mục đích luật tắc của Tân hình thức là tạo nhịp điệu thơ. Nếu bài thơ đọc lên, nghe âm hưởng của văn xuôi, là bởi người làm thơ theo cách viết trên giấy của thơ tự do, rồi đếm chữ xuống dòng. Nhịp điệu bài nào cũng hao hao giống nhau, vì đó là nhịp điệu văn xuôi. Còn nếu làm theo cách của thơ Tân hình thức, sẽ tạo được nhịp điệu thật sự cho thơ, không bài nào giống bài nào. Đến đây, có ba điểm cần ghi nhận: 1/ ngôn ngữ thông thường trong thơ Tân hình thức còn có tác dụng *dễ nhớ*; 2/ bài thơ chỉ được *ghi lại trên trang giấy, sau khi hoàn tất;* 3/ "đếm chữ xuống dòng" là khâu cuối cùng, dùng để chỉnh sửa, sau khi bài thơ đã làm xong. Lúc đó, chúng ta mới quyết định xem phải dùng thể thơ nào cho phù hợp với nhịp điệu bài thơ. Thể thơ *5 chữ* cho nhịp điệu nhanh, *7 chữ* cho nhịp điệu vừa, và lục bát cho thơ kể chuyện.

Ở mọi thể loại thơ, người làm thơ bế tắc là chuyện bình thường, thơ hay thì ít, thơ dở quá nhiều, cũng là chuyện bình thường, nhưng không vì thế mà cho rằng những thể loại thơ đó có vấn đề. Người làm thơ có nhiều chọn lựa, nếu thấy thể loại này không hợp thì tìm một thể loại khác hợp hơn. Thơ vần điệu và tự do có cả hàng ngàn nhà thơ, thơ Tân hình thức chẳng có bao nhiêu người, lại là một thể thơ mới, đa phần người làm thơ chưa thật sự am hiểu, vẫn còn theo cách *nghĩ và làm* của thơ cũ, sự khó khăn gặp phải là gấp bội, tỉ lệ hay dở cũng chênh lệch rất nhiều.

Nhưng cách làm thơ Tân hình thức có khó không? Dễ không dễ, khó không khó, chẳng qua là do thói quen. Cách làm đó không đơn thuần là lý thuyết suông, mà do kinh nghiệm của người viết. Tôi làm thơ vần điệu, thơ tự do, và Tân hình thức, tất cả đều làm theo cách đọc thầm trong đầu. Nhưng ngay cả thơ tự do, với những bài thơ ngắn, cũng có nhịp điệu rất mạnh. Và sau này, Tân hình thức là dòng thơ quan tâm tới nhịp điệu, nên tôi thấy đó là cách làm thơ thích hợp nhất. Vấn đề bây giờ là sự khao khát đổi mới của những nhà thơ tham gia sáng tác thơ Tân hình thức, có đủ mạnh để thay đổi thói quen đã được lập trình trong tiềm thức hay không. Và nếu thật sự muốn, phải làm sao để cách làm và lý thuyết thơ Tân hình thức nắm được và *thay* thói quen cũ trong tiềm thức (người làm thơ không còn bị ám ảnh và bận tâm tới *những cái khung* và kỹ thuật thơ), lúc đó khả năng sáng tạo mới có thể bột phát và thành thơ. Để được như thế, phải nghiền ngẫm và ngấm dần qua năm tháng (ở thời đại internet, thói quen đọc lướt, thoáng qua rồi quên, ít ai chịu tìm hiểu kỹ điều gì). Vì trong tiềm thức chúng ta là cả một dãy trường thành những thói quen, thói quen *nghĩ và làm* thơ cũ, khó có thể vượt qua?

Người làm thơ trước khi làm thơ Tân hình thức có thể họ đã là những nhà thơ vần điệu hay tự do. Khi tham gia thơ Tân hình thức, nếu thấy không hợp, họ có thể trở về với vần điệu hay tự do. Thực tế, đâu có ai vừa làm thơ vần điệu vừa làm thơ tự do, vì như thế sẽ chẳng đi đến đâu, mỗi dòng thơ có cách làm khác nhau. Nhưng khi đã dấn thân vào con đường thơ Tân hình thức, họ phải thôi làm thơ vần điệu hay tự do. Lý do, thơ Tân hình thức sẽ bị vướng vào vần điệu của thơ vần, hoặc làm thơ theo *cách nghĩ* của thơ tự do. Như vậy sẽ làm hỏng thơ Tân hình thức, và sớm hay muộn gì cũng rơi vào bế tắc. Hết đợt này tới đợt khác, đến rồi đi, đã chứng tỏ, cách làm thơ mới chưa được những người làm thơ Tân hình thức hưởng ứng và quan tâm. Các bạn thơ đang bế tắc hoặc đã bỏ cuộc, hãy thay đổi cách làm thơ để xem có cảm thấy hào hứng trở lại hay không? Dĩ nhiên, chúng ta không thể bỏ ngay cách làm thơ cũ, nhưng thay đổi từ từ cho tới khi quen dần. Chẳng hạn, ghi xuống trên giấy từng đoạn thơ, rồi tiếp tục làm theo cách đọc thầm trong đầu, cho đến khi bài thơ hoàn tất. Tuy nhiên, dù biết cách tạo nhịp điệu, nhưng nếu ý tưởng yếu kém cũng khó thành công. Chúng ta cần phải nuôi dưỡng ý tưởng trong đầu, và tìm kiếm nội dung cho thơ.

"Theo khám phá những chức năng của não bộ, sáng tạo trong thơ là sự kết hợp giữa bán cầu não trái và phải, liên quan đến hoạt động của toàn thể não bộ. Trong suốt quá trình, cả khía cạnh lý trí và cảm xúc phải làm việc toàn diện với nhau. Thơ vần điệu sáng tác nghiêng về bán cầu não phải, với *nhạc tính, nhịp điệu, cảm xúc*, trong khi thơ tự do nghiêng về bán cầu não trái với *ngôn ngữ* và *kiến thức*. Trong thơ thể luật tiếng Anh, dù có *vần* hay *không vần*, vì là ngôn ngữ đa âm, với kỹ thuật *vắt dòng*, người làm thơ có tài năng vẫn có thể kết hợp hai bán cầu não với nhau. Trong khi thơ vần điệu Việt, không thể vắt dòng, *vần* ở cuối dòng giống như bức tường ngăn cản hai bán cầu não thông thương với nhau, thơ hoàn toàn sáng tác với bán cầu não phải. Thơ tự do, vì là dòng thơ trí tuệ, dĩ nhiên phải sáng tác theo bán cầu não trái. Thơ Tân hình thức Việt sáng tác với cả hai bán cầu não, nên khó cũng là điều đương nhiên".

"Nhưng chúng ta chỉ mới biết những chức năng của não bộ mới đây, nên chưa vận dụng được khả năng sáng tạo và phối hợp những yếu tố thơ trong bán cầu não phải như *tưởng tượng, cảm* xúc, trực giác, nhịp điệu, vần... Đồng thời cũng chưa ý thức được tầm quan trọng của *kiến thức* và *tư duy nghệ thuật* trong việc phát triển nội dung thơ. Bây giờ, nếu kết hợp giữa cách làm thơ Tân hình thức và những chức năng não bộ trong sáng tạo, giữa nghệ thuật thơ và đời sống thực tại, giữa 'kiến thức và kinh nghiệm trong tiềm thức', như ý kiến của Jesper, chúng ta hy vọng sẽ có được những nhà thơ Tân hình thức thực sự. Cụ thể hơn, thơ khẩn thiết cần một nội dung mới".

"Thơ không thể đổi mới, nếu không thay đổi cả hình thức lẫn nội dung. Vì nội dung là xương sống của bài thơ, ở đây là kiến thức. Theo Kant, kiến thức là cái gì đó được tạo ra bởi tâm trí, bằng cách lọc cảm giác thông qua các công cụ hiểu biết. Thiếu kiến thức, người làm thơ không thể phát hiện những ý tưởng mới trong những biến cố và sự việc thường ngày. Kiến thức và trực giác là sức mạnh trong tâm thức, tiếp cận với thực tại, tạo nên ánh sáng lóe trong nội tâm". Trích, *Thơ và không thơ*, sắp xuất bản.

Thời hiện đại, bắt đầu với thơ tự do Mỹ và trường phái Tượng trưng Pháp, văn học và hội họa quan tâm tới những thay đổi về phong cách (làm mới) hơn là nội dung, như các trường phái hội họa Ấn tượng, Lập thể, Trừu tượng... các trường phái thơ hậu hiện đại Mỹ Black Mountain, thơ Ngôn ngữ... tiểu thuyết mới Pháp... Nhưng thơ Tân hình thức Việt nối kết truyền thống (cảm xúc và nhịp điệu thuộc bán cầu não phải) và thơ tự do (kiến thức, trí tuệ thuộc bán cầu não trái), quan tâm tới cả hình thức lẫn nội dung. *Kiến thức* và *tư duy nghệ thuật* là những yếu tố cơ bản giúp nhà thơ tìm kiếm nội dung thơ. Và như vậy, *cách làm thơ* và khám phá những chức năng não bộ trong sáng tạo (tiểu luận *Thơ và không thơ*) đã kết hợp với nhau và làm thành lý thuyết thơ Tân hình thức Việt,đáp ứng nhu cầu người làm thơ và đọc thơ, từ dễ đến khó, từ đơn giản tới phức tạp.

Nếu không có sẵn cách làm thơ, chúng ta khó lòng biện giải và bảo vệ dòng thơ, vốn đã quá nhiều gian nan, trong tìm kiếm và học hỏi. Có sự trùng hợp, trong khi sáng tác thơ Tân hình thức rơi vào bế tắc, sự khám phá những chức năng sáng tạo trong não bộ, kết hợp hai bán cầu não trong sáng tác, lại phù hợp với cách làm và lý thuyết thơ Tân hình thức. Thơ thể luật (hay vần điệu) đã có cả ngàn năm, thơ tự do cũng có lịch sử hơn trăm năm, mỗi loại thơ đều có cái hay của nó, ai thích thì làm, vì mục đích của thơ là mang lại niềm vui cho người *làm và đọc* thơ. Thơ Tân hình thức chỉ cung cấp thông tin, đáp ứng nhu cầu cho những ai thật sự muốn thay đổi thơ.

Nhưng nếu muốn thay đổi, phải hiểu rõ tường tận từng thể loại thơ. Đặc biệt, thơ tự do xuất phát từ Mỹ với hàng loạt những phong trào tiền phong, và thơ thể luật tiếng Anh, với từng bước cải đổi có bài bản và học thuật. Thơ Tân hình thức Việt nối kết và trầm tư nhiều thể loại thơ, rút tỉa một số nguyên tắc căn bản để làm thơ, từ đó, trong tiến trình của sáng tạo, sẽ còn vô số những phát kiến không ngừng, làm phong phú cho thể loại thơ này. Do vậy, dù có người tham gia hay không, tài tử hay chuyên nghiệp, đúng hay sai, đến hay đi, hay hay dở... hẳn thơ Tân hình thức Việt vẫn hiện hữu như nó hiện hữu?

(Tháng 9, 2017)

Kẻ viết

Những kẻ viết – như tôi – sống
với những nhân vật của họ
mà nhân vật của họ thì
vốn dĩ là những mẫu người
thật đủ mọi dạng hình được
bỏ vào những tình huống do
họ tạo ra theo kiểu cách
của họ những nhân vật của
họ trở thành những con rối
dần dần những con rối lại
biến chính kẻ viết thành những
con rối con rối trong những
con rối ô hay thế giới
của những con rối cứ thế
và cứ thế phiêu bạt phiêu
bạt những con rối chữ nghĩa
lộn xộn với những con rối
cuộc đời và trong cái mớ
bong bong của hoài nghi kẻ
viết đi đâu về đâu cuối
cùng rồi cũng chỉ là kẻ
viết có khác gì những con
người khác luẩn quẩn trong những
thế giới khác nhiễu nhương và
nhiễu nhương nhưng nhiễu nhương thì
nhiễu nhương những kẻ viết – như
tôi – làm sao có thể thoát
ra khỏi cái viết và chỉ

có thể mãi mãi là kẻ
viết vất vưởng trong cái viết.

Đám đông

Những con đường đông đông
đám đông tình cờ đến
và đi đám đông là
ai ai là đám đông

không ai thấy đám đông
là con người của mọi
con người là người khác
trong mỗi người khác và

đang có một đám đông
trong tôi mới vừa tỉnh
giấc trên con đường đông
đông đám đông tôi vô

danh giữa đám đông vô
danh đến đến đi đi
mất mất còn còn tiếng
lòng tôi trong nỗi lòng

tôi cay cay không thốt
nên lời lời là lời
của ai ai nói ra
lời tôi nghe tiếng nước

sôi từ thuở xa xôi
cho đến bây giờ nước
tôi thức dậy chào buổi
sáng bình minh hay hoàng

hôn chào đám đông.

(*) Tâm lý đám đông (crowd pschycology), hình thành từ những người có cùng chung một sở thích như thể thao (bóng đá), âm nhạc (nhạc rock), hay những đặc điểm văn hóa về ngôn ngữ, đất nước, con người. Trong vô thức mỗi người đều có một đám đông nào đó bên trong.

KIỆT TẤN

Tên thật Lê Tấn Kiệt. Sinh năm 1940 tại làng Vĩnh Lợi, Bạc Liêu.

Tốt nghiệp đại học Laval (Québec, Canada). Hiện sống ở Pháp với gia đình từ 1975.

Có bài trên tạp chí Nghệ Thuật (Sài Gòn).

Nhiều năm không viết, không làm thơ. Cầm bút lại năm 1985.

Đã cộng tác với các tạp chí hải ngoại: *Văn Học Nghệ Thuật, Văn Học, Văn, Làng Văn, Việt Nam Tự Do, Thế Kỷ 21, Hợp Lưu, Trăm Con, Nắng Mới, Sóng...*

Tác phẩm đã xuất bản:
- *Điệp Khúc Tình Yêu Và Trái Phá(thơ, Sáng Tạo, 1966)*
- *Nụ Cười Tre Trúc* (truyện, Văn Nghệ, 1987)
- *Thương Nàng Bấy Nhiêu* (truyện, Người Việt, 1988)
- *Lớp Lớp Phù Sa* (truyện, Văn Nghệ, 1989)
- *Nghe Mưa* (truyện, Xuân Thu, 1989)
- *Em Ơi Biết Đâu Tìm* (truyện, An Tiêm, 1995)
- *Việt Nam Thương Khúc* (thơ, An Tiêm, 1995)

Tết này chưa chắc em về được

Tết này chưa chắc em về được
Em gửi về đây một tấm lòng
Chén rượu tha hương, trời! đắng lắm
Trăm hờn nghìn giận suốt mùa đông
Chiều qua ngồi ngắm hoàng hôn xuống
Nhớ chị làm sao nhớ lạ lùng

Mỗi năm tôi đều chép một hai đoạn *Xuân Tha Hương* của Nguyễn Bính để gởi về cho chị Trúc ở Vĩnh Long. Không biết Nguyễn Bính có may mắn hơn tôi hay không, riêng tôi, tôi không bao giờ được chị Trúc trả lời. Chị Trúc của tôi không có máu văn nghệ văn gừng gì hết. Chị có trái tim nhân hậu, nhưng tôi không biết chị tìm gì trong cuộc đời này. Tình yêu? Tuyệt đối? Vui chơi? Trật lất hết. Chị Trúc rất hiền lành và chơn chất, đâu có lẩm cẩm đi tìm một cái gì siêu việt. Chị nấu cơm kho cá, chị khâu và thêu thùa, đặc biệt chị làm bánh rất ngon. Tết đến chị làm bánh lu bù. Còn tôi thì ở phương xa.

Tết này chưa chắc em về được
Em gửi về đây một tấm lòng
Ôi chị một em em một chị
Trời làm xa cách mấy con sông

Mấy con sông? Sông Cái Cá, sông Cổ Chiên, sông Long Hồ, sông Thiềng Đức, sông Cầu Lộ, sông Cầu Lầu, sông Định Tường, sông Cửu Long, sông Tiền Giang... Càng xa chị Trúc tôi càng lãng mạn, tôi càng rên rĩ, nhứt là lúc gần Tết.

Tết đến cho em thêm một tuổi
Thế nào em cũng phải thành công
Em không khóc nữa không than nữa
Đây một bài thơ hận cuối cùng

Mà nào tôi có hận gì ai. Thiệt lãng xẹt! Vậy mà năm nào

tôi cũng lăn ra nằm vạ với chị Trúc. Và dĩ nhiên chị không bao giờ trả lời trả vốn cho cái lãng mạn nửa mùa của tôi. Riêng tôi, tôi cũng chẳng phiền hà gì về sự im lặng của chị. Thành ra Tết nào cũng vậy. *Tết này chưa chắc em về được.* Mà em về được hay không về được gì thì chị Trúc vẫn đốt **lò** nướng bánh và chăm chỉ thêu thùa. Chị rất khéo tay, trong Xóm Cái Cá ai cũng đã từng thưởng thức tài nghệ của chị.

Nãy giờ chắc ai nấy đều thắc mắc. Chị Trúc tài như vậy, còn sắc thì sao? "Đẹp!" Ôi, chị Trúc của tôi đẹp lắm. Đường nét xấp xỉ Thẩm Thúy Hằng. Cũng mũi thẳng mắt to, môi dưới mời mọc và nhứt là trắng tươi, trắng rất trắng. Ngực vừa phải, eo thon, mông tròn trĩnh, thích mặc áo dài trắng học trò. Mỗi lần lượn ngang Xóm Rạp Hát của tôi, bọn con trai ùa ra ngắm nghía, chắt lưỡi *"Người Đẹp Bình Dương"*, không ai thấy mình có đủ tiêu chuẩn để chinh phục một mỹ nhân như vậy. Phần tôi, tôi cũng chỉ còn biết giậm căng kêu trời. *Tết đến cho em thêm một tuổi, thế nào em cũng phải thành công.* Thành công? Thành công cái gì? Ở tuổi dậy thì, sự thành công có nghĩa là thành công trong tình yêu.

Và tôi đã thành công! Không, không, không phải như quý bạn tưởng đâu. Tôi đâu có tham vọng chinh phục Người Đẹp Bình Dương. Tôi bắt bồ với Ánh, em nàng. Tuy Ánh tài sắc không bằng chị, nhưng dung nhan này cũng làm rung rinh bao trái tim ở Cầu Cái Cá, Xóm Lò Tường, Xóm Rạp Hát, trong đó có tôi. Nhờ thằng bạn học cùng lớp là em bà con của Ánh, tôi lọt vào nằm vùng ở nhà chị Trúc. Không biết lẽ gì, chị Trúc lại ưng bụng tôi nên chị lén mở tập ảnh gỡ vài tấm ảnh của Ánh tặng tôi cho thỏa tình mơ ước – và bỏ bóp lấy le với bạn bè.

Chị ơi Tết đến em mua rượu
Em uống cho say đến não nùng
Uống say cười vỡ ba gian gác
Ném cái chung tình xuống đáy sông

Tết năm đó, tôi viết cho chị Trúc như vậy. Lúc đó tôi với Ánh chưa tỏ tình gì hết, và tôi cũng chưa biết uống bia. Vậy mà tôi vẫn cứ cười sập gác trọ ầm ầm và liệng gà-mên xuống sông Định Tường ào ào. Tôi du học Mỹ Tho và yêu Hoa xóm Bến Đò. Tôi không khổ sở vì yêu đương, nhưng cũng rên với chị Trúc cho có lệ. Tôi còn muốn tỉ tê hơn nữa. *Rượu say nhớ chị hồi con gái, thương chị từ khi chị lấy chồng.* Nhưng chị Trúc đâu có ưng ai mà lấy với bỏ. Chị tiếp tục cặm cụi làm bánh và cũng chẳng buồn khỉ móc gì hết. Nhiều lúc ngó chị, tôi cũng rung rung trái tim. Nhưng người rung rinh trái tim hơn hết là Lộc, anh tôi. Chàng là kép độc trên sân khấu học trò của cả tỉnh Vĩnh Long nên có nhiều ưu điểm để lọt vào mắt người đẹp. Bởi vậy cho nên Ánh lo lắng. Ánh lo rủi Lộc rước chị Trúc về làm vợ thì tôi với Ánh kẹt cứng. *Anh ơi nếu mộng không thành thì sao? Non cao đất rộng biết đâu mà tìm?* Thành thử khi Lộc ghé chiếc Vespa vào nhà chị Trúc thì Ánh và tôi tìm đủ mọi cách để đẩy chàng ra – không xì bánh xe là may. Để an ủi chàng, Ánh mang tập ảnh ra cho chàng xem. Chàng lựa những tấm hình mỹ miều mơ mộng nhứt của chị Trúc và lén gỡ dắt bóp lấy le. Người ta bận bịu mọi thứ, riêng tôi tôi trấn an Ánh "Lộc cưới chị Trúc thì Lộc cứ cưới, còn anh cưới em thì anh cứ cưới, đã chết ai". Ánh la kỳ chết!

Nhưng Lộc không phải là người duy nhất mê chị Trúc. Trăm vạn người mê. Nhưng đi hỏi cưới chính thức lúc đó thì chỉ có một người: *Phước.* Phước lớn tuổi hơn tôi nhưng học cùng lứa với tôi. Phước âm thầm yêu chị Trúc lâu lắm, khi nàng theo học lớp nữ công gia chánh. Thuở đó, cuối năm học đều có diễn tuồng. Lộc đẹp trai được đóng vai Ngô Quyền, Phước xíu trai đóng vai tướng Tàu – từ chết tới bị thương khi màn sập. Phước có tài giễu và giễu rất có duyên. Mỗi lần Phước kể chuyện vui là tôi ngã lăn ra cười chết bỏ. Người sao mà có duyên dữ vậy! Nhưng than ôi, ý kiến của chị Trúc lại hoàn toàn trái ngược, về Phước, chị phê bình người gì mà mặt dài như mặt ngựa, chuyên làm hề cho thiên hạ, chưa nói đã cười. Dù biết hay không lời phê bình bất lợi một trăm phần trăm đó, Phước vẫn thừa thắng xông lên và xúi má mình chính thức đến nhà ở cầu Cái Cá hỏi chị Trúc về làm vợ. *Vâng em trẻ dại em đâu dám, thôi để người ta được kén chồng.* Nhưng chị Trúc không kén chồng. Chị không từ chối hẳn lời cầu hôn của Phước, chị dùng kế hoãn binh. Lúc đó Phước được học bổng du học Mỹ hai năm, nhưng Phước nói nếu chị Trúc nhận lời cầu hôn thì Phước sẽ *ở* lại quê hương để cưới chị —sợ ra đi thiên hạ sẽ thừa cơ cuỗm mất cái bàn thờ của mình. Chị nói Phước hãy du học trước đi, lúc về rồi hẵng tính sau. Phước xin đính hôn trước khi lên đường nhưng chị từ chối. Và Phước ôm mối mộng tình lớn lao lên đường du học. *Ôm bao hy vọng lúc ra đi!*

Trong thời gian đó có nhiều người tới dạm hỏi chị về làm vợ, trong số đó có Tất. Tất là đại úy, tướng người cao lớn, tuy không đẹp trai nhưng rất bền chí, dù đã bị chị Trúc từ chối hai lần cầu hôn. Và chị cũng không nhận lời ai hết – chẳng phải là để thủy chung với Phước. Chị tiếp tục thêu thùa nướng bánh, và bọn con trai Xóm Rạp Hát tiếp tục chắt lưỡi trầm trồ Người Đẹp Bình Dương và cô em bé nhỏ xinh xinh – trong số đó vắng mặt tôi. Bởi lẽ tôi đã lên đường du học Canada. *Em ơi em ở lại nhà, vườn dâu em đốn mẹ già em nuôi.* Ánh ở lại nhà đeo chưn má tôi rất kỹ. Đáp lại má tôi cũng thủy chung với Ánh hết dạ hết lòng. Còn tôi thì trúng tủ thơ Nguyễn Bính. Năm nào, khi Tết đến ở Canada tôi cũng lăn ra giãy đành đạch năm vạ với chị Trúc: *Tết này chưa chắc em về được.* Em về không được là cái chắc. Con đường Québec – Vĩnh Long nào đâu có ngắn như con đường lục tỉnh Sài Gòn – Vĩnh Long, sáng đi chiều về. Càng chắc chắn về không được tôi càng làm dữ – với mọi da đỏ địa phương.

Tết này chưa chắc em về được
Em gửi về đây một tấm lòng

Gạo nếp nơi đây sao trắng quá
Mỗi ngày phiên chợ một thêm đông
Cột nhà hàng xóm lên câu đối
Em đọc tương tư giữa giấy hồng

Ở Canada những năm 60 mà tôi đã bày bán gạo nếp, nước mắm, bánh tét và dán biển đỏ ở cột nhà hàng xóm tùm lum. Thây kệ, sư phụ biểu sao thì tôi làm vậy. Trời Québec càng xuống tuyết tôi càng la chói lói. *Áo rét ai đan mà ngóng đợi? Còn vài hôm nữa hết mùa đông.* Tôi lạc quan quá trớn. Mùa đông ở nơi đây dài bất tận, hết làm sao nổi mà hết. Anh không biết đan áo, còn chị Trúc thì lo nướng bánh kẹp. Thằng em chỉ có từ chết tới bị thương. Nằm vạ ở Québec đã đời tôi đáp tàu thủy sang Paris nghỉ hè và kết tình với Diane, người em Xóm Học. Hết mùa hè tôi chia tay với Diane bước chân xuống đò trở về Xứ Tuyết. Lênh đênh trên mặt biển, nhớ Diane quá cỡ, tôi khóc lóc (và một lần nữa) lại lăn ra nằm vạ với chị Trúc.

Chị cho em chị chiếc khăn thêu
Ý chị thương em khóc đã nhiều
Khóc chị giờ đây mình lại khóc
Cho mình khi tắt một tình yêu

Đêm nào tôi cũng la cà ngất ngư ở quầy rượu.
Ổ say thương nhớ vô cùng!
Rượu hay lệ ướt khăn hồng chị cho?

Trong lúc tôi muốn thắt họng trên mặt biển thì ở nhà chị Trúc ra sao? Chị Trúc vẫn mạnh giỏi và vẫn tiếp tục từ hôn. Từ hôn trở thành một phản xạ tự nhiên của chị. Nhưng oan nghiệt thay! Lần này trầm trọng hơn. Chị từ hôn Lộc? Không phải. Chị từ hôn Tất? Không phải. Chị từ hôn Hồ Chí Minh? Không phải. Chị từ hôn một nhà tu? Không phải. Chị từ hôn quốc trưởng? Không phải. Nhằm nhò gì ba cái lẻ tẻ đó. Chị Trúc, một lần nữa, lại từ hôn. Và nạn nhân là Phước, sau khi du học ở Mỹ hồi hương.

Ôm bao hy vọng lúc ra đi
Chuốc lấy buồn thương lúc trở về
Lòng mỗi lần đi lòng bão táp
Mỗi lần là một cuộc phân ly

Chị Trúc từ hôn và Phước lâm trọng bịnh. Bịnh tương tư. Tóc rụng một nửa phần đen, nửa phần còn lại bạc lưa thưa. *Đa mang chi nữa tình mây nước. Để mặc sương sa bạc mái đầu.* Má Phước phải đưa Phước vào chùa tịnh dưỡng cho nguôi ngoai mối tình oan nghiệt.

Hoa đào tưởng bóng đào xưa,
Thuyền sang bến nọ dòng mờ khói vơi.
Hoa dương vàng nhạt sầu người,
Ta về uống nước sông khuây khỏa lòng.
Con chim mùa nọ chưa chồng,
Cũng bay rời rã trong dòng xuân thu.

Mặc dù không phải chị Trúc từ hôn Phước để đi lấy chồng, nhưng tôi cũng e rằng chị Trúc đã tạo nghiệp chẳng lành. Mấy tháng sau, được tin Phước lâm bịnh ngặt nghèo, chị *hối* hận có nhờ Lộc đi thăm Phước. Lộc đến nơi được một ni cô cho biết Phước đã rời chùa. Rồi từ đó những nay biệt luôn tung tích. Lộc về nói lại, chị Trúc bưng mặt khóc ngất.

Thì thôi tóc ấy phù vân,
Thì thôi lệ ấy còn ngần dáng sương,
Thì thôi mù phố xe đường,
Thôi thì thôi nhé đoạn trường thế thôi.

Rồi Xuân tiếp nối Xuân, Tết tiếp nối Tết, tôi tiếp tục rên rỉ với chị Trúc *Tết này chưa chắc em về được.* Cho tới một mùa Xuân nọ, một lần nữa, lần thứ ba, đại úy Tất lại đến gõ cửa xin cưới chị về làm vợ. Nhờ bà mai trong gia đình nói khéo, ba má chị bằng lòng, phần chị Trúc có lẽ ngó lại tuổi xuân mình nên cũng gật đầu. Thế là đám con trai ở Xóm Rạp Hát của tôi đều rút khăn mu-xoa ra mà lau lệ. Chạnh nhớ thuở nào ở xóm này, tôi ra ngồi ở đống cây trước nhà ngóng Ánh đạp xe chở *Người Đẹp Bình Dương* về ngang ngõ, *hương đượm ba ngày hương chửa tan.*

Lần nọ có lẽ tôi ngó kỹ quá nên Ánh luống cuống đâm xe vào một con chó lớn đang chạy băng qua đường bất kể đèn xanh đèn đỏ. Bị đụng vào đầu đau điếng, con chó la *oẳng* một tiếng lớn (là cái cẳng!) chạy lộn *trở* lại, còn hai Kiều thì cũng té ngửa xuống đường chổng gọng. Tôi vội vã chạy tới đỡ hai nàng lên một cách rất nịnh đầm? Không! Tôi chỉ biết nhăn hàm răng hô ống điếu của mình ra mà cười. Hai Kiều thẹn đỏ mặt. Hai nàng lật đật dựng chiếc xe đạp lên, thay tài xế rồi đạp thẳng một mạch về nhà. Ánh giận lắm, méc với chị Trúc là "thằng nhỏ vô duyên!" Đó là thời kỳ tôi chưa lọt được vào sào huyệt của hai Kiều và chưa nằm vạ với chị Trúc.

> *Đã có yêu nhau là đến thế,*
> *Đừng về Chiêm quốc nhé Huyền Trân.*

Bọn con trai ở Xóm Rạp Hát đều nhất tề năn nỉ chị Trúc một mực như vậy mà người đẹp vẫn bước lên kiệu hoa đành đoạn. Huyền Trân thì trao thân cho vua Chiêm còn chị Trúc trao thân cho ai? Than ôi, than ôi và than ôi! Chị Trúc đã trao thân lầm tướng cướp.

> *Cũng là thôi cũng đã đành,*
> *Sang ngang lỡ bước riêng mình chị sao?*
> *Tuổi son nhạt thắm phai đào,*
> *Đầy thuyền hận có biết bao nhiêu người.*
> *Em đừng khóc nữa em ơi,*
> *Dẫu sao thì sự đã rồi nghe em.*

Sau khi cưới hỏi đủ lễ nghi, chị Trúc theo chồng lên Sài Gòn sống chung ở Xóm Vườn Chuối. Khi chị có bầu, Tất bắt đầu hắt hủi chị và bỏ nhà đi suốt đêm. Lúc đó mới vỡ lẽ ra là Tất đã có vợ lớn cư ngụ tại Chợ Lớn. Một buổi chiều Tất chê cơm chua canh mặn, mắng mỏ chị, chị cãi lại, hắn xô chị ra ngoài đường rồi khóa cửa lại bỏ đi *mất*. Một thân một mình trên đất khách, chị Trúc chỉ còn biết ra ngồi bên lề đường đô thành bụi bặm mà khóc sướt mướt. Lối xóm thấy tội nghiệp đem chị về nhà mình an ủi và cho tá túc. Sự thể càng lúc càng trầm trọng nên má phải lên Sài Gòn rước chị về Vĩnh Long chăm sóc. Vậy mà đâu có êm. Tất lại đuổi theo về tận Vĩnh Long quát mắng, đòi ăn như giặc, rồi lại chê cơm chua canh mặn, vỗ bàn đập ghế, đánh chó mắng kèo. Thấy ai nấy nín thinh nên hắn làm tới. Có lần hắn nói với Ánh: "Phải chi mà vợ tôi được lanh lợi như cô Tám..." Ánh trả đũa liền tức khắc: "Anh có phước lớn mới cưới được chị tôi, gặp tôi, tôi đã tống cổ anh ra ngoài đường từ khuya". Hắn nín thinh xò câm. Ma nhát bắt mặt người có khác. Tuy giận hắn, nhưng chính một tay Ánh đã nuôi nâng đứa con đầu lòng của Tất, vì sau khi sinh nở thì chị Trúc ngã bịnh li bì. Vậy mà lần nào Tất về Vĩnh Long cũng có một màn đòi ăn năng nặc như con nít đòi bú, như giặc!

> *Tết này chưa chắc em về được*
> *Em gửi về đây một tấm lòng*
> *Tết này ô thế mà vui chán*
> *Những một mình em uống rượu hồng*
> *Rượu say nhớ chị hồi con gái*
> *Thương chị từ khi chị lấy chồng*

Ở Canada, mỗi lần Tết đến, lạnh teo bu-gi, tôi lại tiếp tục lăn ra nằm vạ với chị Trúc, mà nào tôi đâu có hay biết gì về kiếp hồng nhan bạc mệnh của chị. Cũng may mọi người đều giấu biệt tin tức bất lợi cho đệ tử Nguyễn Bính. Nếu không có lẽ tôi đã đáp máy bay về hành thích bạo chúa, đại úy dâm tặc, và ra hầu tòa một cách hiên ngang. *Sang Tần tráng sĩ Kinh Kha chết, Máu đỏ trôi sông Dịch Thủy về*. Ta hề là tráng sĩ. Ta tráng sĩ là hề! Tiếc thay trời đã không cho tôi dịp may so gươm với đại úy Tất và cứu chị Trúc của tôi đang bị con quỷ râu xanh uy hiếp. *Chị thà coi như là hạt bụi, em thà coi như hơi rượu cay.* Nếu biết thế, tôi đã đêm đêm mài kiếm dưới trăng, hâm bầu máu nóng, dọn đường về nước. May thay tôi không biết gì hết và tiếp tục lãng mạn. Rời Diane, trở về Québec, tôi gặp Louise và trở thành người tình của nàng. *Nàng bèo bọt quá em lăn lóc, Chấp nối nhau hoài cũng uổng công. Một trăm con gái đời nay ấy. Đừng nói ân tình với thủy chung!*

Tết này chưa chắc em về được. Tuy nói vậy nhưng tôi đã trở về. Về quê hương. Về Việt Nam. Về Vĩnh Long. Tôi cưới Ánh – đám con trai Xóm Rạp Hát thêm một lần nữa, lại rút khăn mu-xoa ra mà lau lệ. *Đừng về Chiêm Quốc nhé Huyền Trân, Ta viết thư này gửi cố nhân. Năm mới tháng Giêng mồng một Tết, còn nguyên vẹn cả một mùa xuân.* Bẵng đi một dạo tôi không còn viết thơ Xuân cho chị Trúc nữa. Chị có hai con rồi ba con. Và tiếp tục không hạnh phúc. Một lần chúng tôi về, tôi nằm đưa võng kẽo kẹt trong căn nhà bên cầu Cái Cá, chị kéo Ánh về nhà kế bên tâm sự. "Mầy có phước hơn tao. Tao không biết hạnh phúc và sung sướng là gì hết. Mỗi chiều tao lo cho thằng chả ăn. Thằng chả ăn no, dọn dẹp xong thằng chả leo lên bụng tao. Như gà đạp mái. Xong lăn ra ngủ ngáy phì phò. Sáng thức dậy đòi cà phê bánh mì như giặc..."

Trong khi đó cuộc chiến tranh chó má ở quê hương ta vẫn tiếp diễn, từ những năm 60 sang những năm 70. Tôi đi lính và Tất lên lon Thiếu tá, phục vụ ở Bộ Quốc phòng. Ánh có hai con thì chị Trúc đã được năm con. *Ra đường thiếp hãy còn son, về nhà thiếp đã năm con cùng chàng.* Chị Trúc vẫn còn tươi tắn, đẹp đẽ, dù bất hạnh.

Tết này chưa chắc em về được. Em về không được là cái chắc, vì năm đó là *Tết Mậu Thân 68.* Tôi kẹt ở Hàng

Xanh, chị Trúc kẹt ở Vĩnh Long. Và Việt cộng bắn chết một nhân vật mà cả tỉnh Vĩnh Long đều yêu mến: *Chín Khùng.* Bởi lẽ Chín Khùng không hiểu gì về cuộc chiến tranh tương tàn giữa phe ta và phe bên kia hết. Chín Khùng bỏ ra ngoài tai tiếng hô cảnh cáo "Đứng lại!" và rốt cuộc bị cán binh lạ tỉnh lạ người bắn chết. Dứt Tết Mậu Thân, qua năm 69 tôi xung vào quân đội rồi được biệt phái về dân sự. Tôi có gặp Tất một vài lần và thầm tiếc cho chị Trúc. Nhưng mọi sự đều quá muộn màng. *Em đi theo đuổi tơ duyên, Dò mãi lòng sông sắm mãi thuyền. Cho đến một hôm em mới nhớ: "Lòng người..." chị Trúc nhớ hayquên?* Hỏi là hỏi chơi vậy thôi chớ chị Trúc có bao giờ cầm bút lên trả lời tôi – thằng em lãng mạn lẩm cẩm.

Cuộc chiến khốc liệt tiếp diễn dai dẳng và kết cuộc là miền Bắc nuốt trọn miền Nam năm 1975. Giải Phóng? Đó cũng là một cách nói, một cách diễn dịch lịch sử. Điều trước mắt là mọi quân nhân, công chức Ngụy đều phải đi học tập. Tôi, Ánh và hai con may mắn không kẹt lại. Tất, bấy giờ đã lên lon trung tá, còn kẹt lại và học tập rất xa, tận ngoài Bắc Việt. Chị Trúc lên đường khăn gói thăm nuôi từ Nam ra Bắc và được chồng trách là nuôi ăn thiếu thốn, không đúng tiêu chuẩn. Chị Trúc chỉ còn biết giấu mặt âm thầm quẹt nước mắt.

Từ cái ngày tang thương năm 75 đó, tôi không được tin tức trực tiếp gì về chị Trúc. Chị chết, chị sống, chị hạnh phúc, chị khổ đau, tôi không biết gì hết. Dù rằng mỗi năm tôi vẫn cặm cụi viết cho chị.

Tết này chưa chắc em về được
Em gửi về đây một tấm lòng
Cầu mong cho chị vui như Tết
Tóc chị bền xanh má dậy hồng

Cho tới một Tết nọ, có người về thăm quê hương trở qua và mô tả nhan sắc hiện thời của chị Trúc. Ánh vội vàng gởi tiền về cho chị trồng răng. Chị biên thơ cám ơn, không xin gì thêm. Ngày qua ngày, và cuối cùng trung tá Tất trở về và đòi bán nhà để ăn uống tiêu pha. Chị Trúc khóc lóc, năm đứa con của chị phản đối kịch liệt ba nó mới chịu buông tha. Rồi Tất nộp đơn xin ra đi với diện HO. Lúc bấy giờ tôi và Ánh đang ở Pháp và được thư chị Trúc cầu cứu: "Em gởi cho chị *bốn* cây để chị lo giấy xuất cảnh cho cả gia đình". Dĩ nhiên Ánh từ chối vì chúng tôi không có tiền, mặt khác chúng tôi lại sợ Tất làm áp lực chị Trúc để lường gạt. Ngoài ra, lo sợ cho sự dốt nát của chị, "to *eat, to drink*" không biết, Ánh khuyên chị chớ nên ra đi. Được thư Ánh, chị Trúc lặng thinh cho tới ngày chị lên đường sang Mỹ. Chúng tôi được tin chị tới Mỹ qua lá thư đứa con trai của chị cám ơn nhờ Ánh khuyến dụ mà bây giờ má nó, nó, và em gái nó được tha hồ uống sữa và Coca Cola – có hình kèm theo. Được thư Ánh giận lắm, gởi trả lại khổ chủ và dặn chị Trúc phải biết dạy con. Chị Trúc, như bao giờ, chẳng trả lời trả vốn gì hết.

Đúng mùng Một Tết nọ, chị Trúc viết thơ cho Ánh biết là chồng chị đã đứng ra lãnh hết tiền trợ cấp của chánh phủ Hoa Kỳ, xua chị và hai con ra đường mặc kệ. Nhờ người chỉ dẫn chị đã nộp đơn xin ly dị với *Tất*. Chị đòi chết. Chị kêu cứu. Chúng tôi biết đại khái chị ở vùng Philadelphia, nhưng không có một địa chỉ chính xác nào hết. Thơ gởi về địa chỉ cũ bị trả lại. Ánh báo động cho người anh thứ Năm – trung tá ra đi với diện HO – cư ngụ ở Cali tiếp tay tìm kiếm. Chị Trúc vẫn biệt vô âm tín. Xứ Mỹ mênh mông, chim trời cá nước biết đâu mà tìm. Tôi và Ánh vô cùng lo lắng. Nhưng có lo lắng cách mấy cũng đành bó tay mà thôi. Tôi tưởng tượng chị Trúc lang thang trong gió lạnh mà lòng mình như dao cắt. Tôi mở địa đồ nước Mỹ ra tìm kiếm. Philadelphia nằm gần New York, mùa đông rét buốt biết chừng nào. Mà biết chị Trúc có còn *ở* đó hay không? *Chiếu chăn phủ lạnh* yxiêm. *Yxiêm còn đó cánh chim biệt mù.*

Ánh và tôi tiếp tục hồi hộp cho chị Trúc. Cho tới một hôm tin tức từ quê nhà nhắn qua cô cháu gái của Ánh ở Paris cho biết chị Trúc đã trở về Việt Nam và ở lại luôn bên đó – cũng ngôi nhà cũ bên dòng sông Cái Cá êm đềm. Chúng tôi mừng húm, thở phào nhẹ nhõm. Đứa con trai của chị cũng về theo, cưới người xứ ta rồi dắt vợ trở qua Mỹ sinh sống.

Riêng tôi bây giờ, cơ hội lãng mạn đã trở lại. Mỗi độ Xuân về, như Xuân năm nay, tôi lại được dịp lăn ra nằm vạ với chị Trúc:

Tết này chưa chắc em về được
Em gởi về đây một tấm lòng
Tết này ô thế mà vui chán
Những một mình em uống rượu hồng
Chắc chị đời nào quên nhắc nhủ
Xa nhà rượu uống có say không?

Được thư tôi, chị Trúc lần mò xuống gian bếp nhỏ lợp lá còn đọng khói, kéo chiếc ghế nhỏ xục xịch, ngồi vào chiếc bàn ăn nhỏ, vặn nhỏ ngọn đèn dầu. Lần đầu tiên và cũng là lần duy nhứt trong đời, chị Trúc rưng rưng viết cho tôi mấy câu bằng mực tím tràn đầy thương mến:

Vườn nhà Tết đến hoa còn nở
Chị gửi cho em một cánh hồng
Với lá thư này là tất cả
Những lời tâm sự một đêm đông
Chị về ở lại vườn dâu cũ
Buồn cũng như khi chị lấy chồng.(*)

Kiệt Tấn

KIỀU DIỄM PHƯỢNG

Tên thật Lê Thị Ngọc Nữ, sanh năm 1948 tại Tân An, Cần Thơ. Từ tháng 6/1993 sống tại Houston (Texas) Hoa Kỳ.

Bút hiệu đã đăng truyện và thơ từ 1960 đến 1975: Kiều Diễm Phượng và DT Thương Thương Anh, Hằng Sương Mai, Wuli Phượng (1960-1963), Thanh Thương, Uyên Thảo, Sao Cài Trên Tóc (1964-1967), Diễm Phượng, Phương Duy, Lê Vy Châu (từ 1993 đến nay).

Nguyên là biên tập viên tạp chí *Văn Nghệ Miền Tây, Khơi Dòng* và đặc phái viên tại Cần Thơ của tuần báo *Măng Non* (Sài Gòn) trước năm 1975, tạp chí *Văn Hóa Việt Nam* (Houston TX) từ 1998.

Thơ truyện đã góp mặt trên các nhật báo, tuần báo và tạp chí (*Khơi Dòng, Văn Nghệ Miền Tây, Đặc San Về Nguồn, Giai phẩm Xuân PTG, Triều Sống Xanh* (nguyệt san trường PTG 1966), Thi Tuyển Về Nguồn, Giai phẩm PTG & ĐTĐ Cần Thơ hải ngoại, *Văn Hoá Việt Nam*).

Tác phẩm đã xuất bản:

- *Vùng Xanh Kỷ Niệm* (thơ, Về Nguồn, 1971; chung với Huyền Vân Thanh)

- *Giữ Lại Cho Đời Một Chút Hương* (tập truyện, Đại học Đông Nam, 1998)

- *Nắng Nhạt Hoàng Hôn* (tập truyện – Bản thảo lưu lại – Thư Ấn Quán, tháng 12-2009)

Nắng nhạt hoàng hôn

Thời tiết mấy ngày nay bỗng thay đổi bất thường, buổi sáng không khí ẩm ướt và lạnh lẽo, đến xế trưa một chút thì tự nhiên có nắng ấm, bầu trời trở nên trong trẻo xanh rợn với những cơn gió mát dịu lạ lùng. Đứng bên trong cửa sổ nhìn ra vườn, Khiêm nghe được tiếng chim kêu lảnh lót, chúng chia nhau từng nhóm bay sà hết nhánh nầy sang nhánh khác, tung tăng nhởn nhơ một cách rất ư là nhàn nhã. Ông thầm ao ước giá mình có được sự thảnh thơi trong cuộc sống như loài chim muông thì thú biết mấy. Trên thế gian nầy làm một con người đã khó, để trở thành một con người hoàn chỉnh càng khó hơn.

Có tiếng ho khúc khắc ngoài cửa phòng, Khiêm quay ra nhìn, người đàn bà bước vào đến bên giường sắp xếp lại chăn nệm, dường như bà đang dằn nén sự khó chịu nơi cổ họng hay sao mà tiếng khúc khắc vẫn phát ra từ đó.

Khiêm cau mặt, tuy nhiên giọng nói dịu dàng:

- Bà bệnh hay sao?

Người đàn bà đáp lí nhí câu gì, Khiêm nghe không rõ, ông vẫn không buồn hỏi lại.

Có lẽ đã từ lâu lắm rồi họ bắt đầu có một khoảng cách lạnh lùng như vậy, mặc dù thực tế trong cuộc sống trước mặt mọi người Khiêm trên danh nghĩa là chồng của người đàn bà đó.

Một tay vịn vào mép cửa sổ, Khiêm lần đi từ từ, đôi chân nặng nề xê dịch từng bước. Căn bệnh áp huyết luôn hành hạ cơ thể ông như vậy đã hơn hai năm nay, có lúc tưởng không qua khỏi. Khiêm vẫn thản nhiên chờ đợi ngày "ra đi" như người ta chờ đợi một niềm vui nào đó trong cuộc sống, mặc dù chính ông cũng chưa phân định được đích thực điều mong muốn của lòng mình hay không?

Người đàn bà bước đến định dìu chồng nhưng Khiêm thối thoát một cách dịu dàng:

- Tôi có thể đi từ từ được, bà rảnh thì ra vườn coi khoảnh rau còn nhúm nào không cắt vào trộn gỏi dưa leo cho tôi.

Người đàn bà yên lặng quay lưng đi, khuôn mặt không vui cũng không buồn, nhưng từ trong đôi mắt toát ra sức chịu đựng một cách gan lì. Khiêm nhìn theo dáng của vợ khuất sau cánh cửa, ông thở dài.

oOo

Chiến trận càng lúc càng sôi động. Tin tức từ khắp nơi bay về Bộ Chỉ huy Trung đoàn mà Khiêm biết được toàn những con số tổn thất về nhân mạng khiến cho anh bị căng thẳng nặng nề. Suốt luôn một tuần lễ Khiêm mắc kẹt ở đơn vị không về nhà được, anh nóng ruột lo cho Nguyệt Cầm và hai đứa nhỏ, tình hình nầy chắc phải tìm cách di chuyển vợ con về thành phố.

Là sĩ quan Tiểu đoàn trưởng một đơn vị tác chiến, Khiêm ít có điều kiện sống gần gia đình, thỉnh thoảng đôi ba ngày phép anh trở về một cách hối hả rồi lại khoác ba lô ra đi cũng một cách vội vàng, hạnh phúc quay vòng trong mắc xích thời gian vô tình và nghiệt ngã. Lính chiến xa nhà, cuộc sống tình cảm quá thiếu thốn thường tạo ra những mối tình bay bướm, Khiêm đã lọt vào hoàn cảnh như vậy trong những dịp đoàn cán bộ tâm lý chiến đến giúp vui cho đơn vị anh. Khi tình yêu đưa đẩy đi đến kết quả bắt buộc phải chấp nhận một trách nhiệm giữa hai người thì Khiêm mới thật sự hoảng hốt, anh lo ngại hạnh phúc gia đình bị đổ vỡ, Nguyệt Cầm khó thể tha thứ cho sự phản bội nầy. Nhưng rồi Khiêm cũng khéo léo dàn xếp, chia cuộc sống hai nơi để hai người đàn bà không bao giờ phát hiện lẫn nhau. Đúng ra chỉ có Nguyệt

Cầm là người vô tình ngụp lặn trong nguồn hạnh phúc bị sẻ chia, nàng không thể ngờ một tình huống đau khổ đến với mình như vậy.

Khi chiến cuộc lan tràn, nơi quê nhà Nguyệt Cầm luôn ngóng đợi tin chồng. Biết Khiêm khó lòng đi phép trong lúc tình hình đang căng thẳng, nên nàng liều lĩnh mang hai con tìm đến đơn vị thăm anh. Mặt đối mặt, tay trong tay, Khiêm làm sao giấu mãi câu chuyện tình đã bắt đầu xuất hiện một mầm sống nhỏ trong cơ thể của Xuân An. Vậy là mọi người biết thì Nguyệt Cầm cũng biết. Nàng nổi cơn thịnh nộ, quyết liệt buộc Khiêm phải dứt khoát.

- Kỳ hẹn 3 tiếng đồng hồ Xuân An phải rời khỏi đây ngay, em không muốn thấy cô ta thêm một giây phút nào trong đơn vị nầy.

Khiêm khổ sở:

- Xuân An không quen ai, biết đưa nàng đi đâu trong thời điểm lộn xộn như thế nầy hả Nguyệt Cầm?

Nhìn thái độ lo âu của chồng càng khiến Nguyệt Cầm điên tiết hơn, nàng lạnh lùng:

- Em không cần biết, anh đeo mang thì tự giải quyết, kỳ hẹn của em chỉ có 3 tiếng đồng hồ thôi.

Xuân An sợ hãi nhìn Khiêm, anh rối rắm chưa biết làm thế nào trước cơn giận dữ của Nguyệt Cầm thì bên Truyền tin Tiểu đoàn báo có lệnh gọi Khiêm lên máy gặp Trung tâm Hành quân Trung đoàn khẩn cấp. Công việc gấp rút của quân đội khiến anh đâu thể chần chừ. Trước khi quay lưng đi Khiêm chỉ còn biết dặn dò đôi câu với người lính cận vệ:

- Tìm giùm một chiếc xe đưa Xuân An rời khỏi đây giúp tôi, có gì báo cho tôi hay sau.

Ở thế chẳng đặng đừng Khiêm đâu thể làm gì được

và Xuân An cũng đành gạt lệ xách va li bước lên chuyến xe định mệnh. Gió lốc bụi mù, cơn trốt xoáy cuộc đời cuốn trôi số phận người đàn bà xấu số vào vòng lửa đạn. Trên đường đi chiếc xe vô tình bị lọt giữa hai trận tuyến, bụm khói đen đưa Xuân An vào lòng đất, để Nguyệt Cầm đeo đẳng mối oan khiên.

Khi đất nước đi vào giai đoạn cuối, lịch sử sang trang với những dòng người lũ lượt ra đi, Khiêm cũng đưa vợ con xuôi theo số phận, trôi nổi bềnh bồng trong kiếp sống lưu vong.

Suốt 17 năm cay đắng ngậm ngùi, anh và Nguyệt Cầm vẫn sống bên nhau, nhưng không biết đã có từ lúc nào một khoảng cách âm thầm trong tình cảm. Giữa hai người không ai muốn gợi lại câu chuyện xưa, sự quên lãng lạnh lùng lại trở thành một nỗi nhớ thiết tha. Bóng dáng Xuân An lừng lững, mơ hồ như lúc nào cũng lẽo đẽo bên mình khiến cho Nguyệt Cầm mặc cảm tội lỗi, nàng buồn bã cay đắng trong nghĩa vợ tình chồng, trở nên đăm chiêu ít nói.

Khi hai đứa con trưởng thành, Nguyệt Đình kết hôn theo chồng lên miền Bắc sinh sống. Duy Khang cũng chọn được bạn trăm năm. Chúng đã bắt đầu có cuộc sống riêng tư thì tính tình Nguyệt Cầm càng đâm ra lặng lẽ hơn. Ngôi nhà tuy không rộng, nhưng hai người như hai chiếc bóng mông lung, buồn bã. Thoắt hiện bên cửa sổ một người suy tư trầm mặc, thì ở ngoài vườn một kẻ lui cui cắt tỉa, chăm chút bờ rau, liếp đậu, không chuyện không trò... âm thầm, lãng đãng cơ hồ như những bóng ma.

Thời gian sau nầy khi Khiêm bắt đầu bị chứng cao huyết áp hành hạ, nay đau mai yếu thì Nguyệt Cầm gần gũi, chăm sóc cho anh thật tận tụy, chu đáo.

Từ sáng sớm đến chiều tối hầu như lúc nào nàng cũng lui cui dưới bếp, rồi ra vườn... Không nấu nướng thì rửa ráy, lau chùi, quét dọn... cứ thế mà bày ra đủ thứ công việc để làm. Dường như đó là cách cho Nguyệt Cầm đỡ thấy buồn hiu quạnh trong ngôi nhà quá vắng lặng. Đôi lúc Khiêm lần mò đi xuống bếp ngồi ở chiếc ghế đặt cạnh cửa sổ ngó ra vườn, anh muốn chuyện trò đôi câu với vợ nhưng lại không biết phải nói thế nào? Có lẽ đã lâu lắm rồi hai vợ chồng bỗng trở thành như xa lạ.

oOo

Tiếng ho khúc khắc của Nguyệt Cầm đánh thức Khiêm khi ông vừa chợp mắt được một lúc. Hai ngày nay bà nằm vùi không ngồi dậy, Khiêm phải xuống bếp tự làm thức ăn cho mình và nấu cho vợ nồi cháo trắng.

Buổi sáng ông gọi điện thoại cho Nguyệt Đình và Duy Khang, nói với chúng nó là Nguyệt Cầm bệnh, thúc giục cả hai thu xếp về thăm mẹ. Trong khi đứa con gái hốt hoảng, lo âu thì thằng con trai thâm trầm, từ tốn hỏi han bệnh tình của mẹ.

- Ba, mẹ đau từ lúc nào?

Khiêm nhớ trước đó hai ngày, buổi chiều Nguyệt Cầm còn ra vườn hái mấy trái ớt, cắt một nhúm rau thơm khi trở vô nhà tự dưng bà ngã chúi đầu một chút. Ông ngồi ở ghế cạnh cửa sổ chỉ thoáng nhìn vợ giây lát, có nói khẽ một câu:

- Đi đứng cẩn thận, bà...

Nguyệt Cầm bước lại để mớ rau, vài trái ớt lên bàn rồi lặng lẽ vào phòng nằm suốt luôn từ đó. Khiêm kể cho con trai nghe với sự ân hận áy náy trong lòng:

- Ba không biết buổi chiều ra vườn là mẹ con đã bị bệnh rồi.

Bên kia đầu dây Duy Khang thở dài:

- Ba mẹ ăn uống bao nhiêu? Cần gì cứ ra chợ mua, trồng trọt làm chi cho cực thân. Tháng sau con và Nguyệt Đình sẽ gởi thêm tiền cho ba mẹ.

Khiêm thối thoát:

- Không cần đâu con, tại mẹ con thích có công việc làm cho vui vậy thôi, chứ những thứ đó ăn được bao nhiêu và cũng chẳng tốn hao lắm.

Giọng Duy Khang ấp úng bên kia đầu dây:

- Ba với mẹ già rồi, con nghĩ... nên gần gũi với nhau nhiều hơn cho căn nhà đỡ hiu quạnh ba à?

Lời trách móc nhẹ nhàng của Duy Khang làm cho Khiêm lặng người. Đứa con trai lại tiếp giọng buồn bã não nùng:

- Mẹ có lỗi gì với ba, điều đó tụi con không cần biết, chỉ thấy là mẹ bây giờ cũng đã già yếu, ba thì nay đau mai mạnh... Thời gian xói mòn những năm tháng tuổi trẻ của ba mẹ, tất cả mọi sự việc còn có nghĩa gì mà khoảng cách giữ hoài, hả ba?

Khiêm từ lâu vẫn yêu quí đứa con này, dường như qua dáng dấp cao ráo, mạnh mẽ của nó, ông đã tìm thấy lại hình ảnh mình thời son trẻ.

Nguyệt Đình thì yếu đuối, khiếp sợ cha chỉ biết than thở với Khiêm bằng những lời lẽ ngọt ngào:

- Ba ơi! tội nghiệp mẹ lắm... Tính mẹ ít nói, nhưng con biết mẹ rất thương ba, thương tụi con.

Bằng giọng sôi nổi, Nguyệt Đình đưa ra dự tính:

- Vợ chồng con bàn với nhau sang năm đón ba mẹ về đây sống với gia đình con. Ba mẹ già rồi đâu thể ở một mình mãi như vậy được.

Khiêm cười và mắng yêu con bé:

- Muốn quản thúc ba mẹ hay sao, Nguyệt Đình?

Hạnh phúc tràn đầy qua tiếng nói vui bên kia đầu dây:

- Nếu cần cũng dám lắm à ba. Thôi bye ba, tụi con sẽ có mặt vào ngày mai với ba mẹ.

Khiêm gác điện thoại, ông bước đến cửa sổ ghé mắt nhìn ra ngoài vườn. Buổi chiều đang xuống chậm, ánh nắng hoàng hôn vẫn còn le lói qua chòm cây. Cơn gió thoảng hương thơm dìu dịu từ hoa cỏ. Khung cảnh im vắng quá làm cho lòng người bỗng chợt thấy bâng khuâng.

Hai ngày Nguyệt Cầm nằm miết trong phòng bệnh, vườn tược thiếu bàn tay chăm bón của nàng cũng trở nên xơ xác, cây lá rũ buồn khô héo đến tang thương. Khiêm đã lâu rồi không cầm nổi cây leng, chân cẳng nặng nề bước những bước đi còn vấp váp, nói làm gì đến chuyện chặt lá đốn cây. Ông bỏ mặc cho vợ mọi việc ngoài vườn, thỉnh thoảng đứng bên trong khung cửa chỉ dẫn vài câu vặt vãnh giúp nàng thu vén đôi nơi trên những khoảnh đất nhỏ cho vườn xanh hoa lá đỡ hoang tàn hiu hắt chút vậy thôi. Đến cái độ tuổi nầy Khiêm mới bắt đầu thấm thía, thương cuộc đời và tiếc tuổi trẻ đi qua.

Hình như trong phòng Nguyệt Cầm lại có tiếng ho khúc khắc, Khiêm lần mò bước những bước đi chậm chạp đến bên giường .

Chợt cựa mình Nguyệt Cầm thức giấc, đưa mắt nhìn ra cửa phòng như đang chờ đợi một điều gì. Khiêm ngồi xuống mí giường hỏi thật khẽ:

- Bà cần chi?

Nguyệt Cầm lắc nhẹ đầu, đôi mắt bà lặng buồn nhìn qua khung cửa sổ, một vài sợi nắng yếu ớt len lỏi theo những khe hở soi rọi vào phòng.

- Bà ăn chút cháo nghe?

Nguyệt Cầm lại lắc đầu. Tự dưng Khiêm muốn khóc trước sự yên lặng kéo dài giữa hai người trong một khung cảnh buồn bã nầy. Ông vụt nắm lấy bàn tay của vợ siết nhẹ, giọng Khiêm nghẹn ngào:

- Bà còn giận tôi sao?

Cảm giác tay vợ như đang run rẩy trong lòng bàn tay mình, Khiêm xúc động kêu lên:

- Nguyệt Cầm!

Đã từ lâu rồi ông mới gọi lại cái tên vợ, sao âm vang nghe chừng xa vắng, tiếng vọng não nùng như lạc cõi hư vô.

Nước mắt tuôn trào, Khiêm nức nở từng cơn:

- Hãy tha thứ cho anh, Nguyệt Cầm ơi!

Tiếng thở dài lặng lẽ, bà lại khẽ cựa mình đưa mắt nhìn ra cửa phòng. Khiêm chợt linh cảm một điều gì như bất ổn trong đôi mắt thất thần của Nguyệt Cầm. Ông bồn chồn định đứng lên bước lại bên điện thoại, nhưng bà kéo tay chồng, nói nhỏ:

- Đừng gọi nữa... chắc chúng nó không về kịp đâu.

Khiêm vụt ôm lấy khuôn mặt vợ, hốt hoảng:

- Nguyệt Cầm, em đừng bỏ anh.

Đôi mắt bà lại nhìn qua cửa sổ, nụ cười buồn thoáng hiện trên đôi môi héo hắt:

- Tôi có lỗi với Xuân An.

Khiêm lắc đầu đau xót:

- Không, đó là số mạng... Nguyệt Cầm, em không có lỗi.

Bàn tay bà yếu ớt vuốt nhẹ lên mái tóc chồng:

- Chúng ta đã già rồi... đi cuối con đường rồi còn chi mà tiếc nuối hả Khiêm?

Người ông đổ ập xuống cơ thể vợ, tiếng khóc như nghẹn lại:

- Em bệnh gì không nói cứ giấu mãi để đến nông nổi nầy hả Nguyệt Cầm? Bệnh dây dưa của anh đáng lý phải "ra đi" trước mới phải. Sao em đành đoạn bỏ lại anh có một mình, Nguyệt Cầm ơi!

Khiêm đau đớn kêu than với tất cả nỗi ray rứt, hối hận trong lòng. Suốt thời gian qua đã có lúc nào ông nghĩ đến sự buồn bã, cô đơn của vợ đâu? Bóng ma Xuân An đã đeo đẳng ám ảnh Khiêm, khiến cho lòng ông nguội lạnh, hững hờ, còn đan tâm kết tội Nguyệt Cầm, buộc bà phải kéo dài những năm tháng lạnh lùng, cay nghiệt. "Ôi! Oan khiên chi lắm vậy? Nguyệt Cầm ơi... Kẻ có tội mới chính là anh!".

Ngoài cửa sổ ánh nắng nhạt nhoà, hoàng hôn chợt đến đưa không gian chìm trong một màu xám ngắt lạnh lùng. Trên ngọn cây cao chót vót tiếng rút kêu buồn bã của một loài chim báo tử.

Khiêm rùng mình, ông chợt ngẩng đầu nhìn vào đôi mắt của vợ, đã từ lúc nào Nguyệt Cầm nhẹ nhàng đi vào cõi hư vô.

Houston, Texas – đêm 7-2-1998
Kiều Diễm Phượng

[Trong tập **NẮNG NHẠT HOÀNG HÔN** –Bản thảo lưu lại – Thư Ấn Quán, 12-2009]

KINH DƯƠNG VƯƠNG

Tên thật Nguyễn Tuấn Khanh, sinh năm 1941, Nam Vang.
Quê cha: Xuân Lũng, Vân Cương, Lâm Thao, Phú Thọ. Quê
mẹ: Tịnh Thới Cao Lãnh.
Bút danh hội họa: Rừng, viết văn: Kinh Dương Vương và
thơ: Dung Nham.
Trước 1975: Viết các báo Sài-Gòn: *Bách Khoa, Văn, Văn
học, Ý Thức, Tân văn* ,...
Tốt nghiệp Trường Cao đẳng Mỹ thuật Huế năm 1964,
ông là giáo viên hội họa của Trường Sư phạm Quy Nhơn;
nguyên hội viên Hội Họa sĩ trẻ Sài Gòn, hội viên Hội Mỹ
thuật TP.HCM, hội viên Hội Mỹ thuật Việt Nam.
Sang định cư ở Mỹ năm 1994, đến nay ông đã có nhiều
cuộc triển lãm ở nhiều nơi trên thế giới. Viết cho *Văn, Văn
Học, Sóng Văn.* Triển lãm tranh nhiều lần trong và ngoài
nước

Tác phẩm đã xuất bản:
- *Những chiếc mặt nạ cười* (tuyển tập truyện ngắn; Văn
Mới, 1997)
- *Toàn tập văn xuôi Kinh Dương Vương* (TGXB, 2004)
- *Toàn tập Thơ Dung Nham* (2004)
- *Mắt Trời mù* (truyện dài; Văn Mới, 2005)
- "Trên tầng Thanh khí" (tập tranh Rừng)

Công Tằng Tôn Nữ Ngọc Trân

Lâu lắm mới được ngắm thiên nhiên sau cơn mưa đêm giữa hạ.

Khu vườn nhỏ cây cối ướt đẫm sạch mát như da thịt thiếu nữ vừa tắm xong một trận đã đời, ướt rượt từ đầu đến chân khoe tấm thân vệ nữ trong nắng mới bình minh. Cây đào, cây cam, cây táo, từng chiếc lá được rửa sạch bong, mướt óng ánh. Những chiếc lá vàng rơi vương vãi trên cỏ, trên mặt xi măng nằm phơi thân còn đọng vẻ thỏa thuê sau cơn mưa hoan lạc. Có một chút xác xơ, nhưng lại biểu lộ vẻ no tràn. Toàn thể quang cảnh gợi hình ảnh chiếc giường gối chăn xô lệch, trên đó thiếu nữ thân thể căng tràn phơi mở đang thiêm thiếp giấc nồng sau một đêm chăn gối mê tơi.

Tôi quay vào nhà định pha bình trà đem ra vườn uống thì nghe chuông điện thoại reo.

Tiếng anh TK :

"Đêm qua trời mưa to quá, đáng lẽ được ngủ ngon mà hóa mất ngủ... Thằng điên của tôi đánh người bị cảnh sát còng, bố mẹ nó cầu cứu phải đi hầu, gần sáng mới về đến nhà". "Thằng điên" đây là khách hàng của anh, anh làm công việc chở những người bệnh tâm thần đi chơi.

Do mất ngủ anh đọc tập truyện tôi mới tặng. Anh nói :

"Cái truyện ông viết về "Người đàn bà điên..." gì đó, tôi thích đoạn nhân vật nữ chở thằng nhỏ về nhà nhốt cả tuần, suốt thời gian đó cả hai không mặc áo quần vì sợ mất thì giờ mặc vào cởi ra. Hay!" Anh phán. Anh nói chi tiết đó khiến anh nhớ lại một chuyện tình trong thời trai trẻ của anh".

"Trời đất đẹp quá ở nhà phí mất, tôi lên bạn đi uống cà

phê nhé".

Tôi vốn thất nghiệp quanh năm, còn anh TK có việc làm, nhưng cái jóp của anh, anh có thể nghỉ lúc nào cũng được. Thường thường những hôm trời đẹp anh tự cho phép mình nghỉ, ghé nhà rủ tôi đi dông dài.

Hôm đó chúng tôi ra bờ biển Redondo, gần nhà. Cà phê xong chúng tôi thả bộ trên bờ cát ướt. Những con chim nhỏ tìm mồi, khi chúng tôi đi tới chúng bay lên một quãng rồi đậu lại. Trên mặt cát phẳng mịn, những cọng rong dài, hình dáng cấu tạo rất lạ, sóng đánh dạt vào nằm rải rác như những hình vẽ trang trí màu nâu sẫm, nổi trên màu vàng cát trông rất đẹp. Anh TK cầm lên một nhánh ngắm nghía vẻ mặt trầm ngâm.

Chúng tôi đứng dưới bóng râm cầu câu cá bắt xa ra ngoài biển. Gió lật rối tóc hoa râm của chúng tôi. Anh nhìn ra biển, ánh mắt như muốn vươn ra quá chân trời.

"Những cọng rong này phát xuất từ đâu. Có khi là từ bên kia biển". Anh nói như nói với chính mình. "Bên kia biển là quê hương chúng ta. Bây giờ nếu chúng ta có thể bay, tôi muốn bay về bên kia bờ Thái Bình Dương. Bên đó có nước Việt Nam. Việt Nam có Sài Gòn còn ghi dấu biết bao kỷ niệm". Anh nhìn tôi như muốn chia xẻ, rồi lại nhìn xa xôi ra biển. Tôi biết khi nói như thế anh thấy Sài Gòn trong trí tưởng tượng với bao niềm luyến tiếc. Chúng tôi đi thong thả trên bờ biển và anh TK đã kể cho tôi nghe câu chuyện tình của anh.

Trước 1975, anh TK là lính không quân, nhưng thuộc loại lính cậu ở hậu cứ. Mang tiếng là lính, nhưng anh chưa hề cầm cây súng. Chỉ thỉnh thoảng mặc bộ áo liền quần bằng tơ xám của binh chủng, quàng chiếc phu la màu tím cho có vẻ lãng mạng để giựt le với gái mà thôi.

Năm 1968 Tết Mậu Thân. Vài tháng sau đó anh theo một chuyến bay quân sự ra Huế định để đón gia đình một người bạn, nhưng bạn anh đã đi từ trước. Tình cờ anh gặp một người con gái, nàng tên là Ngọc Trân.

Anh TK là "trai chơi", gặp gái thì sáng mắt. Con nhà giàu, đẹp trai, ở ngay trung tâm Sài gòn, con gái gặp anh khó có thể từ chối khi anh thả lời ong bướm.Và số gái qua tay anh, theo lời anh kể "tôi không nhớ nổi". "Nhưng ở đời có vay có trả", anh triết lý vụn. "Từ lần gặp Ngọc Trân, trời đã phạt tôi. Ông chơi tôi một vố đau cho đến trọn đời".

Đó là một buổi chiều cuối Xuân, trời mưa nhỏ trên đường Trần Hưng Đạo, khi bọn anh trong phi hành đoàn dạo phố, bất ngờ anh thấy nàng hiện ra từ một con hẻm, dáng cô đơn, lạc lõng. Nàng mặc áo len màu rượu chát, mái tóc dài ướt lõa xõa quanh vai. Chiếc đầu nhỏ nghiêng nghiêng, mắt hơi nhìn xuống. Nàng không để ý đến cơn mưa, vừa đi vừa đong đưa chiếc xắc tay nhỏ. Ngọc Trân đi ngược về phía họ. Lúc đến gần nàng ngước nhìn lên và ánh mắt nàng thật nhanh đậu lại trên anh. Nét nhìn lạnh và buồn như thầm gởi gấm một điều gì khiến anh không thể làm ngơ. Cái vẻ bất cần ở nàng có một sức quyến rũ mạnh. Hơn nữa anh cũng sửng sờ vì nhan sắc của nàng. Đối với anh, tất cả những cô gái đi lang thang đều là "bò lạc", nhưng với Ngọc Trân, đầu óc anh không gợn ý tưởng ấy. " Đúng hơn là ở nàng có cái gì khiến tôi phải e dè", anh thú nhận. Về sau anh biết Ngọc Trân chỉ mới hai mươi tuổi, nhưng ngay lúc ấy với gương mặt buồn, nghiêm nghị khiến anh thấy Ngọc Trân trưởng thành hơn tuổi nàng.

Anh bỏ đám bạn quay lại theo nàng... Hai người đã có một buổi chiều đáng nhớ bên bờ sông Hương êm đềm thơ mộng, mặc dù cuộc chiến còn để lại những đổ vỡ ngổn ngang.

Chuyến bay trở về Sài Gòn hôm sau có Ngọc Trân. Theo lời yêu cầu của nàng muốn vào Sài Gòn để tìm một vận hội mới.

"Lúc ấy tôi có một căn gác nhỏ tiện nghi ở đường Tự Do, gần khách sạn Caravelle. Tôi đưa nàng về đó và chúng tôi đã sống với nhau một thời gian ngắn khoảng hai tuần. Sau đó nàng ra đi. Hai tuần thì thật ngắn trên tờ lịch, nhưng với tôi là cả một đời người".

"Nàng chỉ có hai nhu cầu quan trọng, hơn cả ăn uống - nàng ăn rất ít – thuốc lá Craven A đầu lọc và rượu Jonny Walker. Nàng hút thuốc và uống rượu nhiều hơn ăn, sống buông thả – hay ít ra nàng cố gắng tỏ ra như vậy. Hôm mới về, tắm xong nàng khỏa thân ngay trước mặt tôi rất tự nhiên. Thọat nhìn tôi choáng váng. Tôi lấy khăn đưa cho nàng. Ngọc Trân nói giọng trêu chọc:

"Anh ột dột hả ?". Rồi nàng cười. "Trời Sài gòn nóng quá, em để rứa cho mát một chút. Nếu anh chịu không nổi thì đừng có nhìn em". Nàng lườm tôi chế diễu".

"Thực ra tôi choáng váng không phải vì thái độ quá tự nhiên của nàng hay vì tôi mắc cỡ. Tôi choáng váng vì vẻ đẹp lộng lẫy của thân thể nàng. Đời tôi trải qua nhiều mối tình, thấy thân thể phụ nữ càng nhiều hơn, nhưng tôi chưa bao giờ thấy thân thể một người nữ nào đẹp như Ngọc Trân. Dáng nàng dong dỏng cao, màu da bánh mật, ngực vun tròn đầy đặn. Các bắp thịt tay, chân, bụng thon thả nằm đúng vị trí của nhân hình học. Với một vầng trán rộng, mũi cao thẳng vừa phải, môi màu hồng nhạt, khóe sâu quyến rũ, Ngọc Trân có vẻ đẹp thân thể hoàn hảo của tượng thần Vệ Nữ. "Dày dày sẵn đúc một tòa thiên nhiên". Tôi vốn hư hỏng từ hồi trung học như anh biết rồi, nhất là về cái mục gái gỏng. Trong những trường hợp đó tôi có hành động ngay. Vậy mà vẻ đẹp nghệ thuật của thân thể nàng đã khiến tôi chỉ đứng yên chiêm ngưỡng. Tôi nói ý tưởng đó với Ngọc Trân, nàng có vẻ hơi ngượng. Nàng nói: "Em muốn anh cũng rứa". Cho nên trong suốt thời gian sống với nhau, chúng tôi không bao giờ để lên người một mảnh vải. Chúng tôi luôn luôn trần truồng. Lúc đầu tôi ngượng, nhưng về sau tôi thoải mái và khi mặc lại áo quần thấy vướng víu khó chịu".

"Tắm xong, tôi bước ra với khăn quấn nửa người dưới, nàng dịu dàng quì xuống mở khăn ra. Nàng bảo tôi: "Đừng mắc cỡ với em nữa". Một lúc sau nàng nói: "Bây giờ thì anh mặc quần áo vào ra phố mua thức ăn về dự trữ. Chất đầy tủ lạnh rồi đóng cửa phòng lại. Chúng ta sẽ không ra khỏi phòng trong thời gian em ở lại đây. Vì khi em đã đi ra có thể là sẽ đi mãi mãi, không bao giờ trở lại nữa".

"Tôi làm theo lời nàng và chúng tôi ở luôn trong phòng cho đến hôm nàng đi. "Chúng tôi sống không có thời gian. Nàng cất hết đồng hồ, che các cửa sổ chỉ dùng ánh sáng đèn, không còn biết ngày đêm".

"Chúng tôi làm tình bất cứ lúc nào ham muốn. Nghỉ ngơi. Ăn uống. Rồi lại làm tình. Nàng hút thuốc liên miên và uống rượu, nhưng không bao giờ say. Khói thuốc đọng lại trong phòng như sương mù".

"Sức lực tuổi trẻ đã cho chúng tôi đạt đến khoái cảm tuyệt đỉnh. Ngọc Trân không tỏ ra có nhiều đam mê nhục dục, nhưng luôn luôn cuồng nhiệt trong động tác và sự dẻo dai. Nàng đáp ứng đầy đủ và hỗ trợ bạn tình đến nơi đến chốn, tôi không bao giờ cảm thấy mình bị bỏ rơi hay phải lèo lái một mình. Tuy nhiên cũng có những lúc nàng muốn tỏ ra sành sõi nên để lộ những động tác vụng về thiếu kinh nghiệm rất đáng yêu".

"Chúng tôi sống đắm chìm trong lạc thú nhục thể, quên

hết thời gian, không gian. Thời gian ngưng đọng. Không gian lờ lững. Cả ý thức về xác thân cũng trôi nổi bềnh bồng".

"Cho đến một lần, sau khi lao vào nhau quấn lấy nhau không biết bao lâu, lúc buông nhau ra thân thể rã rời, mồ hôi xuất dầm dề như tắm và chúng tôi mê thiếp đi lúc nào không biết".

"Khi tỉnh dậy, tôi thấy Ngọc Trân đã mặc lại áo quần, trang điểm cẩn thận. Nàng cúi xuống hôn tôi nhỏ nhẹ nói: "Bây chừ cưng cũng dậy và đi tắm". Nàng đỡ tôi lên dìu vào phòng tắm".

"Tắm và thay áo quần xong tôi ra ngồi đối diện với nàng trên tấm ra còn dính quần quện tinh khí cũ và mới. Linh cảm cho tôi biết việc không lành sắp xảy ra khiến tôi ngồi như tượng, nhìn nàng trân trối. Nàng nói, giọng bình thản: "Bây chừ anh hãy nhìn kỹ em đi! Em đã tiều tụy đến đâu rồi ? Và anh cũng vậy". Nàng mở ví lấy kính cho tôi soi.

"Đã đủ rồi thời gian chúng ta sống và cho nhau. Em không muốn sau này anh nghĩ về em không hay. Anh và em cần phải giữ gìn sức khỏe. Anh còn cả một cuộc đời trước mặt. Riêng em, em càng cần có sức khỏe và nghị lực để vượt qua một việc khó khăn em phải tự làm lấy, không ai có thể giúp em được mà nếu yếu đuối em không thể làm nổi".

"Trong khi nghe Ngọc Trân nói tôi cảm thấy toàn thân tôi là một khoảng trống, người tôi nhẹ tênh tưởng có thể bay lên được. Tôi có thể sắp tan ra. Nhưng tôi không sợ bằng nỗi sợ sắp mất nàng. Với cử chỉ cực kỳ âu yếm, nàng áp hai bàn tay những ngón thon mềm mại vào má, nhẹ nâng mặt tôi lên và hỏi: "Anh có yêu em không ?". Tôi bàng hoàng không trả lời. "Đừng yêu em!". Im lặng một lúc nàng tiếp. Nàng cúi mặt như nói với chính mình, tóc nàng rũ xuống, tiếng nói từ trong tóc bay ra:"Đừng yêu em", nàng lập lại, "vì yêu em anh sẽ khổ". "Anh đừng lầm tưởng việc sống với anh trong thời gian qua là do tình yêu, là em yêu anh. Không. Em không yêu anh. Và cũng không yêu ai nữa... Em đã yêu một người đàn ông bằng mối tình đầu của em từ tuổi thơ dại. Người đó đã chết rồi và mang theo tình yêu đầu đời của em. Em sống đây chỉ là cái xác, tinh thần em đã đi theo người".

"Nàng ngừng nói, nhẹ buông mặt tôi ra, mắt đăm chiêu. "Bây giờ em chưa thể nói gì với anh thêm nữa. Em từ biệt anh. Đừng đi theo em. Đừng tìm kiếm em. Em sẽ viết thư rồi anh hiểu tất cả". Nàng quì lên hôn tôi, lùa những ngón tay vào tóc vuốt ngược lên như mẹ âu yếm con. Nàng cầm chiếc túi nhỏ trong chỉ có vài bộ áo quần đứng lên. Nàng đứng yên nhìn tôi một lúc lâu rồi quả quyết bước về phía cửa phòng. Tôi nhỏm dậy định bước theo. Nàng quay lại nhìn tôi ánh mắt van lơn: "Đừng tiễn em. Anh ở lại trong phòng, em sẽ đi một mình". Giọng nàng yếu ớt, nhưng như một mệnh lệnh. Tôi đứng cứng người, tim đập rộn ràng. Nàng bước ra, khép hờ cửa phòng".

"Bỗng nàng lại hiện ra chạy xô tới như một làn gió ôm tôi thật chặt gục vào vai tôi khóc nức nở tôi ôm ghì nàng hôn giông bão lên mặt lên cổ lên ngực nước mắt nàng tuôn ràn rụa bao nhiêu tôi uống cạn nàng ôm mặt tôi hôn tới tấp lên trán lên mắt lên môi nheo mắt lại thu hết nét mặt tôi vào tâm trí nàng xô tôi lại vào phòng đóng ập cửa lao xuống thang lầu".

"Một cảm giác tuyệt vọng dâng lên làm tôi nghẹn thở. Tôi ôn lại kỷ niệm. Từ lúc gặp nàng đến lúc nàng ra đi, tất cả xảy ra như trong giấc mơ".

Tôi nằm vật xuống, tê điếng. Tôi tưởng sẽ khóc vật vã, nhưng không một giọt nước mắt nào chảy ra cả. Họng đắng. Tôi nhìn quanh phòng mà không trông thấy gì. Tất cả chỉ là một màu trắng đục, mờ ảo như không gian trong cõi sương mù".

"Tôi lịm đi không biết bao lâu, khi tỉnh lại thấy trời đã tối – Ngọc Trân đã mở hết cửa sổ ra lại – tôi nghe tiếng thành phố vọng lên. Một cảm giác không trọng lực bao trùm. Người tôi nhẹ hẫng, hoàn toàn mất định hướng. Nhưng tôi còn ý thức được rằng tôi phải cố hết sức lấy lại cảm giác bình thường nếu tôi không muốn rơi vào cơn hôn mê một lần nữa. Tôi gượng dậy uống một chút gì đó và dần dần sức khoẻ hồi phục".

"Vừa hoàn hồn tôi liền nhớ đến nàng. Tôi chạy ra cầu thang như thể nàng còn đang đứng đó. Tôi thấy nàng khỏa thân đang đi xuống. "Ngọc Trân! Ngọc Trân!". Tôi gọi nàng khàn giọng. Tôi nhìn theo bờ vai và tấm lưng trần đã bao lần tôi ghì ôm đặt lên đó những chiếc hôn nóng, những vết cắn đậm. Tôi muốn lao xuống theo nàng, nhưng đồng thời cũng kịp biết đó chỉ là ảo giác. Tôi trở về phòng hít thở hơi hướm của nàng, tìm kiếm dấu vết nàng để lại, không một chút gì. Tôi lấy những chiếc khăn khô cứng tinh khí áp lên mặt, nằm vật xuống, khóc rống lên: "Ngọc Trân ơi! Ngọc Trân ơi!".

"Sau mấy ngày nằm mẹp tôi đi xuống phố. Nhưng thành phố quen thuộc thân thương nay trở nên xa lạ. Như tôi đã bỏ đi một thời gian lâu, thành phố có nhiều biến đổi. Tôi đi lang thang qua các con đường, mắt dáo dác nhìn đám đông mong tìm gặp lại Ngọc Trân. Thật vô vọng. Trong một thành phố rộng lớn với bao đường đi, ngõ ngách, còn biết tìm nàng ở đâu !"

Anh TK vòng tay ôm ngực, nhìn xuống, di di chân giày trên cát. Anh quay lại nhìn tôi nhưng trong ánh mắt anh, tôi thấy không có hình bóng tôi. Ánh mắt anh đang chìm trong quá khứ.

"Chắc anh cũng phải ngạc nhiên, anh tiếp lời. Nàng

không đi đâu xa cả. Nàng ở ngay trong khách sạn tôi đang ở, tầng trên. Sau này tôi mới nghĩ ra, nàng còn có thể đi đâu nữa, nàng không có bà con, bạn bè nào ở thành phố Sài gòn".

"Tôi nhận được thư tuyệt mệnh của Ngọc Trân chiều ngày thứ tư từ ngày nàng đi. Nàng căn dặn quản lý khách sạn đưa thư cho tôi buổi trưa, nhưng ông ta quên. Tôi chạy lên phòng nàng khóa chặt. Người quản lý run tay mở một hồi lâu. Khi cửa phòng vừa mở một làn hương thơm ngào ngạt chận chúng tôi lại và vẻ đẹp rực rỡ của cách trang trí căn phòng khiến chúng tôi choáng ngợp. Ngọc Trân đã chuẩn bị cho cái chết của mình đẹp thơ mộng trong khung cảnh căn phòng của giờ hợp cẩn đồng thời cũng là nơi vĩnh biệt".

"Trong ánh sáng hồng nhạt, trong hương thơm ngào ngạt của ngàn đóa hồng nhung trên những vòng hoa tang nàng chất chung quanh phòng, trên nệm trắng tinh cũng rắc đầy hoa, Ngọc Trân trong trang phục trắng cô dâu ngày cưới, đẹp lộng lẫy, nét mặt ngây thơ, trông như nàng đang ngủ. Nàng đã thở hương hoa để ru mình vào giấc ngủ miên viễn. Có một sức mạnh kéo tôi quì xuống, ông quản lý cũng quì theo. Chúng tôi cùng chấp tay lên ngực cúi đầu tưởng niệm nàng. Cái chết của một người con gái đẹp trong khung cảnh vừa thơ mộng vừa trang nghiêm đã tạo ra một không khí linh thiêng khiến chúng tôi phải tỏ lòng sùng kính".

"Đám tang nàng tổ chức lặng lẽ. Nàng được chôn trong nghĩa trang Mạc Đĩnh Chi. Mẹ nàng từ Huế vào, mở cửa mả xong thì bà ra. Suốt thời gian từ lúc bà vào, khi tẩn liệm và chôn cất Ngọc Trân xong bà không hề khóc hay tỏ lộ một xúc động nào. Nét mặt với vẻ đẹp quí phái luôn luôn chìm đắm trong một thế giới tâm cảm sâu thẳm. Chỉ có một lần bà làm một cử chỉ mà về sau này đọc thư tuyệt mệnh của nàng tôi mới hiểu ra".

"Ngọc Trân nằm chết hai tay đeo găng úp lên nhau để trên ngực, bên dưới là tấm hình một người đàn ông. Lúc trước khi tẩm liệm nàng bà đã lấy tấm hình ra. Cầm một lúc bà lại để vào chỗ cũ và cúi xuống hôn lên trán nàng".

Thư tuyệt mệnh của Ngọc Trân.

Anh thương,

Em rất muốn dùng chữ "yêu" thay vì "thương", nhưng như em đã nói với anh rồi, em không còn yêu ai được nữa – kể cả anh mà em rất nặng lòng – nên em dùng chữ thương.

Vì thương thì em có thương anh, như vậy em không phải ân hận vì đã dối mình, dối anh.

Nhưng giờ đây dù thương hay yêu cũng không còn ý nghĩa gì vì em đã không còn có mặt trên thế gian này nữa. Khi anh nhận được thư và đang đọc đây thì em đã chết rồi.

Em đã suy nghĩ nhiều trước khi quyết định vắng mặt ở cõi thế. Hẳn là nhiều người cho rằng em thiếu nghị lực và đưa ra đủ mọi lý lẽ để chê trách em. Nhưng em cũng có những lý lẽ riêng của mình không cần phải viện dẫn ra đây. Một nhà thơ đã viết "Tình yêu là cõi nhân gian không thể hiểu". Bây giờ dù cho cả nhân loại trút lên em tất cả lời trách móc em cũng xem nhẹ vì cả nhân loại không thể hiểu nổi tình yêu của em đối với người em yêu sâu nặng đến thế nào. Đó là sự kết hợp sự sống và sự chết của hai con người, hai sinh mệnh. Sự kết hợp không thể chia lìa. Cùng sống và cùng chết. Nay người em yêu đã chết rồi, em thấy đời em không còn ý nghĩa nữa, nên em chấm dứt nó. Việc tìm đến cái chết của em thật tự nhiên, như cây thiếu nước thì không thể sống được, và nó chết. Vậy thôi.

Anh tin có linh hồn không ? Em không tin. Em không tin rằng con người có một linh hồn để sau khi chết còn tiếp nối đời sống. Điều đó cải chính hoàn toàn điều có người nghi ngờ về hành động của em là cách thế tìm đến với người em yêu trong thế giới linh hồn. Không ! Em nghĩ và tin tưởng con người chỉ có một đời sống thể xác thôi. Có thể xác là có tinh thần. Thể xác sinh ra tinh thần. Khi thể xác chết thì tinh thần cũng tan biến. Nay thể xác và tinh thần của người em yêu cả hai đã tan vỡ, em không thể tìm ra ở bất cứ thế giới nào. Mà còn thế giới nào ngoài mặt đất với con người này nữa? Em chết đi nghĩa là em tan biến, ít ra như vậy cái chêt của em có một ý nghĩa nào đó đối với tình yêu của em, đối với người em yêu. Em nhiệt tình, em không gian lận.

Hay chính anh cũng là người kết tội em ? Vậy em nói với anh ý tưởng cuối cùng này.

Có lúc em đã muốn chạy trốn cái chết. Và anh chính là cái phao cho em bám víu những ngày mới đây. Em chạy trốn vào thể xác anh. Em nghĩ rằng nhờ cái phao thể xác anh em có thể ngoi lên và thoát khỏi nỗi ám ảnh tuyệt vọng của mối tình. Nhưng sau những phút giây buông thả tột cùng, sau những đỉnh cao tê điếng của lạc thú thể xác lập đi lập lại đến bải hoải, rời rã, tinh thần em càng trở nên sáng suốt và đòi hỏi giá trị của nó. Nó cười nhạo em, sự hèn nhát trốn chạy của em, em đành phải đầu hàng. Em nhận ra điều đó khi lần yêu đương cuối cùng, tinh thần và thân xác chúng ta gần như tan hòa vào nhau. Mồ hôi chúng ta tuôn ra nhễ nhại và cùng mê thiếp đi trong cơn mất sức cao độ. Trong giây phút của đỉnh cao khoái cảm ấy tử cung em đã ôm ấp dương vật của anh trọn vẹn nhất. Khoái cảm tột độ đẩy em đến cơn mê thiếp xuất thần, tưởng chừng như em đã bắt gặp thượng đế - thượng đế đây là một ý niệm về một vũ trụ nhất nguyên, không phải là một ông Thượng Đế có mắt mũi chân tay con người vẫn thờ lạy và em quan niệm rằng ý niệm đó chỉ được tìm thấy lúc cơn khoái cảm thân xác – không riêng gì trong sự giao hợp trai gái – đạt đến chót vót đỉnh cao. Đó cũng là trạng thái niết bàn, trạng thái thoát tục. Lần đó nếu đỉnh cao khoái cảm đưa em đến trạng thái niết bàn để em bắt gặp ý niệm thượng để thì có lẽ em đã hoàn tất con đường xóa bỏ nghiệp chướng, em xóa bỏ được phần tinh thần mối tình của em. Em tưởng là nhờ con thuyền lạc cảm em sẽ vượt qua được bến mê nhưng không, tinh thần của mối tình vẫn mạnh hơn – hay là khoái cảm chưa đạt đến đỉnh cao và ý niệm thượng dế chưa phát sinh – nên khi tỉnh lại, em vẫn là em, là Ngọc Trân với trái tim tình yêu trong sáng đã một lần dâng hiến đầu đời và nó đã tan vỡ, không thể nào hàn gắn lại nữa. Chỉ còn cách duy nhất là hủy hoại thể xác em đi, hủy hoại nguyên ủy sinh ra tinh thần em thì mối tình của em mới có thể viên thành được, nghĩa là nó tan ra, biến mất trong cõi vô cùng.

Em đã chọn lựa từ bỏ anh. Chọn lựa cái chết.

Em cũng muốn được xin lỗi anh và cầu mong anh tha thứ. Em đã ích kỷ tựa vào anh mong giải quyết chuyện riêng tư của mình, nhưng đã không thành, còn để lại cho anh nỗi lưu luyến, em nghĩ rằng anh khó có thể nguôi quên ngay được. Em muốn giải nghiệp mình vô tình đã tạo quả cho người. Vì vậy em xin được nói lời cảm ơn anh. Hãy vì tình yêu em mà nhận lời cảm ơn chuộc lỗi của em anh nhé. Anh đã đem lại cho em những giây phút hạnh phúc hoan lạc. Những nụ hôn đắm đuối mê cuồng của anh để lại trên da thịt em những vết sẹo hồng êm ái vĩnh viễn, chỉ tan đi cùng với hơi thở lìa bỏ thể xác em.

Thư tuyệt mệnh sau đây vẫn còn thiếu sót một sự thực em không đủ can đảm nói ra. Chính em cũng không hiểu điều này, khi những điều em mô tả đã hầu như sáng tỏ và em còn gìn giữ nhân cách làm gì nữa khi sự sống của em giờ chỉ còn tính bằng giây phút ?

Em mong anh với tình yêu và lòng bao dung hãy lượng thứ cho em. Và với trí thông minh của anh, anh sẽ hiểu ra sự thật qua những lời em bày tỏ chưa trọn vẹn.

Anh hãy giữ gìn sức khỏe. Mong anh sớm tìm lại được sự yên tĩnh trong tâm hồn.

Thương anh,

Công Tằng Tôn Nữ Ngọc Trân

"Tôi là con một của bố mẹ. Đứa con gái được bố mẹ yêu thương quí báu. Suốt tuổi thơ và khi đã lớn khôn đời tôi là những chuỗi ngày sung sướng hạnh phúc. Cả bố mẹ đều yêu thương tôi, nhưng hình như tôi cảm thấy bố yêu thương tôi hơn mẹ. Tôi thương yêu bố mẹ, nhưng giữa mẹ và bố, tôi thương bố hơn mẹ.

Bố thuộc dòng Nguyễn Phước tộc, mẹ là gái Thăng Long. Từ nhỏ bố đã được gia đình cho du học ở Pháp, có bằng cử nhân văn chương trường Sorbonne. Trở về nước bố vào dạy trường đại học văn khoa Huế và gặp mẹ lúc ấy là sinh viên đang theo học. Do thứ bậc hoàng phái của bố là Bửu nên tên đầy đủ của tôi là Công Tằng Tôn Nữ Ngọc Trân.

Mẹ tôi có nét đẹp của gái Hà Nội, da trắng, mặt trái soan, răng trắng óng ánh. Đặc biệt là mẹ có mái tóc mượt dài chấm gót, mỗi lần chải tóc mẹ hay nhờ bố nâng phần ngọn lên, hoặc mẹ phải đứng trên bục cao. Tôi hay nâng niu mái tóc của mẹ, tôi hôn nó hít mùi hương tóc. Có khi tôi tung tóc mẹ lên rồi để rơi trên mặt mình. Mẹ bới tóc cao để lộ chiếc gáy trắng muốt với những sợi tóc con mềm mại tôi ngắm mê mẩn. Có lần tôi đòi hôn gáy mẹ nhưng mẹ cười bảo chỗ đó chỉ để dành cho bố, tôi không hiểu tại sao. Tôi hỏi bố có hôn gáy mẹ không, bố không trả lời. Sau này lớn lên, cái gáy trắng của mẹ có lúc là nỗi ám ảnh của tôi và rồi trở thành nỗi ám ảnh thường xuyên.

Bố không đẹp bằng mẹ theo như nhận xét của tôi hồi còn tuổi ngây thơ. Nhưng khi lớn lên tôi mới thưởng thức hết vẻ đẹp đàn ông nơi người. Nước da bánh mật – mà tôi thụ hưởng – khiến cho gương mặt xương xương của bố với lưỡng quyền hơi cao và mái tóc xoăn bồng bềnh có một vẻ quyến rũ đặc biệt, không người đàn ông nào có được. Chưa bao giờ tôi thấy bố chải đầu bằng lược. Hình như tóc bố được một cái khuôn đúc ra, nên dù cho có rối đến đâu bố chỉ dùng những ngón tay vuốt là đâu lại vào đấy. Tôi mê nhất là những lúc bố đứng giữa gió, ngẩng mặt và vuốt tóc ngược lên. Tóc bố gió thổi bay bay. Tôi chạy đến ôm bố khen: "Tóc bố đẹp quá". Bố ngồi xuống ngang tôi hôn lên trán, lên mắt. "Tóc bố không đẹp bằng tóc mẹ và con". "Tóc mẹ đẹp, tóc con ngắn xấu lắm". "Lớn lên con sẽ để tóc thề". "Thề gì bố?". "Thề yêu một người con trai nào đó suốt đời". "Không. Con không yêu ai cả. Con chỉ yêu bố mẹ thôi". "Còn sớm lắm để con hiểu được". Tôi lùa những ngón tay nhỏ vào tóc bố "Con nói thiệt đó". "Ừ thôi cũng được, thương yêu bố mẹ như vậy là tốt. Sau này con biết cũng không muộn".

Chúng tôi sống trong một căn biệt thự do ông nội để lại bên bờ sông Hương, gần Bến Ngự. Bố mẹ đi dạy học, tôi học trường tiểu học gần nhà sau lên trường Nữ Đồng Khánh. Đời sống gia đình êm đềm và hạnh phúc tưởng chừng bất tuyệt nếu định mệnh không trớ trêu gieo vào trái tim tôi một nỗi oan khiên.

Thể chất tôi trưởng thành khá nhanh so với những trẻ cùng lứa tuổi. Tôi có kinh năm tám tuổi, vú bắt đầu nẩy nở, mông căng tròn. Tôi cảm thấy trong từng giây phút máu huyết và các tế bào sinh sôi. Thân thể tôi như được bơm vào một nguồn sinh lực kỳ bí. Lúc nào cơ thể tôi cũng xôn xao rạo rực một sức sống tuôn trào. Năm mười lăm tuổi tôi đã là một thiếu nữ với trọn vẹn từ ấy. Tôi đứng cao hơn mẹ và chỉ thua bố vài phân. Tôi có một vẻ đẹp phơi phới hấp dẫn. Điều này chẳng những tôi biết được bởi chính mình khi ngắm nhìn thân thể nẩy nở mơn mởn mà còn do bao nhiêu ánh mắt say mê lẫn ham muốn của những chàng trai trường Quốc học và của những người đàn ông khác.

Về mặt nhan sắc cũng như thân xác tôi thừa hưởng vẻ đẹp quí phái dịu dàng của gien gái Thăng Long của mẹ và màu da bánh mật, nét rắn rỏi quyến rũ của bố. Vóc người thon cao. Ngực nở nang căng phồng, eo thon, mông tròn trịa. Những lúc vuốt ve làn da đẫm nước trong phòng tắm tôi không ngăn nổi tình cảm thỏa mãn về vẻ đẹp gợi cảm của thân xác mình. Tôi hay thè lưỡi liếm đôi môi son và mân mê đôi núm vú hồng, những sợi lông đen mượt, thả trí tưởng tượng mông lung. Thật là hạnh phúc cho chàng trai nào được tôi yêu và dâng trọn kho báu thân xác.

Nhưng tôi còn yêu ai được nữa ? Tôi không còn có thể yêu ai khác hơn người đàn ông đã sinh ra tôi. Đó là bố tôi.

Phải, tôi đã yêu bố tôi, bắt đầu bằng tình cảm bố con, lòng kính trọng từ lúc tôi còn rất nhỏ. Bố tôi là một thần tượng mà không người đàn ông nào có thể so sánh được. Sau này nhớ lại, tất cả những tình cảm đó dần dần lớn lên và đến năm mười sáu tuổi thì biến thành tình yêu thực sự. Điều đó được mở ra soi sáng cho tôi không nghi ngờ khi một hôm tôi bắt gặp cảnh bố mẹ tôi âu yếm nhau.

Hôm ấy tôi học khuya. Bố tôi cũng đang còn làm việc trong phòng văn – bố làm thơ và viết văn bằng tiếng Pháp không đăng ở báo nào cả, cất trong một tủ riêng, giữ chìa khóa không để ai đọc, kể cả mẹ. Tôi thấy mẹ mặc áo ngủ bước vào phòng bố, mùi nước hoa tỏa thơm. Như có một sức mạnh dựng tôi dậy. Tôi đứng bật lên và nhẹ nhàng đi qua cửa phòng văn còn mở. Tôi thấy bố đang ôm ghì hông mẹ hôn môi, ngực mẹ say đắm. Tôi đi thẳng ra phòng khách tối om. Đèn phòng văn tắt. Một lúc tôi nghe tiếng thở dồn dập của bố và tiếng rên của mẹ. Tôi ôm cứng lấy chiếc ghế và cắn răng thật chặt để khỏi kêu thét lên. Người tôi nóng ran như bốc lửa. Gai ốc nổi khắp người rần rần đến các chân tóc. Tôi run lên lập cập chạy vào buồng nằm vật xuống khóc tức tưởi.

Sáng hôm sau và những ngày kế tiếp tôi tránh mặt mẹ. Tôi lấy cớ đau đầu để không ăn cơm chung với bố mẹ. Một tình cảm ghen tuông xâm chiếm tôi làm thân thể tôi rũ liệt. Tôi cảm thấy mình không còn yêu mẹ nữa và tức bố vô lối. Tôi đau một trận rụng thưa tóc, phải nghỉ học trọn năm đệ nhị. Người rạc hẳn đi. Bố mẹ tôi rất lo lắng, hết sức chăm sóc, nhưng tôi như người mất hồn, không còn vui tính hồn nhiên nữa.

Từ đó gia đình tôi mất một thói quen thú vị. Đó là những buổi hòa nhạc giữa bố mẹ và tôi. Bố đàn vĩ cầm, mẹ chơi đàn tranh và tôi đàn dương cầm. Từ năm lên năm bố mẹ đã cho tôi học đàn dương cầm. Đến năm mười ba tuổi tôi đã có thể cùng hòa tấu với bố mẹ. Chừng vài tuần gia đình lại có một buổi hòa tấu. Những bản cổ điển Tây phương và nhạc tiền chiến hay được chúng tôi chơi. Đúng ra thì sau đó vẫn còn vài lần hòa nhạc nữa, nhưng ngón đàn của tôi sa sút hẳn và hay lỗi nhịp vì tâm trí không tập trung. Tôi không còn hứng thú nữa, lấy cớ này cớ nọ thoái thác. Bố mẹ tôi không ép, cùng chơi với nhau, điều đó càng làm tôi khổ tâm. Tôi thấy tình cảm của tôi đối với mẹ càng nhạt dần.

Mặc dù tôi cố gắng hết sức lấy lại sự quân bình tình cảm và lý trí, nhưng không có kết quả. Tôi biết rằng tôi có lỗi và bất công đối với mẹ. Mẹ tôi đâu có tội lỗi gì. Lỗi là hoàn toàn ở tôi, nhưng tôi không vượt qua nổi tình cảm ghen tức đối với mẹ. Tôi cố đưa ra những cấm kỵ luân lý, đạo đức để răn mình nhưng vô vọng. Hình như tất cả những nỗ lực ngăn cản tình cảm của tôi càng như đổ dầu vào lửa, tình yêu tôi mỗi ngày đối với bố càng tăng thêm.

Có lẽ tôi phải kể cách đối xử của bố đối với tôi từ lúc tôi còn tấm bé đến lúc tôi ý thức rõ tình cảm của mình. Bố là một người du học Pháp từ nhỏ. Tất cả cử chỉ, ngôn ngữ phong cách sống đều theo Tây phương. Bố đã dạy cho tôi biết hôn bố mẹ trước khi đi ngủ với lời "chúc ngủ ngon". Chúng tôi hôn nhau lúc từ giã, gặp gỡ. Đối với người Tây phương việc cha và con gái hay mẹ và con trai hôn nhau là một phong tục tự nhiên, nhưng hình như đối với tôi thì khác. Lúc còn nhỏ, tôi nhớ những lần bố quên cạo râu, khi hôn tôi râu bố cọ vào má làm tôi nhột, hoặc tôi hôn bố, râu bố đụng vào môi tôi, tạo ra nơi tôi một cảm giác là lạ, thích thú. Tôi vuốt má bố nói "Bố hư quá à, bố không cạo râu hôn làm đau má con nè". Bố cười hôn tôi thêm lần nữa và cố ý cạ râu lên môi tôi mạnh hơn. Cảm giác thích thú của tôi tăng thêm.

Vào khoảng năm mười tuổi ngực tôi khá nẩy nở. Có lần đang trên đường đi học về bị mưa, tôi không đem theo áo tơi nên ướt đầm và cứ để vậy về nhà. Bố nhìn, tôi cảm thấy xấu hổ đi thẳng vào nhà trong. Lúc thay đồ tôi vẫn có cảm giác toàn thân tôi còn dính cái nhìn của bố. Da thịt tôi run lên từng mảng. Có lẽ bố nói gì với mẹ, hôm sau mẹ mua cho tôi quần lót và nịt ngực.

Bố có hai thú vui là hút thuốc Craven A đầu lọc con mèo đen và uống rượu Jonny Walker. Bố hút thuốc hơi nhiều nhưng uống rượu chừng mực, tôi chưa bao giờ thấy bố say. Tôi đòi hút thuốc, nhỏ bố cấm, nhưng khi tôi khoảng mười bốn tuổi bố cho phép. Rượu cũng vậy. Tôi bắt đầu uống rượu với bố năm mười lăm tuổi. Mẹ phản đối nhưng bố nói: "Cứ chừng mực là vô hại, điếu thuốc đem lại cảm hứng tinh thần. Rượu là gạch nối giữa thế giới phàm tục và thần thánh, đừng để bước sang thế giới ngạ quỉ". Được bố chấp thuận, tôi đã hút và nghiện thuốc Craven A đầu lọc cũng như rượu Jonny Walker lúc nào không biết.

Hai bố con chiều nào cũng uống rượu hút thuốc ở chiếc bàn mây trắng kê ở góc vườn có hòn non bộ nuôi cá, suối chảy róc rách. Có hôm tôi giả say, bố dìu tôi vào phòng. Tôi tựa hẳn vào người bố và khi bố hôn từ biệt, tôi ghì đầu bố xuống hôn lại thật kêu. Tôi biết bố hôn tôi là cái hôn của người bố cho con gái, bố đâu biết rằng cái hôn của tôi là của một người tình dành cho người tình! Những lúc như thế tôi rất hạnh phúc và tôi hơi ân hận về tình cảm lạnh nhạt đối với mẹ.

Bố con tôi thường có những lần đi chơi ngoài trời, lên dòng Thiên An, chùa Từ Hiếu, Thiên Mụ hay biển Thuận An. Mẹ không đi vì hay bị mệt. Tôi cũng không thích có mẹ đi theo.

Thiên An là một dòng tu kín nằm trên một đồi thông ngút ngàn. Nơi đây là chỗ hẹn hò của những mối tình học trò, cách thành phố Huế khoảng mươi lăm cây số. Bố con tôi đi xe đạp thong thả, mất chừng một tiếng rưỡi. Có vài lần tôi rủ bố đua. Bố chạy rất nhanh, tôi chạy không lại, bố đứng chờ. Khi tôi đến bố lấy khăn tay của mình lau mồ hôi cho tôi. Khăn tay bố có một mùi hương đặc biệt, mùi nước hoa Chanel và mùi mồ hôi đàn ông của bố lẫn mùi thuốc lá Craven A. Tôi thích ngửi mùi hương đặc biệt đó của bố.

Dưới những cây thông cao vút, gió thổi vi vu, chúng tôi tay trong tay đi chầm chậm, vừa đi vừa hút thuốc. Tôi hát nho nhỏ cho bố nghe những bài tình ca của nhạc sĩ TCS. Bố nghe xong ghé hôn tóc tôi và siết vai tôi nhè nhẹ. "Con gái bố hát hay quá". Tôi nũng nịu vòng tay qua hông bố, ngã đầu cạ tóc lên vai người. Buổi trưa chúng tôi trải khăn dưới gốc thông, bày thức ăn và rượu. Ăn xong chúng tôi nằm bên nhau nhìn lên trời. Những cụm mây trắng bay trên trời xanh, thỉnh thoảng bị cành thông che khuất. Lá thông rơi trên thân thể chúng tôi. Bố nằm thiu thiu ngủ. Tôi nhìn bố... Bị rượu kích thích hay do sự thôi thúc của tình yêu bị ức chế, tôi bỗng xoay người choàng tay ôm bố. Tôi hôn nhẹ lên trán bố. Bố không hay biết. Mùi đàn ông trộn lẫn với mùi rượu và thuốc lá làm tôi ngây ngất.

Chúng tôi cũng thỉnh thoảng lên Đà Lạt vào dịp Giáng sinh, quàng vai nhau đi quanh bờ Hồ Xuân Hương. Trời lành lạnh, sương mù phủ mờ mặt nước hồ. Một vài chiếc thuyền câu mờ ảo. Chúng tôi ăn bắp nướng mỡ hành, bánh nướng nóng hổi. Những cặp trai gái đi song đôi hay ngược chiều đều quay nhìn chúng tôi. Bố ngoài bốn mươi tuổi nhưng trông bố rất trẻ. Tôi mười tám nhưng đã cao ngang bố. Nhìn chúng tôi ánh mắt họ như nói "rất đẹp đôi". Bố tôi hoàn toàn không để ý. Riêng tôi sung sướng về sự hiểu lầm của họ.

Thích nhất là những buổi sáng sớm ra đường khi Đà Lạt đang còn ngủ – dân Đà Lạt ngủ muộn – thành phố vắng, chìm trong sương mù. Bố mặc áo khoác màu xám đậm kiểu Paris từ hồi bố du học, đội mũ phớt đen. Tôi mặc áo khoác màu da bò, đội mũ chóp len xanh đậm. Chúng tôi ra uống cà phê Thủy tạ. Sương đọng trên lông mi mắt trắng như bị bạc, chớp mắt nghe ươn ướt như khóc. Tôi nhìn ngắm bố, còn bố nhìn mơ màng lên đồi Cù hay những đám hơi nước bốc lên từ mặt hồ. Tôi buột miệng hỏi bố: "Bố thấy con có đẹp không". Bố quay lại nhìn tôi hơi mỉm cười: "Sao con lại hỏi bố một câu hỏi thừa như vậy. Phải nói con gái bố chẳng những rất đẹp mà còn rất quyến rũ nữa". Tôi sung sướng hỏi tiếp: " Sao bố không làm thơ về con". "Việc đó thì khác, phải có một xúc động cao độ và đặc biệt". Tôi hơi buồn, như vậy là trước sắc đẹp và sự quyến rũ của tôi bố không xúc động gì cả.

Chúng tôi cũng đến thăm hồ Tuyền Lâm, thác Prène, hồ Than Thở. Ở Đồi Thông Hai Mộ bố kể cho tôi nghe câu chuyện tình buồn của một đôi trai gái. Tôi thầm nghĩ có lẽ đó cũng là chuyện của tôi nhưng chỉ một phía. Người con trai không hay biết mối tình và người con gái chết một mình.

Chúng tôi nằm trên cỏ xanh. Thông cao, lá dày. Nắng lọt xuống từng vệt sáng lỗ chỗ trên áo quần chúng tôi. Tôi nằm gối đầu trên tay bố. Bố vuốt tóc tôi nói "Con gái bố lớn rồi, sắp sửa đến lúc xa bố mẹ rồi đây. Gió thổi tóc tôi vương trên mặt bố. Bố gạt ra. Tôi muốn bố để yên. Bố ngửi mùi hương tóc tôi, mùi hương con gái từ da thịt tôi tỏa ra. Tôi muốn nói: "Không bố ơi! Con không còn yêu được người đàn ông nào khác ngoài bố. Bố là người đàn ông đầu tiên và cuối cùng con yêu. Bố là mối tình đầu và duy nhất của con". Tôi không nói được. Tôi ôm đầu bố, lùa những ngón tay thon thả vào tóc bố và tôi khóc. Bố nói "Con gái lớn thì phải đi lấy chồng chứ, ở già với bố mẹ sao cô ?". Bố càng nói tôi càng khóc. Tôi gục mặt vào vai bố, nước mắt làm ướt đẫm áo. Bố nghiêng người choàng tay qua eo tôi, lắc nhè nhẹ. "Thôi nín, con gái cưng của bố, cô muốn làm gái già thì cứ việc". Nói xong bố cười. Tôi nghĩ, ngay lúc đó ước gì tôi và bố cùng nằm chết bên nhau.

Buổi tối chúng tôi không ngủ khách sạn. Bố thích ở một biệt thự hơi xa trung tâm thành phố nhưng yên tĩnh, trên một khu đồi thoai thoải, chung quanh trồng hoa Mimosa thành rừng. Buổi sáng đứng ở hành lang lưng chừng đồi, nhìn xuống một thung lũng mờ mịt khói sương. Lúc đầu chủ nhà tưởng chúng tôi là vợ chồng xếp chung một phòng. Bố nói "Đây là con gái tôi", chủ nhà đưa tôi qua phòng khác.

Tắm xong tôi thay đồ ngủ rồi qua phòng hôn từ giã chúc bố ngủ ngon. Bố hôn lại, đùa : "Chúc con mơ nhiều mộng đẹp". Bất ngờ tôi vòng tay qua cổ bố ôm bố thật chặt, ngực tôi ép sát vào người bố. Bố hơi đẩy tôi ra. Tôi nhìn bố một lúc trong trạng thái say đắm rồi hôn nhẹ lên môi bố, chạy về phòng. Tôi ôm cứng gối ôm và thầm nghĩ: "Bố ơi! Phải chi con với bố chỉ là người dưng".

Mùa hè năm 1967 bố con tôi đi nghỉ ở Vũng Tàu.

Mới vào đầu mùa hè nhưng khí hậu khá nóng. Bãi Trước, Bãi sau đều đông nghẹt người. Biển xanh trong, gió từ ngoài khơi thổi vào lồng lộng đưa những đợt sóng bạc đầu liên tục vỗ vào bờ.

Chúng tôi chọn bãi Thùy Dương, một bãi nhỏ, ở đây nước cạn và sạch. Thay đồ tắm xong chúng tôi ào ngay xuống nước. Bố mặc quần xịp trắng sọc đen, tôi mặc đồ hai mảnh màu vàng cam – mốt mới nhất lúc bấy giờ. Lúc tôi bước ra bãi, tôi biết mắt bao nhiêu chàng trai đổ lên tôi. Tôi hãnh diện ngước nhìn bố.

Bố bơi rất giỏi. Tôi quên chưa kể bố là lực sĩ bơi lội đã từng tham dự nhiều cuộc tranh tài ở Pháp. Thân thể bố rất cân đối, những bắp thịt ngực, bụng, đùi đều định hình, rắn chắc.

Bố bơi ra thật xa rồi đưa tay vẫy tôi. Tôi chỉ ra đến chỗ nước ngang bụng vì không biết bơi. Bố bơi vào. "Lần này về con phải học bơi". "Bây giờ bố dạy con đi". Bố nói: "Học bơi trước hết phải bình tĩnh, để thân thể tự nhiên, không gồng người. Càng quẫy đạp người càng nặng sẽ bị chìm".

Bố bồng tôi lên đặt nằm ngang mặt nước. Hai bàn tay bố đỡ dưới bụng và gần ngực tôi. Sự va chạm tay bố vào làn da trần tạo một cảm giác lâng lâng ngây ngất. Tôi nhắm mắt quên cả làm các động tác, chân tay tôi tê cứng không thể cử động được. Tôi chìm xuống, bố phải đỡ lên nhiều lần. Có lúc bàn tay bố vô tình đụng lên vú, lên háng, thân thể tôi như bị điện giật. Luồng điện chạy từ đầu đến chân những chu kỳ nhanh làm tôi choáng váng và tôi chìm lỉm. Bố đỡ tôi đứng dậy, vỗ nhẹ vào mông: "Con phải học bơi ở hồ trước". Tôi thầm nghĩ: "Dù học ở đâu mà bố dạy thì con cũng không thể biết bơi được. Càng học con càng chìm".

Đó là lần đi chơi cuối cùng của tôi và bố. Tết Mậu Thân, Huế; Bố và nhiều công chức bị bắt. Khi họ rút lui người ta tìm thấy những hầm chôn tập thể những người bị bắt. Theo chân những người đi tìm xác thân nhân, tôi và mẹ tìm ra xác bố trong hố chôn cạn ở Bãi Dâu. Bố bị trói thúc ké bằng dây điện thoại, mắt bịt kín vải đen, đầu vỡ. Xác đã gần rữa nhưng nhận diện được nhờ chiếc đồng hồ Omega vẫn còn trong tay bố.

Bố được chôn trên núi Ngự Bình, bên cạnh một gốc thông lớn. Gốc thông đó có lần hai bố con đã ngồi tựa lưng nghe thông reo và hút thuốc Craven A đầu lọc. Mơ màng nhìn khói thuốc bay tỏa bố nói sau này bố chết chôn bố cạnh gốc thông. Bố đọc hai câu thơ của Nguyễn Công Trứ " Kiếp sau xin chớ làm người-Làm cây thông đứng giữa trời mà reo". Bây giờ bố đã toại nguyện.

Tôi nhớ lại, từ lúc tìm thấy xác bố đến lúc chôn bố xong, cả hai mẹ con chưa bao giờ chảy ra một giọt nước mắt. Nước mắt của nỗi đau khổ tận cùng khô cứng lại không chảy ra được nữa, phải vậy không ? Nhưng đêm hôm khi trở về nhà, nhìn lên bàn thờ nghi ngút khói hương với di ảnh bố, hai mẹ con ôm nhau gục xuống trước bàn thờ nước mắt mới tuôn ra ràn rụa. Không một lời kể lể. Chỉ nghe có tiếng nấc và nước mắt chảy. Vai mẹ run lên, vai tôi run lên. Trong vắng lặng.

Mỗi ngày hai mẹ con lên núi Ngự Bình thăm mộ bố, thắp nhang, đặt hoa, từ sáng đến chiều tối mới về. Nhìn mẹ gầy rộc tôi thương mẹ xót xa. Trước đây bố còn sống tôi nhìn mẹ như một tình địch. Giờ thì tôi và mẹ là hai người đàn bà cùng hoàn cảnh, đau khổ vì cùng yêu một người đàn ông đã chết.

Bàn thờ bố khói hương không bao giơ tàn. Mộ bố hoa không bao giờ héo. Tôi trồng mấy khóm hoa violette bông tím bố vẫn yêu lúc sinh thời. Nhưng nhìn mãi di ảnh bố, nấm mồ cô quạnh dưới gốc thông tôi không chịu nổi. Một nỗi ray rứt gần như tuyệt vọng vò xé tâm hồn tôi. Nếu tôi cứ sống ở Huế có lúc tôi sẽ tìm đến cái chết.Chỉ có cái chết mới đưa tôi ra khỏi nỗi đau thương. Nên tôi quyết định bỏ Huế mà đi. Dù biết rằng bỏ Huế là bỏ lại tất cả quảng đời tuổi thơ, bỏ lại tất cả những kỷ niệm của tôi và bố, quên hẳn mối tình đầu từ tuổi thơ dại đến tuổi trưởng thành. Nhưng tôi phải cứu đời mình".

"Ngọc Trân không thoát khỏi bàn tay định mệnh. Anh TK thẩn thờ nói. Đọc đến đó ruột gan tôi đau thắt lại. "Nhưng tôi phải cứu đời mình", mấy chữ đó như một mũi dao nung lửa xuyên qua trái tim tôi vốn trước đó đã bị thương nặng nề. Thà rằng nàng quyết tâm chết, như vậy tôi đỡ xót thương. Nhưng nàng... muốn sống...". Anh TK im lặng hồi lâu, mặt đanh lại như tượng. Nàng muốn sống, cố chống chỏi lại bàn tay số phận mà không thoát khỏi mới thật thương tâm".

"Suốt bảy năm từ 1968 đến 1975 mỗi tuần tôi mua hoa vào thăm mộ nàng. Tôi đặt hoa lên mộ, thắp nhang và khấn vái tên nàng". Mắt anh lại nhìn xa xăm qua bên kia biển Thái Bình Dương. Năm 1975, trước khi Sài Gòn thất thủ tôi ra Guam rồi qua Mỹ. Tưởng rằng sẽ vĩnh viễn xa lìa quê hương, xa lìa Ngọc Trân, nhưng năm 1980 nghĩa trang Mạc Đỉnh Chi bị giải tỏa để làm công viên. Được tin tôi xin phép – dạo đó chưa được đi thong thả – về hốt cốt nàng hỏa thiêu gởi vào chùa Vĩnh Nghiêm cùng với di ảnh. Tôi đem về Mỹ một phần tro để thờ. Tôi chỉ thờ bình tro và bát nhang, không thờ ảnh nàng, vì hình ảnh nàng đã khắc sâu vào trái tim tôi".

"Từ khi có bình tro thể xác Ngọc Trân bên cạnh, tôi thấy đời tôi không còn hiu quạnh. Tôi cảm thấy lòng ấm áp mỗi lần cắm lên bàn thờ nàng một nén nhang".

"Cách đây một năm, khi được bác sĩ cho biết ngày cuối bệnh trạng của mình, tôi đã đem bình tro chôn dưới tảng đá đen lớn trên núi gần nhà, nơi tôi kê chiếc bàn chúng ta vẫn ngồi uống trà tôi chưa nói với anh. Tự tay tôi mài một mặt phẳng trên tảng đá và đục tên nàng "Công Tằng Tôn Nữ Ngọc Trân". Anh nhìn tôi ho khan mấy tiếng. "Nghĩ cũng tức cười", anh tiếp lời, "đời người ngắn ngủi, vật đổi sao dời mà lòng người thì cứ luôn ước mong sự vĩnh cửu. Tảng đá kia có trường tồn được với thời gian không, ngọn núi có còn bền vững mãi không ? Thật là mù mờ, không tưởng. Nhưng cứ nghĩ rằng sau khi tôi mất đi rồi, trong một khoảng thời gian dài, chừng nào ngọn núi còn nguyên vẹn, thì tảng đá mang tên nàng vẫn còn đó. Ngày ngày đón nắng bình minh hoàng hôn, đêm đêm tắm ánh trăng sao, và dúm tro hài cốt nàng vẫn được lòng đất ôm ấp bình an thì lòng tôi cảm thấy vui và ấm áp".

Nắng gần đứng bóng. Gió đẩy sóng mạnh vào bờ. Một bầy hải âu đứng chung quanh chúng tôi tự lúc nào. Một con chim nhỏ lông xám, chân vàng khẳng kheo đứng nhún nhảy. Một vài người Mỹ chạy trên bờ cát, chơi banh chuyền hay nằm phơi nắng. Chúng tôi lửng thửng trở về xe. Bỗng anh dừng lại nhìn tôi như muốn nói một điều gì.

"Không biết tôi có nên nói điều cuối cùng này với anh không". Anh TK hơi lưỡng lự. Tôi nhìn anh khuyến khích và anh nói với một chút cố gắng.

"Khi gặp tôi Ngọc Trân đã là gái một con. Nàng có thai năm mười tám tuổi, sinh một đứa con trai. Có lẽ chúng ta không nên tìm hiểu tác giả của đứa bé làm gì nữa. Hãy để nó chìm vào quá khứ... Khi biết chuyện mẹ nàng rất đau khổ. Bà âm thầm đưa nàng lên Đà Lạt sống. Sinh xong, cứng cáp nàng mới trở về Huế ở lại với gia đình. Đứa con được gởi nuôi. Sau khi chôn Ngọc Trân xong, trước khi trở về Huế bà đã cho tôi địa chỉ và tên đứa bé, nhờ tôi trông nom. Hồi trước năm 1975, ở Sài gòn tôi vẫn thỉnh thoảng lên thăm cháu, trả tiền nuôi nắng. Người nuôi không biết tôi là ai, nhưng thấy tôi trả tiền nuôi nắng nên cứ bảo nó gọi tôi bằng bố. Nó có vẻ thương tôi. Mỗi lần tôi lên, lúc ra về nó khóc không cho về, ôm cứng tôi đòi theo. Năm 1975, trước khi bỏ nước ra đi tôi lên Đà Lạt đem cháu về cùng đi".

Chúng tôi còn đứng ở cửa xe uống nước lọc. Ba cô gái Mỹ hai trắng một đen mặc áo tắm khoe thân thể khỏe mạnh, hấp dẫn trượt patin ngang qua chỗ chúng tôi. Họ giơ tay chào, chúng tôi chào lại. Anh TK nhìn theo:

"Tuổi trẻ thật đáng yêu biết bao. Hồi tôi gặp Ngọc Trân nàng cũng ở lứa tuổi đó... Nỗi đau nàng để lại trong lòng tôi sâu đậm quá, tính thời gian đến nay hơn ba mươi năm vẫn chưa nguôi ngoai. Vết thương tuy đã thành sẹo, nhưng những lúc trái gió trở trời nó lại lên cơn đau nhức nhối, đó là những lúc tôi nhớ đến nàng. Nhưng có lúc nào tâm trí tôi không tưởng nhớ đến nàng đâu, nên nỗi đau trong tôi là một nỗi đau triền miên, chỉ sau khi chết đi mới hết được".

" Cháu William lâu nay anh tưởng con tôi, thực ra là con của Ngọc Trân đó. Từ ngày mất nàng, lòng tôi trở nên trơ cứng còn đâu hồn vía nghĩ đến chuyện lấy ai mà có con cái".

"Tên thật của cháu là Vĩnh H...".⁄.

California 29.10.2000
Kinh Dương Vương

LÂM CHƯƠNG

Tên thật Lâm Chương, sinh năm 1942 (khai sinh ghi ngày 28 tháng 10 năm 1945) tại Gò Dầu Hạ Tây Ninh.

Đi học muộn. Sau trung học, một mình ra miền Trung, vừa học vừa làm nhiều nghề.

Nhập ngũ khóa 24 Sĩ quan Thủ Đức. Ra trường, phục vụ trong binh chủng Biệt Động Quân.

10 năm tù cải tạo. Vượt biển năm 1987.

Hiện định cư tại Boston, Massachusetts Hoa Kỳ.

Bài viết trên các tạp chí ở miền Nam Việt Nam, và nối tiếp với những *Văn, Văn Học, Thế Kỷ 21, Sóng Văn, Hợp Lưu, Phố Văn* tại hải ngoại.

Tác phẩm đã xuất bản:

- *Loài Cây Nhớ Gió* (thơ, Khai Phá 1971).
- *Đoạn Đường Hốt Tất Liệt* (tập truyện, Văn Mới Hoa Kỳ, 1998).
- *Đi Giữa Bầy Thú Dữ* (truyện, Văn Mới 2001).
- *Truyện Và Những Đoản Văn* (Văn Mới, 2004).

Lò cừ nung nấu

Thằng con trai út của tôi tên Lâm Bình, ngoại hiệu Cu Đen vừa tròn mười tuổi. Sau khi cắt bánh mừng sinh nhật và hát bài Happy Birthday, nó tuyên bố rằng, từ đây không còn muốn nghe ai gọi tiếng Cu kèm theo tên Đen nữa. Mấy thằng bạn nhỏ của nó, ngoài những đứa Việt Nam, còn có Mỹ, Tàu, Đại Hàn, Thái Lan và Phi Luật Tân. Những thằng này không biết tiếng Việt. Cu Đen phải làm thêm một màn thông dịch bằng tiếng Anh.

Nghe xong, chúng trố mắt nhìn nhau, không hiểu lý do.

Một thằng nhỏ Việt Nam, chỉ tay xuống háng: "Cu là cái này".

"Thế còn Đen?"

"Black".

Chừng như chúng hiểu ra cái nghĩa Cu Đen, nên phá lên cười muốn vỡ nhà.

Cu Đen trừng mắt: "Tụi mày cười, tao không chơi với tụi mày nữa".

Một thằng Mỹ con đề nghị: "Bỏ chữ Cu, thêm chữ Ny sau tên Đen, thành Denny".

Một ý kiến hay, được Cu Đen chấp nhận, và cả bọn vỗ tay tán thành. Từ đó, thằng con tôi trở thành Denny, một cái tên ngoài giấy tờ khai sinh. Kỷ niệm sinh nhật năm thứ mười, cũng là kỷ niệm ngày đổi tên. Nhưng cái tên mới này, cũng chỉ có giá trị với những thằng bạn của nó thôi. Còn cả nhà đã quen với tên cũ, không ai chịu gọi nó bằng Denny. Mỗi bên nhượng bộ một chút. Thằng nhỏ hết thấy khó chịu. Và người nhà cũng không ngượng miệng phải gọi một tên mũi tẹt da vàng bằng tên Mỹ. Chỉ gọi là Đen. Tiếng Cu đã lỗi thời, đi vào quá khứ. Thật ra, cu còn có nghĩa khác, chứ không phải đơn thuần hàm chỉ bộ phận sinh dục của giống đực. Trong trường hợp con tôi, cu có nghĩa là đứa bé trai. Nhưng khi nhạo báng nhau, người ta không chịu hiểu theo cái nghĩa này.

Không phải tùy hứng mà đặt tên con là Cu Đen, một biệt hiệu ngoài giấy tờ khai sinh. Tất cả đều có nguyên nhân của nó.

Tôi có đứa con gái đầu lòng, đặt tên Khuê. Loay hoay tìm chữ lót. Thị Khuê, thường quá. Ngọc Khuê, có vẻ cải lương. Sao Khuê, tên nghe được, không trùng với ai. Nhưng nếu có người hỏi nghĩa là gì, thì trả lời làm sao? Trên trời có vì sao nào là sao Khuê không? Tôi mở từ điển Hán Việt ra, tra chữ khuê, thì thấy khuê là một vì sao trong *nhị thập bát tú*. Thế là yên chí, đặt tên con gái là Lâm Sao Khuê.

Năm Sao Khuê chập chững tập đi, thế nước đổi thay. Tôi gặp hồi mạt vận, sa chân xuống hầm tai vạ. Thế mà trước đó một năm, lão thầy bói lừng danh ở Sài Gòn, dám đoan chắc rằng sang năm Ất Mão, đời tôi sẽ lên như diều gặp gió.

Lão lý luận nghe rất phấn khởi: "Cậu đang đi lính, lại thuộc tuổi Ngọ. Vậy cậu là con ngựa thứ dữ. Ngựa chiến, chứ không phải ngựa kéo xe tầm thường. Gặp năm Mão là năm con mèo. Mèo là con vật quanh quẩn xó bếp, dám đâu cự lại ngựa nòi? Ngựa cứ thênh thang đường ngựa, mèo chỉ trơ mắt ngó mà thôi".

Thấy tôi còn đang bồi hồi vì một tương lai rực rỡ, lão bồi thêm cú chót để giữ vững niềm tin. Lão chồm về phía tôi, nói nhỏ như sợ có người nghe thấy: "Nói thật với cậu, ai thuộc tuổi Tí, mà bước sang năm Mão, thì đời thê thảm lắm. Mèo là khắc tinh của chuột. Chuột gặp mèo, nếu không vong mạng, cũng lắm tai ương".

"Người tuổi Tí đến đây coi quẻ, thầy có cho họ biết

điều đó không?” Tôi hỏi.

Lão ra vẻ hốt hoảng: “Ấy chết! Mình đâu nỡ báo tin buồn quá sớm. Để cho con người ta vui được ngày nào hay ngày ấy”.

Trời xui đất khiến, trong tù, tôi gặp lại lão thầy bói. Lão ở tù vì cái tội bày trò mê tín dị đoan.

Tôi nhắc lại chuyện cũ, và nói: “Con ngựa chiến sút móng, không ‘dzọt’ được. Gặp con mèo, đành phải hoán đổi vị trí. Ngựa lui vào nằm co xó bếp, nhìn mèo diệu võ dương oai”.

Suy ngẫm một hồi, lão thầy bói nói: “Ngày ấy, cậu không cho tôi biết một chi tiết hệ trọng trong gia đình. Đứa con gái của cậu tuổi Sửu. Nó ra đời thì cậu thất thế. Con trâu là khắc tinh của con ngựa. Trâu ngựa không thể cùng chuồng. Trâu vào, ngựa phải ra đi. Nếu ngựa ở lại, sớm muộn gì cũng bị trâu chém đổ ruột. Cậu đi tù là xui, nhưng xa con trâu thì tính mạng được bảo toàn, khỏi bị triệt”.

Một lần khác, ông lại thủ thỉ với tôi: “Sau nhiều đêm chiêm nghiệm, tôi mới thấu được lẽ thiên cơ. Nói để cậu yên tâm, tụi nó không làm gì mình được đâu”.

Tôi chán: “Ở tù, bị hành xác, đói gần chết. Ông bảo tụi nó không làm gì được mình?”

“Ối..., chỉ là chuyện nhỏ, không đáng kể. Đời người, ai lại không có lúc hoạn nạn. Cậu có nghe câu sấm truyền ‘Mã đề, dương cước, anh hùng tận’ không?”

“Có nghe, nhưng mỗi người giải đoán một kiểu. Chẳng đâu vào đâu”.

“Này nhé. Nhiều người giải thích, mã đề là chân ngựa, hoặc móng ngựa, đều không hợp với câu sấm. Nói theo Hán tự đàng hoàng, mã đề là ngựa cất lên. Nguyên câu có nghĩa thế này, ngựa cất lên, dê bước tới, anh hùng tận số. Chỉ còn ba năm nữa là tới năm Ngọ, tụi mình sẽ vùng lên. Nhất là tuổi Ngọ của cậu mà lại gặp năm Ngọ, sẽ phất rồng gặp mây. Khởi sự sang năm Mùi, tụi nó sẽ chết không đủ đất chôn".

Tôi ngồi im lặng. Biết những gì lão thầy bói nói là chuyện hão huyền, nhưng vẫn muốn nghe như một an ủi trong những ngày buồn thảm.

"Tụi nó khoác lác huênh hoang tự xưng anh hùng. Ứng với điềm trời, anh hùng tận. Mình mất miền Nam, những người không thông đạt ý trời, bỏ chạy ra nước ngoài. Những người còn lại bị tù, nhưng tướng tinh vững như bàn thạch. Chờ vài năm nữa thôi. Để rồi cậu coi, tụi nó chạy đâu cho thoát? Ngày quật khởi thành công, những anh tướng anh tá từ ngoại quốc sẽ lục tục quay về, nhưng chỉ được đứng chầu rìa, không cho tham gia vào chức vụ gì cả. Lúc đó, vàng thau đã tỏ rồi".

Bám lấy hy vọng mà sống. Ba năm không thấy gì, gọng kìm siết mạnh hơn. Bốn năm trôi qua, đời càng thê thảm. Lão thầy bói bỏ xác trong tù. Mười năm sau, tôi về quê cũ, lao đao khốn khó. Đứa con gái đầu lòng Lâm Sao Khuê mười hai tuổi, sạm mốc, ốm o, gầy mòn. Dù nghèo nàn cơ cực, nhưng tôi vẫn muốn có thêm thằng con trai nối dõi.

Vợ nói: "Khổ quá, còn đẻ làm chi".

Tôi nói: "Phải đẻ".

"Nếu không được con trai?"

"Tiếp tục đẻ nữa. Chừng nào ra thằng con trai thì thôi".

Năm sau, vợ sinh con trai. Có người bảo tôi tù rạc nhiều năm, tinh lực bị vắt cạn, tưởng không còn đủ sức có con. Tôi nói, hạt giống của tôi rất tốt, chỉ cần gieo xuống mảnh đất màu mỡ là nảy mầm ngay. Được dịp tán dóc, tôi còn bày cho mọi người cái phương pháp sinh con trai, con gái theo ý muốn. Với điều kiện, khi làm tình phải theo đúng bài bản chỉ dẫn. Kết quả, nhiều đứa bé ra đời. Có người được như ý, có người không như ý. Cũng may, ai sinh con, hễ thấy mặt thì thương. Dù không như ý, nhưng không có đứa bé nào bị bóp mũi, hoặc thả trôi sông.

Thằng con trai nối dõi tông đường, tôi đặt tên Lâm Khang. Xui cho thằng này, gặp thời tai kiếp, tôi nghèo quá, phải bồng con đi ở đậu dưới chái hiên, bên hông nhà của một người quen. Chái hiên lợp tôn, chung quanh chắn gió bằng những mảnh bìa carton, chỉ chừa cái cửa ra vô nhỏ như lỗ tò vò. Bên trong, đặt vừa vặn một chiếc giường. Trưa mùa hè, chui vào gian phòng nhỏ này, nóng hừng hực như lò thiêu xác. Thằng con tôi khóc hoài, không chịu ngủ. Tôi phải treo chiếc võng cho nó nằm, dưới bóng mát cây xoài. Trưa trưa, vợ ngồi đưa võng, hát những câu ru con buồn não nuột:

Má ơi, đừng gả con xa
Chim kêu vượn hú, biết nhà má đâu?
Chim xa cành còn thương cây nhớ cội
Người xa người tội lắm, người ơi.

Nghe thảm quá, tôi kêu lên: "Em ơi, đừng rên rỉ những câu đứt ruột ấy nữa. Hãy hát nhạc vàng cho nó nghe".

Vợ nói: "Hát nhạc vàng, bị Công An còng đầu".

"Thì hát nhạc đỏ, nhạc cách mạng".

"Anh nghĩ con mình có chịu được với loại nhạc thế này không? *Ai nhanh tay vót bằng tay em. Bao mũi chông nhọn hoắt căm hờn...*"

Tôi xua tay: "Thôi, thôi. Thằng nhỏ mà nghe nhạc này, lớn lên nó sẽ mọc nanh thành quỷ, hút máu người".

Tôi xin được cái radio cũ, ngày ngày cho nó nghe đờn ca vọng cổ.

Lâm Khang được hai tháng tuổi, bị tướt. Mỗi ngày, năm ba lần chảy té re chất nước lợn cợn màu vàng nhạt. Mấy bà già láng giềng bảo nó bị đẹn ỉa, phải lể đẹn mới xong. Thằng nhỏ bị căng họng, kéo lưỡi, lể bằng kim may. Nó giãy giụa, khóc gần đứt hơi tím mặt. Tôi nóng ruột, không cho điều trị theo phương pháp cổ truyền nữa. Hai tháng rưỡi. Nó tiếp tục lên cân, nhưng vẫn còn tướt. Tôi quyết định đem con đi khám ở bệnh viện Nhi Đồng 1. Sau khi nghe tôi nói nó bị ỉa, bác sĩ cho nhập viện ngay, khỏi cần khám.

Chẳng biết khoa con tôi nằm là khoa gì. Khi nói chuyện với nhau, mọi người gọi là Khoa Ỉa. Cũng có lý. Đã có Xưởng Đẻ, thì có Khoa Ỉa là chuyện bình thường. Vào đây, tôi mới thấy hết được cái tính "khó khăn khắc phục" của nền y khoa xứ mình. Phòng lớn, chứa hai mươi giường. Mỗi giường, có hai em bé nằm thoi thóp. Một đứa nằm đầu trên, một đứa nằm đầu dưới. Chưa kể một số khác trải những manh chiếu nhỏ, nằm dưới sàn. Con tôi may mắn, được nằm trên giường, chỗ của một bé gái vừa "đi đứt". Mặt giường trải nylon, để các em tiểu tiện không bị thấm xuống nệm. Cái ghê tởm là đứa này ỉa, chảy tràn ướt lưng đứa kia. Khiếp! Sau hai ngày, tôi đem con xuống nằm dưới sàn, nhường chỗ trên giường cho một người vừa mới ẵm con đến. Người ấy cám ơn tôi. Trong một nơi chốn, người ta bon chen tranh giành từng chút, chịu nhường nhau một tiện nghi nào đó, lòng tốt ắt phải có lý do.

Mỗi buổi sáng, mọi người phải ẵm con ngồi sắp hàng trước phòng bác sĩ, chờ khám theo thứ tự. Bác sĩ Khoa Ỉa, không bao giờ bước chân vào phòng bệnh nhân. Dụng cụ hành nghề của bác sĩ, vỏn vẹn một quyển sổ ghi toa thuốc, và một cái ống nghe. Mang ống nghe như một dấu hiệu biểu trưng cho cương vị bác sĩ, chứ không phải để sử dụng. Vì thế, đi vào phòng ăn, hoặc vào quán tạp hóa trong khu vực bệnh viện, bác sĩ cũng đeo ống nghe để phân biệt với người thường. Và một điều đáng nể khác, khi khám bệnh, bác sĩ không hề đụng tay vào người các em bị ỉa. Có lẽ am tường môn vi trùng học, nên tuyệt đối giữ vệ sinh. Ông chỉ liếc sơ qua cái mặt đờ đẫn, là biết được bệnh trạng ra sao. Tay viết lia lịa lên mảnh giấy, rồi xé cái rẹt, trao cho thân nhân người bệnh. Đây là cái toa thuốc, nhưng tôi không đọc được chữ gì cả. Giống những ký hiệu về âm nhạc. Nếu gộp chung nhiều cái toa, trao cho một nhạc sĩ, có thể đàn được bản nhạc hay.

Mọi người kháo với nhau: "Ông này là bác sĩ ngụy của mình hồi trước, được cách mạng lưu dụng".

"Sao biết?"

"Nhìn cách viết thì biết ngay. Bác sĩ cách mạng viết chậm như rùa. Bác sĩ mình viết nhanh như gió".

Tôi tin tưởng "bác sĩ mình". Cầm toa thuốc lên Phòng Y Dược. Chắc cô phát thuốc cũng là "dược sĩ mình" đã quen đọc ký hiệu, nên liếc qua cái toa, biết ngay thuốc gì. Cô mở lọ này, trút chai kia, trao tôi một bụm thuốc.

Thằng con tôi mới hai tháng rưỡi, làm sao nuốt nổi một bụm thuốc thế này? Hình như thuốc nội hóa cần lượng hơn phẩm.

Một số người xấu miệng nói, đôi khi chỉ là bột mì, tinh chế thành viên. Dù mỉa mai chế độ, nhưng không phải không có lý. Câu nói hàm chỉ được một phương cách trị bệnh bằng tinh thần. Từ lâu rồi, ngành y khoa đã thừa nhận rằng, kết hợp yếu tố tinh thần, trong việc điều trị bằng thuốc men cũng đem lại kết quả rất khả quan. Người xưa còn biết, cái tâm ảnh hưởng rất lớn đến cái thân, nên chủ trương lấy tâm làm gốc. Thân tâm không lìa nhau. Hễ tâm bệnh thì thân bệnh.

Tâm vừa máy động, họa phúc liền sinh
Điềm đạm hư vô, bệnh nào phát khởi.

Quỷ vương lộng hành thời mạt pháp. Trật tự xã hội xô bồ rối loạn. Người người lao đao, cái tâm vọng động không yên, nên sinh lắm bệnh tật. Ra đường, thấy thiên hạ tất tả ngược xuôi, mặt mày lo âu hoảng hốt. Những khuôn mặt ấy, trước sau gì cũng vào bệnh viện. Và vào đây, mới biết thế nào là ý nghĩa của những viên thuốc trị về tâm.

Tôi nhớ lúc còn trong tù, mọi thứ bệnh: nóng lạnh, nhức đầu, đau bụng, ỉa chảy, yếu tim, nám phổi, ho hen..., tất cả đều được cấp phát cùng một loại thuốc Xuyên Tâm Liên. Vậy, Xuyên Tâm Liên là thuốc về tâm, trị bá bệnh. Ai chịu thì tiếp tục sống. Ai không chịu thì chết. Chết vì tâm bệnh, chứ đâu phải vì thuốc? Hiện nay, chưa có một nước văn minh hiện đại nào trên thế giới chế được loại thuốc trị bá bệnh, như Xuyên Tâm Liên của nước Việt Nam ta.

Đã nói đến tài ứng biến, và sáng tạo thần sầu của cách mạng, phải nói cho hết. Trong thời gian đi tù, có lần tôi bị chứng bệnh kỳ lạ. Đầu gối sưng nhức, và đái gắt. Dùng Xuyên Tâm Liên cả tháng trời không khỏi. Có lẽ tâm bệnh quá trầm trọng. Tôi năn nỉ y tá của trại cho tôi lên nằm bệnh xá để điều trị.

Y tá nói: "Muốn chuyển lên bệnh xá, phải ghi rõ bệnh gì? Nhưng anh khai lung tung, tôi không đoán ra, làm sao chuyển?"

Tôi cố nài: "Xin cứ ghi bừa vào một chứng gì cũng được, lên đó rồi tính sau".

Suy nghĩ một lúc, y tá hỏi: "Khi còn làm lính ngụy, anh có bị bệnh xã hội không?"

"Bệnh xã hội là bệnh gì?"

"Chẳng hạn như tiêm la, lậu mủ, giang mai, mồng gà..."

"Có bị vài lần". Tôi nói.

Y tá gục gật đầu: "Anh đái gắt. Tôi ghi là bệnh tiêm la tái phát nhé?"

"Nhưng phải cho tôi biết tiêm la có triệu chứng ra sao, để tôi khai với bệnh xá".

"Cái bệnh này gây đau nhức dương vật, nếu không điều trị kịp thời, con vi trùng sẽ ăn mất cu".

Tôi cầm mảnh giấy lên nộp cho bệnh xá. Rồi sắp hàng, ngồi cùng với những anh em các trại khác quy tụ về đây, chờ kêu tên. Bác sĩ xướng danh từng người, kèm theo chứng bệnh.

Tới phiên tôi, bác sĩ gọi: "Nâm Chương. Bệnh tiêm na".

Tôi đứng lên. Bao nhiêu con mắt kinh ngạc mở lớn, đổ dồn về phía tôi như dò hỏi. Vào tù cả năm rồi, làm sao thằng này chui ra ngoài được, chơi đĩ đến nỗi mắc bệnh "tiêm na"? Tôi nóng ran cả người vì ngượng.

Bác sĩ hỏi: "Có đau nhiều không?"

Tôi nói: "Chỉ đái gắt, và đầu gối sưng nhức."

"Bậy! Từ dương vật, sao lại chạy xuống đầu gối?" ông đưa ngón tay chỉ: "Vào phòng tiêm thuốc cho khỏe".

Đúng là lương y như từ mẫu. Ông không hạch hỏi lôi thôi, cũng không hề tỏ ra khó chịu vì căn bệnh xã hội của tôi. Ông chỉ lo cho sức khỏe bệnh nhân.

Vào phòng tiêm. Tôi thấy nhiều chai nước ngọt hiệu con cọp, và xá xị hiệu con nai, sắp đầy trên những ngăn kệ. Có chai chứa nước màu xanh, có chai chứa nước màu đỏ. Miệng chai được bịt kín bằng miếng nhựa nylon, có quấn dây thun.

Anh y tá hòa hai thứ nước xanh đỏ vào chung trong một cái ly. Đưa cây kim vô ly, bơm đầy ống tiêm. Mỗi người bệnh, được tiêm một ống như thế. Không biết chất gì, khi tiêm vào da thịt nghe đau thấu trời.

Tôi hỏi: "Thuốc này trị bệnh gì?"

Y tá đáp gọn: "B1, B12. Tăng cường sinh lực".

Buổi sáng nào, chúng tôi cũng được tiêm một ống B1, B12. Có điểm danh từng người, trốn tiêm cũng không khỏi. Đặc biệt những người bệnh nặng, còn được truyền nước biển. Y tá túc trực cả ngày, săn sóc và theo dõi bệnh trạng. Lương tâm nghề nghiệp có thừa, nhưng tôi e rằng phần lớn thuốc men ở đây, chỉ có giá trị về mặt tinh thần.

Một hôm mưa to. Anh y tá dầm mưa, đem tấm poncho (loại áo đi mưa của quân đội VNCH ngày trước) ra căng giữa trời. Phía dưới, anh đặt cái thau hứng nước. Cái thau lại đặt cao lên, trên một chiếc ghế đẩu, tránh nước dưới đất bắn vào thau. Tôi phụ anh làm công việc này, đồng thời có cớ tắm mưa luôn.

Anh dặn: "Những thau nước hiệp đầu, bỏ đi. Chỉ lấy nước tinh khiết hiệp sau thôi".

Tôi hỏi: "Anh lấy nước uống?"

"Không. Dùng vào việc khác".

"Việc gì?"

Anh nói: "Làm nước truyền. Tiếng Tây gọi là sê-rum. Miền Nam các anh gọi là nước biển. Chúng tôi gọi là nước cất". Và anh giải thích. "Muốn điều chế nước cất. Cho nước lã vào nồi, nấu sôi lên. Nước bốc thành hơi. Hơi chạy qua một cái ống thông hơi, ngâm trong hồ nước lạnh. Gặp lạnh, hơi tụ lại thành nước. Nước này gọi là nước cất, rất tinh khiết, dùng truyền cho người bệnh. Nước mưa cũng qua một quá trình như nước cất thôi. Anh có học về sự hình thành của mưa chứ?"

"Vâng. Hồi nhỏ có học".

"Đấy. Nước ao hồ sông biển, gặp nắng bốc thành hơi. Bay lên thành mây, gặp lạnh thành mưa. Thế thôi".

Do hàng ngày lân la trò chuyện với anh y tá, mà chúng tôi cảm tình nhau. Anh là người hiền lành, chơn chất đáng mến. Tôi nói với anh về hoàn cảnh đất nước phân tranh, về tình trạng gia đình ly tán. Anh thông cảm và thích tôi, dành cho tôi nhiều tiện lợi. Anh nói, bất cứ lúc nào tôi thấy mệt, anh cũng sẵn sàng vô cho tôi một chai nước cất. Tôi ghi nhận lòng tốt của anh, nhưng không bao giờ dám mệt.

Lúc mới vào Khoa Ỉa, con tôi còn lanh lợi tỉnh táo. Mỗi ngày tôi nghiền một bụm thuốc viên, đổ vào họng thằng nhỏ. Bốn ngày sau, nó nằm im thiêm thiếp, ỉa nhiều lần hơn.

Khi ẵm con lên cho bác sĩ "liếc qua" tình trạng bi quan của nó, tôi nói: "Thưa bác sĩ. Bên ngoài bệnh viện có bán thuốc ngoại. Xin làm ơn cho toa thuốc ngoại, để tôi đi mua..."

Giữa chốn đông người, "bác sĩ mình" trừng mắt, điểm ngón tay vào mặt tôi: "A... a..., đầu óc vọng ngoại, luôn luôn tôn sùng nước ngoài. Cái gì của nước ngoài thì ca tụng, cho rằng tốt đẹp. Cái gì của nước ta, thì chê bai rẻ rúng. Anh không muốn dùng thuốc bào chế của nước ta, thì đem con vào đây làm gì?"

"Thưa bác sĩ. Thằng nhỏ không bớt bệnh, tôi xin đổi thuốc, chứ không có ý gì khác".

"Tôi là bác sĩ, tôi biết cách giải quyết vấn đề. Không cần anh phải chỉ dẫn. Uống thuốc phải chờ thuốc thấm, từ từ bớt bệnh. Trị bệnh tiêu chảy không như đóng một cái vòi nước mà ngừng được ngay. Anh hiểu chứ?"

Thế là tôi lại tiếp tục lãnh một cái toa thuốc viết toàn bằng ký hiệu âm nhạc. Và tôi cũng biết rằng, giữa tôi và "bác sĩ mình" không còn đứng cùng về một phía nữa. Ông đã giác ngộ tư tưởng cách mạng rồi.

Tôi bàn với vợ đem con ra khỏi bệnh viện, tìm phương khác chữa trị. Không thể để thằng nhỏ nằm lây lất ở một nơi thiếu điều kiện vệ sinh của Khoa Ỉa. Nhưng ngay đêm đó, nó lên cơn sốt. Thôi, muộn rồi! Nó đã nhiễm trùng. Tôi đau đớn vì đã đem con dìm vào cái ổ vi trùng. Bây giờ, chết sống gì cũng phải nằm lại đây. Tôi vội chạy đi tìm y tá, xin cô báo cho bác sĩ trực hay.

Giữa khuya. Cô đang đọc truyện, ngẩng đầu lên, nói: "Trẻ em bị nóng sốt là chuyện thường. Có gì mà ông hốt hoảng thế? Ông tưởng lúc nào cũng có thể làm phiền bác sĩ trực được sao?"

"Mấy hôm trước, nó không sốt. Bây giờ bị nhiễm trùng".

"Mới bị sốt lần đầu, lại càng không đáng lo. Còn chuyện bị nhiễm trùng hả? Ông có nhìn thấy con vi trùng bu vào con ông không?"

Tôi năn nỉ: "Nó bị sốt cao độ cô à. Xin cô làm ơn xuống nhìn một chút, coi có cách nào giải nhiệt được không?"

"Sao ông biết sốt cao độ? Bộ ông là cái nhiệt lượng kế hả? Tôi có xuống nhìn cũng vậy thôi. Tạm thời, ông lấy cái khăn ướt đắp lên trán đứa bé. Chờ sáng mai, trình với bác sĩ để ổng quyết định".

Tôi còn đang chần chừ chưa đi. Nát lòng không biết tính lẽ nào.

Cô y tá bồi thêm: "Coi kìa. Điệu bộ ông giống con gà mắc đẻ. Mười mấy năm trong nghề, tôi gặp quá nhiều người như ông. Chuyện một chút xíu thôi, cũng quýnh quáng la làng, kêu réo giật ngược y tá bác sĩ. Làm như y tá bác sĩ thiếu nợ các người vậy".

Nhìn cái miệng chót chét của cô, tôi nộ khí xung thiên. Trong một lúc bốc đồng, tôi muốn có cây súng đại liên bắn chết mẹ hết cả lũ y tá bác sĩ của bệnh viện này. Tôi nghiến răng quay trở lại phòng bệnh, thấy vợ đang ngồi cúi đầu ủ rũ dưới chân con. Tôi hằn học nói với vợ về sự tức giận của mình.

Vợ van: "Tôi lạy anh. Hãy ráng giữ bình tĩnh. Biết được thái độ bất mãn của anh, người ta ghét, người ta sẽ giết con mình".

Sáng nay. Lại bồng con sắp hàng ngồi chờ khám bệnh. Mỗi ngày, bác sĩ chỉ xuất hiện, ngồi sau bàn làm việc trong một giờ đồng hồ. Còn hai mươi ba giờ khác, đố ai tìm thấy mặt ông. Tất cả, ông đều giao cho y tá, và vài ba sinh viên y khoa thực tập. Mà y tá thì dữ hơn nhân viên phòng thẩm vấn, chua hơn giấm.

Trong khi chờ đợi, tôi lan man hồi tưởng lại những ngày ở bệnh xá của trại tù. Bác sĩ y tá ở đây, thuộc đơn vị của bộ đội miền Bắc. Họ đã thực hiện một ca mổ đặc biệt đến nỗi, nếu không chứng kiến tận mắt, người nghe tưởng như bịa chuyện khôi hài cho vui. Người bạn tù tên Sang, nằm chung phòng với tôi. Anh đang mạnh khỏe, bỗng một đêm, ôm bụng kêu đau ầm ĩ. Cơn đau càng lúc càng dữ dội, phải đưa anh lên bệnh xá. Nửa đêm, bác sĩ y tá mở cuộc họp khẩn cấp, và quyết định mổ bụng anh Sang. Cơ sở còn nghèo nàn thiếu thốn, lấy căn phòng học cũ, làm phòng mổ. Không có đèn điện, phải đốt đèn cầy soi sáng. Không có thuốc gây mê, phải dùng tạm thuốc tê tiêm vào da bụng. Anh Sang trần truồng nằm ngửa trên chiếc giường, được kê cao lên ngang thắt lưng. Phần hạ bộ, che bằng chiếc khăn lông màu cứt ngựa. Thấy chuyện lạ, những người bệnh chúng tôi bỏ ngủ, lóng ngóng bên ngoài cửa sổ nhìn vào. Bác sĩ y tá đứng vây chung quanh giường bệnh. Sau khi lấy bút nguyên tử kẻ một lằn trên bụng bệnh nhân, bác sĩ kẹp lưỡi dao trong hai ngón tay, rạch dài theo nét kẻ. Dao giải phẫu là cái lưỡi lam cạo râu, trời ạ! Ông cẩn thận rạch đi rạch lại nhiều lần, mới banh được cái bụng ra. Bên ngoài, có anh khiếp quá không dám đứng coi. Hai người y tá đứng hai bên giường, kéo chằng vết mổ mở lớn. Bác sĩ, với bàn tay không đeo găng nhựa, thò vào trong bụng anh Sang sờ mò tìm kiếm một thứ gì đó.

"Trời ơi!" Anh kêu.

Bác sĩ nói: "Im! Để bác sĩ làm tốt".

Trong khi bác sĩ tiếp tục mò tìm, thỉnh thoảng anh Sang đưa tay gãi chỗ này chỗ nọ.

Bác sĩ nói: "Nằm yên! Để bác sĩ làm tốt".

"Muỗi cắn".

"Cắn chỗ nào, bảo y tá gãi cho anh".

Anh Sang ngóc đầu lên, nhìn bụng mình. Y tá đè đầu xuống.

Bác sĩ nói: "Đừng nhìn. Để bác sĩ làm tốt".

"Bác sĩ mò cái gì mà đau quá vậy?" Anh hỏi.

Bác sĩ nói: "Đừng hỏi. Để bác sĩ khám phá".

Thỉnh thoảng, anh Sang nói: "Muỗi cắn chân phải".

Y tá gãi chân phải.

Anh Sang lại nói: "Muỗi cắn gò má".

Y tá gãi gò má.

Anh Sang cứ nói muỗi cắn hoài. Không biết muỗi ở đâu kéo đến nhiều thế. Có lẽ nó đánh hơi được mùi máu.

Bác sĩ ngó ra cửa sổ, nói: "Có anh nào đấy, chạy xuống phòng vệ binh, xin hộ cây nhang muỗi".

Một người trong chúng tôi chạy đi. Lúc sau đem đến một bó nhang hơn mười cây. Y tá thắp nhang, đặt dưới gầm giường mổ. Từ đó trở đi, anh Sang hết kêu muỗi cắn.

Nửa giờ đồng hồ trôi qua. Bác sĩ ngẩng lên, nhè nhẹ lắc đầu thất vọng, trán lấm tấm mồ hôi.

"Chả thấy gì!"

Anh Sang lại ngóc đầu, nhìn bụng. Y tá đè đầu xuống.

"Không thấy gì thì may lại giùm tôi". Anh lo lắng.

Bác sĩ an ủi: "Yên chí. Chúng tôi cố gắng làm tốt cho anh".

Rồi tất cả bác sĩ y tá kéo đến một chiếc bàn cuối góc phòng, ngồi thì thầm thảo luận. Để lại một người y tá bên giường với anh Sang. Bụng anh được đậy lại bằng một chiếc khăn lông màu trắng, dính đầy máu đỏ. Anh nằm im lặng. Không biết ngủ hay thức.

Trời đã khuya lắm. Ngoài cửa sổ, vài người lặng lẽ trở về chỗ ngủ. Đôi ba anh em còn lại, ngồi xuống thềm hiên, ngó lên khoảng trời mênh mông. Con trăng xế về bên kia mái trường học cũ. Mùa trăng tháng Chạp lạnh đục màu sương.

Trong phòng. Thảo luận một lúc lâu, bác sĩ y tá quay lại giường mổ, loay hoay bơm thuốc vào ống tiêm.

Anh Sang hỏi: "Bây giờ làm gì nữa?"

Bác sĩ nói: "Tiêm thêm thuốc tê. Thuốc cũ sắp hết công hiệu rồi".

Tiêm thuốc xong. Lại cầm lưỡi dao lam.

Anh Sang: "Mổ nữa hả, bác sĩ?"

"Thêm tí nữa thôi. Đừng sợ". Bác sĩ trả lời.

Ông rạch vết mổ dài ra, thò tay bụng mò tìm.

"Nhè nhẹ. Đau quá, bác sĩ ơi". Anh rên lên, và ngóc đầu nhìn.

Bác sĩ nói: "Không được nhìn. Tôi phải che mắt anh".

Một người y tá cầm chiếc khăn nhỏ vắt ngang qua mắt anh Sang.

Mọi người im lặng theo dõi bác sĩ. Ông làm việc chăm chú và tận tâm. Có lúc, ông nghiêng đầu lim dim đôi mắt như lắng nghe một âm thanh vo ve nào đó, có thể tiếng muỗi, hoặc một tín hiệu khác thường từ những ngón tay truyền đạt. Dù không nhìn thấy bàn tay, nhưng ai cũng biết rằng, những ngón tay của ông đang động đậy, rà mò tìm kiếm trong bụng anh Sang.

Bỗng ông reo lên mừng rỡ: "Đây rồi. Đây rồi".

"Cái gì vậy, bác sĩ?" Anh Sang hỏi.

"Khám phá ra rồi. Chính nó".

"Nó là cái gì?"

"Sau này sẽ biết. Mọi chuyện sẽ xong ngay. Yên chí đi".

Bác sĩ ngẩng lên, thở phào, mặt rạng rỡ. Dường như cơn mệt mỏi từ đầu hôm đến giờ, bỗng chốc tiêu tan.

Thấy chúng tôi đang đứng lố nhố ngoài cửa sổ, ông nói: "Các anh không được thức khuya quá. Hãy về chỗ ngủ để giữ sức khỏe".

Chúng tôi trở về phòng. Đồng hồ chỉ đúng ba giờ khuya. Không biết chuyện gì xảy ra sau đó.

Sáng ra. Vài người muốn vào phòng mổ thăm anh Sang.

Y tá không cho: "Anh ấy còn mệt lắm. Phải để anh ấy nghỉ ngơi. Mai thăm cũng không muộn".

Chúng tôi đứng ngoài nhìn vào. Mặt anh Sang tái mét, hai mắt nhắm nghiền. Anh được đắp bằng chiếc Poncho Light của anh, mang theo từ ngày đầu đi cải tạo.

Hai ngày sau, anh Sang được đưa về nằm chung phòng

với chúng tôi. Cả tháng trời, anh chưa ngồi dậy được. Mọi sự đại tiện của anh đều do y tá trực giúp đỡ. Nâng anh lên, đặt anh đặt ngồi vào cái bô kế bên giường. Đổ và rửa bô cũng do y tá đảm trách. Nhiều lần, chúng tôi ngỏ ý muốn phụ với anh y tá trong việc đỡ đần chăm sóc anh Sang, hoặc thay anh làm công việc vệ sinh, đổ cứt rửa bô, nhưng anh từ chối.

"Các anh đang bệnh, không nên làm việc này. Đây là nhiệm vụ của tôi".

Hằng ngày, bác sĩ xuống phòng thăm bệnh. Ông ngồi cả buổi bên giường, nói chuyện và an ủi anh Sang. Ông cho biết, anh ăn phải một mảnh kim khí nhỏ, phải mổ dạ dày để lấy ra. Chúng tôi biết mảnh kim khí này từ đâu. Anh em nhà bếp thường dùng bùi nhùi bằng kim khí của một xưởng tiện sắt thép nào đó, để lau chùi chảo nấu ăn. Vì sơ ý, làm sót lại một mảnh vụn lẫn trong cơm. Một sơ ý nhỏ, nhưng đã để lại một tai họa lớn cho đời anh Sang.

Trong khi ngồi nói chuyện với chúng tôi, ông thường kể về những ngày gian khổ trên đường Trường Sơn, làm việc trong điều kiện vô cùng thiếu thốn. Từ đó, ông sang qua vấn đề anh em trong bệnh xá.

Ông nói: "Đứng trên quan điểm cách mạng, các anh là kẻ thù. Nhưng dưới mắt một người thầy thuốc, các anh là những bệnh nhân. Chúng tôi phục vụ bệnh nhân theo lương tâm của người thầy thuốc".

Cái quan điểm và lương tâm của ông, làm chúng tôi ngạc nhiên thực sự.

Còn ở đây, bệnh viện Nhi Đồng 1, các bác sĩ y tá đều là người của chế độ cũ, được lưu dụng làm việc cho bệnh viện. Không biết họ đứng trên quan điểm nào, và lương tâm gì đối với bệnh nhân?

Thấy tôi cứ mãi đặt những vấn đề vớ vẩn, không thực

tế chút nào, vợ nói: "Anh phải đứng ngoài. Bác sĩ mà nhìn thấy cái mặt nhăn nhó của anh, thì con mình sẽ lâm nguy".

Tôi dặn:"Em phải cho ổng biết, thằng nhỏ bị sốt".

"Đừng xía vô chuyện này, để em lo".

Tới phiên, vợ tôi ẵm con vào gặp bác sĩ. Tôi đứng ngoài. Nhìn.

"Hôm nay thế nào?" Bác sĩ hỏi.

Vợ nói: "Dạ thưa. Nó lên cơn sốt trong đêm".

"Sao biết?"

"Dạ, sờ thấy nóng".

"Y tá sẽ đo nhiệt độ. Nếu nóng thật, phải truyền nước biển".

Ông liếc nhìn thằng nhỏ trước khi cúi xuống ghi những nốt nhạc.

Vợ ẵm con ra, trao mảnh giấy cho tôi, hỏi: "Anh coi thử, bác sĩ có thay đổi thuốc không?"

Tôi nói: "Có đọc được chữ gì đâu mà biết hôm qua khác với hôm này?"

Gần trưa, cô y tá (không phải y tá trực trong đêm) vào phòng. Cô cho cái nhiệt lượng kế vô miệng con tôi, rồi đi kiểm soát từng giường bệnh. Cô vừa hướng dẫn cách săn sóc em bé, vừa la lối mọi người về sự ăn ở thiếu vệ sinh. Muốn thực hiện vệ sinh, phải có điều kiện tiện nghi. Nhưng chúng tôi thiếu thốn mọi bề. Chẳng hạn, trong nhà cầu chỉ có duy nhất một vòi nước giặt giũ, mà người giặt thì quá đông. Mỗi người đem đến một đống tã lót. Nhiều người chen nhau. Người trước, kê tấm tã vào sát vòi nước mà vò. Người sau, cũng đang vò một tấm tã phía dưới, hứng nước từ tấm tã phía trên đổ xuống. Con vi trùng ỉa được dịp luân lưu từ em này sang em khác qua những tấm tã.

Đi giáp một vòng thăm bệnh, cô y tá quay lại rút cái nhiệt lượng kế từ miệng thằng nhỏ, đưa lên ánh sáng.

"Nhiệt độ trung bình. Sao ông bảo bị sốt?" Cô trừng mắt nhìn tôi.

Tôi nói: "Hồi hôm, nó sốt. Bây giờ, hạ rồi".

"Hứ! Đừng có báo cáo ẩu nghen".

Tôi vớt vát: "Thật mà. Hồi hôm, nó sốt".

"Nói lung tung, làm rối điên cái đầu. Ai biết đường nào trị cho con ông? Nó có thế nào, lỗi cũng tại ông đấy!" Cô ngoe nguẩy bước ra khỏi phòng.

Trời ơi! Nếu không vì sự an nguy của đứa con, chắc tôi bóp cổ chết con y tá này.

Cho đến một ngày, tính mệnh thằng con tôi hắt hiu như ngọn đèn trước gió. Dù không yêu cầu, nhưng bác sĩ cũng cho một cái toa riêng mua thuốc ngoại. Lúc này, trước mặt ông, tôi không dám vọng ngoại, nhưng ông lại bày vẽ cho tôi thực hiện tinh thần vọng ngoại. Ông bảo phải mua thuốc ngoại ở hiệu thuốc này..., địa chỉ này..., để tránh mua lầm thuốc giả. Chao ôi! Thuốc trị bệnh mà cũng có kẻ dám làm giả mạo. Tội này, tương đương với tội sát nhân. Tôi cầm cái toa hớt hải chạy ra đường. Nhiều con buôn thuốc dạo, chận lại thăm hỏi mời chào. Chẳng biết tôi còn tỉnh hay điên? Sao nhìn mặt người nào, tôi cũng thấy phảng phất cái vẻ tàn ác của quân bất lương cướp của giết người.

Con tôi được đưa vào phòng cấp cứu, có máy điều hòa không khí. Có lẽ vì muốn chứng tỏ đây là căn phòng đặc biệt, nên người ta điều chỉnh nhiệt độ ở mức khá thấp. Vào phòng, tôi có cảm tưởng vào một mùa đông lạnh giá.

Tôi nói: "Lạnh quá. Làm sao con nít chịu nổi?"

Cô y tá chứng tỏ là người thành thị, từng quen sử dụng những tiện nghi tân tiến: "Điều hòa không khí là phải như vậy. Nếu không lạnh, thì gắn máy lạnh làm gì? Hứ!"

Hình như, khi muốn tỏ thái độ khinh bỉ chê bai, người đàn bà nào cũng dùng tiếng "hứ". Và tôi thấy tôi hiện nguyên hình một gã nhà quê chậm tiến.

Tóc trên đầu thằng con tôi, bị cạo một mảng, để đâm cây kim truyền nước biển. Lỗ mũi nó, thọt vào một cái ống tiếp dưỡng khí. Miệng nó, cũng thọt vào một cái ống để cho sữa và thuốc vô bao tử. Nhìn những trang bị trên người nó, tôi liên tưởng đến một đứa bé từ hành tinh khác lạc xuống địa cầu, phải ăn và thở bằng những dụng cụ đặc biệt, trong một phim dành cho nhi đồng. Trong phòng cấp cứu, đã có sẵn ba đứa khác, đang chờ giờ hiển linh về nước Chúa, hoặc theo Phật tiêu diêu về miền Cực Lạc.

Tôi đuối sức, sau những ngày thay phiên cùng vợ, thức theo dõi thằng con. Tôi ra ngoài hành lang nằm ngủ. Nhưng vừa chợp mắt lại thấy ác mộng. Tôi vùng ngồi dậy, lúc lắc cái đầu cho tỉnh.

Vợ bảo: "Ngủ đi".

Tôi nói: "Ở đây, vất vưởng nhiều oan hồn con trẻ. Nó phá tôi".

Vợ chắp tay: "Nam Mô A Di Đà Phật. Anh đừng nói những điều ghê khiếp".

"Thật đấy. Tôi nghe tiếng con trẻ cười đùa".

"Anh ơi. Anh ơi. Anh sắp điên rồi".

"Không đâu!"

Đầu tôi váng vất lùng bùng. Tôi thấy chung quanh toàn những gút mắc chông gai. Ác cảm nặng với bác sĩ y tá, vi vu ý tưởng giết người.

Vợ nói: "Trông anh như người bệnh. Mắt lờ đờ nhướng hết lên. Ráng ngủ lấy sức. Anh ngã bệnh lúc này, mình em làm sao lo nổi cho chồng, cho con?"

Buổi chiều. Phòng cấp cứu nhận thêm thằng bé mười hai tuổi, tên Cu Đen. Nghe hai tiếng Cu Đen, tự dưng tôi thấy êm đềm gần gũi. Tôi như sống lại một quãng đời tuổi nhỏ làng quê, với bạn bè có những cái tên hết sức thân yêu, Cu Nồi, Cu Lọ, Cu Đẹt, Cu Đực, Cu Tèo, Cu Tý... Lòng tôi dịu lại. Dựa lưng vào bức tường hành lang, tôi mơ màng quay về những mương rạch, bờ ao, con trâu, cái cày... thuở trước. Thiếp đi lúc nào không hay. Khi bừng dậy, tôi nghe tiếng khóc.

Thằng Cu Đen còn rất tỉnh táo, nhưng sau những thử nghiệm và chẩn đoán, bác sĩ cho biết nó sẽ chết trong vài ngày tới. Má nó gục đầu lên đứa con, nức nở. Nó ôm đầu má, kêu thảm thiết: "Má ơi, đem con về. Con muốn ở với má. Đừng bỏ con, má ơi".

Đang rầu vì con, nhìn qua giường bên, lại thấy cảnh mủi lòng, vợ tôi cũng khóc rống theo.

Y tá nạt: "Bà này lạ chưa? Mắc mớ gì đến bà mà khóc? Làm như đưa đám ma không bằng. Tôi yêu cầu bà đi ra ngoài kia mà khóc, để yên cho tôi làm việc".

Má Cu Đen kể trong nước mắt. Rằng vợ chồng chị đi làm làm ngoài đồng xa. Cu Đen ở nhà giữ em. Vô ý để em té xuống ao. Người láng giềng vớt em nó lên, dọa: "Mày ham chơi, bỏ em té ao. Ba má mày về đánh chết". Nó sợ đòn, vào buồng lấy chai thuốc rầy, uống. Người láng giềng biết được, chạy ra đồng gọi vợ chồng chị về. Khi đưa nó vào bệnh viện thì đã muộn.

Người ta nói "còn nước còn tát", cái câu châm ngôn ấy không áp dụng ở đây. Không ai bỏ công cứu chữa cho một sinh vật mà người ta nghĩ rằng phí công vô ích. Cu Đen chỉ được truyền nước biển, như một biểu thị nó còn được sự tận tâm chiếu cố của người thầy thuốc. Nó đâu biết người ta đã dành sẵn cho nó một mảnh giấy khai tử rồi, chỉ còn chờ giờ điền tên vào là xong.

Thằng bé thao thức, khóc cả đêm. Nó nói nhớ em, và năn nỉ má nó đưa về nhà. Người mẹ cũng biết, ngoài cái chai nước biển, con chị không còn thêm được một ân huệ nào khác nữa. Mà cái chai nước biển, có tác dụng gì với thằng bé uống thuốc rầy? Sáng hôm sau, người mẹ xin cho con xuất viện.

Thương Cu Đen quá, tôi cầm tay nó: "Thôi, Cu Đen về nhà với em nhé".

Nó nói: "Dạ. Mai mốt em bé của chú khỏi bệnh, chú ẵm xuống nhà con chơi".

Nó còn nói được một câu như thế, mà sắp chết thật sao? Nó đâu có hiện tượng của kẻ sắp lìa đời? Tôi đưa Cu Đen ra sân bệnh viện, nơi có chiếc xe lam đang chờ sẵn. Má nó không còn khóc như lúc mới nghe tin dữ. Trong nỗi đau đớn đến cùng cực, lòng người sẽ trơ ra, mọi sự cảm xúc đều bị tắc nghẽn. Xe lam chuyển bánh. Tôi ngó theo. Vĩnh biệt Cu Đen.

Từ đó, cái tên thằng bé cứ ám ảnh tôi hoài. Hai tiếng Cu Đen êm đềm thân thiết biết bao, gợi cho tôi những ngày xưa cũ, cùng những kỷ niệm thời gian mất mát đớn đau. Tôi thầm nghĩ, nếu thằng Khang, con tôi tai qua nạn khỏi, tôi sẽ đặt cho nó một cái tên riêng, tên ngoài giấy tờ: Cu Đen.

Thằng con tôi lặng lẽ ra đi rất êm. Từ lúc bác sĩ chấp nhận cái tinh thần vọng ngoại, chịu cho toa mua thuốc ngoại, và đưa nó vào phòng lạnh, tôi biết mọi sự thay đổi của bác sĩ đã trễ tràng. Vợ chồng tôi âm thầm nuốt nước mắt từ mấy ngày trước. Lúc nó ra đi, chúng tôi không còn nước mắt.

Trong đêm khuya. Bệnh viện im lặng đến rợn người. Tôi kề tai sát mũi thằng bé. Không nghe thấy gì.

Vợ thì thầm: "Nó còn thở không?"

Tôi nín thinh.

Vợ luồn tay vào chăn: "Ngực nó còn ấm".

Tôi ngoảnh mặt, ngó ra những ngọn đèn vàng hành lang.

Vợ hỏi: "Bây giờ làm sao?"

Tôi không trả lời.

Vợ rên nhỏ: "Trời ơi! Anh cứ trơ ra, dễ sợ quá". Chừng như vợ muốn khóc ré lên, nhưng ngại làm kinh động những người chung quanh.

Tôi uể oải đứng dậy, lên phòng y tá trực.

Tôi báo: "Lâm Khang, giường số ba, không còn thở".

Y tá: "Vậy hả? Để tôi gọi bác sĩ".

"Không cần thiết nữa".

"Tại sao không? Chỉ có bác sĩ mới có đủ thẩm quyền xác nhận nó chết".

Thì ra tôi đã hiểu lầm. Gọi bác sĩ không phải để cứu chữa, mà là để chứng nhận một sinh vật đã chết thật sự.

Cô y tá cầm mảnh giấy, dẫn theo một bác sĩ trẻ vào phòng bệnh. Trên cổ bác sĩ có đeo cái ống nghe. Lần này thì cái ống nghe được sử dụng, chứ không phải chỉ làm một biểu tượng đặc trưng của người thầy thuốc. Ông đặt cái chụp lên ngực thằng nhỏ. Nghe ngóng... Xong. Thu đồ nghề, và chìa tay ra. Cô y tá trao cho ông mảnh giấy. Ông viết vội những gì đó, và ký tên. Từ lúc bước vào phòng, cho đến lúc đi ra, ông không hề mở miệng nói một tiếng gì. Cái câu "im lặng là vàng", được ông thể hiện một cách triệt để.

Y tá nói: "Tôi điện thoại cho người đem xuống nhà xác".

Tôi ngăn: "Khoan! Chờ sáng mai".

"Không được. Quy định sau khi bác sĩ xác nhận đã chết, phải đem đi ngay".

Nửa giờ sau. Một người đàn ông lù lù xuất hiện trong bộ quần áo công nhân màu xanh đậm. Mặt sần sùi, xạm đen. Đôi mắt trơ tráo, không có hồn. Đôi mắt từ cõi âm phủ trở về. Ông ta lăn tròn cái xác thằng nhỏ, cuốn gọn gàng trong tấm nylon. Như loài kền kền quắp cái xác chết, ông nách thằng nhỏ ngang hông, đi ra cửa. Tôi thoáng thấy miệng ông vừa ló ra hai cái nanh. Tôi có quáng mắt không? Nhìn kỹ lại thì không thấy nữa. Vợ tôi ngồi bệt xuống sàn, ôm mặt rấm rứt. Tôi lặng lẽ theo ông, đưa con tôi đi. Từ lầu ba, đi qua những hành lang, đèn vàng lạnh. Đi xuống những bậc cầu thang hun hút âm u, khuya vắng đến rợn người. Đi xuống, đi xuống, đi xuống hoài rồi cũng tới âm ty.

Người đàn ông mở cánh cửa sắt. Hơi lạnh và mùi tử khí phả ùa vào mặt. Cái mùi thum thủm chuột chết. Tôi dợm bước theo vào phòng chứa xác, nhưng ông ngăn lại. Ông vào, và quay ra thật nhanh. Tôi có cảm tưởng ông vất thằng con tôi vào đống tử thi, chứ không phải đặt nhẹ nhàng. Rồi ông đưa tôi vào một gian phòng nhỏ, chìa mảnh giấy bảo ký tên. Tôi ký tên mà không biết trong ấy viết những gì. Giọng ông trầm trầm, ra giá với tôi về việc tống táng, sau khi tổng cộng những tiền hòm, tiền đất, tiền chuyên chở... Tôi còn lòng dạ nào mà tính tới tính lui. Bao nhiêu cũng được.

Bận đi lên, chỉ một mình tôi. Trong ánh sáng chập choạng, tôi nhìn thấy rất nhiều đứa bé bám theo hai bên vách thang lầu. Chúng di chuyển như những con thần lằn hút sát vào tường. Tôi mơ hay tỉnh? Dừng lại, dụi mắt định thần. Hình ảnh ma quái biến mất, nhưng rồi nó dần dần hiện lại từ mờ đến tỏ. Tôi hoảng hồn, chạy ngược về phía nhà xác. Nơi đây chẳng còn ai. Người đàn ông nhà xác đâu rồi? Đành phải đi lên trở lại. Vừa đi, tôi vừa kêu lớn: "Ai ơi... Ai ơi... Ai ơi..." Tiếng kêu vang rền một khu bệnh viện. Âm thanh làm tôi đỡ sợ.

Một người đàn ông mặc blouse trắng, chạy ra đầu cầu thang: "Có chuyện gì vậy?"

Tôi hớt hải: "Có ma".

Ông ta quay lưng, lầm bầm ném ra hai tiếng: "Thằng điên!"

Sáng hôm sau. Tôi lên phòng y tá xin giấy khai tử để hoàn tất thủ tục hồ sơ trước khi chôn cất. Trong giấy khai tử ghi nguyên nhân chết: suy dinh dưỡng. Khốn nạn! Như thế, thằng con tôi chết vì bị tôi bỏ đói, chứ đâu phải chết vì ia chảy. Cuối thế kỷ hai mươi, *giữa trái tim Sài Gòn của đất nước, giữa cái nôi của lương tâm thời đại*, sau năm 1975 người ta hãnh diện tự xưng như thế, bác sĩ nào dám xác nhận chết vì bệnh ia chảy, thiên hạ sẽ cười thúi đầu!

Ai nói thời gian sẽ làm lành những vết thương? Bao nhiêu năm qua rồi, vết thương tôi vẫn còn nguyên đau nhức. Thời gian chỉ làm cho nỗi đau nhức sắc lại, như sắc thuốc Bắc, ba chén nấu còn tám phân, ém xuống tận đáy lòng mà sống. Lâu lâu gợi nhớ, bỗng muốn cầm dao đi giữa bầy thú dữ.

Thua keo này, gầy keo khác.

Tôi nói với vợ: "Đẻ nữa em ơi".

Vợ cự: "Khổ lắm rồi. Không muốn đẻ".

Tôi lý luận: "Về nhà chồng. Không tạo con trai nối dõi cho dòng họ nhà chồng. Người xưa cho thế là lỗi đạo làm dâu".

"Em có đẻ con trai đấy chứ. Tại không giữ được thôi".

"Thì tiếp tục đẻ nữa".

Chiều chồng, vợ tôi lại đẻ. Nhưng đẻ con gái. Tôi để vợ toàn quyền đặt tên đứa con này. Vợ đặt: Sơn Ca. Có người hỏi móc tôi rằng, sao không áp dụng cái phương pháp sinh con trai, con gái theo ý muốn, như tôi đã từng bày vẽ cho nhiều người khác? Tôi chỉ cười trừ. Chứ biết nói sao?

Tôi sang Mỹ, không theo cái nghĩa bi quan của đời người trôi dạt. Tôi đi có định hướng. Năm lần bảy lượt vượt biên. Cuối cùng, tôi đã tới đích. Sống ở đây, tương đối dễ thở. Tiền bạc, có chính phủ cấp. Quần áo, có nhà thờ lo. Con nít được thương yêu chiều chuộng, cưng như trứng mỏng. Mỗi ngày, chịu khó bỏ vài giờ tới trường, học ú a ú ớ vài câu tiếng Anh. Thế là xong nhiệm vụ. Thì giờ còn lại, chẳng biết làm gì. Coi TV, không hiểu tiếng nói, nhìn hình hoài cũng chán. Không có bạn bè đấu láo, cũng buồn. Buồn chán dễ làm cho con người mau già cỗi, chết sớm. Những bạn lính của tôi ngày xưa, hay xâm mình cái câu "khi tôi chết, ai là người xây nấm mộ?". Tôi bây giờ, lẩn thẩn tự hỏi, khi tôi chết ai là người thờ phượng? Con gái lớn lên theo chồng, nó thờ cha chồng của nó. Còn tôi, không ai khói nhang, linh hồn sẽ bơ vơ lạnh lẽo. Vì thế, tôi muốn có thằng con nối dõi.

Tôi tỏ ý cùng vợ: "Đẻ nữa. Kiếm thằng con trai, em ơi".

Lần này, vợ phản bác dữ dội: "Cái quan niệm con trai vốn quý, đã lỗi thời rồi. Đây là xứ trọng nữ khinh nam. Đàn bà là mẹ thiên hạ, chiếm đặc quyền ưu tiên. Nhập gia tùy tục, nhập giang tùy khúc. Anh cứ khư khư níu giữ cái quan niệm nối dõi tông đường là bơi ngược dòng về nơi có bốn ngàn năm văn hiến".

Tôi đấu dịu: "Thôi, không đặt vấn đề nối dõi nữa. Tôi chỉ muốn nhà có đủ con trai con gái, để âm dương được cân bằng trong gia đình”.

“Anh định áp dụng cái thuyết, thái cực sinh lưỡng nghi, lưỡng nghi sinh tứ tượng... gì ấy hả? Hãy thực tế một chút đi. Nhà nào âm thịnh là có phước”.

Mới sang Mỹ, vợ tôi đã chụp bắt ngay được cái quan niệm cường quyền nữ phái của xứ này. Tôi bị lép vế. Khi người đàn ông không còn là rường cột gia đình, thì cũng mất luôn cái quyền chỉ huy. Tôi đành chắc lưỡi buông xuôi, mặc tình nữ kê tác quái.

Vợ tôi uống thuốc ngừa thai. Nhất định không chịu đẻ.

Một hôm, vợ thắc mắc: “Không biết tại sao, trễ kinh cả tháng rồi”.

Tôi nói: “Có một trong hai vấn đề xảy ra. Em sắp biến thái thành đàn ông. Hoặc bước vào giai đoạn mãn kinh của tuổi già”.

Cả hai vấn đề, vợ tôi đều sợ.

Vợ dỗi: “Từ ngày sang Mỹ, anh nói lời gì nghe cũng mỉa mai cay đắng”.

“Đó là tinh túy của ngôn ngữ, kết quả của trầm tư”.

Chẳng thèm lời qua tiếng lại, vợ đi bác sĩ khám bệnh. Bác sĩ cho biết có thai.

Về nhà, tôi la lớn: “Tiệt nhiên định phận tại thiên thư”.

Vợ hỏi: “Nghĩa là sao?”

“Ông Đặng Dung nói rằng, sách trời đã định như thế rồi. Nó là thằng con trai”.

“Sao biết con trai?”

“Này nhé. Uống thuốc ngừa thai, cũng giống như người ta bật đèn đỏ, treo bảng ‘Stop’, và đặt hàng rào chắn. Nhưng nó vượt đèn đỏ, bất chấp bảng 'Stop', xô ngã hàng rào chắn, chui ra khỏi cửa mình, để góp mặt làm người với đời. Anh hùng gan dạ, khó khăn nào cũng vượt qua, chỉ có thằng con trai mới làm được".

Tưởng lý luận bò càng cho vui, không ngờ vợ sinh con trai thật. Nó hấp tấp ra đời đến nỗi bất chấp cả định luật thiên nhiên chín tháng mười ngày. Chẳng biết ở trong bụng, nó chòi đạp thôi thúc thế nào mà vợ tôi phải tống nó ra trước mấy bữa. Một thằng con trai quá ngon lành!

Khi nó còn nằm trong đống tã lót, bà y tá hỏi tôi, có muốn cắt da qui đầu cho nó hay không?

Tôi lắc đầu, nói tiếng Mỹ: "No. No".

Bà giải thích rằng, theo phương pháp vệ sinh ở Mỹ, nên cắt da qui đầu, để con cu được sạch sẽ. Dĩ nhiên những lời này phải qua cô thông dịch.

Tôi lại lắc đầu: "I don't like". Biết được tiếng nào, xổ ngay tiếng đó.

Dù đã "I don't like", nhưng tôi vẫn sợ người ta sẽ rình cắt mất da qui đầu con tôi. Tôi nói với cô thông dịch, nếu điều này xảy ra, tôi sẽ kiện. Dọa thế thôi. Mới qua Mỹ, ngôn ngữ không rành, biết gì mà kiện thưa ai chứ?

Trước khi quyết định cho con một cái tên chính thức trong giấy tờ, vợ hỏi: "Đặt tên gì?"

Tôi nói: "Lâm Khang".

Vợ giật mình: "Trời đất! Đó là tên thằng con đã chết, sao lại đem gán cho thằng này?"

"Tôi nghĩ, thằng Khang bị chết oan. Nó đầu thai lại".

"Thôi, em sợ có huông lắm. Đặt tên khác đi".

"Vậy thì đặt nó là Lâm Bình".

"Sống ở Mỹ, sao không đặt tên Mỹ?"

Điều gì tôi có thể nhượng bộ, nhưng đặt tên Mỹ cho con, tôi phản đối tới cùng.

Cái máu độc tài của người đàn ông Việt Nam nổi lên, tôi cảnh cáo vợ: "Đừng bao giờ đưa ra ý kiến đó với tôi lần nữa nhé!"

Nhắc lại thằng con bỏ mạng trong Khoa Ỉa, bệnh viện Nhi Đồng 1, tôi liên tưởng đến thằng Cu Đen uống thuốc rầy năm nọ. Tôi thương thằng bé. Cái tên của nó gợi lại biết bao kỷ niệm êm đềm ngày cũ quê tôi. Tôi quyết định đặt cho thằng út Lâm Bình, thêm một cái tên ngoài giấy tờ khai sinh: Cu Đen. Dĩ nhiên, vợ tôi không biết lý do thầm kín của cái tên này.

Lâm Chương

LÂM HẢO DŨNG

Sanh năm 1945 tại Thuận Hòa, Sóc Trăng.
Nhập ngũ năm 1968.
Vượt biển và định cư tại Canada năm 1980

Tác phẩm đã xuất bản:
- *Ngày đi thương sợi khói bên nhà* (Nhân Văn, Hoa Kỳ, 1985)
- *Tóc em dài em cài bông hoa lý* (Làng Văn, Canada, 1989)
- *Đi giữa thời tan nát*(TGXB, 1989)
- *Những bài thơ của tôi* (Úc châu, 2013)
- *Tôi vẫn còn đi* (Hoa Kỳ, 2017)

Hỏi không ta sẽ về đâu nữa?

hỏi không ta sẽ về đâu nữa?
một bóng quên hình vẫn đứng yên
trăm năm, dấu chỉ đùa trên cát
nhịp sóng thời gian cuốn bạo tàn

hỏi không ta đứng chân chôn đất?
lửa bụi trần gian địa tích buồn
trông con gián nhỏ lùa râu tóc
thoáng đã thu hình bãi cỏ hoang

hỏi không đôi mắt qua làn kính?
tuổi bước cầm hơi nhịp tới nhanh
mùa cũ, trăng đi còn tiếng thở
sao trời lơ đãng thuở xuân xanh

hỏi không ngày sáng pha màu tối?
thiếu nữ nằm co, tiểu thuyết sầu
đường xe cao tốc xuyên qua cửa
tiếng gió vi vu chẳng gợn màu

hỏi ai mắc cạn đời vay mượn?
(như mới thu mà đã chớm đông)
quyển vở năm xưa sầu bụi đóng
hồn ta không khí chảy mênh mông?

và ở nơi nào một tiếng vang
người rung chữ cuối phím dây đàn
mới hay thiên địa vô cùng tận
ta cũng như người một dấu than!...

(Vancouver, BC, Canada, July 12-18)

Trong viện bảo tàng chiến tranh Lam Sơn 719 ở Bandong-Savannakhet

đứng bên đường chín nhìn Lao Bảo
một ngã xuôi về chiến địa xưa
cây vẫn xanh,đường luôn sắc đỏ
thời gian chết đứng giữa hư vô

ngày đi vớt nắng thiêu thân xác
tôi đổi trao tôi chữ thập sầu
tôi vẽ chân dung người mũ đỏ
gậy đường xuôi Bắc hay về đâu?

thấy trong màu áo,trong hình dáng
đã thuộc từng tên,mỗi địa danh
họ chính là tôi trong thuở ấy
một thời, nhưng chẳng thể nào quên

bảo tàng nghèo đói trong hình ảnh
chiến cụ mồ côi rũ rượi nằm
thương tiếc anh hồn bao chiến sĩ
suốt đời ngủ lạc ở Xepon…

Đi dạo trên mảnh đất quê nhà

Chào một ngày trên trang báo mạng hôm nay
Tờ Việt Văn Mới
Xúc cảm hay cảm xúc tôi không cần biết tôi không cần hay
Trái tim ngồi hay trái tim bay
Theo từng thửa ruộng bậc thang của vùng Tây Bắc
Em Đồng Văn cây rừng xanh ngát
Núi hỏi đồi Bản Giốc còn không?

Lạng Sơn trọn tình về ngọn Mẫu Sơn
Như đứa con quay đầu tìm mẹ
Giữa những ngọn đèo cheo leo
Mù Căng Chải
Em Lai Châu mùa vũ khúc nhớ Điện Biên
Những thây người ngã âm thầm biết ai còn nhắc?

Đẹp Sapa
Những chợ tình, những thiếu nữ miền cao rao bán
những hơi nồng bèo bọt theo từng manh thổ cẩm thô sơ
Chiều lũng sâu sương mờ
Những trẻ thơ gầy về bản buôn heo hút như huyền thoại của
Lan Khai
"Bóng cờ trắng trong sương mù", Bàng Văn Nhị
Thái Bình Thiên Quốc về đâu?

Nước Hồ Ba Bể mãi còn xanh?
Tình vẫn đẹp bi hùng theo từng trang tiểu thuyết
Đoạn kết rất tự nhiên như khung cảnh thiên nhiên
Hồn về xuôi hay lên mạn ngược?

Vào một đêm nào thuyền trôi lênh đênh

Hạ Long tung lưới chài gọi Bái Tử Long
Những hoang đảo cũng đã là hải đảo
Ném những đòn trả bất ngờ gởi quân phương Bắc
Quê còn đó sao có người mãi nhắc?
Hà Nội chiều xao xác nhớ Thăng Long
Hoàn Kiếm thu mình, chùa Một Cột mái ngói còn cong?
Rủ rê sách đèn Văn Miếu

Hoàng thành xưa ôm bờ vai yểu điệu
Nhẩn nha qua mấy nhịp Tràng Tiền
Vận nước nghiêng bên đồn Mang Cá
Ai mang gươm xõa tóc hóa điên
Hồn đóng cửa quê người lưu xứ
Chuông rền có không
Thiên Mụ muôn đời soi bóng.

Hải Vân mây đùa nước
Đường vòng đi về tận phương Nam
Biển cát dài sóng vỗ âm thầm
Tourane –Đà Nẵng
Những chiến thuyền của giặc Tây giặc Pháp
Thức tỉnh chưa hay chưa tỉnh thức?
Những hồn mông muội ngàn năm
Những chiến hạm bất ngờ không hình dung trước
Cát động Chu Lai
Bóng cờ sao trắng

Đêm qua cầu phố cổ Hội An
Câu chuyện tình thời chiến của một Samurai
Đẫm màu sương khói
Việt Nam,người của bốn phương về đây diễn tập trò đấu
súng
Huấn luyện thần công
Đem phi cơ đùa cùng chim cò chim hạc

Em có về trăng khuya nghe tiếng hát?
Giọng ca Hời u uất lẫn hờn căm
Buồn rũ trùm từng viên gạch nát Mỹ Sơn.

Chứng tích còn hằn dấu ở Hoàng, Trường Sa
Hàn, phong vũ biểu
Của phosphate từ phân chim biển
Của yến sào góp phần nuôi sống dân ta
Của vít của rùa
Cùng muôn loài thủy tộc
Và khóc ai hòa máu lẫn xương da
Cho đất trời Việt tộc
Mãi gọi Hoàng, Trường Sa nơi ấy chính quê nhà…

Về Qui Nhơn chợt nhớ Ba Vua
Người áo vải vẽ nên trang sử
Thuyền ai neo dọc theo bờ Nam Hải
Em trắng da bởi hương nước dừa?
Hay lấp lánh khoang thuyền những màu cá bạc
Chiến tranh điêu tàn chuyện của ngày xưa?
Em lớn vội khi tuổi đời theo tôi qua ngõ…

Bình Định đi nghe Nha Trang một thời khói súng
Thẫn thờ hạt cát cô đơn
Lời tiễn biệt
Thành phố lơ đãng bên những con tàu chờ ra khơi
Tấm lụa dài, cầu Xóm Bóng
Mấy mươi năm không về hồn ai chơi vơi
Tiếng suối reo, quân trường vắng
Tan tác hoa đời.

Tháp Chàm tôi yêu, bên kia đường xe vẫn thở
Những khói sầu lan tỏa xuống đập Nha Trinh
Chỉ nhìn thôi hồn lả ngọn mông mênh

Gạch nung tôi chân lạc về quá khứ
Di ảnh buồn Chế Củ, Chế Mân.
(Tôi sợ rồi công chúa Huyền Trân)
Đem lửa cháy xuống kinh thành Phật Thệ…

Phố đêm Phan Thiết hoa đèn nở
Nghe nhớ bàn chân bãi cát vàng
Em đi lên cát tôi lên núi
Đốt lửa rừng khuya nhóm củi tàn

Lửa cháy một thời trăng đã chết
Ai người xõa tóc đợi chờ trăng?
Mười năm đục đá mòn trên núi
Vợ đã gầy trơ những đốt xương (1)

Ngoạn Mục đèo, tôi ngước trông theo
Cây chen cây ngã bóng bên đèo
Lòng như mây trắng bay lơ lững
Tay cũng nằm trong tay cô liêu

Xe ngập ngừng núi đứng chơ vơ
Đá xanh khóa mắt con đường dốc
Cao lên cao từng phút từng giờ
Mùa thu vừa gom cảnh bày thơ…

Than Thở hồ viền cây lá tươi
Em thay áo trắng hỏi cây đời
Chiều nay sương đẫm bờ vai ướt
Hãy sỗ sàng khi nghĩ đến tôi…

Rừng thả sầu lên những bóng cây
Biển xanh như một bát cơm đầy
Ngồi trên Côn Đảo nhìn không hết
Những cánh chim chiều chấp chới bay

Bến Thành đèn kéo ngọn chờ mong
SàiGòn em Velo Solex
Thời rất cũ bên Tòa Đô Chánh
Em điệu đàng ở Notre Dame

Và cuối cùng chẳng đợi không mong
Sài Gòn bỗng nhiên thành quá khứ
Đôi mắt em cũng vừa mang thử
Gọng kính xanh hoán đổi sang hồng

Về Cái Bè em đi chợ nổi
Thuyền đầy cam, quít, ổi, chôm chôm
Những bàn tay tẩm bùn, mưa nắng
Gởi tặng đời ý đẹp tình thơm

Về Cái Răng hay về Phụng Hiệp
Trái cây nào riêng của miền Nam?
Thơm hỏi khóm, sầu riêng, măng cụt
Mãng cầu gai, hương dậy bòn bon

Em bơi thuyền em áo bà ba
Trên sông Cửu, dập dềnh con nước
Những bờ kinh, những bần, những đước
Những con tim thành đất chở phù sa

Qua Kiên Lương còn thương Rạch Giá
Xuôi Hà Tiên, Thạch Động chiều say
Khói hương tỏa anh hồn huyền hoặc
Trụ bên mồ trung nghĩa không bay.

Hòn Đá Bạc em vừa đến đấy
Bên Cà Mau yêu dải đất bồi
Nghe cá tôm nhớ từng họng đáy
Thời lên thuyền bỏ nước ra khơi

Em Thổ Châu nhìn xuyên Phú Quốc
Nước ru hoài mộng tưởng mai sau
Nước ru hoài thời em xanh tóc
Đi tìm thơ dệt nốt trang sầu

Quê trải dài những bản tình ca
Đi suốt đời bao giờ được thấy?
Hơi thở rừng, ruộng sâu nước chảy
Biển xanh màu như thịt như da

Đi suốt đời không đến cõi trời xa
Khi nhắm mắt hai hàng nến cháy
Buồn kéo hồn, buồn,một,hai, ba
Lòng yêu mãi vai đời áo trận

Và buồn ấy, nỗi buồn tuyệt tận
Nam Quan hận khúc gọi Phi Khanh
Và buồn ấy, đậm đà sâu thẳm
Trang sử đời lưu xú nghìn năm…

(May 14-2014)

(1)- Tặng hiền thê T. Thanh Thuận

Lâm Hảo Dũng

Huy Tưởng by Bửu Chỉ

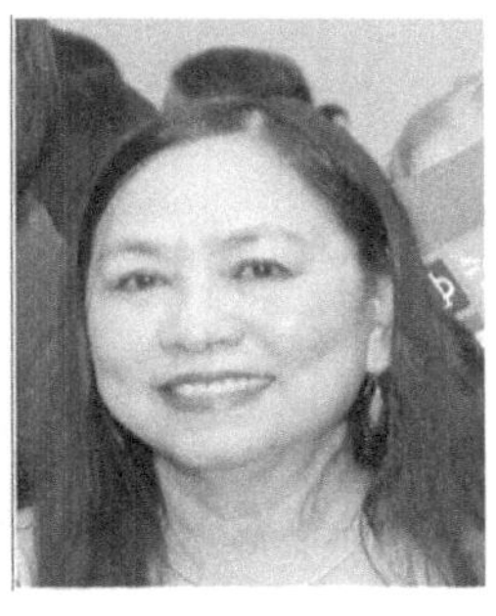

LÃM THÚY

Sinh tại làng Nhơn Ái, Phong Điền, Cần Thơ.
Tốt nghiệp đại học Sư phạm Cần Thơ, khóa 6.
Dạy Việt văn tại Cần Thơ và Huế. Định cư tại Hoa Kỳ từ
năm 1992.
Hiện sống tại Gaithersburg, Maryland.
Nguyên chủ tịch Văn Bút Đông Bắc Hoa Kỳ.
Viết trên các báo *Làng Văn* (Canada) và *Đẹp, Trầm Hương,
Kỷ Nguyên Mới, Tiền Phong, Thư Quán Bản Thảo, Đa
Hiệu*,...(Hoa Kỳ)

Tác phẩm đã xuất bản:
- *Còn Nguyên Nỗi Ngậm Ngùi* (2000)
- *Thâm Tình* (2014)
- *Từ Mẫu* (2014)

Một ngày hồn nhiên

Xế chiều có bữa cơm chung
Bên nhau, ngồi dưới bóng rừng cây cao
Gió chiều dịu mát, lao xao
Mỏng manh sợi khói, ngọt ngào hương bay

Xuôi thuyền neo dưới bóng cây
Nghe hồn mát rượi cũng đầy bóng râm
Rong rêu dưới đáy hồ trầm
Nhẹ tay khỏa nước, hồi tâm máu về

Xa đời, lánh cõi nhiêu khê
Bỏ nhân gian với thị phi, buộc ràng
Bên nhau, ngày cũng dịu dàng
Nắng bâng khuâng nhạt, hồ mang mang chiều...

Đôi chuồn chuồn nhỏ còn yêu
Bay qua, để lại ít nhiều hổ ngươi
Hồn nhiên người cất tiếng cười
Giấu ta má đỏ, tưởng lời trêu nhau

Khi về, chợt đổ mưa mau
Chậm chi chẳng khỏi nỗi sầu chia xa
Chậm chi ngày cũng chiều tà
Chậm chi, mưa cũng tạnh. Và phân ly

Cây cà rem ngọt cách chi
Như hai đứa trẻ, vừa đi vừa cười
Chia nhau một chút ngọt bùi
Mà như chia cả một trời hồn nhiên!

Mưa chiều hạt nhỏ, rơi nghiêng
Ngập ngừng, đứng lại ngoài hiên, ngập ngừng...
Trời mưa ướt nhánh hoa rừng,
Ướt môi, ướt tóc, xin đừng ướt mi!

Cây cà rem ngọt cách chi
Để người nuối tiếc mà đi không đành
Mưa chiều ướt áo ai xanh
Đội mưa, gửi lại khóe nhìn tươi vui

Rạng ngời một nét môi cười
Bỏ sau lưng cả khoảng đời trầm luân
Khi về mưa vẫn lâm râm
Giá mưa nặng hạt, người thăm ngại về!

Đi rồi, chiều chợt lê thê
Mưa không ướt áo mà nghe lạnh đầy
Thương mà không thể cầm tay
Theo nhau, chẳng thể theo hoài. Thì thôi!

04/07/08

Nhắn

Ai về qua bến sông xưa
Mẹ ta khuất bóng, đò đưa chắc buồn
Con sông nước chảy chia nguồn
Ngõ về quê ngoại còn thương nọc trầu.

Ngõ về nhà cũ, vườn dâu
Mương kề mộ mẹ rầu rầu nước trôi
Từ khi mẹ bỏ xa đời
Ba gian quạnh vắng, ngậm ngùi khói hương.

Mẹ đi lạc cõi vô thường
Lũ con ngơ ngác giữa đường trần ai
Bơ vơ, tan tác, lạc loài
Ngóng theo bóng mẹ khuất ngoài tồn sinh.

Ai về qua ngõ bình minh
Cây bằng lăng tím mấy nhành trước sân
Kể từ khi mẹ lìa trần
Chắc hoa nở cũng rưng rưng cánh sầu!

Ước chừng lặn cuối ao sâu
Mù tăm bóng cá, còn đâu dáng người
Tay quen chẳng thấy bỏ mồi
Nước không buồn động, lá rơi giật mình.

Trái ngon mà thiếu tay xin
Bỏ vườn hoang phế cha đành lòng thôi
Còn ai tha thiết cha mời?
Còn ai chia ngọt xẻ bùi nữa đâu?

Não nề tiếng Quốc đêm thâu
Nhớ thương có đổi trắng màu tóc cha?
Sớm sương hay nắng chiều tà
Dấu chân in khắp đường ra mộ phần!

Ai về Vàm Xáng, ghé thăm
Đốt giùm ta nén hương trầm tiếc thương
Cắm lên mộ mẹ bên vườn
Thay cho kẻ chốn tha hương nghẹn ngào.

Chim chiều xoải cánh về mau
Ta hồn lưu lạc, biết đâu bến bờ?
Thiên đàng đã khuất trong mơ
Mình ta đứng lại ngẩn ngơ cuối đường!

Ai về một góc quê hương
Qua sông khỏa nước, hỏi nguồn nơi đâu?
Nước xuôi rẽ mấy dòng sầu?
Ta không còn mẹ chắc lâu mới về!

1-3-2012

Nỗi nhớ

Vô cùng, vô tận, vô biên
Nỗi thương nhớ gởi về em, quê nhà
Mênh mông, bát ngát, bao la
Nỗi buồn gặm nhấm hồn ta từng ngày
Mà không, từng phút, từng giây
Vọng phương ấy, một phương này vời trông
Ai đâu cách mặt xa lòng
Sao ta lại thấy nghìn trùng mến thương
Một lòng hoài vọng cố hương
Trong tim vời vợi nỗi buồn tha phương

Còn xanh lá những con đường
Hoa cau, hoa bưởi sau vườn còn thơm?
Con đò neo bến chiều hôm
Còn nghe tiếng gọi bên vàm sông xưa?

Còn xa quê nữa, mấy mùa?
Còn hồi tưởng mấy cho vừa nhớ nhung
Cô đơn, trơ trọi, lạnh lùng
Nơi đây có một người không linh hồn.

Lâm Thúy

LÂM VĨNH THẾ

Tên thật Lâm Vĩnh Thế, bút hiệu Vĩnh Nhơn, sinh năm 1941 tại xã Bình Hòa, tỉnh Gia Định, học sinh trường Tiểu Học ĐaKao (1948-1953) và Trường Trung Học Petrus Trương Vĩnh Ký (1953-1960). Ông tốt nghiệp Trường Đại Học Sư Phạm Sài Gòn, Ban Sử Địa năm 1963, và Cao Học Thư Viện Học (Master of Library Science), Đại Học Syracuse, New York, Hoa Kỳ năm 1973.

Chủ Tịch Hội Thư Viện Việt Nam (1974-1975), Giáo Sư Trưởng Ban Thư Viện Học, thuộc Phân Khoa Văn Học và Khoa Học Nhân Văn, Viện Đại Học Vạn Hạnh (1974-1975), và là Thư Viện Trưởng của Trường Đại Học Sư Phạm Sài Gòn (1975).

Định cư tại Canada từ tháng 9-1981, tác giả Lâm Vĩnh Thế đã phục vụ tại các Thư Viện và Trung Tâm Thông Tin của các chính phủ Canada và Ontario (1982-1997). Ông cũng phụ trách giảng dạy (bán thời gian) ngành Thư Viện Học, bộ môn Biên Mục, tại các Trường Đại Học Cộng Đồng Algonquin (Ottawa, 1982-1984) và Đại Học Cộng Đồng Mohawk (Hamilton, 1985-1995). Từ tháng 9-1997, ông phục vụ tại Thư Viện của Trường Đại Học Saskatchewan, Trưởng Ban Biên Mục (1997-1999) và Trưởng Khối Kỹ Thuật (2000-2003). Sau khi nghỉ hưu từ tháng 7-2006, ông được Trường Đại Học Saskatchewan ban cho danh hiệu Librarian Emeritus.

Ông bắt đầu viết cho báo *Dân Quyền* (Montréal) từ năm 1982 đến 9-1987. Sau đó, với các tờ *Thời Báo* và *Thời Mới* (Canada), *Thế Kỷ 21* và *Dòng Sử Việt* (Hoa Kỳ). Các đóng góp của ông nghiêng về biên khảo nhiều hơn là sáng tác.

Tác phẩm đã xuất bản:
- ĐaKao trong tâm tưởng (ký Vĩnh Nhơn; Hamilton: Hoài Việt, 2008).
- *Bạch hóa tài liệu mật của Hoa Kỳ về Việt Nam Cộng Hòa* (Hoài Việt, 2008).
- *Việt Nam Cộng Hòa, 1963-1967: những năm xáo trộn* (Hoài Việt, 2010).
- *Republic of Vietnam, 1963-1967: years of political chaos* (Hoài Việt, 2010).

Tác phẩm dịch thuật:
- *The Price of Freedom: exodus and diaspora of Vietnamese people* (dịch *Giá Tự Do* của Lâm Vĩnh Bình; cả hai do Người Việt Books xuất bản, 2017).
- *Vietnam, territoriality, and the South China Sea: Paracel and Spratly Islands* (*Những bằng chứng về chủ quyền của Việt Nam đối với hai quần đảo Hoàng Sa, Trường Sa* của TS Nguyễn Nhã, NXB Giáo Dục, VN, 2014; NXB Routledge (Anh Quốc), 2019).

Đánh giá tài liệu trong việc nghiên cứu lịch sử Việt Nam Cộng Hòa

Sách báo Anh ngữ đã được xuất bản về Việt Nam Cộng Hòa (VNCH) và về Chiến tranh Việt Nam trong hơn nửa thế kỷ vừa qua chiếm một số lượng có thể nói là không lồ. Gần đây hơn, trong khoảng thời gian độ hai mươi năm qua, chúng ta thấy xuất hiện khá nhiều sách báo Việt ngữ đã được xuất bản tại hải ngoại về nhiều vấn đề, sự kiện, biến cố trong các lãnh vực chính trị, quân sự của VNCH trước năm 1975. Một phần rất lớn những cuốn sách và bài báo thuộc loại này do những vị đã từng có hoạt động trong chính quyền hoặc quân lực VNCH, ngay cả có tham dự vào chính cácbiến cố chính trị, quân sự đó. Các tác giả, do đó, thường có khuynh hướng ghi lại các biến cố với khá nhiều chi tiết. Tuy nhiên, đa số các tác giả đều viết lại các biến cố theo ký ức của mình, nhiều khi không dựa vào bất cứ tài liệu nào nên sự chính xác của các chi tiết mà họ ghi lại không cao lắm. Bản thân tác giả bài viết này đã thực hiện khá nhiều cuộc nghiên cứu về lịch sử của VNCH, đặc biệt chú trọng vào giai đoạn 1963-1967. Trong quá trình nghiên cứu, người viết không tránh khỏi phải đọc khá nhiều những tài liệu nói trên. Bài viết này được soạn thảo để chia sẻ với độc giả những kinh nghiệm trong việc đánh giá tài liệu có liên quan đến lịch sử của VNCH.

Những Đòi Hỏi Đối Với Người Nghiên Cứu Sử

Trong bất cứ thời đại nào và tại bất cứ quốc gia nào, người làm công tác nghiên cứu và ghi chép lại lịch sử cần phải công bằng, vô tư và khách quan. Tại sao vậy? Bởi vì mục tiêu của họ là ghi lại một cách trung thực và chính xác các sự việc, biến cố đã xảy ra trong quá khứ để cho trong tương lai khi có người muốn tìm hiểu thì có thể biết được sự thật.

Muốn ghi lại một cách trung thực và chính xác sự kiện lịch sử, đòi hỏi đầu tiên là người nghiên cứu phải có một sự hiểu biết khá đầy đủ về giai đoạn lịch sử mà mình định nghiên cứu. Sự hiểu biết này phải được thể hiện trên một số lãnh vực: ngôn ngữ, văn hóa, xã hội, chính trị, kinh tế và quân sự. Về ngôn ngữ, người nghiên cứu lịch sử phải hoàn toàn làm chủ được (mastering) ngôn ngữ của tài liệu, hiểu thật rõ thông tin chứa đựng trong tài liệu. Không những thế, người nghiên cứu còn phải có khả năng nắm được những biến đổi của ngôn ngữ về ngữ vựng (kể cả tiếng lóng), về chính tả, về văn phong, v.v. dưới ảnh hưởng của những đổi thay về văn hóa, xã hội, và chính trị. Có như thế, người nghiên cứu mới có khả năng phát hiện được những tài liệu ngụy tạo. Về mặt văn hóa, xã hội, người nghiên cứu cũng cần phải có những hiểu biết về hệ thống giáo dục, tín ngưỡng, phong tục, tập quán của con người trong giai đoạn lịch sử đó để có thể hiểu được cách hành xử, ứng phó cũng như hành động của các đối tượng nghiên cứu. Sau hết, người nghiên cứu cũng phải có hiểu biết đầy đủ về hệ thống tổ chức và điều hành của bộ máy chính trị, kinh tế và quân sự của quốc gia trong giai đoạn lịch sử đó để có thể hiểu được các tài liệu về chính sách, đường lối cũng như những kế hoạch, chương trình đề ra trong giai đoạn đó. Bên cạnh đòi hỏi sự hiểu biết về bộ máy chính quyền như vừa nói, người nghiên cứu cũng phải rất quen thuộc với tên họ của các nhà lãnh đạo cũng như các chính trị gia, các tướng lãnh và các nhân sĩ trong giai đoạn lịch sử đó.

Việc đòi hỏi kế tiếp là phải cố gắng tìm cho được các tài liệu có liên quan đến sự kiện lịch sử đó. Dĩ nhiên không thể nào có thể bảo đảm là đã tìm được *tất cả* các tài liệu về việc đó. Người nghiên cứu chỉ có thể cố gắng tìm cho được tài liệu càng nhiều càng tốt. Trong khi thu thập tài liệu, dĩ nhiên, các tài liệu loại nhứt đẳng (primary documents; tức là loại tài liệu gốc) cần phải được ưu tiên chú ý. Khi đã thu thập được một số tài liệu tạm đủ rồi, việc kế tiếp phải làm là sắp xếp các tài liệu lại theo thứ tự thời gian mà tài liệu đã được soạn thảo, in ấn để có một cái nhìn tổng quát về toàn bộ tài liệu. Việc sắp xếp này giúp ích rất nhiều cho người nghiên cứu. Trước tiên là nó giúp cho người nghiên cứu thấy rõ mối quan hệ giữa các tài liệu: cái nào có trước, cái nào có sau, cái nào tạo ra cái nào, cái nào chịu ảnh hưởng của cái nào, v.v... Từ đó người nghiên cứu sẽ có thể sắp xếp tài liệu theo tầm quan trọng của chúng. Việc sắp xếp này cũng giúp cho người nghiên cứu, trong bước kế tiếp là đánh giá tài liệu, có thể loại bỏ bớt những tài liệu thuộc loại "râu ria", không có giá trị vì không chứa đựng thông tin gì mới, hay thuộc loại ngụy tạo, hoàn toàn không đáng tin.

Bước kế tiếp, rất quan trọng trong công tác nghiên cứu, là việc đánh giá tài liệu. Việc đánh giá tài liệu gồm hai phần: hình thức của tài liệu và nội dung của tài liệu. Về hình thức, việc đầu tiên là phát hiện những lỗi về nhân danh, địa danh; các lỗi này có thể do in ấn mà cũng có thể do chính tác giả của tài liệu phạm phải, nhứt là trong các tài liệu do người ngoại quốc viết ra. Kế tiếp, người nghiên cứu phải đặc biệt chú trọng đến văn phong, ngữ vựng sử dụng trong tài liệu để có thể xác định thời gian tài liệu được làm ra, từ đó có thể biết được tài liệu là thật hay được ngụy tạo. Nếu tài liệu gồm có cả hình ảnh, bản đồ, biểu đồ, thống kê, v.v. thì người nghiên cứu càng phải xem xét cẩn thận hơn, nhứt là các tiêu đề của các phần đó xem có đúng không. Người nghiên cứu còn phải đặc biệt quan tâm đến phần ghi chú về xuất xứ của các tài liệu đã được sử dụng trong quá trình hình thành của tài liệu đang được đánh giá; phần này rất quan trọng, vì nó giúp ích rất nhiều trong việc đánh giá tài liệu, cho biết mức độ hiểu biết của tác giả về đề tài bàn đến trong tài liệu, cũng như mức độ nghiêm túc của tác giả tài liệu. Về nội dung của tài liệu, người nghiên cứu cần phải đọc thật kỹ tài liệu, hiểu thật rõ ý nghĩa của thông tin trong tài liệu để có thể nắm chắc được tác giả muốn chuyển đạt điều gì và với mục đích gì. Cần phải hiểu rõ động cơ của tác giả vì đó là điều kiện cần để xác định tính vô tư, khách quan của tài liệu. Những sự việc, biến cố đề cập đến trong tài liệu cần phải được so sánh với cùng sự việc, biến cố được đề cập đến trong những tài liệu khác để nhận định về tính chính xác của tài liệu đang được đánh giá. Thông thường những tài liệu do chính tác giả là người đã có tham gia vào các sự việc, biến cố đó đáng được tin hơn những tài liệu do các tác giả không phải là người có tham dự. Nhưng điều này cũng không phải là tuyệt đối vì người trong cuộc cũng có thể quên đi nhiều chi tiết qua thời gian, hoặc do chính sự chủ quan của họ mà họ có thể không nhìn thấy một số chi tiết hay bỏ qua một số chi tiết mà họ cho là không quan trọng, không đáng kể. Đó là chưa kể đến việc phần lớn các sách hồi ký được các tác giả viết ra là để biện minh cho hành động của mình hoặc đề cao cá nhân mình; việc này khiến cho các hồi ký phần nhiều không được vô tư, khách quan, ngay cả có thể không chính xác.

Khi hoàn thành việc nghiên cứu, và đúc kết lại những thông tin mà mình tin là đúng sự thật lịch sử, người nghiên cứu phải có những nhận định thật vô tư, khách quan về các sự việc, biến cố được ghi lại. Chuyện gì đúng thì phải nói là đúng, chuyện gì sai thì phải nói là sai; tuyệt đối không nên đứng trên lập trường phe phái mà phán xét. Sau hết, người nghiên cứu phải ý thức rằng cái gọi là **"sự thật lịch sử"** trong chính công trình nghiên cứu của mình cũng chỉ là phản ánh của việc tìm tòi và hiểu biết của giai đoạn nghiên cứu của mình mà thôi. **"Sự thật lịch sử"** đó dứt khoát không thể là phán quyết sau cùng; các nhà nghiên cứu trong tương lai có thể tìm ra được những tài liệu mới, soi sáng thêm cho đề tài nghiên cứu và đem lại một cái nhìn mới hơn, hoàn hảo hơn đối với sự việc, biến cố lịch sử đã được nghiên cứu đó.

Kinh Nghiệm Thực Tiễn Đánh Giá Tài Liệu Về VNCH

Kinh nghiệm của người viết bài này tương đối giới hạn. Lý do chánh là vì trọng tâm nghiên cứu của người viết chỉ là giai đoạn ngắn ngủi giữa hai nền cộng hòa, 1963-1967. Hơn nữa, người viết đã quyết định chỉ tìm hiểu về khía cạnh chính trị của giai đoạn lịch sử đó mà thôi; các mặt quân sự, kinh tế và xã hội chỉ được đề cập đến khi cần để minh họa cho khía cạnh chính trị. Do đó số tài liệu tham khảo, cả tiếng Anh và tiếng Việt, không được nhiều lắm.

Đối Với Tài Liệu Anh Ngữ

Tài liệu Anh ngữ của người Mỹ về VNCH gồm hai phần : 1) Những sách báo, tài liệu nghiên cứu và hồi ký của các nhân vật chính trị, quân sự của Hoa Kỳ đã được xuất bản; và 2) Tài liệu của Chính phủ Hoa Kỳ, nhứt là các tài liệu mật nay đã được bạch hóa (giải mật; declassified). Trong quá trình nghiên cứu, người viết bài này đã sử dụng một số tài liệu Anh ngữ trong công việc nghiên cứu của mình, trong đó tài liệu đã giải mật của Chính phủ Hoa Kỳ, đặc biệt là của Cơ Quan Trung Ương Tình Báo (Central Intelligence Agency -- CIA), chiếm một phần rất quan trọng. Việc đánh giá các tài liệu Anh ngữ này hoàn toàn tuân theo những đòi hỏi đã trình bày bên trên.

Về các tài liệu thuộc loại nghiên cứu, người viết đã tham khảo các sách liệt kê sau đây:

The Agency: the rise and decline of the CIA; ấn bản có sửa chửa, của John Ranelagh, do nhà Simon & Schuster xuất bản vào năm 1987, gồm 869 trang.

Anatomy of a war: Vietnam, the United States and the modern historical experience của nhà Pantheon Books xuất bản vào năm 1985, gồm 828 trang.

Choosing war: the lost chance for peace and the escalation of War in Vietnam của Fredrik Logevall do University of California Press xuất bản vào năm 1999, gồm 529 trang.

Foreign relations of the United States của John P. Glennon làm soạn giả chính cùng với các soạn giả phụ là các ông Edward C. Keefer và Charles S. Sampson, do nhà U.S. Government Printing Office xuất bản vào năm 1992. Phần của các năm 1964-1968.

Intervention: how America became involved in Vietnam của George McT. Kahin, do nhà Alfred A, Knopf xuất bản vào năm 1986, gồm 550 trang.

Lyondon B. Johnson's Vietnam papers: a documentary collection của soạn giả David M. Barrett, do nhà Texas A & M University Press xuất bản vào năm 1997, gồm 869 trang.

The Lost Revolution: the U.S. in Vietnam, 1946-1966; ấn bản có sửa chữa, của Robert Shaplen, do nhà Harper & Row xuất bản vào năm 1966, gồm 404 trang.

Vietnam: a history của Stanley Karnow do nhà Penguin Books xuất bản vào năm 1983, gồm 752 trang.

Vietnam: the definitive documentation of human decisions của soạn giả Gareth Porter, do nhà E.M. Coleman Enterprises xuất bản vào năm 1979, gồm 2 quyển.

The U.S. Government and the Vietnam War: executive and legislative roles and relationships, của William Conrad Gibbons do Princeton University Press xuất bản, 1986-1995. Đặc biệt là các phần Part II (1961-1964), Part III (January-July 1965) và Part IV (July 1965-January 1968).

***

Về các tài liệu thuộc loại hồi ký, người viết đã tham

khảo các sách liệt kê sau đây:

In retrospect: the tragedy and lessons of Vietnam của Robert S. McNamara và Brian VanDeMark do nhà Times Books xuất bản vào năm 1995, gồm 414 trang.

A soldier reports của William C. Westmoreland, do nhà Doubleday xuất bản vào năm 1976, và sau đó nhà Da Capo Press tái bản vào năm 1989, gồm 446 trang.

Swords and plowshares của Maxwell D. Taylor, do nhà W.W. Norton xuất bản vào năm 1972, gồm 434 trang.

The Vantage point: perspectives of the presidency, 1963-1969 của Lyndon B. Johnson, do nhà Holt, Rinehart and Winston xuất bản vào năm 1971, gồm 636 trang.

***

Về tài liệu đã giải mật của Chính phủ Hoa Kỳ về Việt Nam Cộng Hòa, người viết đã sử dụng cơ sở dữ liệu trực tuyến ***Declassified Documents Reference Systems(DDRS)*** trong sưu tập của Trường Đại Học Saskatchewan, Canada.

***

Về các tài liệu thuộc loại tham khảo, tác giả cũng có sử dụng một số tài liệu liệt kê sau đây:

Dictionary of the Vietnam War của soạn giả James S. Olson, do nhà Greenwood Press xuất bản vào năm 1988, gồm 585 trang.

Encyclopedia of the Vietnam War của soạn giả Stanley I. Kutler, do nhà Charles Scribner's Sons xuất bản vào năm 1996, gồm 711 trang.

Encyclopedia of the Vietnam War: a political, social, and military history của soạn giả Spencer C. Tucker, do nhà ABC-CLIO xuất bản vào năm 1998, gồm 3 quyển tổng cộng 1196 trang.

Việc tham khảo các tài liệu tiếng Anh đã được số hóa (digitized) và có thể đọc nguyên văn (full text) phần lớn được thực hiện qua kho Văn Khố Ảo về Việt Nam (Vietnam Virtual Archive, thường được viết tắt là VVA) của Trung Tâm Việt Nam (Vietnam Center) của Trường Đại Học Texas Tech University, tại thành phố Lubbock, Texas, Hoa Kỳ.

***

Về phương diện hình thức, những lỗi lầm thường gặp phải trong tài liệu Anh ngữ đều liên quan đến các nhân danh và địa danh. Tuy nhiên, phải công nhận là các tài liệu Anh ngữ (thuộc loại nghiên cứu, hồi ký hay tham khảo) được xuất bản thông thường ít có các lỗi này vì các nhà xuất bản, đặc biệt là các nhà xuất bản thuong mại lớn (trade publisher) và các nhà xuất bản đại học (university press) của Tây Âu và Bắc Mỹ, đều tự đặt ra cho chính họ nhiều quy định và duyệt xét rất chặt chẽ trong tiến trình in ấn. Tài liệu đã giải mật của CIA, đặc biệt là loại Công điện (Intelligence Information Cable) vì cung cấp loại tin sống (raw intelligence) và không thông qua tiến trình kiểm chứng và đánh giá, thường vấp phải lỗi lầm này.[1] Xin nêu ra đây một trường hợp điển hình như sau:

***

Trong Công điện mang số TDCS-314/01862-65 của CIA, đề ngày 10-2-1965, được giải mật ngày 20-12-1975, gồm 4 tr., liệt kê thành phần Nội các mà Bác si Nguyễn Lưu Viên dự định thành lập và sẽ trình diện Quốc Trưởng Phan Khắc Sửu vào ngày 12-2-1965, nhưng sau đó không thành,[2] tên họ của một số nhân vật đã bị viết sai như sau:

- ông Nguyễn Văn Trường, Bộ Trưởng Giáo Dục, đã bị viết sai là **Le Van Truong**

- ông Đàm Sĩ Hiến, Bộ Trưởng Xã Hội, đã bị viết sai là **Nam Si Hien**

- ông Lữ Văn Vi, Bộ Trưởng Tư Pháp, đã bị viết sai là *Luu Van Vi*

- ông Phan Khắc Sửu, Quốc Trưởng, đã bị viết sai là *Pham Khac Suu*

- Bác sĩ Phan Quang Đán, Tổng Trưởng Văn Hóa Xã Hội, đã bị viết sai là *Pham Quan Dan*

Việc nhận ra được những lỗi về tên người trong công điện này của CIA rõ ràng đòi hỏi người nghiên cứu phải nắm rất vững tên họ của các nhân vật chính trị của VNCH trong giai đoạn này.

***

Về phương diện nội dung, việc đánh giá các tài liệu của các tác giả và soạn giả Mỹ, thuộc tất cả cả 3 loại nghiên cứu, hồi ký và tham khảo, do các nhà xuất bản lớn hay các nhà xuất bản đại học hay chính phủ xuất bản thường **không** gặp nhiều khó khăn vì tất cả các sách đó đều đã được xét duyệt cẩn thận bởi các nhân viên có khả năng và giàu kinh nghiệm của chính các nhà xuất bản. Những sự kiện, biến cố với thời gian và địa điểm xảy ra được viết trong các tài liệu phần lớn đều được ghi chú rất kỷ lưỡng, giúp cho việc kiểm chứng, đánh giá được dễ dàng. Hệ thống điểm sách của Bắc Mỹ rất đầy đủ, và vì vậy, khi một tác phẩm quan trọng được phát hành thì chúng ta có thể thấy xuất hiện rất nhiều bài điểm sách (reviews) đánh giá tác phẩm đó. Vì vậy các nhà xuất bản **không thể** buông thả hay lơ là trong việc xét duyệt tác phẩm về cả hình thức lẫn nội dung trước khi xuất bản tác phẩm. Xin nêu ra đây một thí dụ cụ thể để minh họa về tính cách nghiêm túc của các tài liệu của Hoa Kỳ thuộc loại nghiên cứu.

Trong tác phẩm ***The U.S. Government and the Vietnam War: executive and legislative roles and responsibilities. Part III: January – July 1965*** của tác giả

William Conrad Gibbons, do nhà Princeton University Press xuất bản năm 1989, ở trang 122, dưới tiêu đề: *The Marines are sent to Danang* (Thủy Quân Lục Chiến được gửi tới Đà Nẵng), tác giả ghi như sau: ***"On February 22, General Westmoreland requested that two Marine battalion landing teams (a battalion landing team is a battalion with support forces; there are three or four battalions in a brigade) be deployed to Danang, with a third held in reserve on ships off shore."*** [193] (Xin tạm dịch sang Việt ngữ như sau: *"Ngày 22 Tháng Hai, Tướng Westmoreland yêu cầu gửi hai tiểu đoàn đổ bộ Thủy Quân Lục Chiến (một tiểu đoàn đổ bộ là một tiểu đoàn với các đơn vị yểm trợ; một lữ đoàn có ba hoặc bốn tiểu đoàn) tới Đà Nẵng, với một tiểu đoàn thứ ba ở được giữ làm trừ bị trên các chiến hạm ở ngoài khơi."*) Và ngay dưới cuối trang, ghi chú số 193 được trình bày như sau:

193. **Johnson Library, NSF NSC History, Deployment of Forces, MACV to CINCPAC 220743Z Feb. 1965, MAC JOO 5515.**

Ghi chú này cho biết rõ thông tin mà tác giả trình bày bên trên nằm trong tài liệu được đánh số MAC JOO 5515, là một văn thư của Bộ Tư Lệnh Lực Lượng Hoa Kỳ tại Việt Nam (MACV = Military Assistance Command – Vietnam) gửi về cho Tổng Tư Lệnh Lực Lượng Hoa Kỳ Tại Thái Bình Dương (CINCPAC = Commander-In-Chief – Pacific) ngày 22 tháng 2 năm 1965, lúc 07 giờ 43, được lưu trữ tại Thư Viện Tổng Thống Lyndon Baines Johnson, trong bộ hồ sơ có tiêu đề Deployment of Forces (Phối Trí Lực Lượng), là một phần của bộ hồ sơ thuộc Hội Đồng An Ninh Quốc Gia (NSC = National Security Council).

Vì thế người viết không tìm thấy những điều không trung thực trong các tác phẩm của người Mỹ như đã tìm thấy khá nhiều trong những tác phẩm của một số tác giả người Việt, như phần bên dưới sẽ cho thấy rõ. Điều này không có nghĩa là người viết tuyệt đối tin tưởng tất cả những gì các tác giả Mỹ viết ra. Người viết luôn luôn chú ý tới khuynh hướng chính trị của các tác giả để có thể hiểu rõ hơn động cơ, ý đồ của họ trong khi họ diễn giải các sự kiện, biến cố. Lấy một thí dụ để minh họa. Cuốn ***Vietnam: a history*** của Stanley Karnow được giới báo chí Mỹ đánh giá cao. Báo ***Los Angeles Times*** đánh giá Karnow và cuốn sách như sau: ***"His is a rich and unusual mixture; he has the reporter's eye for meaningful detail, an ear for the memorable quote, and he Works hard to give the Indochina epoch a historian's perspective."*** (Xin tạm dịch sang Việt ngữ như sau: *"Cuốn sách của ông ấy là một sự pha trộn phong phú và bất thường; ông ấy có con mắt của một phóng viên để có thể nhìn thấy một chi tiết có ý nghĩa, một cái tai có thể nghe được một câu nói đáng ghi nhớ, và ông ta làm việc tích cực để mang lại cho cái giai đoạn Đông Dương đó một bối cảnh lịch sử."*) Tờ ***Boston Globe*** thì khen như sau: ***"The most comprehensive, up-to-date, and balanced account We have of the Vietnam war."*** (Xin tạm dịch sang tiếng Việt như sau: *"Đây là một bản tường thuật tổng hợp, cập nhựt và quân bình nhứt mà chúng ta có được về Chiến Tranh Việt Nam."*) Tất cả các nhận xét, đánh giá về tác giả và cuốn sách này đều rất đúng. Tác giả là một nhà báo có trình độ, tốt nghiệp từ hai đại học danh tiếng của Mỹ và Pháp là Đại Học Harvard và Đại Học Sorbonne, và đã làm phóng viên cho 2 tuần báo lớn của Mỹ là ***Time*** và ***Life*** tại Đông Nam Á (bao gồm cả Việt Nam) từ năm 1959. Ông quen biết nhiều nhân vật Mỹ và Việt trong đủ mọi giới nên thông tin trong cuốn sách của ông rất chính xác. Người viết không tìm thấy một điểm sai sự thật nào trong cuốn sách của ông. Nhưng cuốn sách của ông, nếu phân tích kỷ cho đến cùng, chúng ta sẽ nhận ra rằng, tuy không lộ liễu, trắng trợn, nó hàm ý ca ngợi Miền Bắc hơn là Miền Nam trong cuộc chiến này. Gần 1/3 cuốn sách ở phần đầu, trình bày lịch sử chống ngoại xâm của Việt Nam, và sau đó là hoạt động của Hồ Chí Minh và Đảng Cộng Sản Việt Nam cũng như cuộc chiến tranh chống người Pháp (1949-54) thật ra muốn cho độc giả thấy bản chất cách mạng tốt đẹp và tính chính thống của những người Cộng Sản. Ở trang 239, trong phần kết thúc về việc Miền Bắc cho thành lập *Mặt Trận Giải Phóng Miền Nam* vào tháng 12 năm 1960, mặc dù đã nhận định rằng *"The front's real leadership resided in the People's Revolutionary party and the Liberation army, its Communist components, Which took their orders from the Politburo in Hanoi,"* (xin tạm dịch sang tiếng Việt như sau: *"Quyền lãnh đạo thật sự của Mặt Trận nằm trong Đảng Nhân Dân Cách Mạng và Quân Đội Giải Phóng, các thành phần Cộng sản của Mặt Trận, họ nhận lệnh từ Bộ Chính Trị ở Hà Nội"*) ông vẫn kết luận rằng *"But to label the National Liberation Front as simply a satellite of Ho Chi Minh's regime, as American spokesmen were to do, Was to miss a key point."* (xin tạm dịch sang Việt ngữ như sau: *"Nhưng gán cho Mặt Trận Giải Phóng Dân Tộc cái nhãn hiệu là một vệ tinh của chế độ Hồ Chí Minh, như các phát ngôn nhân của Hoa Kỳ đã làm, là không thấy được một điểm chính)*. Chính vì vậy, tác giả là ký giả Mỹ đầu tiên và duy nhứt mà Chính quyền Cộng Sản cho phép nhập cảnh trở lại vào Việt Nam trong 7 tuần lễ ngay từ năm 1981, khi mà giữa Mỹ và Việt Nam vẫn còn chưa có quan hệ ngoại giao. Tuy nhiên, để thật công bình đối với tác giả Karnow, chúng ta vẫn phải nhìn nhận rằng chuyến đi Việt Nam 7 tuần lễ vào năm 1981 đó đã mở mắt cho ông rất nhiều về chế độ Cộng sản Việt Nam, như ông đã trình bày khá chi tiết trong các trang 35-42 của Chương mở đầu của cuốn sách mà ông đặt cho tiểu tựa là *The War Nobody Won* (tạm dịch sang Việt ngữ: *Cuộc Chiến Không Ai Thắng*). Dù sao đi nữa, người viết cũng rất dè dặt khi trích dẫn cuốn sách này.

Việc đánh giá về nội dung của các tài liệu mật của Hoa

Kỳ, đặc biệt là tài liệu của CIA, tương đối khó khăn hơn so với các sách được xuất bản vì chúng ta không được biết nguồn gốc của thông tin trong tài liệu. Tất cả các tài liệu mật của Hoa Kỳ, ngay cả sau khi đã được giải mật và công bố để cho mọi người có thể truy dụng, đều luôn luôn xóa bỏ phần *"Source and Appraisal,"* nên chúng ta không bao giờ có thể biết được nguồn gốc của thông tin trong tài liệu là từ đâu ra hay do ai cung cấp. Ngoài ra, rất nhiều tài liệu loại này còn bị ***thanh lọc (sanitized)*** nữa, nghĩa là bôi đen một số từ, cụm từ hay có khi nguyên cả đoạn (paragraph) trong tài liệu. Thông thường tài liệu thuộc loại Công điện của CIA đều chứa đựng loại thông tin mới mẻ, chưa có sách báo nào đề cập đến nên không thể phối kiểm bằng tài liệu đã được xuất bản trước đó. Cách tốt nhứt là đối chiếu và phối kiểm chúng với những tài liệu cũng của CIA được làm ra tiếp sau đó. Xin nêu ra một trường hợp để minh họa như sau:

* Trong cuộc bầu cử Tổng Thống đầu tiên của Đệ Nhị Cộng Hòa vào tháng 9-1967, chúng ta đều biết là lúc đầu cả 2 tướng Thiệu và Kỳ đều ra ứng cử Tổng Thống trong hai liên danh riêng rẽ; Tướng Thiệu đứng chung liên danh với ông Trịnh Quốc Khánh, còn Tướng Kỳ thì chung liên danh với Luật sư Nguyễn Văn Lộc; nhưng sau đó, vào giờ chót của thời hạn nộp đơn ứng cử, ngày 30-6-1967, sau cuộc họp của Hội Đồng Quân Lực (HĐQL) kéo dài 2 ngày (29 và 30-6) tại Bộ Tổng Tham Mưu do Tướng Cao Văn Viên, Tổng Tham Mưu Trưởng, triệu tập, hai Tướng Thiệu Kỳ quyết định rút bỏ hai liên danh đó và cùng đứng chung với nhau trong một liên danh mới, Tướng Thiệu ứng cử Tổng Thống và Tướng Kỳ ứng cử Phó Tổng Thống. Lúc đó tin này là một bất ngờ, gây chấn động rất lớn trong hàng ngũ những người ủng hộ Tướng Kỳ. Tài liệu mật của CIA cũng có bàn về chuyện này. Tài liệu thứ nhứt của CIA là một Công điện, đề ngày 3-7-1967, gồm 10 trang, với chủ đề (Subject) như sau: ***Agreement between***

Chief of State Thieu and Prime Minister Ky that Thieu, as President, Will be a figurehead and Ky, as Vice President, Will retain principal control after the elections."[3] (Xin tạm dịch sang tiếng Việt như sau: *"Thỏa thuận giữa Quốc Trưởng Thiệu và Thủ Tướng Kỳ là Thiệu, với tư cách Tổng Thống, sẽ chỉ là hình thức và Kỳ, với tư cách Phó Tổng Thống, sẽ toàn quyền kiểm soát sau cuộc bầu cử."*) Tài liệu này cung cấp thông tin nhằm giải thích tại sao Tướng Kỳ chịu đứng chung liên danh với Tướng Thiệu và còn nhường cho Tướng Thiệu ứng cử Tổng Thống. Đó là vì Tướng Thiệu đồng ý chấp nhận, nếu đắc cử, ông chỉ là Tổng Thống trên danh nghĩa mà thôi, Tướng Kỳ vẫn tiếp tục nắm trọn quyền hành trong quân đội và chính quyền. Việc thỏa thuận này sẽ được ghi lại trên văn bản và sẽ được giữ bí mật giữa các tướng lãnh cao cấp trong HĐQL mà thôi. Mật ước này giữa các tướng lãnh cao cấp là một sự vi phạm nghiêm trọng Hiến pháp của VNCH mới ban hành vào ngày 1-4-1967 nên thông tin này là một điều quá bất thường và đồng thời cũng rất khó mà kiểm chứng được, nên rất khó tin. Hơn nữa, công điện này lại chứa đựng nhiều đoạn ca ngợi Tướng Kỳ rất nhiều đồng thời lại chỉ trích, chê bai Tướng Thiệu khá nặng. Vì thế mức độ khả tín của công điện này tương đối không cao lắm. Ngày 11-8-1967, Đại sứ Hoa Kỳ, lúc đó là ông Ellsworth Bunker, đã hỏi thẳng Tướng Kỳ về việc này và ông Kỳ đã chối phắt đi là không có.[4] Nhưng chưa đầy một tuần lễ sau đó, ngày 14-8-1967, Walt W. Rostow, Cố Vấn An Ninh Quốc Gia, đã gửi một văn thư cho Tổng Thống Lyndon B. Johnson cho biết họ đã có được một bản của cái gọi là "Charter = Hiến chuong" (gồm 22 trang) của Ủy Ban Quân Sự Tối Cao bí mật đó của các tướng lãnh VNCH.[5] Hai ngày sau đó, một công điện của CIA cũng xác nhận sự hiện hữu của ủy ban đó, và nguồn tin là một tướng lãnh thành viên của ủy ban đó.[6] Đến đây thì không còn nghi ngờ gì nữa cả: mật ước của các tướng lãnh cao cấp của VNCH là môt chuyện có thật.[7]

Trong những tài liệu Anh ngữ này có một số hồi ký của các nhân vật chính trị và quân sự của VNCH, liệt kê sau đây theo thứ tự thời gian được xuất bản:

* ***Twenty years and twenty days***, của Thiếu Tướng Nguyễn Cao Kỳ, do nhà Stein and Day xuất bản tại New York vào năm 1976, gồm 239 trang

* ***Our endless War: inside Vietnam***, của Trung Tướng Trần Văn Đôn, do nhà Presidio Press xuất bản tại San Rafael, California vào năm 1978, gồm 274 trang. Cuốn sách này về sau được chuyển ngữ sang tiếng Việt với tựa đề là ***Việt Nam nhân chứng: hồi ký chánh trị***, do nhà Xuân Thu xuất bản tại Los Alamitos, Calif. vào năm 1989, gồm 562 trang.

* ***The Palace file***, của Tiến si Nguyễn Tiến Hưng, do nhà Harper & Row xuất bản tại New York vào năm 1986, gồm 542 trang. Cuốn sách này về sau được chuyển ngữ sang tiếng Việt với tựa đề là ***Hồ sơ mật Dinh Độc Lập,*** do nhà C & K Promotions xuất bản tại Los Angeles, Calif. vào năm 1987, gồm 908 trang.

* ***In the jaws of history***, của Đại sứ Bùi Diễm và David Chanoff, do nhà Houghton Mifflin xuất bản tại New York vào năm 1987, gồm 367 trang. Cuốn này về sau được Indiana University Press tái bản tại Bloomington, Indiana vào năm 1999, với cùng số trang. Cuốn sách này về sau cũng được chuyển ngữ sang tiếng Việt với tựa đề là ***Gọng kìm lịch sử***, do nhà Phạm Quang Khai xuất bản tại Paris vào năm 2000, gồm 596 trang.

* ***Buddha's child : my fight to save Vietnam***, của Thiếu Tướng Nguyễn Cao Kỳ và Marvin J. Wolf, do nhà St. Martin's Press xuất bản tại New York vào năm 2002, gồm 376 trang

* ***The twenty-five year century: a South Vietnamese***

general remembers the Indochina war to the fall of Saigon, của Trung Tướng Lâm Quang Thi, do University of North Texas Press xuất bản vào năm 2011, gồm 423 trang.

Trong các cuốn hồi ký này, hai cuốn sách của Thiếu Tướng Nguyễn Cao Kỳ và cuốn sách của Đại sứ Bùi Diễm là đáng lưu ý nhứt vì cả hai tác giả đều là những nhân vật đã đóng những vai trò quan trọng, nhứt là Tướng Kỳ, trong khoảng thời gian 1963-1967 tại VNCH.

Hai cuốn sách này của Tướng Kỳ tuy xuất bản cách nhau 26 năm nhưng nội dung tương đối giống nhau vì là hồi ký của cùng một nhân vật. Cuốn thứ nhứt hoàn toàn viết theo trí nhớ, không có dựa vào tài liệu và cũng không có hình ảnh gì cả. Cuốn thứ nhì chứa đựng nhiều chi tiết hơn, có một số hình ảnh và thỉnh thoảng có trích dẫn tài liệu. Tuy nhiên hai cuốn đều giống nhau ở những điểm sau đây: dao to búa lớn, tự đề cao nhiều quá, và rất nhiều chỗ không trung thực.

Người viết không bàn về chuyện dao to búa lớn và về việc tự đề cao quá lố của Tướng Kỳ, chỉ xin nêu ra một số điểm tiêu biểu về tính không trung thực của ông mà thôi. Trong cuốn thứ nhứt, ***Twenty years and twenty days***, ở trang 75, ông Kỳ cho biết chính ông đã tạo dựng ra hai Ủy Ban Lãnh Đạo Quốc Gia (UBLĐQG) và Ủy Ban Hành Pháp Trung Uong (UBHPTƯ). Nguyên văn Anh ngữ như sau: ***"I wanted collaboration and I got it by setting up a ruling committee called the Committee of National Leadership, composed of powerful figures within the military, a dozen able civilians, and spokesmen for each political party. At the heart of the committee was the Executive Council--the government, With me as chairman."***[8] (Xin tạm dịch sang tiếng Việt như sau: *Tôi muốn có sự hợp tác và có được nó bằng cách thiết lập một ủy ban cầm quyền gọi là Ủy Ban Lãnh Đạo Quốc Gia, gồm những nhân vật uy quyền của quân đội, khoảng độ một chục nhân vật dân sự có khả năng, và* *các phát ngôn nhân của các chính đảng. Ở giữa lòng Ủy Ban đó là Ủy Ban Hành Pháp—tức là Chính phủ—do tôi đứng đầu.")* Điều này hoàn toàn không đúng, cả 2 Ủy Ban đó đều do Đại Hội Đồng các tướng lãnh của QLVNCH thành lập và đề cử người. Tướng Thiệu chỉ trở thành Chủ Tịch UBLĐQG sau khi Trung Tướng Phạm Xuân Chiểu từ chối sự đề cử của các tướng lãnh hiện diện, và chính Tướng Chiểu, sau đó, đã đề cử Tướng Thiệu. Cũng như thế, Tướng Kỳ chỉ trở thành Chủ Tịch UBHPTƯ sau khi Tướng Nguyễn Chánh Thi từ chối sự đề cử của các tướng lãnh hiện diện, và cũng chính Tướng Thi, sau đó, đề cử Tướng Kỳ.[9] Ngoài ra, đoạn văn đó cũng chứa đựng một số thông tin không đúng. Ông Kỳ cho biết là trong UBLĐQG, ngoài các tướng lãnh còn có độ một chục nhân vật dân sự có khả năng, và các phát ngôn viên của các chính đảng. Điều này hoàn toàn không đúng khi UBLĐQG mới thành lập vào ngày 14-6-1965. Lúc đó UBLĐQG chỉ gồm có tổng cộng tất cả 10 người và tất cả đều là tướng lãnh QLVNCH. Chỉ sau khi xảy ra vụ Biến Động Miền Trung vào năm 1966, sau khi Tướng Nguyễn Chánh Thi bị cách chức Tư Lệnh Vùng I, thì UBLĐQG mới quyết định nới rộng thành phần và mời thêm 10 nhân vật dân sự tham gia. Trong một đoạn, khác, khi nói về việc tổ chức bầu cử Quốc Hội Lập Hiến năm 1966 ở trang 99, ông Kỳ cho biết là ông đã ký 2 sắc luật về việc đó. Nguyên văn Anh ngữ như sau: ***"... by May 1966 I was able to sign a decree setting up a committee to draft electoral laws and procedures. ... The following month I signed another decree setting September 11 as the date for the election of a constituent assembly..."*** [10] (Xin tạm dịch sang Việt ngữ như sau: *"...vào khoảng tháng 5 năm 1966 tôi đã có thể ký một sắc lệnh thiết lập một ủy ban để soạn thảo các luật và thủ tục bầu cử... Tháng kế tiếp tôi ký một sắc lệnh nữa ấn định ngày 11 tháng 9 là ngày bầu cử một quốc hội lập hiến...")* Điều này cũng không đúng vì việc ký ban hành sắc luật thuộc thẩm quyền của Quốc Trưởng, tức là Chủ Tịch UBLĐQG. Chính Tướng Thiệu, với tư cách Chủ Tịch UBLĐQG, là người đã ký hai sắc luật đó.

Trong cuốn hồi ký thứ nhì, *Buddha's child: my fight to save Vietnam,* Tướng Kỳ cũng đã ghi lại nhiều chuyện không đúng. Người viết đã đánh giá các điểm không trung thực này khá nhiều trong khi thực hiện cuộc nghiên cứu về đề tài *"Mật ước giữa các tướng lãnh cao cấp của Việt Nam Cộng Hòa"* đã trình bày bên trên, cũng như trong khi hoàn thành Chương 9 của cuốn sách *Việt Nam Công Hòa, 1963-1967: những năm xáo trộn,* trong đoạn nói về việc cách chức Tướng Nguyễn Chánh Thi, Tư Lệnh Vùng I.[11] Để minh họa cho việc đánh giá này, người viết xin ghi lại đây diễn tiến của việc cách chức Trung Tướng Nguyễn Chánh Thi, Tư Lệnh Vùng I:

Theo sách *Buddha's child: my fight to save Vietnam*, Tướng Kỳ cho biết ông rất tức giận vì bị người của Tướng Thi chê bai Chính phủ trung ương và làm nhục ông trong chuyến viếng thăm Vùng I vào ngày 2-3-1966, và quyết định cách chức Tư Lệnh Vùng I của Ông Thi ngay lập tức, sau khi phi cơ vừa cất cánh rời khỏi phi trường Phú Bài (Huế). Ông viết như sau ở trang 198: *"I turned back to Co and said: "As soon as we are airborne, use the aircraft radio and send a cable to Thi, relieving him of his command." Co, stunned, asked: "What did you say?" I repeated myself, and a few minutes later he sent the cable."* (Xin tạm dịch sang tiếng Việt như sau: *"Tôi quay lại phía Có và nói: "Ngay sau khi mình đã bay lên rồi, anh hảy dùng điện đài trên máy bay và gửi công điện cho Thi, cách chức tư lệnh của hắn." Có, choáng váng, hỏi lại: "Anh nói cái gì?" Tôi lập lại, và vài phút sau anh ta gửi công điện đi."*) Người được nêu tên Có chính là Trung Tướng Nguyễn Hữu Có, Phó Chủ Tịch Ủy Ban Hành Pháp Trung Ương, Tổng Ủy Viên Chiến Tranh Kiêm Ủy Viên Quốc Phòng, tức là Phó Thủ Tướng kiêm

Tổng Trưởng Quốc Phòng.

Sự thật đâu phải như vậy. Tướng Thi chỉ bị Ủy Ban Lãnh Đạo Quốc Gia cách chức ngày 11-3-1966.[12] Trước đó 3 ngày, ngày 8-3-1966, UBLĐQG (thu hẹp, chỉ gồm bốn tướng Nguyễn Văn Thiệu, Nguyễn Cao Kỳ, Nguyễn Hữu Có và Cao Văn Viên) đã mời Tướng Thi vào Sài Gòn, thuyết phục ông từ chức với lý do sang Hoa Kỳ chữa bệnh một thời gian nhưng không thành vì Tướng Thi không đồng ý.[13] Ngày hôm sau, 9-3-1966, UBLĐQG thu hẹp này còn cố gắng thuyết phục ông thêm một lần nữa nhưng ông vẫn không chịu. UBLĐQG thu hẹp này phải quyết định quản thúc ông tại nhà và triệu tập Đại Hội Đồng Quân Lực vào ngày hôm sau, 10-3-1966, để thảo luận và quyết định về Tướng Thi.[14] Riêng bản thân Tướng Kỳ, ngay sau đó đã ra lệnh cho người của ông điện thoại cho Đại sứ Hoa Kỳ mời ông đến gặp ngay để bàn về việc cách chức Tướng Thi.[15] Ngày 10-3-1966, Hội Đồng Quân Lực đã họp, thảo luận, và bỏ phiếu kín với kết quả là tất cả các tướng lãnh hiện diện đều bỏ phiếu thuận đối với việc cách chức Tướng Thi. Chỉ có duy nhứt 1 phiếu trắng của Chuẩn Tướng Dư Quốc Đống, Tư Lệnh Nhảy Dù.[16] Và ngày hôm sau, 11-3-1966, UBLĐQG mới công bố quyết định này.

Khác hẳn Thiếu Tướng Nguyễn Cao Kỳ luôn luôn sử dụng dao to búa lớn và tự đề cao quá đáng trong hai cuốn hồi ký vừa điểm qua, tác giả Đại Sứ Bùi Diễm trong cuốn hồi ký *In the jaws of history* luôn luôn thận trọng và nghiêm túc. Tuy nhiên, đoạn nói về việc Thủy Quân Lục Chiến Hoa Kỳ đổ bộ vào Đà Nẵng sáng ngày 8-3-1965 trong cuốn hồi ký của ông cần phải được đánh giá lại.

Theo sách **In the jaws of history**, ông Bùi Diễm cho biết sáng sớm ngày hôm đó, Thủ Tướng Quát gọi điện thoại, kêu ông đến gặp ngay vì có chuyện khẩn cấp. Khi ông đến nơi thì ông Quát cho biết Thủy Quân Lục Chiến (TQLC) Mỹ đang đổ bộ vào Đà Nẵng nên Chính phủ cần phải ra ngay một thông báo chính thức về việc này. Ông Quát yêu cầu ông cùng với một viên chức Mỹ có mặt lúc đó là ông Melvin Manfull soạn thảo ngay thông cáo báo chí này. Điểm chính yếu mà tác giả Bùi Diễm muốn nói là biến cố đó tuy không phải hoàn toàn là một bất ngờ lớn đối với ông nhưng nó *quá đột ngột và Chính phủ Quát không có chuẩn bị cho biến cố đó.*

Sự thật không phải như vậy. Biến cố này hoàn toàn không phải đột ngột và Chính phủ Quát rõ ràng đã có những chuẩn bị cho biến cố đó. Bằng chứng như sau: 1) Hình ảnh trên báo chí thời đó cho thấy lúc TQLC Mỹ đổ bộ lên bãi biển có sự hiện diện của các thiếu nữ chào đón quân Mỹ với các vòng hoa; và có cả sự hiện diện của Thiếu Tướng Nguyễn Chánh Thi, Tư Lệnh Vùng I để chào đón Chuẩn Tướng Frederick J. Karch, Tư Lệnh Lữ Đoàn TQLC Mỹ; 2) Một số công điện của Đại sứ Mỹ lúc đó là Tướng Maxwell Taylor gửi về Bộ Ngoại Giao Mỹ để tường trình việc ông đến gặp Thủ Tướng Quát để thông báo về việc đổ bộ 2 tiểu đoàn TQLC Mỹ vào Đà Nẵng, cũng như việc Tướng Westmoreland, Tư Lệnh Lực Lượng Mỹ tại Việt Nam gặp gở Trung Tướng Nguyễn Văn Thiệu, Phó Thủ Tướng kiêm Tổng Trưởng Quân Lực và Trung Tướng Trần Văn Minh, Tổng Tư Lệnh QLVNCH, và sau đó bay ra Đà Nẵng để gặp và thảo luận với Thiếu Tướng Nguyễn Chánh Thi, Tư Lệnh Vùng I, về việc đổ bộ 2 tiểu đoàn TQLC này.

Vì tác phong thận trọng và nghiêm túc của tác giả Bùi Diễm trong cuốn hồi ký này, người viết tin rằng tác giả hoàn toàn không có động cơ che dấu sự thật. Vậy thì tại sao tác giả lại trình bày biến cố này như vậy trong cuốn hồi ký của ông ? Người viết nghĩ rằng chỉ có một cách giải thích tương đối hợp lý: đó là vì tác giả không được Thủ Tướng Quát thông báo về việc này với lý do rất có thể vì Thủ Tướng Quát chỉ xem việc đổ bộ 2 tiểu đoàn TQLC Mỹ này là một việc hoàn toàn thuần túy quân sự (lý do Đại sứ Mỹ nêu ra khi gặp Thủ Tướng Quát là chỉ để bảo vệ phi trường Đà Nẵng, nơi xuất phát các phi cơ bay đi oanh tạc Bắc Việt của Chiến Dịch Rolling Thunder đã được cả 2 Chính phủ Việt Mỹ thông qua rồi) nên ông chỉ thông báo cho các tường Thiệu, Minh và Thi mà thôi. Xin xem chi tiết trong bài viết *"Tìm hiểu thêm về việc Thủy Quân Lục Chiến Hoa Kỳ đổ bộ vào Đà Nẵng ngày 8-3-1965."* [17]

Đối Với Tài Liệu Việt Ngữ

Vì trọng tâm nghiên cứu của người viết là khoảng thời gian giữa hai nền Cộng hỏa, 1963-1967, nên số lượng tài liệu Việt ngữ mà người viết tham khảo thật ra cũng không nhiều lắm. Có thể chia các tài liệu tiếng Việt này ra làm 3 nhóm: nghiên cứu, hồi ký, và linh tinh

Nhóm sách Việt ngữ thuộc loại nghiên cứu, do những tác giả nghiêm túc, dựa trên tài liệu lịch sử khả tín, chỉ chiếm một số lượng tương đối rất thấp, gần như không đáng kể, thí dụ như:

Lê Xuân Khoa. *Việt Nam 1945-1995: chiến tranh, tị nạn, bài học lịch sử. Tập I: Tị Nạn 1954 và Bài Học Bốn Cuộc Chiến (1945-1979)*. Bethesda, Md.: Tiên Rồng xuất bản, 2004. 568 tr.

Nguyễn Tiến Hưng. *Khi đồng minh tháo chạy*. San Jose, Calif.: Cơ sở xuất bản Hứa Chấn Minh, 2005. 705 tr.

Nguyễn Tiến Hưng. *Tâm tư Tổng Thống Thiệu*. San Jose, Calif.: Cơ sở xuất bản Hứa Chấn Minh, 2010. 711 tr.

Rất tiếc người viết không sử dụng được các cuốn sách này trong việc nghiên cứu của mình vì nội dung của chúng thảo luận về những vấn đề nằm ngoài khoảng thời gian 1963-

1967, trừ một phần rất nhỏ của cuốn sách best-seller của Giáo sư Lê Xuân Khoa, từ trang 458 đến trang 465.

Nhóm sách quan trọng nhứt thuộc loại hồi ký của những nhân vật chính trị và quân sự của VNCH. Sau đây là danh sách các cuốn hồi ký mà người viết có tham khảo, xếp theo thứ tự thời gian xuất bản:

Đỗ Mậu, *Việt Nam máu lửa quê hương tôi*, 1987, 1267 trang.

Nguyễn Chánh Thi, *Việt Nam: một trời tâm sự*, 1987, 385 trang.

Nguyễn Tiến Hưng, *Hồ sơ mật Dinh Độc Lập*, 1987, 908 trang.

Phạm Bá Hoa, Đôi dòng ghi nhớ, 4 ấn bản, 1994, 1995, 1998, 2007, 385 trang.

Lý Tòng Bá, *25 năm khói lửa*, 1995, 282 trang.

Nguyễn Xuân Phác, *Hồi ký Nguyễn Xuân Chữ*, 1996, 399 trang.

Tôn Thất Đính, *20 năm binh nghiệp*, 1998, 455 trang.

Bùi Diễm, *Gọng kìm lịch sử*, 2000, 596 trang.

Huỳnh Văn Lang, *Nhân chứng một chế độ*, 2000, 3 tập.

Phạm Văn Liễu, *Trả ta sông núi*, 2002-2004, 3 tập.

Hồ Văn Kỳ Thoại, *Can trường trong chiến bại*, 2006, 329 trang.

Liên Thành, *Biến động miền trung*, 2008, 433 trang.

Vũ Quốc Thúc, *Thời đại của tôi*, 2010, 2 tập.

Lê Xuân Nhuận**,** *Biến loạn miền trung*, 2012, 488 trang.

Đỗ Sơn, *Chuẩn Tướng Phạm Duy Tất và sự thật cuộc*

triệt thoái Quân Đoàn II, 2013, 388 trang.

Nhìn vào danh sách trên đây, chúng ta nhận ra ngay là phần lớn các tác giả đều là quân nhân; chỉ có 5 vị (các ông Nguyễn Tiến Hưng, Nguyễn Xuân Phác, Bùi Diễm, Huỳnh Văn Lang và Vũ Quốc Thúc) không phải là quân nhân.

Các cuốn hồi ký nêu trên, hoặc ít hoặc nhiều, đều có nội dung có liên quan đến phạm vi nghiên cứu của người viết nhưng quan trọng nhứt là các cuốn liệt kê sau đây:

Việt Nam máu lửa quê hương tôi

Việt Nam: một trời tâm sự

Đôi dòng ghi nhớ

Gọng kìm lịch sử

Trả ta sông núi

Chúng đã cung cấp một số thông tin quan trọng cho việc nghiên cứu của người viết với mức độ khả tín khác nhau. Người viết xin lần lượt điểm qua từng cuốn như sau:

Việt Nam máu lửa quê hương tôi: tác giả Đỗ Mậu là một sĩ quan cao cấp (Đại Tá, Giám Đốc Nha An Ninh Quân Đội, cơ quan chịu trách nhiệm về an ninh chính trị trong Quân đội cho chế độ Đệ Nhứt Cộng Hòa của Tổng Thống Ngô Đinh Diệm), đã tham gia tích cực vào cuộc đảo chánh ngày 1-11-1963 lật đổ chế độ Ngô Đình Diệm, và sau khi cuộc đảo chánh thành công ông được thăng lên cấp Thiếu Tướng (giống như 2 vị Đại Tá kia là: Nguyễn Hữu Có và Nguyễn Văn Thiệu); cuốn hồi ký của ông là cuốn sách đồ sộ nhứt (với 1267 tr.), với nhiều tài liệu tham khảo nhứt, và với mức độ khả tín khá cao, nhưng đồng thời cũng là cuốn sách bị chỉ trích nhiều nhứt và nặng nề nhứt bởi những người hoặc theo Công Giáo hoặc thuộc phe tôn sùng Ngô Đình Diệm với lý do là tác giả viết sách chỉ vì muốn biện minh cho việc chống lại ông Ngô Đình Diệm và lên án hành động phản quốc của một số con chiên Công Giáo. Ông Douglas Pike (1924-2002), một chuyên gia Hoa Kỳ về Việt Cộng và Chiến Tranh Việt Nam, cũng như phần đông những tác giả nghiêm túc khác, có cái nhìn vô tư và khách quan hơn đối với tác phẩm đồ sộ này. Ông viết như sau: *"A big book, this 1286-page autobiography of the well-known former ARVN general and GVN minister and vice-premier is also a detailed history of the Vietnamese first republic. There is a great deal of historical analysis here in addition to recounting of events. For instance, Do Mau is exceedingly hard (provocative even) on Catholicism and its influence on Vietnamese culture."* (Xin tạm dịch sang Việt ngữ như sau: "Là một tác phẩm đồ sộ, cuốn tự truyện 1286 trang này của một cựu tướng lãnh, tổng trưởng và phó thủ tướng nổi tiếng cũa Chính phủ VNCH, cũng là một cuốn lịch sử chi tiết của nền Đệ Nhứt Công Hòa của Việt Nam. Ngoài việc kể lại các biến cố, cuốn sách còn có rất nhiều đoạn phân tích chính trị. Ví dụ, tác giả Đỗ Mậu tỏ ra rất cứng rắn (ngay cả gần như khiêu khích) đối với Công Giáo và ảnh hưởng của tôn giáo này đối với văn hóa Việt Nam"). **Nguồn liệu**: Mục điểm sách của tạp san *Indochina chronology*, vol. 5, no. 3 (July / Sept. 1986). Chương 18 của cuốn sách này, với tiểu đề *Ba năm xáo trộn*, từ tr. 825 đến tr. 930, cung cấp nhiều thông tin quan trọng và có mức độ khả tín khá cao về giai đoạn 1963-1965 mà tác giả có lúc tham gia như một tác nhân tích cực và cũng có lúc là một nạn nhân đáng thương của các tướng lãnh trẻ vốn là đàn em của tác giả, nhứt là sau khi tác giả bị cho về hưu vào tháng 3 năm 1965 (Sắc Lệnh số 119/QT/SL do Quốc Trưởng Phan Khắc Sửu ký ngày 24-5-65; trong Sắc Lệnh ghi rõ: "Được nghĩ phép 3 tháng có lương kể từ ngày 21-12-64, và được xuất ngũ để hồi hưu theo thâm niên kể từ 21-3-65: Đại-tướng Dương Văn Minh, càc Trung-tướng Trần Văn Đôn, Mai Hữu Xuân, Nguyễn Ngọc Lễ, Lê Văn Nghiêm, Lê Văn Kim, các Thiếutướng Đỗ Mậu, Nguyễn Văn Quan, Nguyễn Văn Ngượt tự Giác Ngộ. **Nguồn liệu**: Đoàn Thêm. *1965: việc từng ngày* ; tựa của Lãng Nhân. Sài Gòn: Cơ sở xuất bản Phạm Quang Khai, 1968. Los Alamitos, Calif.: Nhà xuất bản Xuân Thu tái bản, 1989. Tr. 85).

Việt Nam: một trời tâm sự: tác giả Nguyễn Chánh Thi là một vị tướng lãnh của QLVNCH, cấp bậc và chức vụ cuối cùng của ông là Trung Tướng, Tư Lệnh Vùng I. Cuốn hồi ký của ông, quả đúng như cái tựa mà ông dùng cho cuốn sách, là tâm sự của ông. Ông viết với trái tim, với cảm xúc, bộc lộ rõ cá tính của ông là một người chánh trực, nhiệt huyết, nóng tính, và không thỏa hiệp với cái xấu, cái ác. Toàn bộ cuốn sách của ông không có một ghi chú nào hết, và cũng không có liệt kê ra bất cứ tài liệu tham khảo nào hết. Ông nhớ tới đâu viết tới đó, và vì không có tra cứu tài liệu tham khảo, rất nhiều sự kiện ông không ghi ra ngày tháng hoặc ghi không đúng. Và, dĩ nhiên, có những điều ông không nhớ nên không viết ra. Một thí dụ nhỏ: ông hoàn toàn không có đề cập đến vụ TQLC Hoa Kỳ đổ bộ vào Đà Nẵng ngày 8-3-1965 lúc ông đang là Thiếu Tướng Tư Lệnh Vùng I và có mặt tại bãi biển để đón chào Chuẩn Tường Frederick J. Karch, Tư Lệnh Lữ Đoàn TQLC Hoa Kỳ đó. Do những tính chất đặc biệt này, cuốn hồi ký của ông chứa đựng một lượng thông tin rất lớn có mức độ khả tín khá cao vì chúng liên hệ trực tiếp đến chính bản thân, cuộc đời, và sự nghiệp của ông, nhưng rất cần được kiểm chứng và đánh giá. Lấy một thí dụ để minh họa. Về diễn tiến của vụ ông bị cách chức Tư Lệnh Vùng I vào tháng 3-1966, ở trang 340, ông viết như sau: *"Lúc 9 giờ 30 sáng ngày 10-3-1966, tôi đến Saigon, về ở số nhà 9 đường Gia Long. Anh Phạm Văn Liễu đã có mặt ở đó."* Chi tiết về ngày tháng là không đúng. Tướng Thi đã về Sài Gòn trước đó ít nhứt là 2 ngày, vì vào ngày 8-3-1966, ông đã có mặt trong một buổi họp ở Bộ Tổng Tham Mưu. Đại Tá

Phạm Bá Hoa, trong cuốn hồi ký của ông, Đôi dòng ghi nhớ (ấn bản lần 4, 2007), ở trang 192, đã ghi như sau: ***"Ngày 08 tháng 03 năm 1966, buổi họp thu hẹp của Ủy Ban Lãnh Đạo Quốc Gia gồm Trung Tướng Nguyễn Văn Thiệu, Thiếu Tướng Nguyễn Cao Kỳ, Trung Tướng Nguyễn Hữu Có, Trung Tướng Cao Văn Viên, và Trung Tướng Nguyễn Chánh Thi. Buổi họp có mục đích giải quyết trực tiếp vụ Trung Tướng Thi đã nhiều lần tỏ ra chống lại lệnh của trung ương."*** Tác giả Phạm Bá Hoa lúc đó còn mang cấp bậc Trung Tá và giữ chức vụ Chánh Văn Phòng Tổng Tham Mưu Trưởng. Buổi họp vừa nói là do chính tác giả sắp xếp theo lệnh của Trung Tướng Cao Văn Viên, Tổng Tham Mưu Trưởng. Vì vậy thông tin về buổi họp này có mức độ khả tín rất cao. Sau đó tác giả, trong những trang kế tiếp, còn tường thuật thêm các diễn tiến trong các ngày 9, 10 và 11 tháng 3-1966, đặc biệt là việc các tướng Thiệu, Kỳ, Viên và Có cố gắng thuyết phục Tướng Thi một lần nữa vào sáng ngày 9-3-1966, sau đó mới quyết định quản thúc Tướng Thi tại nhà, và triệu tập Đại Hội Đồng Quân Lực vào ngày 10-3-1966 để thảo luận và quyết định về việc cách chức Tướng Thi. Công điện của Đại sứ Hoa Kỳ (lúc đó là ông Henry Cabot Lodge, thời gian này là lần thứ hai ông làm Đại sứ Hoa Kỳ tại Việt Nam, lần thứ nhứt là trong khoảng thời gian từ ngày 22-8-1963 cho đến ngày 28-6-1964) gửi về Bộ Ngoại Giao Hoa Kỳ ngày 9-3-1966 cũng xác nhận việc các tướng lãnh VNCH đã có bàn về việc cách chức Tướng Thi đã xảy ra vào buổi sáng ngày 9-3-1966 trước khi ông đi gặp Tướng Kỳ.[18]

Đôi dòng ghi nhớ: tác giả Phạm Bá Hoa là một sĩ quan cao cấp của QLVNCH, cấp bậc và chức vụ cuối cùng là Đại Tá, Tham Mưu Trường Tổng Cục Tiếp Vận, Bộ Tổng Tham Mưu. Cuốn hồi ký của ông là một trong một vài cuốn hồi ký khá hiếm của các nhân vật chính trị và quân sự của VNCH có mức độ khả tín rất cao. Ông đã từng giữ các chức vụ quan trọng tại Bộ Tổng Tham Mưu QLVNCH, như Chánh Văn Phòng của Tham Mưu Trưởng Liên Quân Thiếu Tướng Trần Thiện Khiêm lúc xảy ra cuộc đảo chánh ngày 1-11-1963 lật đổ chế độ Ngô Đình Diệm, và Chánh Văn Phòng của Tổng Tham Mưu Trưởng Trung Tướng Cao Văn Viên, lúc diễn ra vụ cách chức Tư Lệnh Vùng I của Trung Tướng Nguyễn Chánh Thi. Ông chỉ ghi lại những sự kiện mà chính ông có chứng kiến hoặc tham dự, và có ghi chép lại đầy đủ. Chúng ta vừa có dịp khảo sát phần nào mức độ khả tín của cuốn hồi ký này trong phần trên.

Gọng kìm lịch sử: tác giả Bùi Diễm là một khuôn mặt chính trị khá quen thuộc của sân khấu chính trị của VNCH trong thời gian 1963-1975. Ông đã từng giữ chức vụ Bộ Trưởng Phủ Thủ Tướng của Chính phủ Phan Huy Quát (từ ngày 16-2-1965 đến ngày 19-6-1965), và Đại sứ VNCH tại Hoa Kỳ (1967-1972). Cuốn hồi ký này chỉ là bản dịch sang tiếng Việt của nguyên tác tiếng Anh của tác giả ***In the jaws of history***. Những gì người viết đã nhận định về nguyên tác cũng áp dụng cho bản dịch này.

Trả ta sông núi: tác giả Phạm Văn Liễu là 1 sĩ quan cao cấp của QLVNCH, đã từng tham dự cuộc đảo chánh thất bại ngày 11-11-1960 của binh chủng Nhảy Dù, phải sống lưu vong tại Cao Miên cùng với Đại Tá Nguyễn Chánh Thi trong thời gian 3 năm; đã từng giữ chức vụ Tổng Giám Đốc Cảnh Sát Quốc Gia (1965-1966). Cuốn hồi ký của ông gồm 3 tập, trong đó Tập 2 có liên quan đến phạm vi nghiên cứu về lịch sử VNCH của người viết. Vì được sự tin dùng của cả 2 tướng Nguyễn chánh Thi và Nguyễn Cao Kỳ (2 vị tướng có thế lực nhứt trong Nhóm Tướng Trẻ, mà báo chí Hoa Kỳ lúc đó thường gọi chung là ***The Young Turks***, nhứt là của Tướng Thi, mà ông đã có phần tham dự rất tích cực trong việc các tướng lãnh tạo ra Ủy Ban Lãnh Đạo Quốc Gia (UBLĐQG) và Ủy Ban Hành Pháp Trung Ương (UBHPTƯ), và sau đó là

Nội Các Chiến Tranh của Thiếu Tướng Nguyễn Cao Kỳ, sau khi Chính phủ Phan Huy Quát giao quyền lại cho phe quân nhân. Do đó, phần lớn các thông tin trong Tập 2 liên quan đến các sự kiện, biến cố trong giai đoạn 1965-1967 có mức độ khả tín khá cao. Qua các thông tin ở các trang 302-303, chúng ta được biết khá chi tiết việc các tướng lãnh bầu Trung Tướng Nguyễn Văn Thiệu vào chức vụ Chủ Tịch UBLĐQG (tức Quốc Trưởng) và Thiếu Tướng Nguyễn Cao Kỳ vào chức vụ Chủ Tịch UBHPTƯ (tức Thủ Tướng). Phần đánh giá về cá tính của 2 tướng Nguyễn Văn Thiệu và Nguyễn Cao Kỳ ở 2 trang 306-307 cũng rất chính xác.

Trong nhóm tài liệu thuộc loại linh tinh, bộ sách biên niên của tác giả Đoàn Thêm là đáng tin cậy nhứt. Bộ sách này gồm có tất cả 6 cuốn:

- ***Hai mươi măm qua: 1945-1964***, 424 tr.

- ***Việc từng ngày: 1965***, 243 tr.; ***1966***, 262 tr.; ***1967***, 334 tr.; ***1968***, 481 tr.; ***1969***, 454 tr.

***

Phần lớn độc giả đều biết cụ Đoàn Thêm là một tác giả rất nghiêm túc, lại có căn bản là một nhà hành chánh lảo luyện, nhiều năm kinh nghiệm. Những dữ kiện ghi lại trong các cuốn biên niên của cụ, đặc biệt là danh sách các chính phủ, các cuộc cải tổ nội các, các việc thăng cấp của các tướng lãnh, phần lớn dựa vào tài liệu cụ thu thập được và ghi chép lại trong suốt thời gian làm việc, trong đó chắc chắn một phần khá nhiều là những văn kiện của chính phủ đăng trong Công Báo VNCH nên rất chính xác. Một lý do nữa của mức độ khả tín cao của các cuốn biên niên này là việc chúng được xuất bản không bao lâu sau khi sự việc, biến cố xảy ra (về sau này những cuốn biên niên của cụ Đoàn Thêm được tái bản tại hải ngoại trong thập niên 1990 chỉ là bản in lại nên hoàn toàn không có thêm bớt, thay đổi gì cả). Giá trị của những cuốn biên niên này của tác giả Đoàn Thêm nằm ở chỗ giúp cho các nhà nghiên cứu lịch sử VNCH rất nhiều trong việc dựng lại một cách chính xác thứ tự thời gian xảy ra của các biến cố quan trọng trong đời sống chính trị, quân sự, kinh tế, xã hội của VNCH trong khoảng thời gian đó. Nếu muốn tìm hiểu nguyên nhân của các biến cố hay tác động hỗ tương giữa các biến cố thì bộ sách này sẽ không giúp được gì nhiều vì đó không phải là mục tiêu của bộ sách này.

Trong các tài liệu thuộc loại linh tinh này cũng cần lưu ý đến một số ít các tài liệu tham khảo sau đây:

Chiến tranh Việt Nam toàn tập: từ trận đầu (Áp Bắc – 1963) đến trận cuối (Sài Gòn – 1975)của Nguyễn Đức Phương do Làng Văn xuất bản vào năm 2001, gồm 957 trang.

Lược sử Quân Lực Việt Nam Cộng Hòa của Trần Ngọc Thống, Hồ Đắc Huân, Lê Đình Thụy, do Hương Quê xuất bản vào năm 2011, gồm 899 trang.

Từ điển Chiến tranh Việt Nam 1954-1975 của Nguyễn Kỳ Phong biên soạn, do Nhà sách Tự Lực xuất bản vào năm 2009, gồm 500 trang.

Các tài liệu này mặc dù nghiêng nặng về mặt quân sự nhưng có thể cung cấp cho chúng ta những thông tin quan trọng và chính xác về các nhà lãnh đạo VNCH trong giai đoạn 1963-1967 vì hầu hết các vị này đều là tướng lãnh.

Thay Lời Kết

Việc nghiên cứu lịch sử VNCH càng ngày càng được nhiều người Việt ở nước ngoài cũng như ở trong nước quan tâm. Chuyện này, cũng như nhiều chuyện khác, có hai mặt. Mặt tích cực là giúp cho những thế hệ trẻ, sanh sau ngày 30-4-1975, có nhiều tài liệu để hiểu rõ hơn về chế độ cộng hòa ở Miền Nam trước ngày 30-4-1975. Mặt tiêu cực là cũng sẽ có nhiều tài liệu có thể tạo ra hiểu lầm hoặc hiểu sai về VNCH vì đã không được các tác giả viết ra với tinh thần vô tư, khách quan cần thiết của một người viết sử. Việc đánh giá các tài liệu về lịch sử của VNCH, do đó, trở nên rất quan trọng, không những đối với các tác giả mà luôn cả đối với độc giả. Bài viết này mong góp được một số ý kiến cho mọi người trong việc đánh giá các tài liệu, cả tiếng Việt và tiếng Anh, về lịch sử của VNCH.

Ghi Chú:

1. Lâm Vinh Thế, "Tài liệu mật của CIA về Việt Nam Cộng Hòa," trong *Bạch hóa tài liệu mật của Hoa Kỳ về Việt Nam Cộng Hòa*(Hamilton, Ont.: Hoài Việt, 2008), tr. 252-274.

2. Lâm Vinh Thế, "Một nội các chết non của V.N.C.H." trong *Bạch hóa tài liệu mật của Hoa Kỳ về Việt Nam Cộng Hòa* (Hamilton, Ont.: Hoài Việt, 2008), tr. 118-129.

3. *"Agreement between Chief of State Thieu and Prime Minister Ky that Thieu, as President, Will be a figurehead and Ky, as Vice President, Will retain principal control after the elections"*, trong cơ sở dữ liệu *Declassified Documents Reference System (DDRS).* Tài liệu này là một Công điện của CIA, thuộc loại Intelligence Information Cable, đề ngày 3-7-1967, giải mật ngày 6-4-1993, gồm 10 tr.. Tài liệu này đã được Virtual Vietnam Archive *(VVA)* đánh số là Item Number 04107108007 và có thể đọc trực tuyến và toàn văn tại trang Web của *VVA* tại địa chỉ INTERNET sau đây: *http://www.vietnam.ttu.edu/virtualarchive/* của Đại Học Texas Tech University, tại Lubbock, Texas, Hoa Kỳ.

4. *"Cable from Ambassador Bunker on ... report on alleged "military affairs committee,"* trong cơ sở dữ liệu *DDRS.* Tài liệu này là một Công điện MẬT từ Toà Đại sứ Hoa Kỳ tại Sài Gòn gửi về Bộ Ngoại Giao, đề ngày 11-8-1967, giải mật ngày 2-11-1994, gồm 3 tr. Tài liệu này đã được *VVA* đánh số là Item Number 0010137106 và có thể đọc trực tuyến và toàn văn tại trang Web của *VVA* theo địa chỉ INTERNET đa có ghi ở Ghi chú số 3 bên trên. Xin lưu ý một điều là: *VVA* đa điều chỉnh tựa đề của Công điện này và gọi nó là *Letter from Ambassador Bunker to President Lyndon B. Johnson.* Trong Công điện này, Đại sứ Bunker tường trình

cuộc nói chuyện của ông với Tướng Kỳ. Phần nói về mật ước giữa các tướng lãnh VNCH, ở cuối tr. 1 và đầu tr. 2, ghi nhu sau: *"3. Report on alleged "military affairs committee" ... As interpreted by Ky today in conversation with Ambassador, group is presumably the military members of the Directorate who meet regularly to consider matters relating to reorganisation and improvement to Republic of Vietnam Armed Forces, pacification and related subjects. Ky stated there is no inner group which will seek to control government after elections as called and said this story could be flatly denied."*

5. *"Military control organization"*, văn thư của Walt W. Rostow, Cố Vấn An Ninh Quốc Gia, gửi cho Tổng Thống Hoa Kỳ Lyndon B. Johnson. Văn thư nầy, chỉ có 1 trang, đề ngày 14-8-1967, giải mật ngày 28-9-1995, đã được **VVA** đánh số Item Number 0010133019 và có thể đọc trực tuyến và toàn văn tại trang Web của **VVA.** Văn thư ghi rõ như sau: *"... the generals have written a "charter" for their planned Supreme Military Committee. The purpose is clear: to maintain military control of government after the election. Our text of the alleged "charter" (22 pages) came from a usually reliable source in the Vietnamese military."*

6. *"Comments on "Supreme Military Committee,"* trong cơ sở dữ liệu **DDRS.** Tài liệu này là một công điện của CIA thuộc loại Intelligence Information Cable, đề ngày 16-8-1967, giải mật ngày 20-9-1979, gồm 3 tr. Tài liệu ghi rõ như sau: *"...stated on 15 August 1967 that word of the existence of the "Supreme Military Committee" had probably leaked out from one of the generals who is a member of it."*

7. Lâm Vinh Thế, "Mật ước giữa các tướng lãnh cao cấp của Việt Nam Cộng Hòa," trong *Bạch hóa tài liệu mật của Hoa Kỳ về Việt Nam Cộng Hòa*(Hamilton, Ont. : Hoài Việt, 2008), tr. 228-251.

8. Nguyễn Cao Kỳ. *Twenty years and twenty days.* New York : Stein and Day, 1976. Tr. 75.

9. Phạm Văn Liễu. *Trả ta sông núi : hồi ký. Tập 2: 1963-1975.* Houston, Tex. : Văn Hóa, 2003. Tr. 302-303.

10. Nguyễn Cao Kỳ, sđd, tr. 99.

11. Lâm Vinh Thế. *Việt Nam Cộng Hòa, 1963-1967 : những năm xáo trộn.* Hamilton, Ont. : Hoài Việt, 2010. Tr. 144-145. Xin đọc thêm Ghi chú số 30, ở các tr. 247-248.

12. Đoàn Thêm. *1966: Việc từng ngày*; tựa của Lãng Nhân. Sài Gòn: Cơ sở xuất bản Phạm Quang Khai, 1968. Tái bản: Los Alamitos, Calif.: Nhà xuất bản Xuân Thu, 1989. Tr. 42, tác giả ghi như sau: *"11-3-66. Hội-đồng các Tướng-lãnh và UBLĐQG nhóm họp 5 tiếng đồng-hồ tại Bộ Tổng-tham-mưu và quyết định cho Trung-tướng Nguyễn Chánh Thi, Tư-lịnh Vùng I Chiến-thuật kiêm Đại-biểu Chính-phủ tại vùng này, được nghĩ phép để đi chữa bệnh mũi."*

13. Phạm Bá Hoa. Đôi dòng ghi nhớ; hồi ký chính trị, 1963-1975. Ấn bản lần 4. Houston, Tex.: Ngày Nay, 2007. Tr. 192-193 có ghi như sau: *"Ngày 08 tháng 03 năm 1966, buổi họp thu hẹp của Ủy Ban Lãnh Đạo Quốc Gia gồm Trung Tướng Nguyễn Văn Thiệu, Thiếu Tướng Nguyễn Cao Kỳ, Trung Tướng Nguyễn Hữu Có, Trung Tướng Cao Văn Viên, và Trung Tướng Nguyễn Chánh Thi. Buổi họp có mục đích giải quyết trực tiếp vụ Trung Tướng Thi đã nhiều lần tỏ ra chống lại lệnh của trung ương...Từ lúc bắt đầu họp cho đến lúc chấm dứt khi trời tối hẳn, không một vị nào bước ra ngoài, ngoại trừ trường hợp Trung Tướng Viên bảo tôi lo ăn trưa. Với nét mặt đăm chiêu qua những nếp nhăn trên vầng trán của các vị, tôi đoán là cả ngày họp chẳng đạt được kết quả nào. Riêng Trung Tướng Thi có vẻ như tức giận thì phải."*

14. Phạm Bá Hoa, sđd, tr. 198 có ghi như sau: *"Cuối cùng cũng không đạt kết quả, nên Ủy Ban Lãnh Đạo Quốc Gia thu hẹp quyết định "quản thúc" Trung Tướng Thi, lúc đầu dự trù tại câu lạc bộ Bộ Tổng Tham Mưu, nhưng sau đó đưa về quản thúc tại nhà ông với sự canh giữ của An Ninh Quân Đội và Quân Cảnh."* Sau đó, ở trang 199, có ghi như sau: *"Trước khi ra về, Trung Tướng Viên tạt vào phòng tôi: "Chú mời "Đại Hội Đồng Quân Lực" họp lúc 10 giờ sáng mai (10/3/1966). Không mời Tư Lệnh Sư Đoàn 1 (Thiếu Tướng Nguyễn Văn Chuân, tại Huế) và Sư Đoàn 2 (Chuẩn Tướng Hoàng Xuân Lãm, tại Quảng gãi). Lý do sẽ cho biết khi họp."*

15. Gibbons, William Conrad. *The U.S. Government and the Vietnam War: executive and legislative roles and relationships. Part IV: July 1965 – January 1968.* Princeton, N.J.: Princeton University Press, 1995. Tại các tr. 268-269, có ghi như sau: *"On March 9, Ambassador Lodge received a telephone call from Ky's office asking him to come immediately to a meeting with the Premier... Ky asked Lodge for advice about removing Thi, saying that at a meeting earlier that day other members of the junta had favoured removal. He added*

that he could not continue as Premier unless this was done. Lodge replied that, as U.S. Ambassador, he could not comment, but speaking unofficially and as a friend he thought Ky should plan his moves carefully and should document his case against Thi before acting." Xin tạm dịch sang Việt ngữ như sau: *"Vào ngày 9 tháng 3, Đại sứ Lodge nhận được điện thoại từ Văn phòng của Kỳ yêu cầu ông đến gặp ngay Thủ Tướng…Kỳ yêu cầu Lodge cố vấn về việc cách chức Thi, cho biết là trước đó cùng ngày các thành viên của nhóm tướng lãnh đã đồng ý việc cách chức. Ông nói thêm là ông không thể tiếp tục làm Thủ Tướng nếu không làm chuyện này. Lodge trả lời rằng, với tư cách Đại sứ Hoa Kỳ, ông không thể bình luận về chuyện này, nhưng một cách không chính thức và với tư cách là một người bạn, ông nghĩ là Kỳ nên chuẩn bị việc này một cách cẩn thận và nên có tài liệu đầy đủ chống lại Thi trước khi hành động."* Việc Đại sứ Lodge được mời đến gặp Tướng Kỳ để bàn về việc cách chức Tướng Thi đề cập đến trong sách này được xác nhận trong một công điện do Đại sứ Lodge gửi về Bộ Ngoại Giao Hoa Kỳ ngày 9-3-1966 (giải mật ngày 21-7-1997, gồm 2 trang), trong đó có ghi rõ như sau: *"He had had a meeting with all the generals this morning, less Thi, Vinh Loc and Quang, and had told them that he intended to share this burden with them, and asked them to take appropriate steps for removal of General Thi. If not, he, Ky, would go back to commanding the air force and someone else could be prime minister. He could not go on this way. The generals this morning had wanted to know what I thought. A meeting of all ten generals with Thi present is scheduled for tomorrow, Thursday, morning. He asked my advice."* Xin tạm dịch sang tiếng Việt như sau: *"Ông ta (tức là Tướng Kỳ) đã có một buổi họp với tất cả các tướng lãnh sáng nay, trừ Thi (tức Tướng Nguyễn Chánh Thi), Vĩnh Lộc (tức Tướng Vĩnh Lộc, Tư Lệnh Vùng 2) và Quang (tức Tướng Đặng Văn Quang, Tư Lênh Vùng 4), và đã bảo họ là ông muốn chia xẻ với họ cái gánh nặng này, và yêu cầu họ thực hiện các bước thích hợp cho việc cách chức Tướng Thi. Nếu không, ông ta, Kỳ, sẽ trở về chỉ huy Không Quân, và một người nào khác có thể làm Thủ Tướng. Ông ta không thể tiếp tục như thế này. Các tướng lãnh sáng nay muốn nghe ý kiến của tôi (tức Đại sứ Lodge). Một buổi họp của tất cả các tướng lãnh với sự hiện diện của Tướng Thi đã được sắp xếp cho sáng mai, Thứ Năm. Ông ta hỏi ý kiến của tôi."*

16. Phạm Bá Hoa, sđd, các tr. 201-202 có ghi như sau: *"Sau nhiều tiếng đồng hồ thảo luận gay gắt, đến phần bỏ phiếu kín: "Thuận hay không thuận cách chức Trung Tướng Thi?" Khi kiểm phiếu có*

1 phiếu trắng, còn lại đều thuận. Trung Tướng Có, đẩy ghế ra sau, đứng dậy, và lên tiếng: "Trong phòng họp này, chúng ta là những người có trách nhiệm trong Đại Hội Đồng với tư cách thay mặt toàn quân, bỏ phiếu thuận hoặc không, còn phiếu trắng trong trường hợp này là "lưng chừng," không dứt khoát lập trường. Vậy, ai là người bỏ phiếu trắng nên giải thích cho anh em rõ." Vừa dứt câu, có tiếng đẩy ghế thật mạnh, tất cả cặp mắt của những vị có mặt gần như đồng loạt quay nhìn, và một người dỏng dạc đứng lên. Đó là Chuẩn Tướng Dư Quốc Đống, Tư Lệnh Nhảy Dù. "Kính thưa Trung Tướng Chủ Tịch Ủy Ban Lãnh Đạo Quốc Gia, kính thưa quí vị. Tôi là người bỏ phiếu trắng. Trung Tướng Thi đã một thời là cấp chỉ huy của tôi trong binh chủng Nhảy Dù, nên tôi không thể hành động chống Trung Tướng Thi cho dù Trung Tướng Thi có sai trái với quân đội. Tôi vẫn biết rằng, hành động của tôi không làm thay đổi được quyết định chung cuộc, nhưng tôi vẫn làm vì lẽ đó. Và nếu sau này, có điều gì xảy ra với Trung Tướng Viên, tôi vẫn hành động như tôi vừa làm. Và bây giờ, quí vị toàn quyền quyết định về tôi: "Ở lại hay ra khỏi Nhảy Dù, tôi thi hành ngay." Xin cám ơn."

17. Lâm Vĩnh Thế, "Tìm hiểu thêm về việc Thủy Quân Lục Chiến Hoa Kỳ đổ bộ vào Đà Nẵng ngày 8-3-1965," đăng trong Trang Web **Nam Kỳ Lục Tỉnh** tại địa chỉ Internet sau đây: https://sites.google.com/site/namkyluctinhorg/tac-gia-tac-pham/i-j-k-l-m/lam-vinh-the/tim-hieu-them-ve-viec-thuy-quan-luc-chien-hoa-ky-do-bo-vao-dha-nang-ngay-8-3-1965

18. *"Ambassador Lodge reports on his meeting with South Vietnam's Prime Minister Ky, who informed Lodge that he met with all of his generals, less Thi, Vinh Loc and Quang, and asked them to take appropriate steps for the removal of General Thi,"* trong cơ sở dữ liệu **DDRS**. Tài liệu này là một công điện mang số 007554 của Tòa Đại sứ Hoa Kỳ tại Sài Gòn gửi về Bộ Ngoại Giao Hoa Kỳ, ngày 9-3-1966, được giải mật ngày 21-7-1997, 2 tr.

Hamilton, Ontario, Canada, 05-04-2016
Lâm Vĩnh Thế

LÊ AN THẾ

Tên thật là Hoàng Chính Nghĩa, sinh năm 1949, Thái Bình.
Sĩ quan Quân Lực Việt Nam Cộng Hòa. Di tản sang Mỹ từ
1975.
Về hưu từ 2011, hiện sống giữa Việt Nam và Mỹ.
Viết sau 1975, với bút hiệu khác như Lê Tôn, Hoàng Đông
Quải, Lê Bi... Từng cộng tác với một số tạp chí hải ngoại
như *Quê Hương, Văn Học, Hợp Lưu, Đối Thoại* và trang
web Da Màu, Tiền Vệ.

Tác phẩm đã xuất bản:
- *Quê Hương và Lưu Đày* (thơ song ngữ, in chung với Thục
Ngạn, Trần Mộng Tú, Du Tử Lê; Quê Hương, Hoa Kỳ,
1976).
- *Ngẩng Mặt Nhìn Trăng Sáng* (tập truyện in chung với
Hoàng Khởi Phong; Bố Cái, 1977).
- *Thơ Trích* (thơ; Người Dân, HK, 1990).
- *Địa Chỉ Của Một Người* (thơ; Tân Thư, HK, 1996).
- *Một Mình* (thơ, tự xuất bản, 2015).
- *Nơi Tôi Tới Đêm Qua* (thơ, tự xuất bản, 2015).
và *Thơ Việt Nam 1975-1977* – thơ in chung với nhiều tác
giả (Bố Cái, 1977).

Sáu biến khúc

1
Thò tay chụp cơn mưa
té sấp
vài phút sau tôi
từ trong một hạt mưa
ném những sát na ra ngoài

2
Có thể ô nhiễm đã chiếm đoạt
những vì sao lẻ của thành phố này
có thể thành phố này đã chiếm đoạt
hết những khoảng trống còn lại
có thể những thế hệ của đất nước này
cùng lúc
mang những tiếng còi
tràn vào cửa sổ
căn phòng 12 mét vuông
ký ức không biết ngủ
tôi ném
ra ngoài
rồi
cứ loay hoay một Sài Gòn khác
và một tôi khác
giữa một cõi tạm trong giờ cao điểm
không ai nhường ai
lấn được thì cứ lấn (*)
đêm qua tôi bơi qua một chai rượu
tới một khoảng trống khác
và làm mất ngay con ngươi thứ 3
trong chai lọ

3
Rồi bóp nát cây cầu vồng
ném xuống vỉa hè

4
Trong đó có rất nhiều tượng đài
như bản cáo trạng
của thực tại

5
Người tài xế tắc-xi nói thành phố này
luôn luôn có 5 triệu người ngoài đường kiếm sống
người pha rượu nói
từ 50% đến 80% là rượu giả
nhà báo cười hì hì
chuẩn đấy
ở đây mọi thứ có thể là hàng giả kể cả thần thánh
tôi mọc thêm cánh
không biết phải làm gì
tôi mọc thêm tay
càng không biết làm gì
bầu trời bị chiếm đóng
vỉa hè bị chiếm đóng
lịch sử bị chiếm đóng
nhà cách mạng lão thành nói
đây là xã hội chủ nghĩa thiếu mặt người
tôi lật ngược hàm răng trên
để cái lưỡi
không ói ra khỏi miệng

6
Hóa ra Vũ (**)
còn may
lúc trở lại thành phố này
tôi
chỉ có
mưa
làm người bạn cũ.

Sep 13, 2015

(*) Dựa ý một câu thơ trong bài "Nắng Chiều" (1956) của Phan Khôi (1887-1959): "Nắng được thì cứ nắng". Phan ơi, ôi chao là thơ dại!
(**) "Chúng ta mất hết chỉ còn nhau" là một câu thơ và cũng là nhan đề một tập thơ của Vũ Hoàng Chương (1916-1976) xuất bản năm 1973 tại Sài Gòn.

Tại sao

Em nói về những lớp học tuần tới
mở giữa trời
một lớp vẽ một lớp triết một lớp tiếng Nhật một lớp piano
em nói về những điều bất hợp lý
của những cơn mưa
nhà em là sông là biển
em nói về những điều bất hợp lý hơn
là những con bướm tiếp tục bay ra
giữa bụi khói Sài Gòn
anh muốn đưa em vào một tiệm đồ cổ ở Chợ Lớn
mua những cánh buồm
để gắn trên chiếc Honda cũ
em có thể lách lượn vào
một cuộn phim không tắt
khi những điều bất hợp lý hơn nữa
về chỉ số hạnh phúc
vẫn phát sinh không ngừng
để tất cả điều còn lại
anh đặt hết lên đầu
và không hiểu
tại sao gọi đó là tình yêu.

Sài Gòn

Khi tôi về
thành phố này đã là một chiếc giường
của kẻ khác

có kẻ nói lịch sử đã chết
có kẻ nói cách mạng đã chết
có kẻ nói thành phố này đã chết

tôi chỉ chui vào giọt nước mắt mình
nằm xuống.

Lê An Thế

LÊ CẦN THƠ

Tên thật Lê Hoàng Viện. Sinh tại Trường Long, Cần Thơ. Học Trung học tại trường Phan Thanh Giản. Đi lính khóa 5/68 trường Bộ Binh Thủ Đức. Sau 1975, bị tù Cộng sản 6 năm và sau đó định cư tại Hoa Kỳ theo diện HO.

Thành viên sáng lập Văn đoàn "Về Nguồn Tây Đô" tại Cần Thơ từ năm 1964 và cùng Lê Trúc Khanh thực hiện chương trình tiếng thơ Về Nguồn trên Đài phát thanh Cần Thơ đến năm 1975 và từ 1971 đến 1975, phụ trách chương trình Tiếng nói Nhân Dân Tự Vệ tỉnh Phong Dinh trên đài Phát thanh Cần Thơ.

Với các bút hiệu Lê Cần Thơ, Huyền Vân Thanh, Viễn Duy, Châu Lê, Song Lê, Hoàng Lê, Trang Yến Linh, HTP, Thương Phượng, Người Đồng Bằng, Trần Nguyễn, v.v..., cộng tác với nhiều nhật báo, tuần báo, nguyệt san tại Sài Gòn trước năm 1975.

Thư ký tòa soạn nguyệt san *Triều Sống Xanh* của trường Phan Thanh Giản (1966); tổng thư ký tạp chí *Văn Nghệ Miền Tây* tại Cần Thơ do Ngũ Lang chủ biên (1967-1968); phụ trách Kỹ thuật tạp chí *Miền Tây Thăng Hoa* tại Cần Thơ do nhà sưu khảo Nguyễn Bá Thế chủ trương (1972-1975).

Ở hải ngoại, chủ bút tạp chí *Văn Hóa Việt Nam* (Houston, Texas) từ mùa Hè 1998 đến nay.

Tác phẩm đã xuất bản:

- *Quê Hương Xa Mãi Ngút Ngàn* (bút ký – 2000).
- *Vùng Xanh Kỷ Niệm* (thơ in chung với Kiều Diễm Phượng – 1971).
- *Những Chặng Đường Thơ*(thơ – bản thảo lưu lại – 2008).
- *Trôi Ngang Phận Mình* (tập truyện – bản thảo lưu lại – 2009 & 2017).
- *Những Bạn Văn Nghệ Ngang Qua Đời Tôi* (tâm bút –bản thảo lưu lại – 2010 & 2016).
- *Những Trang Viết Tản Mạn Quanh Đời Tôi* (bút ký – bản thảo lưu lại – 2010).
- *Nối Sợi Dây Dài & Cát Bụi Thoáng Qua* (truyện và bút ký & truyện vừa – bản thảo lưu lại – 2012).
Và các tác phẩm in chung khác: *Áo Cưới Màu Da Trời* (tập truyện), *Câu Chuyện Không Cần Đoạn Kết* (tập truyện), *Phan Thanh Giản –Đoàn Thị Điểm Trường Xưa Trong Trí Nhớ* (bút ký nhiều tác giả, 2 tập), *Văn Hóa Sông Nước Cần Thơ* (nhiều tác giả), *Bên Bờ Sông Hậu* (thơ nhiều tác giả).

Bộ ngựa gõ của ba tôi

Vậy là bộ ngựa gõ của ba tôi vĩnh viễn không còn trong ngôi nhà của ba nữa – bộ ngựa mà ba trân trọng giữ gìn như một báu vật trong đời, kể từ khi ông bà ngoại cho ba má "làm của hồi môn" lúc cưới nhau đầu thập niên 1930 – khi đó ba vừa tròn 25 tuổi và má nhỏ hơn năm tuổi. Bộ ngựa gõ gồm có ba miếng ván gõ mun ghép khít nhau, mỗi tấm có độ dày đến một tấc hai phân, đặt trên hai con bọ ngựa cũng bằng gõ được trổ mộng rất nghệ thuật, không thấy bất cứ dấu đinh nào. Mặt bộ ngựa có viền khảm xà cừ xung quanh thật đẹp, được lau chùi thường xuyên nên lên nước bóng ngời, những buổi trưa nắng mà nằm lên đó cảm thấy mát lạnh. Ông ngoại tôi trước đây làm trong ban viên chức hội tề của xã và có dịp mua bộ ngựa đó về đặt ngay trong phòng khách của ngôi nhà ba gian hai chái, mà giàn cột kèo bằng gỗ tốt, các cột đều bào tròn bóng lộn. Mái nhà thay vì lợp ngói âm dương, ngoại tôi lại lợp bằng lá tàu tách bẹ chớ không phải lá chầm. Ngoại nói cách lợp đó trong nhà mát mẻ quanh năm và cũng vài ba năm mới lợp lại một lần. Đúng ra khi cưới vợ thì ba tôi vào ở rể như nhiều gia đình khá giả vào thời đó, nhưng ông bà ngoại tránh những điều tiếng không hay nên cho cất một căn nhà nhỏ phía bên kia con mương để con gái và rể ra riêng liền sau đám cưới, trên vuông đất hai công có thể trồng trọt đôi ba cây ăn trái, nên ba má không đem bộ ngựa về, phải gởi lại nhà của ông bà ngoại. Ban đầu ông bà ngoại rầy, cứ đem về nhà, vì đó là "tài sản" mà ba má tặng vợ chồng con. Nhưng ba má cứ nài nỉ gởi lại, nêu lý do chờ khi nào "ăn nên làm ra", có nhà lớn sẽ đem về. Bởi vậy bộ ngựa gõ vẫn còn ở lại nhà ông bà ngoại đến nhiều năm sau đó. Rồi chiến tranh xảy ra, nhất là lúc quân đội viễn chinh Pháp chiếm đóng nhiều nơi, tổ chức những cuộc càn quét Việt Minh trong vùng nông thôn, thì nhà của ông ngoại trước sau bị đốt đến ba lần. Mặt bộ ngựa gõ bị cháy sém nhiều chỗ, và ngôi nhà ba gian hai chái của ông bà ngoại không còn nữa, phải cất lại căn nhà nhỏ hơn để ở, ba má mới khiêng về đặt bên nhà nhỏ của mình.

Như trên tôi có nói, bộ ngựa như một báu vật trong đời của ba, bởi hai lý do, thứ nhất là suốt cuộc đời trai trẻ cho đến ngày lập gia đình, ba là một thanh niên nghèo, trôi dạt từ miệt Ba Vát Mỏ Cày ở Bến Tre qua tới làng Trường Long "khỉ ho cò gáy" ở đậu đạc để làm thuê làm mướn sinh nhai thì làm sao có đủ khả năng để mua nổi một bộ ngựa gõ quý giá đó; hơn nữa chưa có gia đình nhà cửa thì mua để làm gì. Trong một buổi chiều mưa dầm tháng sáu năm một ngàn chín trăm sáu mươi lăm, cái năm mà bom B52 ném sập ngôi giáo đường của nhà thờ Ông Hào bởi tiểu đoàn Tây Đô của Việt cộng đặt khẩu pháo phòng không tại ngay tháp chuông bắn phi cơ bay qua đó, tôi ngồi hỏi chuyện ba tôi về nghề đăng cá để viết bài cho nhật báo Miền Tây trên mục **"Tấc Đất Ngọn Rau"** do thi sĩ Kiên Giang phụ trách, vui miệng ba tôi kể luôn chuyện lưu lạc từ Bến Tre qua Cần Thơ rồi cưới được vợ với bộ ngựa gõ làm "của hồi môn" như vậy... Thứ hai là, nhờ bộ ngựa gõ "làm vật che thân" cho cả gia đình tôi trong một đêm đạn pháo binh mà thời đó tuổi trẻ chúng tôi gọi là "ô buýt" từ chợ Phong Điền bắn vào miệt Trường Long rớt ngay căn chòi che ngoài bờ vườn của gia đình gồm có má, anh trai, tôi và đứa em gái đang nằm ngủ trong "trảng xê" năm 1953, tức là trước năm đình chiến. Đêm đó ba đi đăng cá trong kinh Chệt Thợ, sáng ra chèo ghe về, nhìn cảnh tượng kinh hoàng mới thất vía kinh tâm. May mắn là tất cả gia đình tôi vẫn còn sống sót nhờ ngủ trong hầm "trảng xê" bên trên lót bằng bộ ngựa gõ dày một tấc hai, đắp đất vun cao cả thước. Trái đạn chạm xuống nổ tung, hất hết lớp đất phía trên để lòi mặt ngựa gõ ra ngoài, trong hầm má con chúng tôi như bị hất tung lên nhưng chẳng thương tích gì, thật là điều kỳ diệu. Bộ ngựa gõ quá nặng, mỗi tấm ván tới mấy người khiêng mới nổi.

Có lẽ nhờ nặng như vậy nên suốt nhiều năm chiến tranh, bao nhiêu lần lính Tây lính ta cùng vô bố ráp quê tôi vẫn "tha" không thèm chở đi, trong khi những tô chén dĩa kiểu của ông bà ngoại cho mỗi lần "chạy Tây" ba má tôi đều bỏ xuống mương vườn để giấu, hoặc bị xom bể, hoặc bị mò lên lấy đi mất tiêu, mỗi lần một số cho đến sau nầy chẳng còn cái nào cả. Mười lăm cái lu mái dầm dùng đựng lúa giống và nước mưa để uống, nếu không bị lấy đi thì cũng bị động báng súng lủng đít hết, ba má tôi phải tìm cách trét vá lại để xài. Thuở đó, chạy Tây liên tục như ăn cơm bữa, và giống như chuyện đùa giỡn, vì lính chỉ đi dọc theo con đường đất hai bên bờ sông chớ không đi lùng sục ngoài vườn ruộng như thời chiến tranh sau nầy. Cứ mỗi đêm, khoảng ba bốn giờ sáng, dân làng ai nấy đều thức dậy nấu nồi cơm với kho nồi cá rồi thúc giục con cái xuống xuồng chèo chống vào Kinh Mới, Chệt Thợ, Hội Đồng Quỳ... chỉ cách bờ sông ngã cái chừng ba bốn cây số đường chim bay, xuồng đậu ken nhau trên dòng kinh bề ngang chưa đầy mười mét để "trốn Tây". Phần đông chạy Tây là đàn bà và trẻ con, còn trai tráng và đàn ông thì ở lại chạy sau cùng bằng đường bộ, hoặc theo vào khu vực trốn Tây với đoàn xuồng ghe đi trước, hoặc "chém vè" ngoài bờ ruộng hay lung đìa nơi đồng trống có nhiều sậy, đế chằng chịt, vì biết chắc lính Tây chẳng bao giờ bén mảng lục soát ngoài đó. Dòng kinh Chệt Thợ cũng như kinh Hội Đồng Quỳ đều băng qua cánh đồng trống bạt ngàn thỉnh thoảng mới có bóng mát của rặng trâm bầu. Buổi trưa nắng chang chang như thiêu như đốt cũng ráng chịu đựng và mong đợi có cơn gió hiếm hoi vụt thổi qua cho đỡ oi bức. Theo dõi bước chân của lính Tây bằng cách nhìn những bựng khói với các tàn tro bụi lá quyện lên cao do những căn nhà bị đốt là biết chúng đã đi tới đâu. Thường thì khoảng ba bốn giờ chiều lính đi bố ráp bắt đầu rút về Phong Điền. Bà con lại lục tục chèo chống trở về căn nhà của mình thì trời chạng vạng tối. Không phải nhà nào cũng bị đốt, nhưng chắc chắn một điều, cuộc bố ráp nào cũng có một vài căn nhà làm mồi cho "bà hỏa", và dĩ nhiên "màn trời chiếu đất" sẽ đến với những gia đình bất hạnh đó. Bây giờ nhắc lại chuyện "chạy Tây", tôi cảm thấy buồn cười cho sự hiểu biết hết sức ngây ngô của bà con quê tôi thời đó. Bởi vì, tôi còn nhớ có lần đoàn ghe xuồng chạy Tây của dân làng đậu dọc dài trên Kinh Chệt Thọ, giữa trưa nắng thì trên đầu có máy bay "đầm già" – mà sau nầy lớn lên tôi mới biết đó là máy bay quan sát L19 – bay qua đảo lại trên đầu. Dưới nầy nhiều tiếng kêu hú inh ỏi của người lớn, bảo chúng tôi hãy im lặng, đừng cười giỡn lớn tiếng trên máy bay nghe sẽ bỏ bom chết hết! Chúng tôi còn nhỏ, xem chạy Tây như là chuyện chơi chẳng biết gì là nguy hiểm, nên cứ cởi quần áo nhào xuống dòng kinh lặn hụp, đùa giỡn bởi trời quá nóng, rồi vò đất sét chọi nhau khiến người lớn phải từng chặp rầy la, hết đầu nầy tới đầu kia... Sau nầy hiểu ra, máy bay quần trên đầu quan sát thấy hết, biết bên dưới là thường dân trẻ nít nên chúng để yên không huy hiếp, chớ nếu cần thì đã giết hết chúng tôi rồi. Một hôm chạy Tây trở về, bà con ai về nhà nấy. Má và mấy anh em tôi đậu xuồng tại mương ranh đất giáp nhà thím Ba Xuồng, sau khi cột dây cẩn thận, mẹ con lục tục bước lên bờ với nồi niêu và tấm đệm, đi vào nhà. Mới vừa tới sân trong bóng tối chập chờn thì nghe tiếng hét lơ lớ giọng "Việt Minh... phơ" cùng lúc với tiếng lách cách (về sau mới biết đó là tiếng kéo cơ bẩm lên đạn). Lập tức có tiếng người Việt Nam la lên: "Đứng lại, đứng lại, giơ tay lên đầu, đừng đi nó bắn!". Mấy mẹ con chúng tôi hoảng quá làm theo lời của người kia. "Tất cả ngồi xuống". Rồi người đó bước tới trước mặt chúng tôi, bấm cái đèn xẹt qua xẹt lại hỏi: "Có tất cả mấy người? Đàn ông đâu?". Má tôi nói: "Bốn người, tôi với ba đứa con"."Còn chồng bà đâu? Có làm Việt Minh không?". "Dạ hổng có. Chồng tôi đi đăng cá vài bữa mới về một lần". "Thiệt vậy không?". "Dạ thiệt mà". "Nhà bà ở đâu?". "Dạ nhà nầy của tôi". Vừa nói, má vừa đưa tay chỉ vào căn nhà trước mặt. "Cứ ngồi đó, chờ tôi thưa lại cho quan biết". Người lính Việt Nam bước lại nói gì với thằng Tây mà anh ta bảo là quan. Chút sau quay lại nói: "Quan Một bảo cho vô nhà nhưng ở trong đó không được mở cửa ra ngoài sẽ bị bắn chết. Để sáng ra quan tập họp bà con lại nói chuyện, nhớ chưa?". "Dạ nhớ!".

Đó là lần sau cùng của những trận đốt nhà do lính Tây đi bố ráp vào làng Trường Long của chúng tôi, bởi vì bà con lầm tưởng là Tây đi bố rồi rút về như những lần trước, nào ngờ chúng ở lại để đóng đồn tại vàm Ông Hào. Tôi nhớ đó là đầu mùa đông năm 1953. Những ngày kế tiếp cả lính Tây lẫn lính Việt đi tới đi lui, kêu gọi đàn ông thanh niên phải đến tham gia phát quang xung quanh chỗ nền làm đồn trên đất mợ Năm Hơn phía bên kia sông thuộc ấp Trường Thọ. Phía bên nầy sông cái đối diện nền đồn thuộc ấp Trường Thuận có đám cây bố dày đặc của đất cậu Sáu Đường Láng thì phải dùng dao phảng chặt hết để nhìn ra tới cánh đồng. Nói chung là tất cả cây cối xung quanh chỗ đóng đồn phải san bằng cho tầm nhìn được xa. Đàn ông thanh niên khỏe mạnh thì đào đất đắp nền, làm bờ thành của đồn, rào kẽm gai...; nhà nào không có đàn ông thì đàn bà phải làm thế nhưng công việc nhẹ. Ba tôi ở trong kinh Hội Đồng Quỳ gần một tuần, thấy tình thế quá kẹt, phải chèo ghe đăng trở về đậu dưới mé sông. Buổi chiều đó người lính Việt Nam dẫn ba tôi tới chỗ quan Một của Tây nói gì đó, hắn ta gục gặc đầu bảo "Nông Việt Minh, tre-ven, tre-ven". Người lính Việt giải thích cho ba hiểu, quan Một nói "Không phải Việt Minh, tốt lắm, tốt lắm". Và anh ta dặn ba, mỗi ngày phải đến làm đồn với bà con trong làng cho mau rồi, lính sẽ rút đi chỉ để một đơn vị ở lại giữ đồn, bảo vệ cho bà con làm ăn, không cho bọn Việt Minh về phá phách và vơ vét thuế má nữa! Bởi tới lui đóng đồn suốt mấy tuần lễ, ba mới thấy cái dĩa kiểu con cá thật lớn của ông bà ngoại cho khi trước chỗ thằng Tây quan Một ở mà lúc chạy Tây ba đã ném giấu dưới mương phía sau vườn. Có một lần ba nói với người lính Việt Nam: "Cái dĩa con cá của tôi, nhờ Ông đội hỏi xin lại giùm tôi". Người lính Việt Nam nói với thằng quan Tây, nó gục gặc đầu, khiến ba mừng thầm trong bụng nghĩ là nó bằng lòng trả. Nhưng người lính Việt mà có lần ba nghe có người gọi thầy đội cho biết: "Quan nói để khi đóng đồn xong rút đi quan sẽ cho lại!". Ba tin là sẽ xin lại được nên không nhắc tới nhắc lui nữa. Một hôm, thầy đội Việt nọ lại nói: "Quan rất thích bộ ngựa gõ nhà anh, nhưng nó nói nặng quá chắc không đem đi được đâu!". Ba lại chưng hửng, vì "nếu thằng quan Tây mà lấy bộ ngựa gõ thì vật kỷ niệm quý báu của ông bà ngoại tặng cho xem như mất tiệt mà chắc gì trong đời ba mua lại được". Rồi ba thầm van vái trong bụng "ba má sống khôn thác thiêng, phù hộ cho vợ chồng con, xui khiến cho thằng Tây đừng lấy mất bộ ngựa gõ quý báu đó!".

Đồn làm xong. Hôm lính rút đi, ba có nhắc cái dĩa kiểu con cá, thầy đội Việt nói là khi đưa ra tới chợ Phong Điền, quan sẽ trả lại. Ba chèo ghe chở đồ đạc lỉnh kỉnh, chẳng biết của quan Tây hay của thầy đội Việt Nam, có nhiều đồ kiểu, mà cái dĩa con cá thật lớn nằm lẫn lộn trong đó. Ra tới cầu tàu Phong Điền, chỗ mà lính Tây thường giết người ném xuống sông trôi lềnh bềnh những năm trước, thầy đội Việt bảo ghé lại và tiếp chuyển đồ lên bờ. Ba tôi nhắc lại cái dĩa, thầy đội bảo: "Anh cần thì tìm mua cái khác. Quan nói rất thích muốn giữ cái nầy!". Từ lúc dọn đồ xuống xuồng cho đến khi ra tới bến Tàu nầy, ba chẳng thấy mặt thằng quan Một của Tây lần nào cả. Ba tiu nghỉu bước xuống xuồng chèo về mà không dám quay lại nhìn, với lòng vừa tức vừa buồn rười rượi.

Đất nhà ba cách đồn mấy trăm thước phía bên kia sông, nhưng lại nằm trong tầm súng phúng lựu của đồn. Bởi vậy rất sợ ban đêm Việt Minh về bắn phá, lính sẽ bắn trả nguy hiểm, ba mới đắp đất tu bổ lại cái hầm "trảng xê", nhưng sau đó lính đồn bảo phải phá bỏ, lý do tụi Việt Minh có thể núp trong đó đánh phá đồn.

Sau ba lần ông bà ngoại bị Tây đốt nhà, rồi vì tuổi già cũng lần lượt qui tiên, ba má đem bộ ngựa về nhà mình. Đồn Ông Hào cất xong, việc đi lại chợ búa dễ dàng, bởi cái trạm của Việt Minh đặt chỗ vàm Ông Hào đâu còn nữa. Hồi trước, ai muốn ra chợ Phong Điền hay Cái Răng, khi bơi xuồng ngang phải ghé trình giấy cho phép của ủy ban kháng chiến địa phương. Khi đi chợ về phải ghé cho cán bộ gác trạm xuống kiểm soát đồ đạc mới được đi. Nhiều khi họ gởi mua món nầy món kia.... nhưng ít khi đưa tiền. Mà đi chợ thì phải xài tiền xanh (tiền đông dương, tiền giấy con voi?), trong khi trong vùng thì xài tiền của kháng chiến, tiền có in hình Cụ Hồ, giá trị xài như lõm chuối. Ai có nhiều tiền phải đựng bằng bao bố tời! Bộ ngựa bây giờ đã loang lổ vết cháy sém trên mặt, mấy hình khảm xà cừ chỗ còn chỗ mất, ba mới mướn ghe lớn chở ra trại cưa ở Cái Răng mướn cưa xẻ làm ba bộ, mỗi bộ có bề dày khoảng hơn 3 phân. Như vậy nhà ba má bây giờ tới ba bộ ngựa gõ chớ không phải một bộ. Thấy không có chỗ kê, phần vì gia đình cần phải mua sắm đồ đạc trong nhà, ba má kêu người ta bán đi một bộ, có người lại đòi mua bộ có mặt khảm xà cừ dù đã bị cháy sém. Suy đi nghĩ lại, ba bằng lòng, vì để lại chắc ba không thể có khả năng mướn người "phục chế" lại đẹp như xưa được. Còn lại hai bộ kê tại phòng khách, từ ngoài bước vô nhà, bên trái kê một bộ, bên phải kê một bộ, chính giữa là bàn thờ gia tiên và có một bàn tròn với mấy cái ghế đẩu để ngồi uống nước.

Năm 1965, khi nhà thờ Ông Hào bị máy bay B52 ném bom sập thính đường và gác chuông, cả họ đạo trong rạch Ông Hào nhà nào cũng có người chết, bà con lần lượt bỏ xứ để ra chợ sinh sống. Ba má thấy không khí chiến tranh bắt đầu tái diễn trên quê hương mình nên cũng bàn nhau gồng gánh ra Xóm Chài Cần Thơ tìm chỗ cất nhà để ở. Ba đã khiêng một bộ ngựa gõ ngâm dưới một cái mương sau vườn, hy vọng hết chiến tranh thì về lại moi lên xài, chắc không bị mục đâu?

(Ba nghĩ đơn giản là chiến tranh không kéo dài). Còn một bộ thì chở theo ra Cần Thơ. Sau đó, vùng quê Trường Long trở nên địa bàn hoạt động của tổ chức mệnh danh là *Mặt Trận Dân Tộc Giải Phóng Miền Nam*. Đồn bót bị phá sập không còn nữa, nên ba má cũng không có dịp đặt chân trở lại vườn quê. Sau biến cố Mậu Thân, quân lực VNCH phát triển mạnh khi *Luật Tổng động viên* ban hành, nhiều đơn vị địa phương quân tân lập được hình thành tại các tỉnh thì đồn bót được dựng lên khắp nơi. Trường Long cũng có mấy đồn. Đầu thập niên bảy mươi công cuộc cải tổ hành chánh công vụ của chánh quyền diễn ra, các viên chức xã ấp lần lượt được bầu lên. Dân chúng tản cư những năm trước rủ nhau trở về ngày càng đông. Ba má cũng theo dòng người đó trở về quê cũ. Công việc đầu tiên sau khi cất lại cái nhà một gian một chái để hai ông bà ở (vì lúc đó mấy anh em chúng tôi đã đi lính và lập gia đình hết rồi) mà chăm lo sửa sang vườn tược với mấy công ruộng. Việc thứ hai là vét mương để mang bộ ngựa gõ lên, nhưng tìm hoài không thấy đâu. Sau nầy biết được là trong thời chiến tranh, nhiều gia đình ở lại trong đó có một gia đình "bám trụ" đã giúp đem lên giùm! Ba má dò la hỏi thăm, thì được biết, họ không xài mà đã bán rồi lấy tiền chi tiêu "giùm" từ lâu. Ba má tôi chẳng biết phải làm sao, đành tiu nghỉu lặng thinh như hồi thầy đội Việt Nam nói thằng quan Tây bảo cần thì mua cái dĩa kiểu con cá khác xài vậy.

Sau cùng thì ba còn một bộ ngựa gõ duy nhất đã mang ra Cần Thơ trong lần tản cư năm 1965 để ở Xóm Chài. Ba chở về quê cũ kê trong căn nhà nhỏ trên phần đất của ông bà ngoại cho năm xưa. Sau biến cố "tháng tư đen" 1975, hai người anh của tôi – một đi BCH 3 Tiếp Vận, một đi Quân Vận 412 và đứa em gái tôi có chồng đi lính quận Phong Phú cũng lục tục từ thành phố trở về quê nhà. Gia đình hai người anh được ba má tôi chia cho cái nền nhà với mấy bờ vườn, công ruộng, xúm xít nhau cấy trồng mà sống. Đứa em gái thì về quê chồng ở Rạch Nhum Ô Môn làm ruộng. Thằng em trai út của tôi có vợ là gia đình người Hoa ở chợ Cần Thơ, được "chánh quyền cách mạng" cho đi vùng kinh tế mới ở Ngã Tư Cây Dương sau khi bị đánh tư sản mại bản. Còn tôi thì quá nhẹ dạ, tình nguyện vào trường "đại học tổng hợp" đến sáu bảy năm trời, học hỏi quá nhiều điều đắng cay tủi nhục của kiếp con người mà bọn cán cối nói là "tay sai Mỹ Ngụy". Tôi lưu lạc từ trại nầy đến trại khác của thời quân quản, nghe biết bao lời mắng nhiếc của cán bộ quản giáo, những tên lính vệ binh cầm AK lăm le chỉ bằng tuổi con cháu mình, mà mỗi khi mở miệng là muốn lên lớp dạy cho "tay sai Mỹ Ngụy" những bài học nặc mùi chủ nghĩa Mác Lê rập khuôn nhau, như đã nói sẵn trong một cuộn băng cát-sét. Rồi đến khi bọn Pôn Pốt hoành hành ở vùng biên giới Tây Nam, các trường "đại học tổng hợp" được chuyển đi và giao cho chế độ "quản lý trại giam" của ngành công an. Và, thời điểm nầy, những tên nhẹ dạ "trình diện mang theo một tháng tiền ăn" như tôi mới biết là mình ở tù chẳng có bản án ngoài danh từ hết sức hoa mỹ "cải tạo không giam giữ".

Tôi đã "trình diện" tại trường Phan Thanh Giản Cần Thơ trong hai tháng, chuyển lên trung tâm huấn luyện Chi Lăng Châu Đốc để học 10 bài, làm tổng kiểm thảo xong để nghe cán bộ chửi lên chửi xuống có lúc thấy mình như đã chìm xuống tận cùng của đáy xã hội; sau đó đưa đi lao động ở trại Mê Linh Long Xuyên; lại trở về Chi Lăng học tiếp 8 bài nữa, bởi họ nói học chưa tốt. Học thêm 8 bài vàng ngọc rồi lại cho đi lao động ở Nông trường Thắng Lợi tại Ngã Ba Lò Gạch Tri Tôn. Khi bọn Pôn Pốt tấn công rồi đốt phá làng Ba Chúc một thời gian, tình hình quá phức tạp, chúng gom bi lại, chuyển hết lên trại Mỹ Phước Tây ở Vườn Đào Cai Lậy, tỉnh Tiền Giang. Mấy năm sau thấy chế độ quân quản không đủ sức "tẩy não" tụi "ngụy quân ngoan cố" như chúng tôi, bọn chúng thảy qua cho ngành công an quản lý trại giam. Thế là chúng tôi chánh thức được "hành quân" (nói theo danh từ CS mỗi khi chúng cho tù cải tạo chuyển trại)... tới tận rừng sâu Xuyên Mộc, chính khu rừng nầy lúc chúng tôi được chuyển đến, trước đó đã chôn 81 người tù cải tạo, trong số có nhà văn Nguyễn Mạnh Côn mà thời chưa đi lính tôi đã biết tên trên báo chí.

Hồi còn ở Vườn Đào, ba lặn lội đi thăm tôi. Hôm đó ba đi với đứa em trai út của tôi, nhưng vì thằng em bỏ vùng Kinh Tế Mới trở về tánh hơi ngang tàng, khi cán bộ kiểm soát giấy tờ gạn hỏi nó điều gì đó (có tính cách điều tra để biết thêm về tôi), nó bảo "không biết", cứ hai chữ "không biết" mà nói nên nó đành cho thằng nhỏ... đứng ngoài rào chơi suốt hai tiếng đồng hồ ba được vào gặp tôi. Năm đó ba tuổi cũng gần thất thập rồi, tóc muối nhiều hơn tiêu, con người gầy xuống trông thật đáng thương. Có lẽ ba đã thức quá nhiều đêm, trằn trọc lo lắng đủ điều. Tôi nói, "ba đừng lặn lội đi thăm con nữa. Một vài tháng, vợ con đi một lần gặp con cho biết tin tức gia đình cũng được rồi, ba đi làm chi". Ba cứ chớp mắt nhìn tôi như muốn nói điều gì đó mà nghe chừng trong cuống họng ông nghẹn lại. Chợt nhiên, hai hàng nước mắt lăn xuống đôi gò má nhăn nheo của ba, tôi sững sờ. "Trong người ba thế nào? Ba có bị bệnh gì không?". "Nhớ con quá, ba cố gắng đi để gặp mặt con. Thằng Tâm đi theo ba, nhưng họ không cho nó vô. Con cố giữ gìn sức khoẻ, ba biết con có nghị lực nên ba luôn luôn tin con sẽ vượt qua được. Ba bị bệnh... nhưng chắc không sao đâu. Con đừng lo cho ba...". Bàn thăm nuôi xếp dài trong lán trại, dãy bên nầy là tù cải tạo, dãy đối diện là thân nhân, ngồi đối mặt nhau nói chuyện qua lại như vậy. Mấy anh cải tạo viên làm trật tự thì đi tới đi lui nhắc nhở sắp hết giờ thăm để chia tay, dành chỗ cho đợt khác vào. Các cán binh mang súng đi tới đi lui nghe ngóng để "răn đe" không cho "phát biểu linh tinh" và dặn "nói chuyện phải lớn tiếng, không được xầm xì"...

Khi đưa ba ra tới khu vực "cách ly" gần cổng trại, tôi nhìn ra hàng rào thấy thằng út Tâm đứng ngoài đó, đưa tay vẫy vẫy, tôi ứa nước mắt rồi cũng vẫy tay lại với nó, vừa nhìn dáng ba đi liêu xiêu qua đoạn đường bị ngập của mùa nước nổi năm 1978 tại trại Vườn Đào Cai Lậy. Tôi mải miết nhìn dáng ba và thằng em phía ngoài cổng rào thì tên vệ binh hét lớn: "Anh kia, trở về đội, hết giờ thăm nuôi rồi! Muốn kỳ sau bị cúp không cho thăm hay sao?".

Chuyển ra trại Xuyên Mộc mỗi tháng cán bộ của trại thông báo cho viết thư về thăm nhà và báo ngày được thăm nuôi với dặn dò "qui định" số kí lô đồ được mang vào thăm. Nhiều tháng liên tiếp tôi đều dặn gia đình đừng đi thăm nuôi vì biết đường sá quá xa xôi, nhất là vào rừng sâu không tiện lợi chút nào. Qua năm thứ hai ở Xuyên Mộc, đột nhiên có một hôm cán bộ trực trại xuống gọi tôi đi gặp thân nhân không phải vào ngày trại tổ chức cho thăm. Tôi quá bất ngờ chẳng biết ai đến thăm mình, nhưng cũng phải đi theo tên cán bộ. Bước vào khu thăm nuôi, tôi sửng sốt thấy người anh cả của tôi trước làm ở đại đội tổng hành dinh Bộ chỉ huy 3 Tiếp Vận căn cứ Long Bình ngồi bên túi đồ, nhìn tôi mỉm cười. Cán bộ bảo tôi ngồi bên nầy, anh tôi ngồi bên kia rồi bảo anh mở túi đồ moi ra từng món để kiểm tại chỗ, xong đâu đó anh ta bảo bỏ trở vô, anh tôi đẩy gói đồ sang cho tôi khi cán bộ trực trại bước ra đứng ngoài cửa canh chừng. "Anh chị có khỏe không? Mấy đứa nhỏ ra sao rồi? Ba má sức khỏe năm nay có tốt không? Hai năm trước khi đi thăm em, trông ba yếu lắm...". Tôi cứ hỏi dồn dập, mà anh tôi thì cứ ngồi lắng nghe, muốn nói điều gì, nhưng đôi mắt cứ đảo qua lại sợ cán bộ đứng kia nghe. Anh nói lớn tiếng "Chị với các cháu của chú cũng khỏe. Ba má năm nay già rồi, nay đau mai ốm, nhưng chẳng sao đâu... Chú yên tâm đi, anh nghe lén đài BBC nói thành phần như chú chắc sẽ có nhiều thuận lợi... (mấy câu đó anh lại nói rất nhỏ).Ba bệnh sạn thận, bác sĩ ngoài bệnh viện khám và cho toa mua thuốc. Hiện ba đang uống thuốc... Ba nhớ chú muốn đi thăm nhưng đường sá xa xôi, má không cho đi. Ba bảo anh thay ba lên thăm chú để về kể lại cho ba nghe...”. “Mấy năm nay về quê có làm ăn được gì đâu mà có tiền đi thăm em như vậy? Cả anh nữa, mười mấy năm lính, con đùm con đề, quen sống ở Sài Gòn, đùng một cái về vườn có ai quen đâu, rồi làm sao sống?”. “Thời gian và thực tế tập cho tụi nó thói quen chớ biết sao chú”. Ngừng một chút, anh tôi nói: “Nhiều đêm trằn trọc, ba đi đến quyết định là bảo anh kêu người bán bộ ngựa gõ sau cùng để đi thăm chú, anh không chịu, nhưng má bảo, ba con muốn con bán để lấy tiền mua chút ít đồ lên thăm thằng V., con cứ làm theo, đừng để ba con buồn. Ổng đau nhiều lắm, ổng sợ ngày nó về không gặp được mặt ổng?”. Nghe anh tôi nói, mắt tôi bỗng hoa đi bởi những dòng nước mắt tự nhiên lăn dài xuống má. Vậy là một phần ba của món quà vô giá mà ba tôi nâng niu gìn giữ suốt cả đời mình, mãi tới thời điểm nầy ông mới chịu buông xuôi, chịu để mất đi... chỉ vì thằng con trai mà ông từng nói là “ba biết con có nghị lực” như tôi. Thời gian thăm nuôi không nhiều, anh em cũng chẳng dám nói gì bởi sợ cán bộ nghe ngóng. Anh tôi nói nhỏ: “Thằng Tâm vượt biên thất bại, đang bị giam ở trại Cái Nước Cà Mau”. “Ba biết không?”. “Không, gia đình đang giấu, vì bệnh ba trở nặng. Anh lo cho ba...”. “Sao không để dành tiền lo thuốc men cho ba, đi lên đây làm chi cho tốn kém như vầy? Ở nhà mình còn gì quý giá để bán có tiền nữa đâu?”. “Không đi ba đâu có chịu. Ba nói bán hết gia sản để lo cho chú ba cũng vui lòng...”. Câu nói mà tôi nghe đó, có lẽ là câu nói được lặp lại sau cùng của ba đối với thằng con tù tội như tôi. Bởi vì, nhìn dáng anh tôi lủi thủi bước ra đường mòn để đón xe rời khỏi trại Xuyên Mộc trong buổi xế chiều hôm đó, tôi có linh cảm là tôi đang mất tất cả những tình thương trân quý nhất của cuộc đời mình.

Mấy tháng sau, tự nhiên có một đêm ngủ chập chờn, tôi

chợt thấy ba. Lúc thì ông đang lặn ngụp dưới lòng rạch sâu để trải đăng, đặt từng chiếc lọp bắt cá. Lúc thì tôi thấy ông đang cầm phảng phát cỏ trên cánh đồng ruộng nước lên tới ống quyển để chuẩn bị cho mùa cấy sắp tới. Lúc thì tôi thấy ông đang cầm gàu tát nước trên mấy bờ vườn trồng quít đang hồi ra bông trắng xóa. Lúc thì tôi thấy ba đang đi liêu xiêu từ chỗ thăm nuôi băng qua đoạn đường ngập nước tại trại giam Vườn Đào Cai Lậy mà ngoài kia hàng rào kẽm gai, thằng út Tâm em tôi đang đứng vẫy tay... Lúc thì tôi thấy ba đang lặn mò bộ ván ngựa gõ dưới chiếc mương vườn mà cách đó mấy năm ông đã giấu bên dưới... với vẻ mặt buồn bã tuyệt vọng. Lúc thì tôi thấy ông hai tay cầm cái dĩa kiểu con cá thật to, với vẻ mặt tươi cười mừng rỡ... rồi đột nhiên ông buông tay rớt xuống đất bị bể nát, mặt ông tái đi, biến dần, biến dần trong màn sương trắng... Tôi giựt mình khi anh bạn tù kế bên thò tay qua lay nhẹ tôi: "Làm gì mà ú ớ vậy". Tôi mở mắt định thần một chút rồi thở dài. "Nằm chiêm bao, thấy ba tôi, nhớ ông già quá chừng...".

Trong một lá thư gởi cho tôi báo tin tức gia đình, bà con và cuộc sống ở quê nhà để tôi an tâm, vợ tôi có viết mấy chữ mà tôi cứ suy nghĩ mãi: "Ba bây giờ ít nói. Tụi con cháu làm gì, la lối ồn ào ba cũng ngồi nhìn mà lặng thinh, ba thương tụi con cháu lắm. Ba thương anh nhiều nhứt, ngồi đâu, nói chuyện với ai ba cũng nhắc anh, ba nói nhớ anh. Ba cứ kể, hồi trước anh có ý định hết chiến tranh anh sẽ học cái nghề đăng cá của ba, ba bảo, đừng học nghề nầy lạnh lẽo lắm, lo học chữ đi, làm thầy làm thợ với người ta, theo nghề hạ bạc nầy làm gì. Ba nói...". Tôi suy nghĩ hoài, vợ tôi viết "ba bây giờ ít nói" rồi tự dưng lại "ba cứ kể, ba nói, ba nói..." liên tục, phải chăng có điều gì xảy ra? Tháng đó viết thư gởi về, tôi chỉ hỏi thăm bệnh tình của ba tôi ra sao? Nhưng... câu hỏi về ba cũng không được vợ tôi hay bất cứ người thân nào trả lời.

Ngày tôi ra trại về tới quê nhà thì đúng là ngày cả gia

đình anh em chúng tôi gom lại để cúng tuần 49 ngày cho ba. Nghe kể, ba tôi mất, chôn đúng một tuần thì thằng út Tâm được thả ra từ trại giam Cái Nước. Nó lập tức cùng hai anh và đứa em gái út của tôi lo xây cho ba tôi một cái mả xi măng đàng hoàng trước khi nó tiếp tục làm một chuyến vượt biên khác. Tôi về để quấn vành khăn tang và lạy ba tôi trong ngày cúng tuần đó, mới ngẫm nghĩ câu văn đơn giản của vợ tôi viết mà lúc còn trong trại tù tôi ngờ ngợ không nghĩ ra được: "Ba bây giờ ít nói. Tụi con cháu làm gì, la lối ồn ào, ba cũng ngồi nhìn mà lặng thinh...". Và, tôi đột nhiên cúi mọp lạy ba tôi rất nhiều lạy, khi nhớ đến bộ ngựa gõ mà ba bảo anh tôi bán để lấy tiền đi thăm nuôi tôi, một thằng con ở tù mà những ngày cuối đời ông muốn đi thăm tận mặt cũng không thể nào đi được, bởi, ngày anh xách đồ đi thăm tôi, căn bệnh sạn thận và tiểu đường đã hoành hành ông đến cực độ, ông chỉ nằm một chỗ chờ đợi anh tôi đi Xuyên Mộc trở về, kể cho ông nghe những gì thấy được về tôi. "Ba ơi, xin ba tha lỗi cho con. Cả đời, con không bao giờ quên được tấm lòng của ba dành cho con". Tôi đã quỳ lạy ba tôi với những câu chữ trên suốt mấy thời kinh mà thầy cúng đã đọc trong ngày cúng tuần thất thứ 7 sau ngày ba tôi vĩnh viễn từ giã cõi đời năm 71 tuổi.

Nỗi ân hận và dày vò trong lòng tôi khi được nghe kể chuyện về ba những ngày sau cuối. Trước khi biết mình không còn sống bao lâu, ba đã lục lạo tất cả hồ sơ giấy tờ, lấy ra những tấm ảnh mà ông đã chụp trước đây đốt hết. Má tôi hay được giựt lại nhưng không kịp. Ba nói, "chết là hết, để lại hình ảnh làm gì cho con cháu nhìn thấy mà nhớ thương, tội nghiệp tụi nó. Nhất là thằng V. ở tù trở về chẳng gặp mặt tôi mà thấy tấm hình thờ chắc nó đau xót lắm, nằm sâu dưới ba tấc đất tôi cũng chẳng yên lòng!".

Ba thật đơn giản, nghĩ sao là làm vậy. Ông đâu nghĩ rằng, không phải hình ảnh của ông từng cất giữ đem đốt hết thì con cháu sẽ nhanh chóng quên đi. Cũng có thể suy nghĩ nầy đúng một góc độ nào đó, nhưng "ba của con ơi, không có hình ảnh nào của ba bị xóa mờ trong chính trái tim con đâu – ít nhất cũng là trong thời gian con còn diễm phúc được hít thở không khí trên cõi dương trần nầy". Hôm nay khắp đất nước Hoa Kỳ có ngày kỷ niệm "father's day", các báo và chương trình phát thanh đều nhắc đi nhắc lại ý nghĩa **"ngày của cha"**, nói về công ơn người cha và họ cố tìm một chữ nào đó để dịch cho đúng nghĩa: **hiền phụ, nghiêm phụ** như ngày "mother's day" là ngày hiền mẫu, v.v...; nhưng dù dịch bất cứ chữ nào thì hình ảnh người cha vẫn ngời sáng trong câu ca dao bất hủ "công cha như núi Thái Sơn" mà người Việt Nam nào thời thơ ấu đều có học. Chỉ còn hai tháng nữa là đến ngày cúng giỗ ba, con viết mấy dòng nầy để kính dâng vong linh ba trong cõi vĩnh hằng. Con nhớ thuở ba còn sinh tiền và con còn đi học, vào mỗi khuya giao thừa hằng năm, ba đều hỏi "con đã viết khai bút đầu năm chưa?". Giao thừa năm Mậu Thân 1968 con đã đưa ba xem bài thơ **Về Sông Ăn Cá** mới viết xong.

> *"Tết nầy ba có về quê cũ,*
> *Thăm mả mồ xưa viếng xóm làng.*
> *Hưu chiến đôi ngày ôi ngắn ngủi.*
> *Làm sao níu lại được thời gian?*
> *Ví dầu về rẫy ăn còng sữa.*
> *Ăn cá về sông thương tuổi thơ.*
> *Ba hỡi điêu tàn vương xóm nội.*
> *Tìm đâu đường nét đẹp bây giờ?"*.

Con thấy ba đọc xong bài thơ dài 32 câu, mà tám câu cuối con viết như vậy, nét mặt ba buồn buồn rồi buông chuỗi thở dài".

Houston, 15-6-2003 – Father's day

(Từ tập *Trôi Ngang Phận Mình* - Bản Thảo Lưu Lại, Thư Ấn Quán, 2009 & 2017)

Hoàng Xuân Sơn by Đinh Cường

LÊ ĐẠI LÃNG

Tên thật Hồ Đắc Túc, sinh ngày 22-9-1959 tại Huế. Vượt biên đi Mã Lai năm 1983, qua Úc 1984.
Dạy học.
Đã viết trên Nhân Văn, Làng Văn, Văn Học, Quê Mẹ, Ngày Nay, Sóng, Thế Kỷ 21...

Tác phẩm đã xuất bản:
- Nước Mắt Trong Tim *("bút ký Hồng Kông", Tác giả xuất bản, 1990)*
- Đường Phía Bắc *(truyện dài, Đồng Dao, 1993; Trẻ, tái bản, 2012)*
- *Sân Trường* (truyện ngắn)

Một chỗ cho người

Đường ta đi có hai hàng lá biếc, có hai hàng nước mắt khóc rưng rưng, nơi em về nghe lạnh bốn mùa đông, cho lòng anh đủ bốn mùa rét mướt... (*) Cứ mỗi lần hát đến câu "Cho lòng anh đủ bốn mùa rét mướt", lão lại khập khựng, cứ như chỗ đấy, cái dấu lặng làm lão tắt tiếng. Lão nghe mình rét mướt thực sự, một nỗi lạnh theo làn hơi từ buồng phổi dâng lên làm đường gân cổ phập phồng, tắc nghẹn. Bao lâu rồi lão tự nhủ là phải dần hết xúc động, để cho tiếng hát vọt ra tự nhiên và lớn thì mới làm người qua lại chú ý một chút. Ấy thế mà đến hồi vô đờn, bắt trớn được một khúc là lão lại khục khặc... Tới luôn đi, tới luôn đi, ráng đi suốt một đường mà trả cho hết kiếp...

Kiếp gì nhỉ? Lão lại không trả lời được. Chắc chắn là không phải kiếp cầm ca vì lão không phải sinh ra để đi hát. Có lẽ cũng không phải kiếp ăn xin vì hồi nhỏ lão được mẹ dắt đi một ông thầy mù coi, ông thầy sờ soạng khuôn mặt lão, bảo tuy có số long đong mà lại có tiếng. A ha, có tiếng! Cả khu chợ đều gọi lão là "cha già", hoặc "cha già mandoline chó". Vậy mà ai cũng hiểu, cũng biết là lão, một kẻ tóc đã trắng sương mai, và một chòm râu lưa thưa bạc. Nhưng con người cao lều khều ấy, với đôi mắt đã chạng vạng cuối đời, và những đường nhăn chồng chất trên vầng trán không bao giờ ngước thẳng, từ đâu tới, thời trai trẻ ngang dọc ra sao thì chẳng một ai hay biết. Có lẽ vì lão, cũng như muôn kiếp nhân sinh khác trên miền đất chật hẹp này, cũng chỉ là một kiếp *ốc* lẻ loi, lăn lóc từ muôn nẻo đường đời, trôi dụng, và tan rã.

Gió chiều từng cơn lạnh thổi thốc vào khu chợ, lướt thướt những bóng người đìu hiu đi về. Lão bắt đầu thấy cơn lạnh len vào da thịt. Chợ chiều, chợ chiều. Lão tặc lưỡi, đếm kỹ những đồng bạc cắc nằm trơ trẽn trong cái nón vải, chép miệng:

"Về con".

Con Mực cuộn tròn sau lưng lão chống hai chân trước dậy, ngước đôi mắt màu hạt dẻ nhìn chủ, chờ đợi. Lão đưa tay vuốt nhè nhẹ đầu con chó, trìu mến:

"Đi ăn, đi ăn. Bữa nay lạnh à con".

Lão vừa nói vừa nhìn những mảnh da trắng lốm đốm trên bộ lông đen tuyền của con Mực. Thốt nhiên lão nghĩ đến một điều kỳ quặc. Trời sinh chó có bộ lông thay cho áo, cho quần. Mà đến chó còn rụng lông thì trời ạ, nó sống làm sao nổi. Lão nhớ mấy con chó trong cuốn truyện *Vô Gia Đình* của thằng cha nào đó bên Tây. Mấy con chó, hừ, lông lá đầy đủ phởn phơ mà còn được chủ cho mặc áo đội mũ coi sang thì thôi. Ấy thế mà hồi đâu còn bé, còn trai trẻ chừng bao nhiêu tuổi nhỉ, đọc cuốn truyện đó lão đã thương cảm rưng rưng nước mắt. Lão thương mấy con chó trung thành đi làm xiệc nuôi chủ. Lão thương con khỉ chết lạnh trong mùa đông giá buốt. Ôi thôi lão thương nhiều thứ, tâm hồn lão mềm như sợi tơ trời vậy đó. Nếu là ông chủ gánh xiệc thì lão sẽ làm sao? Lão nhất định không để cho con Mực đi làm xiệc rồi.

Một mình lão trả nợ áo cơm cũng là quá đủ. Can chi phải bắt thêm một linh hồn chịu kiếp trầm luân. Cái linh hồn đó, con Mực, đối xử với lão đã tử tế lắm. Lão nhớ cái hôm trở về căn nhà của lão. Lão tưởng mình vẫn còn một nơi để trở về rồi chứ. Ôi, cái cổng, cái cổng khép im lìm. Lão đứng một chập trong đêm tối, dí sát mặt vào cái bảng ghi số nhà đã tróc nước sơn. Đây là căn nhà của mình. Lão lẩm bẩm, lùi lại một chút nhìn quanh quất rồi se sẽ bước tới lay lay cánh cổng. Khóa. Cái ổ khóa to tướng lạ hoắc chắc chắn không phải của nhà lão. Lão ngừng tay lại, thở. Bất giác lão giật bắn người khi nhác thấy một tấm bảng đỏ với hàng chữ vàng lờ mờ dựng ở góc sân. Lão rùn người thấp xuống trong tư thế của một người đang múa võ ở thế thủ. Cái đầu quay ngang quay dọc liền liền. Không có ai, không có ai cả. Căn nhà hàng xóm hắt hiu một ngọn đèn dầu. Căn nhà đằng sau hắt hiu một ánh đèn dầu. Con đường tối thui, ẩn hiện những ổ gà như những mặt người ma quái. Lão ngồi thụp xuống, để cho nỗi mất mát chồng lên cơn buồn âm ỉ. Lão đã làm một chuyến trở về, tưởng sẽ ngồi trước hiên vắng như trong một sáng chiều xa vắng nào đó, tưởng sẽ nghe tiếng xào nấu của mụ vợ đang chuẩn bị một buổi cơm trưa chiều, và mấy đứa con lớn đang bàn tán sôi nổi về một đề tài quái quỉ gì ấy. Lão đã làm một chuyến trở về, nhưng không còn ai. Chỉ có đôi dòng nước mắt lặng lẽ chảy trên hai gò má trơ xương của lão, rớt xuống, rớt xuống trơ trọi, hoang liêu và ngùi ngùi phận số.

Lão khóc như thế lâu lắm. Bỗng như lão cảm một hơi ấm vỗ về mơn man trên tóc, trên lưng, cùng với những tiếng híc... híc... mừng mừng. Con Mực. Con Mực vẫn còn *ở* đây chờ lão. Đâu phải lão không có ai chờ. Ừ, cuộc đời đâu có quá tệ vậy. Lại đây con, lại đây con. Lão ôm chặt con Mực vào lòng, nỗi buồn bỗng dưng khô như hai dòng nước mắt. Con Mực! Lão nhớ ngày chạy loạn, cả nhà leo lên xe bỏ đi. Con Mực đứng trước cổng, kêu ăng ẳng đứt ruột. Nó nằm bẹp xuống, đôi mắt nhìn những kẻ mà nó đã quen hơi lắm đang bỏ nhà ra đi. Phút ấy lão cũng đứt ruột vô cùng. Đến khi loạn, lão mới thấy con người quả là ích kỷ và bạc bẽo quá. Lão đã tự trách mình như vậy. Ra thế, con người xem ra cũng có điểm còn kém con Mực. Ngày về, con Mực vẫn còn đâu đó, chờ lão, trời ơi, nó là kẻ duy nhất trên đời còn chờ lão.

Và lão đi. Đến một nơi xa thật xa khu nhà cũ, dốc tất cả số tiền còn sót lại sau ngày đổi đời mua cây đàn mandoline của một cô gái ngồi bày bán bên đường. Lão bắt đầu một cuộc sống mới, với con Mực làm hành trang, với vốn liếng của quá vãng.

Con Mực chạy tung tăng, sục sạo. Thỉnh thoảng nó biến mất trong một con hẻm tối rồi lại nhanh chóng hiện ra, mồm ngậm một gói giấy dơ bẩn. Mỗi lần thấy thế, lão lại lắc lư cái đầu âu yếm hỏi: "Trúng mánh hả con?". Con Mực chạy băng một khoảng trước lão rồi dừng lại lấy chân và mồm giựt giựt cái gói cho đến khi cái gói bể teng beng ra. Khi lão bắt kịp con Mực thì nó cũng vừa thanh toán xong món hàng, tiếp tục băng mình chạy trước.

"Ấy, chớ đi nhanh như thế tao theo không kịp".

Lão ngừng lại bên một ngọn đèn dầu, nheo mắt nhìn mụ già bán bánh tiêu đang thiu thiu ngủ:

"Ngủ gà ngủ vịt người ta rinh đồ chạy, bán cho xong còn về sớm".

Mụ nghe giọng quen, he hé mắt. Mấy cái bánh tiêu vàng gió thổi cứng sượng, nguội lạnh. Lão lặng lẽ nhét bánh vào bị, trả tiền, lừ đừ đi. Mụ già đếm tiền, giở lớp lá chuối khô lót rổ, nhét tiền xuống dưới. Mụ che miệng ngáp, ngó bước chân xiêu vẹo của lão.

Lão trở về chỗ ngủ thường lệ. Những sạp gỗ, ban ngày là thế giới ồn ào tranh giựt, của những món hàng xa lạ từ những nơi xa xăm nào đó, ban đêm là giang sơn của những người như lão, như con Mực. Một nơi đủ mặt hai thế giới, tưởng chừng giữa hai thế giới ấy chẳng có dính dáng gì với nhau. Nhưng thật ra nó vẫn có một điểm chung đấy. Lão nghĩ. Đó là mấy cái sạp gỗ, để cho lão, để cho những người như lão, như con Mực, có một nơi để trở về trong đêm tối, hoặc giả những hôm trời trở, người ươn ươn mỏi, có chỗ ghé lưng. Lão biết mặt hết cái thế giới đầu đường xó chợ của lão. Thằng Thanh Cụt, "chuyên môn" chiếm cái sạp giữa chợ gần con hẻm ăn thông ra đường cái. Nó cụt mà lanh, ít cũng bằng lũ chuột. Động những lần bố ráp, làm sạch thành phố, con Mực chưa kịp sủa báo động là lão đã thấy bóng Thanh Cụt thậm thà thậm thụt biến mất vào con hẻm. Kế chỗ Thanh Cụt là thằng Gòn. Ôi trời cái thằng con nít hỉ mũi. Thằng nhóc này sống bằng nghề chài lưới, ai để hở cái gì là nó chài ngay vào túi rồi chạy nước rút. Nghe đâu nó đã từng vào tù ra khám liền liền. Lão nhớ một buổi tối nào đó đi làm ăn về, thằng Gòn kể:

"Tui hả dzô tù coi dzậy chứ cũng được lắm nhe, cơm bưng nước sẵn đỡ chạy tới chạy lui không phải tính toán này nọ mệt con mắt. Ông già tưởng tôi dzọp-bẻ chạy không kịp bị tụi nó tóm, xì, tui làm bộ chạy chậm cho cha con tụi nó bắt đù má nhiều khi nó dzặn tay muốn lọi cái lần trước dzô tù".

"Mới đây à?"

"Lần trước ai đâu mà nhớ thì cứ dzô như cơm bữa như ông già đi đái dzậy mà cha cái thằng cha trưởng phòng thì trong tù tụi nó bầu trưởng phòng này kia dzậy đó nó bắt tui nằm cạnh cầu tiêu thúi bỏ mẹ nhưng không hiểu sao, hê anh Thanh Cụt dzề tới kìa ông già sao bữa nay phát tài không hả, được mấy bữa tự nhiên có thằng coi tướng tui ừ thì thằng này nghe đâu ba Tàu gì đó nó nói cho tui nằm ngay cửa lớn, ông già biết sao không, thằng nào hên mới được nằm ngay cửa, dzì thằng nào nặng bóng dzía nằm đó cả phòng không ai được thả, tụi nó đổi chỗ liền, tui được nằm ngay cửa gió lùa dzô mát quá chời quá đất, à thì nằm mấy bữa thì..."

"Có thằng nào được thả không?" Thanh Cụt góp chuyện.

"... Mấy bữa đã đời nhưng người được thả là tui đi ra cửa tụi nó tiếc quá trời".

Nghe cái giọng bạt mạng của nó, lão rất ngán. Mà hình như con Mực cũng ngán nữa. Nó chúi chúi mặt vào người lão, lấm lét nhìn thằng Gòn. Thằng này có bữa đi ngang con Mực, nổi khùng làm sao đá con chó một cái bạt mạng. Thế là khi khổng khi không giữa hai đứa nó có một mối thù. Thằng Gòn bữa đó còn tính nói nữa, bị Thanh Cụt nạt:

"Im đi mầy. Để tao ngủ mai còn đi làm". Thanh Cụt vừa nói vừa quơ quơ cái nạng.

Thằng Gòn rụt cổ, móc họng:

"Anh mà đi làm! Làm mẹ gì anh... cụt tối ngày đi cà nhổng thì có".

Nó nói xong là phóng tuốt vô gầm sạp. Thanh Cụt chửi: "Tổ cha mầy, ông uýnh què giò nghe con". Thằng Gòn có biết đâu nó vừa chạm nọc Thanh Cụt. Nó vừa để lại cho Thanh Cụt một nỗi buồn. Tao cụt, ừ, tao cụt. Mầy đâu biết tao cụt hồi mầy chưa đẻ. Mà nhỡ là tao không cụt đi thì cuộc đời này, cái đất nước này có gì thay đổi đâu, có gì khác đâu. Tao cụt hay không cụt thì cái tình huynh đệ chi binh cũng lạt như nước ốc. Tao cụt nên tao chạy không kịp, không thì tao cũng biến mất như mấy thằng khác rồi. Tao biến mất thì mầy cũng vẫn là thằng Gòn mất dạy, đâu có giúp ích gì được gì cho mầy, đâu có làm mầy đổi. Tao có làm gì đâu để cho cuộc đời mầy đổi. Thanh Cụt nức lên một tiếng lớn. Rồi từ đó làm như có huông, tối nào Thanh Cụt cũng nức lên một tiếng rõ là lớn, đến "oó...t" một cái nghe rân cả chợ, cứ như là người ta uống xá xị con cọp rồi "ụa" vì hơi ga vậy.

Tiếng "oó...t" của Thanh Cụt riết rồi như lời báo hiệu giờ đi ngủ. Bữa nay lão về sớm nên chưa nghe tiếng Thanh Cụt nức. Lão mày mò tính chui vào sạp kế thằng Gòn. Chợt lão nhìn thấy một cái xác đang nằm thẳng cẳng ở chỗ của lão mà ngáy phì phèo. Lão bực tức, nắm chân cái xác giựt giựt.

"Ê! Người anh em ngủ lộn chỗ".

Cái xác ú ớ vài tiếng rồi lồm cồm ngồi dậy. Lão nhìn thấy bộ mặt xương xẩu kèm nhem của một gã thanh niên. Hắn nhìn lão, nhe răng cười:

"Để con ngủ mai còn đi làm, tía".

"Đâu có được, chỗ này của tao mà mậy! Giỡn chơi hoài".

Gã thanh niên bỗng nổi nóng, đứng dậy sừng sộ:

"Á, chỗ mẹ gì. Đây muốn ngủ đâu là ngủ".

Con Mực gừ gừ bênh chủ. Lão ngó không êm, đấu dịu:

"Nhưng chỗ này tao ngủ lâu rồi. Tao đóng đô ở đây từ hồi cách mạng về lận".

"Cặc, tui không đi. Tía có ngon đi kêu lính bắt đi".

Lão đang lúng túng thì có tiếng Thanh Cụt ở đầu kia xen vô:

"Người anh em, huynh nói gì kỳ dzậy!". Thanh Cụt vừa nói vừa vịn vào mép sạp lấn tới "Huynh à, huynh nói dzậy tui nghe không lọt lỗ nhĩ rồi đó nha. Chỗ này của ông già thiệt đó, tui làm chứng".

Gã thanh niên nhìn Thanh Cụt, ngạo nghễ:

"Tui đéo cần biết, ông bạn lấy cái mẹ gì ra làm chứng mới được chớ".

Thanh Cụt đã hầm trong bụng lắm, bàn tay nắm chắc cái nạng, ráng đấu dịu một câu chót:

"Tui chẳng có mẹ gì để lấy làm bằng chứng hết. Tui..." Thanh Cụt khập khựng "chỉ có cái giò cụt cái thời..."

Thanh Cụt không ngờ bộ mặt đang sừng sừng của gã thanh niên dịu hẳn xuống. Gã lúng túng:

"Tui, tui... Ờ, thôi tía ngủ đi tía".

Gã lặng lẽ bỏ đi. Thanh Cụt nhẹ nhàng nắm tay gã:

"Huynh chắc đang kiếm chỗ! Thôi, lại chỗ tui còn rộng chán".

Lão đứng xớ rớ nhìn Thanh Cụt và gã thanh niên quay gót, nói xía một câu:

"Ờ mà cậu nằm chung chỗ với tui cũng được. Chỉ cái

hơi chật, bị tui còn con Mực".

Gã thanh niên nguýt lão, theo Thanh Cụt chui vô sạp. Lão nghe hai đứa rì rầm với nhau, một lúc sau có tiếng Thanh Cụt "oó...t" lên một cái. Lão nhớ ngay là đã đến giờ đi ngủ mà chưa có gì vào bụng. Lão lôi gói bánh tiêu chia đều với con Mực. Trong bóng tối chỉ nghe nhai nhồm nhoàm của người và chó. Rồi im lặng. Tiếng ngáy, tiếng nghiến răng trèo trẹo.

Người ta tuổi già thường ngủ sớm và dậy sớm. Lão thì khác. Cái tuổi già của lão bất thường quá, đâu có hưởng được cái mộng bình thường ây. Lão nằm nghe ngóng, trăn trở. Lão đã có những giấc ngủ chập chờn ban ngày. Lão đã có những lúc đang đi mà thiu thiu ngủ, đang ngồi đờn cũng gật gù ngủ. Và ban đêm, lão lại sống bằng những hoài niệm xa mờ. Có lẽ những điều xa mờ ảo mộng ấy là lương thực của tuổi già, không có nó lão làm sao sống được đã chớ. Ừ, mà sống để làm gì đã chớ? Thiệt tình mình sống vì con Mực. Lão gật gù tìm câu trả lời thành thật. Lỡ dại mình chết trước nó, nó chịu gì nổi *ở* cái thời buổi thiếu thịt này. Thê thảm thật, tưởng tượng người ta bỏ con Mực vô bao bố, nhận nước, cắt đầu, lột da rồi... làm lẩu! Lão rùng mình tưởng như đã mất con Mực đến nơi, vội vã đưa tay vuốt ve con chó, nghe nhịp tim nó đập, sờ từng mảng thịt rụng lông. Lão lại rùng mình lần nữa, nhưng lần này lão nhớ đến hơi thở ấm áp của mụ đàn bà đêm nào. Mụ đã đi, hay đã bị bắt, lão không biết cũng không cần mụ có đến ôm lão một lần rồi đi biệt. Để coi! Ờ, đầu tiên tại lão chọc ghẹo mụ trước. Cái con mụ cũng đến thình lình và chiếm chỗ ngủ của lão y như gã thanh niên vừa rồi. Lão cũng cằn nhằn, đuổi mụ đi nhưng được cái là mụ không cự lại tiếng nào. Mụ lẳng lặng ôm cái túi nhựa, chắc là đựng áo quần chi đó, ngơ ngác nhìn suốt dãy chợ vắng tanh, rồi chập choạng bước đi. Bóng mụ đổ dài hiu hắt. Thế mà lão không một chút động lòng trắc ẩn. Lão bình tĩnh ngó theo bóng người đàn bà như vẫn nhìn bao nhiêu người khác, như vẫn nhìn những mặt đời xuôi ngược xung quanh, thản nhiên. Lão mệt quá mà, lão đâu còn một chỗ nào nữa để chứa tình thương, một mặt hàng xa xỉ không cần thiết cho đời *sống*. Cái chỗ nhỏ nhoi trong lòng lão đã đầy ắp một mớ hoài niệm vô bổ, nhét thêm con Mực vào nữa là lão đã ngất ngư lắm rồi. Thôi đi bà chị, thông cảm! Lão đã nghĩ với theo bóng người đàn bà như vậy. Chính lão, chứ chẳng ai khác, đã tự mình tìm ra một chỗ trú này đây. Đâu có ai giúp, vậy thì mụ – lão tự biện luận – cũng phải tự mình mà tìm chỗ trú. Mấy cái mặt đời đối xử với lão bất nhân quá mà.

Rồi người đàn bà cũng tìm ra một chỗ ngủ qua đêm. Cái sạp của mụ, cũng gần chỗ lão thôi. Thành thử đôi khi buồn miệng lão lại lên tiếng tán láo dăm ba câu vô thưởng vô phạt.

"Bà chị ngủ nghe con Mực tôi nó sủa thì dọt lẹ đây nhé".

"Tui biết, ông già".

Lão gật gù ngó người đàn bà tóc rối bung.

"Có chạy nhớ ngó thằng Thanh Cụt. Nó bẻ hướng nào thì dọt hướng đó".

"Tui biết, ông già".

"Đừng tiếc giấc ngủ, nó hốt vô đồn thì khốn".

"Tui biết mà, ông già. Dzậy tui mới trốn về đây chớ".

"Bà chị ở đâu?"

"Tui ở khu kinh tế mới Lê Minh Xuân. Ông già biết không?"

Lão ậm ừ. Biết làm gì mấy cái chỗ ấy. Mười mấy năm rồi, lão không biết gì cả. Lão chỉ biết mình thèm nhiều thứ lắm. Một cái áo lạnh mùa đông, chẳng hạn. Hay một nồi cá kho khô ăn với cơm trắng. Cái điều lão không bao giờ thèm, nó lại đến. Đó là cái đêm mụ đàn bà chui qua sạp lão, ôm lão một chặp như để truyền hơi ấm. Lão ôm lại mụ đàn bà, tay sờ soạng một lúc. Lão mân mân đầu vú teo tóp của người đàn bà, lão vuốt cái lưng sần sần của người đàn bà, lão tính thọc sâu xuống nữa, nhưng không hiểu sao lại ngừng ngang thắt lưng, vân vê da thịt mụ. Lão bỗng có cảm giác như ôm con Mực. Một lát lão thiếp đi và sau đêm đó, lão không bao giờ thấy lại mụ đàn bà.

Lão ngùi ngùi. Cái thế giới của lão đâu có mấy người quen mà cũng mất đi dần dần. Đến một bữa lão phát giác là thằng Gòn cũng đi đâu biệt.

"Thằng Thanh, thằng ôn con nó biến rồi cha!"

"Chắc nó mệt, 'chạy chậm'".

Thanh Cụt nhắc khiến lão nhớ có lần thằng Gòn nói bữa nào thấy mệt quá nó cố tình chạy chậm cho bị vồ.

"Nó nhỏ mà còn thấy mệt".

Lão chép miệng, bàn tay tự dưng vớ cây đờn gảy gảy. Thanh Cụt vọt miệng.

"Chơi một bản gì nghe mùi mùi đi, ông già".

"Tao chơi cả ngày rồi mầy ơi".

"Tui... nhớ nhà quá! Ông già chiều tui chút đi".

"Bộ bữa nay mầy đẻ sao?"

"Không phải, bữa nay là ngày tui mất".

"?"

"Tui mất cái giò đó, ông già".

Giọng Thanh Cụt nghe xót ruột. Lão chợt nghĩ tới gã thanh niên.

"Thằng bạn mới của mầy đâu?"

"Nó chưa về. Ông già còn giận nó sao?"

"Giận mẹ gì, không thấy tao hỏi".

"Chơi đi ông già, bài gì cũng được".

"Tao chơi bây giờ chỉ có mầy với con Mực nghe".

"Ờ, ông già đờn tui hát cũng được".

Lão thở dài, nắn nắn cần đờn. Thanh Cụt dzô bài "Kỷ Vật Cho Em":

Anh trở về có thể bằng chiến thắng Pleime, hay Đức Cơ, Đồng Xoài, Bình Giã. Anh trở về hàng cây nghiêng ngả. Anh trở về người đã bị thương. Em một chiều dạo phố mùa Đông, bên người yêu tật nguyền chai đá...

"Được đó mầy". Lão gật gù.

"Ông già đổi 'tông', tui dzô sáu câu dzọng cổ nghe".

Thanh Cụt nói, không chờ lão sửa "tông" là dzô liền:

Sao anh không về đây cùng chúng tôi múa ca cùng đất nước. Sao anh còn lang thang bên xứ lạ hát bài ca buồn cho qua mơ ước chập... ơ... ơ... chùng...

Lão cuống quít khảy "tưng... tưng... từng... tưng" loạn cả lên. Thanh Cụt gân cổ tiếp:

"Từ phương xa anh có nghe tiếng gọi muôn trùng... Sao anh không về đem ngày hội khi phương này biết mấy đợi trông... ơ... ơ..."

Gân cổ của Thanh Cụt phồng to nức nở. Lão sướng quá, bỏ đờn xuống, gạ:

"Mầy ca mùi quá Thanh ạ. Mầy hợp tác với tao ngó bộ được à nhe".

"Hợp tác cái gì ông già?"

"Thì... tao với mầy làm ăn chung. Tao đờn mầy hát

chắc kiếm bộn tiền".

Thanh Cụt cười ha hả, cười đến chảy nước mắt, rồi gằn giọng:

"Lão già đi trật đường rầy rồi. Thằng cụt này biết phải quấy lắm".

"Trật cái gì. Mình cưa đôi mà mậy".

Thanh Cụt nghiêm nét mặt, nhìn thẳng mặt lão:

"Tui nói thật lão già chưa biết thằng này cà. Tui như dzậy mà đi ăn xin sao! Thằng này cụt nhưng cái chí nó chưa cụt, nghe ông già. Tui sống, là để lột chiếc áo mà cái đời này đã mặc lên cho những thằng như thằng Gòn kìa, để cho tụi nó không còn chạy chậm, vì 'mệt'".

Lão như té ngửa vì câu nói của Thanh Cụt bảnh quá. Lão rụt rè:

"Mầy còn trẻ. Tao già rồi".

Lão vụt nhớ mấy đứa con, mụ vợ. Mái ấm thương yêu đã bỏ lão. Lão cũng đâu còn ai nữa để tính chuyện "cởi áo" như Thanh Cụt. Ờ mà nó cũng đâu còn ai sao nó lại tính được. Lão thấy mình tàn tệ, vô tâm quá. Cái vốn liếng sống của lão thiệt là vô bổ. Lão rên lên:

"Tao cũng nhớ nhà quá".

Lão muốn về thăm nhà một chuyến. Có thể chỉ đi ngang liếc vô căn nhà một cái. Hay ngồi bên căn nhà hàng xóm tưởng tượng từng căn phòng, từng góc bếp, những mảnh đời vụn vụn đã xảy ra trong cái phòng khách nhỏ. "Tao phải về, Thanh". Lão nghe tiếng nấc của Thanh Cụt. Lão bỗng nghe mình như muốn nấc theo. Nhưng tiếng *nấc* của lão, chao ơi, chỉ là tiếng nấc vì cơn đói, đâu phải tiếng nấc uất nghẹn của Thanh, ừ, thì lão già quá. Lão đang đếm những sợi tóc bạc cuối đời rụng xuống từng đêm. Lão đang chạy ăn mướt mồ hôi với con Mực. Con Mực xem ra còn may mắn hơn lão, còn kiếm chút riêng tư chút đỉnh từ mấy đống rác, nó còn thờ phụng được chủ nghĩa cá nhân. Còn lão, lão đói quá, đói quá. Mấy bữa liền kiếm không đủ một buổi tối gặm bánh tiêu. Người ta bảo mấy anh nhà giàu thường keo kiệt. Điều đó thật là không đúng. Khi người ta nghèo, hoặc đúng hơn khi người ta bóp trán buổi sáng nghĩ đến miếng cơm buổi trưa, bóp trán buổi trưa nghĩ đến chén cơm buổi chiều, thì mọi sự còn tàn tệ khốn đốn hơn nhiều nữa. Người ta sẽ hằm hè nhau, tình thương sẽ không còn chỗ đứng, người ta thủ, nếu không muốn chết. Mà lão cũng đâu muốn chết, nhất là phải chết vì đói. Lão đâm giận tất cả mọi người. Ngón đờn tiếng hát của lão dù có thảm như tiếng kèn đưa đám ma thì ông-đi-qua-bà-đi-lại đáng lẽ phải thương hại lão một chút chớ, xỉa cho lão ít đồng bạc chớ. Lão đang chết, chết đói, vậy mà người ta bình tĩnh đi ngang chỗ lão được thì thực là *hay*. Lão giận, giận quá. Lão giận luôn cả con Mực. Tự nhiên rề rề theo lão làm chi để phải chia bánh với nó. Đói mà nhìn thấy nó ngậm một gói rác thực phát tức. "Tao giết mầy, tao giết mầy, Mực". Lão chụp cổ con Mực, ghì nó xuống, cái gia sản còn lại của một đời. Bất giác lão nhắm mắt lại.

Lão nhắm mắt lại. Lão không muốn nhìn thấy gì hết trên con đường dắt con Mực đi. Lão không muốn nhìn thấy ai, cũng không muốn ai nhìn thấy lão. Lão cả không muốn nhìn lại, nhìn lui cái cõi lòng đã trắng hếu như mái tóc bạc cuối đời. Lão càng không muốn nhìn con Mực đang rít rít bên lão. Con Mực chắc ngạc nhiên vì lần đầu tiên nó bị người bạn thân thiết của nó tròng vào cổ một sợi dây, sợi dây thòng lọng ôi oan nghiệt.

Quả như lão đoán, càng đến gần quán thịt chó con Mực càng trì bước, nó rị bốn chân lại, tiếng kêu rít rít trong họng tăng lên khẩn thiết. Lão phải lôi tuột nó đi. Lão lấy tất cả gân cốt của tuổi già kéo con Mực xềnh xệch, để lại một vệt dài trên đường bụi.

Chao ôi, đôi mắt của con Mực nhìn lão như dọ hỏi, van lơn và không hiểu. Nó chắc không hiểu, nó chắc không hiểu con người thân cận duy nhất và cuối cùng của nó đang làm gì. Lão nhắm mắt lại, tiến bước...

"Bán chó hả ông già. Bao nhiêu?"

Con Mực co rúm cái thân lòi xương của nó, líu ríu đằng sau lão, tránh đôi mắt soi mói của gã chủ quán. Đôi mắt của nó đỏ ngầu, rít lên từng cơn đau đớn. Mùi xào nấu từ trong quán theo cơn gió lạnh mùa đông thoang thoảng bay ra. Lão thấy lạnh, lão đã *đủ bốn mùa rét mướt*. Lão nhìn ông chủ quán, nhìn con Mực, ngẩn ngơ.

"Bao nhiêu ông già? Con chó ốm quá".

Lão phều phào:

"Bao nhiêu cũng được, ông chủ".

"Tui trả ba chục. Một tiếng".

Gã chủ quán nhìn con Mực, bĩu môi tỏ ý chê. Lão không để ý, nhìn xa xăm một phía góc trời. "Tao đói quá. Tao nhớ quá, Mực ơi". Lão thấy mình một tay ngửa ra, một tay trao sợi dây buộc cổ con Mực cho chủ quán. Lão nghe tiếng con Mực rít lên từng hồi.

Lão biết mình đang chạy. Lão nghe tiếng gào thê thảm của con Mực. Lão chạy. Lão nghe tiếng rít đau đớn ằng ặc của con Mực. Lão chạy. Lão thấy mình chạy về hướng ga xe lửa. Gió rít bên tai. Những cơn gió mùa đông lạnh buốt. Lão nghe hai lỗ tai nóng bừng. Lão nghe cơn lạnh dâng lên nghẹn ngào. Lão nhìn thấy ga xe lửa. Người ta đang sắp hàng trước quầy vé. Lão dừng lại một chút, thở. Gió rít hay tiếng rít của con Mực. Lão đi vòng quanh quầy vé. Lão thấy mình ngó trước ngó sau rồi trèo qua cái hàng rào thấp. Lão té. Bóng tối nhá nhem, rồi mù mịt. Lão bò chầm chậm trên đường rầy sỏi đá. Lão nghe một hồi còi tàu hụ lên trong đêm tối. Lão nghe tiếng nức đâu đấy của Thanh Cụt. Lão bò. Lão bò. Lão không còn một chỗ nào cho lương tri nữa nên lão đứng dậy không nổi. Lão bò, quờ quạng nắm lấy đường rầy thép lạnh. Lão nằm vắt ngang con đường rầy, nghe tiếng tàu hụ từng hồi.

Tiếng tàu hụ thật gần sầm sập, sầm sập. Lão chỉ nghe tiếng gào của con Mực thật gần, gần lắm.

1988
Lê Đại Lãng

(*) Nhạc NĐT.

LÊ GIANG TRẦN

Tên thật Vương Kim Vân. Sinh năm 1952 tại Bạc Liêu.
Vượt biên đến Mỹ năm 1980.
Hiện cư ngụ tại Quận Cam, California, Hoa Kỳ.
Có thơ đăng rải rác trên các tạp chí và báo tại hải ngoại.

Tác phẩm đã xuất bản:
- *Sài Gòn Ở Phố Phố Lưu Vong* (Tân Thư, California, 1990)

Trạm người quá bước

1.
Ừ. Thì đi về Việt Nam
lên Đơn Dương thăm người bạn rẫy
xuống Cà Mau thi rượu bác chèo đò.

Kể cho người rừng, tôi thương em điếm nhỏ
đôi mắt bán thân nâu thẳm sóng vô thần
cánh lưng cong lên, vòng môi mím chặt
ngọn vú non hồng se buốt ngực vô tâm
những dày vò không phải trả thù trên thân thể
những con sói cuồng hoang về phá nát đồng thơm.

Kể cho người sông nghe, em ăn mày giữa chợ
hai bắp chân khô xanh rợn những đường gân
thớt thịt chợ lồng, khóm cỏ công viên, hốc cùng bến cảng
là nhà đêm trằn trọc ngắm trăng sao
tuổi ấu thơ như những đồng tiền rách nát
đổi được gì đâu, ngoài một năm hàn vi.

2.
Ừ. Thì đi về Santa Ana
nơi nóc chợ chưa rêu, lòng người mốc thếch
đêm chưa lên, thương xá đã im lìm
ngày sáng bật, Bolsa còn ngái ngủ.

Không ai kể đời định cư thuở trước
không ai nhớ gì đời hời hợt mai sau
đời sống phăng phăng như con sâu đo tới
trí nhớ trắng hều như âm bản phim hư.

Nhưng nhớ rất rõ những mơ hồ, mường tượng
như khoảng cách vô hình chắn giữa yêu thương
như sự dửng dưng giữa thâm tình thăm viếng
như đuôi mắt rắn ẩn tàng trên gương mặt giai nhân
nét đăm chiêu trên mày người tàn úa
nét thẫn thờ người mất việc sinh nhai
nét băn khoăn người chen chân hội nhập
nét rượi buồn khi dự lễ động quan...
những mảng mây đen giăng trên phố đông người
những hàng sương xám phơi dường khuya vắng lặng.

Tôi nhớ rất rõ những bất ngờ không ai giải thích
như tình yêu, hạnh phúc, khổ đau
tử sinh, ly biệt, điên cuồng...
nhớ đến độ ngũ quan vô cảm giác
tim nhịp đều những nhịp chết quen tai
không ai gõ cửa tâm hồn ai
như thể không dám chạm tay vào bông pháo bông đang
cháy.

3.
Ừ. Tôi đang bừng cháy
chỉ có bóng đêm nhìn ra pháo bông rực rỡ.
Ừ. Tôi đang thét gầm
chỉ có núi cao đồng vọng tiếng vang xa.
Ừ. Tôi đang bật khóc
nhưng Cali trời chẳng có mưa ngâu.
Ừ. thì thôi. Tôi im lặng.

4.
Ừ. Thì đi về nhà ta vậy.
E.T. lạc loài đến lúc cũng về thôi.

Về ngôi nhà mình như trở về nôi thai đùm bọc
trở về xa hơn, thành lại trùng tinh
trở về thật xa hơn nữa
một chủng tử đơn, đầy nhân tính đất trời
một vô niệm trước khi thành chủng tử
nơi vô ngôn trước giờ bật một âm "UM".

Huống hồ chi Việt Nam không về trở lại
ôm em điếm nhỏ vào lòng cho tôi chút ấm
khoác vai em ăn mày cho tôi dạo chợ Xuân
vào rừng Đơn Dương thăm bạn rẫy vườn
theo sông nhỏ về Cà Mau thăm ông lái
về làng xưa quỳ lạy mộ ông bà
ra ngã ba thăm con đường Bùi Giáng
đưa em lên núi hoa vàng viếng động Phạm Thiên Thư.

5.
Ừ. Thì trở về con đường cũ lúc ra đi
ngõ quanh co dù quên nhớ đã mơ hồ
hành trang vẫn sẵn sàng như thuở trước
về hay ở cũng trạm-người quá bước
ngoài trời cao, vũ trụ rợn mênh mông.

25/8/93

Những thừa số tính sai

Tôi bước đi
bằng đôi chân chập chững
hồn thơ ngây xác nhẹ thiếu cân bằng
nên vấp ngã thành quen
điều ngạc nhiên là những viên sỏi nhỏ
ám ảnh muôn đời đứa bé mới tập đi

Tôi bước đi
bằng con tim rung động
yêu đương nồng nàn và ngã quỵ như không
điều ngạc nhiên là ngàn hoa vẫn nở
tôi ngắm mê như con thú chịu đèn
gục ngã bất ngờ trước viên đạn thợ săn

Tôi bước đi bằng tâm hồn mở rộng
vấp phải chiều sâu ngã chúi là thường
ngạc nhiên không vì hố thẳm dưới chân
vì quay lại
thấy người ba tay bốn cước
tôi nạn nhân từ đạp đẩy sau lưng

Tôi bước đi
tấm lưng đứng thẳng
bị vọt roi ngã quỵ là thường
điều ngạc nhiên không vì động cơ tàn nhẫn
mà vì bạo lực của dạy răn
dành cho kẻ muốn vươn lên làm tuổi trẻ

Tôi bước đi
ngẩng mặt ngắm mặt trời
đến mùa thu mới buồn như chim nhỏ
không ngạc nhiên đời thoáng chuyện thương tâm
mà ngạc nhiên về nơi quê cũ

kiếp người như ngựa kéo xe
đôi mắt che đen bước về trước mặt
lầm lũi trân mình khi xà ích thúc roi

Tôi bước đi
bằng cái xô định mệnh
nghĩa là chạy, nhảy, lăn, rơi, té, ngã, lộn, nhào...
điều ngạc nhiên là vẫn còn đứng dậy
vẫn kiên tâm nhìn ngắm chuyện ngoài tay
em cũng như đất nước mất và còn
tôi y thể sự tuần hoàn nhật nguyệt

Tôi bước đi
bằng bước đi cẩn trọng
đã mất hút lắm người té ngã quanh tôi
trên chiến trường
trong tù ngục
dưới hầm ẩn nấp đạn bom
trên mặt biển bao la
nơi gò cao đảo lạ
trên đường phố hoang vu
dọc đường làng thơm rạ
trong một góc quán xa
trên sàn căn gác trọ...
tôi thôi ngạc nhiên về sống chết mất còn
ngạc nhiên về bất ngờ kia bí ẩn
như bài toán chia chẵn số rất vô tình

Tôi bước đi
vì tôi còn sót lại
không ngạc nhiên vì còn lại kẻ bước đi
mà ngạc nhiên vì những con số lẻ
những con số lẻ thừa
không thể nào chia

30/6/89

Không khánh thành cuộc nhân sinh

Tòa lâu đài khởi sinh
từ viên gạch đầu tiên
tượng trưng cho công trình xây cất
Khuôn sườn vươn cao như sức sống
từng bộ phận tháp vào như mầm sống nẩy thêm
thiết trí như kinh nghiệm
sơn phết như khôn ngoan
thời gian công trình kéo dài như đời sống
hoàn tất thành hình như chấm dứt mãn sanh
người ta cắt băng khánh thành
đánh dấu ngày lành
tòa lâu đài bắt đầu chết hôm nay

*

Con người khai sinh
bằng giao kèo khác nhiều điểm
con tinh trùng là viên đá đầu tiên
nhưng thời gian là tên thợ không nhận tiền
nên không hứa hẹn kiếp người dài ngắn
và cuộc đời là vật liệu bất toàn
không ký kết điều chi vững chắc

Bất luận đời người xây được bao năm
không ai khánh thành
khi cuộc nhân sinh hoàn mãn

05/08/92

LÊ HÂN

Tên thật Lê Hân, sinh ngày 02 tháng 02 năm 1947 tại Hội An, Quảng Nam. Từng sống qua các nơi Tiên Phước, Hòa Vang, Đà Nẵng, Sài Gòn.

Du học tại Hoa Kỳ năm 1967, sống làm việc tại Montréal, Toronto, Mississauga.

Hiện hưu trí, định cư tại San Jose USA.

Khởi viết trên báo *Tuổi Xanh* Sài Gòn thập niên 60. Ngưng một thời gian dài. Trở lại sinh hoạt văn học, xã hội từ năm 1997. Hiện chủ trang www.saigonocean.com và điều hành nhà xuất bản Nhân Ảnh.

Tác phẩm đã xuất bản:
- *Tình Thơm Mấy Nhánh* (thơ, Nhân Ảnh, Hoa Kỳ, 2003).
- *Ngọn Tình Lục Bát* (thơ, Nhân Ảnh, Hoa Kỳ, 2016).

Giờ tan học

Giờ tan học em thường hay ra trễ
có phải vì bịn rịn ghế bàn không?
suốt bốn giờ hai cánh tay áo lụa
thoa phấn hương cho mặt gỗ thơm hồng

giờ tan học em thường đi rất chậm
mỗi bước chân như ngại hành lang buồn
quai guốc đỏ hôn thầm mười ngón ngọc
gió hay thơ ai vói níu gót chân

giờ tan học em quen tay vuốt tóc
tóc như sông cùng ngã một bên vai
có ai đếm hộ em bao nhiêu ngọn
mỗi ngọn tình đã từng buộc những ai?

giờ tan học em về trên xe đạp
vạc áo dài khúc khích vờn nan hoa
đọt nắng cuối theo em về tận cửa
cũng bỏ đi, chỉ còn lại mình ta.

Hoa biển

vốn không là thuyền trưởng
sống đời cùng đại dương
cũng không là thủy thủ
cùng biển qua dặm trường

những vòng xoay của sóng
gối nhau chạy giáp vòng?
nước chạm vào nhau hát?
âm thanh có đáy lòng?

vì đâu trong chất nước
có vị mồ hôi người?
từ đâu trong da thịt
ẩn chất muối biển khơi?

giữa người và biển cả
được bao điều tương quan?
bí hiểm và sâu thẳm
bên nào huy chương vàng?

tôi nằm trong nước biển
nghe sóng tan vào người
không gian dần hẹp lại
một khắc tôi mất tôi

trong giờ linh hiển đó
nếu may người đi qua
sẽ thấy được đích thực
biển đang trổ nụ hoa.

Nắng thơm Destino Circle, San Jose

ba trăm sáu mươi lăm ngày
nơi tôi cư ngụ gió bay nhẹ nhàng
ngày nào cũng có nắng vàng
không nhiều thì ít về ngang phố hiền

nhờ nắng người đẹp có duyên
nhờ nắng mái tóc mái hiên hoa đầy
nắng treo từ những sợi mây
thòng dài xuống phố cánh tay nuột nà

người đi tay thở hương ra
bốn bề cao ốc nắng pha vị đường
gót son từ khắp bốn phương
ghé về theo nắng khơi nguồn thương yêu

khu nhà tôi ở sớm chiều
nắng thoa son phấn yêu kiều xinh tươi
ngoài nắng còn có một người
tô đậm hương sắc cuộc đời tôi tăng

tình yêu, mưa, nắng thăng bằng
bốn mùa cuộc sống có trăng bốn mùa
không làm vua cũng như vua
còn chi hơn đủ nắng mưa cùng tình.

Nhớ về quê ngoại

nhớ như người xưa cho rằng:
mẹ còn, quê ngoại vầng trăng thật gần
mẹ mất, quê ngoại xa dần
vầng trăng quê ấy lần lần mờ phai

xưa nghe thoang thoảng ngoài tai
bây chừ thấm thía thở dài trầm ngâm
chẳng còn nhớ mấy chục năm
tôi chưa ghé lại một lần ngoại tôi

đã đành dì cậu mất rồi
ngôi nhà gò mả di dời khác xa
nhưng mà chỗ mẹ sinh ra
góc vườn bờ ruộng vẫn là đất thiêng

La Qua, Vĩnh Điện trời hiền
giàu tre lắm lúa bình yên xanh rờn
nhà ngoại tôi đứng chon von
nền cao ngó thẳng ra con đường dài

con đường đang gánh trên vai
Faifo trong, Đà Nẵng ngoài, phồn hoa
quê ngoại có cổ thành già
có thị trấn trẻ hài hòa phố quê

lâu rồi chưa được ghé về
ngỡ như đã mất hẳn quê mẹ rồi
trên đầu tôi vẫn bầu trời
tôi nguyện sẽ trở về ngồi trông mong

bà con bên ngoại không đông
nhưng tôi tin có người trông tôi về
hiên nhà chái bếp xưa tê
dù xa lạ mấy không hề quên tôi.

Sài Gòn, tôi vắt trên vai

Sài Gòn, ở Ngô Tùng Châu
hình như buổi sáng đến sau buổi chiều
cơn mưa mùa hạ ít nhiều
làm tôi cụt hứng thiu thiu nằm dài

Sài Gòn, ở đường Lê Lai
gió tha mùi nắng thơm ngoài hành lang
chập chờn theo giấc mơ màng
nghe như ai gọi chạm bàn chân đi

Sài Gòn, ở Võ Di Nguy
tiếng động Chợ Nhỏ nhiều khi giật mình
ngó mông đợi gót chân tình
váy bay phố sáng bóng hình tiểu thơ

Sài Gòn, ở đường Pasteur
một chiều xe chạy rẽ vào Chương Dương
sáng trưa chiều tìm người thương
chạy theo gió bụi lạc đường bướm ong

Sài Gòn, ở đường Gia Long
cây già trải bóng mát nằm trước dinh
gặp đôi mắt đẹp thình lình
ngó liền với nguýt giật mình giả lơ

Sài Gòn, ở đường Tự Do
hương lòng Đức Mẹ thơm tho vỉa hè
dòng sông óng mượt nằm nghe
tiếng chân lạng quạng e dè sau lưng

Sài Gòn, đường Hai Bà Trưng
chưa làm dân biểu đã từng ba hoa
khu quan thuế bước nhẩn nha
ngóng chờ chợt gặp người ta sảng hồn

Sài Gòn, đường Lê Thánh Tôn
lội vào Sở thú lòng vòng tìm thơ
yêu em đã tự bao giờ
quanh năm thường trực dật dờ bâng khuâng

Sài Gòn, ở đường Duy Tân
em vào trường luật bần thần ngó ra
hai hàng cây đứng thướt tha
có tôi chính giữa xót xa đợi người

Sài Gòn, một khoảng đời tôi
quen chân quen mặt quen người tứ phương
trồng hạt nhớ tỉa hạt thương
tôi xanh từng nụ buồn buồn vui vui

Sài Gòn, tôi lớn thành người
chen vai thích cánh nói cười tự do
ra đi chẳng có hẹn hò
vẫn mơ làm cậu học trò năm xưa

Sài Gòn, nhiều nắng ít mưa
mà sao ướt sũng hương đưa trong lòng
núi sông đâu cũng núi sông
mà tôi chỉ một Sài Gòn vắt vai.

2018

Nằm nhìn trời

nằm trên nền cỏ nhìn trời xanh
cảm tạ cuộc đời thật an lành
mây bay mây đọng vô cùng trắng
gió đến gió đi mộng viễn hành

tôi thấy trời cao không xa lắm
với tay không chạm với lòng lên
chuyện cổ tích xưa gần như thật
chư tiên Phật Thánh người cõi trên

tôi thấy ra tôi hồi trẻ con
nằm mơ bay đến mặt trăng tròn
mang cho chú cuội một con dế
vẫn mỗi đầu đêm hát nỉ non

tôi thấy rõ đường sao đổi ngôi
mỗi sao sinh mạng một con người
mẹ tôi bảo vậy tôi tin vậy
tôi vẫn là con của đất trời

mẹ bảo rằng mẹ sinh con ra
nhưng con vốn dĩ của cỏ hoa
mỗi lần lưng ngả lên vạc cỏ
hơi ấm mẹ tôi thơm đậm đà

cuộc sống không từ những ngẫu nhiên
mỗi người bổn mạng một thần tiên
chẳng cần hồi tưởng về quá khứ
tôi sống tự nhiên với tâm hiền.

3.2018

Đất trời thân quen

mỗi năm lững thững quay về
đường xưa phố cũ như quê hương mình
thăm dòng sông Saint mông mênh
nước đi bộ ngó lên mình gọi tên

mình đang qua cầu Champlain
cũng nhìn xuống nước lênh đênh bóng mình
thủy chung sông nước hữu tình
ngàn năn gió lộng mây lềnh bềnh qua

bỗng nhiên nhớ cụ Tản Đà
nước đi nước đến như ta đúng mùa
cuộc đời sinh động ăn thua
cuối cùng hiểu được cuộc đùa vui thôi

thượng đế chắc đã qua đời
riêng ta vẫn giữ ham chơi tối ngày
năm nay năm nay năm nay
Montréal nắng lạnh đầy không gian

ghé thăm Quebéc nồng nàn
về Toronto ghé bạn vàng chơi chung
sân golf chiều ngả mông lung
bóng mình thời cũ rưng rưng cúi chào

ở đâu và đến nơi nào
cũng thua về lại ít giờ đất xưa
trời âm u chắc sắp mưa
lòng tôi bất chợt buồn thừa ra thơ.

LÊ LẠC GIAO

Tên thật Lê Tấn Hà. Sinh năm 1951 lại Khánh Hòa.
Học Đại Học *Văn* Khoa Sài Gòn 1970.
*Trước 1975 viết khảo luận và truyện ngắn cho các báoQuần
Chúng, Vấn Đề, Nghiên Cứu Triết Học, Tự Thức, Khởi
Hành, Tuổi Ngọc...*
Tù cải tạo 9 năm.
Sang Hoa Kỳ năm 1993.
Cộng tác với các tạp chí Văn Học, Văntại hải ngoại.

Nửa vầng trăng ký ức
(Tặng NKA)

Mùa hạ chưa qua nhưng người dân trong xóm Đông đã ngóng một mùa thu đến sớm để mong xua đi cái nóng gay gắt nghiệt ngã bất thường năm nay. Trời nóng lắm, chỉ nhìn những cồn cát trắng phau giữa sông mỗi ngày một lớn ép dòng sông Cái hẹp dần như con lạch nhỏ, chảy thoi thóp đến tội nghiệp thì cơn mưa chiều nay ập đến không kém tờ vé số độc đắc rơi vào tay kẻ ăn mày. Cơn mưa đến vào buổi chiều và mọi người trong xóm đón chào nó bằng cách chạy ra khỏi nhà ngửa mặt hứng những giọt nước trong vắt từ khoảng trời đầy mây xám trên cao gieo xuống như gieo những hạt hi vọng vào mảnh đất khô cằn nứt nẻ vì hạn hán này. Cơn mưa chỉ kéo dài nửa giờ đồng hồ và sau đó trời đất dường như oi bức khó chịu hơn.

Điều lạ lùng hơn nữa là sau cơn mưa mọi người có cảm giác không phải trời mưa dù trên mặt đất còn những vệt nước lõm xuống chưa kịp chìm sâu vào lòng đất, bởi ai cũng ngửi trong không gian mùi khét của lưu huỳnh. Ông Trương, người bán sách báo đầu xóm nói với những người dân còn đứng rải rác ven đường đang hít lấy hít để cái mùi hăng hắc như thuốc súng ấy, "Không chừng núi lửa đâu đó sắp phun…" Nghe ông nói, ai cũng quay đầu nhìn lên dãy núi hình voi phục phía Tây mà dù có khói người ta cũng biết chỉ là đốt rẫy, và buổi tối còn thấy những ánh lửa khai nương lập lòe như ma trơi trên đỉnh núi. Dù không ai tin lời nói của ông Trương nhưng không người nào giải đáp được cái mùi khó chịu kia. Tuy vậy, nửa giờ sau mùi ấy biến mất.

Chiều tối Ngãi từ trường trung học thị xã trở về nghe cha kể, anh bảo, "Mưa a-xít đó ba!". Nói xong Ngãi đi ra nhà sau trong khi cha anh ngơ ngác suy nghĩ những lời anh vừa nói rồi ông bâng quơ:

"Mưa a-xít không chừng làm hư hại cả hoa màu... Sao trời đất không cho thứ nước bình thường như trước kia chứ?" Sau đó ông xuống bếp hỏi Ngãi:

"Vậy nước mưa a-xít có uống được không con?" Đang ngồi trên ghế uống tách trà, Ngãi trả lời:

"Uống thứ nước ô nhiễm ấy tuy không làm chết người nhưng di hại về sau ba à! Không biết khi nào trời mang thứ mưa a-xít này đến nữa đây?" Nhìn cha đang ngơ ngác không hiểu, Ngãi nói thêm như giải thích:

"Nhiều nước bị thứ mưa ô nhiễm này, nó là hậu quả của việc thải chất độc hại vào bầu khí quyển khắp nơi trên thế giới của những tập đoàn kỹ nghệ. Các tổ chức môi trường lên án việc các nhà máy hóa chất của các nước công nghiệp gây ra nhưng đâu cũng vào đấy. Tốt hơn hết chúng ta đừng uống nếu cảm thấy nước mưa có mùi khác thường".

Từ mùa xuân năm ngoái trở về trước, mật độ mưa hàng năm từ một nghìn năm trăm mili mét trở lên thì năm nay chỉ còn tám trăm. Mưa là hiện tượng tự nhiên của trời đất, là thứ sản phẩm của khí hậu, thời tiết cũng như nắng gió luôn đi song hành để tạo nên bốn mùa xoay chuyển trong năm. Cho đến vài thập niên gần đây con người mới biết rằng hiện tượng trời đất mà ai cũng cho là tự nhiên ấy thực ra không còn tự nhiên nữa. Con người đã tham dự không ít thì nhiều trong quá trình làm cho nhịp sinh thái biến đổi. Những năm gần đây mưa ít đi, gió bão bất thường lại tăng nhịp độ. Trong khi khí hậu thay đổi vì trái đất nóng dần, con người cứ lảm nhảm mình làm chủ thiên nhiên nên bóc lột thiên nhiên không thương tiếc. Trong cái thị trấn miền núi đã có hơn ba trăm năm lịch sử sống yên bình hiền hòa với bốn mùa đều đặn thì hôm nay sự yên bình hiền hòa ấy chỉ còn là nỗi niềm của ký ức. Người dân hoài niệm và mơ ước. Không ai hiểu hoài niệm và mơ ước có liên hệ gì với nhau hay không, nhưng

Ngãi vẫn thường thấy cha mình chép miệng thở dài khi thấy trời năm nay sao nóng quá, mùa đông lại kéo dài hơn rồi ông thêm vào giọng buồn bã, "Không biết bao giờ mưa thuận gió hòa như những ngày cha còn bé!"

Ngãi hiểu cha và những con người đang sống ở thị trấn Liên Thủy này. Mơ ước là chuyện bình thường nhưng với một số người, họ mơ ước chỉ vì thực tế có quá nhiều điều trái ngược với nỗi lòng của họ. Và dường như sự hi vọng dần dần mòn mỏi thì niềm mơ ước kia thế chỗ vào để con người không đi đến tuyệt vọng mau lẹ hơn. Ngãi mở pc, vào internet. Thế giới ảo mà thực, bởi nó hầu như giải đáp nhiều điều thắc mắc trong lòng anh và ngay cả những người trong thị trấn này. Chiếc máy điện toán cá nhân hiện nay cũng là nơi mà người ta có thể hi vọng lẫn mơ ước. Hôm qua Ngãi nhìn mùa trăng xứ người mới nhận ra chiếc mặt trăng lưỡi liềm bên Pháp ngược với vầng trăng mùng mười xứ mình như Khanh kể trong lá thư đầu tiên lúc sang Đức du học. Nhưng màu trăng vẫn vậy, ánh sáng của nó làm dịu đi bao bất bình, nóng nảy một thời bồng bột tuổi trẻ và cho đến hôm nay vẫn gợi lên sự ấm áp của những hò hẹn tình yêu ngày mới lớn. Hôm thứ Năm từ trường học tỉnh ly, Ngãi nhận hai thư của Khanh. Mỗi thư có ba dòng vỏn vẹn, "Em nhớ anh. Chiều thứ bảy trước khi anh về nhà chúng ta gặp nhau ở café Gió lúc năm giờ. Em vừa viết được bài nhạc mới".

*

Khanh từ Đức về thăm Ngãi đã được hai tháng. Thực ra ở quê nhà miền Trung này Khanh chỉ có Ngãi là người thân. Từ một làng nhỏ miền núi của tỉnh Quảng Trị, mẹ Khanh sau khi chồng chết, đến xóm này sinh sống với nghề may thuê lúc Khanh mới được ba tuổi. Ngãi và Khanh là bạn từ thuở ấu thơ, Ngãi lớn hơn Khanh hai tuổi. Khi Khanh mười hai tuổi, Ngãi theo cha lên cao nguyên sinh sống và chỉ về quê vào dịp nghỉ hè. Hai năm sau đó mẹ Khanh lập gia đình lần nữa và theo chồng vào miền Nam lập nghiệp. Từ đó, Ngãi mất tin tức của Khanh nhưng anh không bao giờ quên kỷ niệm êm đềm thời thơ ấu với cô bạn nhỏ.

Ngãi nhớ những đêm mùa hè làng quê, Khanh muốn xem trăng rằm, Ngãi đã xin phép mẹ Khanh dắt Khanh chạy xuống bàu Gáo. Hai đứa ngồi trên bờ bàu ngửa mặt nhìn trăng qua tàng cây gáo thưa lá. Khanh bảo, "Trăng xa quá!" Ngãi vỗ vai Khanh chỉ xuống bàu. Vầng trăng tròn trĩnh phản chiếu trên mặt nước tĩnh lặng như một tấm gương lớn. Khanh đứng lên nhìn trăng một cách chăm chú say mê. Ngãi ngồi dưới chân Khanh rồi quay ra nằm ngửa nhìn trăng trên tàng cây cao. Chỉ một lúc Ngãi thiếp ngủ, sau đó giật mình với cảm giác vừa ngủ một giấc dài, lúc mở mắt vẫn thấy Khanh đứng nhìn trăng. Khanh cứ lặng lẽ đứng nhìn chiếc đĩa trăng lấp lánh trên mặt nước bàu như một pho tượng khiến Ngãi phải bật đứng dậy hỏi:

"Em thấy gì trong trăng mà nhìn lâu như thế, chúng ta đi về thôi". Bấy giờ Khanh thì thầm:

"Em không chỉ nhìn mà còn nghe trăng hát". Ngãi cười nhặt một hòn sỏi ném xuống bàu. Mặt trăng vỡ tan trăm nghìn mảnh. Khanh đấm mạnh lên vai Ngãi rồi cả hai đi về nhà.

Những năm tiếp theo trăng trở thành người bạn thân thiết của cả hai người và riêng đối với Khanh thực sự có hai vầng trăng. Vầng trăng trên trời của Khanh và vầng trăng dưới nước dành cho Ngãi. Những ngày trăng tròn cả hai thường đến bàu Gáo xem trăng. Ngãi thường hỏi:

"Trăng nào hát cho em nghe?" Khanh trả lời:

"Cả hai". Ngãi hỏi lại:

"Thế sao anh không nghe?"

"Tại anh không biết hát!" Lúc bấy giờ thỉnh thoảng Khanh cất tiếng hát. Bài ca ngẫu hứng được một cô gái chín tuổi có giọng cao trong trẻo ngân vang rất xa. Cũng từ đó Ngãi nhận ra Khanh có năng khiếu âm nhạc.

Một đêm mùa thu năm Ngãi mười hai tuổi, Ngãi chỉ cho Khanh mặt trăng trên mặt bàu trong sáng như một tấm gương bảo:

"Em có thấy lạ không, trăng của em trên trời đi về Tây thì trăng của anh dưới nước lại đi về Đông". Lúc ấy Khanh nói:

"Trăng của chúng ta sẽ không bao giờ gặp nhau".

Năm sau, mỗi khi hai người chạy xuống bàu Gáo xem trăng, Khanh thường nói, "Em mượn mặt trăng trên bàu của anh vậy nên anh không được phép làm tan mặt trăng này nhé!" Sau đó Khanh tiếp tục ngắm trăng phản chiếu trên mặt nước trong khi Ngãi nằm ngửa trên bờ cỏ nhìn trăng qua tàng cây rồi lại ngủ quên lúc nào không hay. Mười hai năm sau khi Ngãi học đại học xa nhà, mỗi lần nhớ lại vầng trăng phía Đông này, Ngãi lại tự hỏi, Khanh bây giờ làm gì và đang ở đâu?

Năm cuối của Ngãi ở đại học Khoa Học, một hôm có toán sinh viên dán bích chương quảng cáo cuộc trình tấu violin của Trường Quốc gia Âm nhạc lên tường giảng đường, Ngãi xem thấy tên Khanh là một trong ba người biểu diễn bài "Moonlight sonata" của Beethoven bằng vĩ cầm. Ban đầu Ngãi cho rằng chỉ trùng tên họ, nhưng rồi linh cảm đó là Khanh. Anh tin chắc chỉ có Khanh mới có thể nghe vầng trăng hát từ năm mười tuổi.

Gặp lại nhau sau hậu trường, Khanh trước mắt Ngãi không còn là đứa trẻ ngày xưa mà đã trở thành một cô gái trưởng thành chững chạc. Khanh bảo "Chúng ta đã lớn rồi!" "Anh vẫn xem Khanh bé bỏng như trước dù bây giờ Khanh là một cô gái thành danh xinh đẹp". Nghe Ngãi nói, Khanh bật cười, "Em không thành danh và bao giờ em cũng mong gặp lại anh". Sau buổi trình tấu, Ngãi và Khanh đi ăn khuya. Ngồi trong quán, Ngãi chợt đứng lên bước ra khỏi cửa nhìn lên bầu trời rồi sau đó lại vào ngồi bên Khanh. Khanh hỏi, "Anh tìm gì vậy?" "Anh tìm trăng". Ngãi trả lời. Khanh cười hỏi lại:

"Thế anh có thấy trăng hay không?"

"Có nhưng rất xa, nhưng dù xa anh vẫn thấy".

Khanh lại bảo:

"Hôm nay mùng ba làm gì có trăng".

"Có chứ, lúc nào cũng có vầng trăng quá khứ theo chúng ta. Anh vẫn thấy trăng sau tàng cây gáo mà!"

Khanh cảm động, nắm lấy tay Ngãi rất lâu. Ngãi im lặng nhìn Khanh chăm chú, bấy giờ Khanh buồn bã nói, "Em lập gia đình được hai năm nhưng đã ly dị sáu tháng trước". Ngãi giật mình, ánh mắt lạc lõng diễn tả phần nào tâm trạng thực của mình khi nghe Khanh nói. Riêng Khanh, nàng không dám nhìn lâu ánh mắt ấy. Khanh cúi đầu:

"Mẹ em mất ba năm trước, em bơ vơ và muốn có nơi nương tựa nên em lấy chồng".

Khanh không nói thêm nhưng Ngãi hiểu Khanh muốn gì khi kể với anh những thông tin đau buồn ấy. Đời người hoàn cảnh nào cũng có thể xảy ra, vấn đề là con người có vượt được hoàn cảnh hay không. Ngãi không muốn biết thêm những gì đã xảy ra với Khanh nên anh nói với nàng:

"Em khỏi phải kể thêm, liệu chúng ta có thể gặp mặt nhau nữa hay không?"

"Sao không, em bây giờ tự do mà!"

Ngãi tự dưng hỏi, "Em có con hay không?" Khanh lắc đầu. Khanh nói nàng đang ở trọ chung với hai cô bạn vừa tốt nghiệp đang tìm việc ở Gia Định. Ngãi ghi địa chỉ của Khanh xong rồi hai người chia tay.

Từ hôm ấy Ngãi thường gặp Khanh vào cuối tuần. Hai người đi chơi với nhau nhưng cả hai đều tránh nhắc đến chuyện buồn quá khứ. Khanh có việc làm trong Trường Quốc gia Âm nhạc sau khi tốt nghiệp. Trường thỉnh thoảng gửi Khanh đi trình tấu ở những tòa đại sứ phương Tây khi họ yêu cầu. Một hôm Khanh nói với Ngãi:

"Tòa đại sứ Đức cho em một học bổng đi học hai năm về sáng tác âm nhạc tại Frankfurt. Nếu không có gì trở ngại tháng tới em sẽ ra đi". Ngãi vui lúc nghe tin ấy trong khi Khanh nhìn vào mắt Ngãi hỏi:

"Anh thực sự vui khi em đi học xa như thế sao?" Ngãi gật đầu:

"Anh nghĩ rằng em cần một vị trí nghề nghiệp vững chắc cho tương lai". Câu trả lời thành thật của Ngãi khiến Khanh cho rằng Ngãi không yêu mình. Nàng tin việc mình từng kết hôn vốn là bóng tối cản trở tình cảm của Ngãi. Khanh nghĩ thế nhưng không nói ra mà tự an ủi, có nhiều lối đi đến tình yêu và nếu vượt qua được trở ngại quá khứ thì mới là tình yêu đích thực. Từ đó, Khanh không bận tâm đến tình cảm nữa mà lo cho con đường tương lai như lời khuyên của Ngãi.

Buổi chiều trước hôm Khanh lên đường du học, hai người đi ăn và uống café lần cuối với nhau. Ngãi dặn dò, "Em nên kiểm tra xem có thứ gì còn để quên không, vì lên máy bay rồi không thể trở về lấy được, nhất là giấy tờ cá nhân cần thiết". Thái độ Ngãi cẩn thận như đang lo lắng cho người thân sắp đi xa. Khanh cười, "Em chỉ sợ để quên anh ở Sài Gòn mà thôi". Ngãi lắc đầu:

"Bên cạnh em và anh còn vầng trăng quá khứ kia mà!"

"Có thật là ánh trăng xưa sẽ dẫn đường quãng đời tiếp theo của em hay không?"

"Chắc chắn là như vậy! Anh tin nó còn soi sáng cả cho anh. Nhờ nó chúng ta vượt được những khó khăn nếu có trên quãng đường đời. Anh luôn tin như thế. Anh không bao giờ quên vầng trăng em gửi cho anh đêm trước ngày anh lên cao nguyên, ngày mai em ra đi anh cũng gửi theo em vầng trăng ngày cũ ấy. Thực ra anh gửi hay không gửi nó cũng luôn hiện diện trong cuộc hành trình một đời của chúng ta".

Nghe Ngãi nói Khanh cười buồn, vững tin hơn dù nàng từng phấn đấu rất nhiều từ ngày mẹ mất. Sau ngày gặp lại Ngãi, thâm tâm Khanh thấy mình lạc quan hơn trước. Ngãi cũng cùng tâm trạng như thế. Những đêm trăng Sài Gòn hiếm hoi vì những căn nhà cao tầng che khuất, Ngãi phải chờ thật khuya mới thấy vầng trăng quen thuộc trên cao. Khi thành phố chìm vào giấc ngủ mặt trăng mới cất tiếng ru trong ánh sáng trắng ngà trải khắp mọi nơi. Ngãi chỉ nhận ra âm thanh ngọt ngào của trăng những lúc lòng mình nhẹ nhàng với cảm giác trở về tuổi thơ bình an ngày trước.

Khanh viết thư hằng tháng cho Ngãi. Khanh bảo, "Trăng ở đây xuất hiện khác với quê chúng ta, mùa trăng khuyết lưỡi liềm úp xuống đất…" Rồi Khanh lại giải thích, "Có lẽ nó cảm thấy lạnh lẽo hơn ở quê nhà… nên phải úp xuống đất". Ngãi hiểu Khanh cô đơn ở xứ người nên anh an ủi, "Không phải vầng trăng lạnh lẽo mà giấu mặt. Trăng chỉ làm dáng đó thôi!" Lá thư kế tiếp Khanh viết, "Em rất cô đơn, nhưng mùa trăng xứ người vẫn cho em cảm giác có anh bên cạnh… Em tự tin hơn về một tương lai". Không biết Khanh ngụ ý tương lai thế nào nhưng Ngãi vui khi biết ít ra những lá thư anh viết có thể giúp Khanh ổn định về mặt tinh thần.

Sáu tháng sau Khanh lại viết thư cho anh, rằng nàng học hành khá vất vả vì rào cản ngôn ngữ, mặc dù nàng đã phải học tiếng Đức trước khi chính thức vào khóa. Đính kèm theo thư là một vài tấm hình của Khanh trong quần áo dày của mùa đông Đức quốc. Đặc biệt, một tấm hình Khanh ngồi trên ghế đá công viên ban đêm, phía trên đầu là một mặt trăng lưỡi liềm với mặt khuyết úp xuống đất. Qua năm thứ hai, Khanh cho Ngãi biết có một thầy giáo dạy nhạc theo đuổi, tỏ ý muốn cưới nàng. Ngãi suy nghĩ nhiều đêm cuối cùng kết luận rằng tương lai Khanh ngụ ý trong thư là mối tình duyên đang chờ nàng ở Đức.

Nhận thư Ngãi với lời chúc may mắn trong tình duyên mới, Khanh càng tin chắc Ngãi hoàn toàn xem mình như một cô em gái, một kẻ đồng hương không hơn không kém dù nàng vẫn mơ hồ về một vầng trăng quá khứ mà cả hai đã cùng chia sẻ. Sáu tháng trước khi khóa học sáng tác âm nhạc chấm dứt, Khanh kết hôn với Hein F., một giáo sư dạy dương cầm của Học viện Âm nhạc Frankfurt. Nàng được gia hạn ở lại Đức trong khi chờ làm thủ tục nhập tịch theo chồng.

Ngãi tốt nghiệp cử nhân khoa học và tiếp tục học cao học, đồng thời xin đi dạy ở một số trường tư thục để mưu sinh. Một đêm dạy lớp tối về muộn chạy xe gắn máy trên đường về nhà vô tình nhìn lên thấy mảnh trăng lơ lửng trên tàng cây cao dọc hai bên đường, Ngãi cho rằng ngày hôm nay anh có nhớ trăng thì cũng chỉ là nỗi niềm hoài cảm một thời quá khứ không thể trở lại. Năm tiếp theo anh chuyển về quê dạy toán cho các trường trung học tỉnh ly. Biết Khanh đã có chồng bên Đức, cha Ngãi khuyên anh lập gia đình vì tuổi anh đã lớn. Ngãi cũng muốn vâng lời cha nhưng cuộc tình mơ mòng giữa anh với Khanh cho anh một cảm xúc nửa hư nửa thực khi hồi tưởng. Anh dường như bằng lòng với sự sắp đặt của số mệnh nên không còn chút thích thú nào với những cô gái khác để có thể tính chuyện trăm năm.

Cha Ngãi thỉnh thoảng hỏi Ngãi, "Con không cảm thấy cô đơn hay sao?" Ngãi trả lời cha, "Mẹ mất đã ba mươi năm mà cha vẫn sống vui vẻ, con nghĩ nỗi cô đơn của cha hay của con cũng không làm cho mình phải thấy cần thay đổi một nếp sống vốn đã yên bình và hạnh phúc". Cha Ngãi lắc đầu không nói gì thêm. Thỉnh thoảng, Ngãi vẫn nhận thư của Khanh. Những lá thư thăm hỏi như anh em.

Một năm hai lần Khanh gửi cho Ngãi những bản nhạc nàng sáng tác. Những bản nhạc này, Ngãi nghe nhiều lần với cảm giác như đó là những lời tâm sự của Khanh. Mỗi bản nhạc tiết tấu khác nhau và viết rất công phu vì Khanh lúc này là một trong những nhà soạn nhạc nổi tiếng của Đức với nhiều giải thưởng lớn của các nước châu Âu. Năm Khanh bốn mươi tám tuổi, nàng viết thư báo tin sẽ về quê hương thăm Ngãi và làng xưa. Khanh cho biết sẽ về một mình vì người chồng lớn tuổi đã mất sáu tháng trước. Nàng đề nghị được ở nhà Ngãi trong thời gian nghỉ hè ba tháng của mình.

Gặp lại nhau sau hai mươi lăm năm mỗi người mỗi ngã, Khanh vẫn nhắc câu nói thuở nào, "Trăng của anh về Đông trong khi trăng của em về Tây có đúng không?" Ngãi gật đầu nhưng giản dị nói:

"Em về thăm anh vui lắm!"

Giọng Ngãi xúc động. Khanh ôm anh khóc trong sự yên bình ngày gặp nhau đầu tiên tại Sài Gòn trước khi về Nha Trang. Buổi chiều Ngãi mướn hai phòng khách sạn. Khanh bảo nhân viên khuân vác mang tất cả hành lý vào phòng của nàng, rồi quay sang nói với Ngãi:

"Em về lần này thăm anh và có thể không có lần tới. Chúng ta đều lớn tuổi cả rồi, không ai bảo đảm sẽ có đủ điều kiện để thăm viếng nhau thường xuyên về sau nữa. Em thực sự muốn có anh từ khi em bước chân lên mảnh đất quê hương này. Anh bên cạnh em cả trong giấc ngủ là điều em mơ ước từ ba mươi sáu năm trước, nhưng hình như bao giờ cũng có một khoảng cách giữa hai chúng ta. Ngay cả lúc em tưởng chúng ta gần gũi nhau nhất thì giữa hai người bao giờ cũng có một dòng sông chia cắt mà em, anh hoặc cả hai lao xuống đều bị chết đuối trước khi nắm được tay nhau. Trong những giấc mơ về sau em vẫn thường thấy chúng ta chết đuối và tan biến trong sự sợ hãi một định mệnh xuất phát từ thói quen truyền thống của người Á Đông".

Thấy Ngãi im lặng lắng nghe, Khanh nói tiếp:

"Những năm gần đây em mới thấy rằng chúng ta không có can đảm thực hiện ước mơ của mình và luôn xem nó như điều không thể thay đổi được. Chúng ta thất bại nhưng vẫn vui vẻ, an phận trong sự thất bại ấy. Thời gian trước đó đủ cho em hiểu được sự thật thì hạnh phúc của một ước mơ đã xa cách nghìn trùng. Nếu hôm nay điều em ước muốn không thể thực hiện được thì ngày mai em sẽ về lại Đức. Em nghĩ anh chắc chắn hiểu điều em nói vì em tin nó cũng là điều mà anh muốn nói nhưng mãi giấu kín trong lòng".

Đêm ấy Khanh sang phòng Ngãi ngủ. Nằm gối đầu lên cánh tay của Ngãi, Khanh mỉm cười nói, "Hiếm hoi trăng của chúng ta mới gặp được nhau!" Rồi hồn nhiên ngủ say sưa như một cô bé sau buổi học trưa nắng đi bộ thật xa về nhà. Chiều hôm sau về đến nhà Ngãi ở thị trấn Liên Thủy, Khanh được Ngãi xếp ở căn phòng dành cho khách. Buổi tối sau khi biết chồng của Khanh đã mất, cha Ngãi gọi Khanh lại bảo, "Con có thể làm lại cuộc đời rồi đó!"

Những tuần lễ đầu tiên trở lại quê hương ấu thơ của mình, Khanh đi lang thang khắp nơi trong làng như muốn tìm lại kỷ niệm nhưng làng xóm đã thay đổi và hoàn toàn xa lạ. Khanh sống với giấc mơ cũ, nàng viết nhạc trong khi Ngãi thường vắng nhà vì phải đi dạy học. Khanh mang cây vĩ cầm ra sân, ngồi dưới giàn hoa giấy đỏ độc tấu những đêm trăng. Có những buổi chiều nhìn Khanh ngồi lặng lẽ ngoài hành lang ngắm chiều xuống, Ngãi cảm tưởng nàng đang lắng nghe âm thanh của trời đất. Buổi tối hai người đi uống café ở quán Gió đầu thị trấn, kể chuyện về một thời xa xưa nhưng không ai nhắc đến tình cảm của mình. Sau này Khanh bảo tình cảm của cả hai chìm trong hồi ức và đã biến thành âm thanh trong những trang nhạc của nàng.

Lúc này với Khanh chỉ có nhạc. Nàng viết nhạc, tạo ra những cung bậc tình cảm vừa tế vi vừa sâu lắng, là thứ ngôn ngữ riêng của tâm hồn nàng. Nghe những bản nhạc nhẹ nhàng, êm ả và lắng đọng của Khanh, Ngãi mơ hồ nhận được tình cảm sâu sắc của nàng dành cho anh. Tháng tám oi nồng trôi qua, sau khi nghe bài *Blue* mới sáng tác của Khanh, Ngãi nói:

"Tuy không có năng khiếu âm nhạc, nhưng nghe bản nhạc của em anh như thấy một cơn mưa vừa đi qua thị trấn này. Anh có cường điệu lắm không, nhưng rõ ràng cảm xúc của anh là thế!"

Khanh không trả lời chỉ nhẹ nhàng gật đầu như đồng tình với cảm nhận của Ngãi. Nàng ngồi cạnh cửa sổ nhìn ra vườn. Nắng vẫn tràn ngập trên giậu bạch hạc và trời đất vẫn ngơ ngác vì thiếu mưa. Ngãi thầm nghĩ, phải chăng Khanh làm nhạc vì trần gian đang cần tưới mát không chỉ nước mưa mà còn dòng âm thanh dịu dàng êm đềm tuyệt vời ấy?

Nói với Khanh điều này, nàng quay lại mỉm cười, vẫn không nói gì với anh, rồi nhìn ra vườn. Ngãi pha ly café mới lẳng lặng mang đến ngồi cạnh Khanh. Buổi trưa im vắng và lúc này Ngãi mới nghe tiếng chim gù gù phía xa. Khanh đang lắng nghe tiếng chim cu gáy buổi trưa. Ngãi hiểu âm thanh này, tiếng chim cu buổi trưa hay tiếng gà trên sông là thứ âm thanh vừa quá khứ vừa hiện tại. Nó là tiếng vang vọng phần đời đã qua, mỗi khi nghe tâm hồn bỗng dưng tiếc nuối như thèm vực lại giấc mơ êm đềm xưa cũ. Bên cạnh đó, nó còn là thứ âm vọng buồn bã, rã rời, uể oải của buổi trưa mùa hạ chầm chậm dìm con người vào trạng thái lừ đừ mệt nhọc. Nó là tiền thân của tiết tấu *Blue*. Khanh từng bảo Ngãi như thế. Lúc ấy anh hỏi nàng rằng phải chăng nhạc là âm bản của đời sống. Khanh gật đầu.

Tại sao như thế nhỉ? Có phải phiền não trên thế gian này là mặt khác của hạnh phúc? Ngãi thầm cảm nhận và thỉnh thoảng xem xét một quãng thời gian đi qua và dường cảm thấy bản thân mình mỗi lúc mỗi phải bận rộn, lo toan đối phó với những trạng huống không dễ dàng chút nào. Nghe Ngãi than phiền, Khanh cười:

"Anh phải nghe thêm nhạc, không phải chỉ cung bậc mà phải xem mình chính là cung bậc, có như thế anh mới thật sự nhẹ nhàng và thoát khỏi mọi ràng buộc khó khăn của cuộc sống… Với em, nhạc không chỉ giúp cởi trói nỗi đau đớn phiền muộn mà còn vun quén niềm hi vọng trên những chia lìa, đổ vỡ của thế gian này".

Hôm ấy Ngãi vui, lắng nghe Khanh nói. Có nhiều hôm đang dạy học nhớ Khanh cồn cào vậy mà đến khi gặp nàng rồi anh vẫn thấy bứt rứt. Ngãi không hiểu tại sao lại có thứ cảm giác sắp sửa mất nàng dù Khanh lúc nào cũng dịu dàng, đằm thắm như vệt nắng mùa thu trên mái trường cũ trong ký ức anh. Ngãi thường lặng lẽ đón nhận một cảm xúc tưởng như bên ngoài thể xác mình như thế.

Đôi lúc Ngãi nhận ra mình chỉ sống với những nếp gấp hằn sâu trong tiềm thức không chỉ cá nhân mình mà của cả gia đình và đất nước. Anh đi trên những con đường mòn nhẵn và thừa hưởng mọi thứ trên đời mà ông bà cha mẹ đã từng thụ hưởng. Mãi đến đêm ấy, nghe Khanh dạo một khúc nhạc bằng cây vĩ cầm của nàng, anh mới nhận ra mình chưa bao giờ có tự do thật sự. Anh sống trên những quãng đời sống phân chia tạm bợ, hết ngày này đến tháng nọ, được đánh dấu bằng những biến cố và những biến cố này rõ rệt hay mơ hồ cũng chỉ là những nếp gấp. Trên đó, anh bằng lòng với tất cả mọi thứ anh và mọi người gọi là số phận. Khi gọi tên số phận, người ta đã đầu hàng hoặc chấp nhận nó bằng sự biện hộ của chính thâm tâm mình trước những thứ gọi là nghịch cảnh. Lúc bấy giờ phải chăng nếp gấp vô hình nhưng luôn hiện hữu trong tâm thức mỗi người như những chiếc hộp, khóa kín họ lại bằng tên gọi số phận và cầm tù họ bằng sự cam chịu. Họ vui vẻ hoặc sợ hãi bằng lòng mà không hề biết rằng mình không có chút tự do nào đối với chính bản thân mình qua sự biện hộ thuận mệnh ấy.

Nhiều khi Ngãi tự hỏi, liệu có sự liên hệ nhân quả nào giữa truyền thống và định mệnh? Sau đó, anh lại nhận ra định mệnh chỉ là hóa thân của truyền thống. Cũng như nạn nhân chỉ là thứ âm bản truyền thống. Trên sân khấu đời người ta có thể vừa tung hô truyền thống nhưng lại nguyền rủa số mệnh. Người ta mơ hồ hoặc không hề biết chính truyền thống đã tạo ra số mệnh. Số mệnh là chiếc khung giam hãm cuộc đời từng người sau khi người ta cho rằng đã làm hết bổn phận và bổn phận chỉ là sự lặp đi lặp lại mãi một khuôn thước mà ai cũng bảo là chân lý. Nhập vào quá trình vận động ấy, con người trở thành nô lệ và đánh mất chính mình.

Dòng âm thanh Khanh mang lại cho Ngãi ngày hôm ấy như một cơn mưa rào dập tắt những u mê một thời nô lệ vào lối mòn của bao thế hệ con người. Anh cũng nhận ra đất nước kiệt quệ niềm tin tưởng và hi vọng vào tương lai cũng bởi chỉ biết đấu tranh để sống còn trên những lối mòn do ông bà tổ tiên vạch ra. Tâm sự với Khanh, nàng lắc đầu bảo, "Em không hiểu và không muốn hiểu. Nhưng dòng nhạc em sáng tác là ước muốn và hi vọng của chính mình. Đó là tự do, thế thôi!" Ngãi gật đầu đồng ý.

Chiều xuống, Khanh nói với Ngãi, "Em muốn thăm lại nơi em đã đứng nghe trăng hát lúc mười tuổi trước khi trở về Đức". Ngãi gật đầu nhớ ra tuần tới Khanh sẽ trở về Frankfurt. Hai người theo con đường trước nhà ra đồng cỏ xơ xác cuối làng đứng nhìn về ngọn núi phương Bắc. Ngọn núi ấy từng ngăn bao trận gió dữ mùa đông giờ đang lờ mờ trong không khí ảm đạm buổi chiều vì hơi nóng ngột ngạt bốc lên bởi thiếu mưa. Những ngày còn bé, mỗi chiều Ngãi thường ra ngồi ngoài sân nhìn rặng núi Đông Bắc này không biết chán. Lúc bấy giờ gió chiều còn mát mẻ và mùa đông vẫn còn những trận gió bấc lạnh cắt da thịt. Dãy núi hình voi phục trước nhà ngày xưa với những đóm sáng lập lòe do những trận đốt rẫy khai nương đã khơi tâm hồn Ngãi bao quê hương huyền hoặc cổ tích và nuôi dưỡng tâm hồn anh những tình cảm thiêng liêng với thiên nhiên trời đất. Bây giờ, hình voi của núi vẫn còn nhưng màu xanh xem như biến mất. Núi trơ một màu đất đá, buồn như hoài cảm một thời yên vui đã lùi lũi xa xăm. Ngãi và Khanh đi về hướng cây gáo. Dưới chân cây gáo cổ thụ hai người ôm này ngày xưa anh và Khanh ngồi dày đặc phân quạ. Ngãi nhìn lên trời, chỉ thấy cành khô với tán lá xác xơ. Nhìn xuống bàu cạn nước, trơ những khóm lục bình úa vàng và từng mảng bùn khô nứt nẻ. Trên trời dưới đất không hề thấy mảy may chút tương quan. Mọi thứ như cô độc lẻ loi và theo đuổi nỗi thống khổ của riêng mình.

Khanh đứng ngẩn ngơ trên bờ chiếc bàu ngày xưa bao giờ cũng trong xanh đầy ắp nước rồi nàng cúi xuống nhặt một nhánh lục bình khô cháy đang vỡ từng mảnh vụn trên tay. Ngãi hỏi:

"Em nghĩ thế nào về một hôm nay sau một hôm qua ba mươi sáu năm?"

Khanh thở dài chậm rãi trả lời:

"Thì như cành lục bình khô này. Ba mươi sáu năm đủ làm kỷ niệm khô héo để rồi tan theo gió".

"Kỷ niệm làm sao tan rã được?"

"Vì kỷ niệm cũng chỉ là nỗi nhớ mong về những điều mình cho là hạnh phúc trong cuộc đời mình. Nỗi nhớ mong ấy có ngày không chịu nổi sự bào mòn của thời gian nên nhạt nhòa tan rã đi!"

"Em viết nhạc nhưng sao lại thực tế như thế?"

Nghe Ngãi nói như than, Khanh quay lại mỉm cười rồi nắm tay anh hỏi:

"Anh còn nhớ em từng có một vết thương ở chân khi chúng ta lội mương bắt chuồn chuồn trâu cho cắn rốn để biết bơi hay không?"

Ngãi gật đầu. Khanh kéo anh ngồi xuống bờ bàu, vén ống quần Jean chân phải của nàng lên. Bên trên mắt cá chân của Khanh vẫn còn một vết sẹo con hình lưỡi liềm và chung quanh cổ chân Khanh là một sợi giây chuyền bạc lóng lánh. Đưa tay chỉ vết sẹo, Khanh nói:

"Em lội theo anh vào lùm cây dưới mương và bị một thanh tre gãy chìm dưới nước đâm phải. Hôm ấy cả hai chúng ta cùng khóc khi thấy máu không ngưng chảy dù đã dùng lá cây nhai đắp lên. Anh nhớ không?"

Ngãi gật đầu, mắt nhìn ra xa như thấy lại kỷ niệm cũ. Khanh nói tiếp:

"Cuối cùng anh dùng bùn đắp lên máu mới cầm được. Sau này trưởng thành, mỗi lần nhìn thấy vết sẹo cong cong, em nhớ đến mặt trăng làng cũ và lời anh nói với em khi theo cha lên cao nguyên: Anh gửi lại em mặt trăng trên tàng cây gáo..."

Khanh chợt im lặng, nhận ra Ngãi đang nắm lấy tay mình. Ngãi nói:

"Ba mươi sáu năm em mới trở lại làng cũ và không quên kỷ niệm của chúng ta, anh thấy hết sức hạnh phúc. Phải chăng chính điều này làm em trở về thăm quê hương?"

Khanh mỉm cười, "Có lẽ như thế, và hơn thế nữa em muốn gặp lại anh, không phải anh từng can dự vào việc tạo nên vết sẹo kia…?” Khanh chỉ vào sợi giây chuyền bạc ở cổ chân nằm trên vết sẹo nói tiếp, “… Em còn xiềng mặt trăng này lại vì em sợ nó biến mất theo anh”. Ngãi lắng nghe Khanh nói xong mới bảo:

“Mặt trăng theo em là mặt trăng trên trời cao, trong khi mặt trăng theo anh là mặt trăng trên mặt nước bàu. Nó chính là chiếc bóng của mặt trăng từng cho em nghe tiếng hát và hơn nữa, còn cho em cả một cuộc đời”.

“Em còn nhớ ngày xưa anh nói rằng trăng em về Tây trong khi trăng của anh lại đi về Đông, thành ra cả hai mặt trăng chưa bao giờ gặp được nhau. Nhưng dù gặp hay không gặp, trăng từng cho cả hai chúng ta cuộc đời”.

Ngãi nghĩ Khanh nói không sai, cả hai người từng có chung một vầng trăng. Chỉ có điều cái gọi là số mệnh không cho hai người có chung một cuộc đời, dù trong lòng hai người khi nghĩ về nhau đều nhớ đến một vầng trăng duy nhất, vầng trăng của thời thơ dại.

Buổi trưa hai ngày trước khi Khanh trở về Đức, trời có một cơn mưa thật lớn. Ngãi đưa tay đón nước mưa đưa lên mũi ngửi rồi nói với cha, “Một cơn mưa thật”. Cha Ngãi mừng rỡ lấy chiếc lu to ra hứng nước mưa, không khí mát hẳn sau đó. Ngãi theo Khanh ra ngoài hành lang phía hông nhà. Khanh xướng âm một đoạn nhạc mà nàng vừa viết sau đó bảo, “Em viết tặng anh bản nhạc này…” Ngãi hỏi:

“Bản nhạc tên gì?”

“Tấu khúc 1, *Trăng Trong Mưa*. Em viết cho vĩ cầm, trung hồ cầm và dương cầm”.

Khanh lấy đàn vĩ cầm và trước khi đàn nàng nói:

“Hiếm khi trời có trăng mà lại mưa, nhưng thực tế cuộc đời đôi khi những cái tưởng như hiếm khi vẫn xảy ra. Ánh sáng dịu dàng của trăng, không khí dịu mát của mưa, cùng âm thanh tiếng mưa rơi tiếp nối dồn dập bất tận, là một khai tấu tuyệt vời cho hạnh phúc tình yêu. Đời chúng ta mất quá nhiều cơ hội để có một bắt đầu cho một hạnh phúc lâu dài, thay vào đó chỉ là các ước mơ ngắn ngủi từ vầng trăng cô đơn lẻ loi từng đêm xuất hiện ở đáy sâu thẳm tâm hồn của mỗi người. Ba mươi sáu năm qua dường như vẫn không hề thay đổi. Em viết khúc nhạc này tặng anh để khi em đi rồi, anh nghe may ra trong chính dòng âm thanh ấy cảm nhận được ước mơ của cả hai chúng ta. Em cũng mong nó còn là khát vọng cả đời của một ai đó, hôm nay đang mong đợi một cơn mưa lành mạnh và một vầng trăng thanh bình, trong khi sự ô nhiễm đang lan tràn tàn phá không ngơi nghỉ từ thiên nhiên cho đến cả tâm hồn con người trên hành tinh này".

Khanh bắt đầu bằng cung Re trưởng, âm vang tưởng như từ xa vọng về để rồi lớn dần bằng tiếng mưa nhẹ, sau đó mất hẳn, tiếp theo dòng âm thanh bàng bạc lắng đọng như ánh trăng dàn trải khắp nơi. Rồi tiếng mưa dồn dập trở lại, tiếng mưa mang nỗi háo hức, hoài mong lẫn đợi chờ. Khi bản prelude chấm dứt, Ngãi mới nhận ra mưa đã tạnh từ lâu và một góc thị trấn đang quang đãng dần.

Khanh đứng tựa vào Ngãi, cả hai nhìn qua bên kia giậu bạch hạc. Hoa trắng một vạt dài, trên đó một vài con ong bầu đang hút nhụy. Xa hơn nữa hai con bướm đang lượn trên chùm hoa sầu đông đầu ngõ. Ngãi nghe trong gió thoảng những lọn tóc của Khanh dịu mát như nước mưa, Khanh quay sang bảo Ngãi:

"Sau cơn mưa em luôn có cảm giác tiếc nuối…" Không thấy Ngãi nói, Khanh lại hỏi:

"Tại sao anh vẫn không lấy vợ?" Ngãi ngập ngừng:

"Anh bỏ qua nhiều cơ hội, đến bây giờ nhận ra đã quá lớn tuổi nên thấy không còn cần thiết cho việc ấy nữa". Khanh lắc đầu nhưng không giải thích gì về thái độ của mình, sau cùng nàng nói nho nhỏ:

"Hai mươi lăm năm trước, em đã từng nghĩ rằng em yêu anh, nhưng hình như sau đó chỉ thấy mình là mảnh trăng cô đơn hằng đêm soi sáng cho riêng mình… Trong lúc anh bao giờ cũng câm lặng bên cạnh em cho đến ngày em sang Đức. Anh vẫn là người bạn thân thiết hơn là người đàn ông mà em thiết tha muốn được yêu".

Ngãi quay sang Khanh nhìn vào mắt nàng:

"Những ngày Sài Gòn cũ anh yêu em nhưng mãi giữ trong lòng cố chờ em trở về sau hai năm du học, nhưng sau đó em ở lại Đức với cuộc hôn nhân mới. Từ đó, anh tự cho mình chỉ nên là vầng trăng khuyết của thời thơ dại, tốt hơn là một vầng trăng tròn mãn khai với tham vọng chiếu sáng cho một mối tình. Anh không thất vọng nhưng tự cho mình không đủ nhân duyên. Anh bằng lòng và cho đến hôm nay, anh vẫn vui và vui hơn khi biết em thành đạt".

Khanh lắng nghe Ngãi, khuôn mặt yên ả thinh lặng như một đóa huệ trắng sau cơn mưa, phảng phất một chút cay đắng thoáng qua rồi bình an. Khanh nói:

"Em sẽ viết tiếp tấu khúc trăng và mưa cho chúng ta…" Ngãi chợt ngập ngừng:

"Liệu em có trở về lần nữa hay không?" Khanh im lặng một lúc mới bảo:

"Liệu anh có thích em về lần nữa hay không?" Ngãi im lặng nhìn sâu vào mắt Khanh gật đầu. Khanh mỉm cười, trong nụ cười như có âm vang của tiếng mưa trong trăng… Ngãi nghĩ như thế.

*

Ngày kế tiếp, Ngãi đưa Khanh vào Sài Gòn để trở về Đức.

Tám tháng sau, Ngãi nhận đủ năm tấu khúc "Trăng Trong Mưa" của nàng và một đĩa CD thu ngay trong ngày trình tấu tại đại hí viện thành phố Frankfurt.

Bài Symphony ấy trở thành một trong những tấu khúc kinh điển, diễn tả nỗi thống khổ của một thời đại ô nhiễm từ môi trường sống cho đến tâm hồn con người, và sự cứu rỗi qua âm thanh mưa rơi lẫn tiếng hát ngợi ca ánh sáng vầng trăng hồn nhiên thuần khiết, biểu tượng tuổi thơ bất diệt của mỗi một con người trên trái đất này.

5/2015

Lê Lạc Giao

LÊ MAI LĨNH

Nhà thơ bút hiệu Sương Biên Thùy, tên thật Lê Văn Chính.
Gốc gác Quảng Điền, Triệu Phong, Quảng trị. Viết từ năm
1958, với nhiều thể loại.
Trước 75 từng cộng tác với: *Nghệ Thuật, Khởi Hành, Gió
Mới, Ngàn Khơi, Văn, Tiền Phong…*
Cựu Sĩ Quan QL VNCH.
Sau 1975 qua nhiều trại tù Cộng Sản từ Nam ra Bắc.
Hiện định cư tại thành phố Pittsburgh - Pennsylvania, Hoa Kỳ
Tiếp tục con đường văn nghệ đấu tranh giải thể chế độ CS,
có mặt trên nhiều tờ báo ở Mỹ, Canada và Châu Âu.

Tác-phẩm đã xuất-bản sau 1975:
- *Đứng Ngồi Không Yên* (phóng bút; Hartford, CT: Ý Trời,
1999)
- *Tuyển Tập Lê Mai Lĩnh* (thơ, văn, tiểu luận; San Jose, CA:
Cội Nguồn, 2015)
- *Thơ Tình Thế Kỷ* (thơ in chung Vương Lệ Hằng; Ý Trời,
2015)

Bên này bên kia núi Chứa Chan

Bên kia núi Chứa Chan, anh có em
Em có anh bên này núi Chứa Chan
Qua trái núi ngăn cách tình chan chứa
Đã chán chưa trái núi cách ngăn

Bên này Chứa Chan anh còn trái tim
Anh còn tình yêu, anh còn cuộc đời
Còn em một trời chói chang hạnh phúc
Bóng núi kia đâu khuất nổi dáng người

Núi còn đó với rêu phong tháng năm
Trời cón lúc khói sương màn bông
Nhưng trong ta tình còn chói lọi
Ấp ủ tim yêu một ngọn lửa hồng

Qua trái núi anh nhớ em và con
Không vì thế ngày tháng mỏi mòn
Dậy trong ta một lòng son sắt
Tình yêu em như yêu nước non

Dưới chân núi là sân ga nhỏ
Mà con tàu thét gọi hằng đêm
Tiếng còi nghe lòng mình buốt nhói
Đã trể rồi qua mấy bận tàu qua

Lạ nhỉ, tiếng còi tàu mỗi đêm
Nghe như réo gọi, giục giã, lần khân
Rồi giận hờn, trách móc, tức tối
Tàu bỏ đi, còi xa, mất dần

Bao nhiêu rồi tàu đến, tàu đi
Đã bao nhiêu chiến hữu lên đường
Đã bao nhiêu tàu về Phục-Quốc
Sao còn đây ta trong buổi nhiễu nhương

Núi thì đứng, mà tàu thì đi
Em là núi hay em là tàu
Anh là tàu hay anh là núi
Giỏi theo nhau cùng một vầng trăng

Bên kia núi Chứa Chan anh có em
Em có anh bên này núi chứa chan
Qua trái núi ngăn cách tình Chan Chứa
Đã chán chưa trái núi cách ngăn

(Trại tù Gia Rai 1981)

Giao thừa năm 37 tuổi

Ta tù nhân hề, khi nước nhà thống nhất
Khi độc lập hề, dân đói quanh năm
Ôi Đảng quang vinh hề, chỉ hay mồm mép
Mấy mươi năm rồi, nước chỗ yên nằm

Ta nay đã 37 tuổi tròn
Đầu lốm đốm với hai thứ tóc
Nhớ từ thuở còn thơ đi học
Qua đồng làng, ruộng lúa , nương khoai
Thấy những đàn trâu ăn cỏ mệt nhoài
Và những bác nông phu suốt đời vất vả
Ta thấy xót xa cõi lòng khôn tả
Mong có ngày đất nước tiến lên
Mong có ngày cơ giới làm nền
Để giải phóng sức người lao động
Ôi tuổi thơ ta với những tháng ngày trầm thống
Ôi những ngày cuốc đất hái rau
Cơm không đủ ăn, thiếu thuốc khi đau
Phải lên rừng vào truông kiếm củi
Tuổi thơ ta với những tháng ngày lầm lũi

Khi lớn lên nhận tay đời khẩu súng
Để sửa sai người anh em khoác áo chiêu bài
Nào Độc Lập, Tự Do, Hạnh Phúc
Ôi những trò bịp bợm, quái thai.

Nào ngờ đâu trong cơn mặc cả
Của lũ người mua bán chiến tranh
Chúng trao ta vào tay đối nghịch
Ôm hận tù đày, tội phạm chiến tranh

Ta được người mệnh danh giải phóng
Đưa xuống tàu từ giã miền Nam

Ra tới đây núi rừng Việt Bắc
Tù khổ sai, không được than van

Nhờ ra đây ta còn thấy lại
Những chiếc cày và mấy con trâu
Những cụ già còng lưng cày cấy
Trên ruộng đồng nước lũ thật sâu

Và những em thơ chân đất đến trường
Như ta đã ba mươi năm về trước
Ôi em thơ ngây áo quần tơi tước
Đất nước thống nhất rồi, em có hay

Nhớ một lần đi gánh gạo Bằng- La
Ta thấy lại cảnh đời năm cũ
Mẹ 60 cày sâu ruộng lũ
Mắt sáng ngời khi bắt được con cá to bằng ngón tay

Và những em nhỏ mặt mày đen đúa
Thơ ngây đâu, tuổi trẻ cũng không còn
Sao Đảng nói các em là những
Đã làm người, Ông chủ tí hon
Bác đã cho các em rất nhiều bánh
Vẽ trên giấy tha hồ mà ăn

Nầy em nhỏ cầm đá ném vào đầu ta
Trên đoạn đường gần ga Hà Nội
Nếu không nhanh tay ta đã u đầu
Chắc em buồn lòng không thơi thới

Đôi lúc các em cũng thành công
Nói cho để các em mừng
Bạn ta có đã năm, mười đứa
Đã sưng đầu chảy máu đầy lưng
Này cô gái chu miệng chưởi rủa mẹ cha ta

Trên đoạn đường gần ga Yên Bái
Chắc cô vui vì ta đã nghe
Chắc cô buồn vì ta đã cười

Dẫu thế nào ta vẫn khôn hơn cô
Này cô bé, sao không về đi cày
Ai bắt cô đứng đây giờ đó
Để diễn trò căm phẫn, lạ thay

Giao Thừa đến rồi, ban giám đốc đốt pháo
Bác Tôn chúc thư, trại đã mở đài
Bánh chưng bóc rồi, ta ăn một nửa
Từ từ thôi để hạnh phúc còn dài

Đã ba năm rồi ăn Tết trong tù
Vợ con ta ơi, bốn phương lưu lạc
Thôi đành xin lỗi vợ con
Đón Giao Thừa hề, ta ôm chiếc bánh
Nhân thịt ngón tay hề, ôi chiếc bánh chưng

Đã lâu lắm, ta thèm miếng thịt
Nay Tết đến rồi nhà nước mới cho
Ôi miếng thịt này sao ngon đáo để
Chẳng biết trâu hay ngựa hay bò.

Mặt trời mọc rồi ở Phương Đông
Chẳng thể phương nào khác như chúng muốn
Chiều nay lặn ở Phương Tây
Điều chắc chúng sẽ buồn

Ta thấy rồi TỰ DO mở rộng
Song sắt nào khóa nổi hồn ta
Đón Giao Thừa trong nhà giam lạnh
Nhưng ấm lòng ta, niềm tin quê nhà

(Trại tù Lào Kai 1978)

Lời tạ lỗi với quê hương

Dẫu thế nào tôi cũng phải đi
Đành đoạn ra đi
Thà chọn cho mình một kiếp lưu đày
Hơn bị lưu đày trên chính quê hương
Hãy thông cảm và tha thứ cho tôi
Nguyễn Hoàng ơi, Việt Nam ơi, Việt Nam ơi
Xin đừng gọi tôi là tên đào ngủ
Dù ở nơi nào trên mặt đất này
Tôi không quên, tôi, một NHÀ THƠ CHIẾN SĨ
Mãi mãi chiến đấu cho QUÊ HƯƠNG VÀ TỰ DO

Tôi ra đi mang theo nửa trái tim
Nửa còn lại giữ giùm tôi nhé
Tôi ra đi mang theo cả quê hương
Vẫn chưa đủ ấm lòng tôi đó
Nguyễn Hoàng ơi, Quảng Trị ơi, Việt Nam ơi
Làm sao tôi có thể quên

Làm sao tôi có thể quên những người mẹ Quảng Trị
Phơi tấm thân gầy trên ruộng đồng
Dưới cái nắng chang chang cơn gió Lào rát mặt
Chắt chiu từng hạt lúa củ khoai
Nuôi cho con ăn học
Con được vào trường Nguyễn Hoàng
là niềm tự hào của mẹ

Làm sao tôi co thể quên những người cha Quảng Trị
Tất bật ngược xuôi cuối bãi đầu ghềnh

Nhặt nhạnh từng gánh than gánh củi
Đổi thành gạo thành tiền, thành cơm, thành áo
Mong cho con nên người
Dưới mái trường Nguyễn Hoàng Quảng Tri thương yêu

Làm sao tôi có thể quên các thầy các cô
Đã suốt đời hy sinh tận tụy
Dạy cho tôi những kiến thức làm người
Và những bài đạo lý vỡ lòng tôi nhớ mãi
"Tiên học lễ, hậu học văn"

Làm sao tôi có thể quên những bạn bè dưới mái trường xưa
Thương nhau như ruột thịt
Tôi nhớ cả sân trường, cột cờ, tiếng trống giờ chơi
Nhớ từng viên sỏi, ngọn cỏ lấp lánh sương mai
Nhớ buổi tan trường như đàn ong vỡ tổ
Màu trắng học trò và màu phượng vĩ đỏ
Là bức tranh diệu kỳ vẽ trên nền trời biếc xanh
Nguyễn Hoàng ơi, Quảng Trị ơi

Vâng tôi nhớ mãi Quảng Trị
Thành phố nhỏ như một bàn tay
Mà năm ngón là những đại lộ
Và phố xá, đường làng, ngõ quê, xóm vắng
Là những đường chỉ tay đan kết vào nhau
Nhớ như in từng địa chỉ ngôi nhà
Từng khung cửa sổ, ngọn đèn học thi
Nhớ từng khuôn mặt, từng dáng đi
Từng mái tóc vờn bay trong gió
Từng tà áo thướt tha đầu ngõ
Vành nó lá nghiêng nghiêng

Những con đường bờ sông phượng đỏ một trời
Con đường đêm đêm mở ra một thế giới thần tiên

Ở đó có nàng Công Chúa ngủ quên
Chờ Hoàng Tử thức dậy
Ở đó có những thảm cỏ xanh, gốc cây
Và bóng tối thật dễ chịu
Chúng không can dự vào những nụ hôn, lời thầm thì
Của những đôi tình nhân yêu nhau, yêu nhau
Ở đó có một dòng trăng chạy dài
từ cầu ga đến chùa Tỉnh Hội
Đêm đêm dập dìu những dáng liêu trai
Làm sao tôi có thể quên

Và cả em nửa, làm sao tôi không nhớ
Chính em đó, làm sao tôi có thể quên
Những đêm Nguyễn Hoàng đầy trăng
Tôi đi bộ hàng mấy cây số đường làng
Qua những lũy tre bời dậu đến nhà ông Lê Chí Khiêm
Hái trộm những cành hoa dạ lý hương
Về cắm lên cửa sổ nhà em trọ học
Đó là mùa hè năm 1962
Và cũng từ đó tôi mất em vì nỗi ngu ngơ
dại khờ của tôi
Và cũng từ đó tôi ra đi
Chia tay Nguyễn Hoàng Quảng Trị
Buổi lên đường, trong trái tim tôi em là kỷ niệm
Em là kỷ niệm đẹp nhất thời thơ ấu của tôi
Cảm ơn em, Cảm ơn em, Cảm ơn em.
Em ở đâu, giờ này tôi biết
Tôi cầu mong em hạnh phúc
Và được yêu như tôi đã yêu em

Làm sao tôi có thể quên
Làm sao tôi không nhớ
Nguyễn Hoàng, Quảng Trị, Việt Nam chiến tranh
Những cha con, chồng vợ, cháu chắt, ông bà

Bồng bế, gồng gánh, chân đất đầu trần
Đói khát khóc la và gào thét
Đi trên mìn chông, đi trong đạn lạc
Đi giữa bom napal, đi cùng tiếng đại bác
Đi suốt con đường khổ nạn, trầm luân
Bên thây người lăn lóc
Bên thây người thối rữa
Bên thây người tanh hôi
Và những em thơ gào la bên xác mẹ
không còn giọt sửa
Đại lộ Kinh Hoàng
Quảng Trị quê tôi trong ngút trời lửa đạn
Những La Vang, Nhan Biều
Trí Bưu, Cổ Thành, Chợ Sải
Trần Hưng Đạo, Quang Trung, bờ sông Thạch Hãn
Cửa nát nhà tan, ruộng đồng cháy đỏ
Xác người đỏ
Quê hương thành bình địa
Dưới bom chiêu bài, đạn chủ nghĩa
Của lũ người hiếu chiến, bọn người phi nhân
Bởi người Marxist, Leninist Việt Nam
Làm sao tôi có thể quên

Bài thơ này như một quà tặng trước giờ lên đường
Con xin gởi lại thầy cô và bè bạn
Anh gởi lại cho em
Như nửa trái tim lưu luyến
Cùng với nỗi xót xa
"Trường đã mất và tên trường cũng không còn" (*)
Nguyễn Hoàng ơi lẽ nào như thế mãi
Và vấn đề hôm nay
Đâu là sứ mệnh của chúng ta.

(*) Lời thầy Thái Mộng HùngLê Mai Lĩnh

Văn Cao by Khánh Trường

LÊ MINH HÀ

Tên thật, cũng là bút danh: Lê Minh Hà. Sinh tại Hà Nội năm 1962. Dạy học ở Hà Nội từ 1986 - 1994. Hiện sống tại Berlin (Đức).

Tác phẩm đã xuất bản:
- *Trăng góa* (truyện ngắn; 1998, Thanh Văn, Mỹ)
- *Gió biếc* (truyện ngắn; 1999, Văn Mới)
- *Thương thế ngày xưa...* (tùy bút; 2001, Văn Mới; tái bản, 2015, NXB Kim Đồng, Hà Nội)
- *Những giọt trầm và Thương thế ngày xưa...* (truyện ngắn và tùy bút; 2005, NXB Văn Hóa, Hà Nội)
- *Sâm cầm* (truyện ngắn, in cùng Phạm Hải Anh; 2004, NXB Phụ Nữ, Hà Nội)
- *Gió tự thời khuất mặt* (tiểu thuyết; 2005, NXB Hội Nhà Văn, Hà Nội)
- *Truyện cổ viết lại* (truyện ngắn, in cùng Lê Đạt; 2006, NXB Trẻ, Sài Gòn)
- *Những gặp gỡ không ngờ* (truyện ngắn; 2012, NXB Trẻ, Sài Gòn)
- *Phố vẫn gió* (tiểu thuyết; 2014, NXB Lao động)
- *Chơi nhiều hết mệt* (tản văn; 2015, NXB Trẻ, Sài Gòn)
- *Còn nhớ nhau không* (tản văn; 2015, NXB Trẻ, Sài Gòn)
- *Này bọn mình rất đẹp* (tản văn; 2015, NXB Phụ nữ, Hà Nội)
- *Cổ tích cho ngày mới* (truyện ngắn; tái bản, 2016, NXB Trẻ, Sài Gòn)
- *Những triền xưa ai đi* (truyện ngắn và tản văn; 2017, NXB Trẻ, Sài Gòn)
- *Tháng ngày ê a* (2017, NXB Kim Đồng – Hà Nội).

Đêm nằm nghe lịch sử
(Gửi N.C.)

Bác như là bố tôi.

Hôm nay tôi làm giỗ bác. Ở Mỹ. Ở cái thành phố đại học bé nhỏ từng sôi sục với phong trào phản chiến từ giữa thập niên 60 đến tận 1973.

Bill giúp tôi làm cơm cúng. Bill dân sử. Mối quan tâm lớn nhất của Bill là Đông Dương, là Việt Nam thời tôi và Bill sinh ra, lớn lên, nơi đặc sản lịch sử là chiến tranh – thứ ngẫu nhiên một cách đắng đót và may mắn đã đưa chúng tôi tới với nhau. Bill tường tận nguyên ủy làm nảy nòi cuộc chiến và hậu hoạn sau đó, tường tận về các phe phái, những tiếp xúc bí mật chỉ các phe biết với nhau và các cuộc hội đàm công khai khiến thế giới nín thở theo dõi. Có lần tôi đùa Bill là thiếu đất nước chúng ta và vài ba xứ nhỏ bé nghèo khó khác chưa chắc đất nước của Bill oai quyền đến vậy trong thế giới này. Đêm đêm chúng tôi nằm bên nhau và tôi đã biết, đã quen nhìn lịch sử của dân tộc mình bằng con mắt Bill. Nhưng đôi khi tôi vẫn tự hỏi Bill thật sự hiểu gì về dân tộc mình, về chúng ta, ví dụnhư Bill có biết vì sao năm từng năm tôi làm giỗ bác ở đây, nước Mỹ? Bill giúp tôi dọn bếp. Còn tôi bày đồ ăn lên bàn, sửa lại cành hoa hạnh nhân cắm trong bình, thắp một nén hương, khấn. Bao giờ tôi cũng khấn "bố với bác cùng về với con". Hoa hạnh nhân đẹp như đào phai xứ Bắc chúng ta.

Tôi làm giỗ bác dù tôi biết mẹ và em tôi ở Việt Nam cũng sẽ thắp hương cho bác. Ở Mỹ cũng thế, trong ngôi nhà của những chị em ruột rà mà bác một lần chia tay là không bao giờ gặp lại. Đâu ai ngờ. Cả nhà tôi, ông bà, bác và bố, các cô chú. Không ai ngờ. Bao nhiêu nhà nữa cũng thế.

Bill không biết bác. Bác mất sớm, trạc tuổi tôi và Bill bây giờ, khi tôi mới là một đứa bé gái bắt đầu có kí ức nhưng chưa hề biết rằng mang vác kí ức lại nhọc nhằn đến thế. Hôm nay tôi làm giỗ bác. Tôi biết mình phải làm điều ấy, khi cầm tay bố, phút cuối cùng. Bố tỉnh tới tận phút cuối cùng về bố con tôi trước đó còn có nhiều phút vui nữa khi cùng nhau nhắc bao câu chuyện buồn. Phút cuối cùng bố nhìn tôi. Tôi nhớ lời bố mấy hôm trước và tôi hiểu bố muốn dặn dò gì qua hơi thở nhẹ cùng mấy ngón tay găng động.

Bác như là bố tôi.

Anh dừng phắt lại, nép vào gốc cây nhội nơi góc phố. Phía trước anh, cũng dưới một gốc cây, một chàng trai khác đứng. Chàng trai ấy không biết anh cũng đang ngước nhìn. Một khung cửa sổ, cánh chớp, lá sách, tay nắm quả bàng. Đấy là căn phòng chung của họ, thẳng từ cầu thang lên. Đấy là nơi giữ của họ mùi nước giải lúc còn bé bỏng, nơi nồng sực mùi mồ hôi tuổi bắt đầu động dục. Nhắm mắt lại anh vẫn mường tượng được đến cả màu sắc của những viên đá hoa lát sàn nhà, ở mỗi góc của căn phòng lại lát những viên đá trang trí bằng những đường nét tạo thành một hình kỉ hà khác. Ngày còn bé mùa hè họ hay nằm nghiêng ngắm những mảng sàn lát đá, bốn viên một tạo thành một khối ma thuật, rồi nói cho nhau biết mình tưởng tượng ra cái gì. Một cái gì cứ mở rộng dần từ những đường nét chắp nối ấy, như là chân trời hoang dại và vững chãi sẽ tới, phải tới. Bố mẹ và cả nhà thú vị và yên tâm khi hai thằng bé rù rì với nhau cả ngày, dành cho nhau từ miếng mình thấy ngon tới quyển sách mình thích đọc, gắn bó với nhau như trẻ em sinh đôi dù sinh năm trước năm sau. Không ai biết họ nghĩ gì, càng không thể biết ước ao "khi nào lớn lên sẽ" của họ lại bắt đầu từ hình thù của mấy viên đá lát sàn ấy.

Bố kể bác với bố ai ép thế nào cũng chỉ xưng tên với nhau. Như bạn. Bố bảo tình anh em bè bạn đầy linh cảm của bố với bác có khi còn sâu nặng hơn giữa nhiều đứa trẻ sinh đôi. Bao nhiêu năm sau này, bố dường như vẫn không thể nào thoát ra khỏi nỗi áy náy vì một câu hỏi giá như! Giá như bố với bác không thương nhau thế không thân nhau thế thì đời bác có trĩu một nỗi buồn dằng dặc vậy không?

Buổi chiều ba mươi tết người nọ kìm bước lại đứng nhìn lưng người kia rồi cùng ngước tìm một ô cửa sổ ấy là một chiều buồn không ai dám chia sẻ cho ai cả. Gốc nhội nơi bố nép mình gần cái máy nước công cộng của cả phố. Nơi ấy mấy năm trước là nơi các chị sen tụ tập thường ngày. Có người sợ và tránh chủ khi ra đó, nhưng có người lại thân tình với chủ, như chị ở nhà anh. Đi học về lớ xớ với nhau trên phố mãi chưa chịu về nhà mà lọt vào mắt chị là thể nào chị cũng đánh tiếng thật to hai cậu nhảy chân lên mợ chờ cơm trưa đấy. Bây giờ, quanh máy nước có rất nhiều đàn bà con gái cũng áo ngắn như chị ở nhà anh, nói giọng không giống giọng cậu mợ anh và anh em anh, cũng không giống giọng chị ở. "Chị ở nói giọng người miền nào?" Thật lạ lùng, một ý nghĩ vu vơ như thế lại nhói lên trong trí anh đúng vào lúc ấy. Những người đàn bà đang ngồi xổm chổng mông bên máy nước công cộng không biết anh, nghi ngại nhìn chàng trai lạ mặt. Họ không phải người của phố. Họ mặc những chiếc áo không chiết eo, có túi kiểu đại cán, tóc tết hoặc để dài sau lưng hoặc cuộn hai dải thành vòng sau gáy. Anh biết, họ là chủ nhân mới của thành phố này, những người mà chỉ mới mấy năm trước ở vùng kháng chiến anh còn được chọn để làm thầy xóa nạn mù chữ cho họ. Chỉ không biết trong số đàn bà ấy có ai đang sống trong ngôi nhà của hai anh em. Chắc giỏi lắm mỗi người cùng gia đình chỉ được ở một phòng thôi. Vậy thì ngôi nhà xưa của hai anh em giờ có bao nhiêu người ở những vùng miền nào đang sống?

Tôi không sống những ngày tháng Hà Nội đó nhưng hình dung được kĩ càng, tưởng chừng như đó cũng là kí ức của mình. Suốt cả tuần trước đó giời nồm. Hoa và rau ê hề. Phố ẩm xì mệt mỏi. Dãy bàng chìa những cành những gộc chưa ra lá nhìn như những cánh tay khô khẳng không thể nào nâng lên được. Gió bấc về đột ngột lúc non trưa. Phố khô đi, xám lại, co rút trong gió lạnh. Nhưng hoa và rau giăng giăng. Chiều ba mươi đi dần vào hoàng hôn. Bố nhìn bóng người anh phía trước mảnh khảnh trong bộ quần áo thợ chẳng biết xin của ai, thấy gió cào qua khóe mắt. Bác vẫn đứng dõi nhìn khung cửa cũ. Không còn ai nữa. Cả nhà đã ra đi độ ấy rồi. Không có cách nào bước vào đó, dù cánh cổng từ ngày nhà trở thành nhà tập thể luôn luôn mở. Không có cách nào cảm lại được độ tròn tròn mát rượi của thành cầu thang gỗ trong lòng bàn tay khi lên gác, nghe tiếng guốc mợ gõ khẽ khàng ngoài cửa. Khi cả nhà còn cùng nhau, những ngày gió trở thế này mợ hay nhắc hai anh em mở toang cửa kính cửa chớp cho hơi nồm bay rồi sau đó đóng cửa kính để không thông gió lạnh. Từ lúc giọng họ bắt đầu đổ xuống khàn khàn, bà nội tôi không để chị ở dọn phòng cho họ mà bắt tự làm hết. Bà làm sao biết giờ hai đứa con trai của bà còn tự làm được bao nhiêu việc nữa trong căn phòng tí hin họ cùng ở đậu. Nhỏ chỉ bằng một góc căn phòng có cửa sổ mở ra phố họ đang ngước nhìn. Là phòng của anh bếp với anh xe nhà bà Cả Tần bạn làm ăn với cha mẹ họ. Hồi đó, ông bà tôi chỉ kịp dặn vội bác tìm tới ông bà Cả, là nơi bố tôi được gửi gắm lại để theo họ vào Nam sau.

Anh đứng mãi dõi về phía ngôi nhà cũ, dõi bóng lưng người anh, ngạc nhiên sao không ai nhận ra họ. Phố không thể toàn người mới. Nhưng từ lúc đứng ở đây dường như anh chưa thấy một gương mặt quen nào. Cứ như độ cũ, những ngày này chỗ này thường đông đúc nhưng chỉ có người ăn kẻ ở các nhà tranh thủ làm nốt việc quanh sự bếp núc rồi quảy thêm đôi nước về. Còn ở từng nhà người lớn đã chuẩn bị ngồi vào bàn ăn bữa cơm chiều, xong thì lo mâm cỗ cúng đêm trừ tịch. Giai gái tuổi như anh em anh bây giờ thì đang náo nức áo quần, khấp khởi chờ phút ra Bờ Hồ nguy nga một bầu mây nước và mong mỏi. Trong lòng anh dậy dần một cảm giác kì cục, buồn buồn, lại mừng mừng. Không ai biết mình là ai ở đây, cũng may.

Anh không biết có một mái đầu cúi thấp giữa đám đàn bà con gái quây quanh máy nước công cộng. Người con gái nom sao mà cô độc. Cạp quần lụa không trễ xuống để thời lòi ra cả cái mảng quần lót trắng nhờ nhờ, thứ làm hai anh em họ nhiều năm sau này khi chen chúc nơi bể nước khu tập thể toàn phải tìm cách tránh sao không để lọt mắt. Tóc lượn sóng hình vỏ trai trước trán cặp trễ ngang lưng. Cô ngồi lặng lẽ trong đám đàn bà lao xao, thỉnh thoảng lén ngước nhìn hai chàng trai đứng mỗi người dưới một gốc cây cùng nhìn về một hướng. Cô là con ông bà Ký ở ngôi nhà một tầng nhỏ nhỏ cách nhà họ mấy căn, cửa gỗ lùa ngày ngày mở ra thành hiệu tạp hóa. Chỉ mấy năm trước thôi chính cô cũng không lai vãng ra chỗ máy nước này. Nhưng Hà Nội giờ không còn người gánh nước thuê, bà vú ở với nhà cô mười mấy năm cũng đã nước mắt ngắn dài chào cha mẹ cô về quê làm ruộng. Cô nhận ra ngay người cùng phố. Nhà họ bị coi là nhà vô chủ, bị trưng thu ngay rồi. Cứ tưởng cả nhà đã vào Nam hết.

Cả hai anh em không biết lúc mình rời chân đi người con gái ấy buông cái chậu đồng vụt đứng lên, rồi lại ngồi xuống cúi mặt, vì biết mình không thể mời họ về nhà. Người anh cũng không biết vẫn còn có những điều người em giấu riêng cho mình không nói, không biết buổi chiều ấy sau lưng anh, dưới gốc cây nhội đã ra lá kịp xanh giêng hai đứa em cúi đầu, quay lưng, lặng lẽ đi qua đám đàn bà Hà Nội mới đang ỏm tỏi quanh máy nước đầu phố. Gặp lại nhau lúc chập tối, người anh hân hoan đưa cho người em cặp bánh chưng, mấy đòn giò chả vừa mua ở cửa chợ Hôm. Người em cũng hân hoan chỉ vào góc phòng "mình còn có cả hoa đào", và nói thêm: "bác Cả Tần vừa xuống bảo anh em mình mấy *ngày tết lên ăn cùng với nhà bác, nhưng Viễn thưa với bác rồi...”*

Lên, không xa, chỉ là leo mấy bậc cầu thang gác. Nhà ông bà Cả Tần mà bố mẹ nhờ cậy chăm nom đưa họ vào Nam sau không đi kịp, đã bị trưng thu, chỉ còn lại có hai phòng ở tầng trên. Hai anh em may, lúc về ở nhờ nơi đó, sẵn có cái phòng gầm cầu thang của anh bếp anh xe mới được tiễn về quê, lúc bị trưng thu nhà, ông bà Cả Tần nói khó thế nào đó thành được ở lại, thành người thuê nhà chính thức của nhà nước, cùng với mấy gia đình cán bộ khác được phân về.

Bác và bố đi qua một cái Tết lạnh theo đúng nghĩa, chỉ ăn đồ nguội, bánh chưng, giò, chả, có thêm hũ hành muối bà Cả Tần đưa xuống. Căn phòng có hoa đào, nhưng không hương khói. Bánh chưng, giò, chả xếp hết vào cái chạn hai anh em tự đóng. Không có bàn thờ.

“Sao lại bàn thờ cháu. Ông bà mới là người hương khói cho các cụ những dịp tết nhất giỗ chạp. Bác với bố lúc đó mới hai mươi hai mốt. Ông bà còn sống mà. Chỉ là không gặp được nhau”.

Đấy là người đàn ông giống hệt bố tôi từ trên bàn thờ nói với tôi. Tấm ảnh rửa trên giấy lụa nhóng nhánh mỗi bận cây đèn dầu trên bàn thờ được thắp. Khi còn bé nghe chuyện bố kể về bác, nhiều khi tự nhốt mình trong nhà lúc bố mẹ có giờ dạy ở trường, tôi vừa khoanh chân với bát cơm nguội trên giường vừa nhìn bác, cảm giác bố ở nhà, bố nói chuyện với mình, bố cười trong ánh nắng chiều xuyên qua cánh cửa sổ gỗ tạp bị vênh, bố khóc đầm đìa trong tấm ảnh nhấp nhoáng nước lúc chạng vạng, thành phố mất điện và tôi phải tự châm ngọn đèn dầu. Như thể là bác biết hết mọi chuyện của tôi, cùng giữ hộ tôi những bí mật con con của tuổi bé. Đấy là lí do khi lớn lên tôi hay thắp hương cho bác, nhiều khi chẳng vì cơn cớ gì, chỉ là vô tình thấy trong mẹt của bà hàng hoa có mấy bông hoàng lan nở sớm nằm ẻo lả. Bố bảo bác rất thích hoàng lan thơm sau mưa.

"... Trong Nam có hoàng lan không cậu mợ? Cậu mợ với các em đi thế là được hai tháng rồi. Viễn vẫn đang dạy bổ túc công nông, nhắn tin mới về lại Hạc Trì. Nghe nói trường sắp về Hà Nội. Giá Viễn xuôi được từ hai tháng trước thì cả nhà đã... Đêm hôm kia con về lại Hàng Bồ nhìn nhà mình, rồi con lên Cổ Ngư, qua Quán Thánh, Carnot. Phố này đổi tên rồi cậu mợ ạ. Hoàng lan phố đó chín rồi..."

Bao nhiêu đêm chàng trai hai mốt tuổi một mình lang thang phố khuya. Những đêm thật là dài. Bố mẹ với em đi rồi. Nhà bị mất rồi – điều người cha đã tiên đoán ngay khi Hà Nội được tiếp quản. Anh chỉ còn người em trên Thái đang chờ ngày về lại. Đêm đêm sau bữa cơm chiều ăn nhờ, anh ra phố, thầm thì nói chuyện với những người đi xa. Cậu mợ và các em nghĩ gì về chuyện anh đã lên tàu cùng cả nhà rồi mà phút cuối cùng lại nhảy xuống, chỉ kịp nói vội một câu "Con ở lại chờ em Viễn!" Người cha cũng chỉ kịp dặn vội một câu "đến nhờ nhà bác Cả…anh em đi cùng..."Lúc đó đã vào thu. Tháng tám bức bối. Ga Hàng Cỏ lũ lượt người. Rất nhiều người đi. Rất nhiều người tiễn. Anh kịp nhìn thấy gương mặt mẹ nhợt đi. Bà hoảng loạn, hai bàn tay chới với "em về… vào ngay… vào ngay..." Mẹ chưa từng thế bao giờ. Anh không kịp nói với cha mẹ mình. Linh cảm như một tia hồ quang xuyên ngọt vào ý nghĩ, đẩy anh lao ra cửa toa tàu, nhảy xuống sân ga, ở lại. "Không bao giờ!" Tại sao một niềm tiên cảm lịch sử lạ lùng như thế lại có thể có trong ý nghĩ của một chàng trai hai mốt tuổi, người chỉ biết học, đọc sách, cùng cậu em sinh hai năm đôi đi học tây ban cầm và tiếng Anh tiếng Nhật lúc giao thời. Những ngày đó thật là kì quặc. Những dự định đi và ở được thầm thào to nhỏ khắp nơi, nhưng chẳng có gì cụ thể. Viễn chưa về được Hà Nội...

"Bác phải ở lại cháu ạ. Bác không dám nghĩ bố cháu

sẽ phải một mình. Những điều bác và bố cháu phải chịu quả thật lúc đó chẳng ai hình dung được hết. Ý nghĩ đó ập vào đầu bác đúng lúc đó. Không biết tại sao. Chứ chỉ hôm trước cả nhà vẫn nghĩ rồi vài ba hôm sau bố cháu từ trên Thái về là đi cùng nhà bà Cả Tần vào thôi". Người trong ảnh trên bàn thờ kể với tôi, mắt nhìn buồn buồn. *"Nếu ý nghĩ đó không đến với bác vào lúc đó, hoặc giả ông bà ngăn kịp bác nhảy xuống sân ga Hàng Cỏ chiều hôm đó thì bố sẽ sống thế nào? Bố có học được không, có gặp mẹ rồi cưới mẹ, đẻ mình không?"* Người trong ảnh nhìn tôi im lặng.

Bố tôi không thể đi cùng cả nhà. Chẳng có cách nào gửi thư báo kịp dù dự tính đó ông bà đã tìm cách bóng gió cho con cái ở xa biết. Ông biết phải làm điều đó ngay trong buổi chiều mùa đông 1951 ấy, lúc vừa ở cơ quan về và người bạn cũ tốt tính nhưng không thân lắm đột ngột hiện ra trước sân ngôi nhà mái cọ cả nhà đang ở nhờ đồng bào. Ông ngồi thẫn thờ. Bà cuống quýt thu vén tay nải khoác lên vai mấy cô tôi, rồi cả nhà theo chân người bạn của ông ra đi ngay trong đêm, rồi lại theo chân mấy người buôn chuyến về Hà Nội. Để trốn một cái chết được báo trước. Của ông tôi.

Mang gia đình đi kháng chiến, ông tôi một lòng tin tưởng vốn kinh nghiệm hành chính của mình vẫn là cần thiết như đã từng qua bao nhiêu chính quyền. Ông đâu biết đường kháng chiến của mình đứt nửa chừng theo cái cách hãi hùng như thế. Bác và bố ra tới vùng kháng chiến thì thôi học, thành cán bộ, theo cơ quan xa nhà. Bác may mắn có mặt ở Hà Nội trong đoàn người đầu tiên về tiếp quản Thủ đô, nhưng bố thì còn dạy bổ túc công nông cấp tốc ở mạn ngược và mới chỉ sắp được về xuôi. Sau này khi đã lớn, tôi hỏi bố. Bố bảo ngày ấy ông bà đưa cả nhà đi bố tuy buồn vì không đi được cùng song không nghĩ sẽ xa luôn mấy chục năm ròng. Nhưng bác. Hoàn toàn không bốc đồng khi lao ra khỏi toa tàu sắp chuyển bánh xuống Phòng đưa cả nhà vào Nam, người anh hãi hùng khi nghĩ tới chuyện nhỡ ra, và hiểu là sẽ không thể nào yên nếu đứa em phải một mình ở lại với thành phố.

Vì bố, vì người em trai, vì tình bạn giữa hai anh em, bác đã chọn chia xa gia đình, ở lại sống cùng nhau, chịu đựng sẻ chia với nhau những gieo neo không hình dung ra nổi vào lúc đó. Không khi nào bác tôi gặp lại ông bà và chị em trong nhà. Ngay cả khi bác không mất sớm, vào đúng lúc chiến tranh hào hển nốt bước cuối cùng. Bố tôi, người ở lại cũng phải mười ba năm sau mới gặp lại bà tôi. Mà không phải ở Việt Nam. Phải hẹn nhau qua những đường thư riêng để đoàn tụ ở một đất nước khác mà bố được phép tới.

Lần đầu tiên anh lập bàn thờ. Không phải bàn thờ gia tiên hay bàn thờ ông bà cha mẹ khuất bóng. Em thờ anh. Chỉ có bát hương và tấm ảnh một người con trai nhìn xuống. Người trong ảnh y hệt anh, đã làm cho bao nhiêu người qua lại nhà anh giật mình kìm một câu hỏi. Lần đầu tiên anh thắp hương trong nhà mình. Chỉ độc một căn phòng lủng củng giường, tủ, chạn, giá sách, bếp dầu, mắc quần áo, thùng đồ chơi trẻ con, bàn làm việc. Khói hương len lách vào từng góc nhỏ, át hết mọi thứ mùi của lỏng chỏng đồ đạc trong phòng và lẩn quẩn rất lâu sau đó. Đêm đầu tiên, chờ hương tàn, anh leo lên cái giường đơn người anh đã nằm trước khi mất, mắc màn, nằm ngửa mặt, hai tay xuôi dọc thân mình như tự liệm, cảm giác mình đang được khói hương nâng lên, đưa đi, xa mãi. Hay đấy là linh hồn người anh còn lưu luyến cõi đời này lẩn quẩn an ủi người em? Vợ anh khẽ khàng vạch màn, nằm xuống, ôm lấy chồng. Nếu mà con bé con hai tuổi không bị con muỗi châm qua màn làm tỉnh giấc chòi đạp khiến mẹ nó đành phải dậy sang với con thì anh muốn được như thế mãi. Có hơi ấm cánh tay vợ vòng ngang hông. Và bay lên. Đi. Đi thật xa. "Vĩnh! Bao nhiêu năm hai anh em mình... Giờ còn mỗi Viễn..." Nước mắt bấy giờ mới ứa ra. Ròng ròng. Lặng lẽ. Chảy vào trong chân tóc. Lần đầu tiên thắp hương cũng là lần đầu tiên anh khóc, kể từ ngày hai anh em xa gia đình nương vào nhau. Sức mạnh vô hình vừa đưa anh bay lên cùng linh hồn người vừa mất đột ngột rã nát và anh thấy mình rơi xuống, rất sâu, rất sâu, không thể nào động cựa được. Chỉ còn một chuyển động duy nhất: của nước mắt.

Bố bảo bố có mẹ, có tôi, nhưng khi bác đi, bố cảm giác mình chết theo bác được. Bác là anh bố, bác là bạn bố, bố và bác là sợi dây duy nhất níu nhau vào với gia đình, với cha mẹ, với chị em hai mươi năm hơn rồi không gặp. Lúc đó tháng giêng. Vừa qua cái Tết thứ hai mốt chỉ có hai anh em với nhau thì bác không gượng được nữa. Chỉ còn bốn tháng nữa là hết chiến tranh.

Nhưng hai người đàn ông không biết. Không một ai đang sống đời thường như họ lúc đó biết. Chỉ còn bốn tháng nữa là cuộc ly biệt đằng đẵng nhất lịch sử hiện đại Việt kết thúc. Nhưng rất nhiều người không chờ đợi, không hy vọng gặp lại gia đình nữa. Không phải là quen với ly biệt. Song thời gian. Ai vĩnh hằng được cùng thời gian? Bố và bác cũng không chờ đợi.

Hai anh em nhìn nhau. Những tháng cuối bệnh người anh trở nặng không còn tự cất nhắc được họ lại chung nhau một mái nhà. Như những ngày bé thơ. Người ốm nằm lặng lẽ, cơ thể héo quắt mà mắt vẫn nhoi nhói một ánh nhìn. Buổi sáng tháng giêng ẩm ướt từ nhà ra phố. Người em tháo màn cho anh, bê tới bên giường anh bát cháo vợ mình dậy sớm nấu trước khi lên lớp.

"Vĩnh đầy bụng lắm không ăn được. Viễn đừng cố nữa. Đừng để Quyên thêm vất vả".

"Vĩnh phải cố...Anh em mình mới qua tuổi bốn mươi..."

Giọng người đàn ông khản khản. Anh không gắng được nữa. Anh nghĩ tới đoạn đời dằng dặc phải sống khi người anh đi. Văn Điển. Bến cuối của một đời người Hà Nội một thời. Người ốm mỉm cười:

"Viễn phải cố. Còn vợ còn con. Vĩnh là dân y biết bệnh mình. Chỉ muốn..."

Từ khi bệnh trở phải thường xuyên nằm một chỗ được vợ chồng người em đón về sống trong căn phòng tập thể này, anh thường chỉ mỉm cười. Buổi sớm nay có điều gì khác thường. Người bệnh bỗng dưng dễ thở, trò chuyện với em bằng giọng điềm đạm cũ. Người em rùng mình:

"Cậu mợ... Vĩnh muốn nói gì với cậu mợ khi nhà mình gặp lại nhau không?"

"Viễn tin là nhà mình có thể gặp lại nhau ư? Chỉ mong sao con bé con lớn lên thì được biết một chút gì của hòa bình. Như chúng mình".

Cảm giác bàn tay người bệnh nóng lên khi nói câu đó. Người em nắn từng đốt ngón tay của người anh. Vĩnh nhìn em, nụ cười nhè nhẹ bừng lên trên gương mặt hốc hác.

"Viễn biết không... Viễn nói với cậu mợ... Đã có nhiều ngày Vĩnh mong đạn bom dồn hết lại nơi này, chỗ hai anh em mình. Chiến tranh những nhẵng suốt bao nhiêu đời người rồi. Bây giờ thì... Đã lại sắp mùa hoa dâu da xoan".

Người anh đi ngay trong đêm. Giá mà chờ được mùa hoa dâu da xoan mấp mé ngoài khung cửa thì anh đã có thể hi vọng vào hòa bình thật. Giống mà khác, rồi lại giống ở Hà Nội hai mốt năm về trước, nơi gia đình họ từng sống trong một căn nhà lớn, nhưng rồi phải bỏ ra đi ngày lập lại hòa bình. Lời anh dặn nói lại với cha mẹ, người em phải chờ mười ba năm sau nữa để nói.

Nhưng bố cũng chỉ nói được với bà. Cuộc đại đoàn viên của gia đình tôi được bài binh bố trận kĩ lưỡng và gia cố bằng bao nhiêu thấp thỏm. Không có bác tôi, người con trai cả của ông bà. Không có cả ông tôi. Ông tôi đi trong chiến tranh. Nhưng mà ông tôi chết già, mất đúng tuổi. "Ông nội mất ngay sau hôm anh Vĩnh đi mẹ nó ạ. Chẳng biết có thần giao cách cảm qua cả ngàn cây số được không?" Bố kể lúc trở về sau cuộc gặp lại bà và các cô ở một nước Đông Âu. Bà với các cô từ Mỹ qua, phấp phỏng chờ bố bay qua nước này rồi bay qua nước kia, cứ tưởng phải về không. Tôi mười bảy sắp sửa vào đại học, nghe bố kể chuyện cứ ngỡ như cả nhà làm tình báo. Bác trên bàn thờ, giống hệt bố và trẻ hơn bố nhìn xuống. Mẹ và tôi đã chuẩn bị hương hoa để bố thắp hương cho bác khi bố từ nơi đó trở về. Tôi đếm. 1954. 1975. 1988. Hai mốt năm chiến tranh kẻ Bắc người Nam. Mười ba năm hết chiến tranh trong nước ngoài nước. Tổng cộng mất tới ba mươi ba năm bà tôi mới gặp lại được một người con. Ở tuổi tôi mười tám, thành danh với thơ, rồi lấy ông là công chức, sống cuộc đời trưởng giả trong ngôi nhà phố cổ, bà có hình dung được cuộc đời mình như một cuốn sách bị xé từng trang phũ thế này? Bao nhiêu nhà như nhà tôi?

Mẹ nghe bố và im lặng. Bố kể xong cũng im lặng. Còn tôi nghe chuyện bố gặp bà nội thì lại nghĩ sang bà ngoại. Từ bé tới giờ tôi chỉ thực sự biết có một bà ngoại. Bà ngoại tôi và cả nhà theo ông ngoại về miền Nam ngay sau ngày thống nhất. Ở đó ông và bà thay nhau đi thăm dượng Hai tôi ở nơi dượng phải đi học tập, nơi có rừng có suối, mà lại tận ngoài Bắc, miền trung du. Dượng anh mẹ, là con trai lớn của ông bà, mười bốn tuổi ngày ông bà tôi mang mẹ tôi còn đang lẫm chẫm xuống tàu tập kết. Mẹ bảo hình như là lúc đi hoạt động ông bà gửi dượng về quê, dượng phải chờ liên lạc đón đi thành bị nhỡ tàu tập kết. Dượng may hơn bác và bố, những năm chiến tranh học hành suôn sẻ ở Sài Gòn và gặp lại ông bà tôi ngay sau 1975. Nhưng lại không may. Dượng mất sáu năm học tập. Vì dượng đã là bác sỹ quân y phía Việt Nam Cộng hòa lại còn đi làm thơ. Thơ dượng toàn kiểu kiểu

"Rừng núi hoang vu anh nhớ em nhớ em chiều nắng dãi bên thềm bao giờ trở lại cho anh nếm một chút môi em rất ngọt mềm". Dượng khác mà giống bác, toàn làm thơ tình. Tôi chỉ gặp dượng đôi ba lần khi theo mẹ vào thăm ông bà, trong ngôi nhà ông được phân thật là to ở Quận 3. Dượng và đứa con trai ít hơn tôi mấy tuổi sống ở căn nhà lợp tôn trong cái hẻm gần bùng binh từ Từ Dũ xuôi về đường Hùng Vương. Dượng hiền, nói chuyện rất nhỏ nhẹ, giọng Sài Gòn pha giọng Quảng – vùng đất dượng sống nhiều năm khi phải xa ông bà trước khi theo gia đình cha mẹ nuôi vào sinh sống ở Sài Gòn – trong khi mẹ tôi thì giọng Hà Nội hệt như tôi. Ông bảo mẹ "Thằng Hai ba má bảo nó học tập về rồi thì về đây sống cùng ba má mà nó lắc. Hình như giờ nó đang làm hồ sơ đi HO. Má con buồn..." Hình như dượng cũng buồn. Ai hình như cũng buồn dù những ngày mẹ con tôi ở Sài Gòn nhà lúc nào cũng có tiếng cười. Nhưng tôi có cảm giác cười đấy mà ai cũng như vẫn đang dè giữ. Ai cũng lịch sự với nhau. Bà ngoại ngồi với mẹ tôi cũng nói chuyện đó, bảo "ba mày buồn", lại bảo "thắng với chả thua, toàn hão cả, bao nhiêu năm qua má chỉ mong cả nhà lại được sống cùng nhau".Được sống! Nhưng nhà ngoại tôi không cùng nhau. Dượng tôi mang con đi Mỹ theo diện HO. Tới tận năm 1995 tôi và Bill cưới nhau thì tôi mới gặp lại dượng. Khi đó Mỹ vừa bỏ cấm vận Việt Nam, người ra đi đã có thể trở về, nhưng ông bà ngoại tôi đã mất. Ông bà tôi có thể gả con gái là mẹ tôi cho một người lí lịch toàn màu xám ở miền đất mới, nhưng ông bà tôi lại không thể rửa sạch lí lịch cho dượng tôi, cũng như không thể rửa sạch những ý nghĩ khác trong đầu con trai mình. Khi gặp cả nhà ngoại ở Sài Gòn, tôi luôn có một cảm giác kì cục. Rằng chẳng ai, ông bà tôi hay dượng tôi thật sự là chủ nhà. Nếu không phải là ông bà ngoại tôi trở về được quê nhà mà là ông bà nội tôi về lại được Hà Nội thì nhà tôi sẽ thế nào? Có lần tôi đã thử hỏi Bill, thử như một sinh viên của anh tra vấn ông thầy. Nhưng Bill là nhà sử học nghiên cứu lịch sử đất nước chúng ta. Bill không nghĩ như chúng ta, những người dân bình thường của đất nước mình, rằng lịch sử cuối cùng chỉ là phận người, trong mỗi nhà. Bao nhiêu nhà như nhà tôi?

Ông bà ngoại tôi ở phía người mạnh hơn nơi miền đất mới khi đi tập kết cũng như khi trở về. Còn bác tôi, bố tôi, dượng tôi lại là người của phía yếu. Để sống còn trong tư thế ấy, dượng tôi đã lặng im sáu năm trời khi đi học tập, rồi lặng im tiếp cho tới tận ngày qua Mỹ, và tiếp tục lặng im. Nói gì, khi người phía bên kia lại là người thân yêu của mình? Bác và bố thì như bố nói để đạt được những gì người bình thường đạt được những ngày tháng đó mình phải cố gắng một cách khác thường. Tôi thấy bất thường. Ví dụ như bác và bố im lặng không xin lại một mét vuông nào trong ngôi nhà ông bà để lại, để nó bị trưng thu như là nhà vô chủ, của người bỏ vào Nam. Nhiều năm tháng bác với bố đi ở nhờ, đầu tiên là trong căn phòng dưới gầm cầu thang của nhà bà Cả Tần, sau là ở những căn phòng tập thể mái tôn mái ngói mái giấy dầu. Tôi chỉ biết căn phòng cuối cùng gần bốt Hàng Đậu cả nhà từng sống. Từ đây về căn nhà xưa của ông bà tôi đi chỉ mất mấy bước. Nhưng tôi chưa bao giờ đặt chân vào đó. *Ngày ấy làm cách nào bố và bác lại được học đại học trong khi nhà mình ông bà với các cô di cư vào Nam?* Tôi hỏi. "Thì phải có cách nói chứ. Không chịu di cư theo gia đình là một thành tích của người kháng chiến, bố lại còn là con rể của một gia đình cán bộ tập kết. Bác là anh của con rể của một gia đình tập kết. Thế không oai à?" Bố vuốt phím ghi-ta, nói tỉnh queo. Bác trên bàn thờ nháy mắt. Tôi luôn có cảm giác bác tham dự vào mọi câu chuyện ở nhà tôi. Nhưng chưa khi nào tôi nói cho bố biết điều đó. Nhất là vào những lúc ông ngồi với cây ghi-ta. Cửa sổ nhìn xuống phố mẹ tôi đã ý tứ đóng chặt và tôi nghe "dịu lòng đàn dẫn phím ý thơ trào dâng viết gửi về Nam". Sài Gòn giải phóng cả mười năm rồi, bà tôi và các cô tôi đi khỏi miền Nam từ cả mười năm rồi. Thế mà bố vẫn hát bài ấy.

Nghe mãi tiếng đàn nhỏ nhỏ và giọng hát bố kìm xuống hết mức, tôi phát nản. Chỉ mãi đến ngày bố ốm nặng sắp đi, ngồi bên bố, cầm bàn tay bố, tôi mới hiểu thế nào là tình trong lá thiếp, "một người trên đất Bắc chờ em". Nhà tôi có hẳn hai người trên đất Bắc. Chờ nhau.

Lúc người đàn ông nhân viên đại sứ quán của cái nước có đàn ông mặc váy ấy bước vào căn phòng nhỏ của hai anh em, Hà Nội đã lên đèn. Bóng đèn điện đỏ đòng đọc rọi thẳng xuống cái bàn gỗ tạp hai anh em vừa bày cơm nước ra chưa kịp ăn. Người đàn ông có cách nói năng nhỏ nhẹ và nụ cười thân thiện se sẽ gạt đống sách vở cạnh đó, đặt chiếc phong bì xuống, thì thầm dặn đôi điều. Đấy là con nuôi của ông bà tôi, đứa con nuôi ông bà tôi một lòng chịu ơn, một lòng tin tưởng, chưa bao giờ gặp, không bao giờ gặp. Bác đến đưa thư ông bà cho bố và bác. Ông bà tôi và bao nhiêu gia đình Bắc di cư đã tìm ra cách liên lạc bằng con đường ngoại giao vừa hở vừa kín đó sau khi việc gửi thiếp thăm nom giữa kẻ Bắc người Nam bị gián đoạn vì chiến tranh. Tấm thiếp với những chỉ dẫn điền thông tin cá nhân theo công thức bác và bố gửi cho ông bà trước khi chiến tranh lan rộng mới đây thôi tôi vừa nhận được từ hai bà cô. Bố viết, nét chữ ngay ngắn, lời lẽ đầy cân nhắc. Chẳng có gì nhiều: chúng con khỏe, sắp ra trường, mong cậu mợ và các em bình an. Phải cân nhắc, vì chỉ có thể viết đôi ba dòng. Người ta đã in sẵn trước cả những thông tin nhất thiết phải thông tin rồi, cùng một chỉ dẫn, cũng là mệnh lệnh: "thiếp nào lời lẽ không có tính cách thông tin gia đình sẽ không chuyển đi". Gần nửa thế kỉ sau, tôi ngồi nhìn tấm thiếp bác vào bố gửi vào Nam, ố vàng mờ mịt, nhưng vẫn còn đọc đượcnhững chữ mớm sẵn cộc lốc như "mạnh khỏe", "đã từ trần", "không có tin tức của".Và tôi hiểu vì sao bác tôi đã phẫn đến nỗi không muốn gửi thiếp cho ông bà. Người con trai Hà Nội nhạy cảm, đi hết đường kháng chiến trường kì vẫn chỉ quen với kiểu tự tình nhã nhặn và trang trọng làm sao có thể chịu đựng nổi sự kiểm duyệt, lại còn kiểm duyệt yêu thương.

Nhưng thư ông bà gửi nhờ qua đường ngoại giao công khai để bí mật đến được với hai người con bị tắc lại ở Hà Nội thì dài và lá thư vừa nhận được lúc chập tối còn kẹp cả tấm ảnh bên trong. Ảnh chụp ba người con gái tóc phi-dê mặc áo dài hoa, kiểu dáng và màu sắc trẻ trung hơn kiểu dáng áo dài của phụ nữ Hà Nội bác và bố từng quen, cũng như đã quen với sự những tà áo ấy dần dần biến mất trên phố. Ba người con gái như đang có chuyện gì vui lắm, nghiêng bước bên nhau trên một con đường giữa Sài Gòn, tà áo đầy gió. Đấy là ảnh các cô tôi. Tấm ảnh ấy khi đến thăm mấy bà cô tôi cũng mới thấy. "Đường Catinat. Giờ gọi là gì con? Hồi đó nhà mình vừa vào Sài Gòn, ở rất gần đấy. Mình đi học về cũng hay đi ngang đấy nhỉ? Ảnh này mình mặc áo dài hoa thế này là chụp lúc đã sắp đi làm rồi nhỉ?" Giữa nước Mỹ, ba bà cô trên dưới bảy mươi hỏi tôi rồi hỏi nhau, trôi lạc cùng nhau vào hồi ức. Tôi cũng trôi lạc vào hồi ức. Của bố.

Những đứa con thất lạc ngồi lặng lẽ bên mâm cơm nguội tanh nguội ngắt. Họ đã thuộc lòng cả lá thư dài. Đến lúc rồi. Người em đứng dậy khép cửa sổ, xách cái chậu men sứt ở góc phòng vào, người anh sờ sờ cái túi tìm bao diêm. Hai anh em nhìn nhau. Mùi diêm cháy. Những tờ giấy pơ-luya quăn lại, những yêu thương lụi từng dòng. Thứ bị đốt cuối cùng là tấm ảnh. Lửa liếm chậm. Tà áo của những người con gái lẹm dần. Lửa liếm ngang ngực người, rồi tới nụ cười. Rồi. Không còn gì nữa cả. Bác con nuôi của ông bà lần nào đưa thư cũng dặn đi dặn lại: đốt, đọc xong đốt ngay. Khói. Tức ngực. Tất cả những lá thư ông bà tôi gửi cho bố và bác đều ở lại trong kí ức theo cách ấy: bị hỏa táng.

Vậy thì câu thơ ấy bố viết vào lúc nào? "Đêm nằm nghe lịch sử nghiến qua đầu". "Thì vào lúc ấy". Dẫu là khổ vì lí lịch, nhưng bác và bố cũng lại may mắn nhờ thế. Cả hai đều không bị động viên. "Không phải vì tránh được súng đạn đâu con. Cứ thử hình dung mà xem: nếu may không hi sinh, bác và bố ôm súng tiến vào Sài Gòn, gặp được ông bà và các cô. Thì sao? Mà không gặp được… Thì sao?"

Câu thơ của bố tôi đọc được trong một cuốn sổ. Cả thơ bác cũng vậy. Ngày bố ốm, tôi từ Mỹ trở về, mẹ ôm cả mớ sổ đưa tôi. Những cuốn sổ mẹ giữ gìn cẩn thận đến mấy vẫn bị ố vàng, có chỗ mực còn hoen lem nha lem nhem. Vì gì hay chỉ vì những nắng mưa Hà Nội? Của bố, còn có thời khóa biểu lớp bố chủ nhiệm, lịch dạy những niên khóa từ những năm củ tỉ nào tôi còn chưa ra đời. Của bác: lịch trực cấp cứu, y lệnh, và lạ lùng: bên cạnh những lo toan cụ thể về số phận con người là những câu chẳng biết bác trích dẫn từ đâu toàn một giọng chán đời. Chán đời nhất là câu của ông nhà thơ Nga nổi tiếng vì tài thơ và vì chẳng biết có chuyện gì lại đi đấu súng rồi bị đòm cho một phát vào lúc hai bảy tuổi. Tôi nhìn con số năm tháng bác ghi dưới câu trích dẫn của Lermontov: năm ấy bác cũng hai bảy tuổi. Chẳng có gì giống giữa hai người đàn ông khác nhau từ chủng tộc tới đất nước, châu lục và cả thế kỉ họ sống. Nhưng lần tìm thơ của bác giữa những đoạn ghi chép về công việc, những ghi chú vặt vãnh hàng ngày, kể cả tự nhắc nhờ cô y tá nào đi mua đậu phụ với mỡ trước khi tem phiếu hết hạn, tôi bỗng dưng hiểu vì sao bác bị ám bởi ông nhà thơ Nga gốc gác tít tận đất nước của sương mù và những hồn ma lẩn quẩn trong các lâu đài cổ. Nỗi trống rỗng kinh hoàng giữa hai khoảng đời, hai cách sống, hai phương trời trong bác tôi hiểu nhưng làm cách nào cũng không hình dung nổi. Những con người ấy chỉ có thể tìm thấy sức mạnh để sống từ trong thăm thẳm nỗi buồn chăng? Rồi đến lúc ngay cả nỗi buồn cũng kiệt vì đời sống ngặt nghèo, đơn điệu?

Bác miệt mài lấp những khoảng trống rỗng đó bằng

tình yêu. Mẹ bảo bác đào hoa lắm lãng mạn lắm. Bố cười ngâm nga "'Nhất phiến u hoài'... chỉ vị anh, có người gửi cho bác nhà mình đấy". Tôi tuổi hai mươi kinh ngạc, thấy tuổi mình yêu cuồng điên mà hời hợt, chẳng giống gì những tình yêu của bác tôi. Thế mà vẫn là quẩn quanh trong phố, vẫn gió ấy nắng ấy. Bác làm bao nhiêu thơ gửi cho bao nhiêu phụ nữ. Những tình thơ ý nhị, trang trọng, ân cần, nhã nhặn. Những người phụ nữ nhận thơ yêu bác tôi cuồng nhiệt. Bố cười buồn buồn: "Bác đi tìm tri âm chứ đâu hẳn chỉ tình yêu, bác giống bà, bà cũng có những tình thơ như thế".Nhưng bà tôi yên ổn và được kính trọng với tình thơ ấy, kiểu rau sắng chùa Hương, trong tình thương yêu của ông tôi. Ông bà tôi có thể, ấy là vì thế thời của ông bà nghiệt ngã nhưng vẫn còn hơn bố và bác ở đất Bắc sau này. Bác và bố thì không có nhu cầu lãng mạn để cho đời thi vị. Lãng mạn với họ hình như là để sống sót.

Bố có mẹ, rồi có tôi. Cả nhà tôi là người thân duy nhất của bác lúc bác còn sống. Nhưng khi lớn lên thỉnh thoảng tôi vẫn gặp những người đàn bà ấy, những người bác tôi đã đi qua đời. Một người đàn bà rất đẹp, rất kín đáo, ngày giỗ bác tôi thường tới đặt hoa chân mộ và bố tôi cực kì quý bác ấy. "Ơn người trước tiên là ơn tình con ạ. Có những thời con người chỉ có thể bám víu vào đó mà sống. Với lại bác ấy còn là người cùng phố nhà mình".

Người cùng phố? Người con gái nhà ông bà Ký chiều năm tận xa xôi ấy kín đáo nhìn hai chàng trai hàng phố về ngóng lại ngôi nhà xưa. Liệu có phải là…?

Bill có hiểu vì sao năm từng năm tôi làm giỗ bác ở nước Mỹ này không? Những năm cô cháu tôi không gặp được nhau vào đúng ngày này, lúc hương tàn, tôi sẽ gọi nói chuyện lần lượt với các cô. Tôi biết, có lẽ chỉ có bố, có thể là mẹ nữa, hiểu vì sao như thế.

Hơn hai mươi năm, trong bom đạn, trong đói nghèo giữa miền Bắc, nơi vừa là mặt trận vừa là hậu phương của cuộc chiến những người Việt loay hoay với nhau, bác và bố chỉ có nhau. Nỗi nhớ cha mẹ, nhớ chị nhớ em ít khi để lộ, như huyết tương chảy ngầm trong cơ thể, nuôi cơ thể. Bác và bố sẻ chia với nhau tất cả. Tem phiếu thực phẩm, gạo sổ, bìa gia đình, những chiếc nan hoa xe đạp được phân phối, cân tem gạo, lạng đường được bồi dưỡng thêm, những lo lắng vì bị ngờ vực nghi kị, những bức bối không thể xả, và khát khao. Bố bảo lạ lắm, ngay cả những năm về sau, khi không còn nhận được thư ông bà nữa, bố không nhớ ông bà nhiều. Bố với bác ngồi với nhau cũng ít khi nhắc nhớ cả nhà ở trong Nam. Chỉ đang tự dưng lại lo lo và đó là những lúc cuộc chiến ngoặt qua bước mới. Hay đấy không phải là thôi không nhớ nữa? Nhớ thương đã tự chưng cất thành giao cảm như là nỗi lo.

Tại sao về sau nhà mình ngoài này mất liên lạc với nhà mình trong Nam, có lần tôi hỏi bố và bố im lặng. Rất lâu sau, khi tôi đã quên mình từng hỏi thì bố lại kể. Người đàn ông nho nhã có giọng nói nhỏ nhẹ làm ở đại sứ quán của cái nước đàn ông thường mặc váy quấn một nùi quanh bụng thôi không làm ở đó nữa. Bác là cầu nối ông bà tôi ở trong Nam với bác và bố ở ngoài Bắc, cầu nối duy nhất. Cả nhà tôi ơn bác đã liều thân, đến mức ông bà tôi còn xin gọi bác là con. Hôm bố dắt cái xe đạp đi đưa tang bác ấy về, mặt bố bàng hoàng làm cả mẹ và tôi tưởng bố bị tụt huyết áp. Mẹ pha vội cho bố cốc nước chanh, còn tôi ý tứ tráng thêm hai quả trứng vịt cho bữa cơm chiều. Bố chống đũa nhìn mẹ đang trong tư thế đón cái bát để xới cơm:

"Mẹ nó có hình dung nổi không! Ông ấy là đại tá an

ninh. Chắc là tình báo. Khi nghe tới khúc điếu văn ấy, anh tưởng trời sập".

May mà khi đó bác tôi đã mất. Bác, người đã định từ bỏ cơ hội cuối cùng để thư từ với ông bà những ngày sau khi hết hạn đình chiến vì uất ức và ghê tởm việc viết thiếp thăm hỏi gia đình theo mẫu in sẵn, người đàn ông chán đời mà một đời ngông nghênh, nếu biết những yêu thương mình phấp phỏng gửi đi nhận lại trong bí mật ngày đang chiến bị kiểm duyệt và lợi dụng, chắc bác phát khùng, chắc bác sụp đổ hoàn toàn. May mà bác mất và không biết. Hay nếu bác còn sống, biết, rồi bác cũng sẽ như bố tôi, sau kinh hoảng là phẫn nộ, rồi sau đó lại cố nghĩ rằng ừ thì người ta chẳng phải liều thân như mình tưởng, nhưng người ta có nhiệm vụ của người ta, rằng có thể ở một góc sâu khuất nào đó người ta cũng như mình, cũng có một phần đời khác, nên cảm thông và tìm cách giúp đỡ mình khi công tác không bị ảnh hưởng, rằng thì... Bao nhiêu gia đình được nhân thể giúp đỡ khi bị theo dõi thế như nhà tôi? Có bao nhiêu câu hỏi thì cũng có bấy nhiêu câu trả lời. Chỉ có điều, cứ nghe giọng bố thì biết bố cũng chẳng tin hoàn toàn vào câu trả lời nào cả.

Trong nhà tôi, chỉ có bố mẹ và tôi biết chuyện này. Bố không kể cho bà ngày cả nhà vượt châu Á châu Mỹ để tìm gặp lại nhau ở châu Âu. Bố chỉ thưa lại với bà lời bác dặn. Ở Sài Gòn những năm tháng đó ông bà cũng hệt bác tôi, chỉ mong bom đạn rơi hết xuống đầu mình. Tấm ảnh cả nhà chụp chung lần đoàn viên đó thiếu hai người vì ông tôi và bác đã theo nhau khuất rồi, nhưng ai cũng cười, tươi nhất là các cô tôi. Nước mắt khóc cho nhau kết tủa ngày gặp mặt.

Thế nhưng hai mươi năm sau chiến tranh, hơn nửa thế kỉ chia li Hà Nội, lần đầu tiên trở về, ba bà cô tôi đều khóc. Hà Nội giữa những năm 90 thế kỉ trước đang vặn mình đổi thay. Nhưng cũng chưa khác Hà Nội khi tôi bé là bao nhiêu, vẫn nghèo, vẫn làm người ta xao xác. Tôi và bố đón các cô từ khách sạn rồi cùng nhau đi thăm nhà của ông bà. Các cô đã ý tứ rời cái xích lô mui đỏ riềm vàng từ tít tận đầu Hàng Gà, đi quanh một hồi mới tới được phố nhà, nhưng hàng phố nhìn là lao xao rõ to: "Kiều về!" Quả ba bà cô Việt kiều lúc đó dễ tự phân biệt thật, vì mái tóc cắt ngắn, vì cái áo rộng và quần lửng, vì đôi giày dưới chân. Nhưng không một ai đang hiếu kì nhìn ngó nhận ra bố và các cô tôi. Bốn anh em đứng dưới gốc bàng nhìn hóng sang căn nhà ông bà tôi đã xây từ gần một thế kỉ trước. Y như bao ngôi nhà có ở bao nhiêu phố xá ở Hà Nội. Như thể từ muôn năm cũ. Vẫn bao lơn chấn song con tiện. Vẫn những cánh cửa chớp. Vẫn hàng rào và cánh cổng sắt. Chỉ có điều nứt nẻ, bạc phếch, mốc thếch. Giàn phơi quần áo chìa ra từ một khung cửa sổ trên gác phấp phới mảnh vỏ chăn con công và mấy cái quần lót đàn bà cũng xanh cũng đỏ. Mảnh sân nhỏ từ cổng vào bố với các cô nhắc nhớ với nhau trước ông để một dãy bồn nhỏ nhỏ trồng hoa giờ thành nơi cho cả số nhà tụ tập cơm nước giặt giũ. Cây dâu sát cửa sổ bếp ở tầng dưới có cửa sổ rộng nhìn ra phố đã bị chặt và hình như căn bếp giờ là nơi ở của gia đình nào. Ba người chị em gái của bố nước mắt đầm đìa. Bố đứng sau lưng các cô tôi, lặng lẽ. Phố se sắt, hững hờ. Không hiểu sao trong đầu tôi lại vọt ra câu hỏi. Rằng cái gốc cây chúng tôi đang túm tụm lại đây có phải là gốc cây bác tôi một năm nào rất xa đã đứng nhìn nhà mình sau khi ông bà tôi đưa các cô tôi vào Nam? Buổi chiều ấy cuối năm. Bố đứng dưới một gốc cây khác, cây nhội, dõi theo cái nhìn của bác. Từ ngày ấy còn có bao nhiêu lần bác và bố một mình về đây và không nói với nhau về nỗi nhớ nhà?

"Đêm nằm nghe lịch sử nghiến qua đầu"– ông giáo

dạy toán – bố tôi đã viết câu thơ lạc điệu tráng ca này vào lúc nào? Ngày bố sắp theo bác đi, tôi lại cầm tay bố hỏi. Tôi đã muốn biết điều này bao nhiêu năm, từ ngày tôi gặp Bill – sử gia nhà tôi. Bố viết hồi ông bà ra đi rồi chăng? Hay những năm đạn bom cả bố và bác lại phải rời Hà Nội ai theo cơ quan người ấy đi sơ tán? Hay là khi bác mất?

Hay là khi bố biết người anh nuôi vẫn chuyển thư gia đình cho mình thật ra là ai?

Không, không phải. Tất cả những tự hỏi và tự giải đáp của tôi đều không phải. *Bố không làm thơ, chỉ là câu đó đột ngột đến với bố một buổi chiều. Bố mới đi họp hội đồng nhà trường về nằm trên giường. Mẹ chạy sang nhà hàng xóm nhờ sáng mai 1.5 được nghỉ có đi mua thịt phiếu thì đặt hộ viên gạch xếp hàng. Con ngồi chơi bên cạnh bố. Con đã hỏi vì sao bố khóc.*

Khi ấy tôi lên bốn. Đã qua trăm ngày của bác và tôi đã kịp quen nhìn bác lúc nào cũng ngồi trên bàn thờ. Hà Nội đi qua mùa xuân ẩm ướt ào ạt tin thắng trận. Thần tốc thần tốc đại thần tốc. Thành công thành công đại thành công.

Buổi chiều hôm ấy đài Hà Nội vang vang bài ca *Việt Nam trên đường chúng ta đi*, rồi *Như có Bác Hồ trong ngày vui đại thắng*. Tôi xòe hai cẳng ngắn tủn trên giường bên cạnh bố lắp bắp theo "như có Bác Hồ". Bố bảo tôi đã hỏi vì sao bố khóc.

Tôi biết bố khổ, khổ vì biết mình khổ. Bố lại còn tính ngông, chưa ngông bằng ông anh nhưng cũng đủ ngông để ít nhất làm ông bố vợ dân miền Nam tập kết sững sờ vì cái thiếp mời bố tự làm sau khi ông gật cho mẹ lấy bố. Thật chẳng khác gì một văn bản ông thường phải kí, cũng *v/ v*, về việc, cũng *chiếu theo* gì gì, lại còn *được sự đồng ý của…* Đâu như bác còn xúi bố đánh máy đủ câu "được sự đồng ý của hai cơ thể", đúng theo ngôn ngữ dân y nhà bác, đã ngông thì ngông cho hết, mà bố không dám. Nhưng tôi chưa bao giờ biết bố sợ, ai, điều gì.

Bố cầm tay tôi thì thào "chưa bao giờ bố sợ thế".

Người em nằm vật ra giường. Đứa con đang chơi đồ hàng một mình ở góc giường bỗng quay lại nhìn rồi toài qua với bố, bi ba bi bô vì sao bố khóc. Nước mắt người cha ứa ra qua hàng mi khép, chảy vào chân tóc. Chiều mùa hạ lồng lộng gió và tiếng hát. Việt Nam trên đường chúng ta đi. Đi đâu? Chiến tranh hết. Nhà mình đi đâu? Hai mốt năm về trước anh còn một người anh ruột rà tâm giao cùng chống chọi chịu đựng. Giờ người anh mất rồi, chỉ hơn một trăm ngày trước, không còn phải biết thế nào là thắng bại, không hy vọng đợi chờ gì. Cậu mợ và các em còn không? Hai mươi mốt năm đã sống rùng rùng trở về. Gần tám ngàn đêm. Choáng váng. "'Đêm nằm nghe lịch sử nghiến qua đầu'. Bố cũng không hiểu vì sao câu thơ ấy đến với bố đúng lúc ấy".

Tôi nhớ giọng bố bình tĩnh và yếu yếu vào những phút hồi quang. Mỗi ngày một chút. Rồi hết. Bố tự chọn cho mình cách chết khi biết bệnh trọng, y như bác ngày xưa.

Nhiều năm sau ngày bác mất, bố vẫn nói về bác như thể bác vẫn loanh quanh đâu đó trong nhà. Nhưng hôm đó, hôm câu "đêm nằm nghe lịch sử nghiến qua đầu" vụt hiện, bố đã cầu xin bác sống khôn chết thiêng phù hộ cho ông bà và các cô tôi nếu ông bà và các cô còn sống. Bố kể lúc đó đầu bố cứ âm u có mỗi hai câu, câu thơ ấy và câu bố khấn bác "Vĩnh sống khôn chết thiêng phù hộ cho cậu mợ với các em kịp ra đi". Ra đi. Như ngày xưa. Bố cũng như bác, không dám mong ngày gặp mặt. Ở đầu kia thành phố, bà ngoại tôi cũng vừa khóc vừa lầm thầm cầu xin dượng tôi sống qua được khúc nhôi này.

Hôm đó là ngày 30.4.

*

Bác như là bố tôi.

Bố đã dặn tôi ở bất kì đâu cũng phải thay bố hương khói cho bác.

Tôi sống ở Mỹ.

Hôm nay tôi lại làm giỗ bác.

Ngày bác ra đi, chỉ còn bốn tháng nữa là Việt Nam mình hết chiến tranh.

[Berlin 29. 4. 2018]

Chú thích: "Đêm nằm nghe lịch sử nghiến qua đầu"– thơ Nguyễn Công Minh – nguyên giáo viên toán trường trung học phổ thông Xã Đàn (nay là trường trung học phổ thông Lê Quý Đôn) – Hà Nội.

LÊ NGUYÊN TỊNH

Tên thật Lê Văn Thanh. Quê nội Thừa Thiên. Quê ngoại Phan Thiết.
Đăng thơ trên *Tiền Vệ, Da Màu, Hợp Lưu* và *Văn Học*.

Tác phẩm đã xuất bản:
- *Quế Hương* (2010)
- *Dấu Chân Của Gió* (2012)

Trong mái hiên của ngày

Thong thả, thong thả
nắng đang thắp nến trên những tán cây
rừng ràn rụa mật ong và sữa
lồng ngực tôi mở ra như bến vịnh

thong thả, thong thả
chim đang hót
bầu trời đang mọc lông vũ
quyển sách bí mật về những nguyên âm đã mở ra

thong thả, thong thả
tôi đang đến điểm khởi hành
để vẽ lại những con đường
đi qua những ý tưởng và trái tim
trên đường biên không giới hạn của thời gian.

Quê hương

Trái tim tôi là mặt trời
đôi tay tôi là cành lá vạn tuế
đôi chân tôi là thuyền buồm lướt trên sóng
thân thể tôi là tân thế giới của bình minh
đầu của tôi là ngôi đền phương Đông
đôi mắt tôi là những tư tưởng
phóng thẳng vào hư vô

những bước tôi đi là tiết điệu
của bài ca hùng tráng
lời tôi nói biểu lộ sự công chính
đôi tai tôi ngóng nghe
những cái chết và hồi sinh của gió
mũi tôi cảm nhận mùi vị của dĩ vãng

tôi có một thân thể trong một linh hồn bất tử
tôi mang tên là quê hương mới.

Tháng Giêng

Một cánh chim, và hai cánh chim
đậu trên cành mùa xuân đậu trên cành không
chúng ta mọc cánh cùng bay
với chim và với bầu trời
bầu trời nở tung như một chiếc pháo hoa
chúng ta là một loài chim vô xứ

một con đường, và hai con đường
chạy thẳng vào trái tim chúng ta
những con đường không tên và không tuổi
những con đường thủy tinh và nạm ngọc
những con đường của men và nho chín

một chiếc ghế, và hai chiếc ghế
chúng ta yên vị trong lòng con đường
mặt trời tháng giêng say tít.

 **LÊ PHƯƠNG NGUYÊN**

Lê Phương Nguyên tên thật Lê Công Minh, sinh năm 1943 tại Bình Định.

Trước năm 1975 là kỹ sư công chánh, làm việc trong lĩnh vực dân sự. Năm 1983 bị bắt và đi tù 15 năm vì tham gia hoạt động lật đổ chính quyền Cộng sản. Mãn hạn tù, ông về làm rẫy ở Long Khánh. Lê Phương Nguyên làm thơ trên dưới 40 năm, nhưng mãi đến năm 73 tuổi (2016) thơ ông mới đến với người đọc qua một trang văn học ở hải ngoại và in tập thơ đầu tay (*Phù Sa*, tác giả tự xuất bản, 2017).

Dòng sông thơ ấu

Tôi có thể biết được màu nước dòng sông Seine
Dưới trời Paris sương mù hay nắng gắt;
Nhưng không biết được quê nhà
Sông nước có còn xanh?

Thuở nhỏ nhà tôi bên dòng sông nhỏ,
Nước trong xanh đắm đuối sắc trời xanh;
Bên bến đá cây đa già đợi gió,
Những trưa buồn đàn trẻ tắm vây quanh.

Dòng sông đó len mình qua xóm vắng,
Mỗi vườn cây, ruộng lúa ghé vào thăm;
Những sáng mù sương, những chiều phai nắng
Sông êm đềm đôi mắt gửi xa xăm.

Nét duyên dáng giữa đôi bờ thơ mộng,
Nhịp cầu tre nghiêng bóng đón đưa người,
Với con nước chưa một lần dậy sóng,
Hương thanh bình vẫn đến được ngàn khơi.

Mùa xuân đến nước sông đầy xinh quá,
Dải lụa nào biêng biếc giữa trời hong,
Cây bên bờ xanh lên từng phiến lá,
Giữ dòng sông đẹp mãi chảy trong lòng.

Sông dẫu nhỏ, nước bốn mùa không cạn,
Dòng sữa hiền trời đất đã riêng ban;
Hết lúa đến dưa, hoa vàng trải thảm;
Là đâu đây phượng đỏ giục ve đàn.

Ôi mê đắm! những ngày thu sương khói,
Cả đất trời ngây ngất gió gây hương;
Soi bóng nước, sắc trời xanh vời vợi
Dòng sông trôi như một mảng thiên đường.

Mùa lũ về nước nguồn tuôn trắng xóa,
Tôi theo anh giăng lưới dưới trời đêm,
Trên mặt sóng gió lùa gây buốt giá,
Những đường trăng run rẩy vỡ muôn nghìn.

Tuổi ấu thơ trôi dài như giấc mộng,
Tôi lớn lên tìm hướng bước vào đời;
Gửi lại dòng sông những chiều gió lộng,
Cánh chim trời chưa biết chuyện đầy vơi.

Có lúc quay về, tôi người cô lữ,
Dòng sông quen rũ sạch lớp phong trần,
Và con nước không còn con nước cũ
Chợt thấy lòng gờn gợn chút bâng khuâng.

Cuồng vọng đó bừng lên thành cuộc chiến,
Xóm làng tôi khói lửa giặc mang về,
Dòng sông ấy trong tôi, dòng hoài niệm
Của một thời tuổi nhỏ dưới trời quê.

Và từ đó trên nẻo đời bụi cát,
Bến sông nào cũng thoáng nét quen thân,
Đủ gợi lại chút hương lòng mất mát
Của dòng sông thơ ấu đã gian truân.

Mùa lạnh về theo những ngày giáp Tết,
Nghe đâu đây niềm thương nhớ mơ hồ,
Dải lụa nào quyện gió chiều xanh biếc
Dòng sông buồn lặng lẽ hiện trong mơ.

Khi đã mỏi cánh chim ngừng phiêu bạt,
Quay tìm về bóng mát thuở còn thơ,
Trong ký ức giữa khung trời đổ nát,
Có dòng sông máu lệ tháng năm chờ.

Rồi cả nước một ngày xuân rét mướt,
Con sông tôi, ai ngăn trở tôi về?
Những hận thù, những thói đời bạo ngược,
Đốt bừng lên làm ánh sáng đam mê!

Tôi ở lại với quê hương buồn bã,
Chí quật cường còn giấu kín trong tim,
Dòng sông đó như thành sầu hóa đá,
Trời tang thương chưa định hướng nao tìm.

Quy Nhơn, 1976

Ô cửa nhìn đời

Kín bưng giữa bốn bức tường,
Cũng may còn một ô vuông nhìn đời:
Nhìn mùa thu lá thu rơi,
Nhìn chiều mưa đổ tơi bời bên song,

Lặng nhìn những buổi trời trong
Nghe con chim hót mà lòng không vui,
Có khi nhìn thấy mặt người,
Lạnh căm đôi mắt thay lời chào nhau…

Dõi nhìn chiếc én về đâu,
Giữa trời thăm thẳm một màu chiều buông,
Hoàng hôn nhìn sợi khói vương
Trên hàng cây đứng cuối đường xa xăm;

Đêm nao thoáng thấy trăng rằm,
Qua nhanh như sợ ai cầm lấy tay…
Cả đời nhìn mãi mây bay,
Sao hôm nay bỗng lòng ngây ngất sầu,

Nhắm đôi mắt nhìn thật sâu:
Một trời tang tóc, ấy màu quê hương…
Bờ môi mặn giọt đoạn trường,
Vẫn xanh mơ ước con đường nở hoa…

Có vì sao ở thật xa,
Dịu dàng màu mắt như là cố nhân,
Nhìn nhau tha thiết ân cần,
Cùng tương tư một mùa xuân thiên đường…

Đêm về nhìn ánh đèn vàng,
Dọc tường vôi xám sáng hàng kẽm gai,
Vách bên có tiếng thở dài,
Biết anh đã lỡ mộng đời tự do;

Mấy phòng liên tiếp cùng ho:
Là lời nhắn nhủ dặn dò gì nhau;
Nghe lòng ấm giữa đêm sâu,
Biết đời còn những nhịp cầu tri âm;

Trong tăm tối, nỗi vui thầm
Tỏa hương như giữa một đầm hoa sen…
Sắc trời bàng bạc sương in
Tiếng con vạc lẻ vừa chìm đâu đây…

Cửa đời nhỏ tựa bàn tay,
Vẫn nhìn thấy ánh sao Mai rạng ngời…

[T.20, Mùa thu 1983]

Hai mươi năm sau trở lại vườn nhà cũ

Quê nhà xa cũng chẳng xa,
Ngỡ ngàng ta kẻ phồn hoa lạc loài.
Dọc đường ruộng lúa, nương khoai,
Bờ tre, bóng núi, chiều phai sắc chiều.
Chạnh lòng trước cõi quạnh hiu;
Bước chân xô dạt ngọn triều mộng du…
Cánh cò như một lời ru,
Từ bên kia đỉnh sương mù ấu thơ…
Quê nhà đây? Thực hay mơ?
Khu vườn xưa đã bây giờ nghĩa trang!
Năm kia người của xóm làng,
Lạc nhau từ thuở giặc tràn về đây.
Cuối trời góc biển, chân mây,
Nửa đời không hẹn mà nay tương phùng.
Nén tâm hương gửi vô cùng
Lòng riêng dằng dặc nỗi buồn, nỗi thương…
…
Bâng khuâng chiều giữa cố hương,
Vành trăng như khói, như sương hiện về…

Phước Thắng (Bình Định, tháng 8.1998)

Vầng dương còn lấm bụi mù

Thôi thì rũ áo phong sương,
Xếp tàn y, giữ chút hương giang hồ.
Đã không dựng được cơ đồ,
Cầm bằng mây khói giấc mơ đổi dời…
Mênh mông một nỗi đau đời;
Giật mình ngoảnh lại kiếp người phù du
Vầng dương còn lấm bụi mù
Không soi thấu đến bể sầu thế nhân.

Điền trang Lộc Xuân, 18.7.2004

Viếng mộ bạn
(Gửi Hương hồn Anh PXA)

Anh mất, không về được,
Lòng buồn như lá rơi.
Chiều cuối thu rét mướt,
Gửi về xa ngậm ngùi…

Quê cũ giờ thiếu bạn,
Ngày tôi về quạnh hiu,
Hương cà phê lãng đãng,
Chén rượu nhạt trong chiều…

Một ngày tìm thăm Anh,
Mộ bia mờ trong khói…
Ánh mắt nào long lanh,
Nhìn tôi, Anh muốn nói:

"Chúng ta người thua cuộc,
Giữ cho nhau chút tình,
Dẫu chưa tròn mệnh nước,
Không thẹn kiếp phù sinh…"

Hãy cùng tôi dăm chén,
Nhớ một thời buồn vui,
Chén trao ngày hội ngộ,
Chén tiễn chiều chia phôi…

[Quy Nhơn, 11/11/2014]

Lê Phương Nguyên

LÊ THỊ HUỆ

Sinh năm 1953 tại Cẩm Xuyên, Hà Tĩnh.
Hiện sống tại San Jose, California.
Viết văn, làm thơ, dạy học.
Chủ trương nhà xuất bản Lũy Tre Xanh (San Jose, Hoa Kỳ) và trang mạng Gió-O.
Đã cộng tác với các báo *Dân Việt, Văn, Văn Học, Nghệ Thuật, Làng Văn, Thế Kỷ 21, Nhân Văn,...*

Tác phẩm đã xuất bản:
- *Bụi Hồng* (tập truyện, Lũy Tre Xanh, 1984)
- *Kỷ Niệm Với My Ánh* (truyện, Lũy Tre Xanh, 1987)
- *Rồng Rắn* (truyện dài, Lũy Tre Xanh, 1989)
- *Khởi Đi Từ Ngây Thơ Để Đến Gần Sự Thật* (tùy bút, Lũy Tre Xanh, 1995)
- *Văn Hóa Trì Tệ Nhìn Từ Hà Nội Đầu Thế Kỷ 21* (ký, Văn Mới, 2001)

Thiếu nữ chờ trăng lên

Ban đầu chúng tôi nằm cạnh nhau. Tôi tựa đầu lên chiếc gối lam nhìn ra bầu trời phía Tây Bắc ngang vòm cửa sổ. Bầu trời đục mây, những đám mây xám di chuyển nhanh và gần qua chóp những cao ốc; những cao ốc dựng ngược, đâm thẳng lên trời, án ngữ gần hết diện tích cửa sổ phòng. Lấm tím trên mặt diện tích ấy là những vệt sáng vừa thắp. Những chấm sáng hòa với một thứ màu dị hợm của hoàng hôn úa đọng lung linh lên màu hồng máu trên cánh cửa kính. Chiếc đầu rồng của một cao ốc phố T lộ ra chút vòm sững phía tay phải cửa sổ, trông xa và mờ đi vì sức ép của những khối hình thẳng dựng ngược và vì những tảng mây xám xiên ngang. Trời đang giữa mùa thu, tuy mới bốn giờ chiều nhưng không gian u ám. Tin từ máy phát thanh cho biết mây đang kéo mưa về. Người ta tiên đoán cơn mưa sẽ xuất hiện vào đầu đêm nay, sẽ tạnh, và sau đấy trời sẽ trong sáng.

Hai chúng tôi vừa trải qua một ngày la cà ngoài phố, di chuyển đến mấy địa điểm để tìm những thứ mà khách sạn không có. W tìm quyển báo thể thao có bài phê bình sốt dẻo về trận banh chiều nay. Chàng cũng hối hả tìm mua ít dao cạo râu, một khẩu súng săn làm quà sinh nhật cho bố chàng. Tôi rủ W đến rạp A xem phim G, cuốn phim được giải điện ảnh năm vừa qua. Phim mô tả đời sống của một người đàn ông tranh đấu cho lý tưởng bằng phương thức bất bạo động. Rồi tạt qua phố T mua một ít bánh dẻo và bánh nướng.

Bây giờ thì W đang lăn kềnh ra theo dõi sát nút trận banh trên mặt truyền hình, mắt chàng không rời màn ảnh, thỉnh thoảng còn tung người lên hoặc vỗ tay đôm đốp khi thấy một màn giao đấu hào hứng. Đây là trò chơi mà một phe vừa giữ banh vừa lấn đất trong khi phe bên kia ra sức chống đỡ và ngăn ngừa cuộc xâm lăng bằng cách thúc và húc vào người của phe đối thủ cho té nhào.

Chỉ những người sanh ra và lớn lên cùng chỗ như W mới say mê trò chơi này. W cố lôi kéo tôi xem banh cùng chàng. Nhưng tôi nói tôi không thể nhìn cảnh những cầu thủ húc nhau như bò đấu trên sân banh. Nó làm cho lồng ngực tôi căng nhói. Trận đấu càng gần kết thúc, tim tôi càng nện nhanh. Nhìn hình ảnh những cầu thủ phe yếu thế ra sức chống giữ để những cầu thủ phe xâm lăng đừng lấn đất mà tôi muốn ngộp thở. W cười tôi và bảo ở bất cứ đấu trường nào, trên sân banh hay ngoài cuộc đời, làm cách nào đè bẹp để thắng thế là chuyện thường tình. Sao tôi lại phải thắc mắc phải bấn loạn lồng ngực.

Khi W nói như vậy, dưới tấm chăn màu gạch vằn, bàn tay phải của chàng thường sờ soạng tìm kiếm những phần người tôi không dứt.

Tay W thường dừng lại trên ngực trái của tôi và hỏi tôi có sao không? Chàng biết rõ mối ám ảnh trên dễ làm cho những cơ tim tôi se thắt. Tôi dễ nhạy với tiếng động. Và từ lúc sinh ra đời, tôi đã mang chứng tim dễ hồi hộp. Chứng bệnh đã làm cho tôi phải sinh hoạt cử động chậm chạp hơn những người khác. Những nhịp tim dồn dập vang vang khi nào cũng tưởng như cấp cứu đã là điều gì hiện diện quen thuộc và thường trực trong đời sống tôi.

Căn phòng trạm gồm chiếc máy truyền hình, cái kệ để đèn ngủ, bộ bàn ghế cỏn con, chiếc giường và hai chúng tôi. Mỗi lần W giật bắn người và la ó lên là mỗi lần cả chiếc giường oằn lên kêu kẽo kẹt. Đấy có thể là lúc một cầu thủ húc té được một cầu thủ khác. Rồi chàng làm một cử chỉ xoa dịu vì gây cho tôi giật mình. Chàng vuốt dọc hết người tôi và hỏi tôi có sao không? Tôi nói tôi gần hụt hơi vì không tìm được một chỗ nằm bình yên trong cái phòng trạm chật hẹp này. Nằm chung giường với chàng, chàng dội chiếc giường hoài làm tôi bị vật lây. W ríu rít xin lỗi và ôm tôi vào lòng. Chàng vừa hôn ào ập lên khắp người tôi vừa nói yêu tôi.

Đây là thói quen của W. Những khi chàng nói chàng yêu tôi là khi chàng đè tôi bẹp dí dưới đôi cánh tay đầy lông lá của chàng.

Tôi vừa ngo ngoe vừa nói, W hãy nhìn đi, mây mù đang giăng kín cửa sổ, kìa bầu trời hoàng hôn rằm tháng tám như vậy kể cũng lạ, chàng nặng quá là nặng, những sợi lông của chàng làm tôi xót xáy, W đừng đè lên người tôi làm tôi khó thở... Nhưng W không nghe tôi nói. Chàng nói xuột xuột im đi. W khóa cứng hai tay và hai chân tôi, áp mặt chàng lên mặt tôi, áp ngực chàng lên ngực tôi và bảo cứ để yên như thế này.

Khi tiếng la hò của những cầu thủ trên sân banh mừng chiến thắng vang dội, W với tay vặn thấp ánh điện đầu giường. Cả thân hình của W đổ ào lên người tôi. Tôi bị xô lệch và nghiêng ngửa dưới thân hình to lớn vũ bão của chàng. Tôi lặp đi lặp lại luôn miệng rằng chàng hãy nằm sang một bên. Nhưng W không nghe tôi nói. Ngực tôi cứ căng nhói lên từng cơn. Tôi hé mắt nhìn thấy màu đỏ bùng lên dưới làn da mặt của W. Qua mảng vai cuồn cuộn những bắp thịt rắn chắc của chàng, từng tảng mây xám đặc nặng nề trôi ngang khung cửa sổ. Chiếc đầu rồng của một cao ốc phố T mù mờ chới với. Những cao ốc hình khối đã được thắp sáng gần hết. Nền trời xám sũng như vậy còn lâu trăng mới ló dạng.

*

Có thể tôi đã bị đánh thức bởi một thứ tiếng động mà mãi nửa canh giờ sau tôi mới biết đó là tiếng mưa va vào vách phòng trạm.

Cơn mưa không lớn vì tôi có thể nghe tiếng di động nhẹ nhàng, tiếng rón rén chuyền mình trong không gian. Nghe như "tiếng sột soạt của bầy con gái dệt lụa trời", má tôi đã nở nụ cười nghịch ngợm và giải thích như vậy trong những lần đầu tiên tôi hỏi người về tiếng mưa rơi. Lời giải thích khởi đi từ ký ức mù tắp của tuổi thơ đã như vệt nước thấm ngập hồn tôi, để mỗi lần nghe tiếng mưa băng mình ngoài không gian tôi không thể không lắng nghe đây có phải là tiếng lụa trời phất phới?

Nhưng giờ đây tiếng lụa trời phất phới như bị lấn át bởi một tiếng trả đũa mạnh và bách bức, tiếng của vách phòng trạm hứng đỡ cơn mưa. Chiếc vách phía bên W nằm có khả năng tung hứng và phát ra âm thanh sầm sập nghe như tiếng roi quất lên mặt gỗ. Ánh điện đầu giường chiếu chân dung to tướng của W lên mặt tường, chiếc bóng chàng lung linh trên nửa chiếc màn cửa sổ. Chàng lại kéo từng cơn ngáy khò khè, khiến lúc vừa thức giấc tôi cứ tưởng như chàng đã phát ra âm vang lấn át kia. Quả là cái âm thanh rền vang chói tai này đã làm cho tôi không quay trở lại giấc ngủ được.

Tôi trườn người lên đầu giường, hai tay choàng lên đầu, dõi mắt nhìn mưa nát nhàu qua cửa kính và tự hỏi mảnh trăng rằm tháng tám ấy giờ lang thang *ở* phương trời nào? W đã nheo nửa mắt, cười nửa miệng khi thấy tôi mua sắm cặp bánh nướng và bánh dẻo. Chàng nói trăng ở đây luôn luôn bị lu mờ bên ánh điện phố phường. Nhưng nếu đêm nay tôi nhìn thấy trăng mọc trên thành phố F này thì nhớ đánh thức chàng dậy. Chàng sẽ cùng tôi làm tiệc cắt bánh, uống trà và ngắm trăng.

W để banh ngực trần ra ngủ. Trước khi ngủ W vòi tôi kể chuyện về những đêm trăng nơi tôi đã chào đời và sống suốt những năm thơ ấu. Tôi nói mỗi năm chúng tôi chỉ mong ngóng đến ngày rằm tháng tám để mừng trăng linh đình, gọi là Tết Trông Trăng hoặc Tết Trung Thu. Đây là đêm mà trẻ con thắp đèn rước trăng và ca hát nô đùa thỏa thích. Nhưng thường thì quanh năm trăng vẫn là nguồn vui chung của mọi gia đình. Tôi kể cho W nghe những đêm trăng cả gia đình tôi quây quần trước sân gạch ngắm trăng lên. Ba má và các cô chú tôi thường bắt ghế ra sân chuyện vãn với lối xóm; trong khi bầy trẻ chúng tôi tụm năm tụm ba chơi trò trốn tìm, u mọi, hoặc nhảy lò cò cạnh đấy. Ánh trăng từ từ nhô lên khỏi những ngọn tre mát gió của lũy tre đầu ngõ, càng lúc càng sáng ngà, rồi lửng lơ giữa bầu trời đêm lấp lánh những ngôi sao kim tuyến. Trăng lên rồi, mọi người như say mèm bởi làn gió hiu hiu của những rặng tre làng. Trăng càng thanh gió càng mát, người lớn càng nói năng hòa nhã, điệu bộ càng từ tốn. Chỉ lũ trẻ con chúng tôi thì càng đùa nghịch to tiếng hơn. Suốt từ đầu làng đến cuối làng bấy giờ chỉ còn vang vang tiếng reo đùa của lũ trẻ, tiếng hò của những người đàn bà ru con ngủ, và tiếng xào xạc của những lũy tre làng chở trao gió cho nhau dưới ánh trăng. Khi đã nô đùa no nê xong, chúng tôi thường trải chiếu và vây quanh má để lắng nghe bà kể chuyện. Chúng tôi thường gục thiếp đi khi giọng má chỉ vừa bắt đầu: "Thuở thanh bình xa xưa..."

W nằm yên và lắng nghe tôi kể chuyện. Chàng nằm nghiêng một bên, hai tay vẫn ôm lỏng thân hình tôi, tai vểnh lên, miệng hở trệ ra thở. Chỉ những giây phút như thế này tôi mới rướn người lên được chút xíu mà thò tay qua gáy chàng cho chàng tựa đầu lên. Tôi tiếp tục câu chuyện. Tôi nói sau này vì chiến tranh bùng nổ, gia đình tôi phải đi tản cư. Tôi lớn lên ở một nơi khác, cách xa ngôi làng cũ. Mỗi lần tôi muốn quay về ba má tôi nói đường sá mất an ninh, mấy khúc quốc lộ bị chận đánh, cây cầu bắt ngang sông TK bị quân khủng bố gài mìn giật sập liên miên. Vả lại thân gái dặm trường như tôi không thể làm chuyến trở về nào dễ dàng được...

W cắt lời tôi và nói giọng tôi cứ líu lo như chim hót làm chàng buồn ngủ quá đi mất. Còn điều này nữa, tôi nói. W hỏi tôi điều gì vậy. Đó là một điều thầm kín tôi muốn nói với chàng, tôi nói, bởi vì chàng hay lè nhè bên tai tôi. Tôi nghe chàng hay nói ngôi hai xuống thế mang bình an cho nhân loại, chim bồ câu trắng bay về báo tin lành cho những kẻ chờ mong,v.v... Nhưng riêng tôi, tôi không thể tiếp nhận được hình ảnh xa xôi này khi trong hồn tôi đã ghi dấu nó, chính là một vầng trăng tròn nhô lên đầu những ngọn tre mát gió của những đêm nào ở quê hương ấu thơ cạnh má.

W trở người khi nghe tôi kể đến đoạn này. Chàng vùi mặt xuống gối, hai tay gãi đầu gãi tai. Lát sau chàng quay lại, ôm tôi vào lòng, hôn lên tóc tôi và nói giọng thấp, thấp hơn thường ngày, rằng chàng muốn thay má kể chuyện cho tôi nghe. Chàng nghĩ ra được những câu chuyện giả tưởng tương lai bảo đảm cũng hay như những câu chuyện cổ tích của má. Chỉ khác là má kể chuyện đời xưa còn chàng kể chuyện đời mai. Những câu chuyện sẽ bắt đầu: "Mai mốt khi hòa bình..."

Rồi chúng tôi đã gục thiếp đi vào giấc ngủ. Lúc ấy trời mới bắt đầu chuyển mưa.

Tôi làm một cử chỉ kéo tay W ra khỏi eo bụng. Nhưng dù đang ngủ W vẫn cài hai tay phòng hờ. Tiếng động của vách tường tung hứng cơn mưa càng trở nên nặng nề hơn khiến tôi không thể quay trở lại giấc ngủ được.

Tôi quay sang nhìn người đàn ông đang ôm cứng thân hình tôi: Mái tóc chàng quăn lọn phủ lòa xòa lên vầng trán cao và phẳng, sống mũi vun đều với đôi mắt sâu và hàng lông mày rậm mọc ngay ngắn, hai làn môi hồng thắm hé lộ hàm răng trắng muốt và đều đặn. Mặt chàng rõ nét và sắc sảo như một mặt tượng. Tôi cúi xuống áp mũi lên má và hai thái dương chàng hít từng hơi. Tôi vân vê nhúm tóc mai vàng của chàng, rồi ghé sát tai và nói thầm điều chàng vẫn khoái nghe. Tôi nói chàng có cái miệng cong và mỏng, rất hấp dẫn.

Tôi gặp W cách đây không bao lâu.

Khi phe bên kia tràn về chiếm hết mọi nơi, kể cả nơi gia đình tôi đang tạm cư. Phong trào tìm đường biển kiếm đất sống nổi lên khắp nơi. Má tôi dù nâng niu tôi vì tôi là đứa con cầu tự của bà, cũng phải lo lót cho tôi bao phen đặng mang tôi ra khỏi vùng đất u ám ấy. Cuộc ra đi của tôi là cuộc chiến đầu của má để bảo tồn sự sống cho tôi. Má nói: "Má rách ruột sanh đẻ con ra đời. Má muốn con phải sống. Con của má là vàng là ngọc. Con không thể ở đây để bị đẩy đi thủy lợi đào mương vét cống đến chết mòn chết héo được. Má hy vọng ra khỏi đây con của má sẽ hồng hào khỏe mạnh hơn – Bà ám chỉ nước da trắng xanh quanh năm của tôi – Nhưng con phải nhớ không ai biếu không điều gì cho con cả, kể cả sự sống của con. Má nghe nói ở bến mỗi lần nghe đến bệnh tim là người ta mang ra mổ như mổ gà mổ heo. Con phải cẩn thận với những kẻ quen với cái chết hơn sự sống ấy..."

Tôi đứt ruột khi phải xa rời má. Từ thuở nào tôi vẫn nghĩ tôi không thể rời xa má. Rõ ràng tôi xa má trong sự cưỡng ép. Má hồn nhiên tin rằng chỉ cần mang tôi ra khỏi nơi ấy là tôi được tiếp sinh, được chữa chạy, được hoan hỉ sống... Má đâu biết chuyện gì đã xảy ra cho tôi. Nhưng dù thế nào đi nữa thì W là người đã hiện diện và ôm thốc lấy tôi ngay cái khoảnh khắc tôi vừa rời đất mẹ không bao xa.

W không rõ những gì đã xảy ra cho tôi trước đấy. Chúng tôi không nói cùng một ngôn ngữ và với chàng thì những điều liên quan đến chàng đủ làm chàng loay hoay hết ngày. W nói chàng đã nói với gia đình chàng rằng sau bao nhiêu năm miệt mài sách vở chàng cảm thấy nhức đầu và mệt mỏi, rằng chàng đang muốn làm một chuyến đi xa. Nhưng thực ra, W nhấn mạnh, chàng đã đi tìm tôi. Chàng đã đi tìm tôi như đi theo một tiếng gọi, một hấp lực. Như ba vua đã đi theo hướng một ánh sao, đi tìm ngôi hai ra đời.

Và chàng đã gặp tôi trong chuyến đi định mệnh ấy. Một người bạn đã rủ chàng làm một cuộc hải hành rong chơi trên biển Thái Bình Dương. Thuyền chàng đã gặp thuyền tôi giữa biển cả. Bọn chàng vớt chín người thuyền nhân chúng tôi lên từ một chiếc ghe con đã chết máy và cạn lương thực. Có kẻ trên thuyền chúng tôi đã bỏ xác trước đây vì không thể cầm cự được với cái chết.

Lời cầu hôn của W xảy ra cách đây vài tuần lễ. Trong khi tôi đang nằm trên giường bệnh của trại tị nạn, W đã quỳ xuống cạnh giường tôi, một tay chàng nắm chặt tay tôi, tay kia đưa lên mần những điệu bộ. Chàng lắp bắp bảo tôi hãy nhận lời chàng, rằng tôi là định mệnh của chàng, rằng chàng đã tìm tôi suốt bao lâu nay, rằng nhan sắc xanh xao của tôi làm chàng lo lắng...

Tôi muốn nói cho chàng nghe nhiều điều nhưng rõ ràng ngôn ngữ đã làm cản trở điều này. Chàng chỉ vừa bập bẹ học tiếng của tôi, trong khi tôi hiểu hết những điều chàng nói. Bởi tôi đã quen với ngôn ngữ của chàng, tôi đã được học nó lâu nay. Ngay cả khi chàng loay hoay, chàng bứt tóc, chàng hoa chân múa tay cạnh giường bệnh của tôi và nói làm sao chàng có thể hiểu được tôi và chàng phải làm điều gì cho tôi bây giờ? Tôi cũng đã nhìn thấy và đọc suốt những thông điệp nơi các điệu bộ vụng về của chàng. Tôi nói bởi vì chàng hiểu ít về ngôn ngữ của tôi nên tôi sẽ nói từ từ, nói cả đời e chưa hết chuyện.

Dù thế nào thì W cũng còn cần một thời gian khá lâu để thích ứng với ngôn ngữ của tôi. W nói ngôn ngữ của tôi cần uốn cả môi lẫn lưỡi, mà lưỡi chàng cứng quá, lại chàng không có khiếu học sinh ngữ.

Người bạn đi cùng thuyền với W đã là nhân chứng của cuộc hôn nhân của chúng tôi. Y cứ trố mắt ra nhìn chúng tôi ký kết giấy tờ và thề ước với nhau trước mặt một vị linh mục Công giáo. Tôi đọc thấy trong mắt y tia nhìn âu lo là làm sao hai kẻ chưa thông suốt ngôn ngữ nhau mà có thể sống chung với nhau. Y cũng tỏ vẻ e ngại cho tôi, kẻ đã từ tốn trong lời nói lẫn cử chỉ mà vẫn chưa bày tỏ hết, và không thay đổi được vài chi tiết của bản hôn phối trong lần ký giấy hôn thú ấy. Sau đám cưới bất ngờ của chúng tôi trong trại tị nạn, y ở lại và tiếp tục cuộc hải hành một mình. Thỉnh thoảng khi thuyền tấp vào một hải cảng nào đó, y gởi cho hai chúng tôi những tấm thiệp kèm theo câu thăm hỏi thường tình là hiện cuộc sống của chúng tôi ra sao?

Ngoài kia mưa càng lúc càng nặng hạt. Những hạt mưa có hình thù như bàn tay của kẻ lạ gõ lốc cốc liên tục lên mặt kính cửa sổ. Tôi cố hình tượng ra tiếng sột soạt của những chùm tơ trời, tiếng ru của má, và ánh trăng rằm đầu những ngọn tre mát gió. Nhưng tất cả trở nên xa xôi và mờ nhạt bởi tiếng rền vang lấn át của bức tường trạm đang tung hứng cơn mưa. Tôi thức dậy và nằm trong tay W đã khá lâu. Thân thể tôi ê mỏi. Trí óc tôi càng lúc càng căng thẳng. Tim tôi càng lúc càng đập nhanh. Tôi như bị nghẹt thở.

Tôi nhìn sang W, hơi thở chàng tràn đầy mùi kem đánh răng, mặt chàng phương phi và đỏ kè như ông thần canh giữ bảo vật khi ngủ. Tôi mở tay chàng và rón rén rút người ra. W trở người, thở mạnh, và quơ cào tìm. Tôi quỳ xuống đầu giường, tay thò vào cài những khuy ngực áo của chàng, tay luồn qua gáy chàng, và ghé sát bên tai chàng nói: "Em đây, có em đây".

W trườn người lên và kéo tôi lại gần hơn. Tôi nằm qua nệm gối. Nửa thân hình tôi vắt ngang mặt chàng. Mặt chàng chạm vào bầu ngực tôi nghiêng xuống. Tôi có thể nhìn thấy làn da mình phập phồng theo từng nhịp động bên trong. Tôi nâng khuôn mặt của W lên, áp sát ngực tôi vào. Tôi vân vê vạt tóc nóng vàng của chàng, và hát nhỏ trong cửa miệng:

> *Ầu ơ... ơ...*
> *Má ơi con vịt chết chìm.*
> *Con thò tay xuống vớt. Ầu ơ...*
> *Con cá kìm cắn con.*

Chờ cho chàng trở lại ngủ yên. Tôi đứng dậy đến bên cạnh cửa sổ, mở cửa và thở hắt ra ngoài. Mưa tầm tã, hạt lớn hạt nhỏ tạt vào ướt mặt ướt tóc, chảy xuống lớp áo ngủ mỏng manh, tuôn tràn trên hai khóe mắt tôi như những dòng lệ ngậm ứ lâu năm.

Cả người tôi ướt và lạnh cóng. Tôi khép cửa lại rồi đến bên chiếc ghế ngồi xuống. Trên mặt chiếc bàn con cặp bánh nướng và bánh dẻo nằm chơ vơ cạnh chiếc hòm son phấn khóa kín. Ánh điện đầu giường mờ mờ dội vào mặt bàn xanh hắt lên màu xanh lá cây hấp hối phủ trùm màu trắng nhuyễn của cặp bánh dẻo, và làm úa màu ngọc đỏ của mặt da bánh nướng.

Chiếc đồng hồ báo thức tự động đầu giường bỗng bật lên tiếng kêu tè tè rồi xổ ra một tràng phát âm lời người nam xướng ngôn viên: "It's twelve o'clock. Violence, once again, has broken out in B..."

W bật dậy và quơ cào tìm tôi. Chàng trăn trở trên giường như con hổ đói tìm mồi. Miệng luôn luôn kêu tên tôi và nói: "Em ở đâu? Em ở đâu?"

Chàng nhỏm dậy. Khi thấy tôi ngồi co ro trong bóng tối, W phóng ra khỏi giường ôm chầm lấy và đặt tôi lên giường. Tôi ho lên sặc sụa và lồng ngực lại căng nhói. Tôi nói trong từng cơn ho đứt quãng: "Đừng, đừng có nằm ép lên người em".

Nhưng W không nghe tôi nói và cứ đè chặt hai cánh tay, ép cứng hai chân tôi, áp mặt chàng lên mặt tôi, áp ngực chàng lên ngực tôi.

Lần này, tôi thu hết sức lực ôm lăn W xuống mặt giường.

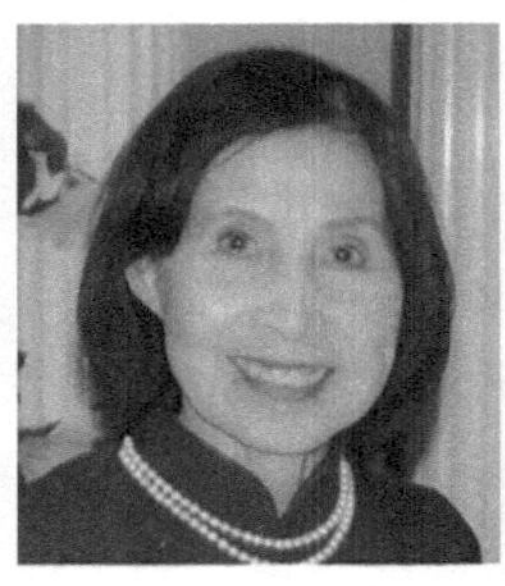

LÊ THỊ NHỊ

Sinh năm 1943 tại Bắc Ninh, lớn lên ở Hà Nội.
Vào Sài Gòn năm 1954.
Tới Hoa Kỳ năm 1981.
Hiện sống tại Mc Lean, Virginia, Hoa Kỳ cùng các con, các cháu.
Trong nhóm sáng lập Câu Lạc Bộ Văn Học Nghệ Thuật Vùng Thủ Đô Hoa Thịnh Đốn/ Nhà Việt Nam từ năm 2000.
Trong nhóm chủ trương tủ sách Tiếng Quê Hương tại Virginia từ năm 2000.
Chủ nhiệm nguyệt san *Kỷ Nguyên Mới*, xuất bản tại Virginia từ năm 2000.

Tác phẩm đã xuất bản:
- *Ngày Về* (Tập truyện, Virginia –1995)
- *Mùa Đông Hò Hẹn* (Tập truyện, Virginia –1999)
- *Sóng Thời Gian* (Tập truyện, Virginia – 2002)
- *Đôi Mắt Hoàng Hôn* (Tập truyện, Virginia – 2009)
và tuyển tập thơ văn *Quê Hương Và Kỷ Niệm* (Phượng Kiều, Vương Đức Lệ, Lê Thị Ý, Lê Thị Nhị, Virginia – 2009)

Gọi người tôi thương

Tôi hốt hoảng gọi tên người tôi thương và bừng tỉnh dậy. Trong bóng tối của căn hầm trú ẩn, tay mẹ nắm chặt tay tôi. Tôi khóc nức nở:

- Con vừa mơ thấy Nguyễn bắn vào thái dương tự sát khi Việt Cộng tràn vào Quân Đoàn.

Tất cả mọi người trong gia đình tôi đều im lặng. Mẹ siết mạnh tay tôi hơn. Tôi có thể nghe rõ hơi thở của mẹ vì tiếng súng không còn rền vang như lúc chúng tôi mới chạy ùa vào đây, chỉ còn những tiếng súng nhỏ từ xa vọng lại.

Tôi băn khoăn hỏi:

- Tại sao không mở máy phát thanh để nghe tin tức hả mẹ?

- Vẫn mở đấy chứ con. Nhưng tự nhiên không nghe gì cả.

Tôi lại hỏi:

- Có tin gì của bố không, mẹ?

- Bố có gọi về. Bố nói, bố đang ở trong Quân Đoàn, bên cạnh Nguyễn.

Trái tim tôi như muốn vỡ tung ra thành muôn ngàn mảnh khi nghĩ tới hai người thân yêu nhất của đời tôi đang chiến đấu trong tuyệt vọng với kẻ thù tàn bạo.

Đầu óc tôi đặc quánh lại khi cái máy phát thanh đang im lìm bỗng phát ra khúc nhạc dạo lạ tai rồi tiếp theo là lời kêu gọi của Tổng thống Dương Văn Minh:

"Đường lối chủ trương của chúng tôi là hòa giải hòa hợp dân tộc để cứu sinh mạng đồng bào. Tôi tin tưởng sâu xa vào sự hòa giải giữa người Việt Nam để khỏi phí phạm xương máu của người Việt Nam. Vì lẽ đó, tôi yêu cầu tất cả các anh em chiến sĩ Việt Nam Cộng Hòa hãy bình tĩnh ngưng nổ súng và ở đâu ở đó. Chúng tôi cũng yêu cầu anh em chiến sĩ Cách Mạng Lâm Thời Cộng Hòa Miền Nam Việt Nam ngưng nổ súng vì chúng tôi ở đây chờ gặp chính phủ Cách Mạng Lâm Thời Cộng Hòa Miền Nam Việt Nam để cùng nhau thảo luận và để bàn giao chính quyền trong vòng trật tự và tránh sự đổ máu vô ích của đồng bào".

Tai tôi ù đi. Người tôi run lên và nước mắt tôi trào ra.

Rồi cũng từ cái máy phát thanh đáng ghét ấy, vang lên một giọng nói khác: "Thưa quý vị tư lệnh Quân Đoàn, quân binh chủng, địa phương quân, nghĩa quân, nhân dân tự vệ, tôi, chuẩn tướng Nguyễn Hữu Hạnh, Phụ tá Tổng tham mưu trưởng, thay mặt Trung tướng Vĩnh Lộc, Tổng tham mưu trưởng vắng mặt, yêu cầu tất cả quý vị tướng lãnh và quân nhân các cấp hãy triệt để thi hành lệnh của Tổng thống Việt Nam Cộng Hòa về ngưng bắn, các cấp chỉ huy Quân lực Việt Nam Cộng Hòa hãy sẵn sàng liên lạc với các cấp chỉ huy quân đội của Chính phủ Lâm Thời Miền Nam, để thực hiện cuộc ngưng bắn một cách không đổ máu".

Tôi không còn nghe gì nữa cả. Tôi rút nhanh tay khỏi tay mẹ, chui vội ra khỏi hầm trú ẩn, tôi nói với lại:

- Con phải đi tìm bố và Nguyễn.

Tôi cắm đầu chạy như bay ra đường phố. Tiếng khóc, tiếng gọi của mẹ không làm tôi chùn bước. "Nguyễn ơi! Em phải đi tìm anh. Cho em cùng chết, đừng bỏ em một mình". Từ trong đáy thẳm của lòng, câu nói đó vang lên, vang lên. Cùng với tiếng súng đì đùng, tôi gọi tên người tôi thương: "Nguyễn ơi, Nguyễn ơi, hãy chờ em".

Trời nắng tháng Tư như đổ lửa. Thỉnh thoảng tiếng đạn bay vèo vèo và những vệt sáng lóe lên rồi lại tắt ngúm. Tiếng xe tăng di chuyển ầm ầm. Trên khắp các ngả đường, những toán bộ đội ôm súng chạy huỳnh huỵch. Những vũng máu đỏ tươi, loang loáng bên những xác chết nằm sóng soài, ruột gan lòi ra, óc văng tung tóe. Những ngôi nhà đổ nát, những bức tường lỗ chỗ vết đạn bom. Hàng cây kinh sợ, đứng im phăng phắc. Gió hãi hùng, trốn tận đâu đâu. Không khí ngột ngạt, tanh tưởi.

Chạy mệt gần đứt hơi tôi mới đến được trước cửa Quân đoàn. Hai chiếc xe tăng chắn ngang lối vào. Bên trong cánh cổng sắt và hàng rào kẽm gai, nhiều toán bộ đội chạy qua, chạy lại, tay lăm lăm cầm súng như sẵn sàng nhả đạn. Tuyệt nhiên tôi không thấy một người lính Quốc Gia nào. Tôi nghĩ, có lẽ họ đã rút cả vào bên trong tòa nhà, nơi có phòng làm việc của Nguyễn.

Tôi chạy băng qua hai chiếc xe tăng, lách mình vào cái cửa nhỏ phía bên trái. Trong căn phòng có lính gác mọi ngày, tôi thấy hai tên bộ đội mặt non choẹt nhưng có vẻ dữ dằn. Thấy tôi, chúng chạy ra, cản tôi lại. Một tên có cái giọng Bắc khàn khàn, la lên:

- Cái nhà chị này muốn chết à mà vào đây? Chạy đi chỗ khác đi.

Một giọng khác, ngọng nghịu và tàn nhẫn hơn:

- Để tớ cho nó về chầu Diêm Vương. Chắc nó "nà" gián điệp Mỹ Ngụy đấy.

Tôi khóc lóc van xin tên bộ đội:

- Tôi biết các anh sẽ giết hết chúng tôi, nhưng xin các anh làm ơn cho tôi vào trong kia để cùng chết với những người ở trong đó.

Tên bộ đội có giọng khàn khàn nói:

- Cách mạng rất khoan hồng, chỉ giết những đứa có tội với nhân dân thôi.

Tên kia, vẫn giọng tàn nhẫn:

- Đồng chí này "nôi thôi" quá! Nó quan hệ với những đứa ở trong kia thì nó cũng có tội, cho nó một phát đạn cho rồi.

Tên kia hất hàm bảo bạn:

- Cho nó vào đi, đồng chí đỡ mang tội giết thêm một mạng người.

Tên bộ đội dữ dằn cười ha hả, chĩa súng vào tôi:

- Tội của tớ cao bằng núi rồi, giết thêm một mạng ăn thua mẹ gì.

Tôi nhắm mắt lại. Hình ảnh Nguyễn bắn vào thái dương tự sát trong giấc mơ vụt hiện về trong trí khiến tôi bình tĩnh chờ chết.

Nhưng tôi bỗng nghe tiếng cười sặc sụa:

- Dọa mày một tí thôi. Hôm nay Cách Mạng thành công, ông cho mày vào trong đó chết cho có bạn.

Đám bộ đội trong sân làm ngơ để tôi lọt vào căn phòng phía sau tòa nhà, ăn thông với văn phòng của Nguyễn bằng một cánh cửa khép hờ. Căn phòng mà Nguyễn thường dùng để nghỉ ngơi những lúc chàng phải làm việc nhiều, không thể về nhà.

Tôi đẩy nhẹ cánh cửa. Những người thân cận của Nguyễn đều có mặt trong phòng, chỉ trừ bố tôi.

Nguyễn của tôi ngồi thừ người trong chiếc ghế bành màu xanh lá cây đậm. Trông chàng bơ phờ, hốc hác. Đôi mắt sâu hoắm, đỏ ngầu. Nét mặt chàng đanh lại. Thấy tôi, chàng đứng lên bảo mọi người:

- Các anh em ra ngoài và hãy nhớ lời tôi dặn.

Khi người cuối cùng vừa bước ra khỏi phòng, tôi chạy

ào tới, ôm chặt lấy Nguyễn. Tôi nghe tiếng tim chàng đập mạnh. Chàng ghì chặt lấy tôi, nghẹn ngào:

- Bố đang bàn giao ở phòng bên cạnh.

Tôi bàng hoàng xúc động. Tôi run run hỏi:

- Tình hình không còn cứu vãn được nữa hả anh?

Chàng mím môi, lắc đầu:

- Hôm qua, anh và toàn ban tham mưu còn thảo kế hoạch chiến đấu tới cùng để giữ vùng này. Nhưng bây giờ thì muộn quá rồi em ạ.

- Hồi nãy em không thấy Đại tá Lâm?

- Ông ta ôm cả lệnh hành quân, chạy rồi!

- Em nghe nhiều tướng tá cũng đã di tản. Quân lính như rắn mất đầu, quăng súng, hàng địch. Có người tự sát.

Nguyễn thở dài, yên lặng. Chàng dìu tôi ngồi xuống chiếc ghế nệm dài. Nguyễn nhìn tôi, nét mặt và lời nói thật bình thản:

- Tới nước này rồi thì hãy quên chuyện đời đi một tí. Nói chuyện mình đi em.

Tôi nhìn chàng, nhìn thấu cả tâm can chàng. Nước mắt tôi tuôn trào như suối chảy. Tôi áp mặt vào áo chàng để thấm nước mắt.

Nguyễn hỏi:

- Em còn nhớ lần đầu mình gặp nhau không?

- Hôm ấy, em đang ở trong câu lạc bộ chờ bố thì anh lầm lì đi vào. Anh đòi uống nước chanh, chú Minh nhà bếp đang bận nên nhờ em pha giùm và mang ra cho anh.

Chàng ngắt lời:

- Anh nhận lấy và ngó lơ em luôn.

- Em ấm ức mãi, vì anh không coi em ra kí lô nào cả.

Chàng mỉm cười:

- Ly nước chanh em pha cho anh hôm ấy giống như chè vậy đó.

Tôi dụi đầu vào ngực chàng:

- Em mải nhìn khuôn mặt khó chịu của anh nên tay cứ tiếp tục bỏ đường vào ly mà không biết.

Chàng ghé vào tai tôi, thì thầm:

- Bây giờ, anh đang thèm một ly nước chanh, em và trong, pha cho anh nhé.

Mặt tôi rời khỏi vùng ngực ấm áp của chàng. Nguyễn nâng cầm tôi lên. Chúng tôi hôn nhau thật lâu. Nụ hôn đam mê, dịu dàng quấn quít. Nụ hôn mằn mặn bờ môi, cay cay khóe mắt.

Tôi vào phòng trong, pha một ly nước với thật nhiều đường, thật nhiều chanh và mấy viên nước đá lấy từ cái khay nhôm trên ngăn đá trong cái tủ lạnh nhỏ hiệu Sanyo.

Tôi vừa quay trở ra thì một tiếng nổ chát chúa vang lên từ phòng bên. Ly nước trên tay tôi rơi xuống, vỡ tan tành. Muôn nghìn mảnh thủy tinh lớn bé nằm phơi mình trên nền gạch hoa đỏ thẫm.

Tôi chạy ào ra. Đầu Nguyễn ngoẹo vào thành ghế, mặt chàng bê bết máu và đôi mắt mở trừng trừng.

Tôi vuốt mắt chàng, hôn lên mắt, lên má, lên mũi, lên môi chàng. Tôi nhặt vội khẩu súng lục nằm lăn lóc dưới sàn, đưa lên thái dương, bóp cò.

Thì ra chàng đã không để lại cho tôi một viên đạn nào. Tôi hối hận vì chưa kịp nói với chàng là tôi muốn cùng chết với chàng như ý định của tôi khi tìm đến đây.

Khi đám người bên ngoài ùa vào phòng thì người tôi mềm rũ ra như một dải lụa. Trước khi tôi ngất lịm đi bên cái xác đầy máu me của người tôi thương, tôi còn thấy lá Quân Kỳ cùng hàng chữ Tổ Quốc, Danh Dự treo trên tường, phía sau bàn làm việc của chàng.

***

Tôi tỉnh dậy, đưa mắt nhìn quanh. Tôi biết tôi đang ở đâu và chuyện gì đã xảy ra.

Chiếc giường sắt nhỏ, lò xo trũng xuống khiến thân hình tôi mỏng dính dưới lớp chăn rằn ri màu xanh lá cây mềm mại. Cái gối bông êm êm, mặt gối có hai con chim sẻ mà tôi thêu tặng Nguyễn, còn ướt đẫm nước mắt của tôi. Tôi cắn chặt môi. Bất giác, tôi nhớ lại nụ hôn vĩnh biệt chàng, nụ hôn mằn mặn bờ môi, cay cay khóe mắt.

Tôi nghe tiếng nói lao xao rồi bố tôi đẩy cửa bước vào hỏi:

- Con ra làm lễ tẩm liệm cho Nguyễn được không?

Tôi tung chăn, nhảy vội xuống đất, rồi cùng bố sang phòng bên.

Xác Nguyễn được đặt nằm ngay ngắn trên cái ghế dài. Máu me trên mặt, trên người chàng không còn nữa. Đầu chàng đã được băng lại từ thái dương trở lên. Nét mặt và đôi môi chàng tím tái. Chàng nằm bất động, bình yên trong bộ quân phục có gắn nhiều huy chương trên ngực áo. Cái bàn làm việc của chàng được biến thành bàn thờ với hai ngọn nến cháy lung linh. Khói hương tỏa ra mờ mờ trước bức ảnh chàng mặc quân phục đứng bên cạnh chiếc xe Jeep, chụp nơi cổng trại gia binh.

Tôi nghẹn ngào nói nhỏ với bố:

- Con vào trong, pha cho Nguyễn ly nước chanh, con

sẽ ra ngay.

Bố nhìn tôi thương xót:

- Cũng may cụ Bá cho cái áo quan và mâm trái cây để bày bàn thờ.

Tôi thắc mắc:

- Tại sao cụ Bá lại có sẵn áo quan hả Bố?

Bố tôi giảng giải:

- Người già ở đây thường mua sẵn áo quan, có khi họ còn xây sẵn cả mộ phần nữa.

Tôi lại hỏi:

- Bọn họ cho mình chôn cất Nguyễn tử tế hả Bố?

- Ừ, vì cụ Bá có con tập kết ra Bắc, làm lớn lắm nên cụ can thiệp giùm.

Bố tôi không nói gì thêm. Tôi lắng lặng vào trong pha cho Nguyễn một ly nước chanh rồi trở ra đặt trên bàn thờ.

Khi mọi việc đã chuẩn bị xong, một vị sư bắt đầu tụng kinh. Giọng thầy nho nhỏ, đều đều, xa vắng. Tiếng chuông, tiếng mõ đưa tôi vào một thế giới xa xăm, an lạc. Một thế giới không có hận thù. Không có bom đạn của Mỹ, của Liên Xô, Trung Quốc. Một thế giới không có sự tranh chấp giữa chủ nghĩa này với chủ nghĩa kia. Một thế giới mà con người được quyền sống theo sự tuần hoàn của vũ trụ, không bị chính con người hủy diệt.

Thầy tụng kinh xong thì hai người lính cúi xuống, ôm xác Nguyễn lên, đặt vào quan tài. Bố tôi đưa cho tôi một ít quần áo và những thứ lặt vặt mà Nguyễn dùng hàng ngày:

- Con xếp vào quan tài cho Nguyễn.

Nước mắt tôi rơi lã chã. Từng món, từng món đồ dùng

của Nguyễn được tôi xếp xung quanh chàng. Tất nhiên, có cả chiếc lược và chiếc gối có thêu hai con chim sẻ nâu mà tôi đã tặng chàng. Cuối cùng, tôi đắp lên người chàng lá Quân kỳ, rồi lá Quốc kỳ màu vàng ba sọc đỏ.

Khi nắp quan tài được đậy lại, nước mắt tôi cạn khô. Tôi đứng chết lặng người nhìn ánh nến lung linh, nhìn khói nhang cuộn vòng, mờ ảo, nhìn đôi mắt nheo nheo của Nguyễn trong ảnh. Tôi thấy tôi đang cùng Nguyễn ngồi trên chiếc xe Jeep màu xám, chạy lọc xọc qua những con đường đất đỏ đầy ổ gà, qua những lũy tre xanh, qua những cánh đồng lúa chín vào những chiều lộng gió, những buổi trưa hè oi ả. Tôi thấy tôi đang ngồi câu cá bên Nguyễn nơi một con lạch nhỏ. Mỗi khi cá cắn câu, chúng tôi giật lên, rồi lại gỡ cá ra khỏi lưỡi câu, thả xuống mặt nước. Nguyễn thường ngắm những con cá bơi lội tung tăng dưới nước sau khi được thả và nói:

- Trông chúng dễ thương thế kia mà người ta cố bắt chúng lên để mà chiên, mà nấu. Con người thật dã man, em nhỉ.

Tôi thấy Nguyễn thật tội nghiệp. Chàng thương mọi loài vật, nâng niu từng cành cây, cọng cỏ, vậy mà chàng phải chỉ huy những trận đánh ác liệt khiến bao người phải bỏ mạng, nhà cửa bị tan hoang, ruộng đồng, rừng xanh bị thiêu hủy. Là cấp chỉ huy, Nguyễn được hưởng nhiều ưu đãi, chàng cũng có thể giàu vì những chuyện mua quan bán chức xảy ra thường xuyên trong xã hội này. Nhưng chàng sống thật đơn giản. Tài sản của chàng, chẳng có gì hơn ngoài cái máy ảnh hiệu Canon, dàn máy hát, một tủ sách và bộ cờ tướng. Một lần chàng hỏi tôi:

- Nếu anh tử trận, gia tài của anh để lại cho em chỉ có thế, em có buồn không?

Tôi lắc đầu, nhìn thật lâu vào mắt chàng và cảm thấy chàng đã cho tôi một điều vô cùng quý giá. Đó là niềm tin, niềm tin trong đêm đen còn điểm sáng. Niềm tin trong cái thế giới hỗn mang này còn có những tấm lòng nhân ái.

Chiếc xe chở quan tài Nguyễn và chiếc xe Jeep chở vài người thân của Nguyễn được hai xe Jeep của bộ đội hộ tống, chạy thẳng về hướng nhà cụ Bá. Cụ đã dành cho Nguyễn một khoảnh đất trong khu vườn sau để Nguyễn an giấc ngàn thu.

Lúc hạ huyệt, mọi người có mặt đều yên lặng. Tôi run run ném xuống nắp áo quan một nhánh huệ và nắm đất đầu tiên. Qua màn nước mắt, tôi thấy nhánh huệ nằm dài bên bát cơm với quả trứng luộc đã được bóp bẹp ra, để lộ một chút lòng đỏ trứng vàng vàng. Bốn người lính vội vã dùng xẻng, đẩy đất trên miệng huyệt xuống, lấp kín quan tài, chôn kín hồn tôi.

Mặt trời đã tắt hẳn. Màn đêm buông xuống thật nhanh. Một cơn gió thổi khiến tôi rùng mình. Tôi nắm chặt tay bố, lê bước trên con đường đất hẹp dưới những tàng cây rậm rạp. Tôi quay đầu lại, cố nhướng mắt lên nhìn nấm mộ Nguyễn lần cuối cùng. Rồi tôi nhắm mắt lại, thầm gọi tên người tôi thương "Nguyễn ơi! Nguyễn ơi! Hãy chờ em".

Lê Thị Nhị

Kiệt Tấn by Đinh Cường

# LÊ THỊ THẮM VÂN

Tên thật Lê Thị Hoàng Mai. Sinh năm 1961. Định cư tại
Hoa kỳ từ năm 1975.
Tốt nghiệp ngành Công tác xã hội tại San Jose State
University.
Cộng tác: *Hợp Lưu, Tạp chí Thơ*, diễn đàn mạng Talawas,
Tiền vệ, Da màu.

Tác phẩm đã xuất bản:
- *Đôi Bờ* (truyện ngắn, 1993).
- *Yellow Light* (thơ, 1998).

Các tiểu thuyết: *Mùa Trăng* (TGXB, 1995), *Xứ Nắng*
(2000), *Âm Vọng* (Anh Thư, 2003), *Bóng Gẫy Của Thần
Tích* (Anh Thư, 2005).

Và tiểu luận *Việt Nam Ngày Tôi Trở Về* (Anh Thư, 1996)

chùm thơ cho mùa tang tháng Tám

Trần gian

khi còn bé
tôi nghe thầy giáo dặn rằng
các con phải
luôn nhớ mang đôi dép có cái để thật chắc và thật bền vào
chân mỗi khi ra khỏi nhà để
lòng bàn chân các con không bị gai nhọn, miểng chai, đá
sắc, cát nóng… làm
đau
và bỏng.

khi lớn lên
tôi đọc đâu đó trong sách dạy rằng
ta không thể bao phủ cả mặt đất này bằng…
hãy luôn trang bị đôi dép với cái để thật chắc và thật bền
do chính ta tạo tác để
giẫm đạp lên mọi chông gai, hầm hố, đạn bom, sào huyệt…
mà trần gian này chỉ chực chờ quẳng trước mặt ta vào
những lúc bất ngờ nhất.

Ngày sinh của nụ hoa vàng

chiếc lá tôi nhặt được sáng nay khi đi từ ngoài cổng vào nhà
chiếc lá như vị khách lạ

cuống còn vương vất chút nhựa tàn
thân lá sậm đỏ-nâu-vàng
màu xanh sự sống đã tắt ngún

chiếc lá từ đâu tới
tôi hỏi nó

nhặt nó lên hay không nhặt nó lên
ngày mai nó vỡ vụn
gân lá cùng gân người

nó là chiếc lá chết

cái chết của con người
với bao nỗi ưu sầu
để rồi mục rữa trong đớn đau
dẫu không ít hoan lạc cùng biết bao tiếng cười
nhọc công tìm kiếm
trong đoạn đời người phải băng qua

xác lá xác người rữa tan trong trời đất,
bón phân cho nụ hoa vàng nhú nụ ngày hôm nay.

Màu cánh lam

sáng sớm đứng nhìn nền hiên được rưới những giọt nước
theo hàng dọc, thấm chưa đều
những giọt nước báo hiệu mùa đông giá buốt
đang dần đến
trên hiên nhà

đêm qua sương đọng trên mái hiên
nắng ban mai ửng
sương tan
những giọt nước rơi

không gì mong manh như hạt sương rơi
ta không hề được nhìn thấy

một con bướm màu cánh lam bay loanh quanh trong vườn
sao chỉ mình nó?
phải chăng nó là đứa bé vì mê mải chơi nên bị lạc?
quay lại tìm bố chẳng thấy đâu
cũng không nghe tiếng mẹ gọi
những giọt nước mắt sợ hãi đầu đời bắt đầu ứa

nước mắt trẻ thơ mong manh như những hạt sương đêm
nước mắt của kẻ ngày-tháng-năm chồng chất bị lạc/mất lối về

cảm tạ ký ức tuổi thơ chuyên chở trên cánh bướm màu lam
xuất hiện trong vườn
cảm tạ những hạt sương đêm chất chứa mầm chết trong
từng phút giây.
-----
bước vào nhà
nhấp ngụm cà phê đầu ngày
bỗng nghĩ
(có thể) con bướm màu cánh lam vừa được sổ lồng
đang thỏa sức bay cao và rất xa
khỏi nơi chốn nó gọi là ngục tù.

Đợt sóng

dạo nay tôi nói chuyện với người cõi âm nhiều hơn người
dương thế
cũng những câu hỏi quen thuộc:
khỏe không? ăn gì chưa? trời lạnh thế này mặc vậy đủ ấm
không? sao cứ tắt cellphone hoài vậy?
nói chuyện với người cõi âm chỉ cần yên lặng
với người dương thế thì phải tranh luận

có một dạo tôi thường xuyên nói chuyện với chính tôi

thành phố tôi ở đã lâu không có tiếng sấm
tôi không thiết tha với tiếng sấm
nhưng tiếng sóng biển bao giờ cũng mê hoặc tôi một cách lạ
kỳ
tiếng sóng biển đêm từ xa vọng lại mang theo
bao điều không tưởng
như được trần truồng chạy rông trên mặt biển
hay ngồi chống cằm nhìn chằm chằm cơn sóng thần lửa
nhấn chìm một hạt cát, một môi hôn, một chiếc lá vô hình,
một nốt nhạc không thể thiếu

em vẫn nợ ta một lời từ biệt
trong một chiều cuối tháng tám thê lương
kéo dài muôn kiếp.

Hoa quả chanh dây

ai đã tạo nên nó
nếu chẳng phải là tôi?

màu tím nhạt của hoa
màu tím sẫm của quả
tôi sờ, ngửi và ngắm nhìn
như đứa con
hình thành từ trong trứng nước
trong dạ con
trong thân thể người đàn bà
đang ở thời mãn kinh

ai đã tạo nên thế giới này
nếu không phải là em?

khi nghĩ đến cái chết chóng vánh của con gấu đồng tính đến
từ miền biển
từng sống đơn độc
nhạy cảm và hiền lành
là tôi để tay lên ngực bên trái khẽ vuốt vuốt
ru dịu cơn đau kìm siết
rồi nước mắt thương cảm
cứ thế trào ra,
trào ra cho đến ngày tôi
buông tay nhắm mắt

em mang theo hương vị hoa quả chanh dây tôi từng chăm
nom vun trồng.

Mùa hè đang đi qua

cả tuần nay tôi như con ong
lặng lẽ kiên nhẫn sắp xếp những phiến đá
lát mặt đường
sao thật bằng phẳng
để ngày ngày tôi đi nhặt xác hoa, lá héo úa hay chỉ để đi
qua…
khi cánh tay mỏi
tôi dừng, đứng chùi mồ hôi, cột lại tóc, nhìn bóng mình lung
linh trong bóng nắng
thấy mùa hè đang đi qua

những lá sồi khô nằm phơi mình giữa nắng
gân máu phập phồng

tôi ước
len lén đi qua con đường để vào nhà của ai đó
lặng lẽ hòa nhập vào tâm tư của ai đó
của người đàn ông nhập cư bị tù oan không biết được ngày về

mặt trời tỏa nắng
nắng là tài sản chung
không của riêng ai

thành phố tuổi thơ tôi thiếu thốn nhiều thứ nhưng không hề
thiếu nắng
nắng quanh năm chan hòa
cùng những mùa hè rộn rã đi qua

tôi từng
đứng cùng ai đó
trên đỉnh đồi chói nắng
với thân thể nồng căng
gầm rú
trước khi mạch nguồn hoan lạc vỡ òa
vào những mùa hè nắng cháy da
rồi cũng đi qua

khi nãy
có chiếc lá rơi vào cõi thinh không
giờ nằm yên đâu đó trong vườn

nghĩ tới làn mi tôi khép lại lần cuối
cùng trong lúc
mùa hè vẫn tiếp tục đi qua.

Không nhất định

tang lễ chính trị gia
diễn trên màn ảnh tivi
hoa ngọc lan trên cành úa héo
bởi lá đã rụng về cội

khuôn mặt tượng phật vui hay buồn
tùy vào tâm ta

"tỉnh thức
đừng suy nghĩ vẩn vơ
hãy trở về với đề mục
thở vào thở ra…"

mùi hơi thở vị linh mục phà xuyên thủng màn vải bao lâu
chưa giặt
xộc vào mũi
làm con mai quên phắt tội lỗi nó vừa bịa
tội lỗi gì? đã phạm tội gì?

nó chỉ muốn không phải quỳ
gối – xưng tội
nhưng nó sợ hãi
đôi mắt quyền lực
cùng sự quyền năng của đấng tối cao biết hết mọi sự
thôi, đành nuốt hơi thở vào trong
rồi nặn tim óc bịa thêm tội
như bịa từng con chữ phủ lên những trang tiểu thuyết, dòng
thơ
sau này của lê thị thấm vân

"bám vào hơi thở
tâm ta trôi lạc nơi đâu?
hãy trở về
nhớ thả lỏng
và thở ra thở vào..."

bánh pizza trong lò nướng đã chín
chuông thời gian nhắc nhở
lấy ra, phải lấy ra
xốt cà chua sền sệt cùng mozzarella cheese
bốc mùi xã hội mỹ *–dưới góc ghế bạc màu*
trong công viên chiều qua
thò cái chai
đựng nước mưa hay nước tiểu?
của kẻ không nhà.

Đêm

đêm nay, như hằng đêm
tôi kéo chiếc võng màu trăng chín ra giữa khoảng không
gian im ắng
giữa mùi lá cây, xác hoa, đất xới lưng chừng trong ngày
giữa đàn kiến di chuyển nặng nề mệt nhọc

tôi nằm ngó lên bầu trời
tìm kiếm ngôi sao điên rồ của tôi
trò chuyện
chỉ vài phút,
vài phút thôi
cơn điên rồ trong tôi – trong ngày dịu tắt.

Lê Thị Thấm Vân

LÊ THỊ Ý

Sinh năm 1939 tại Hà Nội.
Vào Sài Gòn 1954.
Vượt biển đến Hoa Kỳ 1980.
Hiện sống tại Mc Lean, Virginia – Hoa Kỳ.

Tác phẩm đã xuất bản:
- *Thơ Ý*, Saigon – 1968
- *Cuộc Tình Và Chân Dung Tôi*, Saigon – 1972
- *Quê Hương Và Người Tình*, Hoa Kỳ – 1990
- *Vùng Trời Dấu Yêu*, Hoa Kỳ – 2000
- *Quê Hương Và Kỷ Niệm* (Tuyển Tập Thơ Văn bốn chị em:
Phượng Kiều, Vương Đức Lệ, Lê Thị Ý, Lê Thị Nhị; Hoa
Kỳ, 2009)

Tuổi hồng

Ngày tháng nào trong dĩ vãng tôi,
Tản cư quê mẹ một thời vui.
Bắc Ninh đường số năm liên tỉnh,
Sông nhỏ êm đềm, con nước trôi.

Những buổi hoàng hôn theo bước cha,
Đường về Hà Nội chẳng bao xa.
Mùa thu chinh chiến ngay năm đó,
Trong xóm thôn nghèo vọng Quốc ca.

Rồi súng đạn gầm, nước mắt rơi,
Vùng Tề vào khó quá đi thôi.
Áo nâu, chân đất, trai cùng gái,
Bộ đội, dân quân, rừng với đồi.

Người đến, người đi, tôi lớn khôn,
Chân vui quá bước mất làng thôn.
Tay ôm sách đến ngôi trường Tỉnh,
Thôn nữ từ đây lạc mất hồn.

Chân đã đi vào đôi dép cao,
Mộng mơ thôi cũng thoáng chiêm bao.
Miền Nam áo trắng xe rong ruổi.
Giọt lệ mười lăm vội vã trào.

Thoát ly

Trăng lưỡi liềm lên, chiếu bến trong.
Hộ phòng đêm ấy buồn vô cùng.
Nỗi buồn bỏ nước mình đi trốn,
Như cỏ ngâm mình trên khúc sông.

Một chiếc thuyền con, đôi mái chèo,
Ruộng vườn ngơ ngác cũng toan theo,
Dừa kia im lá trong sương sớm,
Một cánh sao trời ai đã treo.

Bỏ nhánh sông tìm ra biển khơi,
Mặt trời tỏa khắp một màu vui.
Tương lai tươi mát trùm lên nước,
Định mệnh an bài theo sóng trôi.

Thuyền đã nghe ai, thuyền giạt bờ,
Narathiwat, một trời thơ,
Tôi như bay đến hành tinh khác,
Nhắm mắt đi tìm một giấc mơ.

Trong giấc mơ vàng tôi thấy chi?
Sài Gòn hoen lệ khóc người đi.
Già run tay tiễn, cơm vải nắm,
Dù biết con đi chẳng trở về.

Social security number

Chiều xưa bước xuống Oakland,
Biết đâu định mệnh dành phần nơi đây.
Chín con số, nỗi lo đầy,
Chín con số với chuỗi ngày lưu vong.
Tương lai con nước ngược dòng.
Bỏ quê hương với tuổi hồng mộng mơ.
Bước chân dò dẫm nghi ngờ,
Cali chào đón người thơ nắng vàng
Cầu Golden gate thênh thang,
Mây chiều bàng bạc mang mang lòng người.
Ngôi cao Hoàng hậu mất rồi.
Từ đây vương miện và tôi lạc loài.
Đường về đông Bắc sương mai.
Sông Potomac chảy dài niềm đau.

Đã bay qua nửa địa cầu,
Vẫn không bỏ được nỗi sầu quê hương.
Có con chim cú kêu sương,
Có tôi tóc trắng, tai ương suốt đời.

Chín con số, một kiếp người,
Theo tôi như những canh bài đỏ đen.
Ngoại ô phố nhỏ không đèn,
Một mai con số thân quen nhạt nhòa.

Lê Thị Ý

LÊ UYÊN PHƯƠNG

Sinh ngày 2-2-1941 tại Đà Lạt. Mất ngày 29-6-1999 tại
bệnh viện UCI (*University of California, Irvine*) vì bệnh
ung thư phổi.

Tên thật là Lê Minh Lập. Trong thời kỳ chiến tranh, giấy tờ
bị thất lạc, làm lại giấy khai sinh bị ghi sai thành Lê Minh
Lộc rồi Lê Văn Lộc. Từ đó ông giữ cái tên Lê Văn Lộc.
Ông thành hôn với Lâm Phúc Anh năm 1968. Sau này khi
hai người đi hát, ông đặt nghệ danh cho vợ là Lê Uyên,
sát nhập với nghệ danh của ông, Phương, thành Lê Uyên
Phương. Mọi sáng tác, từ nhạc đến văn chương, cũng đều
ký Lê Uyên Phương.

Tác phẩm đã xuất bản:
- Yêu nhau khi còn thơ, *nhạc* (1960-1967)
- Khi loài thú xa nhau, *nhạc* (1967-1969)
- Uyên ương trong lồng, *nhạc* (1970-1972)
- Bầu trời vẫn còn xanh, *nhạc* (1972-1973)
- Con người, một sinh vật nhân tạo, 2 tập, *nhạc* (1973-1975)
- *Biển, kẻ phán xét cuối cùng* (tùy bút; 1979)
- *Trại tị nạn và các thành phố lớn*(bút ký; 1979-1983)
- *Trái tim kẻ lạ* (tùy bút; 1987-1988)
- *Lục diệp tố* (tiểu luận; 1977-1990)
- *Không có mây trên thành phố Los Angeles* (truyện ngắn &
Tùy bút; Tân Thư, 1990)

Không có mây trên thành phố Los Angeles

Những tiếng ồn ào vọng lên từ con đường trước mặt khách sạn đã đánh thức hắn dậy. Hắn mở mắt ra và cái mà hắn nhìn thấy trước tiên là thân hình trắng toát của nàng, nàng đang trần truồng đứng bên cửa sổ, thân hình tuyệt đẹp của nàng với những mảng ánh sáng xuyên qua bức màn voan trắng đã đọng trên đó, trông nàng như một bức tượng thạch cao, rực rỡ, thanh khiết, đầy nghệ thuật tính và quyến rũ vô cùng. Nhìn thấy được ánh mắt dò hỏi của hắn, nàng nói – Sinh viên đang biểu tình, có vài người bạn của anh. Hắn nói – Đáng lẽ anh cũng đang ở đó. Nàng quay người về phía cửa sổ, những mảng ánh sáng biến mất trên đôi mông tròn to của nàng, nàng hơi cong người ra phía cửa sổ rồi bỗng quay hẳn người về phía hắn, hắn gần như ngạt thở khi nhìn thấy đôi ngực trần khiêu khích của nàng, nàng nói – Không phải tình yêu là động lực mạnh nhất của những cuộc tranh đấu hay sao? Anh đã có lần nói như thế mà. – Phải, hắn trả lời, vừa rút người ngồi cao lên dựa vào tấm board ở đầu giường. – Nhưng lúc này tình yêu khiến anh ở ngoài cuộc tranh đấu. – Đừng lo, nàng nói, anh còn nhiều lần để xuống đường, nhưng chỉ còn lần này để yêu em thôi. Hắn không hiểu rõ điều nàng vừa nói, nhưng hắn nghĩ chắc nàng chỉ nói để mà nói vậy thôi.

Hắn quen nàng khi hai người đang đứng chờ một chuyến xe đò để rời thành phố mà họ đang ở. Chuyến xe không đến, hắn ngỏ ý mời nàng một ly cà phê, nàng nhận lời và họ bắt đầu thân mật với nhau từ đó. Đêm đó hắn dẫn nàng đến nhà một cô bạn làm vũ nữ của hắn, nàng đã qua đêm ở đó, hôm sau hắn đến đón hai người đi ăn sáng, khi hắn hỏi về chuyến xe đò mà nàng định sẽ rời thành phố hôm nay thì nàng nói nàng muốn được ở lại với hắn một tuần lễ trong thành phố này. Nàng hỏi: Anh có nuôi được em một tuần ở đây không?

Suốt tuần lễ sau đó, hắn dẫn nàng đến các nơi mà hắn thường la cà với bạn bè trong thành phố, những quán cà phê, những vũ trường, những thung lũng, những hồ, những đồi, những thác, những con đường dốc, những hàng thông xanh, những cánh đồng đầy hoa vàng, những con đường ngoằn ngoèo len lỏi giữa các biệt thự yên lặng, bí mật, trữ tình. Nàng đã sống với hắn như đang sống trong một giấc mơ. Nàng đã chia với hắn những ổ bánh mì, những thức ăn, những ly rượu mạnh, những thuốc lá, những âm nhạc và những câu chuyện vu vơ không bao giờ dứt.

Hôm nay là ngày cuối cùng họ sống với nhau trong căn phòng khách sạn này, nàng sẽ một mình rời thành phố trên chuyến xe đò vào lúc giữa trưa. Cho tới giờ phút đó, ngoài cái tên của nàng, ngoài thân thể của nàng, hắn hoàn toàn không biết một chút gì về nàng. Nàng ở đâu? Sống với ai? Đang làm gì? Bao nhiêu tuổi? Hắn không biết một chút gì về những điều như thế và nàng cũng vậy, nàng không biết gì về hắn cả và cả hai hình như rất thích thú về điều này, trong thâm tâm họ coi đó như là sự độc đáo trong mối liên hệ của họ. Nàng không tiếc gì với hắn và hắn cũng vậy, hắn hoàn toàn thuộc về nàng trong suốt thời gian đó.

Nàng ngồi xuống chiếc ghế bên cạnh cửa sổ, hai chân vắt lên trên một thành ghế, để lộ hẳn một bên mông trần rất hấp dẫn về phía hắn, nàng nói: – Nếu phải nói một câu, chỉ một câu thôi, trước khi chia tay, anh sẽ nói với em như thế nào? – Anh hả, hắn cười, anh sẽ nói ngày mai không còn ai chơi đố với anh nữa. Nàng nghiêm trang: – Đừng đùa, em hỏi thật đấy, anh phải trả lời câu hỏi của em. Hắn nói: – Nếu phải nói một câu với em trước khi chia tay, anh sẽ nói – Hạnh phúc không có quá khứ, hiện tại, tương lai.

Một khoảng im lặng.

– Còn em, hắn hỏi, em sẽ nói gì với anh? Nàng nhìn

thẳng ra khoảng trống trên cửa sổ, giọng nhẹ nhàng: – Em đã nghĩ đến điều này từ mấy hôm nay, em nghĩ là em sẽ nói với anh một câu nào đó, chỉ một câu thôi, để mãi mãi anh sẽ nhớ đến em; nhưng em đã không nghĩ ra, thật đáng tiếc! Hắn nói – Em ráng nghĩ thêm một chút đi, thật lòng anh muốn nghe câu nói của em, anh muốn mãi mãi nhớ đến em, như em muốn. Nàng vội chộp lấy câu nói sau cùng của hắn, nàng nói: – Vậy thì em sẽ nói: – Em muốn anh mãi mãi nhớ đến em.

*

Đó là một câu chuyện vào một buổi sáng trong cái thành phố nhỏ rất nên thơ của hơn hai mươi năm về trước. Câu chuyện đã hoàn toàn ở ngoài trí nhớ của hắn từ nhiều năm qua, hắn đã quên những ngày thơ mộng đó như đã từng quên muôn ngàn những giấc mơ thật đẹp đã có lần đến trong giấc ngủ của hắn và đã khiến hắn ngẩn ngơ mỗi lần thức giấc.

*

Một tuần trước đây, khi hắn đang cúi xuống điều chỉnh cái *Waveform scope* cho một *show* trong cái quảng cáo của một hãng bán mỹ phẩm thì nghe một giọng đàn bà vọng từ sau lưng hắn – Xin lỗi ông. Hắn quay lại, trước mặt hắn là một người đàn bà trung niên đẹp lộng lẫy, với mái tóc chải theo kiểu của các tài tử phim *soap* trong các *show TV*, với khuôn mặt trang điểm vô cùng khéo léo và bộ đồ màu xám nhạt bằng vải mềm đắt giá ôm sát người được phủ bên ngoài bằng một tấm áo khoác dài màu đen, nàng quả thực đã thể hiện được sự toàn hảo trong cách phục sức và trang điểm thời thượng; trên khuôn mặt xa lạ của người đàn bà, hắn bỗng nhận thấy một nét gì rất quen thuộc, rất thân mật trong ánh mắt nàng, sau một chút ngỡ ngàng, cùng một lúc họ nhận ra nhau. Phải, nàng chính là người đàn bà đã sống với hắn một tuần lễ trong thành phố đầy mây trắng và sương mù của hơn hai mươi năm về trước.

Trong giờ nghỉ giải lao, giữa hai *shot* quay, họ cùng ngồi với nhau trong một *restaurant* ở đầu đường, điều đầu tiên làm hắn ngạc nhiên là nàng vẫn còn giữ được cái lối phát âm hết sức nhẹ nhàng trong giọng nói của nàng – Bây giờ hắn biết nàng đã rời Việt Nam đi du học, sau cái tuần lễ sống với hắn ở cái thành phố đó, nàng nói: – Lúc ấy, trước khi đi ra nước ngoài, em định sẽ sống một tuần lễ với một người nào em tình cờ gặp mà ưa thích trong thành phố đó; người em gặp hoàn toàn do ngẫu nhiên lại chính là anh, nàng nắm tay hắn, nói tiếp, em rất hạnh phúc và biết ơn anh. Nàng đã tốt nghiệp ở một đại học miền Đông Bắc Hoa Kỳ về ngành hóa chất và trở thành một chuyên viên trong ngành sản xuất mỹ phẩm nhiều năm qua. Hiện nay, nàng là một trong những người chủ chốt của hãng mỹ phẩm mà hắn đang thực hiện cái *show* quảng cáo hôm nay. Nàng nói, sau hai lần đổ vỡ, em không thấy thích hợp để làm một người vợ, bây giờ em là một người đàn bà độc lập, làm việc, làm việc và làm việc. Như ngày xưa, nàng không thắc mắc gì về đời sống riêng của hắn, chỉ hỏi hắn có dễ chịu trong cuộc sống hiện tại không. Hắn trả lời: – Cũng được, và lặp lại theo cách nói của nàng – Sống, ăn, ngủ, làm việc, làm việc và làm tình. Nàng cười, nói – Anh khôn hơn em nhiều.

Trước khi chia tay nàng lấy số điện thoại của hắn và đưa hắn số điện thoại của nàng: – Cứ gọi em khi nào anh có thể và nếu anh muốn, chúng ta còn có nhiều điều để nói với nhau, phải không?

*

Đứng ở cửa sổ của căn phòng trên tầng thứ bảy của một buiding sang trọng ở Los Angeles, hắn nhìn buổi sáng đang lên trên thành phố. Mặt trời đỏ ửng ở phương Đông, phản chiếu cái ánh sáng màu đỏ huyền hoặc của nó lên trên mặt kính, khiến cho mọi đồ vật trong căn phòng trở nên lạ lùng. Hắn đứng yên hàng giờ trước cửa kính đó, nàng nằm trên giường im lặng quan sát hắn. – Anh tự hỏi – Hắn nói – không biết có ai trong lúc này đang nghĩ đến anh không? Nàng châm một điếu thuốc: – Tại sao anh lại thắc mắc về những người có thể nghĩ đến anh? Anh có nghĩ đến ai trong lúc này không, điều này chắc anh biết rõ hơn. Hắn nói nhỏ như tiếng đang độc thoại trong giấc mơ: – Anh đang nghĩ đến em, anh nghĩ không biết em lúc này và em ngày trước có cùng một người không? – Có cùng một người không anh? Nàng hỏi lại, hơi sốt ruột một chút, em thật sự muốn biết lắm đấy.

– Ý kiến của em ra sao? Hắn hỏi.

– Mỗi người phải sống với mình từng giây từng phút nên khó nhận biết được sự thay đổi của chính mình lắm, vì thế mà em muốn biết ý kiến của anh.

– Em vừa là em, em vừa không phải là em. Hắn nói. Nàng ấn cái *remote control* cầm trên tay, chiếc giường xoay nửa vòng tròn và đặt nàng vào vị trí có thể với tay lấy một chai rượu trong cái quầy rượu màu trắng ngà, nàng tự pha một ly rượu màu vàng cam cho nàng, nàng không mời hắn uống rượu bởi nàng biết hắn chỉ thích uống nước trà, nàng nhấp một chút rượu, nhìn lên, chờ hắn nói tiếp. Đôi lúc, hắn nói, anh thấy em rất gần anh, đôi lúc em lại rất xa lạ với anh, anh không biết anh thay đổi hay là em thay đổi? – Cả anh và em, chúng ta đều thay đổi hết, nàng nói, nhưng theo em thì một cái gì đó trong anh, trong em, cái đó bất biến, không thay đổi một chút nào. Đến phiên hắn yên lặng chờ nàng nói tiếp. Nàng lật sấp người lại, để lộ những đường cong trên thân hình nàng, hắn tự nhủ nàng quả thật là một người đàn bà xinh đẹp. Nàng nói: – Có thể đôi lúc em đã lẫn lộn giữa làm việc và làm tình. Nàng cười méo xệch miệng lại như đang khóc. – Còn anh – Hắn nói – chắc anh đang lẫn lộn giữa quá khứ và hiện tại, giữa thành phố Los Angeles và thành phố đầy những đám mây trắng của chúng ta. – Em thích sự lẫn lộn đó của anh, nàng nói và cười thật tươi. Lúc này trông nàng giống hệt như cô gái trẻ tuổi mà hắn đã gặp hơn hai mươi năm về trước. Hắn chợt nhớ lại câu đố của nàng trước khi chia tay, hắn nói: – Nếu phải nói một câu, chỉ một câu thôi, sau hơn hai mươi năm gặp lại nhau, em sẽ nói với anh như thế nào? Nét mặt nàng bỗng đăm chiêu: – Ờ, sẽ nói thế nào nhỉ? Nàng im lặng một chốc rồi tiếp – Em sẽ nói: Tình yêu không bị trói buộc bởi không gian và thời gian và nó chỉ đến một lần cho một đời người thôi. Nàng nhìn thẳng vào mắt hắn và chờ đợi. Hắn ngừng một chút trước đôi mắt tha thiết của nàng rồi nhìn ra khung trời bên ngoài cửa sổ. Hắn nghĩ, nếu phải nói với nàng một câu, chỉ một câu thôi, hắn sẽ nói: – Chẳng có gì thay đổi hết, chúng ta đã phủ thêm nhiều lớp bên ngoài con tim cố hữu của chúng ta, chúng ta vô tình muốn thay hình đổi dạng con tim của mình; nhưng từ trong bản chất, con tim đó vẫn miên viễn đập cái nhịp đầu tiên của nó trong suốt cuộc đời dài của một con người. Giọng nói của nàng bỗng nghe vang lên trong căn phòng vắng – Đến phiên anh, anh nói câu của anh đi. Lúc đó hắn đang nhìn lên bầu trời của thành phố Los Angeles và chợt nhận ra là chưa bao giờ hắn nhìn thấy những đám mây trắng bay lượn trên đó như hắn đã luôn luôn nhìn thấy những đám mây trắng bay lượn trên thành phố nhỏ thân thuộc xa xôi của hắn; Hắn nói như reo lên với nàng: – Em ơi, không có mây trên thành phố Los Angeles.

 **LÊ VĂN TÀI**

Lê Văn Tài sinh năm 1943 tại Quảng Trị, vượt biên năm 1981 và định cư tại Úc từ năm 1984. Là một họa sĩ chuyên nghiệp, Lê Văn Tài đã có nhiều cuộc triển lãm cá nhân ở Việt Nam, Úc và nhiều nơi khác trên thế giới. Với tư cách nhà thơ, Lê Văn Tài đã xuất bản: *Empty Arms* Surrounded by Warm Breath (1987), *Waiting the Waterfall Falls* (1997) và *Thơ Lê Văn Tài* (Nguyễn Hưng Quốc biên tập và giới thiệu, Văn Mới, 2013, Người Việt Books tái bản 2014).

Hành hương về chốn không quê nhà

nhặt chữ: "No Star Where" bên thùng rác. cho vào mồm
xàng xê vòng kiềng chân bước. đếm một
đã thấy chữ bát (phố) hiện trước mũi giày
thoáng lời quen
bím tóc đuôi gà chân vàng chạy bộ Úc Việt-Fairfield giọng
lơ lớ
nghe ra. đã mỏ nhô
cồn cát Bạc Liêu xiêu lạc về tận Mũi Né Sóc Trăng
30 năm điệp tố: sóng lăn triều trăng bờ vỡ
mùa đi đi mãi không tới đích quê nhà

– doesn't (Cabra)matta! (*) giữa hạn giới hai quê:

đây. một cảnh mặt trời khóc lửa cắn móng tay
kia. một mảnh sương mai rụng gầy bứt tóc
đôi nửa vòng đại dương khăn lệvò xé cách biệt
lẻ loi phận người – phím ngữ điệu dấu than (!)

tưởng tượng hành hương
cho con gà chân vàng nhức xương
dịu nhẹ cơn khát nhớ.

11.05

----

* Cabramatta: địa danh của 1 vùng nơi tập trung đông đảo người Việt
định cư ở NSW , Úc Châu.

Gã ăn mày quê nhà trên trái đất vô trú xứ

trái đất có những ngày những tháng những năm
gió khuân những tấn cung tên sắt thép hơi độc lên mái trời
bầy quỷ đói phối khí hòa âm hú rền cùng thinh không sầm
sập
âm binh chớp động sấm – liên bản hợp xướng rợ man...

hàng cây bứng gốc ném ra ngoài nguồn cội, đứng bằng đầu
lá đã dọn sạch
rừng tóc hói thông tuệ thôi bay
bao nylon rác và biểu tượng vàng thu thôi không chạy nhảy
lông nhông
lồ lõa đội mưa trên đường phố xám thảm cỏ sầu

chỉ còn lại mặt trời đen độc nhãn lưu đày bên ngoài trái đất
đỉnh rock & roll hằn vết chiều trôi lăn máu lệ òa vỡ...
sao hôm đơn lẻ rưng rưng niềm khát tái hiện giọt sáng giữa
trời quê

> "không lẻ loi, mặt đất khốn cùng lạ xa
> vẫn còn đó dấu chân biển vỗ"
> mây khói sóng sông hồ đồng vọng...

và bầy kiến vàng (đỏ đen) lưu vong. nơi đâu, bên lề đời
sống
một/ những thời đứng ngồi sờ nắn tận cùng cái giá tự do nơi
mỗi
vết xước nhục nhằn bong gân, đôi giày cùm xích há mõm
nhức buốt

những đốt xương ngục tù vỡ nát diễn xướng ca hoan...
trên hành trình vũ hội kiếm tìm vụn mảnh ký ức quê nhà
làm hành trang
và nỗi nhớ lênh đênh vô định oằn lưng không trụ chống
Trái Đất Người Tình Yêu Dấu ghẻ lạnh:

"ở đây không có quê hương với ai cả!"
mây khói sông hồ tụ tán vọng âm...

tuôn ra đờm dãi nước mắt từ túi ngực gã ăn mày quê nhà
lời hát "diaspora"...
máu họng trào tửu khúc biệt ly về chốn thiên phương tứ tán
lại sôi réo nơi cuống rốn đứt lìa của bầy người vô trú xứ
lang thang
vết dao cắt ấy thêm một lần ký ức dài lông cánh thêu dệt
quê nhà thẳm xa ấy thêm một lần tay cong níu với thăng hoa...

nơi góc xó 46 Lovoni Street, xứ sở Kangaroo
người họa sĩ già soi gương tự họa chân dung mình
mắt nhìn trừng nét cọ đỏ úa màu tang
một chiếc Lá khô chết lúng liếng treo bên ngoài nguồn cội
mồm lưu vong há hốc
dài ngoẵng (từ quê gốc đến xứ người, nửa vòng trái đất)
trong kẽ răng, lằn môi vết nứt còn nâng niu nắm níu ủ ấp
một nhành vạn cổ khát vọng Quy Cố Hương
và lời hẹn: mai, vĩnh viễn bặt âm tiếng.

09.06

DiasP(H)Ora

tinh tinh... tinh tinh... nhịp 2/2, Casula's bell birds bổng trầm tiếng hót, lay gọi điệp âm niềm nhớ vầng đông Sài Gòn xa quên, chén bát ly tách hàng quán Huế Đà Nẵng Nha Trang va chạm, vòi nước Georges River rào rào cơn mưa nửa vòng trái đất xoong nồi chảo Toronto cuốn lũ... bàn tay ly tách Cali thủy tinh vỡ ngón, nguyệt cầm Paris một thoáng chợt chùng dây

"tịch tình tinh tinh, tịch tình tinh tinh..." như mời chào khách đường xa vọng về ký ức bánh phở nhuộm màu thời gian rêu cũ... phở New York cồn cào nhớ Washington cơn đói giữa khuya, nhớ quay quắt những không gian phở 2000, 24 và phở Vuông thân thuộc, hẻm phố chật hẹp ồn ào cộ xe dòng chảy hai chiều ngược xuôi xuôi ngược, không khí ấy vẫn lọc trong sao trời lấp lánh, sông hồ khói sóng đầy vơi vơi đầy, hết ngày lại đêm, quanh năm suốt tháng sực nức mùi vị: hành, mỡ, giá, ngò, chanh, ớt lan toả khắp nẻo đường đất nước và đặc quánh trong cổ họng nhân gian những miếng cắn, miếng nhai, miếng ngậm chua cay mặn đắng xa nhớ khôn khuây... Hà Nội mùa này ai giấu trong tay áo trấn thủ miếng kẹo vừng, mười ngón vân vê cốc nước trà sen, điếu thuốc lá sợi mây trời cổ tích lập loè ngún khói – chợt thèm một tô phở vỉa hè, người đứng, kẻ ngồi chẳng ai nói ai thưa, mà âm thanh vỡ tràn quán xá, chồng bát đĩa muỗng đũa cọ chạm lao xao không một phút giây ngưng động... ghế gỗ lắc lư, đùi rung, mặt bàn đánh nhịp lách cách... bát phở ấm và nóng ắp đầy, tay cong, ngửa cổ lên trời xùm xụp, húp... ô cửa sổ linh phong lanh canh gió lùa, chiếc máy quạt thời Napoléon mặc quần thủng đít vù vù thổi, trong mỗi bếp than hồng nhúm nhen đỏ rực có tiếng tái nạm gầu gân sách Phở reo cười hòa âm lửa bập bùng nhảy múa

miếng thịt bò viên Sydney vừa chín tới cắt đôi nửa vành
nhật nguyệt – mùa này tứ thơ quê nhà hành ngò héo lá, bắc qua
xuân hạ nơi cực nam bán cầu một cọng rau quế xa xanh và nhớ
chiếc đàn nguyệt 36 phố: "tịch tình tinh tinh, tịch tình tinh
tinh..." nhịp một, thảng thốt lay gọi bình minh Little Saigon
(nơi đâu trên khắp địa cầu) thức giấc canh chừng nồi súp tỏa
khói sương lam và đó đây trên vạn nẻo đường lưu vong còn
nghe những vọng âm bầy "chim chuông" cất tiếng hót: tinh
tinh... tinh tinh... tinh tinh... tinh tinh...

12.08

LỆ HẰNG

Sinh năm 1948, Hải Dương, Việt Nam.
Dạy học, viết báo, viết văn.
Tác phẩm đầu tiên xuất hiện trên nguyệt san *Tuổi Hoa* năm
1967 (truyện ngắn *Người Thầy Lặng Lẽ)*.
Trước 1975 đã có 12 tác phẩm thuộc hàng bán chạy nhất
ở Nam phần Việt Nam, đó là: *Thung Lũng Tình Yêu – Bản
Tango Cuối Cùng - Ngựa Hồng – Mắt Tím - Tình Yêu Như
Băng Sơn - Chết Cho Tình Yêu – Kinh Tình Yêu–Sóc Nâu–
Chiều Gió–Màu Xanh Đang Lên–Như Sương Long Lanh.*
Là tác giả hai truyện phim:*Hạnh Phúc Quanh Đây* (Sài Gòn
81) và *Bình Nguyên Xanh* (Sài Gòn 82)
Đoàn tụ gia đình tại Blue Mountain, Sydney, Australia 1989
Cộng tác với một số tạp chí văn chương tại Hoa Kỳ và Úc
châu.

Tác phẩm đã xuất bản ở hảingoại:
- *SatanDịu Dàng* (truyện ngắn, Thời Báo San Jose CA,
1992)
- *Nghề Làm Vua* (truyện dài, Thanh Vân, 1992)
- *Bên Kia Là Núi* (Mõ Làng, 1998)
- *Nói Thầm Với Đá* (tập truyện, Tân Thư, 1998)
- *Năm Hai Ngàn Một Trăm* (Phong Trang, Văn Nghệ phát
hành, 1998)
Và: *Nắng Trong Vườn* (tiểu thuyết, NXB Đà Nẵng VN, 2001)

Cháy lên ngọn lửa lụi tàn

Đất trời hầm hừ trong hơi nóng. Lửa dâng lên từ địa ngục, vây phủ bốn bề. Cơn đe dọa và nỗi hoang mang vờn quanh quất. Tầng ô-zôn đã lủng, lũ lụt, hạn hán, cuồng phong, động đất tung hoành khắp nơi. Mặt đất ngày càng nhăn nheo già cỗi vì bị con người bóc lột, moi móc, đào xới cật lực. Thiên nhiên bắt đầu nổi cơn thịnh nộ. Nhiều giáo phái rủ nhau tự sát tập thể để chạy trốn tận thế.

Đoàn Thị rời nhà máy, không buồn, không vui, chỉ nghe thân rã rời. Đầu Thị cúi xuống, sức nặng của một đời oằn nặng trên vai. Thị chui vào xe. Chiếc xe bò xuống đường rồi tìm ngã quen tắp vào xa lộ phía Tây. Gương mặt Thị chìm lĩm, chiếc xe cũng vun vút lao vào dòng xe cộ nối đuôi nhau dài mệt mỏi. Một ngày, rồi cũng qua, với những mặt người, những công việc, những máy móc, những hóa đơn, những phiền toái của tranh giành, kèn cựa, âm mưu. Thế này mãi mãi sao? "Trời đất", Thị nghe tiếng mình than trong bụng xe. Dạo này bịnh trở thành nặng rồi, mắc giống chi mà ham nói một mình? Thật ra Thị không ham nói một mình. Nó thê thảm và bệnh hoạn quá. Bao nhiêu lần nổi cơn khùng, với người, những thứ người ngày một không chịu nổi. Thị phải mò vào phòng rửa mặt, cài chặt cửa rồi làu bàu nguyền rủa. Tội nghiệp cái bồn cầu, mỗi ngày nó hứng nhận bao nhiêu hằn thù và ô uế.

Trời bắt đầu gầm. Những lằn chớp xé ngang đêm. Mưa ập xuống, ào ào, xối xả. Gió quất vào lưng xe, cuồng giận. Dòng xe cộ cuối ngày nối nhau như loài quái thú dài ngoằn, lấp láy trăm ngàn con mắt vàng đỏ, bỗng mờ đi trong màn mưa đục ngầu hơi nước. Hai thanh gạt quay cuống quít không đủ xua mưa săn đuổi dòng dòng. Hồn oan ức hai phía trời xa lộ bám cứng vào kính xe, phập phồng, hổn hển. Thị ôm bánh lái, *cố* soi thủng màn nước để lái xe theo cảm tính. Xác hồn

Thị lềnh bềnh. Dòng xe xuôi, dòng xe ngược, dòng nào cũng cuồng nộ ngang nhau. Một bất động khác thường. Màn mưa hư ảo như những nhánh sông ma. Lù lì một khoảng lạ. Một khối đen ngặt nghèo án ngự. Thị gồng người đạp thắng. Bốn bánh xe rít lên, cào nghiến mặt đường trơn trượt. Ầm. "Không còn kịp nữa. Hãy chết ngay, đừng gãy cột sống". Khối sắt hung tàn lao tới, dội ngược lại, tiếng dội ghê người dựng hết mọi chân lông, nhộn nhạo gan phổi. Thị hú hét không thành tiếng. Đời. Xe. Trời. Đất lấp loáng. Xe hay thú? Thú hay xe? Thị mất hồn hay thực ra đã chết. Chẳng còn biết đau, bầm, nát hay thịt da tung tóe? Thị chưa kịp thu hồn, chưa kịp biết mình đang sống hay đang chết. Tiếng dội ầm phía sau, tung Thị tới trước. Kính vỡ loang xoang như ai múa kiếm. Sức ép ghê hồn nghiến Thị vào giữa hai khối sắt thép quái quỉ. Thị thấy rõ mình vọt ra khỏi xe như một bóng ma.

"Chết hay sống? Ta đang chết hay ta đang sống?"

Thị mở trừng mở trạo hai con mắt mê mê tỉnh tỉnh. Cơn sợ vậy là xong. Cũng xong, nếu chết là thế này, thì cũng không rùng rợn chi lắm. Một chiếc xe thủng đầu, hai xe bẹp đít, xe đổ nghiêng, xe quay ngược. Chúng dúm dó dị dạng húc nhau trên xa lộ phía Tây trong trận mưa phù thủy.

Thị chống tay lồm cồm bò dậy, sờ đầu, sờ cổ. Vẫn như kẻ ngủ mê. Chiếc xe của Thị nằm ăn vạ cùng mười chiếc khác. Xa lộ nghẹt cứng, những mắt xe đỏ lừng cáu kỉnh. Xe cảnh sát hú còi chạy lao tới, phải băng qua đồng cỏ. Đêm vẫn bị sét chém ngang màu đen thẳm, hai bên xa lộ mờ mịt gió thổi. Một bóng người cũng bay ra từ chiếc xe đen. Chính hắn đã húc con thú đen đủi đó vào đít xe của Thị. Đồ khốn. Thị làu bàu. Hắn đứng sựng. Chiếc xe van cũ kỹ bị Thị ủi coi bộ ít hư hại nhất, đang lũ lượt chồng vợ con cái bò xuống, cửa bật tung, gió mưa vần vũ, móc áo, vải, quần, tung tóe ra đường. Không ai còn hơi sức để tranh cãi, phải hay trái. Người ta thao láo nhìn bãi chiến của bầy xe cộ bất kham. Đêm mưa trêu người, thầm thì rồi bỗng tạnh. Hai phía đồng không lạnh lùng ngó những con người ngao ngán nhưng cũng rất cam phận, chờ cảnh sát, xe trục, xe cứu thương.

Nửa đêm. Thị mò về nhà, lết vào phòng tắm lết ra bếp. Căn nhà câm không nói một lời với chủ. Thị cũng không thèm thăm hỏi nó nửa lời. Thị nhai bánh mì nguội, uống sạch ly nước rồi chui ngay vào giường.

Một tuần sau hắn lù lù đến trước cửa nhà Thị. Chủ nhân của chiếc xe đen. Hắn và Đoàn Thị chung một hãng bảo hiểm. Cả hai khổ chủ sẽ được lấy xe một ngày. Nhưng lý do đó không đủ để cho hắn bước lên tấm thảm rất dày của nhà Thị. Thị tiếp hắn ngay thềm nhà, có chiếc chuông leng keng thỉnh thoảng reng reng theo từng cơn gió nhẹ. Mặt hắn lầm lì, mắt nhỏ nhưng cực sáng, lông mày xếch, chiếc cằm hơi vuông. Hắn nhìn Thị nhiều hơn nói. Có lẽ lầm lì đang là cái mốt của những người yếu bóng vía. Hai người nói với nhau những lời nhạt nhẽo. Đôi mắt hắn thỉnh thoảng nhuốm màu tím sẫm, âm u và bí ẩn. Khi hắn quay đi Thị bỗng thấy mềm lòng.

Một chiều cuối tuần, hắn gọi tới. Giọng hắn trong phone ấm và lạ hơn bên ngoài. Thị vừa nghe hắn nói vừa coi khủng long rượt người trên màn hình nhỏ. Lúc buông máy xuống, Thị hết hồn, thừ người ra vì hoảng. Rõ ràng hắn nói mà, sao bây giờ Thị quên tuốt luốt không nhớ ra đầu không tìm ra cuối. Thị làu nhàu: "Cuối tuần chắc phải đi khám bệnh, cái đầu mình lúc nãy ứ hự là ngu, suốt ngày làu nhàu một mình. Bác sĩ tâm thần chém phải biết. Ông dặn đi dặn lại đừng nói một mình, triệu chứng của bệnh điên là nói một mình. Phải tìm bạn để nói chuyện, để trút hết rác trong cuộc đời này cho bạn, nhưng thời buổi này làm sao có bạn nổi". Thị phát điên. Điên thì có làm sao? Thêm một người điên trong cái nhân quần lúc nhúc này cũng chẳng sơ múi chi?

Ngày Thị nhận xe, chiếc xe được làm đồng ngon lành như mới. Lăn xe vào nhà, Thị thấy hắn ngồi lù lù ngay cửa. Kiểu ngồi nhập thiền, mặt êm ả, lưng rất ngay. Trông hắn bỗng non choẹt, da sáng bóng, tóc ngắn như chú tiểu. Thị vung vẩy chùm chìa khóa. Hắn vẫn ngồi án ngữ, tọa thiền ngay cửa nhà của Thị. Thị bỗng ôm bụng cười ngặt nghẽo. Hắn nhảy phắt lên, đứng sững. Hắn đổi ngay sắc mặt, vẻ thiền nhân vụt biến thành ác quỉ. Hắn vòng tay ghì lấy Thị, đè nghiến chiếc miệng tham lam lên môi Thị đang mãi cười. Tiếng cười trong vắt của Thị tắt ngang. Thị rùng mình, rủn người ú ớ trong hai cánh tay hắn cứng như gọng kìm.

Hắn thì thầm, giọng khàn như bị sốt:

"Tại sao lại Đoàn Thị?"

Đoàn Thị mở mắt mắng thầm: "Đồ vô duyên".

Hắn lầm lì lách ngay vào nhà khi Thị mở cửa. Hắn vòng tay nhìn săm soi căn nhà yêu dấu của Thị, được sắm sửa bằng mười mấy năm lao động như tù khổ sai, hệt như nhân viên địa ốc đang lượng giá, tường nhà, thảm, trần, màn cửa, đinh ốc treo tranh... Hắn đi tới đi lui, rồi rơi người xuống chiếc ghế gần nhất, phán:

"Tôi ngủ không được vì cái tên của bà. Nó bám cứng vào óc tôi, khó chịu quá. Mấy cô ca sĩ, bà biết không? Tuyết Lan, Lệ Thu, Khánh Hà, Lan Thanh, Bảo Ân... Tên nào cũng vang rền như sấm. Tên bà cụt ngủn như chó không đuôi, loạn quá. Bà tự đặt tên lấy à?"

Thị dấm dẳn

"Không, tên để cúng cơm đây".

"Kỳ cục thật, nhưng nghe lại hay hay..."

Thị nghiêm mặt: "Bộ tưởng tôi không bực sao? Khơi khơi xông vào nhà người ta hạch hỏi như công an khu vực.

Cậu mát dây mấy độ rồi?”

Hắn cười. Trời ơi. Thị sửng sốt vì nụ cười của hắn. Làm như lần thứ nhất trong đời thấy được một nụ cười. Một nụ cười đẹp vô thường, nó ấm áp, trẻ thơ và chân thật hết lòng. Căn phòng gần mười năm lạnh ngắt bỗng chan hòa hơi ấm. Hắn ngu quá, ngồi ngay lưng *ở* ghế, toét miệng ra cười và không thèm nhúc nhích, nhục nhịch gì cả. Giá chi hắn chồm lên và xông tới? Nụ cười của hắn dậy lửa trong thâm cung Thị lâu ngày phủ rêu. Hắn mãi ngu ngơ. Thị nhìn hắn, thở ra: “Đàn ông muôn đời ngờ nghệch và dốt nát”.

“Vậy là chính ông bà già đặt cái tên ngộ nghĩnh đó cho bà?”

Thị lại thở ra, hai vú ngực căng phồng.

“Tội nghiệp thân tôi dữ. Đàn bà không được hãm hiếp đàn ông”.

“Ông già tôi là một người rất tài trí. Thật ra đó là ông tự nghĩ như vậy. Nhưng suốt đời ông thất cơ lỡ vận. Ông thua kém tất cả các bạn bè cùng trang lứa. Và dĩ nhiên càng thua xa những kẻ sinh sau ông. Tội nghiệp bố tôi. Ngay đường con cái, ông cũng thua thiên hạ. Sinh đứa nào cũng ngủm. Chết lúc nằm nôi, chết lúc mới sinh, chết khi đầy năm, chết khi đầy tháng. Chừng mẹ tôi, tóc đã chớm bạc, gắng chiều lòng ông chồng cả đời thất chí, hậm hà hậm hực, vét bột vét đường nặn ra tôi. Bố tôi mừng phát điên. Lần này ông không dám mở sách Đông Tây Kim cổ chọn cho tôi những cái tên vang rền như cậu nói. Ông đặt tên Thị cụt ngủn cho tôi. Và tôi thọ cho đến hôm nay. Bị đời quật lên quật xuống, vẫn ngang ngược như thường”.

“Hèn gì!” Hắn buông.

Thị cáu kỉnh:

“Cậu cũng ngang ngược không thua gì bố tôi đâu, dám

kiếp trước cậu là bố tôi lắm. Nói cho cậu biết tôi giống ông già tôi đến mẹ tôi cũng sợ sệt ca cẩm hoài. Hai cha con thiếu điều vác dao chém nhau vì giống hệt tính nhau đây".

Hắn lại vô duyên gật gù như một ông già:

"Ở Việt Nam bà làm nghề gì vậy?"

Thị ngó hắn, cười rất lạnh:

"Đào cải lương. Cựu hoa hậu áo dài, cựu nữ sinh Trưng Vương, cựu trung úy phu nhân. Chắc lúc đó cậu mắc ở truồng bắt ếch nên không biết tôi. Ai không biết tôi, kẻ đó đáng tội treo cổ à nghe".

Hắn cười khì, rung cả hai đùi. Thị nhìn hắn, đang cố đóng vai già nua đạo mạo, rồi cũng phì cười. Hai kẻ điên cùng cười với nhau, giòn tan và hết cỡ. Cười chán, hắn lừng khừng đứng dậy, và ra về. Thị ngồi lại rất lâu trên ghế nệm còn hơi đàn ông của hắn. Cố moi mãi không nhớ nổi tên hắn. Rõ ràng hắn đã theo đúng thủ tục tai nạn, trao cho Thị tên tuổi, địa chỉ, số bằng lái xe, số phone của hắn.

Một đêm, Thị đứng nhìn ra khoảng đêm trắng bạc, lấp láy. Thị bỗng nhớ ra tên hắn, Nguyên Khôi – Tên hay dữ, chẳng bù cho Thị. Thình lình như kẻ trộm, hắn lù lù ngay vòm cây sát bên cửa sổ. Thị giật bắn người. Hắn nhảy vào phòng, gương mặt hắn lạ hoắc, thất thần, có lẽ vì màu bạc lạnh của trăng. Thị đứng ngây ra. Hắn lôi tay Thị đi ra cửa chính, miệng lẩm bẩm:

"Hết chối cãi nhé, bắt quả tang bà gọi thầm tên tôi".

Thị quê quá, nên giả điếc không nghe. Hắn nhìn Thị, còn mặc nguyên quần áo từ lúc đi shop về, thở ra:

"Đời ngắn ngủi quá mà, sao ngu ngốc bỏ phí như thế này nhỉ?"

Thị bỗng ứa nước mắt. Câu nói giản dị quá, và Thị mủi

lòng. Bao năm tháng mới cảm biết mình còn muốn khóc. Hắn nâng mặt Thị lên, rồi ôm lấy bằng cả hai tay. Căn phòng từ lúc về, Thị không thèm bật đèn, vương vất một mùi hương lạ. Hắn cầm tay Thị lôi đi xềnh xệch. Hắn làm như kẻ đi gọi hồn người chết, phải gấp rút kẻo không kịp giờ. Giọng đọc tin buồn chán vẫn oang oang phát ra từ cái tivi. Hắn kéo Thị trở ngược vào nhà, tắt tivi, rồi làu nhàu:

"Đèn để tối, nhưng tivi thì cứ oang oang tối ngày như cái bục giảng đạo. Bà có biết cái tivi này khốc hại chừng nào không, nó rao giảng thứ đạo mới, đạo mê tiền. Một thứ đạo khủng khiếp đang chiếm đoạt hồn xác cái nhân loại tội nghiệp này. Bà có biết cái lý tưởng của tuổi trẻ hôm nay là gì không?"

Đoàn Thị lắc đầu. Hắn cau có như người đang gây lộn:

"Cả nhân loại đang quì mọp trước đồng tiền. Bà biết rõ như vậy mà. Thằng cha Parker thương gì mình để bỏ hàng triệu bạc mua cái đài chó chết này cho bà mở ong ỏng tối ngày sáng đêm. Nó làm cái tôi của con người ngày một phình ra. Tôi. Tôi. Tôi. Nhà của tôi, xe của tôi, vợ của tôi, tiền của tôi. Nhưng nhân cách con người ngày một tóp lại. Thật ra chữ nhân cách đã biến mất trong tự vị con người từ khuya lận".

Thị cũng lừ đừ không thua gì hắn:

"Mai mốt từ ngữ vợ tôi, chồng tôi, con tôi, cha mẹ tôi cũng biến luôn. Người ta bắt đầu nghi ngờ đủ mọi thứ. Những đứa con la lối cha mẹ đã không xin phép chúng khi đẻ con, bắt tội chúng nó quần quật học hành, rồi kiếm job, rồi nợ rần, rồi chém giết nhau và chờ tận thế".

Hắn lôi Thị ra xe của hắn. Vẫn chiếc xe màu đen. Thị nín thinh mặc hắn bày trò ngông cuồng cho đỡ buồn. Hắn đưa Thị đến nhà hàng Rincom Thai. Ở đó có dàn trống cho một đêm nhạc thính phòng. Có hàng trăm người đang xôn xao cười nói. Những người tinh hoa của Melbourne họp nhau lo cho ca sĩ Châu Ngọc trình làng cuốn CD nhạc "Lời Tình Buồn". Châu Ngọc bước lên bục gỗ, áo lóng lánh kim nhũ, bước chân cô thênh thang giữa những tràng pháo tay. Nhạc bay lên, chập chùng. Cô hát như chim rừng đang hót trên tầng cao. Tiếng hát trong trẻo, chân thật và mượt mà như nhung. Chiếc áo đen ôm lấy dáng người cô cũng huyễn hoặc như một vòm sao. Thị và hắn ngồi ở một góc khuất. Hắn nháy mắt cười:

"Bà ăn mặc thường nhất đêm nay. Nhưng bà thấy chưa, không có ai đẹp bằng bà, trừ ca sĩ Châu Ngọc. Dĩ nhiên".

Thị biết hắn xạo, nhưng cũng mát ruột cười theo hắn. Hắn hát khẽ theo dàn nhạc, vừa đủ cho Thị nghe. Giọng hát hắn khàn, gợi cảm, không thua chi Châu Ngọc. Lối hòa âm của Tùng Châu, say đắm và thiết tha, những dòng phối âm ấy rất trẻ và rất bạo, chúng tung lên những âm vực để nâng niu tiếng hát trong mát hồn nhiên như một nguồn suối chảy từ môi mắt đong đưa của Châu Ngọc.

"Tình yêu anh ôi mong manh

Tình yêu anh cho riêng em

Ta gặp nhau. Tình yêu đầu tiên em vừa trao..."

Có vài người mặc đồ lớn, trịnh trọng đến chào hắn. Hắn cười hơi lạ, khác những nụ cười khi chỉ có riêng hai người. Hắn thốt những lời xã giao đúng nghi lễ, rồi giơ tay rất điệu về phía Đoàn Thị. Hắn hắng giọng, bắt chước giọng nói của trưởng ban tổ chức đêm nhạc thính phòng mùa Thu:

"Xin tiếp lời anh Trần Quang Cẩn. Thưa quí vị, đây là Đoàn Thị, nhân vật quan trọng nhất của đêm nay. Người vừa bước xuống từ một hành tinh, cách xa trái đất một triệu năm ánh sáng".

Hắn nhấn mạnh từng dấu ngắt câu, khiến mấy người

bạn cười xòa. Mặt mũi hắn cứ tỉnh khô, và tiếp tục vẻ trịnh trọng để trêu người. Một vài người tò mò nhìn Đoàn Thị. Bởi họ chưa bao giờ trông thấy ai bất cần và xa lạ hơn Thị. Áo cũ, mặt không son phấn, tóc dài, buộc túm sau lưng. Thân hình cao lớn, lại phô bày rất rõ bằng thứ hàng lụa bó sát người. Khi họ bận rộn với nhóm khác. Hắn nghiêm nghị nghe Châu Ngọc hát:

"Mình xa nhau mà lòng vẫn nhớ
Ngày xa xưa tình mình như mơ
Chuyện yêu đương hẹn hò hôm nao
Mà giờ đây cuộc tình đã lỡ..."

Đoàn Thị cười:

"Bộ muốn giành nghề của ca sĩ Tùng Châu. Người ta đang mời cậu lên sân khấu kìa".

Người điều khiển đêm nhạc thính phòng, một nhà báo, kiêm thêm nghề võ sư Vovinam. Ông ăn nói rất hùng biện, những lời ông giới thiệu hắn với khán giả làm Đoàn Thị suýt té ngửa trên ghế. Hắn gan thật, tỉnh bơ đi lên sân khấu, rồi sang sảng ngâm thơ. Lúc hắn về lại chỗ ngồi, Thị đe dọa:

"Cậu gớm thật, dám qua mặt tôi. Rồi cậu sẽ biết tay tôi. Dân Bình Định gộc đây, thưa võ sư Nguyên Khôi".

Cuộc vui vẫn nối dài. Những dòng nhạc vẫn bay lên quấn quít. Châu Ngọc đang tâm sự với khán giả, đang trả lời, đang hát. Hắn tiếp tục giở trò, cười cợt, trêu ghẹo, tán tụng Thị rồi lại chê bai. Lúc họ ra về, thiên hạ vây quanh người ca sĩ. Hắn cầm tay Thị lôi băng qua đám đông. Trời đầy gió. Hai người chui vội vào xe. Hắn đưa Thị đi qua những con đường. Những con đường lạ chưa từng nhớ. Những con đường quen mặt quen tên. Melbourne bỗng thành một cõi rất bình yên, mặc gió lộng, mặc đêm sâu thẳm. Những lối xe đi đầy những cây. Rồi cầu Westgate cao ngất ngưởng. Bia mộ bằng đá tưởng niệm những người đã chết khi xây dựng cầu. Thành cầu cao, ngợp gió, sừng sững trên nền sao lấp láy. Thị rùng mình, ngồi thu mình trên ghế nệm, nói với hắn nhưng thầm thì như một mình:

"Cầu cao quá, gió dám thổi tung xe xuống vịnh".

Hắn vươn tay sang, đặt nhẹ lên vai Thị:

"Đừng sợ".

Thị nhìn hắn, rồi quay đi, vội vã. Hắn cười:

"Gái Bình Định gì mà nhát hít, không dám nhìn trai".

Thị bực quá, cung tay thụi hắn, hắn giữ lấy tay Thị nơi bụng hắn. Chiếc xe chạy mãi, khắp các ngã đường rồi chạy quanh bờ vịnh. Hắn ngừng xe, quay kính xuống cho Thị nghe sóng. Âm ba đời ngân nga trên từng con sóng vỗ, miên man, vô tận. Thị muốn bay theo từng con sóng, với một ai đó thở bên tai, với một ai đó thầm thì kể chuyện. Lúc họ về lại thành phố. Đêm đã ngủ rất sâu. Hắn dừng xe ở đầu đường St Kilda. Nghìn ngọn đèn vàng giăng mắc trên bốn hàng cây đan díu đan cành. Chúng quấn quít nhau bằng những chùm đèn màu vàng lửa. Những hàng cây ấy biết yêu nhau đậm đà, biết quấn xiết nhau, chặt chưa từng thấy. Mặc cho đời này, mưa năng, gió bão hay cuồng phong đất động. Đoàn Thị nhìn ngây những hàng cây vàng chói, thấy mình ngu ngốc hơn cỏ cây, hơn hết thảy muôn thú sinh linh trên đời. Thị nao núng quá nên lặng thinh. Mặc cho hắn đang thầm thì rất nhỏ. Những chùm đèn đang kể chuyện tình yêu. Chuyện những người yêu nhau chết sống từ khai thiên lập địa cho tới hôm nay.

"Này, bà biết không? Thửa ngày xửa ngày xưa. Con người không phải rạch ròi tính toán như hôm nay. Con người sinh ra để yêu nhau, gắn bó cùng nhau và cho nhau hạnh phúc".

Khi đường phố không còn ầm ĩ tiếng xe, hắn thản nhiên đưa Thị về nhà hắn. Thị cũng làm bộ thản nhiên cho đỡ ngượng. Nhà hắn nằm trơ trọi trên một khoảng đồi. Có hàng bạch dương cao vút trời, có cỏ xanh cắt mịn lênh láng mùi hoa. Phía vườn sau, khu vườn được bao quanh bằng tre trúc đan dày. Trăng độ lượng thắp sáng khắp vườn cây nhà hắn, khiến Thị ngẩn ngơ thêm. Hắn không mời Thị vào nhà. Hắn đưa Thị ra vườn sau rồi bày trò vương giả của người tiền sử. Quanh đống lửa chỉ còn tàn tro, hắn lẳng lặng trải tấm chăn dày, đan những đường hoa văn kiểu Aborigine vàng, đỏ và đen. Hắn dịu dàng kê một chồng gối cao cho Thị ngồi, rồi thành thạo mồi lửa vào cành khô. Lửa ngoạm lấy cành khô bằng những đầu lưỡi đỏ. Hắn cười rất ấm, nụ cười khiến Thị bàng hoàng mê mẩn. Hắn ngồi xếp bằng hai chân ngay trước mặt Đoàn Thị. Lửa hớn hở bùng lên, những quầng lửa đỏ rực râm ran da thịt Thị bao năm tháng chai mòn cô quạnh. Thị nhìn những chùm lửa lung linh trong mắt hắn rồi quơ vội chiếc gối mềm ôm siết vào ngực mình, che giấu.

Hắn giằng lấy chiếc gối, Thị chồm tới giật lại. Hắn bực mình, ôm cả Thị lẫn gối vào gọn trong lòng hắn. Thị đẩy nhẹ hắn ra, rồi lại ngẩn ngơ tiếc. Đôi mắt hai người cùng ngây dại.

Một lúc rất lâu. Thị oán thầm thói đạo đức giả của mình. Nó làm Thị bao phen vuột mất cơ may hạnh phúc. Hai người không nói năng. Cuối cùng hắn thua. Đàn ông gàn bướng nhưng không lì bằng đàn bà. Hắn nói:

"Tôi muốn tỏ tình với bà, nhưng quả thật tôi không biết cách nào tốt hơn. Trong tình yêu, con người càng ngày càng nghèo nàn đi".

Thị vẫn nín thinh. Hắn quì trên tấm chăn in hình mặt trời màu đỏ, tay hắn chống trên gối đúng cung cách một võ sĩ khi bái tạ trước địch thủ để lao vào trận đấu.

"Bà có biết tại sao tôi đốt lửa để đón bà đến với tôi không?"

Đoàn Thị lắc đầu. Hắn dịu dàng:

"Ngày tận thế sẽ đến cùng với lửa. Tôi không muốn chúng ta ân hận và tiếc nuối trong ngày tận diệt ấy. Đêm nay, bà hãy nhắm mắt lại, và để mặc tôi làm những gì tôi muốn".

Đoàn Thị thì thào:

"Tại sao phải nhắm mắt?"

"Vì tình yêu tự tại ở bên trong, bên trong nơi bà. Một mình bà mà thôi. Tôi tìm thấy tôi bên trong bà. Tôi không hiểu tại sao. Tôi hoàn toàn bị tước khí giới khi đứng trước mặt bà. Bà giống như loài yêu nữ trong Liêu Trai Chí Dị".

"Nói gì ghê quá vậy?" Đoàn Thị giả vờ ngây thơ.

"Đúng như vậy đó. Tôi đang say, lái xe trong mưa dông. Rầm. Hình như vậy. Tôi không nhớ. Nhưng tôi thấy rõ tôi đã chết, đầu đập vào kính xe, vỡ tung tóe từng mảng. Tôi bay ra khỏi xác, hai mắt mở trừng trừng. Tôi trông liền thấy bà, hai tay giơ lên trời, tóc ròng ròng chảy nước. Cơn mưa, sấm, chớp, soi rõ từng khối da thịt bà loang loáng trăm ngọn đèn xe. Xe cảnh sát, xe trục, xe cứu thương, bu đến như bầy kềnh kềnh khổng lồ. Vậy mà tôi chỉ nhìn thấy một mình bà, mờ mịt nhân ảnh, hệt như người cõi âm. Bà lúc đó vượt trên cái đẹp phàm trần. Tôi yêu bà từ lúc đó".

"Tại vì lúc đó cậu đang say. Hồn vía lạc tuốt lên mây".

"Còn bây giờ thì sao nào? Chúng ta cũng vất vưởng như hồn ma. Ngồi canh lửa cho cả nhân loại ngủ mê mệt như loài người thời mông muội".

Đoàn Thị cười khẽ. Hắn chồm tới, hôn lên đôi môi đang cười ấy. Thị vòng tay trên cổ hắn, trăng nép vào mây. Lửa bắt vào cội cây lớn, bùng lên màu hỏa hoàng chói lọi. Những lóng tre khô bắt đầu nổ giòn, đì đùng như pháo Tết. Hắn ngả xuống trên tấm thân đầy hơi lửa của Thị. Hắn làm Thị chới với phải rên lên nho nhỏ. Hắn yêu vô cùng lời rên rỉ đó. Cơn phấn khích chưa từng có làm hắn cuống lên như đứa trẻ khát sữa. Tóc Thị xổ tung ra, bay rối cùng bụi than và tàn lửa. Một mảng tóc quấn vào cành khô, cháy khét. Mùi tóc thơm khét một khoảng vườn đêm. Hắn vội vã dập lửa, nhưng vẫn không chịu rời xa mùi da thịt ướp đầy hương lửa. Tre trúc cũng lao xao rên rỉ cùng với người nữ. Hắc sục sạo như một chú hoẵng non. Một lúc sau. Hắn gục xuống, no nê và chứa chan hạnh phúc. Mặt hắn úp mãi trên lọn tóc khét mùi lửa cháy.

Phong Trang, Úc châu, tháng 10/94

LIỄU TRƯƠNG

Sống ở Pháp từ năm 1963. Tiến sĩ Văn học đối chiếu, Đại học Paris III - Sorbonne Nouvelle.

Tác phẩm đã xuất bản:
- *Les canons tonnent la nuit* (bản dịch truyện Đêm nghe tiếng đại bác của Nhã Ca, Nxb Philippe Picquier, Pháp, 1997)
- *Một cuộc đi chơi ở đồng quê* (bản dịch 16 truyện ngắn của Guy de Maupassant, Nxb Đà Nẵng, 2007
- *Tiếp cận văn học Pháp* (Nxb Văn Học, Hà Nội, 2007)
- *Phân tâm học và Phê bình Văn học* (Nxb Phụ Nữ, Hà Nội, 2011)
- *Un été embrasé* (bản dịch bút ký *Mùa hè đỏ lửa* của Phan Nhật Nam, L'Harmattan, Pháp, 2018).

Đi vào giấc mơ thổ với Trần Vũ

Vào cuối thập niên 80, văn học Việt Nam hải ngoại đang trên đà phát triển. Giữa lúc các nhà văn miền Nam có mặt ở hải ngoại lần lượt cầm bút trở lại với một tâm tư đầy khắc khoải, thì các thế hệ đến sau hăm hở bước vào cuộc phiêu lưu với chữ nghĩa. Trong số các tác giả mới, Trần Vũ là người gây nhiều chú ý trên các tạp chí Văn Học, Làng Văn, Hợp Lưu, với những truyện ngắn sâu sắc, đa dạng. Và khi truyện *Ngôi nhà sau lưng Văn Miếu* xuất hiện, không ít người nghĩ rằng Trần Vũ là một trong những nhà văn trẻ tiêu biểu cho văn học hải ngoại. *Ngôi nhà sau lưng Văn Miếu* được xây dựng chung quanh chủ đề kẻ song trùng, truyện khéo léo đưa độc giả dần dần vào một không khí kỳ ảo, rờn rợn. Chẳng bao lâu hai tập truyện ngắn được trình làng: *Ngôi nhà sau lưng Văn Miếu* (Thời Văn xuất bản năm 1988, Hồng Lĩnh tái bản năm 1994) và *Cái chết sau quá khứ* (Nxb Hồng Lĩnh, 1992). Ngoài ra, những truyện ngắn khác vẫn tiếp tục xuất hiện trên tạp chí Hợp Lưu.

Trần Vũ có lối viết già dặn, cốt truyện thường đi sâu vào những ngõ ngách của mỗi cảnh sống, cảnh sống bất thường (*Mưa bên chồng, Phố cổ Hội An*), cảnh sống quá đen tối, khủng khiếp (*Pháo thuyền trên dòng Yang-Tsé*), v.v… Bởi thế người ta có cảm tưởng đây là một nhà văn từng trải. Thật ra trong những năm 80, Trần Vũ hãy còn rất trẻ, tuổi chỉ ngoài 20. Anh vượt biên sang Pháp tị nạn vào khoảng 17 tuổi, hành lý của anh là những kỷ niệm của quê hương miền Nam vào thời đổi đời, với một tuổi trẻ khốn khổ, sống lăn lóc, và những cảnh hãi hùng của cuộc vượt biên. Với một hành lý đau thương như thế, người con trai mới lớn, bơ vơ nơi xứ người, chỉ còn biết tìm an ủi bằng ngòi bút. Và ngòi bút giàu tưởng tượng của Trần Vũ đã đem lại cho tác giả một tên tuổi.

Nhưng rồi trong các truyện, Trần Vũ tỏ ra ngày càng

bạo dạn, chẳng bao lâu hư cấu của Trần Vũ đi quá xa, về những vấn đề lớn lao như lịch sử, tôn giáo, hoặc quá thắng, vượt qua hàng rào cấm ky trong vấn đề tình dục, gây nhiều động chạm, công phẫn trong giới độc giả. Phải chăng vì lúc đó Trần Vũ còn quá trẻ? Tuổi trẻ thường có những xu hướng cực đoan. Phải chăng Trần Vũ chịu ảnh hưởng của Tây phương? Xã hội Pháp, sau biến cố tháng năm sáu mươi tám, sau một cuộc cách mạng văn hóa, đã mất mát nhiều về kỷ cương đạo đức, tuổi trẻ ở Tây phương quá tự do, xem thường tất cả. Tuy nhiên, những điều trên đây chỉ là những nghi vấn.

Truyện *Giấc Mơ Thổ*, viết năm 1994, đã chịu nhiều phê bình nghiêm khắc. Có phải những cảnh khoái dâm sống sượng đã động chạm đến mỹ cảm của độc giả? Nhà văn hóa Phạm Quỳnh khi xưa đã đề cập đến vấn đề mỹ cảm, trong bài Đẹp là gì? Mấy lời bàn về mỹ học. Ông nhìn nhận cái đẹp và cái lành không giống nhau, *mỹ thuật với đạo đức không thể lẫn được. Tuy nhiên, một tác phẩm mỹ thuật cũng cần phải giữ cho không hại đến phong tục trong nước, lương tâm người ta; cái thú của mỹ thuật phải là cái thú chính đại quang minh; không nên là cái thú thiên tà khuất khúc.* Nhận xét của Phạm Quỳnh tuy viết vào năm 1917, vẫn phản ánh phần nào mỹ cảm của một số độc giả ngày nay, quen đọc truyện một cách hồn nhiên, dễ tin, tức đọc truyện ở mức độ 1, sát với văn bản, và không quen thấy cái xấu, cái ác trong những tác phẩm văn học hiện đại, Thiện có phần nặng hơn Mỹ. Tuy nhiên, chúng ta nên nhớ rằng đây là một giấc mơ, và theo phân tâm học, trong giấc mơ vô thức tự do hiển hiện, không bị kiềm chế.

Sau khi mọi xôn xao đã lắng xuống, chúng ta thử đọc lại truyện *Giấc Mơ Thổ*. Cũng cần thưa rõ với bạn đọc ngoài nguyên bản của *Giấc Mơ Thổ* đăng trên Hợp Lưu số 19, còn có một bản khác đăng trong bộ sách *20 năm Văn họcViệt Nam Hải ngoại 1975-1995*, do Trương Đình Nho chủ trương,

Đại Nam xuất bản, năm 1995, văn bản thứ hai này bị cắt xén một phần, như thế thiếu đi một chiều kích của truyện. Đương nhiên tôi chọn nguyên bản của Hợp Lưu để có một cái nhìn toàn diện.

Giấc Mơ Thổ cần được giải mã, để hiểu ý nghĩa truyện và nghệ thuật hư cấu của tác giả.

Giấc Mơ Thổ, một giấc mơ có cấu trúc

Trong cuốn *L'interprétation des rêves* (Giải thích những giấc mơ) (1899), Freud trình bày lý luận của ông về những giấc mơ. Ông định nghĩa giấc mơ như sau: *Giấc mơ là sự thực hiện ngụy trang của một ham muốn*, hoặc: *Giấc mơ là con đường vương giả của vô thức*. Giấc mơ là một lối thoát của vô thức. Con người có nhiều ham muốn, thế nhưng có những ham muốn đi ngược lại với kỷ cương của đời sống trong xã hội, với những điều răn dạy của đạo đức. Cho nên trong đời sống ban ngày, những ham muốn của vô thức bị ý thức kiểm duyệt, kìm nén. Nhưng ban đêm, trong giấc mơ, vô thức tha hồ tung hoành, những ham muốn điên rồ nhất, quái gở nhất, đều được tự do thực hiện, dưới hình thức này hay hình thức khác. Và lý luận của Freud cho phép giải thích phần nhiều những giấc mơ đó.

Vậy không có gì đáng ngạc nhiên, nếu trong *Giấc Mơ Thổ* có những chuyện không thể xảy ra được trong đời sống hiện thực, vì đây là một giấc mơ; không phải giấc mơ của tác giả mà chỉ là một giấc mơ hư cấu, một giấc mơ có cấu trúc hẳn hoi. Truyện mở đầu bằng câu: *Chúng tôi hãy còn rất trẻ. Tuổi trẻ không trông thấy ở khuôn mặt, trong đôi mắt, nhưng ở những giấc mơ không bao giờ tắt*. Câu này được lặp lại bốn lần, trở thành một câu nhạc chủ đạo, một leitmotiv. Mỗi leitmotiv đưa vào một cảnh mới trong giấc mơ. Và cái sườn của giấc mơ được phác họa như sau:

Cảnh 1: Tiệc rồng.

Cảnh 2: Cái chết của tuổi thơ và khoái lạc.

Cảnh 3: Cái chết của hội họa.

Cảnh 4: Tội ác và trừng phạt.

Trước khi đi vào giấc mơ, chúng ta cần làm quen với các nhân vật. Quý có vợ là Quỳ và con gái là Nữ. Ngoài gia đình của Quý còn có những người bạn: Chiến, Vĩnh, người kể truyện, cái tên Vĩnh chỉ xuất hiện lần đầu tiên ở trang 14, và một họa sĩ tên Đình. Đình sống biệt lập trong xưởng vẽ. Mỗi nhân vật có những nét đặc thù.

Quý trước kia gương mặt cằn cỗi, môi thâm, má hóp, có chứng sốt rét rừng vì đã từng đi B, đã có mười năm vượt Trường Sơn. Nhưng từ khi có cơ ngơi, mặt anh ta tươi hẳn lên.

Chiến thì mang trong lòng kỷ niệm của chiến tranh, là kẻ bại trận, bị lịch sử xóa bỏ, luôn luôn im lặng. Thỉnh thoảng giữa Quý và Chiến có những căng thẳng. Nếu Quý hô: *Mười năm chống Mỹ!* thì Chiến hô: *Mười năm kháng Cộng!*

Quỳ có vẻ đẹp lẳng lơ, khêu gợi, là một người đàn bà hoang dâm.

Nữ, đứa con gái mới lớn, đẹp giống mẹ, bị Tây hóa, chỉ nói tiếng Pháp, thích nhạc Rock và đòi hỏi được tự do. Nữ từ chối cái căn cước Việt Nam, từ chối cái tên Nữ, mà cô đọc là Nue (con gái trần truồng), và khẳng định cái tên Marie của cô. Quý càng bảo thủ chừng nào thì con gái càng nhiễm văn hóa Tây phương chừng đó. Trong khi Quý cấm con gái ngủ với người Thổ, thì Nữ đòi sang Đức sống với Mohamed, và cho rằng cha mẹ của cô cũng là những người di dân, những người Thổ. Tóm lại giữa Quý và con gái có một bức tường dày đặc.

Vĩnh bị kỷ niệm cuộc vượt biên dằn vặt. Vĩnh vừa là

nhân chứng của tội ác vừa là đồng lõa; vả chăng Vĩnh có nhiều ham muốn xác thịt, vừa muốn ngủ với Quỳ vừa thèm muốn Nữ, và cũng đã phạm tội ác.

Cảnh 1: người kể truyện kể Tết Giáp Tuất về sống ở ngôi nhà của Quý. Quý sở hữu một cơ ngơi vĩ đại, sừng sững với 50 gian nhà, xây cất như một lăng vua khi xưa.

Mỗi buổi trưa vợ chồng Quý bày ra tiệc rượu mà đồ nhắm là tim phượng, thịt rồng, rồng luộc có, rồng nướng có. Quý cho rằng bên này muốn ăn thịt rồng bao nhiêu cũng được vì là thịt rồng đông lạnh. Những cử chỉ của Quý tiết lộ sự thèm muốn thịt rồng của anh ta: *Quý vươn tay gắp một mẩu lòng, cắn vào chính giữachỗ dai dai tựa đầu núm vú.* (tr. 106) *Quý đang chặt rồng. Vừa nhổ những chiếcvẩy bạc, tiện tay nhón một mẩu bầu dục còn sống ở bìa thớt, chưa xiên, chưanướng, bỏ tọt vào miệng.* (tr. 107) Chiến và Vĩnh ăn uống thỏa thuê. Vĩnh thưởng thức tận cùng tác dụng của rượu hồi: *Hồi nguyên chất đậm đặc. Nồng. Pha thêm nước lã thơm ngai ngái, vàng khói phất lên khứu giác ngất ngưởng. Cốc hồi tan vào máu làm thịt gân tôi nảy giật. Nghe được cả những âm thanh của búp hồi nở ở gan bàn chân.* (tr. 107)

Sau thịt rồng và rượu hồi, Quý bày ra đánh bài. Nữ đi học về, bị Quý mắng là vô lễ, không chào hỏi ai. Quý nói: *Con gái bên này mất nết.* Rồi Quý khui thêm rượu đỏ Pomérol.

Vĩnh say rượu và bị bội thực, ngã lăn ra. Chiến cố làm những động tác để ngăn Vĩnh nôn mửa, Quỳ thì cho Vĩnh uống trà Thổ đậm đặc, nóng bỏng. Trong cơn say, Vĩnh thấy đuôi rồng, vòi rồng uốn lượn quanh cơ ngơi.

Cảnh 2: Cũng trong cơn say, Vĩnh lạc vào giấc mơ vượt biên. Một giấc mơ trong giấc mơ. Vĩnh xuống tàu vượt biên, có mẹ đưa tiễn, mẹ không giữ con lại để che chở. Đứa con đối diện với cái chết, cái chết của bạn bè ngoài khơi, cái chết của chính mình. Vượt biên là những cuộc *tự sát tập thể*. Vĩnh bị đám thủy thủ hành hung, cắt lưỡi để không còn nói được tiếng mẹ đẻ, thọc mắt để không còn thấy được quê hương.

Khi Vĩnh tỉnh dậy, nghe tiếng thắt bóp của mạch máu trong người và cảm thấy một sự thèm muốn. Vừa lúc đó Quỷ xuất hiện, giở trò cám dỗ Vĩnh. Người đàn bà thông dâm này có một ham muốn như thú vật. Trong cơn khoái lạc, Vĩnh lại trở về kỷ niệm tuổi thơ tự sát ngoài biển. Vĩnh thấy lại quê hương, muốn trở về nhà, muốn ngả vào lòng mẹ, nhưng bị Quỷ ghì siết.

Cảnh 3: Vĩnh vào xưởng vẽ của Đình, có rất nhiều tranh, nhưng điều lạ là chỉ có màu trắng. Không những các bức tranh toàn là màu trắng, mà cả xưởng đều trắng:… *trắng ngát khắp gian phòng. Tường, thảm, bàn, ghế, trần, nền, cũng toàn trắng. (…) Màu trắng lan chiếm tất cả: Bao nhiêu dầu thông, týp màu, Đình bóp, trét, rồi vẩy, ném trát lên khung vải từng mảng, từng bệt, từng đùm, từng palette xanh, xám, đỏ, tím, đen, vàng, chỉ khắc trước khắc sau là biến mất. Trở y màu trắng. (…) Bàn tay Đình lún vào mặt vải, vùng vẫy. Cả thân mình dằn co với tấm tranh. (…) Giống Đình đang giết người, đâm vào bụng kết liễu một kẻ nào đó, rồi bị đâm trả lại, người anh co gập tự vệ, chống chọi trước một lực vô hình.* (tr. 115)

Vĩnh muốn cứu Đình nhưng lại bị kéo vào một bức tranh kỳ dị làm cho thần trí bị tê liệt. Khi Đình kéo Vĩnh ra khỏi bức tranh như thể kéo Vĩnh ra khỏi gia đình và người thân, Vĩnh lại trở về với ám ảnh của cuộc vượt biên.

Đình thú nhận sự bất lực của mình: *Mấy tháng nay không vẽ được. Ý có nhiều mà tranh không lên hình.* Rồi thình lình Đình bỏ đi.

Cảnh 4: Câu leitmotiv đưa vào cảnh này đặc biệt dài hơn, không nói đến tuổi trẻ mà nói đến tuổi thơ vô tội, lúc

Vĩnh chưa phạm tội với Quỳ.

Chiến mê Quỳ, đưa Quỳ đi sắm sửa với chiếc xe Jeep của quân đội.

Có sự cãi cọ giữa Quý và con gái vì văn hóa dị biệt. Nữ nói không thể thích ứng được với một thế giới mà cô không hiểu. Quý tức giận, mắng con là Đồ đĩ…

Quý dẫn Vĩnh đi xem Phật Điện mà anh ta cho xây cất như chùa Keo, vì anh ta quá nhớ quê nhà, anh ta uống rượu Armagnac với Vĩnh rồi rũ Vĩnh đi săn sơn dương.

Đến đây cuộc săn rồng bắt đầu. Dưới mắt Vĩnh, một cảnh huyền thoại hiện ra: một bầy rồng đẹp đang uốn lượn, đậu trên nóc Đền Hùng. Vĩnh tìm lại được bầy rồng của tuổi thơ, trong sách sử. Nhưng Quý đã đưa cao súng bắn xối xả vào bầy rồng, Vĩnh la gào, níu kéo bị Quý đạp ngã lăn. Bầy rồng chết. Vĩnh là chứng nhân cuộc tàn sát, anh ta mang mặc cảm tội lỗi.

Có tin Đình chết.

Sau buổi săn rồng, cơ ngơi của Quý có phần lạnh lẽo, Quý như *một kẻ đánhmất gia phả.*

Tối 30 Tết, mọi người bắt tay vào làm các món ngon với thịt rồng vừa săn. Vĩnh cuối cùng cũng thích ăn thịt rồng tươi, ngon hơn rồng đông lạnh. Họ luộc thịt, nướng chả, làm các món lẩu, lòng, gỏi bao tử trộn bưởi, v.v… Mọi người ăn uống thỏa thích. Đến sáng mồng Một mới cảm thấy một nỗi buồn tê tái, tự biết mình phạm tội tổ tông và chờ hình phạt. Và hình phạt đã đến.

Nữ đi biểu tình chống kỳ thị trở về báo cho mọi người biết cô muốn bỏ nhà đi, đi với bồ. Quý không đồng ý, đánh Nữ một trận nên thân và nhốt con gái trong phòng.

Rồi cuộc chiến tái diễn giữa Quý và Chiến là hai nhân

vật điển hình của đôi bên Bắc Nam; tên khí giới và những ngày lịch sử cũng nói lên nguồn gốc Bắc Nam: *Tiếng M-16 chen lẫn tiếng AK. Tiếng đại bác 155 ly pháo cùng lúc với sơn pháo 130 ly từ trong núi thúc xuống. (...) Ngày hôm nay là ngày 19 tháng 6 Quân lực VNCH, cũng là ngày 2 tháng 9 Tuyên Ngôn Ba Đình lịh sử.* (tr. 124)

Trong khi Quý và Chiến giao tranh khiến cơ ngơi của Quý cháy rụi, thì Vĩnh có một ham muốn mới, đầy kích thích: ham muốn tuổi thơ qua con người của Nữ. Vĩnh mê vẻ đẹp thơ ngây của Nữ và đã hiếp Nữ một cách tàn bạo, đi tận cùng tội ác.

Vào cuối giấc mơ, Quý và Chiến lãnh án 20 năm tù vì tội đốt rừng, Vĩnh bị án 10 năm tù vì tội hiếp dâm vị thành niên. Quỳ đi lấy ngoại kiều. Nữ sống hạnh phúc với Mohamed.

Nhiều năm sau Tết Giáp Tuất, Vĩnh trở lại nơi chốn cũ, cơ ngơi của Quý không còn nữa, rừng núi, bãi biển biến mất, chỉ có khách sạn và nhà hàng mọc lên.

Ảo và Thực

Trong *Giấc Mơ Thổ* cái ảo và cái thực hòa lẫn nhau. Trước hết không gian và thời gian được ảo hóa. Thời gian không trôi, thời gian dừng lại ở Tết Giáp Tuất. Còn không gian thì hiển nhiên là một không gian ảo, không có thật ở ngoài đời: một cơ ngơi quá đồ sộ: 50 gian nhà có cổng Đại Môn, với Phật Điện, tháp Bảo Nghiêm, sân trước có chín đỉnh đồng, sân sau có hồ Ba Bể, hồ Ba Bể của truyện truyền kỳ làm tăng ảo tính của truyện. Cơ ngơi quá mênh mông đến nỗi rừng tràn đến thềm nhà.

Tác giả đưa vào cái không gian chiêm bao đó những yếu tố ảo khác như cuộc săn rồng, tiệc rồng, hiện tượng mất hình vẽ. Rồng là một vật thần thoại, làm sao ăn được thịt của một con vật thần thoại? Cũng như sự chống chọi tuyệt vọng của một họa sĩ bất lực trước một màu trắng đầy đe dọa, lan tràn khắp nơi. Và rồi cuộc vượt biên hãi hùng vượt xa một cơn ác mộng.

Trong cái thế giới ảo làm rợn người đó, bỗng nhiên xuất hiện những cảnh của thế giới thực, thế giới bình thường: Nữ đi học về không chào hỏi ai bị Quý mắng, Nữ đi biểu tình chống kỳ thị. Cha con cãi vã nhau bằng hai thứ tiếng, với cách nhìn tương phản của hai nền văn hóa Việt-Pháp. Nữ tiêu biểu cho thế hệ trẻ Việt Nam lớn lên ở xứ người, bị cắt đứt với nguồn gốc, ngày càng xa cha mẹ. Quý thường nhắc "bên này" tức ở hải ngoại, một không gian xa quê hương. "Bên này" có thịt rồng đông lạnh, "bên này" con gái mất nết. Rồi Quý lại bảo lãnh cho những người thân qua bên này, họ sống lúc nhúc trong dinh cơ, bày trò buôn lậu. Chính con người của Quý cũng nhắc nhở một quá khứ có thật: Quý là một bộ đội má hóp, môi thâm, đã từng vượt Trường Sơn, Quý vẫn còn những khí giới của miền Bắc: súng AK, thượng liên 12 ly 7, súng chống tăng B40… Còn Chiến là lính miền Nam, đã từng có mặt ở căn cứ hỏa lực Hạ Lào năm 71, Chiến muốn sống lại chiến tranh, anh ta vẫn còn chiếc Jeep của quân đội miền Nam.

Nghệ thuật xây dựng giấc mơ của Trần Vũ làm cho cái ảo và cái thực đan vào nhau, khiến người đọc đôi khi bỡ ngỡ, mất hướng.

Giấc Mơ Thổ qua lăng kính của biểu tượng

Truyện *Giấc Mơ Thổ* hàm nhiều biểu tượng và cần được đọc ở mức biểu tượng để làm nổi bật những nghĩa chính.

Biểu tượng trước hết là một ký hiệu. Biểu tượng có

một tương quan với cái nó biểu tượng. Theo bản chất, biểu tượng có tính lập lờ. Một đồ vật có thể có nhiều ý nghĩa và là biểu tượng của nhiều ý nghĩa đó. Một con sư tử trước hết chỉ là một con thú vật. Khi nó trở thành biểu tượng, sức mạnh và can đảm của nó khiến nó thành biểu tượng của người anh hùng; cái dáng uy nghi của nó làm nó trở nên biểu tượng của vương quyền.

Nhà triết học Đức Hegel khẳng định rằng biểu tượng không phải là kết quả của một lựa chọn tùy tiện và không phải là một chỉ định theo quy ước, mà nó là một đơn nhất hàm nhiều nghĩa bên trong.

Biểu tượng có khả năng quy tụ những con người trong cùng một cộng đồng và do đó loại trừ những cộng đồng khác. Biểu tượng làm cho cộng đồng vững mạnh. Việc khẳng định sự thuộc về một cộng đồng xây dựng lai lịch của cộng đồng đó.

Biểu tượng không chỉ có một ý nghĩa, một vai trò nhận thức mà nó còn có một sức mạnh và có tính hiệu nghiệm. Chẳng hạn việc kéo lá cờ lên cao bắt buộc cách chào nghiêm theo quân đội, một dòng tu đòi hỏi im lặng và sự tĩnh tâm.

Đọc *Giấc Mơ Thổ* qua lăng kính của biểu tượng để thấy chủ đề duy nhất là cái chết. Ngay từ đầu đã có dấu hiệu của cái chết: cơ ngơi của Quý được kiến trúc như một lăng vua khi xưa. Có ba biểu tượng để minh họa chủ đề chết: thịt rồng biểu tượng cho cái chết của dân tộc, màu trắng biểu tượng cho cái chết của nghệ thuật và cuộc vượt biên biểu tượng cho cái chết của tuổi thơ.

Cái chết của dân tộc được diễn đạt qua việc giết rồng và ăn thịt rồng. Như chúng ta đã biết, nguồn gốc của dân tộc Việt Nam khởi đầu bằng huyền thoại Rồng Tiên.

Các nước trên thế giới đều có một thời tiền sử với những huyền thoại lập nước.

Huyền thoại là một truyện kể có tính biểu tượng và được phổ biến bằng truyền khẩu, từ đời này sang đời kia; truyện dựa vào những quyền lực siêu tự nhiên và hy vọng những quyền lực đó làm sáng tỏ thân phận con người, đáp lại những câu hỏi căn bản mà con người tự đặt ra: Con người là gì? Thế giới từ đâu đến? Có cái gì sau cái chết? Sức gợi cảm thi vị của huyền thoại gây thích thú và làm cho con người có nhiều mơ ước. Những hình tượng của huyền thoại nuôi dưỡng tư duy của con người và tạo nên một liên hệ căn bản trong mọi cộng đồng.

Ở nước ta, vào thời huyền thoại, Lạc Long Quân nối ngôi cha là Kinh Dương Vương. Lạc Long Quân lấy bà Âu Cơ sinh một trăm cái trứng, tức một trăm con. Lạc Long Quân là Rồng, đem năm mươi con xuống biển phía Nam. Âu Cơ là Tiên đem năm mươi con lên ở vùng đất Việt Trì. Người anh cả là vua Hùng. Các vua Hùng của bộ lạc Văn Lang tiếp nối nhau giữ ngôi vua.

Huyền thoại phát xuất từ Âm Dương. Cha là Rồng, là Dương, biểu tượng cho sức mạnh. Rồng là vật thần thoại, nhưng trong quan niệm của người Việt Nam, Rồng tượng trưng cho kiêu hùng, Rồng là chúa tể của biển cả. Nhà biên khảo Vũ Ký viết: *Rồng gặp Tiên là Âm Dương kết tụ, là sự kiêu hùng của sức mạnh trần thế kết hợp với Chân, Thiện, Mỹ ở nơi non Bồng nước Nhược, tức thế giới vĩnh cửu, mà Thiên Chúa giáo gọi là Thiên đàng, Phật giáo gọi là Cực lạc. Người Việt Nam rất tự hào là con Rồng cháu Tiên, có nghĩa là tự hào về sự kiên cường, anh dũng của dân tộc, về sức mạnh của dân tộc, về vẻ đẹp tuyệt vời của Mẹ Việt, vẻ đẹp của tinh thần.*

Trong *Giấc Mơ Thổ*, Quý giết rồng, Quỳ nướng thịt rồng, mọi người ăn thịt rồng, tức phạm tội diệt tổ tiên, diệt nòi giống Rồng Tiên. Khi chọn hai cái tên Quý và Quỳ, tác giả muốn chơi chữ chăng? Theo Hán Việt Tự Điển của Đào

Duy Anh thì trong thần thoại xưa quỷ có chín đầu gọi là quỳ. Quý và Quỳ là hai bộ mặt của ác quỷ và là biểu tượng của tội ác. Cái tên Chiến cũng có giá trị biểu tượng, vì là tên của một người mang nặng ám ảnh của chiến tranh. Trong *Giấc Mơ Thổ*, chiến tranh Việt Nam vẫn còn đấy. Quý, biểu tượng của người lính miền Bắc, và Chiến, biểu tượng của người lính miền Nam, hai bên xả súng bắn nhau, làm tái diễn cuộc chiến tranh huynh đệ tương tàn, gây nên tội ác diệt chủng.

Biểu tượng thứ hai là màu trắng. Màu trắng xóa sạch hình vẽ và màu sắc. Màu trắng là sự trống rỗng, là độ không của sáng tạo. Trong *Giấc Mơ Thổ*, hội họa của Đình biểu tượng cho nghệ thuật nói chung, và nghệ thuật là sự sáng tạo cái đẹp. Một khi dòng giống con Rồng cháu Tiên đã chết, thì cái Đẹp của con Rồng cháu Tiên không còn lý do để tồn tại, cái Đẹp và nghệ thuật tạo ra cái Đẹp cũng chết theo.

Biểu tượng thứ ba là cuộc vượt biên, biểu tượng cho cái chết của tuổi thơ. Tuổi thơ của Vĩnh và nhiều tuổi thơ khác đã bị giết hại trong cuộc vượt biên. Vĩnh mang trong lòng hình ảnh cuộc tàn sát tập thể. Tuổi thơ ngoài biển đã trở nên câm và mù, không còn nói được tiếng quê hương, không còn tìm được đường về quê hương. Trong lúc thông dâm với Quỳ, Vĩnh hướng về tuổi thơ, về người mẹ để cầu cứu. Nhưng bị Quỳ níu kéo. Vĩnh bị giằng xé giữa hai mẫu người phụ nữ: người mẹ, biểu tượng của tình mẫu tử, của sự hy sinh, của sự sống và của cái Thiện; và Quỳ, người phụ nữ dâm dật, ngoại tình, biến thịt rồng thành của ăn, là biểu tượng của sự chết, của cái Ác. Tóm lại, Vĩnh bị giằng xé giữa cái Thiện và cái Ác, và đã trượt ngã qua cái Ác. Từ một nạn nhân trong cuộc vượt biên, Vĩnh trở nên một tên đao phủ để trở lại giết tuổi thơ, bằng cách hãm hiếp Nữ. Nữ là một cô gái mới lớn, còn ngây thơ, trong trắng, là biểu tượng của tuổi thơ.

Ba cái chết liên kết với nhau, cái chết của cái Đẹp, của Tuổi Thơ là hậu quả của cái chết của nòi giống Tiên Rồng.

Các nhân vật trong *Giấc Mơ Thổ* thuộc ba thế hệ: thế hệ chiến tranh (Quý, Chiến), thế hệ thoát chiến tranh với những chấn thương tâm thần (Vĩnh) và thế hệ hậu chiến trôi dạt xa quê hương, mất nguồn gốc (Nữ). Con cháu Tiên Rồng vào thời hiện đại đã hoàn toàn mất trí nhớ, quên công ơn của những bậc anh hùng dựng nước thời xưa, để lao vào lửa, để tàn phá, chém giết nhau. Hiện tượng mất trí nhớ khiến tuổi trẻ không còn biết dòng dõi Tiên Rồng nữa.

Cũng trong giấc mơ, Tết Giáp Tuất được nhắc lại nhiều lần, tất cả các biến cố đều xảy vào Tết Giáp Tuất. Tại sao? Năm Giáp Tuất là năm 1994, vào thời điểm đó, chiến tranh Việt Nam đã chấm dứt từ lâu. Tác giả như muốn nhắc nhở rằng gần hai thập niên sau, những vết thương do chiến tranh và cuộc vượt biên gây nên vẫn còn là một ám ảnh đau đớn, dai dẳng, một ám ảnh mà nghệ thuật dựng truyện kỳ ảo và bút pháp của Trần Vũ làm cho nặng nề, ngạt thở. Hệ thống biểu tượng cho thấy dưới hình thức một giấc mơ, một cơn ác mộng, Trần Vũ đã kể lại một thời kỳ bi thảm của lịch sử Việt Nam.

Tài liệu tham khảo:

1/ Le symbole et son interprétattion, sous la direction de Françoise Raffin et Michel Antiquet, Vol. I, Éditions Delagrave, 2004.

2/ Phạm Quỳnh, Tuyển tập và Di cảo, An Tiêm, Paris, 1992.

3/ Vũ Ký, Luận cương về Văn Hóa Việt Nam, Tập I, Trung tâm Văn Hóa Xã Hội Việt Nam tại Bruxelles, 1995.

 **LINH VANG**

Sinh tại Quy Nhơn, lớn lên tại Sài Gòn. Sinh viên ban Anh Văn, Đại Học Văn Khoa, Sài Gòn. Qua Hoa Kỳ năm 1975. Tốt nghiệp Kế toán Thương Mại tại University of Puget Sound. Đang là chuyên viên tài chánh cho tiểu bang Washington. Chủ bút nguyệt san *Kỷ Nguyên Mới* (Virginia từ 2009 -) Chủ biên tam-cá-nguyệt san Văn Hữu (Seattle từ 2009 -)

Tác phẩm đã xuất bản:
- *Bến Hạnh Phúc* (tập truyện ngắn, 2011)
- *Sau Cơn Mưa* (tập truyện ngắn, 2012)
- *Một góc trời Tây Bắc* (tạp ghi 1: 2013, 2: 2014; 3: 2017)
- *Nhẹ Như Tơ Trời* (tập truyện ngắn, 2015)
- *Lan Man Tùy Bút* (tập tùy bút chọn lọc, 2016)

Nắng hạ tình xuân

Hoa cỏ hạ vàng ươm mùi nắng
Nhìn nắng hoàng hôn, anh nhớ em
(QL)

- Hai anh em không giống nhau. Ông Tân nghiêm nghị mà hiền, quan tâm tới người làm cho ông ấy. Còn ông thì...

- Tôi thì thế nào?

Câu hỏi gằn giọng chứng tỏ chàng đã đoán biết được là nàng cho chàng như thế nào rồi. Một playboy, một ông chủ nhỏ hống hách, như nhân viên ở đây vẫn nói với nàng như vậy chăng?

Bình là em út của ông Tân, hai người cách nhau cả hai mươi tuổi. Ở một tuổi khá lớn, cha mẹ chàng ráng lắm mới kiếm thêm được chàng. Bình với nàng lại càng khác xa nhau hơn, khác xa nhau không phải vì tuổi tác mà vì gia cảnh và vì quan niệm sống.

Bình là người của trường đại học lớn, của thành phố lớn, của tiệc tùng sang trọng, của đám đông. Cha mẹ Bình giàu có, lại có ông anh có khả năng làm cho công ty gia đình càng ngày càng lớn mạnh. Vợ chồng ông anh không có con. Nên cha mẹ đang cưng chiều chàng, trông chờ nơi chàng: lấy vợ, cho ông bà những đứa cháu nội thông minh để sau này coi ngó sản nghiệp. Nhưng những phụ nữ đang chàng ràng trước mặt chàng thì hình như chàng chẳng buồn ngó thấy!

Còn nàng xuất thân từ một gia đình khiêm nhường có cha là công chức, mẹ ở nhà lo bếp núc, vườn tược, săn sóc chồng con. Nàng lớn lên từ một thành phố nhỏ hiền hòa, con người không cần bon chen, phần lớn là những người bản xứ có gốc gác đã từ bao nhiêu đời ở đó, nơi chốn quá bé không có lấy một trường đại học. Hết bậc trung học, nàng phải đi học ở một thành phố lớn hơn. Nhưng nàng chỉ lo học, cuối tuần và lễ lộc thì về nhà, rồi ở miết trong phòng đọc sách. Mấy năm làm cho hệ thống nhà băng tư nhân này ở Seattle, nàng vẫn chưa thoát ra cái vỏ ốc bé nhỏ của mình, dù là nàng cũng đã nhanh chóng giữ những chức vụ khá quan trọng, có nhiều nhân viên dưới quyền nàng. Nàng biết lâu nay chàng vẫn nhìn nàng là một người như thế, và điều đó chẳng sai tí nào.

Nàng lúng túng. Biết dùng lời nói nào để khỏi làm chàng buồn. Ừ! Mà sao nàng lại quan tâm chuyện buồn vui của người khác. Nàng muốn đổi đề tài, nhưng chưa tìm ra đề tài nào thích hợp để đổi sang. Nàng cũng hối tiếc là đã nói một câu chưa kịp suy nghĩ như vậy.

Chàng lại không bỏ qua:

- Well...?

Nàng ngập ngừng:

- Ông thì...khác.

- Khác cũng như khó ưa, không dễ thương?

- Tôi không có nói như vậy! Nàng đã bắt đầu thấy khó chịu.

- Cô không cần phải nói.

Mùi dầu thơm từ nơi người nàng thoang thoảng bay qua mũi chàng. Mùi hương nước hoa hay mùi da thịt nàng? Một mùi nhè nhẹ dễ chịu. Không biết đó là loại nước hoa gì? Chàng muốn khen nhưng lại thấy hai người đang không thân thiện với nhau, mở lời khen thật là không đúng lúc. Lối phê bình đường đường đốp chát như thế, đâu giống như một Thảo Vy mà chàng tưởng là con ốc nhỏ, xem chừng chàng vừa khó chịu vừa ngạc nhiên thích thú với khám phá mới này.

Tóc nàng dài, thắt một bím kiểu Pháp. Có vài sợi tóc con quăn quăn lòa xòa xuống trán. Nàng mặc một áo polo shirt trắng và một váy ngắn đỏ thẫm, lộ đôi chân thon dài. Chợt nhớ mình đang nhìn nàng một cách lộ liễu, chàng vội quay nhìn thẳng vào mặt nàng, như chăm chú muốn nghe nàng giải thích, làm nàng bắt buộc phải phân bua:

- Nếu ông nghĩ là mình khó làm việc với nhau thì ông hãy nói với ông Tân, chứ thật sự tôi đang thích cái công việc tôi đang làm, nên cũng không cần phải lên chức, lên lương đâu. Ông Tân có thể kiếm một người nào khác giỏi giang hơn tôi, và nhất là...

Nàng định nói "hợp với loại người như ông hơn", nhưng lại bỏ lửng câu nói. Chàng chờ đợi vài giây rồi chau mày:

- Tôi mong là cô bỏ cái lối nói lưng chừng như thế, thì mọi việc sẽ tốt đẹp, chỉ có thế thôi! Và làm ơn bỏ cái chữ "ông" đi, tôi không "già" hơn cô bao nhiêu đâu.

Nói xong, chàng quày quả bỏ đi, chẳng cho nàng cơ hội nói gì nữa. Nàng bặm môi, nghĩ thầm, người gì đâu, khó ưa! Thế mà làm chung sao được chứ!

Hôm qua, bất ngờ ông Tân kêu nàng vào phòng ông nói riêng với nàng là sẽ cất nhắc cho nàng lãnh một dự án mới, bảo nàng hãy chuẩn bị tinh thần, trước khi ông sẽ công bố cho mọi người trong hãng biết cái tin mới này. Hình như ông không có hỏi là nàng có muốn làm cái chức manager cho cái dự án đó không.

Ba mẹ nàng vui khi nghe con được lên chức, nhưng khi thấy đó cũng là một trách nhiệm rất nặng nề thì ba mẹ chỉ khuyên bảo nàng là tùy con, vì biết là dù khó khăn thế nào nàng cũng cố gắng làm được. Hạ Vy, em nàng, nói cờ đến tay ai, người ấy phất, chị ạ. Hai chị em rất gần gũi nhau – ba mẹ nàng chỉ có hai người con, là nàng và Hạ Vy.

Nàng đâu có biết là nàng sẽ phải làm việc với Bình. Hôm nay, chính Bình đi nói với nàng điều này. Nàng quá sửng sốt.

Nghĩ là còn kịp để thối lui, nàng bèn đi thưa với ông Tân là nàng không thích hợp với cái "giốp". Thì ông cười nói biết là cô lo mỗi khi nhận một công việc mới, nhưng bao năm nay, cô đã nhận nhiều việc, việc càng ngày càng khó khăn và thử thách hơn mà đều được cô chu toàn tốt đẹp, thì đã đến lúc cô xứng đáng được giao cho công việc thiết lập và coi ngó một chi nhánh nhà băng ở thành phố mới đang phát triển là Milton. Ông khen nàng một hồi rồi ông vỗ vai nàng trấn an, coi nàng như một đứa em nhỏ nhút nhát cần sự cổ võ.

Nghe ông nói, nàng cảm thấy mát ruột và cũng tự tin hơn, nhưng nàng vẫn hỏi thêm một câu hỏi nữa:

- Nhưng sao lại phải dưới quyền của ông Bình? Mà không phải của ông?

Ông cười:

- Tôi già rồi, chuẩn bị nghỉ ngơi là vừa, nhưng nói thì nói vậy, tôi cũng còn làm một thời gian để hướng dẫn chú Bình, khi chú ấy tự coi ngó được thì tôi mới nghỉ hẳn.

Nàng nói thẳng:

- Cháu chưa bao giờ làm việc cho ông ấy.

Ông hiểu và nói:

- Chú ấy cũng như tôi, cô không có gì phải lo. Chú thông minh, bằng cấp cao, chỉ là lâu nay chưa vào khuôn khổ, bay nhảy bên ngoài ngoại giao nhiều hơn, nên tôi cần một người như cô phụ lo cái chi nhánh đó. Địa điểm tốt, dân cư sẽ về đông, tiệm quán, hãng xưởng sẽ mọc lên nhanh...Chi nhánh sẽ thành công. À, cảm ơn cô đã đề nghị mở ở nơi đó.

Ông đưa cô ra cửa, hiền từ như một người cha, lại nói nhỏ:

- Đừng lo, cô Thảo Vy ạ!

Ông Tân chấm dứt câu chuyện ở đây, vì sau đó ông bận đi họp; thế là nàng không còn lối thoát. Nàng biết dù sao ông Tân cũng đã thương yêu và trông cậy nơi nàng. Nàng tự nhủ, thôi thì cứ ráng với tất cả khả năng của mình.

Còn đang đứng trước cửa văn phòng sếp lớn thì anh thư ký Mike của ông Tân đi ngang cười nói với nàng:

- Mừng cô nhé, cô Thảo Vy!

*

Nàng buông mình xuống giường cái phịch, duỗi hai tay ra. Nàng thở dài: Không thể nào làm việc với hắn được nữa. Độc đoán, thành kiến! Nàng nhớ những ý kiến nào nàng đưa ra cũng bị hắn bác ngay lập tức. Rồi bàn tới bàn lui mới đi đến một giải pháp sau cùng. Dù rằng không hẳn là ý kiến nào của nàng cũng không được đem ra thi hành. Nhưng nàng bực quá, cứ như hắn ta không tin tưởng nơi khả năng của nàng hay sao ấy? Hắn còn cắc cớ hỏi nàng, cô có biết dùng internet không đấy? Làm nàng muốn "nổi điên" lên, nhủ thầm, thời buổi này ai mà không biết dùng internet, nhất là cái việc của nàng đòi hỏi tìm kiếm tài liệu cần thiết thì phải lên nét mới nhanh! Rồi cái nhìn của hắn, cái nhìn chăm chăm vào mặt nàng, cứ như chế giễu nàng. Không có chế giễu thì chẳng lẽ soi mói đi tìm xem nàng có cái hột xoàn sáng chói nào trên mặt chăng, làm nàng không còn được tự nhiên, dù là sáng đó cũng đã nhìn vào gương thấy mặt mình trơn tru, không một cái mụn nào?

Hắn còn hỏi mình trong tương lai gần, có dự tính chuyện chồng con gì không, khi mình hỏi tại sao lại hỏi như thế, thì hắn bảo vì mình phải lo cho cái project này thành công, công việc sẽ bận rộn lắm, hắn không muốn mình bị chi phối bởi cảnh chồng con. Hừm! Hắn lấy quyền gì mà hỏi chuyện riêng tư của mình, nhưng mình cũng thẳng thắn trả lời cho hắn biết là hắn đừng lo một chuyện chưa đến lúc phải lo như thế.

-Vậy thì cô hứa sẽ không... lấy chồng trong thời gian này?

Nàng bảo nàng đã nói là đừng lo thì đừng lo, chứ nàng sẽ không hứa gì cả. Xem chừng hắn thấy nàng đã bắt đầu nổi sùng nên hắn thôi không đề cập thêm về chuyện ấy.

Hừm! May mà cuối tuần, có hai ngày mình không phải nhìn cái bản mặt của hắn!

Em nàng vào phòng nàng, nghe nàng kể, Hạ Vy cười rũ ra rồi kết luận:

- Anh ta thích chị!

-Thích gì mà thích. Hắn chỉ muốn đì mình thôi! Làm với hắn mệt muốn chết! Tiền nhiều cũng không ham!

- Em có thấy Bình Nguyễn mấy lần bên hãng em. Anh ta đẹp trai, lịch lãm, ăn nói lưu loát, nhiều cô thích lắm. Nhưng nghe nói, anh ta lại không phải típ người muốn bị gia đình ràng buộc. Mà biết đâu, gặp chị rồi thì anh ta sẽ thay đổi quan niệm! – Nói tới đây thì cô cười – Nếu chị chê thì...Can I have him?

Nàng phì cười với em, bỗng dưng quên hết mọi mệt nhọc:

- Ừ! Của em đó! Chị không giành đâu.

Hạ Vy ôm hai vai nàng:

- Em giỡn chơi thôi! Em sẽ bỏ Luân cho ai?

Hạ Vy nhỏ hơn nàng hai tuổi, cô lại có người yêu trước nàng. Cô và Luân sẽ làm đám hỏi vào mùa hè này, tính năm sau mới làm đám cưới.

Suy nghĩ một hồi, nàng đứng lên, nói chắc nịch:

-Không! Chị phải chứng tỏ cho hắn thấy là chị sẽ làm được những gì một khi chị đã để tâm vào đó. Chị muốn hắn phải nể phục chị!

*

Seattle vào mùa hè, khí hậu tuyệt vời, tưởng không nơi nào bằng, nhiệt độ 70, 80, vài ngày 90. Thành phố nằm trên dải đất giữa Puget Sound và Lake Washington, với núi đồi bao bọc chung quanh: phía Tây, Olympic Mountains; phía Nam, Mount Rainier, và phía Đông, dãy Cascades. Núi Rainier, tuyết phủ quanh năm, khách phương xa đến chơi thường không ai bỏ qua dịp đi thăm ngọn núi này. Du khách có thể lái xe lên tới đỉnh Paradise, trên đường đi nhìn thấy những chú nai lang thang, những con công nhởn nhơ xòe cánh, những vạt bông hoa dại đủ màu sặc sỡ. Tới nơi, có thể đưa tay vọc tuyết, hay đưa những hạt đậu phộng cho những chú sóc con dạn dĩ đến gần khách kiếm ăn.

Trời nắng cả tuần làm những dải cỏ dọc theo xa lộ khô khan như có thể phực lửa bất cứ lúc nào nếu có ai liệng xuống đó một mẩu tàn thuốc. Chỉ có thông cao là xanh, mà xứ này thì có rất nhiều thông xanh, thế nên mới mang danh xanh mãi ngàn năm. Bình đang lái xe qua cầu đi Bellevue, nhìn qua hai bên cầu, nước trong xanh, có nhiều du thuyền. Lake Washington là một trong những hồ lớn của tiểu bang Washington, nơi mà dọc theo hồ có nhiều nhà giàu tỉ phú, triệu phú ở, trong đó có người giàu nhất thế giới là Bill Gates, chủ tịch công ty nhu liệu Microsoft.

Vừa lái xe nhìn cảnh trí, Bình vừa nghĩ chuyện này qua chuyện nọ, và chàng bỗng bật cười khi nghĩ tới Thảo Vy. Thấm thoát mà đã mấy tháng rồi. Mới đầu chàng đã đánh giá lầm nàng, cứ tưởng đó là một người thầm lặng "thật thà ít oi", ai dè nàng cũng cứng cỏi biện luận khi nàng cho là nàng đúng. Từ coi thường, chàng đã bắt đầu thấy nể nàng, rồi từ đó dự án mà hai người đang làm chung đã trôi chảy, thành công trước sự vui mừng của ông anh và cha mẹ chàng.

Nhưng không có nghĩa là chàng và Thảo Vy đã không còn đấu khẩu! Chỉ là không còn gay gắt tưởng muốn ăn tươi nuốt sống nhau như lúc ban đầu thôi.

Qua cầu, đi một khoảng, chàng rẽ xe vào một con đường có hàng cây cao, con đường dốc, dẫn xuống bờ hồ. Chàng đậu xe trong sân. Khuất giữa những cây cao là một tòa nhà nguy nga, đủ loại hoa màu sắc tươi vui trồng chung quanh.

Hôm nay là sinh nhật của mẹ chàng. Mọi người trong gia đình đang chuẩn bị bữa tiệc sinh nhật cho bà. Sáng nay, ông anh chàng còn gọi điện thoại nhắc chàng đừng quên về đúng giờ. Chàng mỉm cười, thế nào mẹ chàng cũng thúc chàng mau mau có vợ. Chàng biết cứ ngày này thì chàng lại bị áp lực nhiều hơn, vì mẹ chàng cứ đưa lý do là bà mỗi ngày mỗi già. Những người con gái, con của mấy ông bà bạn, ôi thôi, gặp ai, bà cũng cứ chỉ cho chàng. Có những người thật thông minh và cũng có những người thật đẹp – nhưng cứ sau vài lần hò hẹn để làm vui lòng mẹ, là chàng lại lờ họ đi. Cũng có vài mối tình khá sâu đậm, ai cũng nghĩ vậy, mà rồi, không sâu đậm đến nỗi để chàng có thể từ bỏ nếp sống độc thân bay nhảy.

Chàng chưa vào nhà vội mà đi luồn ra phía sau. Gió từ bờ hồ thổi lên mát rượi. Mặt trời đang lấp lánh chiếu xuống hồ làm mặt nước như những viên kim cương óng ánh. Chàng thấy bóng một phụ nữ đứng một mình ở cầu tàu nhìn ra mặt hồ mênh mông. Tóc bay phất phơ. Người đó vừa đưa tay giữ lại những sợi tóc, hơi xoay người, và chàng chợt nhận ra đó là Thảo Vy. Chàng thấy vui như một đứa con nít vừa được cho kẹo! Thảo Vy làm gì ở đây? Chàng cứ đứng lặng yên nhìn về hướng Thảo Vy, cho đến lúc Thảo Vy quay bước đi vào nhà.

Chàng cũng vừa bước tới. Hai người đụng nhau, thấy chàng, nàng lên tiếng trước:

- Cảnh đẹp quá! Thật yên bình!

- Đúng vậy! Những ngày nắng thì rất đẹp.

- Còn những ngày mùa đông thì rất buồn sao?

- Không hẳn như vậy, nếu một người thích thiên nhiên, thì mùa nào cũng có cái đẹp đặc biệt của nó.

- Thảo Vy yêu nước, thích thiên nhiên.

- Thì ra mình cũng có những điểm giống nhau!

Người mẹ già đứng ở trong nhà nhìn ra, mừng thầm. ôi chao tụi nó xứng đôi quá, vì cái ý cất nhắc Thảo Vy vào chức vụ mới và tạo cơ hội cho Bình và Thảo Vy làm việc chung với nhau, gần nhau...là của bà. Không ai trong nhà nghĩ là bà sẽ thành công. Nhưng lần này bà chắc chắn là bà thành công. Sinh nhật mỗi năm bà chỉ mong mình vẫn còn khỏe mạnh như bây giờ. Bà quay lại bảo người làm, chuẩn bị thức ăn và hãy mời mọi người ngồi vào bàn. Bà bảo ông: Ông thấy chưa, mới nghe thằng Bình nói là tôi đã biết nó với con Thảo Vy coi vậy mà hợp, giờ nhìn hai đứa nó cười nói với nhau, tôi thấy thật nhẹ nhõm.

LUÂN HOÁN

Tên thật Lê Ngọc Châu, các bút hiệu đã phổ biến bài: Hà Khánh Quân, Trần Gia Nam, Lê Bảo Hoàng; sinh ngày 10-01-1941 tại Hội An, trường thành tại Đà Nẵng, hiện định cư tại Montréal Canada. Chủ trương các nhà xuất bản cò con: Ngưỡng Cửa, Thơ (trước 1975), Nhân Ảnh (tại Hoa Kỳ, hiện nay).

Tác phẩm đã xuất bản:
Sách đầu tay năm 1964, sách mới nhất 2018, gồm văn vần và văn xuôi, tổng cộng 30 đầu sách.

Phan Duy Nhân, trên con đường Từ Thức

Trong bài viết *Gởi Những Người Bạn Trẻ*, nhà biên khảo Hoàng Nguyễn, cũng là thầy hiệu trưởng trường trung học Phan Châu Trinh – Đà Nẵng Nguyễn Đăng Ngọc, đã *"hướng nhìn theo chiều hoài niệm"*, gởi về các học trò cũ của ông những tình cảm, những suy nghĩ rất chân tình. Những người học trò cũ đó, được ông cho biết: *"... tất cả đều trên 40 tuổi, cái tuổi không còn ngập ngừng gì nữa ở cuộc đời (tứ thập bất hoặc!), đã biết gánh chịu trách nhiệm cho ngày nay và hôm mai"*. Bài viết không trực tiếp so sánh, đánh giá sự khác biệt của lễ nghĩa sư đồ, giữa thời kỳ điện toán với những niên khóa vừa quay gót không lâu. Nhưng cái ngụ ý của người viết, bạn đọc ai cũng hiểu ra.

Cái tình bao la của người thầy không cho phép thiên vị trong đối xử. Xã hội Việt Nam chúng ta, con người vẫn thường trực bị đẩy vào hai thế đứng đối nghịch. Đám học trò của thầy Ngọc cũng không nằm ngoài sự chia phân ấy. Nhưng dù ở bên này hay bên kia lý tưởng, những người học trò vẫn được người giáo dục mình nhớ đến đồng đều và trìu mến. Học được tính bao dung chân tình của người thầy cũ. Tôi bớt hẳn nỗi ngại ngùng, bị người khác đội cho mình cái mũ không vừa đầu, để viết về một dòng thơ quí, mà tác giả đã ngả sang hướng nghịch chiều với quốc kỳ màu vàng của tôi.

*

Khởi từ đầu thập niên sáu mươi, tại thành phố Đà Nẵng, lớp sinh hoạt thơ văn trung niên và sắp về già như: Thái Can, Vũ Hân, Quốc Dân, Việt Trữ, Hồ Mộng Thiệp, Trần Gia Thoại, Tô Như, Thanh Phương, Anh Đô, Hoàng Trọng Thược... hình như chỉ thu hẹp sinh hoạt trong địa bàn thành phố. Cùng lúc đó, trong đám học sinh, nở rộ việc thành lập thi đàn, bút nhóm.Có vóc dáng và nghiêm chỉnh nhất trong những tập họp này là nhóm *Cùng Đi Một Đường*. Tôi không rõ ai khởi xướng, ai giữ chân nhóm trưởng. Nhưng thành viên của nhóm, hết thảy, với tôi, đều bạn thân tình: Phan Duy Nhân, Huy Giang, Lam Hồ, Tô Yên, Hồ Cư. Trong năm tay viết, có đến ba nhân vật tập tành... khuynh tả. Và cả năm đều có bài đăng khá đều đặn trên các tuần báo, nguyệt san, tạp chí tại Sài Gòn.

Huy Giang tên thật Nguyễn Đăng Trừng, hiện hành nghề luật tại Sài Gòn.

Lam Hồ tên thật Nguyễn Hữu Nuôi, viết mạnh và đều nhất thời bấy giờ, nhưng đã sớm gác bút khi hành nghề dạy học, hiện vẫn ở Đà Nẵng.

Tô Yên tên thật Lê Văn Nghĩa, trở thành thiếu tá binh chủng Thiết giáp VNCH, đã hy sinh ở mặt trận Quế Sơn Quảng Nam năm 1972.

Hồ Cư dùng tên thật làm bút hiệu, đã biệt tích khá lâu trong những ngày anh lên rừng "làm cách mạng".

Phan Duy Nhân là người tôi đang níu thơ anh để lang thang hôm nay.

*

Tôi đã được đọc ba, bốn bài viết có liên quan đến Phan Duy Nhân trong mấy năm vừa qua, không lâu lắm.Những bài viết được thực hiện bởi những người bạn anh, hoặc ít ra khá thân với anh. Trên tạp chí Văn Học tại Hoa Kỳ, anh trai của nhà văn Hồ Đình Nghiêm, anh Hồ Đình Nam, hiện định cư tại Anh Quốc, viết một bài. Những bài khác của các nhà văn Phan Nhật Nam (tác giả *Dựa Lưng Nỗi Chết, Dọc Đường số 1*...v.v.) và Nguyễn Chí Thiệp (tác giả *Trại Kiên Giam và Việt Nam Khát Vọng Dân Chủ Tự Do*). Cả hai nhà văn nổi tiếng chống cộng này, đều là bạn học cùng trường Phan Châu Trinh với Phan Duy Nhân.Phan Nhật Nam cùng nhà nghiên cứu sử

Trần Gia Phụng (hiện ở Toronto, Canada) học trên Phan Duy Nhân một lớp.Nguyễn Chí Thiệp ngồi cùng với Phan Duy Nhân một dãy bàn, trong suốt bốn năm đệ nhất cấp.Quan hệ thân mật trong tình bạn học, những bài viết của hai ông nhà văn rất chân tình dù đưa ra nhiều điều đáng suy ngẫm.

*

Thơ Phan Duy Nhân thường được "đi" trên tạp chí Bách Khoa, do ông Lê Ngộ Châu điều hành. Tòa soạn Bách Khoa nằm ở số 160 trên đường Phan Đình Phùng Sài Gòn. Dưới đây là *Cuối Năm Rời Nhà Trọ*, được tác giả xếp vào tập *Ngậm Ngải Tìm Trầm*. Nhưng tập này đến nay hình như vẫn chưa được xuất bản:

> *lòng trống không mà mưa cuối năm!*
>
> *tre câm cam chịu nỗi cơ hàn*
> *chăn đơn đời ngủ không đành dậy*
> *tay vắt ngang mày đợi bóng trăng*
>
> *này lối thầm xưa ngùi kỷ niệm*
> *này vuông cửa sổ ngắm, chiều rơi*
> *mai sương như khói lên đầu ngõ*
> *giọt nến đêm dài thêm tủi thôi*
>
> *cau vút thân vời cao chín bậc*
> *thầm ru chim phượng ngủ trong lòng*
> *bạn bè mộng thấy dăm ba bận*
> *ai biết ta nằm đây nữa không?*
>
> *mơ ước xa như người đã khuất*
> *cam thua cau mặt lật con bài*
> *mưa chiều tượng mỏi im như Phật*
> *từng giọt buồn rơi qua kẽ tay*

> *trang sách, vuông khăn, vài vạt áo*
> *vò lòng cúi mặt bước chân ra*
> *chỉ cần mưa ngớt cho đôi chút*
> *trời rộng xin đừng gió thổi qua!*

Cả bài thơ toát ra một nỗi buồn lặng lẽ, đơn độc. Hơi thơ như những nhịp đập bồi hồi của trái tim. Những buổi chiều cuối năm, vốn mang sẵn một nỗi buồn rất thiêng liêng, rất vô cớ. Ở đây, cái ngậm ngùi bát ngát ấy, lại được lan tỏa bởi nhiều nguyên nhân. Người khách trọ hẳn là kẻ cô độc đã lâu, không rõ vì lý do gì phải rời nơi cư ngụ tạm bợ của mình. Tác giả không nói.Và chúng ta, tưởng chỉ nên chú tâm vào cái hoạt cảnh chia ly, giàu tâm trạng của người ra đi.

Với nỗi lòng trống không, chẳng chút tình nào đọng lại, người khách trọ buồn bã nhìn quanh.Ngoài trời dày kín những ngọn mưa sướt mướt.Cái lạnh của không gian thổi buốt cái lạnh trong lòng. Dù không đành rời bỏ nơi chốn hẩm hiu, nhưng biết không thể lưu lại, người khách trong những giây phút sau cùng, cố nằm nướng vắt tay ngang mày, nghĩ đến một ngày tươi sáng hơn. Và trong khoảnh khắc anh chợt nhận diện được những thân mật, những tình nghĩa, lâu nay đã sống bên cạnh mình. Đó chính là con đường, từng nâng đỡ những bước ngậm ngùi đi về. Đó chính là cánh cửa, từng thao thức chờ đợi để cùng chứng kiến, những buổi sớm mai sương đầy như khói, những đêm xuống chậm như từng vệt nhễu của ngọn đèn chong.Đời người rồi cũng mòn hao thầm lặng như sự đi đến vô tình của đêm, ngày.Để vượt qua những hoài nghi, hướng đến cái chí *cao chín bậc* của mình, không cách nào khác hơn là dựa vào cái mơ ước, vẫn nuôi trong lòng.Người khách trọ quyết thử thời vận thêm một lần nữa. Sá gì những giọt mưa, kể chi những nỗi buồn. Tất cả đang rụng xuống, lọt qua kẽ tay, khi con đường xanh mở ra trước mặt. Một chuyến khởi-hành-mới bắt đầu.Hành lý không khác những lần trước là bao.Vẫn một vuông khăn, một trang sách cùng vài vạt áo.Nhưng lần này có thêm được một tấm lòng, dù đã vò nhàu. Ý chí nuôi dưỡng một lý tưởng vẫn còn lóe lên niềm tin, chỉ cần *mưa ngớt cho đôi chút...*

*

Người lữ hành trong *Cuối Năm Rời Nhà Trọ* không xa lạ.Đó chính là Phan Chánh Dinh ngoài đời. Anh sinh năm 1941 tại Quảng Trị, nhưng trưởng thành tại Đà Nẵng. Gia đình anh nằm trong thành phần lao động, nhưng vật chất khả quan, chỉ khá nghèo niềm vui, bởi anh có vài người em không tốt số trong cuộc sống. Nhờ thân phụ là một viên chức nhỏ của ngành hỏa xa, cả gia đình được chung sống trong căn nhà nhỏ, tường xây mái ngói, ngay trạm đổi đường tàu, chạy ngang đường Ông Ích Khiêm. Tuổi niên thiếu của anh ở đó, cùng những đường ray (rail), những sỏi đá và những cánh cửa màu lá già, thường trực đựng đày những dòng thơ anh viết, xóa mỗi ngày. Phan Chánh Dinh theo học tại trường Phan Châu Trinh. Trường trung học công lập này cho anh nhiều bằng hữu thân thiết.

Cuộc đời thơ của Phan Chánh Dinh sinh động dưới hai bút hiệu Phan Duy Nhân và Dương Phù Sao.Mỗi bút hiệu không chỉ có ý nghĩa mà còn bao trùm cả hoài vọng của người mang nó. Ở bút hiệu thứ hai, thành hình theo lắp ghép: họ của người yêu, cộng một động từ, cộng một biểu tượng.

Phan Duy Nhân bắt đầu làm thơ năm 1957.Một năm sau bài được đăng trên các tạp chí văn học tại Sài Gòn, nhiều nhất trên tờ Bách Khoa.Nhịp viết của anh bất ngờ lơi dần trong năm 1966. Cũng từ dấu mốc này, cuộc đời chính trị của một Nguyễn Chính, một Thiết Sử được mở ra với nhiều thay đổi dập dồn, bất ngờ.

Con Đường Từ Thức của Phan Duy Nhân chọn cho mình, xem ra ngược chiều với vị quan đất Kinh Bắc ngày xưa.Một người lơ là danh phận, chỉ hết lòng với thơ phú.Một người tạm gác cái mơ mộng thi ca để đi tìm công danh, dưới hình thức thực thi lý tưởng.

Tuyệt đỉnh của chức vụ trên *Con Đường Từ Thức* của mình, Phan Chánh Dinh có trong tay Quyền Trưởng Ban Tôn Giáo của chính phủ (CHXHCNVN). Một chức sắc nghe còn khá lạ tai. Không rõ quyền hạn rộng đến đâu? Sự thành công này, có thật sự giúp cho Phan Chánh Dinh sống một đời dễ chịu, từ vật chất đến tinh thần?Ngày nay, câu trả lời, ít ra, đã rõ cho một trong hai lãnh vực thiết thực nêu trên.

Chưa vào động Phi Lai, chưa gặp Giáng Hương, nhưng với chặng đường thơ đã qua, với thực tài, Phan Chánh Dinh đã làm nên một Phan Duy Nhân, óng ánh trong vườn thơ Việt Nam, đó là điều không thể không nhìn nhận. Nhìn lại chặng đường anh đã đi, chúng ta thấy: từ 1961 đến 1964, nhất là trong năm 1962, Phan Duy Nhân viết được nhiều bài thật xuất sắc. Tiêu biểu như bài *Thơ Cho Mẹ Và Chị*, trích trọn vẹn dưới đây:

> *Đầy nước mắt đi trong chiều biển động*
> *Thân san hô sóng vỗ một đời tròn*
> *Trông cây tùng gặp bão cũng cong lưng*
> *Đời kiêu mạn chẳng còn tâm sự với*
>
> *Con nhớ lại sắt se lời mẹ dạy*
> *Những đêm qua ngõ hẹp phố phường sâu*
> *Đầu gối trên tay nghe đường máu chạy*
> *Trong tim con ngựa mỏi muốn quay đầu*
>
> *Những buổi sáng năm vùi trên gác trọ*
> *Những chiều hôm mong đợi chẳng ai về*
> *Tình thuở trước đắp cao dần nấm mộ*
> *Trong lòng con cỏ mọc đã vàng hoe*

Ngã bảy ngã ba hẹn hò bè bạn
Áo cơm nhau nhờ vả đến bao giờ
Xương từng ống hút dần theo lũ quạ
Ngó lui mình rỗng tuếch chúng bay xa

Thơ với ngô khoai bánh mì giữa chợ
Có kiên gan Lã Vọng cũng buông cần
Khí phách văn chương công bằng cách mệnh
Xưng lỡ anh hùng không lẽ đến xin ăn?

Con đã ngấy những ngày thư viện đói
Nói khôi hài kinh kệ những ai xưa
Khi rách áo xem ra chiều thủ lợi
Không manh tâm thiên hạ cũng nghi ngờ...

Ngần ấy bụi con mang về với mẹ
Hận nghìn đời trong đáy mắt chưa nguôi
Thân đau yếu em quỳ bên gối chị
Lòng lênh đênh muốn lặng cứ trôi hoài

Con phiêu bạt ngỡ thân tàn ma dại
Chẳng còn gì nguyên vẹn để đem dâng
Xin mẹ rót cho con lời phủ dụ
Ngửa hai tay xin chị nhận em cùng

Cho ánh mắt đau buồn nay tỏ rạng
Soi xuống lòng ẩn hiện ánh trăng trong...

Vịn những dòng thơ của thể tám chữ, không quá gò bó ở kỹ thuật vần điệu, một người con trai nhà nghèo theo học ở thành phố, đã quặn thắt gởi tâm sự của mình về cho mẹ và chị. Nguồn thơ bát ngát, không bày tỏ những nhớ thương thường thấy ở những người con xa nhà. Nhưng uất nghẹn những suy tư về thân phận, về cuộc sống.

Bằng kỹ thuật vẽ lại những hình ảnh thường mục kích trong đời sinh viên, *(Những buổi sáng nằm vùi trên gác trọ/ Những chiều hôm mong đợi chẳng ai về... Ngã bảy ngã ba hẹn hò bè bạn/ Áo cơm nhau nhờ vả đến bao giờ...)*, lồng vào đó những xúc cảm, những suy nghĩ bi quan *(Tình thuở trước đắp cao dần nấm mộ/ Trong lòng con cỏ mọc đã vàng hoe... Xương từng ống hút dần theo* lũ quạ/ Ngó lui mình rỗng tuếch chúng bay xa) tuy có phần cường điệu, nhưng nhờ âm ngữ và hình ảnh, giúp những câu thơ trở nên linh động, có hồn. Phan Duy Nhân cũng dựng lại cái khí chất người xưa, để bày tỏ cái bản lĩnh, cốt cách của một nam nhi giàu ý chí, qua tám câu rất thu hút *(Thơ với ngô khoai bánh mì giữa chợ... Không manh tâm thiên hạ cũng nghi ngờ...)* Nhưng cái buồn thâm trầm, đọc được rõ những xót xa, nằm ở ba đoạn tuyệt vời nhất, đó là khổ bốn câu thứ hai, và hai khổ cuối cùng. Lời mẹ dạy *(con nhớ lại sắt se lời mẹ dạy)* chính là cái phao để tác giả có đủ can đảm dàn trải, phơi bày những tâm sự. Thơ Phan Duy Nhân, hình như bài nào cũng có một ưu điểm khác, đó là sự trong sáng, một niềm tin lấp lánh ở cuối bài:

Cho ánh mắt đau buồn nay tỏ rạng
Soi xuống lòng ẩn hiện ánh trăng trong

Những suy tư về một hiện thực xã hội không được hoàn hảo, đã thấy thấp thoáng trong bài vừa dẫn trên. Ở Đường Bay Của Thơ, dù vẫn còn rất nhẹ nhàng, Phan Duy Nhân cũng đã vẽ lên một tâm cảnh u buồn:

"... giây phút ấy, tới cầm tay nỗi chết
sau lưng anh phường phố vẫn điêu tàn
máu một giòng, rơi hờn như giọt đá
thơ một lời dội lại tiếng kêu van

thôi từ đó xa bay ngoài hiện tại
anh đưa tay bồng thân thể lên đường
tiễn chân người, xanh xao cành lá lay
em cúi đầu thân huệ vốn lưng ong"

(Bách Khoa 123-1962)

Không khó để hình dung hiện trạng xã hội trong thời chiến tranh. Vì thế, ở đây không phô bày, lặp lại nhiều tài liệu đã thành sách.Hậu quả của bom đạn không dành riêng ai.Vết thương nặng, nhẹ có thể khác nhau.Nỗi đau buồn tủi nhục của đất nước dù có chia đều, thế hệ trẻ hẳn phải gánh chịu trực tiếp và nặng nề hơn. Ý thức rõ được trách nhiệm này, những tay thơ như Phan Duy Nhân, Phan Trước Viên, Đynh Hoàng Sa, Phan Nhự Thức, Lữ Quỳnh, Thái Tú Hạp, Thành Tôn, Lê Vĩnh Thọ..., muốn giành cái quyền giới thiệu những thảm cảnh chiến tranh, đồng thời bày tỏ thái độ của mình trước cuộc chiến. Riêng Phan Duy Nhân căm phẫn đến mức nào?

> *"... cho anh một chỗ đứng nào trên hành lang*
> *để anh nhìn niềm bi thương đang diễn hành dưới đất*
>
> *...*
>
> *anh quẳng ra khỏi vuông cửa sổ toa tàu*
> *trang nhật báo em cầm trên tay*
> *in đầy tin thời sự*
> *anh sinh ra bé nhỏ mọn hèn*
> *muốn giấu em chuyện người da vàng trên Trung Hoa*
> *lục địa*
> *buổi sớm lệnh còi đồng phục sắp hàng đôi*
> *anh muốn giấu em những hội nghị tài binh*
> *nâng cốc*
> *chế bom*
> *trên đầu dân thuộc địa*
> *anh muốn giấu em chuyện người mẹ kê đầu trên đường sắt*
> *ngăn con tàu chở lính sang Alger*
> *anh muốn giấu em những tin tức quê hương gần gũi*
> *những khuya xung phong những ngày nước độc*
> *những hận thù trói buộc*
> *những giới tuyến phân chia anh em bè bạn xứ sở gia đình*
>
> *...*

> *anh buổi sáng vẫn mang giày mặc áo*
> *phố hôm nay – vẫn đó, phố bao giờ*
> *bước có nghìn lần nhịp gõ cũng còn khô*
> *sống vẫn đi vòng không ra ngoài cát bụi*
> *tuổi thơ người ta không ra ngoài nước mắt*
> *con tim người dây kẽm cũng còn chia...*"

(Văn Học 19-5-1964)

Anh vẫn sử dụng ngôn ngữ giản dị. Điều nổi bật: những nét vẽ trầm uất mỗi ngày hình như được chăm chút rõ hơn. Khuôn mặt của thời cuộc được nhìn rộng từ thế giới, trước khi dừng lại với thực tại quê nhà.Những điều bi quan anh muốn giấu, chính là những điều anh khẩn thiết nói ra.Sự mâu thuẫn này không có gì lạ.Nó như một nghệ thuật buộc người nghe phải chú ý hơn. Nó cũng làm cho sự lặp lại được tự nhiên hơn, và chuyện đã xảy ra, được lặp lại cũng trở nên mới.Thật ra những hình ảnh bi thảm của cuộc chiến được dựng lên trong *Con Đường Từ Thức* (tên bài thơ), không có gì mới lạ.Thậm chí những hình ảnh bi thảm cũng chưa đủ mức bi thảm so với hiện thực ngoài đời.Giá trị của bài thơ, vẫn nằm trong thể cách bày tỏ tình cảm, bên cạnh những hình ảnh được dùng để đánh động sự chú ý của người đọc.Ngôn từ của Phan Duy Nhân không mới. Tùy theo ý tưởng, anh đặt bên cạnh những câu thật giản dị, một vài câu giàu chất thơ, từ đó cả chụm chữ đều ngát hương thi ca:

> *"... anh không muốn môi em hồng mắt sáng*
> *mười lăm mười bảy ngây thơ*
> *mỗi lời sầu làm mát một mùa thu...*"

Trong bài tổng quan cho cuốn biên khảo Văn Học Việt Nam Hiện Đại – Thi Ca và Thi Nhân, tác giả Cao Thế Dung có đưa ra nhận xét:

> *"... Về ý và kể cả ngôn từ, nhiều nhà thơ đã cố vươn cao để cho khác cái cũ – nghĩa là cái đã được nói trong thơ*

tiền chiến. Và đã thành công qua ý hướng đó như Phan Duy Nhân, Hà Nguyên Thạch, và những bản sắc mới gần đây như Tần Hoài Dạ Vũ, Luân Hoán, Thành Tôn..."

(Thi Ca Và Thi Nhân trang 325)

"Ý hướng đó" của ông Cao Thế Dung là gì?Phải chăng đó là những mô tả, phân tích cùng nhận định về chiến tranh. Nguồn thơ có nội dung như thế, về sau được gọi là thơ phản chiến. Tôi nghĩ, dù có phản chiến hay chỉ nêu ra một hiện thực đau buồn của đất nước, nguồn thơ này, đã manh nha từ những bài viết nặng lòng yêu quê hương. Căn cứ vào đời chính trị tiếp nối liền sau đời thơ, có thể nói thơ Phan Duy Nhân không nằm trong dòng thơ phản chiến. Những người làm văn học đứng dưới cờ đỏ sao vàng, đã xếp anh vào hàng ngũ những nhà thơ dấn thân, cùng Trần Quang Long, cùng Phan Trước Viên... Theo định nghĩa trong *Từ và Ngữ Việt Nam* của ông Nguyễn Lân, *"dấn thân là hy sinh thân mình"* dĩ nhiên sự hy sinh này thường dành cho Tổ quốc. Oái ăm thay, cũng phục vụ đích thực cho Tổ quốc, và có thể giàu chính nghĩa hơn, nhưng không phục vụ vì một đảng phái độc tài, hai chữ "dấn thân" được thay bằng hai chữ "bồi bút".

Mùa hạ năm 1963, Phan Duy Nhân hành nghề gõ đầu trẻ, cho một vài trường trung học tư nhân tại Hội An, nơi cư ngụ của Ngân Hà, vợ anh sau này. Anh có viết một số bài ký tên Dương Phù Sao.Bài trích dưới đây, có lẽ đậm đà hình ảnh quê hương nhất trong thơ anh. Bài thơ khởi đầu bằng một cảnh sắc chợt đến trong tâm trí anh: Bến sông Hoài êm ả với dòng nước thì thầm đang nằm đợi những con thuyền ra khơi trở về. Bến sông đó cũng là cõi lòng của người anh yêu. Sự liên tưởng, thi vị hóa không khó lắm, bởi vì nỗi nhung nhớ của anh cộng thêm cái hiện thực, ngôi nhà người đẹp họ Dương nằm ngay bên bờ sông

"anh nhớ quê hương phố chợ âm thầm

tre cúi ngọn ưu phiền chiều xuống chậm
nước thì thầm trôi vòng ôm xóm vạn
bến ngậm buồn nghe ngóng mắt thuyền thon

Đi xa đã nhớ, về gần lại nỗi nhớ như nhiều hơn. Tác giả thấy mình đang cầm trong tay những chiếc lá, những cọng rêu, những mùi hương, những ngọn khói. Đọt nắng vàng hình như cũng đậu lại, chia sẻ cái hạnh phúc: anh được người mẹ *gắp chia lời dịu ngọt.*Đẹp biết bao nhiêu, khi anh trân trọng đặt môi mình lên bậc cửa, nơi người mẹ già từng đứng *quyến luyến* mỗi lần anh đi xa. Nỗi nhớ nhung như chất men, lặng lẽ ngấm vào tim anh. Không đặt tay lên ngực, anh cũng nhận ra, đó là những giọt lệ, anh đang ủ trong vuông khăn, lận theo bên mình.

khi anh về đôi chút lá phù dung
đôi chút rêu mềm nằm ve vuốt ngói
mượt đất thơm đường, bao dung lòng mẹ đợi
bữa cơm chiều anh chị nắng chắt chiu
ngày xuống bên thềm với gió dìu theo
bao nhiêu nhớ bao nhiêu buồn thuở trước
đôi đũa mẹ gắp chia lời dịu ngọt
mến thương đời xao xuyến ngực như tơ
anh muốn hôn lên bậc cửa mong chờ
nơi chân mẹ dẫn lên lời quyến luyến
xin một vuông khăn gói thầm nỗi hẹn
ủ trong lòng từng giọt nước mắt khô
chuyến xe qua chiều bữa đó mơ hồ

Không những chỉ với: đôi chút rêu mềm nằm ve vuốt *ngói*, và đôi đũa mẹ gắp chia lời dịu ngọt, mà cả đoạn thơ cho thấy cái tài dùng chữ, trang điểm cho hình ảnh trong thơ Phan Duy Nhân. Bài thơ còn tám câu nữa. Và cũng như thói quen, cuối bài, là những nụ thơ trong sáng:

"trời gió lộng, chim bay thèm trở lại
nhớ mẹ cười mát lụa xuống vai con"

Phan Duy Nhân nói năng trôi chảy, lưu loát. Anh rất có tài hùng biện. Nhờ có trí nhớ tuyệt vời, anh thuộc nhiều điển tích, nhiều mẩu chuyện trong cổ sử Trung Hoa, nên thường đưa vào câu chuyện mình kể, dẫn chứng điều mình đang nói. Nhờ đó, anh thuyết phục nhanh chóng những người đang lắng nghe.Trong lớp, vào giờ thực tập thuyết trình, anh gần như không bao giờ thua cuộc.Nhưng anh rất nhát gái. Trước năm 1975, trái tim của nhà thơ, hình như chỉ có một bóng dáng duy nhất: Dương Thị Ngân Hà. Người con gái này trở thành người bạn đời, và tạo nguồn cảm hứng cho Phan Duy Nhân, viết một chùm thơ tình mang tên *Thơ Của Hà.*

Vẫn sử dụng thể thơ nhuần tay, những khúc tình ca cho Hà không thiếu những câu đẹp:

"... đã mấy mươi năm anh chờ, em đợi?
hồn em trong thơm ngát một vuông khăn
anh yêu thương thơ cũng mọc như rừng
dẫu tới trăm năm em vẫn còn mười sáu
để mắt vẫn rụt rè, chim nhìn chưa dám đậu
hờn sâu xa anh thức dậy chập chờn
em thơ ngây phải động chút u buồn

...

anh sẽ cười buồn làm em rơi nước mắt
thế giới chúng mình lênh đênh mùa mưa
anh biến thành thuyền, em biến thành thơ
ta sẽ dong chơi cùng vầng trăng mời mọc"

(Thần Thoại, tạp chí Bách Khoa số 121, 15-01-1962)

"... tay em dài mỗi ngón lá phong lan
hãy góp cho nhau mươi cánh phương thảo trắng
nước mắt làm mưa thu, môi hồng làm nắng sáng
để anh dựng lâu đài trên ngực cao nguyên
để anh ngó xuống đời bằng cặp mắt vành khuyên
bằng đôi cánh bồ câu vỗ lên vầng trán biếc

với buổi sớm tình ca, buổi chiều nhã nhạc
với trái tim em, anh tiếp tục lên đường"
(Bày tỏ, Bách Khoa số 126, 01-4-1962)

Thơ tình Phan Duy Nhân có nhiều ý mới, nhưng hình như những dòng thơ hiện diện, bằng đường trí óc hơn là từ trái tim. Cái chân tình cũng thiếu vắng khá nhiều. Ở nhiều đoạn có nét óng mượt rất gần hơi thơ Nguyên Sa:

"... anh chỉ còn đây lời rượu ngọt
cùng thơ tâm sự, mắt du thuyền
tương lai thôi hãy mềm như lụa
mà gói đời anh trong áo em..."
(Thơ Cầu Nguyện, Bách Khoa số 124, 01-3-1962)

Có cả cái diễm tình của Đinh Hùng:

"... vầng trăng dại rơi gầy trong giếng mắt
thoáng mây bay trông rất đỗi ngập ngừng
cây rũ lá vàng thơ buồn rụng cánh
chân nai đi khe khẽ động chim rừng..."
(Rừng Vàng, Bách Khoa số 125, 15-3-1962)

Nhìn tổng thể thơ Phan Duy Nhân, thật ra rất khó phân biệt rõ ràng từng chủ đề khác nhau. Tình yêu lứa đôi, tình quê hương, bàng bạc trong khắp niềm thao thức về thân phận con người. Những hoài nghi, những băn khoăn luôn luôn thắp sáng, từng dòng suy tư trong thơ anh. Nhưng cái xuất sắc nhất, chính là nguồn thơ khơi dậy tình yêu nước, đả phá những bất công xã hội. Tính chất mạnh mẽ trong từng dòng thơ có giá trị như những lời thúc giục, nếu không muốn nói là xách động.

"... Độc lập, hòa bình, công bằng, nhân đạo
Mắt em thơ hớn hở nụ cười tròn

...

Nòi giống Việt thương yêu đời sống Việt

Triệu con người vươn lên từ cõi chết
Yêu anh em, yêu xã hội công bằng
Người yêu người xây dựng đến muôn năm

(Tiếng Hát của Người Đi Tới)

Vẫn còn đó anh em hàng triệu đứa
Yêu thương nhau cùng mở rộng vòng tay
Khi chết đi tim người xin để lại
Anh mang theo khoảng trống lấp không đầy
Thân băng hoại nhưng niềm tin hiện hữu
Cùng tui em đi đốt lửa mặt trời
Chúng ta sống bằng máu người đã chết
Người nối người dĩ vãng nối tương lai
Vì trên mặt đất nầy cây đã mọc
Vì hoa đời anh hái cả hai tay
Nên cuộc sống khác ngày giờ hý viện
Vô duyên như giấc mộng chẳng tròn đầy

...

Thân xác ấy thôi rồi tan rã hết
Vào hư vô không giọt máu hồng tươi
Tôi đã dặn khi giã từ cuộc sống
Nhớ cho tôi xin lại trái tim người

(Trái Tim Còn Lại)

Nguồn cảm hứng này chắc chắn xuất phát từ trái tim. Sự uất ức thường dẫn đến những ngôn từ, hành động phản kháng mạnh mẽ.Nhưng đó chưa hẳn là lòng yêu nước.Ở tuổi mười tám, hai mươi, quả khó dằn lòng trước cảnh bị áp bức đồng bào ruột thịt. Nhưng Phan Duy Nhân đã mục kích những thảm cảnh gì?Từ đâu? Trong những năm đầu của thập niên 60, tại một thành phố yên bình như Đà Nẵng? Lòng căm phẫn vì ngoại cảnh, vì yêu nước trong trường hợp Phan Duy Nhân thật đáng ngờ. Và nguyên nhân cụ thể, đủ để cho Phan Duy Nhân hãnh diện xác nhận, thể hiện qua bài viết của ông Dương Đức Quang, phổ biến trên trang tramhuong.com:

"... Năm 14 tuổi Dinh đã biết cha mình là cơ sở hoạt động bí mật của cách mạng tại nội thành Đà Nẵng, thường xuyên đón cán bộ về họp tại nhà. Trong số cán bộ đó có ông Hồ Vinh, một thầy giáo dạy Dinh, trong kháng chiến chống Pháp từng là phóng viên của báo Nhân Dân tại Khu V. Cũng chính qua cha và người thầy giáo này mà Dinh sớm giác ngộ cách mạng, trở thành người liên lạc cho tổ chức cách mạng hoạt động bí mật tại Đà Nẵng. Tháng 2-1957, vì một kẻ phản bội tố giác, thầy giáo Hồ Vinh bị địch bắt, bị tra tấn đến chết, nhiều cán bộ khác cũng bị bắt, tổ chức cách mạng bí mật bị phá vỡ, cha con Dinh phải tạm ngừng hoạt động. Những năm tháng học trung học tại trường Phan Chu Trinh, Đà Nẵng sau đó, tuy bị mất liên lạc với tổ chức nhưng sẵn lòng yêu nước, Dinh vẫn nung nấu một ý chí cách mạng, sẵn sàng "nổi loạn", chống đối chế độ độc tài Ngô Đình Diệm tay sai của Mỹ. Năm 15 tuổi, Dinh viết bài thơ yêu nước đầu tiên gửi đăng trên một tờ báo ở Sài Gòn, lấy tên là Phan Duy Nhân, nguyện là "một người con họ Phan vì nhân dân..."

Phan Duy Nhân đã dùng cái tài thơ của mình để mở đường phục vụ cho lý tưởng của mình, điều này không có gì sai trái. Chỉ tiếc anh đã chọn lầm khuôn mặt để gởi vàng. Hậu quả: nhận được một chút quyền lực ngắn ngủi trong đời chính trị, nhưng đã hao hụt tình bằng hữu, một điều anh đã từng lo lắng:

mở mắt cột đèn nhìn ca rô giữa phố
bỗng ngại suốt đời xa lạ hết anh em
(Bày Tỏ)

Buồn hơn nữa, người đã hết lòng đề cao, biện giải cho anh, cuối cùng cũng phải chua xót, run tay:

"... Hóa ra, Phan Chánh Dinh chẳng phải là 'người cách mạng'. Anh lại càng không phải một 'người làm thơ', mà thật sự chỉ là kẻ 'hành nghề bạo lực' một cách kiên trì và

tài giỏi. Anh 'không để lại trái tim' mà chỉ trải dài lềnh lầy dối trá, tàn nhẫn vô nhân tính..."

(Phan Nhật Nam – Cơn cùng tận với khổ đau)

Nhà văn Phan Nhật Nam rất chính xác ở nhận xét "... chẳng phải là 'người cách mạng'" và cũng rất tinh tế khi đánh giá Phan Duy Nhân: "... là người làm thơ gian lận với chữ nghĩa của chính mình". Nhưng anh có vẻ nặng tay khi viết: "... anh lại càng không phải một 'người làm thơ'...". Những đức tính thông thường phải có dành cho người làm thơ, anh Nam có thể dẫn ra để bảo vệ nhận xét của mình.Có điều, đối phương cũng nhìn nhận những đức tính đó hoàn toàn thích hợp với mình.

Theo tôi, Phan Duy Nhân đúng là một người làm thơ, hơn thế nữa, anh là một nhà thơ rất vững tay trong làng thơ Việt Nam. Thật tình tôi đã rất mừng khi Phan Chánh Dinhvớt lại lưng lưng ly hạnh phúc lứa đôi, sau đứt đoạn vì hoàn cảnh. Tiếp đến anh vượt qua luôn chiều dài mười mấy năm im lặng (tính từ sau 1975) để trở lại với thi ca. Và điều quan trọng hơn, thơ anh vẫn còn nhiều người yêu thích:

Mới gió Lào khô đã heo may Hà Nội
Chon von đỉnh núi giong buồm
Thuở trước thiền sư làm chính ủy
Câu thơ tới giờ còn mang gươm!
Thơm dấu hài thêu khuya chuyện cũ
Giữa Hàng Đào cô Tấm có là em?
Ôi em đẹp với vô cùng mà đời ta có hạn
Gió lộng vẫn ngang trời
Trong đáy mắt hồ Gươm...

(Vĩ Thanh - Hà Nội, những mùa sen 1990)

Nhắm mắt để nhìn em thật rõ
Thanh thoát trong tôi một đóa hồng
Đêm sáng lên từ tia lửa nhỏ

Hồn tôi nắng sưởi giá băng tan...

(Quán Tưởng, 2007)

Em mến yêu anh là sự sống
Trong anh như nhựa tiếp cây đời
Vươn cành xanh lá qua giông bão
Anh uống tình Em mà thắm tươi!
Những nắng gió trên đường đi tới
Những khuya trăng chia sẻ vui buồn
Em trong anh tim hồng trong ngực
Vượt lên cùng trăm núi nghìn sông...
Anh viết những bài thơ bất tận:
Em cho anh thêm một tâm hồn
Anh làm nước sông dài chẳng cạn
Chảy từ nguồn sâu thẳm yêu thương
Mỗi người có riêng mình thần thánh
Quan-thế-âm hay Ma-ri-a...
Anh cầu nguyện cùng em buổi sáng
Cho mỗi ngày mỗi bước đi xa.
Là Em và thơ và triết học
Yêu Em vô hạn tới vô cùng...
Say đắm cho Em thành có thật
Đến trọn đời vằng vặc vầng trăng.

(Ngưỡng Vọng)

Dưới trang phục mới của đời thường phảng phất mùi kinh kệ, thơ Phan Duy Nhân vẫn còn mang gươm.Hy vọng mũi gươm này đã biết xoay chiều hướng đến một kẻ thù đích thực của dân tộc.Để nhà văn Phan Nhật Nam thở phào xóa đi những nghi vấn về bạn mình.Và hai chữ *hào kiệt* được tác giả *Dựa Lưng Nỗi Chết*, có cơ hội dùng lại.Mong thay. (1)

(HKQ- 9g18', 10-9-2009)

Luân Hoán

(1) PNN từng gọi PDN là kẻ hào kiệt.

Luân Hoán by Đỗ Duy Ngọc

Luân Hoán by Đinh Cường

 **LƯƠNG THƯ TRUNG**

Tên thật Lương Thư Trung, tự Hai Trầu, sinh năm 1942, tại làng Tân Bình, Lấp Vò, Sa Đéc. Hiện định cư tại Boston Hoa Kỳ, từ 1992. Bài viết trên: *Văn, Văn Học, Phố Văn, Thư Quán Bản Thảo, Talawas, Da Màu, Gió-O, Thất Sơn Châu Đốc, Văn Học Nghệ Thuật Liên Mạng.*

Tác phẩm đã xuất bản:
- *Bến Bờ Còn Lại* (tạp văn, 2000)
- *Tình Thầy Trò* (tạp văn, Thư Ấn Quán, 2005)
- *Lá Thư Kinh Xáng* (2005)
- *Mùa Màng Ngày Cũ* (2011)
- *14 Tác Giả Mỗi Người Mỗi Vẻ* (2012)
- *Một Chút Tình Quê* (2015)
- *Người Đọc Và Người Viết* (2017)

Chất liệu bình dân trong thơ Tô Thùy Yên

Rải rác trên các tạp chí văn học dưới đất cũng như trên liên mạng, người đọc đã có dịp được đọc nhiều bài viết về thơ Tô Thùy Yên như Bùi Vĩnh Phúc, Nguyễn Hưng Quốc, Lê Thị Huệ, Ngô Nhân Dụng, Phạm Phú Minh, Phan Nhật Nam, Phương Triều. Đặc biệt tác giả Trần Hữu Thục đã dành ra 34 trang sách để nói về hai khía cạnh mang tính triết lý trong thơ Tô Thùy Yên qua tiêu đề "Thơ Tô Thùy Yên, chênh vênh siêu hình/ hiện thực" (1). Riêng Võ Phiến trong bộ *Văn Học Miền Nam* (2), ông đã dành cho Tô Thùy Yên 17 trang sách, trong khi đó nói về Thanh Tâm Tuyền ở trang liền trước đó tác giả *Văn Học Miền Nam* chỉ viết vỏn vẹn chưa đầy nửa trang. Với chừng ấy bài viết mà tôi được đọc và có lẽ còn nhiều bài viết khác mà tôi không được biết, kể ra thơ Tô Thùy Yên đã được người đọc biết đến nhiều so với nhiều thi sĩ đương thời. Thành ra, là một người đọc, tôi chỉ xin góp thêm một điều hết sức bình dị đó là chất liệu bình dân trong thơ Tô Thùy Yên.

Chừng như trong bất cứ bài thơ nào của Tô Thùy Yên cũng có chút ca dao, vài dòng tục ngữ hoặc cả những điển tích cũ. Tô Thùy Yên nhận ra cái nét sâu sắc và đậm đà trong các chất liệu bình dân đó và hồn ông cứ thấp thoáng đâu đó bóng hình của ca dao, tục ngữ không rời. Do vậy mà thơ ông không xa bình dân nhưng rất nhiều ẩn dụ làm cho nhiều tác giả khi nhận xét về thơ ông phải mày mò tim óc, chắt lọc ý tưởng, đẽo gọt từng câu, gọt giũa từng lời để nêu lên được những nét độc đáo mà những vần thơ của ông chở đầy trong đó.

"Ta Về"(3) là một bài thơ đượm hồn ca dao mặn mà nhứt của Tô Thùy Yên. Với 31 khổ thơ gồm 124 câu, Ta Về như một biến khúc của ca dao. Ngay ở hai câu mở đầu:

"Ta về một bóng trên đường lớn.
Thơ chẳng ai đề vạt áo phai..."

nó mang mang lời thống trách qua hồn ca dao bình dị:

"Mình về ta chẳng cho về,
Ta nắm lấy áo, ta đề câu thơ.
Câu thơ ba chữ rành rành:
Chữ 'Trung', chữ 'Hiếu', chữ 'Tình' là ba.
Chữ Trung thì để phần cha,
Chữ Hiếu phần mẹ, đôi ta chữ Tình".

Hai câu thơ:

"Ta về qua những truông cùng phá,
Nếp trán nhăn đùa ngọn gió may".

Làm cho người đọc liên tưởng đến bài ca dao quen thuộc:

"Nhớ em anh cũng muốn vô,
Sợ truông nhà Hồ, sợ phá Tam Giang.
Phá tam Giang ngày rày đã cạn,
Chuông nhà Hồ nội tán phá tan".

Đặc biệt hai câu thơ sau đây đọc lên nghe như âm điệu của một lời ca dao:

"Tưởng tượng nhà nhà đang mở cửa,
Làng ta, ngựa đá đã qua sông"

Ở đây là một điển tích dân gian vô cùng súc tích nhưng không phải là ngựa đá của thời vua Trần Nhân Tôn qua lời cảm tạ của Ngài trong trận thắng giặc Mông Cổ tại Bạch Đằng giang khi thấy những con ngựa đá chưn dính đầy bùn: "Xã tắc lưỡng hồi lao thạch mã. Sơn Hà thiên cổ điện kim âu", mà là câu chuyện đời xưa. Câu chuyện đại ý: Tương truyền ngày xưa có một làng mà hai bờ sông, một bên thì dân quê nghèo hèn dốt nát, một bên học hành đỗ đạt làm quan. Bên có người làm quan lập cái miếu có thờ con ngựa đá. Một hôm có vị thần hiện lên về làng, dân chúng bờ sông nghèo mới trình lên vị thần hỏi sao bờ sông bên này từ thuở khai thiên lập địa tới giờ quá nghèo và không có ai học hành đỗ đạt ra làm quan ráo trọi. Vị thần mới phán rằng chừng nào ngựa đá qua sông dân tình mới có người làm quan. Nghe nói vậy, dân chúng mừng lắm vì bờ sông bên kia đang lở, mà bên này đất lại bồi, nên một đêm mưa gió nổi lên đền thờ và con ngựa đá bị nước cuốn trôi và lù lù nổi lên ở bên này sông. Từ đó dân chúng nghĩ là điềm trời và nhớ lời căn dặn ráng cho con học hành và sau này đỗ đạt rồi ra làm quan thoát đời nghèo khó. Tô Thùy Yên biến cải tích xưa này với cách gieo vần ở ông làm cho câu thơ nghe qua như một lời ca dao mà hàm súc.

Trong câu thơ khác: "Ta về như lá rơi về cội" là thoát ý từ tục ngữ "lá rụng về cội" như một chân lý có thật. Rồi đoạn thơ kế:

"Ta khóc tạ ơn đời máu chảy
Ruột mềm như đá dưới chân ta
Mười năm chớp bể mưa nguồn đó,
Người thức nghe buồn tận cõi xa".

Ta thấy gì qua cách dùng chữ trong bốn câu thơ này. Phải chăng "máu chảy ruột mềm", "nước chảy đá mòn" là những câu tục ngữ mà người đời thường dùng mỗi ngày trong đời sống? Rồi "Mười năm chớp bể mưa nguồn đó", ý từ hai câu ca dao:

"Đêm qua chớp bể mưa nguồn
Đấy vui có biết đây buồn hay không?"

Trong câu "Nước non ngàn dặm, bèo mây hỡi" hai chữ "bèo mây" từ thành ngữ "bèo nổi mây trôi" trong bài ca dao:

"Bực mình lên tận thiên cung
Đem ông Nguyệt Lão xuống hỏi thăm vài lời

Nỡ lòng trêu ghẹo chi tôi
Lênh đênh bèo nổi mây trôi một thời".

Trong hai câu thơ:

"Ai gọi ai đi ngoài quãng vắng?
Phải, ôi vàng đá nhắn quan san?"

Hai chữ "vàng đá", phải chăng tác giả đã tạo ra một từ ngữ thật ngắn gọn mà hàm súc từ thành ngữ "đá nát vàng phai" trong ca dao:

"Trăm năm đá nát vàng phai
Đá nát mặc đá, vàng phai mặc vàng".

Hoặc:

"Chừng nào đá nát vàng phai,
Biển hồ tát cạn mới sai lời thề".

Hoặc:

"Giao ngôn đá nát vàng phai
Em đừng nhẹ dạ nghe ai bao giờ".

Đến hai câu:

"Hoa bưởi, hoa tầm xuân có nở?
Mười năm, cây có nhớ người xa?"

Người đọc nhận ra ngay bài ca dao "trèo lên cây bưởi hái hoa" sau đây:

"Trèo lên cây bưởi hái hoa,
Bước xuống vườn cà, hái nụ tầm xuân.
Nụ tầm xuân nở ra cánh biếc,
Em đã lấy chồng, anh tiếc lắm thay.
Thoạt vào anh năm cổ tay.
Sao trước em trắng mà rày em đen,

Hay là lấy phải chồng hèn,
Cơm sống, canh mặn nó đen mắt người.
-Ba đồng một mớ trầu cay.
Sao anh không hỏi những ngày còn không.
Bây giờ em đã có chồng,
Như chim vào lồng, như cá cắn câu,
Cá cắn câu biết đâu mà gỡ,
Chim vào lòng biết thuở nào ra...”

Hai câu thơ:

“Đau khổ riêng gì nơi gió cát.
Hè nhà, bụi chuối thức thâu đêm.”

Những từ ngữ “hè nhà, bụi chuối” thoát ý từ câu ca dao:

“Gió đưa bụi chuối sau hè”

Đoạn thơ:

“Ta về như nước tào khê chảy.
Tình đầu mười năm luống nhạt mờ.
Thân thích những ai giờ đã khuất?
Cõi đời nghe trống trải hơn xưa”.

Ngay câu thơ đầu với các chữ “tào-khê”, “tình đầu”, ta nghe như cái chất ca dao trong thơ Tô Thùy Yên đã hòa quyện vào nhau làm cho thơ và ca dao thành một, khiến người đọc liên tưởng đến hình ảnh bốn câu ca dao sau đây:

“Đêm đêm tưởng dải ngân hà,
Bóng sao tình đầu đã ba năm tròn.
Đá mòn, nhưng dạ chẳng mòn,
Tào – Khê nước chảy vẫn còn trơ trơ”.

Đến đoạn thơ dưới đây:

“Người chết đưa ta cùng xuống mộ.

Đêm buồn, ai nữa đứng bờ ao?
Khóc người, ta khóc ta rơi rụng.
Tuổi hạc, ôi ngày một một hao".

Người đọc không thể không nhớ sáu câu đầu của bài ca dao vừa dẫn:

"Đêm qua ra đứng bờ ao,
Trông cá, cá lặn, trông sao, sao mờ!
Buồn trông con nhện giăng tơ,
Nhện ơi! Nhện hỡi! Nhện chờ mối ai?
Buồn chông chênh chếch sao mai,
Sao ơi, sao hỡi, nhớ ai sao mờ?"

Cái khéo của Tô Thùy Yên là ở chỗ nguyên bài ca dao dài, ông chỉ chọn lựa ra ba bốn chữ dùng như "tào khê", "tinh đẩu", "đêm", "đứng bờ ao", những chữ không mới, mà khi ông sắp xếp nó vào khổ thơ của ông thì những chữ đó nó bỗng có thần hồn rồi lan tỏa ra làm bao quát cả hồn ca dao và hồn nghệ sĩ chính mình.

Để nhận ra thêm vài hình ảnh ca dao khác trong các bài thơ sau này, để thấy Tô Thùy Yên rất ưa thích và gần gũi với ca dao như một niềm thích thú của một thi sĩ không quên mình sinh ra và được nuôi dưỡng tâm hồn bằng chính cái chất liệu ca dao bình dị ấy. Nhóm chữ "chó sủa trăng lu" trong một đoạn cuối bài thơ "Người ở lại" trang 151 của Thơ Tuyển:

"Vô thủy lạc rồi nay lạc nữa
Đành như sao rụng dưới trời sâu.
Tàn đời mạt kiếp liệu còn gặp?
Dai dẳng sầu, chó sủa nguyệt lu".

Cũng như trong bài thơ "Nhà xưa, lửa cất ủ" trong Thắp Tạ trang 60, ta bắt gặp câu thơ:

*"Tiếng con chó nhỏ bên hè
Sủa bóng trăng lu"*

Làm ta nhớ hai câu ca dao:

*"Bực mình con chó sủa dai,
Sủa nguyệt lâu dài, sủa bóng trăng lu".*

Hễ có trăng là chó sủa gọi là "sủa nguyệt lâu dài", mà nhất là hình ảnh con chó "sủa bóng trăng lu" là hình ảnh quen thuộc ở làng quê mà dân quê thường gọi là chó sủa trăng hay chó sủa ma. Vì trăng lu trời tối mờ mờ, gió đưa bóng cây thấp thoáng như có bóng ma vờn qua vờn lại và rồi chó tưởng bóng người và cứ thế mà sủa sáng đêm hay còn gọi chó sủa dai. Nhóm chữ "chó sủa trăng lu" không có gì là thơ nhưng qua tài nghệ chơi chữ, Tô Thùy Yên để lại một âm điệu mới và lạ không thua gì ca dao đã chìm vào trăng và nghe chó sủa trăng.

Nhơn nhắc đến bài thơ "Người ở lại", có hai câu:

*"Thôi, em tiếc thêm chi cái sợi dây dài
Để đến nỗi ngồi hoài bên giếng cạn?"*

Phải chăng đây là hình ảnh mới của hai câu ca dao cũ mà vẫn làm tăng thêm nỗi luyến tiếc thật tha thiết nhờ sử dụng thêm chữ "nỗi" đệm vào:

*"Tưởng giếng sâu, nối sợi dây dài,
Hay đâu giếng cạn, tiếc hoài sợi dây".*

Tiếp đến ở một câu thơ khác:

"Các em thay anh một mai phò giá triệu, hầu minh tinh"

thoát ý từ hai câu ca dao:

*"Một mai ai đứng minh tinh,
Ai phò giá triệu, ai vin quan tài".*

Hai câu thơ khác:

"Bạn về quê bạn, đường xa ngái,
Trong nớ, ngoài ni, nhớ chẳng yên".

Rất mật thiết với hai câu ca dao:

"Rồi mùa, tót rã, rơm khô,
Bạn về quê bạn, biết mô mà tìm".

Hoặc:

"Người lỡ thời đi tới xứ mô?"

Phải chăng cũng do hai câu ca dao:

"Cây khô xuống nước cũng khô,
Vận nghèo đi tới chỗ mô cũng nghèo".

Thơ Tô Thùy Yên còn nhiều chất liệu ca dao như thế như các câu thơ sau đây: "Em về giồng dưới, qua bưng gió", "Muối mặn, gừng cay, trắng tóc xanh", "Người lạc người bởi ngọn Đông phong", "Sao lúc rời nhau chẳng đổi áo", "Bờ giếng xưa, còn ai đứng trông?", "Mất chiếc áo để quên, Nhớ dấu cành sen đó…". Tất tất đều thắm đượm những hình ảnh của "em về giồng dứa, qua truông"; "tay bưng dĩa muối chấm gừng, gừng cay, muối mặn xin đừng bỏ nhau"; "ngọn gió Đông phong thổi lạc vợ xa chồng" qua trận bão năm Thìn ở Gò Công; "anh về để áo lại đây, để khuya em đắp, gió tây lạnh lùng"; "tới đây, dây văn, gàu thưa, hỏi người cố cựu giếng xưa ai đào"; "đêm qua tát nước đầu đình, để quên cái áo trên cành hoa sen". vân vân…

Qua hai thi tập *Thơ Tuyển* và *Thắp Tạ*, những câu thơ đượm chất liệu bình dân tương tự như thế còn nhiều lắm, nhưng với chừng ấy ví dụ, chúng tôi nhận ra thơ Tô Thùy Yên rất gần với ca dao tục ngữ. Nhưng có một điều dường như rất bất công đối với khía cạnh chất liệu bình dân trong thơ Tô Thùy Yên và nhất là đối với tục ngữ ca dao, là các nhà phê bình không quan tâm đến khía cạnh bình dân này hoặc nếu có nhắc cũng chỉ lướt qua cho có lướt chứ không phải là một điểm nổi bật và đặc thù cần phải nhận ra trong thơ của ông. Phải chăng ca dao tục ngữ thuộc về văn chương bình dân, quen quá, biết quá, không cần đề cập nữa dù nó đã được Tô Thùy Yên cần nó?!? Đành rằng dùng ca dao như một điển tích trong các bài thơ sẽ không tránh khỏi cái lợi và cái hại đi liền kề trong việc dùng điển tích với những ưu và khuyết điểm của nó, nhưng có một điều phải thành thật nhận ra rằng, với dụng công của mình, Tô Thùy Yên đã làm mới thơ của ông bằng ca dao và chính ca dao đã góp phần làm nên tên tuổi Tô Thùy Yên!

[Houston, tháng 8 năm 2006]

Lương Thư Trung

Cước chú:

1/ Tác giả, tác phẩm & sự kiện của Trần Hữu Thục, nhà xuất bản Văn Mới, Hoa Kỳ, năm 2005.

2/ Văn Học Miền Nam(Thơ) của Võ Phiến, nhà xuất bản Văn Nghệ, Hoa Kỳ, năm 1999.

3/ Thơ Tuyển Tô Thùy Yên, tác giả xuất bản, Hoa Kỳ, năm 1995.

4/ Thắp Tạ của Tô Thùy Yên, nhà xuất bản An Tiêm, Hoa Kỳ, 2004.

LƯU DIỆU VÂN

Lưu Diệu Vân, sinh tháng 12, 1979, nhà thơ, dịch giả, biên tập viên tạp chí văn chương Da Màu.

Cô nhận bằng thạc sĩ từ University of Massachusetts vào năm 2009.

Tác phẩm đã xuất bản:

- *7 Giờ 47 Phút* (thơ; NXB Văn Nghệ VN, 2010).
- *Màu Cỏ Xanh Trong Suốt* (truyện chớp, đồng tác giả; NXB Trẻ, 2010).
- *Poems of Lưu Diệu Vân, Lưu Mêlan, Nhã Thuyên* (đồng tác giả, tập thơ Anh ngữ; Vagabond Press, 2013).
- *M of December* (tập thơ Anh ngữ; Vagabond Press, 2016).

Khu vườn rã cánh

giữa trùng trùng điệp điệp những đối thoại có vẻ nằm trên bề
phẳng của chiếc áo lụa
là cách tiềm thức chúng ta lao xao nghĩ về nhau
bên dưới lớp da thuộc về những ràng buộc rả rích
trong những bối rối kiếp này kiếp sau hay những kiếp giao đầu
xoắn bện tựa những hư thực truyền thuyết công chúa luôn phải
cần hoàng tử giải cứu
không ai chiếm hữu được nỗi buồn đâu anh
chúng ta chỉ là những người chăm nom hộ chủ nhân đồng nạn
nhân kế tiếp
trong lúc những chiếc vòng đeo tay trên cườm gỗ mục đang nhập
cuộc lột xác ngắn hạn
một ai đó sẽ hiểu đoan trang không là công thức định đoạt độ rơi
nứt của trái tim
tỷ lệ của những người trong cuộc luôn luôn là số chẵn bị chẻ nhòe
có những cánh cửa mọc khe khẽ giữa rừng như nấm hoang
bên kia là người đàn bà đang nhọc lòng nhặt những mảnh ánh
sáng nuốt vội vàng
phi tang những phân vuông đã bị mặt trời xâm phạm
xa hơn là người đàn ông đang mải miết chinh phục cánh cửa này
đến cánh cửa khác
những bóng râm giẫm ngang dọc trên vũng hoa phi yến đã rã cánh
oằn nặng những nguyện vọng xương trắng
trong tan tác có an nhiên, trong tương ái có tai ương

ta hãy cất nỗi xót xa vào chiếc hộp chôn con sóc sơ sinh
và cầu nguyện cho những ánh nhìn bị nhốt trong hạt sương khuyết
mãi mơ về một tinh thể hoàn chỉnh
biệt tích giữa khu vườn tàng hình đang trườn cuộn vào chính thân
xác mình.

Nắm đấm vành khuyên, miệng giếng

bài học khởi đầu với tư thế sống soài bất động: tấc đất xây từ bao cuộc viễn chinh thụ động. phận ai nấy giữ trong hình chữ nhật bọt xốp: tiếng ai nấy kín trong khuôn chữ s khét mục. mũi thông thở nhưng môi mím thiền tánh: lời toan ngỏ gói trong kiện hãm thanh. người hướng dẫn khuyên mắt nhắm tập trung hướng nội: toán áp đặt bù nhìn canh ngoại phận.

cuối bài học, các khối kê được trả về vị trí cũ, chồng lên theo lề thói cố định, người nào cũng thích đứng cao, ít lao lực, ít kính soi, ít ổ khóa tròng chất thải. hai chồng bên ngoài nhanh chóng, tùy tiện mọc cao nghều, khập khiễng từ vùng đảo trũng đã thấm hết đất màu mỡ, chực đổ nhào bất cứ lúc nào trong lòng chảo tẩy não.

bắt đầu là nhân ngãi, bắc, nam, một bên thành nạn nhân ái ân mặc cảm, không kẻ chịu luân phiên, cúi xuống giữa vô danh, bức tường nặn từ những cái bắt tay quặn thị giác, bắt đầu mọc những năm đấm vành khuyên, ngón cái quặp một thể chế đang khệ nệ món nợ ngót trăm năm.

nhắm mắt hay mở mắt, vẫn một màu xanh vàng vọt đồng bọn, đỏ trọng thủy, hồng công tiễn, lồng trong hàng rào kẽm gai, siết 496 vòng vực dậy, sinh sôi chốn gai nọc.

không có chiếc lông ngỗng nào rơi theo vị trí ngẫu nhiên, ngoại trừ nơi miệng giếng.

Dẫu gì, Goldilocks, thể quên

họ tìm thấy bài điếu văn thiếu tháng
những mảnh vụn chuyến bay hàng không Mã Lai
dấu chứng tập đoàn láng giềng hiện từ dòng nước luân lưu
trên sao Hỏa
quá nhiều muối biển vị kỷ trong nước cháo Goldilocks ô
nhiễm
vĩnh viễn nhốt trong tầm kiểm soát của một bát súp ấm đã
khước từ em bé gái đói lòng

quy lụy, cố gắng thuyết phục con người biết sợ
đánh dấu hỏi việc tăng giá gạo toàn cầu
tên tay trong nới rộng vòng hoạt động trong ruột màn ảnh
rộng suối nước nóng

chú khỉ tuyết bé bỏng chơi trò chải lông với đứa em gái nuôi
vừa bất động
nắn nót vóc dáng mùa hạ từ những chiếc bóng chết bầm
khai trừ những cao độ

vài cánh hoa cuối cùng của cơn chóng mặt xoay vòng xuống
một miệng giếng nanh nọc
tiếng thét vang động cuộc sảy thai nặng gánh chưng diện
trong sữa mẹ
không khí mệt nhoài hằn một nếp gấp mỗi khi một linh hồn
quá cố dạt qua cái bát khất thực

tôi vật vã làm hòa với hai bàn tay
trong lúc cái nĩa man rợ xử trảm cái muỗng

Lưu Diệu Vân

LƯU NGUYỄN

Tên thật Nguyễn Thế Nghiệp. Sinh năm 1947 tại Quảng Nam. Đã theo học Trần Quý Cáp (Hội An), Đại Học Văn Khoa và Đại Học Sư Phạm (Sài Gòn). Dạy học tại Phước Tuy và Sài Gòn. Định cư tại Montréal, Canada từ năm1980.

Chủ trương tạp chí *Nắng Mới*, bán nguyệt san *Nắng Mới Thời Báo* và cơ sở xuất bản Nắng Mới (cùng một số thân hữu).

Đã cộng tác với các tạp chí: *Văn Học, Văn, Hợp Lưu, Làng Văn, Thế Kỷ 21, Tạp chí Thơ, Thời Tập, Khởi Hành, Saigon Times,…*

Tác phẩm đã xuất bản:
- *Tri Âm* (thơ, Sông Thu, Hoa Kỳ, 1990)
- *Ngày Qua Rất Vội* (thơ, Nắng Mới, Canada, 1993)
- *Trái Tim Người Biết Yêu* (thơ, Nắng Mới, 2009)

Trăm năm
một thoáng tà dương bay vèo

Xưa em bên cội sứ già
Vân vê tóc thẹn khép tà áo bay
Ngập ngừng tay khẽ tìm tay
Trao nhau một nụ hôn say ngất tình.

Em về tóc đẫm u minh
Kể từ cô tịch cho hình dáng phai
Xiêm y liễu rủ Chương Đài
Hồn pha muối xát, dạ mài máu xương.

Chấp chi cõi tạm vôthường
Trăm năm một thoáng tà dương bay vèo
Trầm luân mấy kiếp bọt bèo
Ba nghìn thế giới về theo chốn nào.

Dẫu cho đời có hư hao
Cầm bằng rót chén rượu vào hư không
Hình như chim đã sổ lồng
Hình như ta đã phiêu bồng ngàn năm.

Khi về qua trường cũ

Ta trở lại trường xưa một buổi chiều tháng chạp
Hàng phượng im lìm ướt sũng buồn thiu
Những tà áo bên hàng hiên giótạt
Văng vẳng tiếng cười khúc khích tuổi hoa niên.

Một thuở nọ sân trường em áo trắng
Cặp sách trong tay rạng rỡ môi trầm
Ta một thuở cũng sân trường áotrắng
Mà tâm hồn như già cỗi trăm năm.

Lòng bỗng nhớ, thiết tha ơi nỗi nhớ
Nụ hôn đầu là dĩ vãng hôm qua
Thành phố nhỏ tay người sao giữ nổi
Cánh chim trời đã theo gió bay xa.

Con đường cũ em đi về hai buổi
Có mắt nhìn đắm đuối phía sau lưng
Có những bài thơ vụng dại vô cùng
Có đêm trắng cho tay vàng khói thuốc.

Từ dạo xa trường, xa bạn bè, xa lớp
Xa mối tình sớm nở, sớm chia tan
Xa tuổi thơ ngây, xa mộng bướm hoa vàng
Ôi kỷ niệm sống hoài trong ký ức.

Nỗi nhớ đêm đêm râm ran cồn ngực
Thôi thúc trở về chốn cũ ngày xưa
Bỗng thấy mình ta một chiều tháng chạp
Gã học trò già trước cổng trường xưa.

Trường lớp vẫn lớp trường xưa rêu phủ
Bạn bè ta tan tác ở đâu rồi?

Giữa trùng dương một linh hồn nhỏ

Sao mãi mà mình chẳng gặp nhau
Rượu nồng ta uống quặn lòng đau
Này em chim lạ phương trời thẳm
Cánh hạc bay cao vút một màu.

Ta bỗng thấy mình thật trẻ thơ
Tóc thời gian điểm trắng ngu ngơ
Một đời phiêu bạc say nhưtỉnh
Ngỡ ngàng như câu chuyện trong mơ.

Có nỗi đau nào xua nỗi đau
Trong cuộc vui rượu bỗng nhạt màu
Ơi em đảo nhỏ buồn cô tịch
Thôi ngủ yên vùi những trước sau.

Em có còn mơ như ngày xưa?
Một vùng hoang đảo ngập bóng dừa
Có hoa, có bướm, dòng suối ngọt
Và có đôi mình – chuyện nắng mưa.

Em đã đến rồi phải không em?
Kra đảo nhỏ dáng ngoan hiền
Nhưng bầy dã thú đang chờ đó
Đất trời cuồng loạn cuộc đảo điên.

Khủng khiếp làm sao nỗi đợi chờ
Nhục nhằn ao ước những vu vơ
Hoàng hôn như thể lời trăng trối
Của kẻ lênh đênh lạc bến bờ.

Ôi bữa tiệc liên hoan của bầy ác quỷ
Tiếng hét la tuyệt vọng não nùng
Cơn địa chấn âm thanh đầy mộng mị
Sao trên trời vỡ vụn giữa không trung.

Mất rồi tất cả phải không em?
Quê hương và thân xác yếu mềm
Cuối đời một tiếng gào tuyệtvọng
Giấc ngủ ngàn năm hận miên miên.

Thấp thoáng hình ai trong bóng sương
Gió từ đâu đến, gió quê hương?
Ầm ầm như sóng xô triền núi
Gửi vạn niềm thương vượt đại dương.

Núi cũng lạnh lùng như biển xa
Núi cô đơn biển vẫn mặn mà
Giữa trùng dương một linh hồn nhỏ
Vẫy gọi ai về, có gọi ta?

Ôi bởi vì sao em phải đi
Nhớ thương quay quắt lệ tràn mi
Tội từ những cánh thư nho nhỏ
Hay màu cờ đã rẽ phân ly.

Thôi cũng đành thôi, cũng đành thôi
Rứt ray, dằn vặt, rượu mềm môi
Thì rồi em cũng…rồi em cũng…
Đảo lạnh lẻ loi suốt chuỗi đời.

Ta sẽ về thăm, sẽ về thăm
Cùng em ôn lại chuyện ngàn năm
Bên mồ ta ngắm trăng đầu núi
Nghe nghìn sóng vỗ vọng xa xăm.

Rồi sẽ nương về theo gió đông
Tìm thăm quê mẹ đất Cửu Long
Vượt Trường Sơn, xuôi dòng sông Mã
Để hai ta tắm mát sông Hồng…

Xin hãy ngủ yên người em nhỏ
Quê hương còn đó nỗi buồn chung
Đảo lạnh hắt hiu sầu vạn cổ
Tình xa vời vợi hẹn tương phùng.

Lưu Nguyễn

LỮ QUỲNH

Lữ Quỳnh là bút hiệu của Phan Ngô. Sinh năm 1942 tại Thừa Thiên – Huế.

Học sinh Quốc Học (1959-1962). Dạy học, trường Bán công Vinh Lộc 1962-1963.

Sĩ Quan VNCH (Khóa 19 Trường Bộ Binh Thủ Đức). Đơn vị cuối, Quân Y Viện Quy Nhơn (1970-75). Sau 1975, ở tù trại Cồn Tiên, Ái Tử (Quảng Trị).

Năm 2000, định cư tại San Jose, California, Hoa Kỳ.

Từng cộng tác với các tạp chí *Mai* (1961), *Phổ Thông* (1950), *Bách Khoa* (1962), *Ý Thức* (1970), *Khởi Hành, Thời Tập* (1972), nhật báo *Công Dân* (Huế, 1960-61) trước 1975. Và *Văn Học, Hợp Lưu, Khởi Hành, Tân Văn,…*ở hải ngoại, từ 2001.

Tác phẩm đã xuất bản:
- *Cát Vàng* (tập truyện, 1971)
- *Vườn Trái Đắng* (truyện dài, 1972)
- *Sông Sương Mù* (tập truyện, 1973)
- *Những Cơn Mưa Mùa Đông* (truyện vừa 1974)
- *Sinh Nhật Của Một Người Không Còn Trẻ* (thơ, Văn Mới Hoa Kỳ, 2009)
- *Những Giấc Mơ Tôi* (thơ; Văn Mới, 2013)
- *Mây Trong Những Giấc Mơ* (thơ, Văn Mới, 2015)
- *Những Con Chữ Lang Thang Không Ngày Tháng* (tuyển tập; San Jose: Sống, 2016)

Chiều cuối năm đi nhầm tàu ở San Jose

Thành phố chiều cuối năm
những chiếc bus chạy qua vắng khách
đường mang số – hàng cây trơ cành
mùa đông vừa đem đi hết lá.

Ngồi một mình cà phê Starbucks
ở góc đường số 3
mưa mịt mù ngoài cửa kính
người phục vụ da đen đưa mắt nhìn buồn bã
thời gian trôi
trên những chiếc bàn trống.

Nỗi nhớ chiều cuối năm
cánh đồng một thời bom đạn
giờ này trắng xóa mưa
bạn bè nghĩa địa đìu hiu
ôm đất trời sũng nước.

Đón light rail
đi Blossom Hill
toa tàu vắng
người homeless già thu mình hàng ghế cuối
giấu khuôn mặt dưới chiếc mũ dạ nâu
tàu đi – tàu qua rất lâu
bóng tối đầy trong đôi mắt
người homeless già
tàu đi – tàu qua nhiều ga
người homeless vẫn ngồi
chờ xuống ga nào quá khứ.

Tôi đi Blossom Hill
tàu qua hoài chẳng tới
mỗi lúc càng xa
những ga xép chiều mưa quê nhà
tiếng còi tàu ảm đạm
Lăng Cô – Thừa Lưu – Huế
tôi đã lên nhầm tàu
Santa Teresa – Winchester
chiều cuối năm
như người homeless già
tôi đi chuyến về ký ức.

San Jose, Dec 31- 2010

Một mùa đông bình yên

Bắt đầu những ngày bình yên
ngắm mùa đông
ấm áp trong tóc em
trong ánh mắt reo vui
bữa cơm chiều.

Lần đầu tiên ở xứ người
hiểu thế nào hạnh phúc
khi cỗ máy ầm ào hằng đêm
cùng ánh đèn cao áp
không còn giành giựt với trái tim
nhịp đập.

Mùa đông
cây thông Giáng Sinh
lấp lánh quả cầu giấy bạc
nhớ quê nhà những chiều mưa
trên sân gạch nở đầy
bong bóng nước
em mặc áo len vàng
tung tăng cánh đồng ký ức
cánh đồng mùa xuân
hoa cúc vàng nở rực.

Mùa đông này
trời trong veo và rất lạnh
hai bàn tay buốt cóng
cầm nỗi nhớ nhà
đi lang thang qua Tự Do Lê Lợi
trước Givral
nhìn bạn bè đứa còn đứa mất
rượu tràn ly nói cười
chuyện thiên đường địa ngục.

Lần đầu tiên
hiểu thế nào sự bình yên
là lúc
nỗi cô đơn dịu dàng
cùng mùa đông
bắt đầu thắp
những ngọn nến hồng
trên mặt đất.

Calif., Nov 2003

Những trái thông
không rơi vào mùa Giáng sinh

Tôi trở về nơi làm việc cũ
parking lot không một bóng xe
cánh cửa mỗi sáng bấm giờ vào ca
im lìm đến hãi hùng
tôi gọi thầm Amanda
mà sao cổ nghẹn
tôi gọi Amanda nhiều lần
mà âm thanh chỉ làm trái tim muốn vỡ

Gió reo hay thông reo
những ngọn thông cao vút
ném xuống lòng đường những trái khô queo
trái thông năm nào lúc chia tay
cũng xám màu huyết dụ
như chiều nay
giấc ngủ mấy mùa đông
vì một tiếng thông rơi
mà tỉnh thức

Tôi bước đi trên lối cũ
tiếng gió và sự lặng thinh
bãi đậu xe lênh đênh hoàng hôn
tôi thất thanh gọi…
sao chỉ nghe tiếng vỡ trong ngực mình.

December, 2010

Lữ Quỳnh

Mục Lục

Nhà xuất bản NHÂN ẢNH
đã in và phát hành toàn bộ
22 cuốn Phiếm
và những tác phẩm khác của
SONG THAO
một trong những cây bút có sức
sáng tác sung mãn nhất hải ngoại

Liên lạc với tác giả:
7805 Claire Fauteux # 1
Montreal, Qc., H1K 5B6
CANADA
E-mail: tatrungson@hotmail.com
Phone: 514-354-5338
Website: www.songthao.com

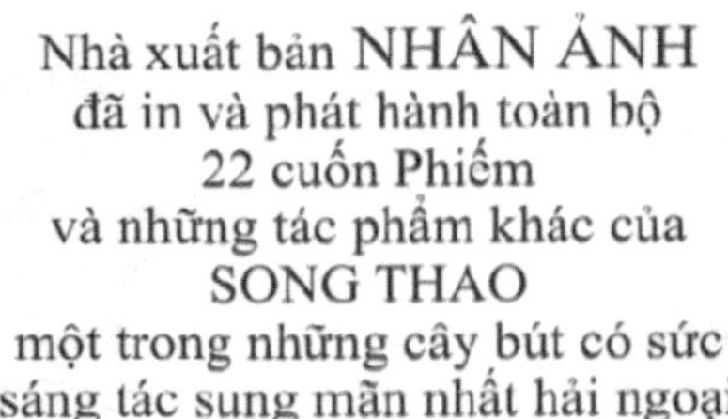

ĐÃ IN VÀ PHÁT HÀNH TOÀN CẦU

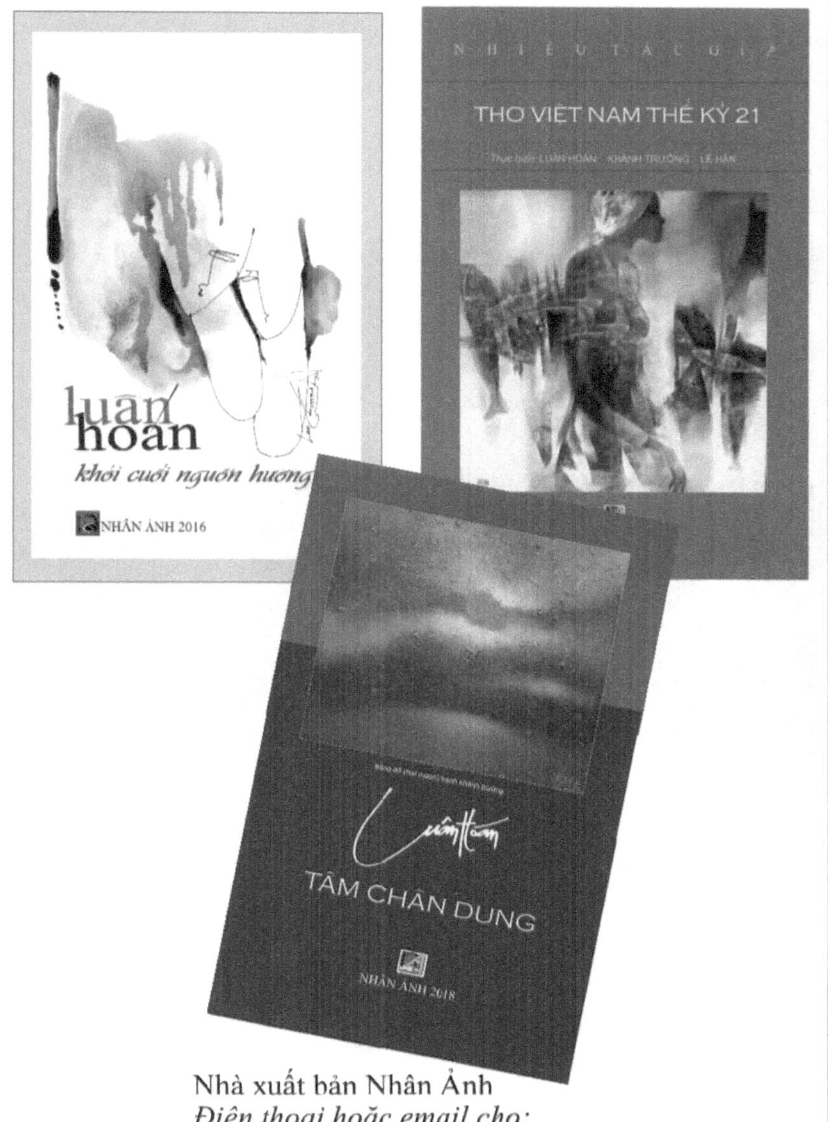

Nhà xuất bản Nhân Ảnh
Điện thoại hoặc email cho:
Lê Hân (408) 722-5626
hanle.3359@gma
để cụ thể thủ tục chuyển tiền

NGUYỄN PUBLISHINGS
(Toronto, Canada)
xuất bản và bán trên mạng amazon.com

Email liên lạc với tác giả:
nguyenvykhanh@yahoo.com

NGUYỄN PUBLISHINGS

(Toronto, Canada)

xuất bản và bán trên mạng amazon.com

Email liên lạc với tác giả:

nguyenvykhanh@yahoo.com

Hãy trở thành
độc giả dài hạn

Tạp chí VĂN HỌC MỚI

Phát hành mỗi năm 4 số

Liên lạc : vanhocmoi68@gmail.com

hanguyendu@gmail.com

FB : Thơ Hà Nguyên Du

Liên lạc Nhà xuất bản
Mở Nguồn
han.le3359@gmail.com
(408) 722-5626

www.ingramcontent.com/pod-product-compliance
Lightning Source LLC
Chambersburg PA
CBHW031630130726
47900CB00018B/3